ಕಾರ್ತೀಕದ ಸಂಜೆ

(ಕಾದಂಬರಿ)

ಸಾಯಿಸುತೆ

ಸುಧಾ ಎಂಟರ್‌ಪ್ರೈಸಸ್

ನಂ. 761, 8ನೇ ಮುಖ್ಯರಸ್ತೆ, 3ನೇ ಬ್ಲಾಕ್,
ಕೋರಮಂಗಲ, ಬೆಂಗಳೂರು – 560 034

KAARTEEKADA SANJE (Kannada) - A social novel by Smt. Saisuthe; published by Sudha Enterprises, # 761, 8th Main, 3rd Block, Koramangala, Bangalore -560 034.

ಪ್ರಥಮ ಮುದ್ರಣ	:	1987
ದ್ವಿತೀಯ ಮುದ್ರಣ	:	2009
ತೃತೀಯ ಮುದ್ರಣ	:	2019
ಪುಟಗಳು	:	186
ಬೆಲೆ	:	ರೂ. 140
ಉಪಯೋಗಿಸಿದ ಕಾಗದ	:	70 ಜಿ.ಎಸ್.ಎಂ. ಮ್ಯಾಪ್‌ಲಿಥೋ
ಮುಖಪುಟ ವಿನ್ಯಾಸ	:	ಅಪಾರ
ಹಕ್ಕುಗಳು	:	ಲೇಖಕಿಯವರದು

ಸಗಟು ಮಾರಾಟಗಾರರು:
ವಸಂತ ಪ್ರಕಾಶನ
360, 10ನೇ 'ಬಿ' ಮುಖ್ಯರಸ್ತೆ, 3ನೇ ಬ್ಲಾಕ್,
ಜಯನಗರ, ಬೆಂಗಳೂರು – 560 011.
ದೂರವಾಣಿ : 080–22443996

email : vasantha_prakashana@yahoo.com
website : www.vasanthaprakashana.com

ಅಕ್ಷರ ಜೋಡಣೆ
ಲೇಜರ್ ಲೈನ್ ಗ್ರಾಫಿಕ್ಸ್
ಬೆಂಗಳೂರು.

ಮುದ್ರಣ
ಶ್ರೀವಿದ್ಯಾ ಪ್ರಿಂಟರ್ಸ್

ಮುನ್ನುಡಿ

'ಕಾರ್ತೀಕದ ಸಂಜೆ' ಕಾದಂಬರಿಯನ್ನು ಈ ಸಲ ಪುನರ್ ಮುದ್ರಣ ಮಾಡುತ್ತಿರುವವರು ಸುಧಾ ಎಂಟರ್‌ಪ್ರೈಸಸ್‌ನ ಮಾಲೀಕರಾದ ಶ್ರೀ ಕೆ.ಎಸ್. ಮುರಳಿಯವರು ನನ್ನ ಹಲವಾರು ಕಾದಂಬರಿಗಳನ್ನು ಪುನರ್‌ಮುದ್ರಣ ಮಾಡಿರುವ ಪ್ರಕಾಶಕರು. ಅತ್ಯಂತ ಅಸ್ಥೆಯಿಂದ, ಅಚ್ಚುಕಟ್ಟಾಗಿ, ಸುಂದರವಾಗಿ ಹೊರತಂದಿದ್ದಾರೆ, ತರುತ್ತಿದ್ದಾರೆ.

ಪ್ರಕಾಶನ ಜಗತ್ತಿನಲ್ಲಿ ಒಂದು ಹೊಸ ದಾಖಲೆಯನ್ನು ನಿರ್ಮಿಸಲೆಂದು ಮನಃಪೂರ್ವಕವಾಗಿ ಹಾರೈಸುತ್ತೇನೆ.

ಹೊಸ ಕಾದಂಬರಿ 'ನಾ ನಿನ್ನ ಧ್ಯಾನದೊಳಿರಲು' ಬಗ್ಗೆ ಪ್ರತಿಕ್ರಿಯಿಸಿದ, ಮೆಚ್ಚಿಗೆ ಸೂಚಿಸಿ ಫೋನ್ ಮಾಡಿದ, ಇ–ಮೇಲ್‌ನಲ್ಲಿ ಸಂಪರ್ಕಿಸಿದ ಎಲ್ಲರಿಗೂ ಧನ್ಯವಾದಗಳು.

– ಸಾಯಿಸುತೆ
"ಸಾಯಿಸದನ"
12, 2ನೇ ಮುಖ್ಯರಸ್ತೆ, 2ನೇ ಅಡ್ಡರಸ್ತೆ,
ಮಾರುತಿನಗರ, ಕೋಗಿಲೆ ಕ್ರಾಸ್, ಯಲಹಂಕ
ಓಲ್ಡ್ ಟೌನ್, ಬೆಂಗಳೂರು – 560064.
Email: saisuthe1942@gmail.com

ವನಜಮ್ಮ ಎರಡು ಬಾರಿ ಬಂದು ದೇವರ ಮನೆಯ ಬಳಿ ಅಡ್ಡಾಡಿ ಹೋದಾಗಲೇ ಗೋಪಾಲರಾಯರಿಗೆ ಅರ್ಥವಾಯಿತು.

"ಏನು... ವಿಷ್ಯ?" ದೇವರಿಗೆ ದೀರ್ಘದಂಡ ನಮಸ್ಕಾರ ಹಾಕಿದವರೆ ಹೊರಬಂದರು. "ಏನಾದ್ರೂ... ಹೇಳ್ಬೇಕಾ? ನಿಮ್ಮ ಭಾವನ ಮನೆ ಸುದ್ದಿ ಬಿಟ್ಟು ಬೇರೇನಾದ್ರೂ.... ಮಾತಾಡು."

ವನಜಮ್ಮ ಮೌನವಾಗಿ ಒಂದು ಕಡೆ ಕೂತರು. ಇಬ್ಬರ ಅಡಿಗೆ, ಊಟದ ಕೆಲಸವಷ್ಟೆ. ಆಕೆಗೆ ಮಂಕುಬಡಿದಂತಾಗಿತ್ತು.

"ಅಖಿಲಾ ಬಂದಿತ್ತು. ಆ ಹುಡ್ಗೀ ಕೆಲ್ಸದ ವಿಷಯ ಏನ್ಮಾಡಿದ್ರಿ?" ಗೋಪಾಲರಾವು ಆಕೆಯ ಪ್ರಶ್ನೆಗೆ ಉತ್ತರಿಸಲೇ ಹೋಗಲಿಲ್ಲ. ಪಂಚೆಯುಟ್ಟು ಮಗುಟ ಮಡಚಿ ಗೂಟಕ್ಕೆ ಹಾಕಿ ಬಂದು ಎಲೆಯ ಮುಂದೆ ಕೂತರು.

ಊಟ ಮುಗಿಯೋವರೆಗೂ ಒಂದು ಮಾತು ಕೂಡ ಆಡಲಿಲ್ಲ. ಬಟ್ಟೆ ತೊಟ್ಟು ವೀಳೆಯ ಮೆಲ್ಲುತ್ತ ಹೊರಟವರು ಒಂದು ಗಳಿಗೆ ನಿಂತು ಹೇಳಿದರು.

"ಇವತ್ತು ಯಜಮಾನ್ರ ಮನೆಗೆ ಹೋಗ್ತೀನಿ. ಅವನಿಚ್ಛೆ ಇದ್ದಂತಾಗ್ಲಿ" ಕೊಡೆ ಹಿಡಿದು ಹೊರಟುಬಿಟ್ಟರು.

ಎರಡು ಫರ್ಲಾಂಗ್‌ನಷ್ಟು ನಡಿಗೆಯ ದಾರಿ, ಆದರೂ ಇಂದು ಬೇಗ ದಾರಿ ಸರಿಯಲಿಲ್ಲವೆನಿಸಿತು ಅವರಿಗೆ. ಒಂದು ದಿನಕ್ಕಾಗಲಿ ಅವರ ಮುಂದೆ ತಮ್ಮ ಕೆಲಸಕ್ಕಾಗಿ ನಿಂತಿರಲಿಲ್ಲ. ಇಂದು ಒಂದು ರೀತಿಯ ಸಂಕೋಚ ಅವರನ್ನು ಬಾಧಿಸುತ್ತಿತ್ತು.

ಬಾಲ್ಕನಿಯಲ್ಲೇ ಪೇಪರ್ ನೋಡುತ್ತ ನಿಂತಿದ್ದ ಸುಭಾಷ್ ಇನ್ನು ನೈಟ್‌ಗೌನ್‌ನಲ್ಲಿಯೇ ಇದ್ದ. ನಸುನಕ್ಕು ಕಣ್ಣಲ್ಲಿಯೇ ಸ್ವಾಗತಿಸಿದ.

"ಅಂತೂ... ಇಲ್ಲಿವರ್ಗೂ ಬರೋ ಮನಸ್ಸು ಮಾಡಿದ್ರಿ?" ಪೇಪರ್ ಮಡಚಿದ. ಆದರೆ ಅವರ ಮುಖದ ಅಪರೂಪದ ಸಂಕೋಚ ನೋಡಿ ಹುಬ್ಬೇರಿಸಿದರೂ ಪ್ರಶ್ನಿಸಲಿಲ್ಲ. "ಭಾವ ಫ್ರೀಯಾಗಿದ್ದಾರೆ, ಮಾತಾಡಿ" ಒಳಗೆ ನಡೆದ.

ಶ್ರೀನಿವಾಸಮೂರ್ತಿಗಳು ಸಿಟ್ಟಿಂಗ್‌ರೂಂನಲ್ಲಿ ಕೂತು ಅಕೌಂಟ್ಸ್ ಫೈಲ್‌ನ ನೋಡುತ್ತಿದ್ದವರು ತಲೆಯೆತ್ತಿದರು.

"ನಾನೇ ಹೇಳಿ ಕಳ್ಸಬೇಕೂಂತ ಇದ್ದೆ. ಮಾರ್ಕೆಟ್‌ನಲ್ಲಿ ನಮ್ಮ ಮೆಟೀರಿಯಲ್‌ಗೆ ಒಳ್ಳೆ ಬೆಲೆ, ಡಿಮ್ಯಾಂಡ್ ಇದೆ. ಆದ್ರೆ... ಆರ್ಡರ್‌ಗೆ ಸರ್ಯಾಗಿ ಮಾಲನ್ನ ಪೂರೈಸೋಕೆ ಆಗ್ತಾ ಇಲ್ಲ. ಛೆ... ಹಣ ಬೇಕು. ಆದ್ರೆ ಜನಕ್ಕೆ ದುಡಿಯೋಕೆ ಇಷ್ಟವಿಲ್ಲ. ಇನ್ನು ಬರೀ ಭಾಷಣಗಳಲ್ಲಿ ಜನನ, ದೇಶದ ಉನ್ನತ ಸ್ಥಿತಿಗೆ ಕೊಂಡೊಯ್ಯಬೇಕು, ಅಷ್ಟೆ" ಬೇಸರದಿಂದ ಫೈಲನ್ನು ಪಕ್ಕಕ್ಕೆ ಸರಿಸಿದರು ಶ್ರೀನಿವಾಸಮೂರ್ತಿಗಳು. ತಾವು ಬಂದ ಗಳಿಗೆ ಸರಿಯಿಲ್ಲವೆನಿಸಿತು ಗೋಪಾಲರಾಯರಿಗೆ.

ತಟ್ಟನೆ ಆ ಮಾತನ್ನು ಅಷ್ಟಕ್ಕೇ ಬಿಟ್ಟ ಶ್ರೀನಿವಾಸಮೂರ್ತಿಗಳು ಈಗಿನ ರಾಜಕೀಯ ಸ್ಥಿತಿ, ದೇಶದ ಆಗುಹೋಗುಗಳು, ಅಸ್ತವ್ಯಸ್ತಗೊಳ್ಳುತ್ತಿರುವ ಜನಜೀವನ-ಎಲ್ಲಾ ಒಬ್ಬರೇ ಆಡಿ ಮುಗಿಸಿದರು. ಇದು ಅವರ ಅಭ್ಯಾಸ, ಹಾಗೆಂದು ಅವರೇನು ವೃದ್ಧರಲ್ಲ. ನಲವತ್ತರ ವಯಸ್ಸು, ಎರಡು ಮುದ್ದಾದ ಮಕ್ಕಳ ತಂದೆ.

ಬಾಗಿಲ ಬಳಿ ಬಂದು ನಿಂತ ಲಕ್ಷ್ಮಿ ನಕ್ಕರು.

"ಸದ್ಯಕ್ಕೆ ಮುಗೀತು! ಗೋಪಾಲರಾಯರು ಸುಮ್ನೇ ಬರೋಲ್ಲ. ನಾವು ಹೇಳಿ ಕಳಿಸಿದ್ರೇನೇ.... ಬರೋದು. ಅಂಥದ್ದು ಬಂದಿದ್ದಾರೆ, ಏನೂಂತ ವಿಚಾರಿಸೋದ್ಬಿಟ್ಟು..." ಮೆಲ್ಲನೆ ಕೆಣಕಿದರು. ಗೋಪಾಲರಾಯರು ಅವರ ತಂದೆಯ ಕಾಲದಿಂದಲೂ ಇದ್ದ ಜನ. ಅವರ ಬಗ್ಗೆ ಈ ಕುಟುಂಬಕ್ಕೆ ವಿಶ್ವಾಸ, ಗೌರವ.

ಶ್ರೀನಿವಾಸಮೂರ್ತಿಗಳಿಗೆ ತಮ್ಮ ತಪ್ಪಿನ ಅರಿವಾಯಿತು. ಆದರೂ ತಲೆಕೆಡಿಸಿಕೊಳ್ಳುವಂಥ ವ್ಯಕ್ತಿಯಲ್ಲ.

"ಮೈ ಗಾಡ್! ಇನ್ನ ನೀವು ಹೇಳಿ, ನಾನು ಕೇಳ್ತೀನಿ" ಎಂದವರು ಮೌನವಾಗಿ ಕೂತರು. ಬಹಳ ಪ್ರಯತ್ನಪೂರ್ವಕವಾಗಿ ಹೇಳಿದರು. "ನಮ್ಗೇ ತೀರಾ ಹತ್ತಿರದ ಸಂಬಂಧದಲ್ಲಿ ಒಂದು ಹುಡ್ಗಿ ಇದೆ. ಬಿ.ಎ. ಆಯ್ತು. ಸ್ಟೇಟ್ಸ್‌ಗೇ ಮೂರನೇ ರ‍್ಯಾಂಕ್. ಕನ್ನಡ, ಇಂಗ್ಲಿಷ್, ಹಿಂದಿಗಳ ಜೊತೆ ಸಂಸ್ಕೃತಾನೂ ಗೊತ್ತು." ಮಧ್ಯದಲ್ಲಿ ತಟಕ್ಕನೆ ಕೇಳಿದರು. "ಕೆಲ್ಸ ಬೇಕು ಅಷ್ಟೇ ತಾನೇ! ಕೊಡೋಣ. ಸಿಟಿಯಲ್ಲಿರೋ ಮೂರು ಷೋ ರೂಂಗಳಲ್ಲಿ ಯಾವುದ್ರಲ್ಲಾದ್ರೂ.... ಕೆಲ್ಸ ಮಾಡ್ಲಿ. ಸ್ವಲ್ಪ ಆಕ್ಟೀವ್ ಆಗಿರೋ ಯುವತಿಯರು ಸೇಲ್ಸ್ ಸೆಕ್ಷನ್‌ಗೆ ಬೇಕು."

ಗೋಪಾಲರಾಯರ ಮುಖದಲ್ಲಿ ಗಂಭೀರ ನೆಲೆಸಿತು. ಅವರ ಕಣ್ಮುಂದೆ ತೇಲಿದ್ದು ಅಖಿಲಾ ಮುಖ. ಅಂಥ ಹುಡುಗಿ ಸೇಲ್ಸ್ ಸೆಕ್ಷನ್‌ನಲ್ಲಿ ಕೆಲಸ ಮಾಡಲಾರಳೆನಿಸಿತು.

"ಅಲ್ಲಿ ಕೆಲ್ಸ ಮಾಡಲಾರಳು!" ಅವರ ಮಾತಿಗೆ ಆಶ್ಚರ್ಯಗೊಂಡರು ಶ್ರೀನಿವಾಸಮೂರ್ತಿಗಳು. ಬೆಸೆದ ಹುಬ್ಬುಗಳ ನಡುವೆ ಪ್ರಶ್ನೆ ಇಣಕಿತು. "ವ್ಹಾಟ್? ಏನು ಹಾಂಗಂದ್ರೆ ಅರ್ಥ! ಸ್ವಲ್ಪ ಡಲ್ ಆಗಿದ್ರೆ... ನಾಲ್ಕು ದಿನದಲ್ಲಿ ಇಂಪ್ರೂ ಆಗ್ತಾರೆ ಬಿಡಿ" ಎಂದರು. ಆದರೆ ಗೋಪಾಲರಾಯರಿಗೆ ಸಾಧ್ಯವಿಲ್ಲವೆನಿಸಿತು. ಅಂಥ ಭರವಸೆ ಅಖಿಲಾ ಅಂಥ ಹೆಣ್ಣುಗಳಲ್ಲಿ ಇಟ್ಟುಕೊಳ್ಳಬಾರದೆನಿಸಿತು.

"ಇಲ್ಲ, ಸಾರ್... ಸೇಲ್ಸ್ ಸೆಕ್ಷನ್‌ನಲ್ಲಿ ಕೆಲ್ಸ ಮಾಡಲಾರಳು. ಆಫೀಸ್‌ನಲ್ಲಿ

ಯಾವುದಾದ್ರೂ ಕೆಲ್ಸ... ಪರ್ವಾಗಿಲ್ಲ. ಷಾರ್ಟ್‌ಹ್ಯಾಂಡ್, ಟೈಪ್‌ರೈಟಿಂಗ್ ಎಲ್ಲಾ ಗೊತ್ತು."

ಬೇರೆಯವರು ಹೀಗೆ ಹೇಳಿದ್ದರೆ ರೇಗಿ ಕಳುಹಿಸಿಬಿಡುತ್ತಿದ್ದರು. ಆದರೆ ಗೋಪಾಲರಾಯರ ವಿಷಯದಲ್ಲಿ ಹಾಗೆ ವರ್ತಿಸಲು ಸಾಧ್ಯವಿಲ್ಲ.

"ಓ.ಕೆ. ಆಫೀಸ್‌ಗೇ ಬರ್ಲಿ. ಆಮೇಲೆ ಕೆಲ್ಸದ್ದು ಯೋಚ್ಸೋಣ. ನೀವೇನೂ ವರೀ ಮಾಡ್ಬೇಡಿ" ಮೇಲಕ್ಕೆದ್ದರು. ಅಷ್ಟರಲ್ಲಿ ಹಾಲು, ಕಾಫಿ ಕೂಡಿಯೇ ಬಂತು.

"ತಗೊಳ್ಳಿ..." ಮತ್ತೆ ಕೂತರು ಶ್ರೀನಿವಾಸಮೂರ್ತಿಗಳು. ಒಳಗೆ ಬಂದ ಸುಭಾಷ್ ನಿಂತ ಏರ್ ಕಂಡಿಷನರ್‌ನ ನೋಡಿದ. ಅವನ ತುಟಿಗಳ ಮೇಲೆ ನಸುನಗು ಇಣಕಿತು. "ಯಾರು ಆಫ್ ಮಾಡಿದ್ದು?" ತಾವೇ ಎದ್ದು ಶ್ರೀನಿವಾಸಮೂರ್ತಿಗಳು ಒಪ್ಪಿಕೊಂಡರು. "ಒಬ್ನೇ ಇದ್ದಾಗ ಅದ್ರ ಮೇಲು ನವಿರಾದ ಸದ್ದೂ ಕೂಡ ನನ್ನ ಬೃಹತ್ ಕಾರ್ಖಾನೆಯ ಮಧ್ಯೆ ನಿಲ್ಲಿಸಿದಂತಾಗುತ್ತೆ!" ಅವರ ಮಾತಿಗೆ ಸುಭಾಷ್ ಕಿರುನಕ್ಕ. ಅವರ ಸ್ವಭಾವವನ್ನು ಅವನು ಬಲ್ಲ. ಇಡೀ ಮನೆಗೆ ಒಂಟಿಯಾಗಿ ಇರಬೇಕಾದ ಸಂದರ್ಭ ಬಂದರೆ... ಹೆದರುತ್ತಿದ್ದರು.

"ಬರ್ತೀನಿ...." ಗೋಪಾಲರಾಯರು ಮೇಲಕ್ಕೆದ್ದರು. "ಆ ಹೆಣ್ಣೂ ಬಿ.ಎ. ಮಾಡಿದ್ದಾಳೆ. ಆಧುನಿಕ ಲೌಕಿಕ ಜ್ಞಾನ ತೀರಾ ಕಡ್ಮೆ. ರ್‍ಯಾಂಕ್‌ಗಳು ಅವಳನ್ನ ಹುಡ್ಕಿಕೊಂಡು ಬಂದವೇ ವಿನಹ ಇವಳೇನು ಅವುಗಳನ್ನು ಹುಡ್ಕಿಕೊಂಡು ಹೋದವಳಲ್ಲ."

ಶ್ರೀನಿವಾಸಮೂರ್ತಿಗಳು ಗೊಂದಲಕ್ಕೆ ಒಳಗಾದರು. ಆದರೂ ಮೆಲುನಗೆ ನಕ್ಕರು.

"ಷೋ ರೂಂ, ಸೇಲ್ಸ್ ಸೆಕ್ಷನ್ ಯಾವ್ದು ಬೇಡ. ನಿಮ್ಮ ಎದುರಿನಲ್ಲೇ ಇರ್ತಾಳೆ. ಯೋಚ್ನೇ ಮಾಡೋ ಅಗತ್ಯವಿಲ್ಲ" ಸಮಾಧಾನಿಸುವಂತೆ ನುಡಿದರು. ಗೋಪಾಲರಾಯರ ಕಣ್ಣುಗಳು ನೂರು ಕೃತಜ್ಞತೆಗಳನ್ನು ತಿಳಿಸಿತು.

ಅವರು ಹೋದಮೇಲೆ ಸುಭಾಷ್ ನಕ್ಕುಬಿಟ್ಟ.

"ಆ ಹೆಣ್ಣಿಗಿಂತ ಗೋಪಾಲರಾಯರಿಗೇ ಹೆಚ್ಚು ಭಯವಿದ್ದ ಹಾಗೆ ಕಾಣಿಸುತ್ತೆ. ತೀರಾ ಧರ್ಮಭೀರುವಾದ ಮನುಷ್ಯ ಲೋಕಾನ ನೋಡೋ ದೃಷ್ಟಿಯೇ ಬೇರೆಯಾಗಿರುತ್ತೆ" ನಗುವಿನ ಹಿಂದೆಯೇ ಗಂಭೀರ ಚಿಂತನೆ ತೂರಿಬಂತು.

ಶ್ರೀನಿವಾಸಮೂರ್ತಿಗಳು ಎದ್ದು ಹೋದರು. ಈ ಮನೆಗೆ ಅವರು ಅಳಿಯ. ಆದರೂ ಅವರದೇ ಅಧಿಕಾರ. ತಕರಾರು, ಎತ್ತುವ ಜನ ಇರಲಿಲ್ಲ.

ತಮ್ಮನ ಕೈತಟ್ಟಿದ ಲಕ್ಷ್ಮಿ,

"ಹೋಗಿ ಸ್ನಾನ ಮುಗ್ಸು, ಸುಮ್ನೇ ಹುಡುಗ್ರು ಬ್ರೇಕ್‌ಫಾಸ್ಟ್‌ಗೆ ನಿಂಗೆ ಕಾಯ್ತಾರೆ."

ಎಂದಿನ ಹಾಗೆ ಸುಭಾಷ್ ಹಟ ಮಾಡಲಿಲ್ಲ, ಛೇಡಿಸಲಿಲ್ಲ. ತಣ್ಣಗೆ ಬಾತ್‌ರೂಮಿನತ್ತ ಹೊರಟಾಗ ಆಕೆಗೆ ನಿರಾಶೆಯಾಯಿತು.

"ನಂಗೆ ನನ್ನ ಸ್ವಂತ ಮಕ್ಕಳಿಗಿಂತ ಸುಭಾಷ್‌ನ ಕಂಡರೇನೇ ಪ್ರೀತಿ!" ಪದೇ ಪದೇ ಗಂಡನ ಮುಂದೆ ಆಡುತ್ತಿದ್ದರು. ಈ ವಿಷಯ ಶ್ರೀನಿವಾಸಮೂರ್ತಿಗಳಿಗೆ ಗೊತ್ತಿದ್ದುದೇ. ಮುಖ ದಪ್ಪಗೆ ಮಾಡಿ ಹೆಂಡತಿಯ ಮೇಲೆ ನಸುಮುನಿಸು ತೋರುತ್ತಿದ್ದರು. "ಅಂದ್ರೆ.... ನನ್ಮಕ್ಕಳದು ಬ್ಯಾಡ್ ಲಕ್ ಅಂತಾನಾ! ಐ ಡೋಂಟ್ ವರೀ ಅವ್ರಿಗೆ ಇನ್ನೊಬ್ಬ ಅಮ್ಮನನ್ನು ತಂದುಬಿಡ್ತೀನಿ, ನಿನ್ನ ಪ್ರೀತಿಯನ್ನ ಅವಕ್ಕೆ ತುಂಬಿ ಕೊಡೋಕೆ."

ಲಕ್ಷ್ಮಿ ಬಾಯಿಗೆ ಕೈ ಅಡ್ಡ ಹಿಡಿದು ನಗುತ್ತಿದ್ದರು.

"ನಿಮ್ಗೇ ಅಷ್ಟೊಂದು ಧೈರ್ಯ! ಜನ್ಮದಲ್ಲಿಯೇ ಸಾಧ್ಯವಿಲ್ಲ" ಇದೊಂದು ರಸಗಳಿಗೆಯಾಗಿ ಮಾರ್ಪಡುತ್ತಿತ್ತು.

ಇಂದು ಕಾದು ಕಾತರು ಸುಭಾಷ್ ಬ್ರೇಕ್‌ಫಾಸ್ಟ್‌ಗೆ ಬಂದಿದ್ದು ಲೇಟೇ. ನಾಲ್ಕಾರು ಬಾರಿ ಲಕ್ಷ್ಮಿ ಓಡಾಡಿದ್ದರು.

"ಗಂಟೆಗಟ್ಲೇ ಷವರ್ ಕೆಳ್ಗೇ ನಿಲ್ಲೋ ಹುಚ್ಚು. ಛೆ, ಏನೇನು ಬೆಳ್ದಿಲ್ಲ. ಮಳೆಗಾಲದಲ್ಲಿ ಸದಾ ತೊಯ್ದೇ ಮನೆಗೆ ಬರ್ತಾ ಇದ್ದಿದ್ದು" ಲಕ್ಷ್ಮಿ ರೇಗಿಕೊಂಡಾಗ ಎರಡು ಕೈಯಲ್ಲು ಮುಖ ಉಜ್ಜಿಕೊಂಡ ಸುಭಾಷ್ "ಸಾರಿ..." ಎನ್ನುತ್ತ ಸುಧಾ ತಲೆ ಕೆದರಿದ. ಹತ್ತು ತುಂಬಿದ ಸುಧಾ ಸುಮ್ಮನೆ ಕೂಡಲಿಲ್ಲ. ಅವನ ಕ್ರಾಪ್‌ನ ಪೂರ್ತಿಯಾಗಿ ಕೆದರಿಬಿಟ್ಟಳು. "ಈಗ... ಗೊತ್ತಾಯ್ತು" ಎರಡು ಕೈ ಜೋಡಿಸಿ ವಿನಯ ನಟಿಸಿದ.

"ಅವ್ಳು ತೀರಾ ರೂಡ್. ಅವಳ್ಹತ್ರ ಯಾಕೆ ಹುಡುಗಾಟ ಮಾಡ್ತೀಯಾ" ರೇಗಿದ ಲಕ್ಷ್ಮಿ ಮೃದುವಾಗಿ ಸುಧಾಗೆ ಒಂದೇಟು ಕೊಟ್ಟಳು. "ಸ್ವಲ್ಪ ಕೂಡ ಶಿಸ್ತಿಲ್ಲ. ಯದ್ವಾತದ್ವಾ ಹಣ ಸುರಿದು ಕಲಿಯೋದು, ಇದೇನಾ?"

ಸುಧಾ ದುರದುರನೆ ತಾಯಿಯ ಕಡೆ ನೋಡಿದವಳೇ ತಟ್ಟೆಯಲ್ಲಿದ್ದ ಇಡ್ಲಿ ಎರಚಾಡಿ ಹೋಗಿಬಿಟ್ಟಳು. ಇನ್ನು ಅವಳನ್ನ ಸಮಾಧಾನ ಮಾಡೋಕೆ ಗಂಟೆಗಟ್ಟಲೆ ಬೇಕೆನಿಸಿತು.

ಎದ್ದ ಸುಭಾಷ್‌ನ ಕೈಹಿಡಿದು ಕೂಡಿಸಿದಳು ಲಕ್ಷ್ಮಿ "ನೀನೇನು ಹೋಗ್ಬೇಡ. ವಿಪರೀತ ಪ್ರೀತಿ ಅವಳನ್ನ ಹಟಮಾರಿಯನ್ನಾಗಿ ಮಾಡಿದೆ. ಮುಂದೆ ಹಾಳಾಗ್ತಾಳೆ" ಅವನು ಕೂಡ ಮತ್ತೆ ಏಳಲು ಪ್ರಯತ್ನಿಸಲಿಲ್ಲ. ಅಕ್ಕನ ಮಾತು ನಿಜವೆಂದು ಅವನಿಗೆ ಗೊತ್ತು. ಇಡೀ ಮನೆಯೇ ಅವಳಿಗೆ ತಲೆಬಾಗಿ ನಡೆದುಕೊಳ್ಳುವಂತೆ ಮಾಡುತ್ತಿದ್ದಳು.

ಕಾನ್ವೆಂಟ್‌ನ ಟೀಚರ್ ಕೂಡ ಎಚ್ಚರಿಸಿದ್ದರು.

"ತೀರಾ ಹಟಮಾರಿ. ಈಗ್ನಿಂದ ಶಿಸ್ತಿನಲ್ಲಿಡದಿದ್ರೆ ಮುಂದೆ ನೀವು ಸಫರ್ ಆಗ್ಬೇಕಾಗುತ್ತೆ. ಇಂಥ ಬಿಹೇವಿಯರ್ ಒಳ್ಳೆದಲ್ಲ."

ಆದರೆ ಶ್ರೀನಿವಾಸಮೂರ್ತಿಗಳಿಗೆ ತಿಂಡಿ ತಿನ್ನಲಾಗಲಿಲ್ಲ. ಹಾಗೆಂದು ಅವರು ಸಮಾಧಾನಿಸಲು ಶಕ್ತರಲ್ಲ. ಅವಳು ಮಣಿಯುತ್ತಿದ್ದದ್ದು ಸುಭಾಷ್‌ಗೆ ಮಾತ್ರ. ದೈನ್ಯವಾಗಿ ಅವನೆಡೆ ನೋಡಿದರು.

“ಪ್ಲೀಸ್, ಸುಭಾಷ್ ಅಪ್ಪು ಬಂದ ಹೊರತು ನನ್ನ ಗಂಟಲಲ್ಲಿ ತಿಂಡಿ ಇಳಿಯೋಲ್ಲ. ಈ ವಯಸ್ಸಿನಲ್ಲಿ ಹಠ ಮಾಡ್ದೇ ಮತ್ತೆ ಯಾವಾಗ ಮಾಡ್ತಾಳೆ?”

ನಸುನಕ್ಕು ಸುಭಾಷ್ ಮೇಲೆದ್ದ. ಲಕ್ಷ್ಮಿ ಗಂಡನ ಕಡೆ ದುರದುರನೆ ನೋಡಿದಳು. ಪುಟ್ಟ ಅನಿಲ್ ತನ್ನ ಪಾಡಿಗೆ ತಾನು ತಿಂಡಿ ತಿನ್ನುತ್ತಿದ್ದ. ಅವನು ಯಾವಾಗಲೂ ರಿಸರ್ವ್.

“ಸುಧಾ... ಬಾಗ್ಲು ತೆಗೀ” ಮೆಲ್ಲಗೆ ಬಡಿದ ಸುಭಾಷ್. ಒಳಗಿನಿಂದ ಸದ್ದೇ ಇಲ್ಲ. “ಏಯ್... ಸುಧಾ” ಅವನ ಸ್ವರಕ್ಕೆ ಕೂಡ ಒಂದಿಂಚು ಅಲುಗಾಡಿದಂತೆ ಕಾಣಲಿಲ್ಲ. ತುಟಿ ಕಚ್ಚಿದ.

“ಹೊಟ್ಟೆ ಹಸಿದಾಗ ತಾನಾಗಿ ಹೊರ್ಗಡೆ... ಬರ್ತಾಳೆ” ಲಕ್ಷ್ಮಿ ಭುಸುಗುಟ್ಟಿದರು. “ನಂಗೂ... ಹೊತ್ತಾಯ್ತು” ಎಂದವನೇ ತನ್ನ ಕೋಣೆಗೆ ಹೋಗಿಬಿಟ್ಟ ಸುಭಾಷ್.

ಅವನಿಗೆ ಸುಧಾ, ಅನಿಲ್‌ರನ್ನ ಕಂಡರೆ ಪ್ರಾಣ. ಅವರ ಎಲ್ಲ ಕೆಲಸವನ್ನ ಅವನೇ ಮಾಡುತ್ತಿದ್ದ. ರಾತ್ರಿ ಮಲಗುವುದು ಕೂಡ ಅವನ ಬಳಿಯಲ್ಲೇ. ಕೆಲವೊಮ್ಮೆ ಅವನಿಗೆ ಚಿಟ್ಟು ಹಿಡಿದಂತಾಗುತ್ತಿತ್ತು.

ಉಡುಪು ಧರಿಸಿ ಕೋಣೆಯಿಂದ ಬಂದ ಸುಭಾಷ್ ಸುಧಾಳ ಕೋಣೆಯ ಕಡೆ ನೋಡಿದ.

“ಭಾವ, ನೀವೇ ಅವರಿಬ್ಬರನ್ನ ಶಾಲೆಗೆ ಡ್ರಾಪ್ ಮಾಡ್ಬಿಡಿ. ನಾನೇ ಇವತ್ತು ಬೇಗ ಆಫೀಸ್‌ಗೆ ಹೋಗ್ತೀನಿ” ಹೊರಟೇಬಿಟ್ಟ. ಶ್ರೀನಿವಾಸಮೂರ್ತಿಗಳ ಮುಖ ಕಳೆಗುಂದಿತು.

“ನಂಗೆ ಒಳ್ಳೆ ಕೆಲ್ಸ ವಹಿಸಿ ಹೋದ” ಗೊಣಗಿದರು.

ಲಕ್ಷ್ಮಿ ಮುಖ ಮತ್ತಷ್ಟು ಕೆಂಪಗಾಯಿತು.

“ನಿಮ್ಗೆ ಮಕ್ಳನ್ನ ಬರೀ ಪ್ರೀತಿ ಮಾಡೋದು ಗೊತ್ತೇ ವಿನಹ ಹೇಗೆ ಬೆಳಸ್ಬೇಕನ್ನೋದು ಗೊತ್ತಿಲ್ಲ! ತಿಂಡಿಯೇನು ಅಪ್ಪು ಕಾಫೀ ಕೂಡ ಕುಡೀಲಿಲ್ಲ. ನಿಮ್ಮ ಮಕ್ಳ ಜವಾಬ್ದಾರಿ ನೀವು ಹೊತ್ಕೊಳ್ಳಿ. ಅಪ್ಪಿಗೆ ಯಾಕೆ ವಹಿಸ್ತೀರಿ!” ಮನದ ಅಸಮಾಧಾನವನ್ನು ಪೂರ್ತಿಯಾಗಿ ಕಕ್ಕಿದರು.

ಇದೊಂದು ವಿಷಯದಲ್ಲಿ ಲಕ್ಷ್ಮಿಗೆ ಗಂಡನ ಬಗ್ಗೆ ತೀವ್ರ ಅಸಮಾಧಾನ. ಹೊರಗೆ ನೂರಕ್ಕೆ ಮಿಕ್ಕ ಕೆಲಸಗಾರರನ್ನು ಹತೋಟಿಯಲ್ಲಿಟ್ಟುಕೊಂಡ ವ್ಯಕ್ತಿ ಮನೆಯ ಮಕ್ಕಳ ಮುಂದೆ ತೀರಾ ಮೆತ್ತಗಾಗಿಬಿಡುತ್ತಿದ್ದ. ಸುಧಾ ಬಾಯಲ್ಲಿ ಉದುರಿದ್ದೇ ವೇದವಾಕ್ಯ. ‘ಡ್ಯಾಡಿ, ಇವತ್ತು ನೀವು ಊಟ ಮಾಡೋದ್ಬೇಡ’ ಅಂದುಬಿಟ್ಟರೆ ಅವರು ತಟ್ಟೆಯ ಮುಂದಿನಿಂದ ಎದ್ದು ಹೋಗಿಬಿಡುವಂಥ ಜಾಯಮಾನ.

ಲಕ್ಷ್ಮಿ ಶ್ರೀನಿವಾಸಮೂರ್ತಿಗಳು ಬಾಗಿಲನ್ನು ಎಷ್ಟೋ ಬಡಿದರು. ಒಳಗಿನಿಂದ ಯಾವುದೇ ಪ್ರತಿಕ್ರಿಯೆ ಇಲ್ಲ. ಗಾಬರಿಯಾದರೂ ಆತಂಕಗೊಳ್ಳಲಿಲ್ಲ. ಇದೇನು ಹೊಸದಲ್ಲ. ಆಗಾಗ ಗಂಟೆಗಳು ಒಳಗೆ ಕೂಡುವುದಿತ್ತು.

"ನೀವು, ಅನಿಲ್‌ನ ಕಾನ್ವೆಂಟ್‌ಗೆ ಬಿಟ್ಟು ಆಫೀಸ್ ಕಡೆ ಹೋಗಿ. ತಾನಾಗಿ...ಬರ್ತಾಳೆ!" ಉದಾಸೀನದಿಂದ ತಮ್ಮ ಕೋಣೆಯತ್ತ ನಡೆದರು ಲಕ್ಷ್ಮಿ.

ಆದರೆ ಶ್ರೀನಿವಾಸಮೂರ್ತಿಗಳಿಗೆ ಸಮಾಧಾನವಿಲ್ಲ. ಸುಭಾಷ್‌ನ ಮನದಲ್ಲಿಯೇ ಬೈದುಕೊಂಡರು.

"ಮೈ ಡಿಯರ್ ಸ್ವೀಟ್, ಬಾಗ್ಲು ತೆಗಿಯಮ್ಮ, ನಿಂಗೆ ಹೊಸ ಫ್ರಾಕ್, ಕಾರು...." ಬಾಯಿಗೆ ಬಂದ ವಸ್ತುಗಳ ಆಕರ್ಷಣೆಯನ್ನೆಲ್ಲಾ ಒಡ್ಡಿ ನಿರಾಶೆಗೊಂಡರು.

ಅನಿಲ್‌ನ ಡ್ರೈವರ್ ಜೊತೆ ಕಳುಹಿಸಿಕೊಟ್ಟು ಲಕ್ಷ್ಮಿ ತಣ್ಣಗೆ ಒಂದೆಡೆ ಕೂತರು. ಆದರೂ ಅವರ ಮಿದುಳಿನಲ್ಲಿ ಭಯಂಕರ ಸದ್ದು. ಸುಧಾಗೆ ಪ್ರತಿಯೊಂದಕ್ಕೂ ಸುಭಾಷ್ ಬೇಕು. ಬೆಳಿಗ್ಗೆ ಎಬ್ಬಿಸಿ ಹಾಲು ಕುಡಿಸುವುದರಿಂದ ಹಿಡಿದು ಅವಳ ಟೂತ್ ಬ್ರಶ್‌ಗೆ ಪೇಸ್ಟ್ ಹಾಕುವುದು, ಅವಳಿಗೆ ಬಟ್ಟೆ ಆರಿಸಿ ಕೊಡುವುದು. ಶೂಗೆ ಲೇಸು ಕಟ್ಟುವುದು, ವಾಕ್ ಕರೆದುಕೊಂಡು ಹೋಗುವುದು ಪ್ರತಿಯೊಂದೂ ಅವನೇ ಮಾಡಬೇಕು.

ಅನಿಲ್ ಹುಟ್ಟಿದಾಗ ಲಕ್ಷ್ಮಿ ಕಾಯಿಲೆ ಬಿದ್ದಿದ್ದಳು. ಆಗ ಅವನ ತೋಳು ಸೇರಿದ ಸುಧಾ ಇಂದಿಗೂ ಹೊರಬಂದಿರಲಿಲ್ಲ.

ಸುಧಾನ ರಮಿಸಿ ಕರೆದೊಯ್ದು "ಇವತ್ತು ನನ್ಹತ್ರಾನೇ... ಮಲಕ್ಕೋ. ಮಾಮ ತುಂಬಾ ಓದ್ತಾನೆ. ನಿಂಗೆ ಲೈಟು ಬೆಳಕಿಗೆ ಕಣ್ಣುರಿ ಬರುತ್ತೆ" ಎಂದರೆ ಮುಖ ತಿರುಗಿಸಿ ಓಡುತ್ತಿದ್ದಳು. "ಮಾವ ಓದೋದೇನು ಬೇಡ."

ಸುಭಾಷ್ ತನ್ನ ಕಾಲೇಜಿನ ಓದಿನ ದಿನಗಳಲ್ಲಿ ಇವಳನ್ನ ಮಲಗಿಸಿಯೇ ಪುಸ್ತಕದ ಮುಂದೆ ಕೂಡಬೇಕಿತ್ತು. ಇವಳ ಹಟ, ಅಳುಗಳ ಮಧ್ಯೆ ಅವನು ಡಿಗ್ರಿ ಮುಗಿಸಿದ್ದು.

ಉಡುಪು ತೊಟ್ಟು ಬಂದ ಶ್ರೀನಿವಾಸಮೂರ್ತಿಗಳು ಹೆಂಡತಿಯ ಎದುರು ಕೂತರು. ಅತಿ ಅನ್ಯೋನ್ಯವಾದ ದಾಂಪತ್ಯ ಅವರದು. ಆದರೆ ಮಗಳ ವಿಷಯದಲ್ಲಿ ಚರ್ಚೆ, ಜಗಳ, ಮನಸ್ತಾಪ.

"ಮೇ ಐ ಯೂಸ್... ಫೋನ್?" ಹೆಂಡತಿಯ ಕಡೆ ನೋಡಿದರು. ಲಕ್ಷ್ಮಿ ನೋಟದಲ್ಲಿ ತೀಕ್ಷ್ಣತೆ ಇತ್ತು. "ಸುಭಾಷ್‌ಗೆ ಫೋನ್ ಮಾಡೋಕೆ ತಾನೆ! ಖಂಡಿತ ಮಾಡಕೂಡ್ದು. ನೀವೇ ನಿಮ್ಮ ಮಗಳನ್ನ ಸುಧಾರ್ಸಿ. ಅಥ್ವಾ ನಂಗೆ ಒಪ್ಸಿ ಸುಮ್ನಿದ್ಬಿಡಿ" ಉದ್ವೇಗದಿಂದ ಅವಳೆದೆ ಏರಿಳಿಯುತ್ತಿತ್ತು.

ಅಷ್ಟರಲ್ಲಿ ಫೋನ್ ಸದ್ದಾಯಿತು. ಶ್ರೀನಿವಾಸಮೂರ್ತಿಗಳು ಬಗ್ಗಿದಾಗ ಲಕ್ಷ್ಮಿ ತಾನೇ ಎತ್ತಿಕೊಂಡಳು.

"ಹಲೋ...." ಸುಭಾಷ್ ಸ್ವರ.

"ಹಲೋ... ಏನು ವಿಷ್ಯ?" ಸಂಯಮದಿಂದ ಪ್ರಶ್ನಿಸಿದಳು. ಸುಭಾಷ್‌ನದು ಕೂಡ ಸುಧಾಳ ಚಿಂತೆ. "ಸುಧಾ ಕಾನ್ವೆಂಟ್‌ಗೆ ಹೋದ್ಲಾ?" ಹೆಂಡತಿ ಏನು

ಹೇಳಬಹುದೋ ಎಂದು ಶ್ರೀನಿವಾಸಮೂರ್ತಿಗಳು ತವಕಿಸಿದರು. "ಆಗ್ಲೇನೇ... ಹೋದ್ಲು" ಫೋನಿಟ್ಟಳು.

ವಾಚ್ಕಡೆ ನೋಡಿದ. ಶ್ರೀನಿವಾಸಮೂರ್ತಿಗಳು ಮೇಲೆದ್ದರು. "ಯಾಕೆ ಸುಳ್ಳು ಹೇಳ್ದೇ?" ಅವರ ಕಣ್ಣುಗಳಲ್ಲಿ ಕಿಡಿ ಇತ್ತು. ಉತ್ತರಿಸದೆಯೇ ಲಕ್ಷ್ಮಿ ಅಡಿಗೆಯ ಮನೆಗೆ ಹೋದಳು.

ಅವಳ ಹೆತ್ತ ಕರುಳು ಬಳ್ಳಿಯ ಮೇಲೆ ಅವಳಿಗೆ ಅಪರಿಮಿತವಾದ ಪ್ರೀತಿ, ಮಮತೆ. ಆದರೆ ಈ ಹಟ! ಯಾರು ಸಹಿಸಲು ಸಾಧ್ಯ? ಸುಭಾಷ್ ತಾನೇ ಎಷ್ಟೊಂದು ಓಲೈಸಿಯಾರು! ಪ್ರತಿಯೊಂದಕ್ಕೂ ಒಂದು ಮಿತಿಯುಂಟು.

ಕಾಯಿ ತುರಿಯುತ್ತಿದ್ದ ಪಾರ್ವತಮ್ಮ ತಮ್ಮ ಕೆಲಸ ನಿಲ್ಲಿಸಿ ತಲೆಯೆತ್ತಿದರು.

"ಸುಧಾ, ಸ್ಕೂಲ್‌ಗೆ ಹೋಯ್ತಾ?" ಸೆರಗೆಳೆದು ಹೊದ್ದರು. ಅಳು ಉಮ್ಮಳಿಸಿ ಬಂತು ಲಕ್ಷ್ಮಿಗೆ "ಅವಳೆಲ್ಲಿ ಹೋಗ್ತಾಳೆ!" ನನ್ನ ಹೊಟ್ಟೆ ಉರಿಸೋಕೆ ಹುಟ್ಟಿರೋದು!" ಮುಂಗೈನಿಂದ ಕಣ್ಣೀರು ತೊಡೆದುಕೊಂಡಳು.

ಪಾರ್ವತಮ್ಮ ಎದ್ದು ಹೊರಗೆ ಬಂದರು. ಶ್ರೀನಿವಾಸಮೂರ್ತಿಗಳು ಬಿಮ್ಮನೆ ಕೂತಿದ್ದರು. ಸುಧಾ ಈಚೆ ಬರದ ಹೊರತು ಇವರು ಹೊರಗೆ ಹೋಗುವ ಸೂಚನೆ ಕಾಣಲಿಲ್ಲ.

ಪಾರ್ವತಮ್ಮ ಮೆಲ್ಲಗೆ ಬಾಗಿಲು ತಟ್ಟಿದರು.

"ನಿಂಗೆ ನೆಲ್ಲಿಕಾಯಿ ತಂದಿದ್ದೀನಿ, ಬಾಮ್ಮ... ಪುಟ್ಟ" ಈಗ ಸುಧಾಳ ಅಳು ಶುರುವಾಯಿತು. "ಬಾಮ್ಮ... ಸ್ವಲ್ಪ ಬಾಗಿಲು ತೆಗಿ. ಇವತ್ತು ನೀನು ಕಾನ್ವೆಂಟ್‌ಗೆ ಹೋಗೋದ್ಬೇಡ" ಆಕೆ ರಮಿಸತೊಡಗಿದರು.

"ಬರೋಲ್ಲ... ಬರೋಲ್ಲ... ನಂಗೆ ಸುಭಾಷ್ ಮಾವ ಬೇಕು" ಅಳುವಿನ ಮಧ್ಯೆ ಪದಗಳು ಕೂಡ ಹೊರಳಾಡಿ ಹೊರಗೆ ಬಂದವು. ಪಾರ್ವತಮ್ಮ ಹಿಂದಕ್ಕೆ ಬಂದರು.

ಈಗ ನೀರವತೆ ತುಂಬಿಕೊಂಡಿದ್ದ ಮನೆಯಲ್ಲಿ ಸುಧಾಳ ಅಳು ಅವ್ಯಾಹತವಾಗಿ ಹರಿದು ಬರತೊಡಗಿತು. ಶ್ರೀನಿವಾಸಮೂರ್ತಿಗಳು ಎರಡು ಕೈಯಲ್ಲೂ ಕಿವಿಗಳನ್ನು ಮುಚ್ಚಿಕೊಂಡರು.

ಹೊರಗೆ ಬಂದ ಲಕ್ಷ್ಮಿ ಪೂರ್ತಿ ತಾಳ್ಮೆ ಕಳೆದುಕೊಂಡಿದ್ದಳು. ಅವಳ ತುಟಿಗಳು ಕಂಪಿಸುತ್ತಿದ್ದವು. ಹೊರಗೆ ಪಾತಿಗಳಲ್ಲಿ ಕಸ ತೆಗೆಯುತ್ತಿದ್ದ ಮಾಲಿಯನ್ನ ಕರೆತಂದವರೆ,

"ಈ ಬಾಗ್ಲುನ ಹೊಡ್ದುಹಾಕು" ಎಂದು ಆಜ್ಞಾಪಿಸಿದರು. ಅವನು ನಡುಗಿದ "ಏನಾಯಿತ್ರವ್ವಾ...?" ಅಷ್ಟರಲ್ಲಿ ಸುಭಾಷ್ ಒಳಕ್ಕೆ ಬಂದ. "ಏನು ಇದೆಲ್ಲಾ?" ಎಂದು ಪ್ರಶ್ನಿಸುವಂತಿತ್ತು ಅವನ ಕಣ್ಣುಗಳು.

"ನಡೀ... ಹೊರ್ಗಡೆ" ರೇಗಿ ಕಳಿಸಿದ. ನಿಂತಿದ್ದ ಪಾರ್ವತಮ್ಮ ಕೂಡ ತಮ್ಮ ಅಡಿಗೆಯ ಕೆಲಸಕ್ಕೆ ಹೋದರು. ಹಣವಿದ್ದ ಜನರ ಮಕ್ಕಳ ವಿಚಿತ್ರ ಸ್ವಭಾವದ ಬಗ್ಗೆ ಆಕೆ ರೋಸಿಹೋಗಿದ್ದರು.

ಮೆಲ್ಲಗೆ ಬಾಗಿಲು ಬಡಿದ.

"ಸುಧಾ...ಸುಧಾ..." ಕಾದಿದ್ದವಳಂತೆ ಬಾಗಿಲು ತೆರೆದು ಅವನಿಗೆ ತೆಕ್ಕೆಬಿದ್ದು ಅಳತೊಡಗಿದಳು. "ನೋ... ನೋ... ಇಷ್ಟೊಂದು ಅಳೋದು!" ಕರ್ಚಿಫ್‌ನಿಂದ ಅವಳ ಕಣ್ಣೀರು ತೊಡೆದ. ಹತ್ತರ ಸುಧಾ ಇಂದು ಭಾರವೆನಿಸಿ ಕೆಳಗಿಳಿಸಿ ರಮಿಸತೊಡಗಿದ. ಅವನಿಗೆ ಅರ್ಧ ಗಂಟೆಯೇ ಬೇಕಾಯಿತು.

"ನೀನೇನು ಆಫೀಸ್‌ಗೆ ಬರೋದ್ಬೇಡ. ನಾನೆಲ್ಲ ಮ್ಯಾನೇಜ್ ಮಾಡ್ಕೋತೀನಿ!" ಶ್ರೀನಿವಾಸಮೂರ್ತಿ ನುಡಿದಾಗ ಲಕ್ಷ್ಮಿ ಕಣ್ಣುಗಳಲ್ಲಿ ಹಾರಿದ್ದು ಕೆಂಡಗಳು "ನೀವು ಮೊದ್ಲು ನಿಮ್ಮ ಮಕ್ಳನ್ನ ಮ್ಯಾನೇಜ್ ಮಾಡ್ಕೊಳ್ಳಿ. ಅವ್ನು ಹೊರಗಿದೆನಲ್ಲ ನೋಡ್ಕೋತಾನೆ."

ಇನ್ನೊಂದು ಮಾತಾಡದೆ ಶ್ರೀನಿವಾಸಮೂರ್ತಿಗಳು ಹೊರಗೆ ಹೋದರು. ಸುಧಾ ಇನ್ನ ಅವನನ್ನು ಅಪ್ಪಿಯೇ ಬಿಕ್ಕಳಿಸುತ್ತಿದ್ದಳು. ಮೊದಮೊದಲು ಲಕ್ಷ್ಮಿಗೆ ಚೆನ್ನೆನಿಸಿದ್ದು ಈಗ ಅತಿರೇಕವೆನಿಸಿತು.

ಅಷ್ಟರಲ್ಲಿ ಗೋಪಾಲರಾವ್‌ನಿಂದ ಫೋನ್ ಬಂತು.

"ಮುಂಬಯಿನ ರೋನಾ ಕಾರ್ಮೆಂಟ್ಸ್‌ನೋರು ಬಂದಿದ್ದಾರೆ. ಅರ್ಜೆಂಟಾಗಿ ನಿಮ್ಮಲ್ಲೇ ಮಾತಾಡ್ಬೇಕೂಂತ ಇದ್ದಾರೆ. ಬರೋಕೆ... ಸಾಧ್ಯನಾ!" ಎಂದಾಗ "ಬರ್ತೀನಿ...." ಎಂದು ಫೋನಿಟ್ಟ.

ಷರಟನ್ನೆಲ್ಲ ತನ್ನ ಕಣ್ಣೀರಿನಿಂದ ತೋಯಿಸಿಬಿಟ್ಟಿದ್ದಳು. ಬಟ್ಟೆ ಬದಲಾಯಿಸಲು ಎದ್ದ. ಅವನ ತೋಳಿಡಿದಳು ಸುಧಾ. "ನೀನು ಹೋಗೋದ್ಬೇಡ. ಪಪ್ಪ, ಎಲ್ಲಾ ನೋಡ್ಕೋತಾರೆ" ಮೆಲ್ಲಗೆ ತೋಳು ಬಿಡಿಸಿಕೊಂಡ ಸುಭಾಷ್ "ನೀನು ಮಧ್ಯಾಹ್ನ ಪೀರಿಯಡ್ಸ್‌ಗಾದ್ರೂ... ಅಟೆಂಡ್ ಮಾಡ್ಬಹ್ದು. ಸುಮ್ನೇ ಸ್ಕೂಲಿಗೆ ಹೋಗು" ಅವನ ಸ್ವರದಲ್ಲಿ ಅಪರೂಪದ ಒರಟುತನವಿತ್ತು. ಲಕ್ಷ್ಮಿಗಂತು ಖುಷಿಯಾಯಿತು. 'ಅವ್ನು ಸ್ವಲ್ಪ ಜೋರಾದರೇನೇ ಇವಳು ದಾರಿಗೆ ಬರೋದು' ಅಂದುಕೊಂಡಳು.

ಸುಧಾ ಬಾಗಿಲಿಗೆ ಅಡ್ಡ ನಿಂತಳು. ಅತ್ತು ಅತ್ತು ಬಾತುಹೋದ ಕೆನ್ನೆಗಳು. ಆತನೆದೆಯಲ್ಲಿ ಸಹಾನುಭೂತಿ ಉಕ್ಕಿತು.

"ಪ್ಲೀಸ್, ಸುಮ್ನೆ ಹಟ ಮಾಡ್ಬೇಡ. ಬರೀ ಜೀವನಾಂಶ ತಗೊಂಡ್ ಪಾಸಾಗ್ತೀಯಾ! ಈ ಸಲ ಅದೂ ಇಲ್ಲ. ಫೇಲಾಗ್ತೀಯಾ! ನಿನ್ನ ಫ್ರೆಂಡ್ಸ್ ಎಲ್ಲಾ ಪಾಸ್ ಮಾಡ್ತಾರೆ" ಎಂದು ಪಕ್ಕಕ್ಕೆ ಸರಿಯಲು ನೋಡಿದ. ಒಂದಿಂಚು ಅಲುಗಾಡಲಿಲ್ಲ.

ಲಕ್ಷ್ಮಿ ಸ್ಕೇಲ್ ಹಿಡಿದು ಬಂದು ನಾಲ್ಕು ಬಾರಿಸಿಯೇಬಿಟ್ಟಳು.

"ಸುಭಾಷ್, ಈಗಾಗ್ಲೇ ಅವ್ಳು ಅರ್ಧ ಹಾಳಾಗಿದ್ದಾಳೆ. ಪೂರ್ತಿ ಹಾಳಾಗೋಕೆ... ಬಿಟ್ರೆ... ನಾವು ಅಪರಾಧಿಗಳು ಆಗ್ತೀವಿ. ಸುಮ್ನೇ... ನೀನ್ಹೋಗು" ಎಂದವರೆ ಎಳೆದೊಯ್ದು ಕೋಣೆಗೆ ದಬ್ಬಿ ಬಾಗಿಲು ಹಾಕಿದರು.

ಆಫೀಸ್‌ಗೆ ಬಂದಾಗಲೂ ಅದೇ ಅಳುವಿನ ಶಬ್ದವೇ ಅವನ ಕಿವಿಗಳಲ್ಲಿ ಗುಯ್‌ಗುಡುತ್ತಿತ್ತು. ಮಾತುಕತೆ ಮುಗಿಸಿ ಅವರನ್ನು ಕಳುಹಿಸಿ ಹಿಂದಕ್ಕೆ ಒರಗಿದ.

"ಮೆ ಐ ಕಮಿನ್ ಸರ್" ಗೋಪಾಲರಾಯರ ದನಿ. ಸರಿಯಾಗಿ ಕೂತ "ಯೆಸ್... ಕಮಿನ್" ಎರಡು ಕೈ ಬೆರಳುಗಳನ್ನು ಬೆಸೆದು ಮುರಿದ.

ಒಳಗೆ ಬಂದ ಗೋಪಾಲರಾಯರು ಉಗುಳು ನುಂಗಿದರು.

"ಬೆಳಿಗ್ಗೆ ಹೇಳ್ದ... ವಿಷ್ಯ!" ಸಣ್ಣಗೆ ನಕ್ಕ. "ಭಾವ ಹೇಳಿದ್ರಲ್ಲ... ಬರಲಿ... ಅವ್ರ ಎಫಿಷಿಯನ್ಸ್‌ನ ನೋಡಿ... ಕೆಲ್ಸದ ಬಗ್ಗೆ ಯೋಚ್ನೋಣ."

"ಜೊತೆಯಲ್ಲೇ ಕರ್ಕೊಂಡ್ಬಂದೆ" ಮತ್ತೆ ಉಗುಳು ನುಂಗಿದರು. ಬಾಲ್‌ಪೆನ್‌ನಲ್ಲಿ ಏನೋ ಗೀಚಿದ ಸುಭಾಷ್ "ನೀವು ಇಲ್ಲಿ ಕೆಲ್ಸಕ್ಕೆ ಬಂದು ಬಹುಶಃ ನಲವತ್ತು ವರ್ಷ ಆಗಿರ್ಬೇಕು. ಬಹುಶಃ ಆಗಿನ್ನು ನಮ್ಮ ಭಾವ ಹುಟ್ಟಿರಬೇಕು. ಇನ್ನು ನಾನು..." ನಕ್ಕುಬಿಟ್ಟ. "ನೀವಿಷ್ಟು ಸಂಕೋಚಪಡೋದು ನಮ್ಗೇ ಒಳ್ಳೇದಲ್ಲ. ಅಧಿಕಾರವಹಿಸಿ ಏನಾದ್ರೂ ಹೇಳಿ." ಅವನ ಬಾಲ್‌ಪೆನ್ನು ಇನ್ನೂ ಗೆರೆಗಳನ್ನು ಕೊರೆಯುತ್ತಲೇ ಇತ್ತು.

ಗೋಪಾಲರಾಯರು ತಾವು ಆಡಬೇಕಾದ ಮಾತುಗಳಿಗಾಗಿ ಪದಗಳನ್ನು ಹುಡುಕಿದರು.

"ಕರ್ಕೊಂಡ್ಬನ್ನಿ..." ಎಂದ ಅವರ ಕಷ್ಟವನ್ನು ಅರಿತವನಂತೆ. ಗೋಪಾಲರಾಯರು ಹೊರಗೆ ಹೋದರು. ಅವನ ಬಾಲ್‌ಪೆನ್ನು ಗೋಪಾಲರಾಯರನ್ನ ತನ್ನ ಅಡ್ಡ, ಉದ್ದ ಗೆರೆಗಳಿಂದ ಚಿತ್ರಿಸಲು ಸಮರ್ಥವಾಯಿತು.

ಗೋಪಾಲರಾಯರ ಜೊತೆ ಬಂದ ಯುವತಿಯನ್ನು ನೋಡಿ ಬೆರಗಾದ. ಅವನ ಕಣ್ನೋಟ ಕ್ಷಣದಲ್ಲಿ ಅಡಿಯಿಂದ ಮುಡಿಯವರೆಗೂ ಅಳೆಯಿತು. ಕೆನ್ನೆಯ ಅಂಚಿಗೆ ಅರಿಶಿನ, ಎರಡು ಹುಬ್ಬುಗಳ ನಡುವೆ ಕುಂಕುಮದ ಬೊಟ್ಟು. ಯಾವ ಅತಿರೇಕಗಳೂ ಇಲ್ಲದೆ ಬಾಚಿದ ತಲೆ, ಕಪ್ಪು ಬಣ್ಣದ ಸೀರೆಯ ಮೇಲೆ ಹಳದಿಯ ಹೂಗಳು, ಮೈ ತುಂಬ ಹೊದ್ದ ಸೆರಗು. ಎದೆಗವಚಿ ಹಿಡಿದ ಫೈಲು. ಅವನನ್ನು ಇಪ್ಪತ್ತನೆ ಶತಮಾನದಿಂದ ಹತ್ತೊಂಬತ್ತನೇ ಶತಮಾನಕ್ಕೆ ಒಯ್ದಿತು.

"ಅಖಿಲಾ... ಅಂತ" ಪರಿಚಯಿಸಿದರು. ಫೈಲು ಹಿಡಿದೇ ಎರಡು ಕೈಗಳು ಜೋಡಿಸಿದಳು. ಬಣ್ಣ ಕಾಣದ ಉಂಗುರಗಳು ತಮ್ಮ ನೈಜವರ್ಣದಿಂದ ಹೊಳೆಯುತ್ತಿದ್ದವು. "ಕೂತ್ಕೊಳ್ಳಿ..." ಎಂದ ಮನದಲ್ಲಿಯೇ ನಗುತ್ತಾ.

ಕೂತ ಅಖಿಲಾನ ಬಿಟ್ಟು ಗೋಪಾಲರಾಯರು ಏನೋ ನೆನಪಿಸಿಕೊಂಡು ಹೊರಗೆ ಬಂದರು.

"ಏನು ಓದಿದ್ದೀರಾ?" ಬಾಲ್ ಪೆನ್ನನ್ನು ಸ್ಟಾಂಡ್‌ಗೆ ಸಿಕ್ಕಿಸಿದ. ಅವಳ ಕೆಂಪು, ಬಿಳಿ ಬೆರೆತ ಹಣೆಯ ಮೇಲೆ ಬೆವರೊಡೆಯಿತು. ಧ್ವನಿ ಎತ್ತಲು ಸಾಹಸಪಟ್ಟು ಸೋತಳು. ಹಿಂದಕ್ಕೆ ಒರಗಿ ಮುಖ ಮೇಲೆತ್ತಿ ಭಾರವಾದ ಉಸಿರು ದಬ್ಬಿದ. 'ಇಂಥ ಹೆಣ್ಣು ಹೊರಗೆ ದುಡಿಯಲು ಎಷ್ಟು ಸಮರ್ಥಳು?' ಒಂದು ಗಳಿಗೆ ಯೋಚಿಸಿದ.

"ನಿಮ್ಮ ಕ್ವಾಲಿಫಿಕೇಷನ್... ಏನು?" ಮತ್ತೆ ಪ್ರಶ್ನಿಸಿದ. ಫೈಲು ಅವನ ಮುಂದಿಟ್ಟಳು. ಕಂಪಿಸುವ ಕೈಗಳಿಂದ ತಲೆತಗ್ಗಿಸಿ ಫೈಲ್‌ನಲ್ಲಿ ಮಗನಾದ. ಸ್ಟೇಟ್‌ಗೆ ಮೂರನೇ ರ್‍ಯಾಂಕ್ ಪಡೆದ ಹೆಣ್ಣು. ಟೈಪ್‌ರೈಟಿಂಗ್, ಷಾರ್ಟ್ ಹ್ಯಾಂಡ್, ಸಂಸ್ಕೃತ, ಹಿಂದಿ ಭಾಷೆಗಳಲ್ಲಿ ಅವಳು ಪಡೆದ ರ್‍ಯಾಂಕ್, ಕ್ಲಾಸ್‌ಗಳ ಒರಿಜಿನಲ್ ಸರ್ಟಿಫಿಕೇಟ್ಸ್ ಇತ್ತು. ಮುಚ್ಚಿಟ್ಟ.

"ಬೈ ದಿ ಬೈ... ನಿಮ್ಗೇ ಯಾವ ಕೆಲ್ಸದಲ್ಲಿ ಇಂಟರೆಸ್ಟ್ ಇದೆ?" ನೇರವಾಗಿ ನೋಡಿದ. ಅವಳ ಸುಂದರ ಕಣ್ಣುಗಳಲ್ಲಿ ಗಲಿಬಿಲಿ ಕಾಣಿಸಿಕೊಂಡಿತು. ಉತ್ತರಿಸಲು ಸಮರ್ಥಳಾಗಲಿಲ್ಲ. ಅವನಿಗೆ ಅನುಮಾನವಾಯಿತು. ಈ ಹುಡುಗಿ ಮೂಗಿಯೇ? ಅದೇನು ಗೋಪಾಲರಾಯರು ಹೇಳಲಿಲ್ಲ.

"ನೀವ್ಹೋಗಿ..." ಫೈಲ್ ಪಕ್ಕಕ್ಕೆ ಸರಿಸಿದ.

ಎದ್ದು ಹೋದಾಗ ಹಣೆಯೊತ್ತಿಕೊಂಡ. ಈಗ ಅವನೆದೆ ಭಾರವಾಯಿತು. 'ಇಂಥ ಬುದ್ಧಿವಂತ ಹೆಣ್ಣಿಗೆ ಬಾಯಿ ಇಲ್ಲವಾಯಿತಲ್ಲ' ಎಂದುಕೊಂಡಾಗ ಅವನಿಗೆ ಅವಳ ಕಣ್ಣುಗಳು ನೆನಪಾದವು; 'ಬಾಯಿ ಮಾಡೋ ಕೆಲಸವನ್ನು ಕೂಡ ಅವು ಸಮರ್ಥವಾಗಿ ನಿರ್ವಹಿಸಬಲ್ಲವು' ಎನಿಸಿತು.

ಆಮೇಲೆ ಗೋಪಾಲರಾಯರು ಬಂದರು. ಮುಖದಲ್ಲಿ ಆತಂಕವಿತ್ತು.

"ನೀವು ಮಾತು ಬರೋಲ್ಲ ಅನ್ನೋದು ಮೊದ್ಲೇ ತಿಳ್ಸಿಬಿಡ್ಬೇಕಿತ್ತು. ನನ್ನ ಪ್ರಶ್ನೆಗಳಿಂದ ಎಷ್ಟು ನೊಂದುಕೊಂಡ್ರೊ! ಛೇ, ದೇವರು ಎಲ್ಲಾ ಕೊಟ್ಟು... ಒಂದೊಂದು ಕೊರತೆ ಇಟ್ಟುಬಿಡ್ತಾನೆ!" ನೊಂದ ದನಿಯಲ್ಲಿ ಅವನು ನುಡಿದಾಗ ಗೋಪಾಲರಾಯರು ಗಾಬರಿಯಾದರು. ಫೈಲಿನಲ್ಲಿ ಕೊನೆಯದಾಗಿ ಇದ್ದ ಎರಡು ಸರ್ಟಿಫಿಕೇಟ್ ಅವನ ಮುಂದಿಡಿದರು. ಸಂಗೀತದಲ್ಲಿ ವಿದ್ವತ್ ಮಾಡ್ಕೊಂಡಿದ್ದಾಳೆ" ಎಂದವರು "ಅವಳು ಬೆಳ್ದ ಪರಿಸರ ತೀರಾ ಭಿನ್ನ. ಮಾತು ತುಂಬ ಕಮ್ಮಿ ಆಡ್ತಾಳೆ. ಆಡಿದ್ರೆ... ಮುತ್ತುಗಳು ಉದುರಿದಂತೆ ಯಾರಾದ್ರೂ ಬಗ್ಗಿ ಹೆಕ್ಕಿಕೊಳ್ಳಬೇಕು" ಭಾವೋದ್ವೇಗದಿಂದ ಅವರ ಗಂಟಲು ಕಟ್ಟಿತು.

"ಸಾರಿ, ನಮ್ಮ ಆಫೀಸ್‌ನಲ್ಲಿ ಲೇಡೀಸೇ ಜಾಸ್ತಿ. ಆ ಚಾಟರ್‌ಬಾಕ್ಸ್‌ಗಳ ಮಧ್ಯೆ ಬಿದ್ರೆ..." ಒಂದು ತರಹ ನಕ್ಕು ಮೇಲೆದ್ದ. "ಅಲ್ಲೇ ಒಂದು ಟೇಬಲ್, ಛೇರ್ ಹಾಕ್ಸಿ ಕೊಡಿ. ಆಮೇಲೆ ನೋಡೋಣ."

ಅಷ್ಟರಲ್ಲಿ ಮ್ಯಾನೇಜರ್ ಬಂದಿದ್ದರಿಂದ ಗೋಪಾಲರಾಯರನ್ನ ಹೋಗುವಂತೆ ಸನ್ನೆ ಮಾಡಿದ.

"ಎಕ್ಸ್‌ಕ್ಯೂಸ್ ಮಿ. ಸರ್. ಈಗಿರೋ ನಮ್ಮ ಆಫೀಸ್ ಸ್ಟಾಫ್ ದೊಡ್ಡದು. ಅದ್ರಲ್ಲಿ ಮತ್ತೆ ಹೊಸಬರನ್ನ ಅಪಾಯಿಂಟ್ ಮಾಡಿಕೊಳ್ಳೋದು ಎಷ್ಟು ಸರಿ!" ಅವರ ಮೂಗಿನ ತುದಿ ಕೆಂಪಾಗಿತ್ತು. ಮುಗುಳ್ನಕ್ಕ ಸುಭಾಷ್.

"ಸರಿಯಿಲ್ಲ! ಆದ್ರೆ... ಏನ್ಮಾಡೋಕಾಗುತ್ತೆ! ಅವ್ರಿಗೆ ಕೆಲ್ಸ ಬೇಕಂತಲ್ಲ!". ನವಿರಾಗಿ ನುಡಿದ. ದಂಗಾದರು ಆತ. "ಕೆಲ್ಸ ಇಲ್ಲದವ್ರಿಗೆಲ್ಲ ನಾವೇ ಕೆಲ್ಸ ಕೊಡ್ತೀವೀಂತ ಬೋರ್ಡ್ ಹಾಕಿದ್ದೀವಾ! ಕೆಲ್ಸ ಇಲ್ಲಾಂದ್ಮೇಲೆ ಮುಗ್ದುಹೋಯ್ತು!" ಆ ಸಿಡಿಮಿಡಿಯ ನಡುವೆ ಈ ಸುಭಾಷ್ ಗಾರ್ಮೆಂಟ್ಸ್ ಬಗ್ಗೆ ಅವರಿಗಿದ್ದ ಕಳಕಳಿ ಅರ್ಥವಾಯಿತು. ಪ್ರತಿಯೊಂದು ತನ್ನದೇ ಎನ್ನುವಂತೆ ಕೆಲಸ ಮಾಡುತ್ತಿದ್ದ.

"ಏನಾದ್ರೂ... ಅರೇಂಜ್ ಮಾಡಿ" ತಾನು ಬಾಸ್ ಎನ್ನುವುದನ್ನು ಮರೆತು ಪುಸಲಾಯಿಸಿದ ಸುಭಾಷ್. ಮುಂದಕ್ಕೆ ಜಗ್ಗಿದ ಕನ್ನಡಕ ಹಿಂದಕ್ಕೆ ತಳ್ಳಿಕೊಂಡು ಫೈಲು ತಿರುವಿ ಹಾಕಿದರು. "ಈ ಬಿ.ಎ., ಏನೇನೂ ಪ್ರಯೋಜನವಿಲ್ಲ" ತಲೆಯಾಡಿಸಿದರು. "ಸ್ಟೆನೋ ಆಗಿ ಇರಲಿ" ಎಂದರು. ಸುಭಾಷ್ ನಕ್ಕುಬಿಟ್ಟ. ಅವರದು ವಿಪರೀತ ಕ್ಯಾಲಿಕ್ಯುಲೇಟೆಡ್ ಮೈಂಡ್ ಎಂದು ಅವನಿಗೆ ಗೊತ್ತು. ಕೊಟ್ಟ ಸಂಬಳಕ್ಕೆ ಸರಿಯಾಗಿ ಕೆಲಸ ತೆಗೆಯುವಂಥ ಜಾಯಮಾನದವನು.

ಆದರೆ ಅಖಿಲಾ ಸ್ಟೆನೋ... ತಲೆನೋವಿನ ಕೆಲಸವೆನಿಸಿತು. ಹೇಗೆ ರ್‍ಯಾಂಕುಗಳು ಕೊಟ್ಟರೋ! ಈ ಮೊದ್ದು ಗೌರಮ್ಮನಲ್ಲಿ ಕೆಲಸ ತೆಗೆಯುವುದು ಅಷ್ಟು ಸುಲಭವಾಗಿ ಕಾಣಲಿಲ್ಲ. ಆದರೆ... ಸಹಾನುಭೂತಿಯಿಂದ ಅವನ ಮನ ಹೊಯ್ದಾಡಿತು.

"ಏನೋ... ಮಾಡಿ!" ಎಂದು ಅವರಿಗೆ ಒಪ್ಪಿಸಿ ಕೈ ತೊಳೆದುಕೊಂಡ.

ಸುಭಾಷ್, ಲಕ್ಷ್ಮಿಯ ತಂದೆ ಸಣ್ಣದಾಗಿ ಆರಂಭಿಸಿದ. 'ಸುಭಾಷ್ ಗಾರ್ಮೆಂಟ್' ಬಹುಮುಖ ಸಾಧನೆಯನ್ನು ಗಳಿಸಿತ್ತು. ಇಡೀ ನಗರದಲ್ಲಿ ಭಾರಿ ಪ್ರಮಾಣದ ನಾಲ್ಕು ಷೋರೂಂಗಳಿದ್ದವು. ಅದಲ್ಲದೆ ಭಾರತದ ಎಲ್ಲಾ ಕಡೆ ಇಲ್ಲಿ ಸಿದ್ಧವಾದ ಉಡುಪುಗಳು ಮಾರಾಟವಾಗುತ್ತಿದ್ದವು. ನೂರಾರು ಟೈಲರ್‌ಗಳು ಕಾರ್ಮಿಕರಂತೆ ದುಡಿಯುತ್ತಿದ್ದರು. ಸಂಬಳ, ಬೋನಸ್ ಜೊತೆ ಇತರ ಕಾರ್ಮಿಕರಿಗೆ ಸಿಕ್ಕುವ ಎಲ್ಲಾ ಸೌಲಭ್ಯಗಳು ಲಭ್ಯವಾಗಿದ್ದವು.

ಮಗಳು ಲಕ್ಷ್ಮಿಗೆ ಮದುವೆ ಮಾಡಿದಾಗ ಬಹಳ ಯೋಚಿಸಿಯೇ ಅಳಿಯನನ್ನು ಮನೆಯಲ್ಲಿರಿಸಿಕೊಂಡವರು ಸ್ವಲ್ಪ ಸ್ವಲ್ಪವಾಗಿ ಕೆಲಸ ಹಚ್ಚಿ ಪೂರ್ತಿಜವಾಬ್ದಾರರನ್ನಾಗಿ ಮಾಡುವ ಹೊತ್ತಿಗೆ ಕಾಲನ ಕರೆ ಅವರನ್ನು ನುಂಗಿಹಾಕಿತ್ತು.

ಷೋ ರೂಂ ಸುಭಾಷ್ ಬಿಟ್ಟಾಗ ಒಂದೂ ಮೂವತ್ತು. ಅಲ್ಲಿದ್ದಾಗ ಒಂದು ರೀತಿಯ ರಿಸರ್ವ್ ಆಗಿರುವುದನ್ನು ಅಭ್ಯಾಸ ಮಾಡಿಕೊಂಡಿದ್ದ. ಸೇಲ್ಸ್ ಮ್ಯಾನ್‌ಗಳಿಗಿಂತ ಸೇಲ್ಸ್‌ಗರ್ಲ್‌ಗಳೇ ಹೆಚ್ಚಾಗಿದ್ದರು. ಅವರಲ್ಲಿ ಕೆಲವರು ತಮ್ಮ ಕೆಲಸವನ್ನು ಮಾಡಿಕೊಂಡು ಹೋದರೆ, ಮತ್ತೆ ಕೆಲವರು ಬಣ್ಣದ ಚಿಟ್ಟೆಗಳು.

ಒಮ್ಮೆ ಅವರ ಅವತಾರಗಳನ್ನು ಕಂಡು ರೋಸಿಹೋಗಿದ್ದ.

"ಇವ್ರುಗಳಿಗೆ ಯಾಕೆ ಕೆಲ್ಸ? ನಾವು ಕೊಡೋ ಸಂಬ್ಳ ಅವ್ರ ಕಾಸ್ಮಾಟಿಕ್ಸ್‌ಗೆ ಸಾಕಾಗೋಲ್ಲ! ಇನ್ನು ಆ ಮಾಡ್ ಡ್ರೆಸ್‌ಗಳಿಗೆ ಎಲ್ಲಿಂದ ತರ್ತಾರೋ!"

ಶ್ರೀನಿವಾಸಮೂರ್ತಿಗಳು ನಕ್ಕುಬಿಟ್ಟಿದ್ದರು.

"ಬರೀ ಟೈಮ್ ಕಿಲ್ಲಿಂಗ್‌ಗೆ ಬರೋ ಹೆಣ್ಣುಗಳು. ಅವರದು ಬರೀ ರೊಮಾನ್ಸ್ ಮೂಡ್. ಹೇಗೋ ಕಳ್ದು... ಬಿಡ್ತಾರೆ!" ಅವರ ಸ್ವರ ಭಾರವಾಗಿತ್ತು.

ಸುಭಾಷ್ ಮನೆಗೆ ಬಂದಾಗ ಸುಧಾ ಸೋಫಾ ಮೇಲೆ ನಿದ್ರಿಸಿಬಿಟ್ಟಿದ್ದಳು. ಅಂದರೇ... ಇಂದು ಪೂರ್ತಿ ಕ್ಲಾಸ್‌ಗೆ ಚಕ್ಕರ್! ಕಹಿಯಾಯಿತು ಉಗುಳು.

"ಅವಳ್ನ ಸ್ವಲ್ಪ ರಮಿಸಿ ಕಾನ್ವೆಂಟ್‌ಗೆ ಕಳ್ಸೋದ್ಬಿಟ್ಟು ಮನೆಯಲ್ಲೇ ಇಟ್ಕೊಂಡುಬಿಟ್ಟಿದ್ದೀಯಾ. ನೀನು ಡಿಗ್ರಿ ತಗೊಂಡೆ. ನಿನ್ಮಗ್ಳು ಒಂದು ಎಸ್.ಎಸ್.ಎಲ್.ಸಿ. ಮಾಡೋ ನಂಬ್ಕೇನು... ನಂಗಿಲ್ಲ!" ಅವನ ಸ್ವರದಲ್ಲಿ ಬೇಸರದ ಹನಿಗಳು ತೊಟ್ಟಿಕ್ಕುತ್ತಿದ್ದವು.

"ಆ ಫಾಲ್ಟ್.... ನಿಂದೇ!" ಲಕ್ಷ್ಮಿ ತಣ್ಣಗೆ ನುಡಿದಳು. "ಪ್ರತಿಯೊಂದಕ್ಕೂ ರಮಿಸಿ, ಮುದ್ದು ಮಾಡಿ ಹಾಳು ಮಾಡ್ದೆ! ನಂಗಂತೂ ಅಷ್ಟೊಂದು ಪೇಷನ್ಸ್ ಇಲ್ಲ. ಹೇಗೂ ಈಗ ಹತ್ತು ಇನ್ನು ನಾಲ್ಕು ವರ್ಷಕ್ಕೆ ಮದ್ವೆ ಮಾಡಿಬಿಡ್ತೀನಿ."

ಷೂ ಬಿಚ್ಚುತ್ತಿದ್ದ ಸುಭಾಷ್ ಮುಖ ಕೆಂಪಗೆ ಮಾಡಿ ರೇಗಿದ. "ಹೌದೌದು. ಎಲ್ಲಾ ತಾಯಂದಿರು ನಿನ್ನ ಹಾಗೆ ಯೋಚ್ನೆ ಮಾಡ್ಬೇಕು" ಎದ್ದು ಹೋದ.

ಅವನು ಊಟ ಮುಗಿಸಿ ಬಂದಾಗಲೂ ಅವಳ ನಿದ್ದೆ ಮುಗಿದಿರಲಿಲ್ಲ. ಪಕ್ಕದಲ್ಲಿ ಕೂತಿದ್ದ ಶ್ರೀನಿವಾಸಮೂರ್ತಿ ಮಗಳ ಕೂದಲಲ್ಲಿ ಕೈಯಾಡಿಸುತ್ತಿದ್ದರು. ವಿಪರೀತ ಪ್ರೀತಿ. ಆದರೆ ಓಲೈಸಲೂಲಾರರು, ದಂಡಿಸಲೂಲಾರರು.

"ಆ ಟೈಪಿಂಗ್ ಪೇಪರ್, ನೋಡಿದ್ಯಾ! ಇವತ್ತು ಚಿದಂಬರಂ ರಜ. ಅಖಿಲಾನೆ ಟೈಪ್ ಮಾಡಿದ್ದು" ಬಂದು ಕೂತವನಿಗೆ ಹೇಳಿದರು. ಬೆಚ್ಚಿಬಿದ್ದ ಸುಭಾಷ್ "ಓ, ಮೈಗಾಡ್! ಸುಮ್ನೆ ಕಣ್ಣಾಡಿಸಿ ಸೈನ್ ಮಾಡಿದ್ನಲ್ಲ. ಇಡೀ ಕಂಪನಿಯ ಮಾನ ಮರ್ಯಾದೆಯ ಪ್ರಶ್ನೆ" ಫೋನ್‌ನತ್ತ ನಡೆದ.

"ಅವನ್ನ ಪೋಸ್ಟ್‌ಗೆ ಕಳ್ಸೋದ್ಬೇಡ. ನಾನು ಬಂದು ನೋಡ್ತೀನಿ" ಮೆಲ್ಲಗೆ ಇಟ್ಟ. "ನೀವು ದೊಡ್ಡ ತಪ್ಪು ಮಾಡಿದ್ರಿ. ಮತ್ತೆ ಯಾರ ಕೈಲಾದ್ರೂ ಮಾಡ್ಸಬೇಕಿತ್ತು. ರ್‍ಯಾಂಕ್‌ಗಳು ಬರೀ ಸರ್ಟಿಫಿಕೇಟ್‌ಗಳಲ್ಲೇ ವಿನಃ ಕೆಲ್ಸಕ್ಕಲ್ಲಾಂತ ಕಾಣಿಸುತ್ತೆ. ಸರ್ಯಾಗಿ ಮಾತಾಡೋಕೆ ಕೂಡ ಬರೋಲ್ಲ."

ಶ್ರೀನಿವಾಸಮೂರ್ತಿಗಳ ಮುಖ ಒಂದು ತರಹ ಆಯಿತು. ಅವನ ವ್ಯಾಖ್ಯಾನವನ್ನು ಅವರ ಮನ ಒಪ್ಪಲಿಲ್ಲ.

"ನೋ... ನೋ.... ತುಂಬ ಟ್ಯಾಲೆಂಟ್ ಹುಡ್ಗಿ! ಚಿದಂಬರಂಗೆ ಐದು ನಿಮಿಷದಲ್ಲಿ ಮಾಡೋ ಕೆಲ್ಸ ಅಖಿಲಾ ಎರ್ಡು ನಿಮಿಷದಲ್ಲಿ ಮಾಡ್ತಾಳೆ. ಇದು ನನ್ನ ಅನುಭವ" ಯೋಚಿಸಿ ಹೇಳಿದಂತೆ ಕಂಡರು. ತಳ್ಳಿ ಹಾಕಲಿಲ್ಲ ಸುಭಾಷ್. ಅದು ಅವನ ಸ್ವಭಾವವೂ ಅಲ್ಲ.

"ಓ... ಕೆ..." ಮೇಲೆದ್ದವನು ಬಗ್ಗಿ ಸುಧಾಳ ಕೆನ್ನೆ ಸವರಿದ. "ಎದ್ದು ಊಟ ಮಾಡು. ಅಮ್ಮ ಕಾಯ್ತಾ ಇದ್ದಾಳೆ" ಪಕ್ಕಕ್ಕೆ ಹೊರಳಿದರೂ ಮೇಲೇಳಲಿಲ್ಲ.

"ಏಯ್... ಸುಧಾ" ತೋಳಿಡಿದು ಅಲ್ಲಾಡಿಸಿದ. ಕಣ್ಣುಜ್ಜುತ್ತಾ ಎದ್ದು ಕೂತಳು. "ಎದ್ಹೋಗಿ, ಮುಖ ತೊಳ್ದು ಊಟ ಮಾಡು" ಎಂದವನೆ ತನ್ನ ಕೋಣೆಯತ್ತ ನಡೆದ.

ಸುಧಾ ಮತ್ತೆ ಮಲಗಿದಳು. ಶ್ರೀನಿವಾಸಮೂರ್ತಿಗಳ ಎದೆಯ ಮೇಲೆ ದೊಡ್ಡ ಭಾರ ಏರಿದಂತಾಯಿತು. ಇಂಥ ಹಟ ಅತಿರೇಕವೆನಿಸಿದರೂ ಅವಳನ್ನ ಗದರಿ ಅಥವಾ ಬುದ್ಧಿ ಹೇಳುವ ಸಹನೆ ಅವರಿಗಿರಲಿಲ್ಲ.

ಬಂದ ಲಕ್ಷ್ಮಿ ಪ್ರೀತಿಯಿಂದ ಮಗಳ ಮುಂಗೂದಲನ್ನು ಸರಿ ಮಾಡಿದರು. ದುಂಡು ದುಂಡಗೆ, ಮುದ್ದು ಮುದ್ದಾಗಿದ್ದ ಸುಧಾ ವಯಸ್ಸಿಗೆ ಮೀರಿ ಬೆಳೆದಿದ್ದಾಳೆನಿಸಿತು.

"ಏಳು, ಇನ್ನ ಮಲ್ಗಿದ್ರೆ ಪೂರ್ತಿ ಸೋಮಾರಿಯಾಗಿಬಿಡ್ತೀ. ಡ್ಯಾಡಿ, ಮಾವನ ಊಟ ಕೂಡ ಆಯ್ತು. ನಾನೇ ಕಲ್ಸಿ ತಿನ್ನಿಸ್ತೀನಿ" ಮುದ್ದು ಮಾಡಿದರು.

ಸುಧಾ ಏನೋ ಎದ್ದು ಕೂತಳು. ಅವಳ ನೋಟ ಸುಭಾಷ್ ಕೋಣೆಯ ಕಡೆಗಿತ್ತು. ಅರಿತವಳಂತೆ ಮುಗುಳ್ನಕ್ಕಳು ಲಕ್ಷ್ಮೀ.

"ಅವ್ನ ಊಟ ಆಯ್ತು. ಇವತ್ತು ನೀನು ಕಾನ್ವೆಂಟ್‌ಗೆ ಹೋಗ್ಲಿಲ್ಲಾಂತ ಅವ್ನಿಗೆ ತುಂಬ ಬೇಜಾರು. ಹೋಗಿ ಎಕ್ಸ್‌ಕ್ಯೂಸ್... ಕೇಳು" ಎಂದ ಲಕ್ಷ್ಮಿ ಅಸ್ತವ್ಯಸ್ತವಾದ ಅವಳ ಕೂದಲುಗಳನ್ನ ಸರಿ ಮಾಡಿದಳು. ಸುಧಾ ತಲೆ ಅಲ್ಲಾಡಿಸಿದಳು. "ಅವ್ನು ಯಾಕೆ ನನ್ನ ಬಿಟ್ಹೋದ? ಅವನೇ ಎಕ್ಸ್‌ಕ್ಯೂಸ್... ಕೇಳ್ಲಿ!" ಪಟ್ಟು ಹಿಡಿದಂತೆ ಕಂಡಳು. ಲಕ್ಷ್ಮಿ ಕೋಪದಿಂದ ಕೆನ್ನೆಗೆ ಒಂದು ಹಾಕಿದಾಗ ಮಗಳನ್ನ ಶ್ರೀನಿವಾಸಮೂರ್ತಿ ಅಪ್ಪಿದರು. ಅಪರೂಪದ ಕೋಪ ಅವರ ಮುಖವನ್ನು ಆವರಿಸಿತ್ತು. "ನಿಂಗೆ ತಲೆ ನೆಟ್ಟಗಿಲ್ವಾ! ಯಾಕೆ... ಹೊಡ್ದೇ!?" ಬಾಗಿಲಿಗೆ ಬಂದ ಸುಭಾಷ್ ಹಿಂದಕ್ಕೆ ಹೋದ.

ನಾಲ್ಕು ದಿನದ ಹಿಂದೆ ಅವಳ ಹೆಡ್‌ಮಿಸ್ ಶಾಲೆಗೆ ಕರೆಸಿಕೊಂಡು ನಿಧಾನವಾಗಿ ಅವಳ ಬಗ್ಗೆ ವಿಚಾರಿಸಿಕೊಂಡಿದ್ದೂ ಅಲ್ಲದೇ ತಾವೂ ಕೂಡ ನಾಲ್ಕು ಮಾತು ಹೇಳಿದ್ದರು.

"ಅನ್‌ಡಿಸಿಪ್ಲಿನ್ ಕುಡ್ ನಾಟ್ ಎನ್‌ಕರೇಜ್. ಸುಧಾ ಇನ್ನೂ ಸಣ್ಣ ಹುಡ್ಗಿಯಲ್ಲ ಅವ್ಳು ಈಗಾಗ್ಗೇ ನಾಲ್ಕನೆ ಫಾರಂನಲ್ಲಿದ್ದಾಳೆ. ಈ ರೀತಿಯ ಬೆಳವಣಿಗೆ ತೀರಾ ಅಪಾಯ. ಮೈಂಡ್ ಇಟ್."

ಆಮೇಲೆ ಬಹಳವಾಗಿ ಯೋಚಿಸಿದ್ದ. ಅವರ ಮಾತುಗಳಲ್ಲಿ ಪೂರ್ತಿ ನಿಜಾಂಶವಿತ್ತು. ಅವನ ಅರ್ಧ ವೇಳೆ ಅವಳನ್ನ ರಮಿಸುವುದಕ್ಕೆ, ಶಾಲೆಗೆ ಕಳಿಸುವುದಕ್ಕೆ, ಮಿಕ್ಕಿದ್ದು ಆಟ, ಪಾಠ ಮುಗಿಸುವುದು ಅರಿವಾದಾಗ ಅವನಿಗೆ ತಪ್ಪಿನ ಅರಿವಾಗಿತ್ತು. ಆಗಾಗ ಲಕ್ಷ್ಮಿಯ ರೇಗಾಟವಿದ್ದರೂ ಶ್ರೀನಿವಾಸಮೂರ್ತಿಗಳ ಮಗಳ ಈ ಗುಣಗಳನ್ನು ಪ್ರೋತ್ಸಾಹಿಸಿದ್ದರು.

ಬಹಳ ಯೋಚಿಸಿ ಒಂದು ನಿರ್ಧಾರಕ್ಕೆ ಬಂದ. ಸುಭಾಷ್ ಹಿಂದಿನಂತೆ ಅವಳ ಬಳಿಗೆ ಹೋಗದೆ ಷೂಗೆ ಲೇಸು ಬಿಗಿದವನು ಅತ್ತ ತಿರುಗದೆಯೇ ಹೇಳಿದ.

"ಸ್ವಲ್ಪ ಬ್ಯಾಂಕ್‌ನಲ್ಲಿ ಕೆಲ್ಸ ಇದೆ. ನಾನು ಹಾಗೇ ಆಫೀಸ್‌ಗೆ ಹೋಗ್ತೀನಿ"

ನಡೆದೇಬಿಟ್ಟ. ಸುಧಾಳ ಕೂಗಿಗೆ ಅವನು ಕಿವುಡಾಗಿದ್ದ. ಮೊದಲ ಬಾರಿಗೆ ಅವನ ಮೇಲೆ ಕೋಪಗೊಂಡರು ಶ್ರೀನಿವಾಸಮೂರ್ತಿಗಳು.

* * * *

ಅಖಿಲಾಗೆ ಕೆಲಸ ಸಿಕ್ಕಿದ್ದು ಎಲ್ಲರಿಗೂ ಸಂತೋಷದ ಸುದ್ದಿ. ಸದ್ಯಕ್ಕೆ ಅವರ ಮನೆತನದಲ್ಲಿ ಯಾವ ಹೆಣ್ಣು ಹೊರಗೆ ಹೋಗಿ ದುಡಿದಿದ್ದು ಮಾತ್ರವಲ್ಲ, ಅಷ್ಟು ಕಲಿತಿರಲೂ ಇಲ್ಲ.

ಮಡಿ ಸೀರೆಯನ್ನು ಗಳುವಿನ ಮೇಲೆ ಹರವುತ್ತಿದ್ದ ಸೀತಮ್ಮ ಏದುಸಿರು ಬಿಡುತ್ತಿದ್ದರು.

"ಅಖಿಲಾ, ಒಂಭತ್ತು ಗಂಟೆಗೆ ಹೋಗ್ಬೇಕು. ಇನ್ನು ಒಂದು ಸಾರು ಕೂಡ ಆಗ್ಲಿಲ್ಲ" ಪೇಚಾಟದ ಜೊತೆ ಆರರ ಮೈಯಲ್ಲಿನ ನಿಶ್ಶಕ್ತತೆ ಕೂಡ ಸೇರಿಕೊಂಡಿತ್ತು.

ಗಿಡಕ್ಕೆ ನೀರು ಹಾಯಿಸುತ್ತಿದ್ದ ಅಖಿಲಾ ತಲೆಯೆತ್ತಿದಳು. "ಪರ್ವಾಗಿಲ್ಲ, ಸಂಜೆ ಬಂದು ಮಾಡ್ತೀನಿ" ಎಂದವಳೇ ಒಳಗೆ ಬಂದಳು. ಸೀತಮ್ಮ ಹಾಗೆಯೇ ನಿಂತುಬಿಟ್ಟರು.

ಹಿಂದೆ ಆಗಾಗ ಬರುತ್ತಿದ್ದರೂ ಅವಳ ತಾತ ಸತ್ತ ಮೇಲೆಯೇ ಇಲ್ಲಿ ಬಂದು ನಿಂತಿದ್ದು. ಮೂರು ತಿಂಗಳಲ್ಲಿ ಒಮ್ಮೆಯಾದರೂ ಗೊಣಗಿದ್ದು, ಮುಖ ಗಂಟು ಹಾಕಿಕೊಂಡಿದ್ದು ಅವರು ನೋಡಿಯೇ ಇಲ್ಲ.

ಜಡೆ ಹೆಣೆದು ಹಣೆಗಿಟ್ಟುಕೊಳ್ಳುವ ವೇಳೆಗೆ ಒಂಭತ್ತು ಹೊಡೆಯಿತು. ಅಖಿಲಾ ಅಡಿಗೆಯ ಮನೆ ಬಾಗಿಲಿಗೆ ಬಂದಳು. ಸಾರು ಕಾದ ವಾಸನೆ ಬರುತ್ತಿರಲಿಲ್ಲ.

"ಚಿಕ್ಕಮ್ಮ, ತಟ್ಟೆ ಹಾಕ್ಕೊಳ್ಲಾ?" ಸಂಕೋಚದಲ್ಲಿ ಮಿಂದ ನವಿರಾದ ಸ್ವರ. ಸೌದೆಯನ್ನು ಹೊರಗೆಳೆದು ನೀರು ಚಿಮುಕಿಸಿದ ಸೀತಮ್ಮ "ಹಾಕ್ಕೋ, ಒಂದು ಒಗ್ಗರಣೆ ಹಾಕಿದ್ರೆ ಮುಗಿದೋಯ್ತು" ಮೇಲಕ್ಕೆದ್ದರು.

ಆಮೇಲೆ ಎರಡೇ ನಿಮಿಷದಲ್ಲಿ ಊಟ ಮುಗಿಯಿತು. ಒಂದಿಷ್ಟು ಮೊಸರನ್ನ ಡಬ್ಬಿಗೆ ಹಾಕಿ ಹೊರಗೆ ತಂದಿಟ್ಟವರು ಸೀರೆಯ ೯ರಗಿಗೆ ಕೈಯೊರೆಸುತ್ತ ನಿಂತರು.

"ಯಾವಾಗ... ಸಂಬ್ಳ? ಏನೋ ನಿನ್ನ ಹಣದಲ್ಲಾದ್ರೂ... ಒಂದು ಒಳ್ಳೆ ಸೀರೆ ತಗೋಬೇಕು!" ಮಂಕು ಬಡಿದ ಮುಖದಲ್ಲಿ ಆಸೆ ಮಿನುಗುತ್ತಿತ್ತು. ಅವಳ ತುಟಿಯಂಚಿನಲ್ಲಿ ಚಿನ್ನದ ಆಭರಣದಂತೆ ತೆಳುವಾದ ನಗು ಮಿನುಗಿತು. "ಗೊತ್ತಿಲ್ಲ... ಒಂದೆರಡು ದಿನದಲ್ಲಿ ಕೊಡ್ಬಹುದು" ಡಬ್ಬಿಯನ್ನು ಕೈಗೆತ್ತಿಕೊಂಡಳು. ಮೂರು ತಿಂಗಳ ಹಿಂದೆ ಒಂದು ಸುಂದರ ಪ್ರಪಂಚದಿಂದ ಇಲ್ಲಿಗೆ ದಬ್ಬಲ್ಪಟ್ಟಿದ್ದಳು.

ಹೊರಗೆ ಬಂದವಳು ನಿಧಾನವಾಗಿ ಹೆಜ್ಜೆಯ ವೇಗ ಹೆಚ್ಚಿಸಿದಳು. ಅವಳ ಆಫೀಸ್ ಇಲ್ಲಿಂದ ಸುಮಾರು ಮೂರು ಕಿಲೋಮೀಟರ್ ಹಾದಿ. ಅಂತಹ ಪ್ರಯಾಸವೆನಿಸಿರಲಿಲ್ಲ.

"ಅಖಿಲಾಂಡೇಶ್ವರಿ, ಚಾಮುಂಡೇಶ್ವರಿ..." ಯಾರೋ ಹಿಂದಿನಿಂದ

ಹಾಡಿಕೊಂಡು ಬರುತ್ತಿದ್ದರು. ಅಖಿಲಾ ಅತ್ತ ಗಮನ ಕೊಡದವಳಂತೆ ಹೆಜ್ಜೆ ಹಾಕತೊಡಗಿದಳು. "ನಿಲ್ಲು ನೀ... ನಿಲ್ಲು ನೀ... ನೀಲವೇಣಿ' ಹಾಡು ತೀರಾ ಹತ್ತಿರವಾಯಿತು. ತನಗೆ ಸಂಬಂಧಿಸಿದ್ದೇ ಅಲ್ಲವೆನ್ನುವಂತೆ ನಡೆಯುತ್ತಿದ್ದಳು. ಹಿಂದಿನಿಂದ ಬಂದ ಕಾರು ಸ್ವಲ್ಪ ನಿಧಾನವಾಗಿ ಸಾಗತೊಡಗಿತು.

ಕಾರು ಅವಳ ಪಕ್ಕಕ್ಕೆ ಸರಿದು ನಿಂತಿತು. ಬೆಚ್ಚಿಬಿದ್ದಳು. ಶ್ರೀನಿವಾಸಮೂರ್ತಿಗಳು ತಲೆ ಹೊರಕ್ಕೆ ಹಾಕಿ ಡೋರ್ ತೆಗೆದರು.

"ಬಾ... ಕೂತ್ಕೋ..." ಅವಳ ಕಣ್ಣುಗಳ ಗಲಿಬಿಲಿಗೆ ತೆರೆಹಾಕುವಂತೆ ನುಡಿದರು. "ಬೇಗ ಹತ್ತು ನಿನ್ನ ಆಫೀಸ್ ಹತ್ರ ಇಳಿಸ್ತೀನಿ" ದಿಕ್ಕು ತೋರದವಳಂತೆ ಹತ್ತಿ ಕೂತಳು.

ಅವಳ ಜೀವನದಲ್ಲಿ ಪ್ರಥಮ ಬಾರಿ ಕಾರು ಹತ್ತುತ್ತಿರುವುದು. ಆದರೆ ಅವಳೇನು ಅಂತರಿಕ್ಷದಲ್ಲಿ ಹಾರಾಡಲಿಲ್ಲ. ಇಂಥ ಒಂದು ಪರಿಸ್ಥಿತಿಯನ್ನು ಅವಳ ತಾತ ಅವಳಲ್ಲಿ ಬೆಳೆಸಿದ್ದರು.

ಸ್ವಲ್ಪ ತಡೆದು ಹೇಳಿದರು ಶ್ರೀನಿವಾಸಮೂರ್ತಿಗಳು.

"ಅಖಿಲಾ, ಈ ರಸ್ತೆ ಸ್ವಲ್ಪ ನಿರ್ಜನವಾಗಿರುತ್ತೆ. ನಾಳೆಯಿಂದ ಈ ಕಡೆ ಓಡಾಡೋದು ನಿಲ್ಸು. ಜನ ಹೆಚ್ಚಿಗೆ ಓಡಾಡೋ ಕಡೆ ಸೇಫ್. ಅಲ್ಲೂ ಪೋಕರಿಗಳು, ಲಫಂಗರು ಇದ್ರೂ... ಹೆಚ್ಚಿನ ಭಯವಿಲ್ಲ."

ಆದಷ್ಟೂ ಅವಳಿಗೆ ಅರ್ಥವಾಗಬೇಕಾದರೆ ನಿಮಿಷಗಳೇ ಬೇಕಾಯಿತು.

ಮೇಲಿನಿಂದ ಇಳಿದು ಬಂದ ಸುಭಾಷ್ ಹುಬ್ಬೇರಿಸಿದ. ಶ್ರೀನಿವಾಸಮೂರ್ತಿಗಳು ಅವನ ಹೆಗಲ ಮೇಲ ಕೈ ಹಾಕಿದರು.

"ನಮ್ಮ ಹುಡುಗ್ರು ಯಾವ ರೀತಿ ಎಂಜಾಯ್ ಮಾಡ್ತಾರೇಂತ ನಿಂಗೆ ಗೊತ್ತಿಲ್ಲ..." ನಕ್ಕು ವಿವರಿಸತೊಡಗಿದಾಗ ತಲೆ ತಗ್ಗಿಸಿ ಸರಿದು ಹೋದಳು ಅಖಿಲಾ.

ಎರಡನೇ ಅಂತಸ್ತಿನಲ್ಲಿದ್ದಿದ್ದು ಆಫೀಸ್ ರೂಮು. ಅಲ್ಲಿ ಗೋಪಾಲರಾವ್, ಚಿದಂಬರಂ, ಮ್ಯಾನೇಜರ್. ಒಂದಿಬ್ಬರು ಆಫೀಸ್ ಬಾಯ್‌ಗಳನ್ನು ಬಿಟ್ಟರೇ ಮಿಕ್ಕವರೆಲ್ಲ ಹೆಂಗೆಳೆಯರೆ.

"ಏಯ್... ಅಖಿಲಾ" ಕೈಯಾಡಿಸಿದಳು ಸರೋಜ. ಅವಳೊಬ್ಬಳೇ ಹೆಚ್ಚಿನ ಸಲಿಗೆ ವಹಿಸುತ್ತಿದ್ದವಳು. ನಸುನಕ್ಕು ತನ್ನ ಸೀಟಿನತ್ತ ನಡೆದಳು.

ಮಿಕ್ಕವರೆಲ್ಲ ಒಂದು ತರಹ ನೋಡಿ ಕಿಸಿಕಿಸಿ ನಕ್ಕರು. ಅವಳಿಗೆ ಅದು ಯಾವುದರತ್ತನು ಗಮನವಿಲ್ಲ.

ಕೂತಿದ್ದ ಶಾಲಿನಿ ತನ್ನ ಫೈಲ್‌ನಿಂದ ಮುಖವೆತ್ತಿ ಮೆಲ್ಲಗೆ ಮಾತಿಗೆಳೆದಳು.

"ಏನ್ರಿ, ಇವತ್ತು ಅಡ್ಗೇ?" ನೆನ್ನೆ ಸಂಜೆ ನೋಟ್ ಮಾಡಿದ್ದ ಪೇಪರ್‌ಗಾಗಿ ಹುಡುಕುತ್ತಿದ್ದವಳು ತಲೆಯೆತ್ತಲಿಲ್ಲ. "ಬರೀ ಜಂಬದ ಮೊಟ್ಟೆ" ಗೊಣಗಿದಳು ಶಾಲಿನಿ. ಇದರೆ ಸರೋಜ ಒಪ್ಪಲಿಲ್ಲ. "ಛೆ, ಏನೇನೋ... ಹೇಳ್ಬೋದ್ಬೇಡ! ಇಂಥ

ಅಪರೂಪದ ಹೆಣ್ಣುಗಳು ಇರ್ತಾರೆ ಅನ್ನೋಕೆ ಅಖಿಲಾ ಒಂದು ಉದಾಹರಣೆ. ಅವ್ಳು ಇಲ್ಲಿಗೆ ಬಂದು ಇಪ್ಪತ್ತೆಂಟು ದಿನವಾಯಿತಲ್ಲ. ಒಂದ್ಸಲವಾದ್ರೂ ಸೀರೆ, ಸಿನಿಮಾ ಅಂತ ಮಾತಾಡಿದ್ದಾಳ?" ಮಿಕ್ಕವರೆಲ್ಲ ಜೋರಾಗಿ ನಕ್ಕರೂ "ಗೂಸ್ಲು... ಎಲ್ಲೋ ಕಾಡಿನಲ್ಲಿರಬೇಕಿತ್ತು. ಅಪ್ಪಿತಪ್ಪಿ ನಗರದಲ್ಲಿದ್ದಾಳೆ!" ಭಾರ್ಗವಿ ಸ್ವಲ್ಪ ಧೈರ್ಯವಹಿಸಿ ಅಂದಳು.

ಅಷ್ಟರಲ್ಲಿ ಶ್ರೀನಿವಾಸಮೂರ್ತಿಗಳು ಬಂದಾಗ ಸಾಲಾಗಿ ಎದ್ದು ನಿಂತು ವಿಷ್ ಮಾಡಿದ್ದರು. ಇಂದು ಎಲ್ಲರೆಡೆ ನೋಟ ಹರಿಸಿ ಅಖಿಲಾಳ ಮೇಲೆ ತಂದು ನಿಲ್ಲಿಸಿದ್ದರು. ಕಾಡು ಹೂಗಳ ಮಧ್ಯೆ ಸುವಾಸನಾಭರಿತವಾದ ಸುಂದರ ಹೂವನ್ನು ಕಂಡಂತಾಯಿತು. ಒಳಗೆ ನಡೆದರು.

ಹಿಂದೆಯೆ ಮ್ಯಾನೇಜರ್ ಹೋದವರು ಹೊರಗೆ ಬಂದರು.

"ನಿಮ್ಹತ್ರ ಇರೋ ಮ್ಯಾಗಜೀನ್, ಕಥೆ ಪುಸ್ತಕ ಎಲ್ಲಾ ತೆಗ್ದು ನಿಮ್ಮ ರೆಸ್ಟ್ ರೂಮಿನಲ್ಲಿಡಿ" ಮಕ್ಕಳಿಗೆ ಹೇಳುವಂತೆ ಹೇಳಿ ಹೊರಗೆ ಹೋದರು.

ಎಲ್ಲರ ಮುಖದಲ್ಲೂ ಕಹಿ ಇಣುಕಿತು. ಆದರೆ ಅಖಿಲಾ ಕೈ ಬೆರಳುಗಳು ನವಿರಾಗಿ ಟೈಪ್‌ರೈಟರ್ ಮೇಲಾಡುತ್ತಿತ್ತು., ಅವಳ ಗಮನ ಪೂರ್ತಿ ಅತ್ತಲೆ.

"ಕರೀತಾರೆ..." ಆಫೀಸ್ ಬಾಯ್ ಬಂದು ಅವಳ ಮುಂದೆ ನಿಂತ. ಟೈಪ್‌ರೈಟರ್ ಸದ್ದಡಗಿತು. ಮೆಲ್ಲನೆದ್ದು ಒಳಗೆ ನಡೆದಳು.

ಯಾರೊಂದಿಗೂ ಫೋನ್‌ನಲ್ಲಿ ಮಾತಾಡುತ್ತಿದ್ದ ಶ್ರೀನಿವಾಸಮೂರ್ತಿಗಳು ಇತ್ತ ಗಮನಹರಿಸಲು ನಿಮಿಷಗಳೇ ಬೇಕಾಯಿತು.

"ಅಖಿಲಾ, ಇಲ್ಲಿನ ಕೆಲ್ಸ ನೀನು ಮ್ಯಾನೇಜ್ ಮಾಡಿಕೊಳ್ಳೋ ಹಾಗಿದ್ರೆ... ಚಿದಂಬರಂ ಷೋ ರೂಂಗೆ ಷಿಫ್ಟ್ ಮಾಡೋ ಯೋಚ್ನೇ ಇದೆ" ಎಂದರು ನಿಧಾನವಾಗಿ. ಆ ಕ್ಷಣ ಅವಳಿಗೆ ಏನು ಹೇಳಬೇಕೋ ತಿಳಿಯಲಿಲ್ಲ. ಇಡೀ ಕೆಲಸ ಮ್ಯಾನೇಜ್ ಮಾಡುವುದೆಂದರೆ ಪಿ.ಎ. ಆಗಿ ಕೆಲಸ ಮಾಡಬೇಕು. ಹೊಸಬಳಾದ ತಾನು... ಎಷ್ಟು ಸಮರ್ಥಳು? ಸ್ವಲ್ಪ ಹಿಂಜರಿದಳು. ಅದನ್ನು ಶ್ರೀನಿವಾಸಮೂರ್ತಿಗಳು ಅರ್ಥಮಾಡಿಕೊಂಡರು.

"ಓ.ಕೆ. ಟೇಕ್ ಯುವರ್ ಓನ್ ಟೈಮ್. ಆದ್ರೆ... ಆ ಕೆಲ್ಸ ನಿಮ್ದೇ. ಚಿದಂಬರಂ ಅಂಥ ಎಕ್ಸ್‌ಪೀರಿಯನ್ಸ್ ಹ್ಯಾಂಡ್‌ನ ಅಗತ್ಯ ಷೋ ರೂಂಗೆ ಇದೆ. ಯು ಕೆನ್ ಗೋ..." ಮತ್ತೆ ಫೋನೆತ್ತಿಕೊಂಡರು.

ಬಾಗಿಲಲ್ಲಿ ಎದುರಾದದ್ದು ಚಿದಂಬರಂ. ಅವರಿಗೆ ಹೆಂಗಸರ ಕೆಲಸದ ಬಗ್ಗೆ ಯಾವಾಗಲೂ ಅನುಮಾನವೇ. ಪದೇ ಪದೇ ಕುಟುಕುತ್ತಿದ್ದರು.

"ಇಷ್ಟೆಲ್ಲ ಮಾತಾಡೋ ನೀವು, ನಮ್ಮಷ್ಟು ಸಿಂಪಲ್ಲಾಗಿ ಬನ್ನಿ, ನೋಡೋಣ. ಕನ್ನಡಿ ಮುಂದೆ ನಿಂತು ಅಲಂಕರಿಸಿಕೊಳ್ಳೋಕೆ ಗಂಟೆಯಾದ್ರೂ... ಸಾಲ್ದು. ಸೀರೆ, ಕಾಸ್ಮಾಟಿಕ್ಸ್, ಬ್ಯೂಟಿ ಪಾರ್ಲರ್ ಬಗ್ಗೆ ಜಂಬ ಕೊಚ್ಚೋ ನಿಮ್ಮಂಥವ್ರಿಂದ... ಏನು

ಸಾಧನೆ!" ತಾತ್ಸಾರ ಇರುತ್ತಿತ್ತು. ಅವರ ಸ್ವರದಲ್ಲಿ ಇಲ್ಲಿ ಕೆಲಸ ಮಾಡುವ ಸರೋಜ, ಶಾಲಿನಿ, ಭಾರ್ಗವಿ, ನಿರ್ಮಲಾ ಅವರಿಗೆಲ್ಲಾ ಅಷ್ಟಕ್ಕಷ್ಟೆ. ಆದರೆ ಇದನ್ನು ಒಪ್ಪುತ್ತಿದ್ದುದು ಕಾತ್ಯಾಯಿನಿ ಮಾತ್ರ. "ಅವ್ರ ಮಾತುಗಳಲ್ಲಿ ಖಂಡಿತ ಸತ್ಯವಿದೆ. ತನ್ನ ಪ್ರತಿಭೆ, ಪ್ರಬುದ್ಧತೆಯಿಂದ್ಲೇ ಹೆಣ್ಣು ಮೇಲೇರಬಹುದು. ಅಂಥ ಪ್ರಯತ್ನ ಎಷ್ಟು ಜನ ಮಾಡ್ತಾ ಇದಾರೆ? ಇಲ್ಲಿಗೆ ಬರೋ ನಿಮ್ಮಿಷ್ಟು ಜನರಲ್ಲಿ ಯಾರ್ಗೆ ಕೆಲ್ಸದ ಮೇಲೆ ಶ್ರದ್ಧೆ ಇದೆ. ಮ್ಯಾಚಿಂಗ್ ಬ್ಲೌಸ್, ಹೇರ್ ಸ್ಟೈಯಿಲ್...." ಇವರುಗಳ ಅಲಂಕಾರವನ್ನೆಲ್ಲ ಎತ್ತಿ ಹಂಗಿಸುತ್ತಿದ್ದರು.

ದುರುದುರು ನೋಡಿದ ಚಿದಂಬರಂ "ಟೈಪಾದ ಲೆಟರ್‌ಗಳ್ನ ನನ್ನ ಟೇಬಲ್ಲಿಗೆ ಕಳ್ಸಿ" ಎಂದ. ಮೌನವಾಗಿ ತಲೆದೂಗಿದಳು ಅಖಿಲಾ.

ಸೀಟ್‌ಗೆ ಬಂದ ಕೂಡಲೇ ಸರೋಜ ಸಿಡುಗುಟ್ಟಿದಳು.

"ಅಖಿಲಾ ಅವ್ನ ಟೇಬಲ್ಲಿಗೆ ನೀನ್ಯಾಕೆ ಪೇಪರ್‌ಗಳ್ನ ಕಳಿಸ್ಬೇಕು! ಚೆನ್ನಾಗಿ ದಬಾಯಿಸ್ಬೇಕಿತ್ತು!" ಅವಳ ಮಾತಿಗೆ ಅಖಿಲಾ ಯಾವುದೇ ಪ್ರತಿಕ್ರಿಯೆ ವ್ಯಕ್ತಪಡಿಸಲಿಲ್ಲ.

ಇನ್ನಷ್ಟು ಟೇಪಾಗಬೇಕಾದ ಪೇಪರ್‌ಗಳು ಬಂದುಬಿದ್ದವು, ಅಖಿಲಾ ಟೇಬಲ್ಲಿಗೆ. ಎಲ್ಲರು ನಿಡುಸುಯ್ದರು. ಅಖಿಲಾ ಬರುವ ಮುನ್ನ ಈ ಕೆಲಸವನ್ನೆಲ್ಲ ಚಿದಂಬರಂ ಮಾಡುತ್ತಿದ್ದ. ಈಗ ಬರೀ ಓಡಾಟವೇ ಆಗಿತ್ತು.

ಲಂಚ್ ಬ್ರೇಕ್ ಸಮಯವಾದರೂ ಅವಳ ಕೆಲಸ ಮುಗಿಯಲಿಲ್ಲ. ಸರೋಜ ರೇಗಿದಳು.

"ನಿಂಗೇನು ಎಕಸ್ಟ್ರಾ ಸಂಬ್ಳ ಕೊಡೋಲ್ಲ! ಅಥ್ವಾ ಈ ಕಂಪನಿ ಭಾಗಾಂಶದಲ್ಲಿ ನಿಂಗೇನು ಶೇರ್ ಇಲ್ಲ. ಮತ್ಯಾಕೆ... ದುಡಿಮೆ!" ಅವಳ ತೋಳಿಡಿದು ಜಗ್ಗಿದಳು.

"ಈ ಪೇಪರ್ಸ್ ಎಲ್ಲಾ ಬೇಗ ರೆಡಿ ಮಾಡೋಕೆ ಹೇಳಿದ್ದಾರೆ. ಇನ್ನೇನು.... ಮುಗೀತು" ಮತ್ತೊಂದು ಪೇಪರ್ ಕೈಗೆತ್ತಿಕೊಂಡಾಗ ಸರೋಜ ಹಣೆಗಟ್ಟಿಸಿಕೊಂಡಳು. "ಯುವರ್... ಪೆಟ್" ತನ್ನ ಡಬ್ಬಿ ಹಿಡಿದುಹೋದಳು.

ಅನಿರೀಕ್ಷಿತವಾಗಿ ಬಂದ ಸುಭಾಷ್ ಗಕ್ಕನೆ ನಿಂತ. ಅಖಿಲಾ ಪೂರ್ತಿ ತನ್ನ ಕೆಲಸದಲ್ಲಿ ಮಗ್ನವಾಗಿದ್ದಳು. ಹಣೆಯ ಮೇಲೆ ಸ್ವೇದ ಬಿಂದುಗಳು ಆದರೆ ಮುಖದಲ್ಲಿ ಆಯಾಸದ ಲಕ್ಷಣಗಳಿಲ್ಲ.

ಫ್ಯಾನ್ ಸ್ವಿಚ್ ಒತ್ತಿದವನು ಅವಳ ಟೇಬಲ್ಲು ಬಳಿ ಹೋಗಿ ನಿಂತ. ಅವಳ ತನ್ಮಯತೆ ಅವನನ್ನು ಹಿಡಿದಿಟ್ಟಿತು.

"ಮಿಸ್ ಅಖಿಲಾ..." ಬೆಚ್ಚಿಬಿದ್ದಳು. ದಡಬಡಿಸಿಕೊಂಡು ಎದ್ದು ನಿಂತಳು. ಅಂದಿಗೂ, ಇಂದಿಗೂ ಏನೇನೂ ಬದಲಾವಣೆ ಇಲ್ಲ. "ಈಗ ಲಂಚ್ ಬ್ರೇಕ್. ನೀವು ಈಗ ಕೆಲ್ಸ ಮಾಡೋ ಅಗತ್ಯವಿಲ್ಲ. ಟೇಕ್... ರೆಸ್ಟ್" ಛೇಂಬರ್‌ಗೆ ಹೋದ.

ಅವನು ಆಫೀಸ್, ಷೋರೂಂಗಳ ನಡುವೆ ಓಡಾಡುತ್ತಿದ್ದನು. ಇಲ್ಲಿನ ಪೂರ್ತಿ

ಕೆಲಸ ಶ್ರೀನಿವಾಸಮೂರ್ತಿಗಳೇ ನೋಡುತ್ತಿದ್ದರು. ಆದ್ದರಿಂದ ಅವನು ಇಲ್ಲಿಗೆ ಬರುತ್ತಿದ್ದುದು ಅಪರೂಪವೇ.

ಏರ್‌ಕಂಡೀಷನರ್ ಆನ್ ಮಾಡಿ ಸೀಟಿಗೆ ಒರಗಿದ. ತುಂಬು ನೀರವತೆ ಹಾಯೆನಿಸಿತು. ನಿಧಾನವಾಗಿ ಕಣ್ಮುಚ್ಚಿಕೊಂಡ. ಲಂಚ್ ಬ್ರೇಕ್ ಯಾರೂ ಡಿಸ್ಟರ್ಬ್ ಮಾಡುವ ಹಾಗಿರಲಿಲ್ಲ.

"ಸರ್..." ರೂಮ್ ಬಾಯ್. ಮುಖ ಕೆಂಪಗೆ ಮಾಡಿದ. "ಇನ್ನರ್ಧ ಗಂಟೆ ಯಾರ್ಬಂದ್ರೂ... ಡಿಸ್ಟರ್ಬ್ ಮಾಡ್ಬೇಡ" ಅವನು ಸ್ಪ್ರಿಂಗ್ ಡೋರ್‌ನಿಂದ ತಲೆ ಹೊರಕ್ಕೆ ಎಳೆದುಕೊಂಡ.

ಸುಧಾ ಒರಟಾಗಿ ಬಾಗಿಲನ್ನ ಹಿಂದಕ್ಕೆ ದೂಡಿ ಬಂದಳು. ಇನ್ನು ಶಾಲೆಯ ಯೂನಿಫಾರಂನಲ್ಲಿಯೇ ಇದ್ದಳು. ಅಸಾಧ್ಯವಾದ ಕೋಪ ಬಂದಿದೆಯೆಂದು ಅವನಿಗೆ ನೋಡಿದ ಕೂಡಲೇ ಅರಿವಾಯಿತು. ಉಕ್ಕುವ ಪ್ರೀತಿಗೆ ಕಡಿವಾಣ ಹಾಕಿದ.

"ಯಾಕೆ... ಬಂದಿದ್ದು?" ಸ್ವರದಲ್ಲಿ ಬಲವಂತದ ಒರಟು ತುರುಕಿದ. ಸುಧಾ ಆ ಟೇಬಲ್ಲು ಲೆಟರ್‌ಪಾಡ್, ಫೈಲುಗಳನ್ನೆಲ್ಲ ನಿಮಿಷದಲ್ಲಿ ಚೆಲ್ಲಾಡಿಬಿಟ್ಟಳು. ಅವಾಕ್ಕಾದ.

ಶಿಸ್ತಿನಿಂದ ಕೂಡಿದ ರೂಮು ಕ್ಷಣದಲ್ಲಿ ಅಸ್ತವ್ಯಸ್ತಗೊಂಡ. ಮುಖ್ಯವಾದ ಕಾಗದ ಪತ್ರಗಳೆಲ್ಲ ಹಾರಾಡಿದವು. ಒಂದಿಂಚು ಚಲಿಸಲಿಲ್ಲ ಸುಭಾಷ್.

"ಮುಗೀತಾ? ಮತ್ತೇನಾದ್ರೂ... ಇದ್ರೆ... ನೋಡು" ಕ್ರಾಪನ್ನ ಹಿಂದಕ್ಕೆ ತಳ್ಳಿ ಅವಳ ರಟ್ಟೆ ಹಿಡಿದು ಹೊರಗೆ ಕರೆದೊಯ್ದು ಕಾರಿನಲ್ಲಿ ಕೂರಿಸಿ ಡ್ರೈವರಿಗೆ ಸನ್ನೆ ಮಾಡಿದ "ಮನೆಗೆ... ಕರ್ಕೊಂಡ್ಹೋಗಪ್ಪ"

ಅಷ್ಟರಲ್ಲಿ ಗೋಪಾಲರಾಯರು ಓಡಿ ಬಂದರು. ರೂಮ್ ಬಾಯ್ ಒಳಗಿನ ಹಗರಣವನ್ನು ಅವರಿಗೆ ಮುಟ್ಟಿಸಿದ.

"ಸ್ವಲ್ಪ... ಬನ್ನಿ" ಒಳಗೆ ಕರೆದೊಯ್ದ.

ಅವರಿಬ್ಬರಿಗೂ ಅರ್ಧ ಗಂಟೆಯೇ ಬೇಕಾಯಿತು ಒಂದು ಸ್ಥಿತಿಗೆ ತರಲು. ಎರಚಾಟದಲ್ಲಿ ಕೆಲವು ಮುಖ್ಯವಾದ ಪತ್ರಗಳೆಲ್ಲ ದುಸ್ಥಿತಿಗೆ ಇಳಿದಿದ್ದವು.

"ಈ ವಿಷ್ಯ ಭಾವನಿಗೆ ತಿಳ್ಯೋದ್ಬೇಡ!" ಹೊರಗೆ ಬಂದವನು ಗೋಪಾಲರಾಯರನ್ನು ಜೊತೆಯಲ್ಲಿ ಕರೆದೊಯ್ದ.

ಇತ್ತೀಚೆಗೆ ಲಕ್ಷ್ಮಿ ಶ್ರೀನಿವಾಸಮೂರ್ತಿಗಳ ಮಧ್ಯೆ ಸದಾ ಹಗರಣ. ಯಾವಾಗಲೂ ಮಗಳ ಪರವೇ ಶ್ರೀನಿವಾಸಮೂರ್ತಿಗಳು. ಕೆಲವೊಮ್ಮೆ ಸುಭಾಷ್ ಬಗ್ಗೆಯೂ ಬೇಸರಗೊಳ್ಳುತ್ತಿದ್ದರು.

"ಅವ್ಳು ಮೊದ್ಲು ಇದ್ದಂಗೆ ಇರೋಕೇನು!" ಎಂದಾಗ ಲಕ್ಷ್ಮಿ ಹಾರಾಡಿಬಿಡುತ್ತಿದ್ದಳು. "ನಿಮ್ಗೆ ಸ್ವಲ್ಪ ಕೂಡ ಕಾಮನ್ ಸೆನ್ಸ್ ಇಲ್ಲ. ಅವ್ಳು ತೀರಾ ಮಗುವಾಗಿದ್ದಾಗ ಮಾಡಿದ್ದೆಲ್ಲ ಚೆನ್ನ. ಈಗ ಹಾಗೇ ನೋಡೋಕಾಗುತ್ತ! ಅವ್ಳ ಬುದ್ಧಿ ಬೆಳೆಯಲಿಲ್ಲಾಂದ್ರೆ... ನಿಮ್ಮ

ಬುದ್ಧಿ ಬೆಳೆಯೋದ್ಬೇಡ್ವಾ!" ಇಂಥ ಸವಾಲುಗಳು ಕೇಳಿ ಕೇಳಿ ಅವನಿಗೆ ರೋಸಿಹೋಗಿತ್ತು.

ಅನಿಲ್‌ಗೆ ಅರ್ಥವಾದಷ್ಟು ಸುಧಾಗೆ ಅರ್ಥವಾಗದೇ? ತನ್ನ ಊಟ ತಾನೇ ಮಾಡುತ್ತಿದ್ದ. ಷೂಗೆ ಲೇಸು ಕೂಡ ಅವನು ಕಟ್ಟಿಕೊಳ್ಳುವಾಗ ಸುಧಾ ತಂದು ಅವನ ಮುಂದೆ ಹಾಕುತ್ತಿದ್ದಳು.

"ನಂಗೆ ಹೊತ್ತಾಯ್ತು. ಬೇಗ ಹಾಕು" ಅವನ ಮುಂದೆ ಕಾಲಿಡುತ್ತಿದ್ದಳು. ಹಿಂದಿನ ದಿನ ರೋಸಿ ಎತ್ತಿ ಎಸೆದಿದ್ದ. "ಪುನಃ ಇಲ್ಲಿಗೆ ಬಂದ್ರೆ... ನಿನ್ಕಾಲು ಮುರೀತೀನಿ" ಗದರಿಸಿದ್ದ. ಅಂದೆಲ್ಲ ಬರೀ ರಾದ್ಧಾಂತವೆ.

ಕಾರು ಹೋಟೆಲ್ ಶಾಂತಲಾ ಮುಂದೆ ನಿಂತಾಗ ಗೋಪಾಲರಾಯರು ಚಕಿತರಾದರು.

"ನೀವು ಮನೆಗೆ ಊಟಕ್ಕೆ ಹೋಗೋಲ್ವಾ?" ನಸುನಕ್ಕ ಸುಭಾಷ್ ಕೀ ತೆಗೆದುಕೊಳ್ಳುತ್ತ "ಇವತ್ತು ಇಲ್ಲೇ ಊಟ ಮಾಡೋಣ."

ಗೋಪಾಲರಾಯರು ಗಾಬರಿಯಾದರು. ಇನ್ನು 'ಸುಭಾಷ್ ಗಾರ್ಮೆಂಟ್ಸ್' ಬಾಲ್ಯಾವಸ್ಥೆಯಲ್ಲಿದ್ದಾಗಲೇ ಬಂದು ಅಲ್ಲಿ ಕೆಲಸಕ್ಕೆ ಸೇರಿದವರು. ಸುಭಾಷ್ ತಂದೆ ತೀರಿಹೋದರೂ ಅವರ ಸ್ಥಾನಕ್ಕೇನು ಚ್ಯುತಿ ಬಂದಿರಲಿಲ್ಲ. ಶ್ರೀನಿವಾಸಮೂರ್ತಿ, ಸುಭಾಷ್ ಕೂಡ ಅವರನ್ನ ಗೌರವದಿಂದಲೇ ಕಾಣುತ್ತಿದ್ದರು.

ಏರ್‌ಕಂಡಿಷನರ್ ಸ್ಪೆಷಲ್ ರೂಂ ಹೊಕ್ಕಾಗ ಪೂರ್ತಿ ಖಾಲಿಯಾಗಿಯೆ ಇತ್ತು. ಸಿಂಕ್‌ನಲ್ಲಿ ಕೈ ತೊಳೆದು ಬಂದ ಸುಭಾಷ್ ಮುಖ ಮೇಲೆತ್ತಿ ಉಸಿರೆಳೆದುಕೊಂಡ.

"ನನ್ನ ಊಟ ಆಗಿತ್ತು. ಒಂದ್ಚೂರು ಮೊಸರನ್ನ ಸಾಕು. ವಯಸ್ಸಾದ್ಮೇಲೆ ಜೀರ್ಣಶಕ್ತಿ ಕಮ್ಮಿ" ಕೂತ ಗೋಪಾಲರಾಯರು ಹೇಳಿದರು.

"ಪರ್ವಾಗಿಲ್ಲ, ನಿಮ್ಗೆ ಎಷ್ಟು ಸೇರುತ್ತೋ ಅಷ್ಟು ಮಾಡಿ" ಎಂದವನು ನೀರಿನ ಲೋಟ ಕೈಗೆತ್ತಿಕೊಂಡ. ಅವನ ಮುಖ ಮತ್ತಷ್ಟು ಗಂಭೀರವಾಯಿತು. "ಇವತ್ತು ಸುಧಾ ಮಾಡಿದ ರಂಪಾಟ... ನೋಡಿದ್ರಲ್ಲ, ನಿಮ್ಗೆ ಏನನ್ನಿಸುತ್ತೆ?" ಗೋಪಾಲರಾಯರು ಏನಾದರೂ ಹೇಳಲು ಹಿಂಜರಿದರು. 'ತಮಗೆ ಮಕ್ಕಳಿಲ್ಲ. ಅಂಥದ್ದರಲ್ಲಿ ಸುಧಾ ಬಗ್ಗೆ ಏನು ಹೇಳಲು ಸಾಧ್ಯ?'

ಅವರ ಕಷ್ಟವನ್ನು ಅರ್ಥಮಾಡಿಕೊಂಡ ಸುಭಾಷ್ ಅರೆನಕ್ಕ. "ನಿಮ್ಗೆ ಹೇಳೋಕೆ ಸಂಕೋಚದ ಜೊತೆ, ಹಿಂಜರಿಕೆ ಕೂಡ..." ಎಂದ.

ಅಷ್ಟರಲ್ಲಿ ಬೇರರ್ ತಟ್ಟೆ, ಬಟ್ಟಲುಗಳಲ್ಲಿ ಊಟ ತಂದಿಟ್ಟು ಹೋದ. ಎಲ್ಲಾ ಪಕ್ಕಕ್ಕೆ ಸರಿಸಿದ ಸುಭಾಷ್ ಅನ್ನಕ್ಕೆ ತಿಳೀ ಸಾರು ಹಾಕಿ ಕಲೆಸಿದ.

ಮೇಲೆತ್ತಿದ ತುತ್ತು ಕೆಳಗಿಳಿಯಿತು. "ಸುಧಾ ಸ್ವಭಾವದಿಂದ ಮನೆ ನೆಮ್ಮದಿಯೇ ಕದಡಿದೆ. ಶಾಂತವಾಗಿದ್ದ ಸಂಸಾರದಲ್ಲಿ ಅಲ್ಲೋಲ ಕಲ್ಲೋಲ! ಬರೀ ಜಗಳದಿಂದ್ಲೇ ಬೆಳಗಾಗುತ್ತೆ, ಜಗ್ಳದಿಂದೇ ದಿನದ ಮುಕ್ತಾಯ ಕೂಡ. ಇದು ಎಷ್ಟು ದಿನ? ಸುಧಾನ

ರಮಿಸಿದ್ದೂ ಆಯಿತು, ಬುದ್ಧಿ ಹೇಳಿದ್ದೂ ಆಯಿತು. ಏನೇನು ಬದಲಾಗಿಲ್ಲ! ಅದೇ ಸ್ವಭಾವ! ಅವ್ರ ಪ್ರತಿಯೊಂದು ಕೆಲ್ಸಾನೂ ನಾನೇ ಮಾಡ್ಬೇಕು ಅನ್ನೋದೇ ಅವ್ರ ಹಟ. ಇದು ಮುಂದುವರಿಯೋದು ಅಕ್ಕನಿಗೆ ಇಷ್ಟವಿಲ್ಲ!" ಬಹಳ ನಿಧಾನವಾಗಿ ಅವರಿಗೆ ವಿವರಿಸಿದ. ಸದ್ಯಕ್ಕೆ ಅವರಿಗಿಂತ ಹಿತೈಷಿಗಳು, ಹಿರಿಯರು ಅವನಿಗೆ ಕಾಣಲಿಲ್ಲ.

ಆಗಾಗ ಅಥವಾ ಅಪರೂಪಕ್ಕೊಮ್ಮೆ ಗೋಪಾಲರಾಯರು ಆ ಮನೆಗೆ ಭೇಟಿ ಕೊಡುತ್ತಿದ್ದರೂ ಇದು ಅವರ ಗಮನಕ್ಕೆ ಬಂದೇ... ಇತ್ತು!

"ಈಗ ನಮ್ಮ ಭಾವನಿಗೆ ನೀವೊಂದಿಷ್ಟು ಬುದ್ಧಿವಾದ ಹೇಳ್ಬೇಕು!" ಕೈ ತೊಳೆದ. ಗೋಪಾಲರಾವ್ ತಲೆ ಬಿಸಿಯಾಯಿತು. "ಹೇಗೆ... ಸಾಧ್ಯ? ವ್ಯವಹಾರದ ವಿಷಯದಲ್ಲಿ ನನ್ನಿಂದ ಅವ್ರು ಎಷ್ಟೋ ಸಲಹೆ ಪಡೆದಿರಬೇಕು. ಇದು ತೀರಾ ವೈಯಕ್ತಿಕ ಅದರಲ್ಲೂ ಅವ್ರು ಅತಿಶಯವಾಗಿ ಪ್ರೀತಿಸೋ ಮಗಳಿಗೆ ಸಂಬಂಧಪಟ್ಟದ್ದು. ಹೇಗೆ ಹೇಳೋದು?" ಪೇಚಾಡಿಕೊಂಡರು. ಆದರೆ ಸುಭಾಷ್ ನಿರ್ಧಾರ ಅಚಲವಾಗಿತ್ತು. "ಸದ್ಯಕ್ಕೆ ಈ ಕೆಲ್ಸ ನೀವೊಬ್ರೇ ಮಾಡಲು ಸಮರ್ಥರು!" ಎಂದವನು ಮೇಲಕ್ಕೆದ್ದ. "ಪ್ಲೀಸ್, ಡೂ ದಿಸ್ ವರ್ಕ್"

ಅಷ್ಟರಲ್ಲಿ ಲಕ್ಷ್ಮಿ ಒಂದೆರಡು ಬಾರಿ ಆಫೀಸ್‌ಗೆ, ಇದ್ದ ಷೋ ರೂಂಗಳಿಗೆಲ್ಲ ಫೋನ್ ಮಾಡಿ ಸಾಕಾದರು.

"ಬಡಿಸ್ಲಾ..." ಎಂದು ಬಂದ ಪಾರ್ವತಮ್ಮನಿಗೆ "ನೀವು ಮನೆಗೆ ಹೋಗಿ. ನಾನು ಸುಭಾಷ್ ಬಂದ್ಮೇಲೆ ಒಟ್ಟಿಗೆ ಊಟ ಮಾಡ್ತೀನಿ" ಎಂದವರೆ ತಮ್ಮ ಕೋಣೆಯ ಕಡೆ ನಡೆದರು. ಸಂಜೆಯವರೆಗೂ ಹೊರಬರಲಿಲ್ಲ.

ಸುಭಾಷ್ ಮನೆಗೆ ಬಂದಾಗ ಸಂಜೆಯ ಆರು ಮುಖ ತೊಳೆದು ಉಡುಪು ಬದಲಾಯಿಸಿ ಸುಮ್ಮನೆ ಕೂತ.

"ತಗೋ... ಕಾಫೀ" ಬಂದ ಲಕ್ಷ್ಮಿ ಕಾಫಿ ಅವನ ಮುಂದಿಟ್ಟು ಕೂತರು. ತಣ್ಣಗೆ ನೋಟವೆತ್ತಿದವನು ಗಾಬರಿಯಾದ. ಕೆಂಪಗೆ ಬಾತಿದ ಕೆನ್ನೆಗಳು. "ಇಷ್ಟೊಂದು ಅಳೋಕೆನಾಯ್ತು?" ಈ ಮಾತಿಗಾಗಿಯೇ ಕಾಯುತ್ತಿರುವಂತೆ ಲಕ್ಷ್ಮಿ ಜೋರಾಗಿ ಅತ್ತುಬಿಟ್ಟರು. ಕ್ಷಣ ತಬ್ಬಿಬ್ಬಾದ? ಹೇಗೆ ಸಮಾಧಾನಿಸುವುದು?

"ಮೈ ಗಾಡ್! ಒಪ್ಪತ್ತು ತಮ್ಮ ಊಟಕ್ಕೆ ಬರದಕ್ಕೆ ಇಷ್ಟೊಂದು ರಾದ್ಧಾಂತ? ನಾನೇನು ಇನ್ನು ಮಗೂನಾ?" ಸಮಾಧಾನಿಸತೊಡಗಿದಾಗ ಅವನ ಭುಜದ ಮೇಲೆ ತಲೆಯಿಟ್ಟು ಮತ್ತಷ್ಟು ಅತ್ತರು ಲಕ್ಷ್ಮಿ.

ಅಷ್ಟರಲ್ಲಿ ಅನಿಲ್ ಬಂದಿದ್ದರಿಂದ ಅಳು, ಮಾತುಗಳಿಗೆ ಕಡಿವಾಣ ಬಿತ್ತು.

"ಬೇಗ ಡ್ರೆಸ್ ಮಾಡ್ಕೋ, ಅನಿಲ್. ಹೊರ್ಗಡೆ ಹೋಗೋಣ" ಅವನ ಕೆನ್ನೆ ತಟ್ಟಿದ. ಮುದ್ದಾದ ಹುಡುಗ, ಓಡಿದವನು ಹಿಂದಕ್ಕೆ ಬಂದ "ಐಸ್ ಕ್ರೀಮ್ ಕೊಡುಸ್ತಿಯೋ"

"ಓ... ಕೆ..." ಎಂದ.

ಮುಖ ತೊಳೆದು ಡ್ರೆಸ್ ಮಾಡಿಕೊಂಡು ಬಂದ. ಲಕ್ಷ್ಮಿ ಮಗಳಿಗಾಗಿ ಕಾದರು.

"ಯಾಕೆ.... ಬರ್ಲಿಲ್ಲ?" ಚಡಪಡಿಸಿದರು.

ಮೇಲಕ್ಕೂ, ಕೆಳಕ್ಕೂ ನೋಡಿದವ ಪ್ಯಾಂಟ್ ಜೇಬಿನಲ್ಲಿ ಕೈ ತೂರಿಸಿ ಸುಮ್ಮನೆ ನಿಂತ. ಅವಳ ಫ್ರೆಂಡ್ಸ್‌ಗಳ ಮನೆಯಲ್ಲೆಲ್ಲ ಹುಡುಕಾಡಿ ಕರೆ ತರಬೇಕು. ಅದಕ್ಕೆ ಇವನೇ ಹೋಗಬೇಕು. ಆಗಾಗ ಅವಳು ಮಾಡುತ್ತಿದ್ದ ಪ್ಲಾನ್.

ಮುಖ ಗಂಟಿಕ್ಕಿದ ಸುಭಾಷ್ "ಅವಳ ಫ್ರೆಂಡ್ಸ್ ಮನೆಯಲ್ಲಿ ಇರ್ತಾಳೆ. ಡ್ರೈವರ್‌ಗೆ ಗೊತ್ತಿರುತ್ತೆ. ಕಳ್ಸಿ ಕೊಡ್ಲಾ?" ಲಕ್ಷ್ಮಿಗೆ ಏನೂ ತೋಚಲಿಲ್ಲ. ಇಂಥ ಸಂದರ್ಭಗಳಲ್ಲಿ ಆಫೀಸ್, ಷೋರೂಂ ಬಿಟ್ಟು ಓಡುತ್ತಿದ್ದ ಸುಭಾಷ್. ಇಂದಂತೂ ಅವನು ಹೋಗಲು ಸಿದ್ಧವಾಗಲಿಲ್ಲ.

"ಹಾಗೇ ಮಾಡು" ಎಂದ ಲಕ್ಷ್ಮಿ ಸೋತವರಂತೆ ಕೂತಾಗ "ಡ್ರೈವರ್‌ನ ಕಳ್ಸಿ ಕೊಡ್ತೀನಿ. ನಾನು ಹಾಗೆ ಅನಿಲ್‌ನ ಕರ್ಕೊಂಡ್ಹೋಗ್ತೀನಿ" ಎಂದವನೆ ಡ್ರೈವರ್‌ಗೆ ವಿವರಿಸಿ ಅನಿಲ್‌ನ ಬೈಕ್ ಮೇಲೆ ಕೂಡಿಸಿಕೊಂಡು ಹೊರಟ.

ಅವಳ ಬಗ್ಗೆ ಪ್ರೀತಿ, ಆತಂಕವೆಲ್ಲಾ ಇದ್ದರೂ ಸ್ವಲ್ಪ ಮನಸ್ಸು ಬಿಗಿಹಿಡಿಯಬೇಕಾದ ಅಗತ್ಯವಿತ್ತು. ಸದಾ ಲಕ್ಷ್ಮಿಯ ಕಣ್ಣೀರಿಗೆ ಕಾರಣವಾಗುವ ಅವಳನ್ನು ದ್ವೇಷಿಸುವಂತಾಗುತ್ತಿತ್ತು ಅವನಿಗೆ.

ಷೋ ರೂಂ ತಲುಪಿದಾಗ ಎಂಟರ ಸುಮಾರು, ಇನ್ನರ್ಧ ಗಂಟೆಯಲ್ಲಿ ಮುಚ್ಚುವ ವ್ಯವಸ್ಥೆ. ಅಲ್ಲಿ ಕೌಂಟರ್‌ನಲ್ಲಿ ಕೂಡುತ್ತಿದ್ದವನು ಶ್ರೀನಿವಾಸ ಮೂರ್ತಿಗಳ ದೂರದ ಸಂಬಂಧಿ, ಹಣ ಎಣಿಸುತ್ತಿದ್ದವನು ಎದ್ದು ನಿಂತ.

"ಸಂಜೆ... ಬ್ಯಾಂಕ್‌ಗೆ ಕ್ಯಾಷ್ ಕಳ್ಸಿ ಆಯ್ತಾ?" ಎಂದ. ನಿಂತವನು ನಮ್ರವಾಗಿ, "ಆಯ್ತು, ಆಮೇಲಿನ ಕ್ಯಾಷ್ ಮತ್ತು ಬಿಲ್‌ಗಳ್ನ ಟ್ಯಾಲಿ ಮಾಡ್ತಾ ಇದ್ದೆ" ಡ್ರಾಯರ್‌ನೊಳಗಿಟ್ಟು ಕೀಯನ್ನು ಸುಭಾಷ್‌ಗೆ ಒಪ್ಪಿಸಿದವನು ಕ್ಷಣ ಸುಮ್ಮನೆ ನಿಂತ, "ಹಬ್ಬದ ಅಡ್ವಾನ್ಸ್.... ಈ ಸಲ ಯಾರ್ಗೂ ಇಲ್ಲಾಂದ್ರೂ" ಎಂದು ಶುರು ಮಾಡುವ ವೇಳೆಗೆ ಉಳಿದವರು ಕೂಡ ಬಂದು ಅಲ್ಲಿ ಸೇರಿದರು. ಎಲ್ಲರ ಕಂಗಳಲ್ಲು ಆಸೆ. ತಟಕ್ಕನೆ ಏನು ಹೇಳಲು ಇಷ್ಟಪಡಲಿಲ್ಲ. "ಓ.ಕೆ. ನಾಳೆ ಯಾವ್ದು ಫೈನಲೈಜ್ ಮಾಡೋಣ. ಇಲ್ಲಾಂತ ಅನ್ನೋಕು ಏನೋ ರೀಸನ್ ಇರುತ್ತೆ. ನಾನು ರಾತ್ರಿ ಮಾತಾಡ್ತೀನಿ" ಭರವಸೆ ಕೊಟ್ಟ.

ಅನಿಲ್ ಕಣ್ಣರಳಿಸಿ ಸಾಲು ಸಾಲಾಗಿ ಜೋತು ಹಾಕಿದ್ದ ಸಿದ್ಧ ಉಡುಪುಗಳನ್ನು ನೋಡುತ್ತಿದ್ದ. ಅವನು ಇಲ್ಲಿಗೆ ಬರುತ್ತಿದ್ದುದು ಅಪರೂಪವೇ. ಎಂದಾದರೂ ಸುಭಾಷ್ ಮಾತ್ರ ಕರೆತರಬೇಕು.

"ಮಾವಾ..." ಅವನ ಕೈ ಹಿಡಿದ "ಹೋಗೋಣ" ಎತ್ತಿಕೊಂಡು ಹೊರಗೆ ಬರುವ ವೇಳೆಗೆ ಶ್ರೀನಿವಾಸಮೂರ್ತಿಗಳ ಕಾರು ಬಂತು. "ಭಾವಾ... ನಾನು ಹೋಗ್ಲಾ?" ಎಂದ. ಸೋತವರಂತೆ "ಹ್ಞೂ" ಗುಟ್ಟಿದರು.

ಹೋಟೆಲ್, ಪಾರ್ಕ್ ಸುತ್ತಾಡಿಸಿಕೊಂಡು ಮನೆ ತಲುಪುವ ವೇಳೆಗೆ ಹತ್ತು ಗಂಟೆ.

ಮಂಕಾಗಿ ಕೂತಿದ್ದ ಲಕ್ಷ್ಮಿಯನ್ನು ನೋಡಿದ ಕೂಡಲೇ ಆತಂಕದಿಂದ ಪ್ರಶ್ನಿಸಿದ, "ಸುಧಾ... ಎಲ್ಲಿ?" ಅವಳ ಕೋಣೆಯತ್ತ ಕೈ ತೋರಿಸಿ ಸುಮ್ಮನಾದಳು. ಮುಖದ ಮುಂದೆ ಪೇಪರ್ ಹಿಡಿದ ಶ್ರೀನಿವಾಸಮೂರ್ತಿಗಳು ದುರುದುರು ನೋಡಿದರು ಹೆಂಡತಿಯ ಕಡೆ, ಅನಿಲ್‌ನ ಸುತ್ತಾಡಿಸೋಕೆ ಕರ್ಕೊಂಡ್ಹೋಗೋ... ಬದ್ಲು, ಅವಳನ್ನೇ ಕರ್‍ಕೊಂಡ್ಬರಬಹುದಿತ್ತು. ಆಗ ಇಷ್ಟೆಲ್ಲ ರಂಪ, ರಾಮಾಯಣ ಆಗ್ತಾ ಇರ್ಲಿಲ್ಲ"

ಹಣೆ ಗಟ್ಟಿಸಿಕೊಂಡಳು ಲಕ್ಷ್ಮಿ.

"ಅವ್ಳು ಮಾತ್ರವಲ್ಲ, ನಿಮ್ಮನ್ನ ಕೂಡ ಸೈಕಿಯಾಟ್ರಿಸ್ಟ್ ಹತ್ರ ಕರ್ಕೊಂಡ್ಹೋಗ್ಬೇಕು. ಅನಿಲ್‌ಗೆ ಇರೋ ಬುದ್ಧಿ ಅವ್ಳಿಗೆ ಬೇಡ್ವಾ! ರಮಿಸೋದು, ಲಾಲಿಸೋದು, ಪಾಲಿಸೋಕು ಒಂದು ವಯಸ್ಸಿನ ಮಿತಿ ಇರುತ್ತೆ. ಈಗ ಅವ್ಳ ವಯಸ್ಸೆಷ್ಟು?" ವಾದಕ್ಕೆ ಇಳಿದಾಗ ಮಾಮೂಲಿನಂತೆ ಎದ್ದುಹೋದರು ಶ್ರೀನಿವಾಸಮೂರ್ತಿಗಳು.

ಕೋಣೆಯಿಂದ ಸುಭಾಷ್ ಒಬ್ಬನೇ ಹೊರಬಂದ.

"ನಾನು ಅನಿಲ್‌ನ ಕರ್ಕೊಂಡ್ಹೋದೇಂತ ಅವ್ಳಿಗೆ ಕೋಪ. ಸದ್ಯಕ್ಕೆ ನನ್ಕೈಲಿ ಸಮಾಧಾನ ಮಾಡೋಕ್ಕಾಗೋಲ್ಲ!" ತನ್ನ ಕೋಣೆಯತ್ತ ನಡೆದವನು ನಿಂತ. "ಅಕ್ಕ, ನಂಗೆ ಊಟ ಬೇಡ. ಬಹುಶಃ ಅನಿಲ್ ಕೂಡ ಮಾಡೋಲ್ಲ. ನೀವುಗಳು... ಮಾಡ್ಬಿಡಿ" ಬಟ್ಟೆ ಬದಲಾಯಿಸಿ ದೀಪ ಆರಿಸಿ ಮಲಗಿಬಿಟ್ಟ.

ಈಗಲೂ ಸುಧಾ, ಅನಿಲ್ ಅವನ ಅಕ್ಕಪಕ್ಕವೇ ಮಲಗುತ್ತಿದ್ದರು. ಅವನಿಗೂ ಅಭ್ಯಾಸವಾಗಿತ್ತು. ಈಚೆಗೆ ಕಿರಿಕಿರಿಯೆನಿಸುತ್ತಿತ್ತು.

ಸದ್ದಾಗದಂತೆ ಒಳಗೆ ಬಂದ ಅನಿಲ್ ಬೋಲ್ಟ್ ಹಾಕಿ ಅವನ ಪಕ್ಕ ಮಲಗಿದ.

"ಬರೀ... ಹಟ!" ಎಂದ ಅನಿಲ್.

ಯಾರನ್ನ ಉದ್ದೇಶಿಸಿ ಅವನು ಹೇಳಿದ್ದು ಎನ್ನುವುದನ್ನು ಕೂಡ ಅರ್ಥೈಸಿಕೊಳ್ಳಲು ಸುಭಾಷ್ ಇಷ್ಟಪಡಲಿಲ್ಲ. ಹೊರಗಿನ ಮಾತುಕತೆಗಳಿಗೆಲ್ಲ ಅವನು ಕಿವುಡಾಗಿದ್ದ.

ಬೆಳಿಗ್ಗೆ ಜಾಗಿಂಗ್‌ಯಿಂದ ಬಂದವನೆ ತಿಂಡಿಗೆ ಕೂಡ ಕಾಯದೆ ಹೋಟೆಲ್‌ನಲ್ಲಿ ಮುಗಿಸಿ ಷೋರೂಮು ಬಳಿ ಬಂದ. ಬೆಳಗಿನ ಹೊಂಬಿಸಿಲು ತುಂಬ ಹಿತಕರವಾಗಿತ್ತು.

ಚಿದಂಬರಂ ಏದುಸಿರು ಬಿಡುತ್ತ ಬಂದರು.

"ಸರ್, ಒಂದು ವಿಷ್ಯ... ಗೋಪಾಲರಾಯರು ನೆನ್ನೆ ಸಂಜೆ ಬಿದ್ದರಂತೆ ಈಗ ತಾನೇ ನ್ಯೂಸ್ ಸಿಕ್ತು. ಒಂದ್ಹತ್ತು ನಿಮಿಷ ಪರ್ಮಿಷನ್... ಬೇಕು" ಎರಡು ಮೆಟ್ಟಲು ಹತ್ತಿದವನು ಕೆಳಗಿಳಿದ "ನಾನು... ಬರ್ತೀನಿ" ಕಾರಿನತ್ತ ನಡೆದ.

ಅವರಿಬ್ಬರನ್ನು ಹೊತ್ತ ಕಾರು ಗೋಪಾಲರಾಯರ ಮನೆಯ ಮುಂದೆ ನಿಂತಾಗ

ಮೊದಲು ಕಣ್ಣಿಗೆ ಬಿದ್ದವಳು ಅಖಿಲಾ. ಅದೇ ಸಾಂಪ್ರದಾಯಿಕ ಚೆಲುವು. ಕೃತಕತೆಯ ಸೋಂಕಿಲ್ಲದಂತೆ ಹೊಚ್ಚ ಹೊಸದಾಗಿ ಹೊಳೆಯುತ್ತಿತ್ತು.

ತುಟಿಗಳ ಮಾತನ್ನು ಕಣ್ಣುಗಳೇ ನಿವೇದಿಸಿಕೊಂಡವು. ಮನದಲ್ಲೇ ನಕ್ಕ ಸುಭಾಷ್. 'ಕಣ್ಣು ಎಷ್ಟು ಸ್ಪಷ್ಟವಾಗಿ ಮಾತನಾಡಬಲ್ಲವು. ಅದಕ್ಕೆ ಅವಳು ನಾಲಿಗೆಯ ಉಪಯೋಗ ಕಡೆಗಾಣಿಸಿರಬೇಕು' ಎಂದುಕೊಂಡ.

ಮಂಚದ ಮೇಲೆ ಮಲಗಿದ್ದ ಗೋಪಾಲರಾಯರ ಕೈಗೆ ಪಟ್ಟಿ ಬಿಗಿದು ಕುತ್ತಿಗೆಗೆ ನೇತುಹಾಕಿದ್ದರು. ನೋಡಿದ ಕೂಡಲೇ ಏಳಲು ಪ್ರಯತ್ನಿಸಿದರು.

"ಬೇಡ... ಬೇಡ..." ಅಲ್ಲಿದ್ದ ಸ್ಟೂಲ್ ಎಳೆದುಕೊಂಡು ತಾನೇ ಅವರ ಮಂಚದ ಬಳಿ ಕೂತ, "ಹೇಗಾಯ್ತು?" ಮೆಲ್ಲಗೆ ಪ್ರಶ್ನಿಸಿದ. ಆಗಲೂ ಅವರ ಮುಖದ ಮೇಲೆ ಸಂಕೋಚದ ನೆರಳಾಡಿತು. "ಅಂಥ ಪ್ರಮಾದದ ಏಟೇನು ಅಲ್ಲ. ಈ ಪಟ್ಟಿ ಇಲ್ದಿದ್ರೆ... ಆಫೀಸ್‌ಗೆ ಬರ್ತಾ ಇದ್ದೆ. ಆಟೋ ತಪ್ಪಿಸಿಕೊಳ್ಳೋಕೆ ಹೋಗಿ ಚರಂಡಿಗೆ ಉಳಿದಿದ್ದು" ಯಾಕೋ ಆ ಪ್ರಕರಣಕ್ಕೆ ಅಷ್ಟು ಹೊತ್ತು ಕೊಡಲು ಇಷ್ಟಪಟ್ಟ ಹಾಗೇ ಕಾಣಲಿಲ್ಲ. ಆ ವಿಷಯವನ್ನು ಸುಭಾಷ್ ಕೂಡ ಅಲ್ಲಿಗೆ ಬಿಟ್ಟು, ಬಿದ್ದ ಪೆಟ್ಟಿನ ಬಗ್ಗೆ ವಿಚಾರಿಸಿದ.

ಹಬೆಯಾಡುವ ಬಿಸಿಬಿಸಿ ಕಾಫಿಯನ್ನು ಸ್ಟೀಲ್ ಲೋಟಗಳಲ್ಲಿ ಹೊತ್ತು ತಂದಳು ಅಖಿಲಾ.

"ತಗೊಳ್ಳಿ, ಇಡೀ ರಾತ್ರಿ ಈ ಹುಡ್ಗೀ ನಿದ್ದೆ ಮಾಡಿಲ್ಲ" ಪ್ರೀತಿಯಿಂದ ಅಖಿಲಾ ಅತ್ತ ನೋಡಿದರು ಗೋಪಾಲರಾಯರು. ಆ ಕ್ಷಣ ಅವರ ಕಣ್ಣುಗಳು ಹೊಳೆಯುತ್ತಿದ್ದವು. ಅವರಿಗಿಲ್ಲದ ಸಂತಾನವನ್ನು ಅವಳ ರೂಪದಲ್ಲಿ ಕಾಣಲು ಯತ್ನಿಸಿದಂತೆ ಕಂಡರು.

ಚಿದಂಬರಂ ಮೇಲೆದ್ದಾಗ ನೆನಪಿಸಿಕೊಂಡವರಂತೆ ಗೋಪಾಲರಾಯರು ಹೇಳಿದರು.

"ಅಖಿಲಾ, ನಿಂಗೂ ಹೊತ್ತಾಗುತ್ತೆ, ಹೋಗು. ಅಪರೂಪಕ್ಕೆ ಬಂದಿದ್ದಾರೆ ನಮ್ಮ ಸಾಹುಕಾರರು. ಇನ್ನು ನಾಲ್ಕು ಮಾತು ಆಡ್ತೀನಿ" ಸುಭಾಷ್ ಬೆಚ್ಚಿದವನಂತೆ ಅವರೆಡೆ ಬಗ್ಗಿದ, "ನೀವೇಕೆ ಹೀಗೆಲ್ಲ ಮಾತಾಡ್ತೀರಾ! ಹೊರ್ಗಿನ ಫಾರ್ಮಾಲಿಟೀಸ್ ಹೇಗಾದ್ರೂ ಸಾಯ್ಲಿ. ನಾನು ನಿಮ್ಮ ಮಗ್ನ ಸಮಾನ"

ಗೋಪಾಲರಾಯರ ಎದೆ ತುಂಬಿ ಬಂತು. ಮುಖ ಬೇರೆಡೆ ತಿರುಗಿಸಿಕೊಂಡು ಕಣ್ಣೀರು ತೊಡೆದುಕೊಂಡರು.

ಅಖಿಲಾ ಅವರ ಮುಂದೆ ನಿಂತವಳು ನಿಧಾನವಾಗಿ ಹೊರಗೆ ಸರಿದುಹೋದಳು. ಸದ್ದುಗದ್ದಲವಿಲ್ಲದೆ ಬಾನಂಚಿನಲ್ಲಿ ಬಿಳಿಯ ಮೋಡವೊಂದು ಸರಿದು ಹೋದಂತಾಯಿತು. ನಕ್ಕುಬಿಟ್ಟ ಸುಭಾಷ್.

"ನಿಮ್ಮ ಅಖಿಲಾ ಲೇಡೀಸ್ ಬಗ್ಗೆ ನಂಗೆ ಇದ್ದ. ಅಭಿಪ್ರಾಯನ ಬದಲಾಯ್ಸಿಬಿಟ್ಲು.

ಷೋರೂಂನಲ್ಲಿರೋ ಆರು ಜನ ಆಡೋ ಮಾತು ನೂರು ಮಂದಿ ಪುರುಷರು ಕೂಡ ಆಡಲಾರರು. ಅವೆಲ್ಲ ಬರೀ ಕೆಲ್ಸಕ್ಕೆ ಬಾರದವೆ! ಪ್ರತಿಯೊಂದು ಚಲನಚಿತ್ರದ ಹೀರೋ, ಹೀರೋಯಿನ್, ಅವು ತೊಟ್ಟ ಬಟ್ಟೆ, ಧರಿಸಿದ ವಿಗ್ ಎಲ್ಲಾ ಇದೇ ತರಹ ಕಾಮೆಂಟ್ಸ್" ಬೇಸರದಿಂದ ಆಡಿದ ಅದಕ್ಕೆ ಕಾರಣವಿತ್ತು.

ಷೋ ರೂಂನಲ್ಲಿ ಸೇಲ್ಸ್ ಗರ್ಲ್ಸ್ ಆಗಿ ಕೆಲ್ಸ ಮಾಡುತ್ತಿದ್ದರಲ್ಲಿ ಇಬ್ಬರು ಮಾತ್ರ ವಿವಾಹಿತರು. ಮಿಕ್ಕವರು ಕನಸಿನ ಪ್ರಪಂಚದಲ್ಲಿ ತೇಲುತ್ತಿದ್ದ ಲಲನೆಯರು.

ಗೋಪಾಲರಾಯರ ಮುಖದ ಮೇಲೆ ಗೆರೆಗಳು ಮತ್ತಷ್ಟು ಆಳವಾದವು. ಅಖಿಲಾ ಬಗ್ಗೆ ನಾಲ್ಕು ಮಾತುಗಳು ಹೇಳಬೇಕೆನಿಸಿತು.

"ಅವ್ಳು ಹುಟ್ಟಿ, ಬೆಳೆದಿದ್ದು ಎದುರು ಮನೆಯಲ್ಲೇ" ಎಂದ ಕೂಡಲೇ ಅವನ ಕತ್ತು ಪಕ್ಕಕ್ಕೆ ಹಾರಿ ಮುಂದಿನ ಕಿಟಕಿಯಿಂದ ನೋಟ ಹೊರಹಾರಿತು. ಹಳೆಯ ಕಾಲದ ಮನೆ. ಮುಂದೇ ಬರೀ ಹೂಗಿಡಗಳೇ ಬೆಳೆದುಕೊಂಡಿತ್ತು.

"ಈಗ ಆರು ತಿಂಗ್ಳು ಕೆಳಗೆ ಅಖಿಲಾ ತಾತ ಸತ್ತುಹೋದ್ರು" ಅವರ ಗಂಟಲು ಭಾರವಾಯಿತು. ಅವನ ನೋಟ ಹಿಂದಕ್ಕೆ ಮರಳಿತು. "ಈಗ ಆ ಮನೆಯಲ್ಲಿ ಯಾರೂ ವಾಸವಿದ್ದ ಹಾಗೆ ಕಾಣೋಲ್ಲ" ಅವನ ನಿರೀಕ್ಷೆಯನ್ನು ನಿಜ ಮಾಡಿದರು. "ಹೌದು ಯಾರಿಲ್ಲ! ಅದ್ನ ಬಾಡಿಗೆಗೆ ಕೊಡೋ ಮಾತಾಡ್ತಾ ಇದ್ದಾನೆ ಅವ್ಳ ತಂದೆ" ಅವನ ಕಣ್ಣುಗಳಲ್ಲಿ ತೀಕ್ಷ್ಣತೆ ಹೆಚ್ಚಿತು. ಅವರು ಮಾತನಾಡುವುದು ಬೇಡವೆನಿಸಿದರೂ ಅವನಿಗೆ ಕುತೂಹಲ ಇತ್ತು.

ಕೈ ಎಳೆದು ಸರಿಯಾಗಿ ಎದೆಯ ಮೇಲಿಟ್ಟುಕೊಂಡವರು "ತಂದೆ, ಚಿಕ್ಕಮ್ಮ ಇಬ್ಬರು ತಂಗಿಯರು ಎಲ್ಲಾ ಇದ್ದಾರೆ. ಆದ್ರೆ..." ಅವರ ಗಂಟಲು ಒತ್ತಿ ಬಂತು. "ಈಗ ಅವ್ರು ಹಾಕೋ ಒಂದು ತುತ್ತು ಅನ್ನಕ್ಕೆ ಈ ಹುಡ್ಗೀ ಕೆಲ್ಸಕ್ಕೆ ಸೇರಬೇಕಾಗಿದೆ. ಆ ಮನುಷ್ಯ ಓದು, ಬರಹದ ಜೊತೆ ಜಗತ್ತಿನ ಒಳ್ಳೆಯದನ್ನೆಲ್ಲಾ ಅವ್ಳ ತಲೆಯಲ್ಲಿ ತುರುಕಿದ. ಮನಸ್ಸು ಹೃದಯ ಸುಂದರ ಉದ್ಯಾನವನ್ನಾಗಿ ಮಾಡ್ದ. ಆದ್ರೆ..." ಇನ್ನು ಹೇಳುವುದು ಸುಭಾಷ್‌ಗೆ ಬೇಕಾಗಿರಲಿಲ್ಲ. ಒಂದು ಕ್ಷಣ ಅಖಿಲಾ ಬಗ್ಗೆ ಅವನ ಮನ ಸಹಾನುಭೂತಿಯಿಂದ ತುಂಬಿಹೋಯಿತು.

ಇನ್ನಷ್ಟು ಭಾರವೇರಿದಂತಾಯಿತು ಗೋಪಾಲರಾಯರಿಗೆ. ದೀರ್ಘವಾದ ಉಸಿರೆಳೆದು ದಬ್ಬಿದರು.

"ಅಖಿಲಾ ತಾತ ತುಂಬ ಸಾತ್ವಿಕ, ಮೃದು ಮನುಷ್ಯ. ಬರೋ ಪೆನ್‌ಷನ್‌ನಲ್ಲಿ ಒಂದು ತುತ್ತು ತಿಂದ್ಕೊಂಡು ಮೊಮ್ಮಗಳನ್ನು ಓದಿಸ್ದ. ಆದರೆ ಆ ಹುಡ್ಗೀ ಕೂಡ... ಲೌಕಿಕಾನುಭವ ಪಡ್ದುಕೊಳ್ಳಲೇ ಇಲ್ಲ. ಅವ್ಳ ಭವಿಷ್ಯದ್ದೇ ಚಿಂತೆ."

ಒಂದು ಕಾದಂಬರಿ ಬೇಗ ಬೇಗ ಮೊಗಚಿದರೂ ಅದರಲ್ಲಿನ ತಿರುಳು ಶಾಶ್ವತವಾಗಿ ಮನದಲ್ಲಿ ನಿಲ್ಲುವಂತೆ ಅವರು ಹೇಳಿದ ವಿಷಯ ಅವನ ಮನದಲ್ಲಿ ನಿಂತುಹೋಯಿತು.

ಅವನು ಮೇಲೆದ್ದಾಗ ಗೋಪಾಲರಾಯರು ಅವನ ಕೈ ಹಿಡಿದುಕೊಂಡರು. "ಅವ್ಳ ಅಪ್ಪ ಕೂಡ ಅವ್ಳ ಬಗ್ಗೆ ಯೋಚಿಸಲಾರೆ. ಅವಳ ಒಳ್ಳೆಯ, ಮೃದು ಸ್ವಭಾವದಿಂದ ಏನಾದ್ರೂ ತಪ್ಪು... ಮಾಡಿದ್ರೂ..." ಅವರು ಹಿಡಿದ ಕೈಮೇಲೆ ತನ್ನ ಕೈಯಿಟ್ಟ ಭರವಸೆ ತುಂಬುವಂತೆ: "ನೀವೇನು ಯೋಚ್ನೆ... ಮಾಡ್ಬೇಡಿ. ಹೇಗೂ ತಾತನ ನೆರಳು ಬಿಟ್ಟು ಹೊರ್ಗಡೆ ಬಂದಿದ್ದಾಳೆ. ಆಫೀಸ್‌ನಲ್ಲಿ ಬರೀ ಹೆಂಗಳೆಯರ ಗುಂಪೇ. ಆದಷ್ಟು ಬೇಗ ಅಖಿಲಾನ ಸರಿ ಮಾಡ್ತಾರೆ."

ವನಜಮ್ಮ ಬಂದು ಅಡಿಗೆ ಮನೆಯ ಹೊರ ಬಾಗಿಲಲ್ಲಿ ನಿಂತರು.

"ನೋಡೋಕೆ ಮಂಕಾಗಿ ಕಂಡ್ರೂ... ಬೆಲೆ ಕಟ್ಟಲಾರ್ದ ವಜ್ರ ಅಖಿಲಾ. ಅವ್ಳ ನೋವು ನಲಿವು, ಸುಖ ದುಃಖನ ಜನರೊಂದಿಗೆ ಹೇಳ್ದಿದ್ರೂ... ಗಿಡ ಮರ, ಮೋಡ, ಆಕಾಶ, ನಕ್ಷತ್ರಗಳೊಂದಿಗೆ ಹಂಚಿಕೋತಾಳೆ" ತಮ್ಮ ಎರಡು ಮಾತುಗಳು ಸೇರಿಸಿದರು ಆಕೆ.

ನಸುನಗುತ್ತ ತಲೆದೂಗಿದ ಸುಭಾಷ್. ಪ್ಯಾಂಟ್ ಜೇಬುಗಳಲ್ಲಿ ಕೈ ತೂರಿಸುತ್ತ ಮನೆಯಲ್ಲಿನ ವಸ್ತುಗಳನ್ನು ಅಳೆದು ನೋಡಿದ. ಅಂದು, ಇಂದಿಗೆ ಯಾವುದೇ ಬದಲಾವಣೆ ಇಲ್ಲ.

"ನಾನು... ಬರ್ತೀನಿ. ಮತ್ತೆ ನೀವು ಷಾಪ್‌ಗೆ ಹೋಗೋದ್ಬೇಡ. ಡಾಕ್ಟ್ರನ್ನ ಕರ್ಕೊಂಡ್ ನಾನೇ ಬರ್ತೀನಿ" ಒತ್ತಿ ಹೇಳಿದವನು ಅವರ ಪ್ರತಿಕ್ರಿಯೆಗೆ ಕಾಯದೆ ಹೊರಗೆ ಹೋದ.

ಕಾರು ಸರಿದು ಹೋಗುವ ವೇಳೆಗೆ ವನಜಮ್ಮ ಬಂದು ಬಾಗಿಲಲ್ಲಿ ನಿಂತರು.

* * * *

ಲಕ್ಷ್ಮಿ ಎರಡು ಸಲ ತಮ್ಮನಿಗೆ ಫೋನ್ ಮಾಡಿದಳು. "ನಾವು ಹೊರಟಿದ್ದೀವಿ. ಹತ್ತು ನಿಮಿಷದಲ್ಲಿ ನೀನು ದೇವಸ್ಥಾನದ ಹತ್ತಿರ ಇರು."

"ಓ.ಕೆ." ಎಂದು ಫೋನ್ ಇಟ್ಟಿದ್ದ.

ಕೌಂಟರ್‌ನಲ್ಲಿ ಕೂತಿದ್ದ ದೇವಯ್ಯನಿಗೆ ತಿಳಿಸಿ ಹೊರಬಂದ. ವಿಪರೀತ ರಷ್. ಸೇಲ್ಸ್ ಸೆಕ್ಷನ್‌ನಲ್ಲಿ ಮಾತು, ಓಡಾಟ.

ಹೊರಗೆ ಪಾರ್ಕ್ ಮಾಡಿದ್ದ ಕಾರು ಹತ್ತಿದಾಗ ಸರಿಯಾಗಿ ಆರಕ್ಕೆ ಹತ್ತು ನಿಮಿಷವಿತ್ತು.

"ಮತ್ತೆ ಫೋನ್ ಬಂದಿದೆ" ದೇವಯ್ಯ ಓಡಿ ಬಂದ. "ಹೊರಟ್ರೂಂತ... ಹೇಳು" ಒಳಗೆ ತೂರಿದ. ಕಾರು ತಿರುಗಿದ್ದು ಮಹಾಲಕ್ಷ್ಮಿಯ ದೇವಸ್ಥಾನದ ಕಡೆ. ಕಾರ್ತೀಕ ಮಾಸದ ಪ್ರತಿ ಸೋಮವಾರ, ಶುಕ್ರವಾರಗಳಲ್ಲಿ ದೀಪೋತ್ಸವ. ಇಡೀ ದೇವಸ್ಥಾನದ ಪ್ರಾಂಗಣವೆಲ್ಲ ದೀಪಗಳಿಂದ ತುಂಬಿಹೋಗುತ್ತೆ. ಒಂದು ರೀತಿಯ ವಿನೂತನ ಸೊಬಗು, ಶಾಂತಿ, ಸಂಭ್ರಮಭರಿತ ವಾತಾವರಣ.

ಅವನ ಕಾರು ನಿಂತಾಗ ಇನ್ನು ನಾಲ್ಕಾರು ಕಾರುಗಳು ನಿಂತಿದ್ದವು. ಫಿಯೆಟ್

ಕಾರಿನಲ್ಲಿ ಬಗ್ಗಿ ನೋಡಿದ. ಸ್ವಲ್ಪ ಹಳೆಯ ಮಾಡೆಲ್. ಅದನ್ನೇ ಹೆಚ್ಚಾಗಿ ಶ್ರೀನಿವಾಸಮೂರ್ತಿಗಳು ಉಪಯೋಗಿಸುತ್ತಿದ್ದುದು.

ದೂರದಲ್ಲಿ ನಿಂತಿದ್ದ ಡ್ರೈವರ್ ವೇಲು ಓಡಿ ಬಂದ. "ಒಳಗಡೆ ಇದ್ದಾರೆ, ಸಾರ್" ಮಾತಾಡದೆ ಒಳ ನಡೆದ. ಚಪ್ಪಲಿ ಕಾರಿನಲ್ಲೇ ಇದ್ದುದರಿಂದ, ಮತ್ತೊಮ್ಮೆ ನಿಲ್ಲುವ ಹಾಗಿರಲಿಲ್ಲ.

ಆದರೆ ಸ್ವಲ್ಪ ಹಿಂದೆಯೇ ಅವನ ಪಾದಗಳು ತಟಸ್ಥವಾದವು. ನೋಟ ಅಚಲವಾಯಿತು. ಮುಂದಿನ ಮೆಟ್ಟಲುಗಳು ಮೇಲಿದ್ದ ದೀಪಗಳನ್ನ ಬಗ್ಗಿ ಹಚ್ಚುತ್ತಿದ್ದಳು ಅಖಿಲಾ. ಮಂದ ದೀಪಗಳ ಪ್ರಕಾಶದಲ್ಲಿ ಅವಳ ಸೌಮ್ಯಮುಖ ಫಳಫಳ ಹೊಳೆಯುತ್ತಿತ್ತು. ಹೆಣ್ಣಿನ ಚೆಲುವೇ ಮೂರ್ತಿವೆತ್ತು ಬಂದಂತೆ ಕಂಡಿತು. ಆ ಮಂಕು ಎನ್ನಿಸಿಕೊಳ್ಳುವ ಮುಖದಲ್ಲಿ ಇಂದು ವಜ್ರದ ಹೊಳಪಿತ್ತು. ಇಂದು ಕೂಡ ಸಾದಾ ಅಲಂಕಾರವೇ. ದಪ್ಪ ಜಡೆಯಲ್ಲಿ ಒಂದು ಚೂರು ಮಲ್ಲಿಗೆ ಹೂವಿತ್ತು. ಉಟ್ಟಿದ್ದಿದು ಬಣ್ಣ, ಸೊಬಗು ಕಳೆದುಕೊಂಡ ರೇಶಿಮೆಯ ಸೀರೆ. ತನ್ನ ಕೆಲಸದಲ್ಲಿ ಪೂರ್ಣವಾಗಿ ತಲ್ಲೀನಳಾಗಿದ್ದಳು.

ಸುತ್ತಲೂ ಅಲ್ಲಲ್ಲಿ ಯುವತಿಯರು, ಸಣ್ಣ ಹುಡುಗಿಯರು, ವಯಸ್ಸಾದ ಹೆಂಗಸರೂ ಕೂಡ ದೀಪಗಳನ್ನು ಹಚ್ಚುತ್ತಿದ್ದರು. ಹುಡುಗನಾಗಿದ್ದಾಗಿನಿಂದ ಇಂಥ ವೈಭವವನ್ನು ನೋಡಿಕೊಂಡೇ ಬಂದಿದ್ದ. ಇಂದು ಅತಿಶಯವಾಗಿತ್ತು.

"ಅರೆ ಮಾವ, ಇಲ್ಯಾಕೆ ನಿಂತೆ?" ಸುಧಾ ಬಂದು ಅವನ ಕೈ ಹಿಡಿದಾಗ ನೋಟ ಅವಳತ್ತ ಹೊರಳಿತು. ಕಣ್ಣರಳಿಸಿದ "ವಾಟ್ ಎ ಬ್ಯೂಟಿ! ಬೆಳಿಗ್ಗೆ ಸ್ಕರ್ಟ್‌ನಲ್ಲಿ ಪುಟ್ಟ ಹುಡ್ಗಿಯ ಹಾಗೆ ಕಾಣ್ತಾ ಇದ್ದವ್ಳು... ಸಂಜೆ... ಹೊತ್ಗೆ" ಅಣಕಿಸಿ ಅವಳ ಕೈ ಹಿಡಿದು ನಡೆದ. ಉದ್ದ ಜರಿಯ ಲಂಗ ಹಾಕಿ ಅಭ್ಯಾಸವಿಲ್ಲದ ಸುಧಾ ಲಂಗದ ನೆರಿಗೆಗಳನ್ನು ಕೈಯಲ್ಲಿ ಎತ್ತಿಹಿಡಿದೇ ನಡೆಯುತ್ತಿದ್ದಳು.

ಇಡೀ ದೇವಸ್ಥಾನದಲ್ಲಿ ಹೂ, ಗಂಧ, ಕರ್ಪೂರದ ಪರಿಮಳದ ಜೊತೆ ಜನರ ಗುಂಪು. ಸುಧಾ ಕೈಹಿಡಿದೇ ಅವನನ್ನು ಎಳೆದೊಯ್ದಳು.

ನಾಲ್ಕು ಅಡಿ ಎತ್ತರದ ಮಹಾಲಕ್ಷ್ಮಿ ಇಡೀ ನಗರದ ಜನರ ದೇವತೆಯಾಗಿದ್ದಳು. ಜಾತಿ, ಕುಲ, ಧರ್ಮಗಳ ಭೇದಭಾವವಿಲ್ಲದೆ ಬರುತ್ತಿದ್ದರು. ಹೊಲಿಗೆ ಕೆಲಸ ಮಾಡುವ ಹುಸೇನ್ ಕೂಡ ಹರಕೆ ಹೊತ್ತು ಕಾರ್ತೀಕ ಮಾಸದಲ್ಲಿ ಎಣ್ಣೆಯ ಬಟ್ಟಲಿಡಿದು ಬಂದು ಪ್ರಾಂಗಣದಲ್ಲಿ ದೀಪ ಹಚ್ಚಿ ಹೋಗುತ್ತಿದ್ದ.

ಅವನೆಡೆ ನೋಡಿದ ಶ್ರೀನಿವಾಸಮೂರ್ತಿಗಳು ನಸುನಕ್ಕರು. "ಸದ್ಯ.... ಬಂದೇ! ನಿಮ್ಮಕ್ಕ ಇಷ್ಟು ಹೊತ್ತು ಹಿಂದೆ ಬರೋ ಜನಾನ ಮಾತ್ರ ನೋಡ್ತಾ ಇದ್ಳು. ಇನ್ನು.... ಪರ್ವಾಗಿಲ್ಲ..." ಎಂದರು, ಹೆಂಡತಿಯ ಕಡೆ ನೋಡುತ್ತಾ ಚೇಷ್ಟೆಯಿಂದ.

ಮಂಗಳಾರತಿ ಮುಗಿಸಿಕೊಂಡು ಹೊರಬರುವ ವೇಳೆಗೆ ಅಖಿಲಾ ಬಟ್ಟೆ ಹಿಡಿದು ಎದುರಾದಳು. ತುಂಬು ವಿಗ್ರಹದಂತೆ ಕಂಡಳು. ಆ ಕ್ಷಣ ಹಾಗೇ ನೋಡುತ್ತ ನಿಲ್ಲುವ ಆಸೆಯಾಯಿತು ಸುಭಾಷ್‌ಗೆ.

ಶ್ರೀನಿವಾಸಮೂರ್ತಿಗಳು ಅಖಿಲಾನ ಕರೆದು ಹೆಂಡತಿಗೆ ಪರಿಚಯಿಸಿದರು.

"ನಮ್ಮ ಗೋಪಾಲರಾಯರ ಸಂಬಂಧದ ಹುಡ್ಗಿ" ಬುಟ್ಟಿ ಹಿಡಿದೇ ಕೈ ಜೋಡಿಸಿದಳು ಅಖಿಲಾ. "ಈಗ ನಮ್ಮ ಆಫೀಸ್‌ನಲ್ಲೇ ಕೆಲ್ಸದಲ್ಲಿ ಇದ್ದಾಳೆ. ತುಂಬ... ಜಾಣೆ" ಹೊಗಳಿದರು. ತಕ್ಷಣ ಅವಳ ತಲೆ ತಗ್ಗಿತು.

"ಒಂದ್ಸಲ ನಮ್ಮ ಮನೆಗೆ ಬಾ..." ಲಕ್ಷ್ಮಿ ಆಹ್ವಾನ ಕೊಟ್ಟರು. ಗೋಣಾಡಿಸಿದಳು.

ಅನಿಲ್, ಸುಧಾ, ಸುಭಾಷ್ ಕಾರಿಗೆ ಹತ್ತಿಕೊಂಡಾಗ ದಂಪತಿಗಳು ಮಾತ್ರ ಈ ಕಾರಿಗೆ ಬಂದರು. ಲಕ್ಷ್ಮಿ ಕ್ಷಣ ಅನುಮಾನಿಸಿದರು.

"ಡ್ರೈವರ್ ಕಾರು ತಗೊಂಡ್ಹೋಗ್ಲಿ. ನಾವು ಸುಭಾಷ್ ಜೊತೆ ಹೋಗೋಣ" ಹತ್ತಿದ ಶ್ರೀನಿವಾಸಮೂರ್ತಿಗಳು ಕೆಳಗಿಳಿದರು. "ಐ... ಆಗ್ರೀಡ್" ಒಂದು ತರಹ ಹೇಳಿದರು.

ಸ್ಟಾರ್ಟ್ ಮಾಡಿದ್ದ ಕಾರನ್ನು ನಿಲ್ಲಿಸಿದ ಸುಭಾಷ್. ಎರಡು ಕೈ ಬೆಸೆದು ನೆಟಿಕೆಗಳನ್ನು ಮುರಿದ. ಅವನ ಕಣ್ಮುಂದೆ ಹಣತೆ ಹಚ್ಚುತ್ತಿರುವ ಅಖಿಲಾಳ ಚಿತ್ರವೇ. ಮುದಗೊಂಡಿತು ಅವನ ಮನ.

"ಸುಭಾಷ್, ಕನಸು ಕಾಣ್ತಾ ಇದ್ದೀಯಾ" ಲಕ್ಷ್ಮಿ ಅಂದಾಗ ರೋಡ್‌ನತ್ತ ಗಮನಹರಿಸಿದವನು ಹಿಂದಕ್ಕೆ ತಿರುಗಿದ. "ಹೇಗೂ ಎಲ್ಲಾ ಹೊರಟಿದ್ದೀವಿ. ಗೋಪಾಲರಾಯರ ಮನೆಗೆ ಹೋಗಿ ಮಾತಾಡಿಸ್ಬಹ್ದು!" ಅವನ ಒಂದು ಕೈ ಸ್ಟೀರಿಂಗ್ ವ್ಹೀಲ್ ಮೇಲೆಯೇ ಇತ್ತು. ಕಣ್ಣಲ್ಲಿಯೇ ಮಡದಿಯತ್ತ ತೋರಿಸಿದರು. "ಸದ್ಯಕ್ಕೆ ಹೇಳಿದಂಗೆ ಕೇಳೋ ಗಂಡ ಮಾತ್ರ."

ಅಷ್ಟರಲ್ಲಿ ಸುಧಾ ಮಧ್ಯೆ ಬಾಯಿ ಹಾಕಿದಳು.

"ನೋ... ನೋ... ಎಲ್ಲಿಗೂ ಬೇಡ. ನಾನು ಐಸ್‌ಕ್ರೀಂ ತಿನ್ನಬೇಕು" ಅವಳ ಮಾತಿನಲ್ಲಿ ಲಕ್ಷ್ಯವಹಿಸಿದವನಂತೆ ಕಾರು ಸ್ಟಾರ್ಟ್ ಮಾಡಿದವನು ಅವ್ಳ ಕೆನ್ನೆಯ ಬಳಿ ಬಗ್ಗಿ "ಮೊದ್ಲು ಅವ್ರ ಮನೆಗೆ ಹೋಗೋಣ, ಆಮೇಲೆ ಐಸ್‌ಕ್ರೀಂ" ರಮಿಸುವ ದನಿಯಲ್ಲಿ ಹೇಳಿದ. ತಟ್ಟನೇ ಅವನ ಕೈ ಹಿಡಿದು ಜಗ್ಗಿದಳು. ಬ್ಯಾಲೆನ್ಸ್ ತಪ್ಪಿ ಪಕ್ಕದ ಕಟ್ಟಡಕ್ಕೆ ಹೋಗಿ ಗುದ್ದಿತು.

ಗ್ಲಾಸ್ 'ಫಳ್' ಅಂದಿದ್ದು ಮಾತ್ರ ಕೇಳಿಸಿತು ಅವನಿಗೆ. ಹಿಂದಿನ ಸೀಟಿನಲ್ಲಿದ್ದ ಲಕ್ಷ್ಮಿ ಶ್ರೀನಿವಾಸಮೂರ್ತಿ ಮುಂದಕ್ಕೆ ಸ್ವಲ್ಪ 'ಜಂಪ್' ಆದರೂ ಗಾಯವಾಗದೆ ಪಾರಾಗಿದ್ದರು. ಅವನ ಕಡೆಯ ಬ್ಯಾನೆಟ್‌ಗೆ ಗುದ್ದಿದ್ದರಿಂದ, ಅವನ ಕಾಲು, ಕೈ, ಹಣೆಯೆಲ್ಲ ರಕ್ತಮಯವಾಯಿತು.

ಹಿಂದಿನ ಕಾರಿನಲ್ಲಿದ್ದ ಶ್ಯಾಮಲಾಲ್ ಅಂಡ್ ಕಂಪನಿಯವರು ಅವನನ್ನು ತಮ್ಮ ಕಾರಿಗೆ ವರ್ಗಾಯಿಸಿ "ನಾನು ಕರ್ಕೊಂಡ್ಹೋಗ್ತೀನಿ. ಮೊದ್ಲು ಮಕ್ಳನ್ನ ಸಮಾಧಾನ ಮಾಡಿ" ಎಂದರು. ಆದರೆ ಯಾವ ಗಾಯವಿಲ್ಲದಿದ್ದರೂ ಶ್ರೀನಿವಾಸಮೂರ್ತಿಗಳು ಆ

ಷಾಕ್‌ನಿಂದಲೇ ಚೇತರಿಸಿಕೊಂಡಿರಲಿಲ್ಲ. ಇಂಥ ಪರಿಸ್ಥಿತಿಯಲ್ಲಿ ಲಕ್ಷ್ಮಿಗೆ ದಿಕ್ಕುತೋಚದಂತಾಯಿತು.

"ಸಾರ್, ನಾನ್ಬರ್ತೀನಿ" ಎಂದ ಅಖಿಲಾ "ನಾನು ಸುಭಾಷ್ ಗಾರ್ಮೆಂಟ್ಸ್‌ನಲ್ಲಿ ಸ್ಟೆನೋ ಆಗಿ ಕೆಲ್ಸ ಮಾಡ್ತಾ ಇದ್ದೀನಿ" ಎಂದವಳೇ ಹಿಂದಿನ ಸೀಟಿಗೆ ಹತ್ತಿಕೊಂಡಳು. ಒರಗಿಕೊಂಡ ಅವಳು ಕರ್ಚೀಫ್‌ನಿಂದ ಅವನ ಹಣೆಯನ್ನು ಒತ್ತಿ ಹಿಡಿದಳು. ನೋವಿದ್ದರೂ ಸುಭಾಷ್ ತುಟಿ ಕಚ್ಚಿ ಹಿಡಿದಿದ್ದ.

ನರ್ಸಿಂಗ್‌ಹೋಂನಲ್ಲಿ ಪ್ರಥಮ ಚಿಕಿತ್ಸೆಯ ನಂತರ ಆಪರೇಷನ್ ಥಿಯೇಟರ್ ಒಳಗೆ ಸಾಗಿಸಿದರು. ಅಖಿಲಾಳ ಮೈ ತರತರ ನಡುಗುತ್ತಿತ್ತು. ಶ್ರೀನಿವಾಸಮೂರ್ತಿಗಳು ಮಾತ್ರವಲ್ಲ, ಸುಭಾಷ್ ಕೂಡ ಅವಳನ್ನು ಸರಳವಾಗಿ ನಡೆಸಿಕೊಳ್ಳುತ್ತಿದ್ದರು.

"ನಿಮ್ಗೇ ಓದೋ ಹ್ಯಾಬಿಟ್... ಇಲ್ವಾ!" ಲಂಚ್ ಬ್ರೇಕ್‌ನಲ್ಲಿ ಕಿಟಕಿಯಿಂದ ದೂರದ ಮೋಡಗಳನ್ನು ನೋಡುತ್ತಿದ್ದವಳನ್ನು ಪ್ರಶ್ನಿಸಿದ್ದ ಸುಭಾಷ್ ಕೆಲವು ಸಲಹೆ ಕೊಟ್ಟಿದ್ದ. "ಓದೋ ಅಭಿರುಚಿ ಬೆಳ್ಸಿಕೊಳ್ಳಿ. ಪುಸ್ತಕಗಳು ನಿಮ್ಗೇ ಫ್ರೆಂಡ್ಸ್ ಆಗುತ್ತೆ. ಮೋಡ ಪ್ರಕೃತಿಯ ಸ್ಪಂದಿಸುವ ನಿಮ್ಮಂಥವ್ರು ಸುಲಭವಾಗಿ ಗ್ರಂಥಗಳ ಜೊತೆ ಮಾತಾಡಬಲ್ಲಿರಿ."

ನೆನಪಾದಾಗ ಅವಳೆದೆ ಭಾರವಾಗಿ ಕಣ್ತುಂಬಿ ಬಂತು. ಒಂದು ಮೂಲೆಯಲ್ಲಿ ನಿಂತು ಕಣ್ಣೀರು ಸುರಿಸಿದಳು.

ಶ್ಯಾಮ್‌ಲಾಲ್ ವಾರ್ಡ್‌ಗೆ ತಂದುಹಾಕಿದ ಮೇಲೇನೇ ಮನೆಗೆ ಫೋನ್ ಮಾಡಿದ್ದು.

"ಡೋಂಟ್ ವರಿ, ನಾಲ್ಕೈದು ದಿನ ಇರ್ಬೇಕಾಗ್ಬಹ್ದು. ಬೇಕಾದ್ರೆ ನಿಮ್ಮ ಫ್ಯಾಮಿಲಿ ಡಾಕ್ಟ್ರು ಜೊತೆ ಬಂದು ಡಿಸ್ಚಾರ್ಜ್ ಮಾಡ್ಸಿಕೊಂಡೋಗಿ."

ಆದರೆ ಲಕ್ಷ್ಮಿ ಮಾತನಾಡುವ ಸ್ಥಿತಿಯಲ್ಲೇ ಇರಲಿಲ್ಲ. ಗರಬಡಿದಂತಾಗಿತ್ತು. ಶ್ರೀನಿವಾಸಮೂರ್ತಿಗಳು ಬಂದವರೇ ಸೋಫಾ ಮೇಲೆ ಉರುಳಿಕೊಂಡರು. ದಿಕ್ಕೇ ತೋಚದಂತಾಗಿತ್ತು ಅವರಿಗೆ.

ಅವಳ ಬಳಿ ಬಂದು ನಿಂತ ಶ್ಯಾಮ್‌ಲಾಲ್ ಹೇಳಿದರು.

"ನಿನ್ನ ಹೆಲ್ಪ್ ಆ ಸಮಯದಲ್ಲಿ ಸಿಕ್ಕಿದ್ದು ಒಳ್ಳೆದಾಯ್ತು. ಸುಭಾಷ್ ಅಪಾಯದಿಂದ ಪಾರಾಗಿದ್ದಾನೆ. ನಿನ್ನ ಡ್ರಾಪ್ ಮಾಡಿ ನಾನ್ಹೋಗಿ ಶ್ರೀನಿವಾಸಮೂರ್ತಿ ಹತ್ರ ಮಾತಾಡ್ತೀನಿ."

"ತುಂಬ... ಹತ್ರಾನೇ! ನಾನ್ಹೋಗ್ತೀನಿ" ಸುಭಾಷ್‌ನ ಮಲಗಿಸಿದ್ದ ವಾರ್ಡ್‌ಗೆ ಬಂದಳು. ಹಣೆ, ಕೈಗೆ ಬ್ಯಾಂಡೇಜ್ ಬಿದ್ದಿತ್ತು. ಮಂಪರಿನಲ್ಲೂ ಒಂದು ರೀತಿಯ ನರಳುವಿಕೆ, ನಿಶ್ಶಬ್ದವಾಗಿ ಹೊರಗೆ ಬಂದಳು.

ಅಷ್ಟರಲ್ಲಿ ಚಿದಂಬರಂ, ದೇವಯ್ಯ ಆ ಬಾಗಿಲಿನಿಂದ ಬಂದಾಗ ಇನ್ನೊಂದು ಬಾಗಿಲಿನಿಂದ ಹೊರಬಿದ್ದಳು.

ಮನೆಗೆ ಬಂದಾಗ ಸೀತಮ್ಮ ಅವಳ ಕೈ ನೋಡಿದರು.

"ಬುಟ್ಟಿ, ಬಟ್ಟಲು... ಎಲ್ಲಿ?" ಆ ಕ್ಷಣ ಏನು ಹೇಳಬೇಕೋ ತಿಳಿಯಲಾರದೆ ತಬ್ಬಿಬ್ಬಾದಳು. ಆಕೆ ಹಣೆ ಗಟ್ಟಿಸಿಕೊಂಡರು. "ಬರೀ ಹೈಸ್ಕೂಲ್ ಮೆಟ್ಟಲು ಹತ್ತಿದ ಹೆಣ್ಣು ಮಕ್ಳೇ ಚುರುಕಾಗಿರ್ತಾರೆ. ನೀನೇನು... ಇಲ್ಲಿ!" ಕೈಯಾಡಿಸಿಬಿಟ್ಟರು.

ಅಖಿಲಾ ಕೋಣೆಗೆ ಹೋಗಿ ಬಟ್ಟೆ ಬದಲಾಯಿಸಿದಳು. ಸೀರೆಯ ಅಂಚು, ಸೆರಗಿನ ಮೇಲೆ ರಕ್ತದ ಕಲೆಗಳಿದ್ದವು. ಅವು ಆಕೆಯ ಕಣ್ಣಿಗೆ ಬಿದ್ದಿರಲಿಲ್ಲ. ಅಕಸ್ಮಾತ್ ಬಿದ್ದಿದ್ದರೆ ಆಕೆಯ ಪ್ರಶ್ನೆಗಳಿಗೆ ಉತ್ತರಿಸಲು ಅವಳು ಸಮರ್ಥಳಾಗುತ್ತಿರಲಿಲ್ಲ. ಮನಸ್ಸಿಟ್ಟು ಪದಗಳು ಹುಡುಕಿ ವಾಕ್ಯಗಳನ್ನು ಮಾಡುವುದು ಅವಳಿಗೆ ಕಷ್ಟದ ಕೆಲಸವೇ? ವ್ಯಂಗ್ಯ, ಮೊನಚು, ಕೆದಕಿ ಕೇಳುವ ಮಾತುಗಳಿಗಂತೂ ಅವಳು ಉತ್ತರಿಸಲಾರಳು.

ತೀರಾ ಸೋತವರಂತೆ ಬಂದ ಗಣಪತಿಗಳು ತಮ್ಮ ಬ್ಯಾಗನ್ನು ಗೂಟಕ್ಕೆ ನೇತುಹಾಕಿದರು.

"ಸಾಕು... ಸಾಕಾಯ್ತು! ಸಾಯೋವರ್ಗೂ ದುಡಿಮೆ" ಗೊಣಗುಟ್ಟುತ್ತಲೇ ಬಚ್ಚಲಿಗೆ ಹೋದರು. ಕಾಲ ಮೇಲೆ ನೀರು ಸುರಿದುಕೊಳ್ಳುತ್ತಲೇ ಪ್ರಶ್ನೆಗಳನ್ನು ಶುರು ಮಾಡಿದರು. "ಅಖಿಲಾ ಬಂದ್ಲಾ? ನೀನು ದೇವಸ್ಥಾನಕ್ಕೆ ಹೋಗಿದ್ಯಾ? ಪಾರ್ವತಿಯಿಂದ ಏನಾದ್ರೂ ಪತ್ರ ಬಂತಾ? ಗೋಪಾಲರಾಯರ ಮನೆ ಕಡೇ ಹೋಗಿದ್ಯಾ?"

ಸೀತಮ್ಮನಿಗೆ ಇದೇನು ಹೊಸದಲ್ಲ. ಕೇಳಿಸದವಳಂತೆ ಸುಮ್ಮನಿದ್ದರು.

ಅಖಿಲಾ ಮಣೆ ಹಾಕಿ ತಟ್ಟೆ ಇಟ್ಟು ಉಪ್ಪು, ಉಪ್ಪಿನಕಾಯಿ ಬಡಿಸಿದ ಮೇಲೇನೇ ಸೀತಮ್ಮ ಅನ್ನ, ಹುಳಿ ಹಿಡಿದುಬರುತ್ತಿದ್ದುದು.

ಅನ್ನದ ಡಬ್ಬರಿ ಹಿಡಿದು ಬಂದವರು ಮೌನವಾಗಿ ನಿಂತರು. ಅಲ್ಲಿ ಇದ್ದಿದ್ದು ಒಂದೇ ತಟ್ಟೆ. ತಮ್ಮ ಸ್ವಂತ ಮಕ್ಕಳಿಗಿಂತ ಅಖಿಲಾ ಒಳ್ಳೆಯವಳೆಂದು ಆಕೆಗೆ ಗೊತ್ತು. ಅವಳ ಗಂಭೀರ ಸ್ವಭಾವಕ್ಕೆ ಬೇಸರಪಟ್ಟರೂ ಅವಳಲ್ಲಿ ಮಮತೆ ಇಲ್ಲದಿಲ್ಲ.

"ಅಖಿಲಾ... ಯಾಕೆ ಒಂದೇ ತಟ್ಟೆ ಹಾಕಿದ್ದೀಯಾ!" ಕೋಣೆಯಲ್ಲಿದ್ದ ಅಖಿಲಾ ಬಾಗಿಲಿಗೆ ಬಂದಳು. "ನಂಗೆ... ಹಸಿವಿಲ್ಲ!" ಇದಿಷ್ಟೇ ಅವಳು ಹೇಳಿದ್ದು. ಇನ್ನು ಮತ್ತೆ ಮತ್ತೆ ತಿರುಗಿಸಿ ಕೇಳಿದರೂ ಇಷ್ಟೇ ಉತ್ತರವೆಂದು ಆಕೆಗೆ ಗೊತ್ತು.

ಊಟಕ್ಕೆ ಕೂತ ಗಣಪತಿಗಳು ಕಸಿವಿಸಿಗೊಂಡರು.

"ಯಾಕೆ ಅಖಿಲಾ, ಊಟ ಮಾಡಿಲ್ಲ?"

"ಊಟ ಮಾಡಿಲ್ವಲ್ಲ, ಊಟಕ್ಕೆ ಕೂತಿಲ್ಲ" ಅನ್ನ ಬಡಿಸುತ್ತಲೇ ಆಕೆ ತಿದ್ದಿದ್ದರು. "ಹಸಿವಿಲ್ಲ ಅಂದ್ಲು, ಎಷ್ಟು ಮಾತಾಡಿದರೂ ಅವ್ಳ ನಿರ್ಧಾರವೇನು ಬದಲಾಗೋಲ್ಲ! ಅದ್ಕೇ ಸುಮ್ಮನಾದೆ. ಅಲ್ಲಿಗೆ ಹೋದ್ರೆ ವನಜಮ್ಮ... ಏನಾದ್ರೂ ತಿನ್ನಿಸಿಯೇ ಕಳ್ಸೋದು" ಅನ್ನದ ಮೇಲೆ ಮೂರು ಸೌಟು ಹುಳಿ ಹಾಕಿದರು.

ಮಧ್ಯೆ ಸೀತಮ್ಮ ಒಂದು ಮಾತು ತೆಗೆದರು. "ಬಾಡ್ಗೇ ಅಂದ್ರೆ... ಹಳೆ ಮನೆಗೆ

ಎಷ್ಟು ಕೊಟ್ಟಾರು! ರಿಪೇರಿ ಮಾಡ್ಸಿ ಅಂತಾರೆ! ಅದ್ಕೇ ಎಲ್ಲಿಂದ ತಂದು ಸುರ್ಯೋಣ. ಹಣಾನ! ಅದ್ರ... ಬದ್ಲು ಮಾರಿಬಿಡೋದು... ಒಳ್ಳೇದು."

ಗಣಪತಿಗಳು ಊಟವನ್ನು ಮರೆತವರಂತೆ ಸುಮ್ಮನೆ ಕೂತುಬಿಟ್ಟರು. ಹೆಂಡತಿಯ ಸಲಹೆ ಅವರಿಗೆ ಇಷ್ಟವಾಗಲಿಲ್ಲ.

"ನಾವಾಗಿ ಅಖಿಲಾಗೆ ಏನೂ ಮಾಡ್ಲಿಲ್ಲ. ಕಡೆಗೆ ಇವತ್ತು ಒಂದು ತುತ್ತು ಅನ್ನ ಹಾಕೋಕು... ಅವ್ಳ ಕೈಯಲ್ಲಿ ದುಡ್ಸಿಕೊಳ್ತಾ ಇದ್ದೀವಿ. ಅಂಥದ್ದರಲ್ಲಿ... ಆ ಮನೆ ಅವ್ಳ ಸ್ವತ್ತು. ಮಾರೋ ಅಧಿಕಾರ ನಮ್ಗೆ ಇಲ್ಲವೇ... ಇಲ್ಲ" ಎದ್ದುಬಿಟ್ಟರು.

ಬೆಳಿಗ್ಗೆ ಅಖಿಲಾ ಆಫೀಸ್‌ಗೆ ಹೋಗೋ ವೇಳೆಗೆ ಬರೀ ಅದೇ ಸುದ್ದಿ. ಕೆಲಸ ಮರೆತವರಂತೆ ತಮಗೆ ತೋಚಿದ್ದು ಮಾತಾಡುತ್ತಿದ್ದರು. ಒಬ್ಬರೆ ಬಾಯಿಂದ ಒಬ್ಬರಿಗೆ ಹರಡಿ ಸತ್ಯವೇ ಮುಚ್ಚಿಹೋಗಿತ್ತು.

ಸರೋಜ ತನಗೆ ಪೂರ್ತಿ ವಿಷಯ ಗೊತ್ತಿರುವಂತೆ ಪಿಸುಗುಟ್ಟಿದಳು.

"ಈ ಆಸ್ತಿಯೆಲ್ಲ ಸುಭಾಷ್‌ದೇ. ಅವ್ನಿಗಿರೋ ಧಾರಾಳ ನಾಳೇ ಅವ್ನ ಹೆಂಡತಿಗೆ ಇರುತ್ಯಾ! ಅದ್ಕೇ... ಶ್ರೀನಿವಾಸಮೂರ್ತಿಗಳು ನಡ್ಸಿರೋ ಕರಾಮತ್ತು. ಕಾರಿನಲ್ಲಿದ್ದ ಅವ್ರ ಹೆಂಡತಿ, ಮಕ್ಳಿಗೆ ಬಿಟ್ಟು... ಬರೀ ಅವರೊಬ್ಬರಿಗೆ ಹೇಗೆ ಪೆಟ್ಟಾಯ್ತು!"

ಆಕಸ್ಮಿಕವಾಗಿ ನಡೆದುಹೋದ ಒಂದು ಪ್ರಸಂಗಕ್ಕೆ ಎಲ್ಲ ಸೇರಿ ತಮ್ಮ ಕಲ್ಪನೆಯಲ್ಲಿಯೇ ದೊಡ್ಡ ಕಾರಾಸ್ಥಾನ ನಿರ್ಮಾಣ ಮಾಡಿಬಿಟ್ಟರು. ಅಖಿಲಾ ಸುಮ್ಮನೆ ಕೂತುಬಿಟ್ಟಳು.

ಒಳಗೆ ಬಂದ ಚಿದಂಬರಂ ಗದರಿಕೊಂಡರು.

"ಇದು ಆಫೀಸಾ ಅಥವಾ ಫಿಶ್ ಮಾರ್ಕೆಟ್ಟಾ!"

ಎಲ್ಲರೂ ಅವರವರ ಸೀಟಿಗೆ ಹೋದರು. ಆದರೂ ಆ ದಿನದ ಟೆನ್ಷನ್ ಕಡಿಮೆಯಾಗಿ ಮಾಮೂಲಿಗೆ ಬರಲಿಲ್ಲ. ಲಂಚ್ ಬ್ರೇಕ್‌ನಲ್ಲಿ ಕೆಲವರು ಸಂಜೆ ಕೆಲವರು ನರ್ಸಿಂಗ್ ಹೋಂಗೆ ಹೋಗಿ ಬರಲು ನಿರ್ಧರಿಸಿದರು. ಆದರೆ ಅಖಿಲಾ ತಲೆ ಕೆಡಿಸಿಕೊಳ್ಳಲು ಹೋಗಲಿಲ್ಲ.

ಮೂರರ ಸಮಯದಲ್ಲಿ ಫೋನ್ ಮಾಡಿದ ಲಕ್ಷ್ಮಿ ಅವಳಿಗೆ ಧನ್ಯವಾದ ಅರ್ಪಿಸಿದಳು.

"ಮೆನಿ.... ಮೆನಿ... ಥ್ಯಾಂಕ್ಸ್. ನಿಮ್ಮ ಉಪಕಾರ ಖಂಡಿತ ಮರ್ಯೋಕೆ ಆಗೋಲ್ಲ. ಆ ಕ್ಷಣದಲ್ಲಿ ನಾವೆಲ್ಲ ಇದ್ದು ಕೂಡ ಸುಭಾಷ್ ಪಾಲಿಗೆ ಇಲ್ಲವಾಗಿದ್ದಿ" ಅತ್ತೇ ಬಿಟ್ಟರು. ಹೇಗೆ ಸಂತೈಸುವುದು? "ನಂಗೆ ಹಾಗೆ ಅನ್ನಿಸೋಲ್ಲ! ಬಹುಶಃ ಆ ಸಮಯದಲ್ಲಿ ಯಾರಿದ್ರೂ... ಅದೇ ಸ್ಥಿತಿಯಲ್ಲಿ ಇರ್ತಾ ಇದ್ರು" ನವಿರಾದ. ಗಂಭೀರ ಸ್ವರದಲ್ಲಿ ತೂರಿ ಬಂದ ಆ ಮಾತುಗಳು ಲಕ್ಷ್ಮಿಗೆ ತುಂಬ ಹಿಡಿಸಿದವು. "ಒಂದು ಸಲ ಮನೆಗೆ ಬಾ, ಅಖಿಲಾ" ಪ್ರೀತಿ, ಆತ್ಮೀಯತೆಯ ಜೊತೆ ಕೃತಜ್ಞತೆಯನ್ನು ಬೆರೆಸಿ ಆಹ್ವಾನ ನೀಡಿದರು. ನಿಧಾನವಾಗಿ ಫೋನ್ ಇಟ್ಟಳು ಅಖಿಲಾ.

ಒಂದೆರಡು ದಿನಗಳಲ್ಲಿಯೇ ಗೋಪಾಲರಾಯರು ಕೆಲಸಕ್ಕೆ ಬಂದರು. ಶ್ರೀನಿವಾಸಮೂರ್ತಿಗಳು ಆಫೀಸಿಗೆ ಬರುತ್ತಿದ್ದರೂ ಅವರ ಮುಖದ ಭಯವನ್ನು ಅಳಿಸಿ ಹೋಗಿರಲಿಲ್ಲ. ಪದೇ ಪದೇ ಷಾಕ್ ತಿಂದವರಂತೆ ಬೆಚ್ಚಿ ಬೀಳುತ್ತಿದ್ದರು, ಬಿಳಚಿಕೊಳ್ಳುತ್ತಿದ್ದರು.

ಒಂದು ವಾರದ ನಂತರ ಅವಳಿಗೆ ಫೋನ್ ಬಂತು. ತಂತಿಯ ಕೊನೆಯಲ್ಲಿ ಸುಭಾಷ್ ಇದ್ದ. "ಸಂಜೆ ಸ್ವಲ್ಪ ಬರೋಕೆ ಆಗುತ್ತಾ? ಒಂದರ್ಧ ಗಂಟೆ ಮೊದ್ಲು ಆಫೀಸ್ ಬಿಡಿ. ಪರ್ಮಿಷನ್ ಕೇಳ್ಬಹ್ದು ಅಥವಾ ನಾನೇ ಬೇಕಾದ್ರೂ ಮ್ಯಾನೇಜರ್‌ಗೆ ಫೋನ್ ಮಾಡ್ತೀನಿ" ಅವಳ ಸ್ವಭಾವವನ್ನು ಅರಿತೇ ಆ ರೀತಿ ಹೇಳಿದ. ಅವಳ ನಾಲಿಗೆಯಲ್ಲಿನ ದ್ರವ ಒಣಗಿದರೂ ಕಷ್ಟದಿಂದ ಉತ್ತರಿಸಿದಳು. "ಬರ್ತೀನಿ..." ತಣ್ಣನೆಯ ಮಂಜು ಅವಳ ದನಿಯಲ್ಲಿ ಹರಿದಾಡಿದ್ದು ಸುಭಾಷ್‌ಗೆ ಅರಿವಾಯಿತು. ನಸುನಗುತ್ತ ಫೋನಿಟ್ಟು ಹಿಂದಕ್ಕೆ ಒರಗಿದ.

"ಅಪರೂಪದ... ಹೆಣ್ಣು!" ಅವನ ಸ್ವರದಲ್ಲಿ ತೋರಿದ್ದು ಮೆಚ್ಚಿಗೆ ಮಿಶ್ರಿತ ಅಭಿಮಾನ. ಲಕ್ಷ್ಮಿ ನಕ್ಕುಬಿಟ್ಟರು. "ವಿಚಿತ್ರದ ಹೆಣ್ಣು ಅನ್ನು, ಬಹುಶಃ ಇದೆಲ್ಲ ಸೋಗು, ನಟನೆ ಅನ್ನಿಸುತ್ತೆ" ತಟ್ಟನೆ ನುಡಿದುಬಿಟ್ಟರು. ಅವರೇನೋ ಸಹಜವಾಗಿ ಹೇಳಿರಬಹುದು. ಸುಭಾಷ್ ಮನಸ್ಸು ಮಾತ್ರ ಘಾಸಿಗೊಂಡಿತು. "ನೋ.... ನೋ... ಸಾಧ್ಯಾನೇ ಇಲ್ಲ. ನನ್ನ ಪ್ರಕಾರ ಅವಳೊಬ್ಬ ಅಪರೂಪದ, ಅಪೂರ್ವ ಹೆಣ್ಣು"

ಲಕ್ಷ್ಮಿ ಕೈಯಲ್ಲಿನ ಸೇಬು ಕೆಳಗೆ ಬಿತ್ತು. ಕಣ್ಣುಗಳಲ್ಲಿ ತೀವ್ರತೆ ಉಕ್ಕಿತು.

ಅಷ್ಟರಲ್ಲಿ ಸುಧಾ ಬಂದಿದ್ದರಿಂದ ಮಾತಿಗೆ ಮುಕ್ತಾಯ ಬಿತ್ತು. ಇಂದು ಕೂಡ ಲಂಗ, ಚೋಳಿ ತೊಟ್ಟಿದ್ದಳು. ಸುಭಾಷ್ ಮುಖದಲ್ಲಿ ಬೇಸರ ಇಣುಕಿತು.

"ಯಾಕೆ, ಈ ಹಿಂಸೆ ಸುಧಾಗೆ? ಸ್ಕರ್ಟ್ ತೊಟ್ಟು ಪುಟ್ಟ ಪುಟ್ಟದಾಗಿದ್ದ ಅವಳನ್ನು ಒಮ್ಮೆಲೆ ಬದಲಾಯಿಸೋಕೆ ಶುರು ಮಾಡಿದ್ದೀಯಲ್ಲ!" ಎನ್ನುತ್ತಲೇ ಅವಳ ಕೈ ಹಿಡಿದು ಪಕ್ಕದಲ್ಲಿ ಕೂಡಿಸಿಕೊಂಡು ಜಡೆಗಳಿಗೆ ಕಟ್ಟಿದ್ದ ರಿಬ್ಬನ್ ಬಿಚ್ಚಿ ಕೂದಲನ್ನು ಕೆದರಿದ. "ಸ್ವೀಟ್... ಬೇಬಿ" ಅವಳ ಕೆನ್ನೆಗೆ ಮುತ್ತಿಟ್ಟ. "ಹೋಗಿ ಡ್ರೆಸ್ ಛೇಂಜ್ ಮಾಡು" ಬೆನ್ನು ತಟ್ಟಿ ಹಿಂದಕ್ಕೆ ಒರಗಿದ.

ವಯಸ್ಸಿಗೆ ಮೀರಿದ ಬೆಳವಣಿಗೆ ಸುಧಾಳದು. ದುಂಡು ದುಂಡಗೆ ಬೆಳೆದಿದ್ದ ಸುಧಾ ಲಂಗ, ಫ್ರಾಕ್‌ನಲ್ಲಿ ಹದಿನೈದರ ಯುವತಿಯಂತೆ ಕಾಣುತ್ತಿದ್ದಳು.

ಇಂದೇನೋ ಸುಧಾ ಮೌನವಾಗಿ ಹೋದಳು. ಬಂದ ಅನಿಲ್ ಅವನ ಪಕ್ಕ ಕೂತ.

"ಮಾವ, ನಿಂಗೆ ತುಂಬ ನೋವು ಇದೆಯಲ್ಲ!" ಪಟ್ಟಿ ಬಿಗಿದ ಕಡೆಯಲ್ಲೆಲ್ಲ ಮುಟ್ಟಿ ಮುಟ್ಟಿ ನೋಡಿದ. "ಎಲ್ಲಾ ಸುಧಾನೆ... ಮಾಡಿದ್ದು" ಅವನ ಮಿದುಳಿನಲ್ಲಿ ನಿಂತ ಸತ್ಯ ಹೊರಬಿತ್ತು.

"ನಡೀ..." ತಟ್ಟನೆ ಸಿಡಿಮಿಡಿಗೊಂಡ ಲಕ್ಷ್ಮಿ ಅವನನ್ನು ಹೊರಗೆ ಎಳೆದೊಯ್ದಳು.

"ಮಾವನತ್ರ ತುಂಬ ಗಲಾಟೆ ಮಾಡ್ಬಾರ್ದೂಂತ, ನಿಂಗೆ ಹೇಳಿಲ್ವಾ!" ಹಿಂದಿನಿಂದ ಕೇಳಿಸಿದಾಗ ಅವನ ತುಟಿಯಂಚಿನಲ್ಲಿ ಕಿರುನಗು ತೇಲಿತು.

ಮುಕ್ಕಾಲು ಗಾಯಗಳು ಮಾಯ್ದ ಮೇಲೆಯೇ ಅವನು ಮನೆಗೆ ಬಂದಿದ್ದು. ಅಂದಿನಿಂದ ಅನಿಲ್ ಅವನ ಬಳಿ ಕೂತೇ ಹೋಂ ವರ್ಕ್ ಮಾಡುತ್ತಿದ್ದ ಕಾನ್ವೆಂಟ್‌ನ ಸಂಗತಿಗಳನ್ನೆಲ್ಲ ಹೇಳುತ್ತಿದ್ದ. ಇಂದ್ಯಾಕೆ... ಈ ಸಿಟ್ಟು? ಒಳಗೊಳಗೇ ನಕ್ಕ.

ಮಲಗಿ ಕಣ್ಮುಂದೆ ಅಂದಿನ ಚಿತ್ರ ಕಲ್ಪಿಸಿಕೊಂಡ. ಹಣತೆ ಹಚ್ಚಲು ಬಾಗಿದ್ದ ಅಖಿಲಾ ಅಪರೂಪದ ಸುಂದರಿಯಂತೆ ಕಂಡಿದ್ದಳು. ಆದರೆ ಕಾರಿನಲ್ಲಿ ಅವನನ್ನ ಆ ಸ್ಥಿತಿಯಲ್ಲಿ ಒರಗಿಸಿಕೊಂಡು ಹಣೆಯನ್ನು ಒತ್ತಿ ಹಿಡಿದ ಅವಳ ಮನದ ಸೌಂದರ್ಯ ಅವನನ್ನು ಮೀಟಿತ್ತು.

ಬಳೆಯ ಸದ್ದಿಗೆ ಮೆಲ್ಲಗೆ ಕಣ್ತೆರೆದ. ಅಖಿಲಾ ನಿಂತಿದ್ದಳು. ಅವನ ತುಟಿಗಳ ಮೇಲೆ ಮಂದಹಾಸ ಮಿನುಗಿತು.

"ಕಮಿನ್..." ಮೆಲ್ಲಗೆ ಎದ್ದು ಅರೆ ಒರಗಿದಂತೆ ಕೂತ. ಅತ್ತಿತ್ತ ಅಖಿಲಾಳ ನೋಟ ಆಡಿತು. ಪಕ್ಕದಲ್ಲಿದ್ದ ಇನ್ನೊಂದು ದಿಂಬು ತೆಗೆದು ಅವನ ತಲೆಯ ಹಿಂದಕ್ಕೆ ಕೊಟ್ಟಾಗ ಬೇಡವೆನ್ನಲಿಲ್ಲ. ಹಿತವೆನಿಸಿತು. "ಥ್ಯಾಂಕ್ಯೂ..." ಅಂದ.

"ಕೂತ್ಕೊಳ್ಳಿ... ಅಖಿಲಾ" ಎದುರಿಗಿದ್ದ ಛೇರ್‌ನ ಕಡೆ ತೋರಿದಾಗ ಸ್ವಲ್ಪ ಹಿಂದೆ ಇದ್ದ ಸೋಫಾ ಮೇಲೆ ಕೂತಳು. ಒಮ್ಮೆ ಉಗುಳು ನುಂಗಿದಳು. ಆದರೆ ಅವನ ನೇರ ನೋಟ ಎದುರಿಸಲು ಅವಳಿಗೆ ಕಷ್ಟ. "ಹೇಗಿದ್ದೀರಾ?" ತಾನೇ ಪ್ರಶ್ನಿಸಿದ. ಈಗ ಅವಳ ತುಟಿಯಂಚಿಗೆ ಸಂಕೋಚದ ಜೊತೆ ನಗುವಿನ ಲೇಪನವೂ ಆಯಿತು.

ಸೋಗು, ನಟನೆಗಾಗಿ ಅವಳ ಮುಖವೆಲ್ಲ ಹುಡುಕಾಡಿದ. ಸ್ವಚ್ಛವಾದ ಲಜ್ಜೆಯ ಆಭರಣ ಮಾತ್ರ ಅಲ್ಲಿದ್ದಿದ್ದು.

"ಇಂಥ ಹೆಣ್ಣು ಸರ್ಯಾದವ್ರ ಕೈಗೆ ಸಿಗಬೇಕು. ಇಲ್ಲಿದ್ರೆ ಹೊಸಕಿ ಹೋಗುತ್ತೆ ಅವ್ರ ಬದುಕು!" ಗೋಪಾಲರಾಯರು ತಮ್ಮನೋವನ್ನ ತೋಡಿಕೊಂಡಿದ್ದರು.

ಮೌನವನ್ನು ಮತ್ತೆ ಸುಭಾಷೇ ಒಡೆದ.

"ನಮ್ಮ ಆಫೀಸ್, ಷೋ ರೂಂನಲ್ಲೆಲ್ಲ ಕೆಲ್ಸ ಮಾಡೋರೆಲ್ಲ ಒಮ್ಮೆ ಬಂದು ಮಾತಾಡ್ಸಿಕೊಂಡ್ಹೋದ್ರು. ಬಹುಶಃ ನಿಂಗೆ... ಬರ್ಬೇಕು ಅನ್ನಿಸಲಿಲ್ವಾ?" ತಟ್ಟನೇ ಮುಖವೆತ್ತಿದಳು. ಎರಡು ನೋಟಗಳು ಬೆರೆತವು. ಇಂಥ ಪ್ರಶ್ನೆಗಳಿಗೆಲ್ಲ ಅವಳು ಉತ್ತರಿಸಲಾರಳೆಂದು ಅವನಿಗೆ ಗೊತ್ತು. ಮೋಹಕವಾಗಿ ನಕ್ಕ. ಅವಳು ಏನಾದರೂ ಹೇಳುವ ಮುನ್ನ ಸುಧಾ ಒಳಗೆ ಬಂದಳು. ತೆಳ್ಳನೆಯ ಬಿಳಿಯ ಉದ್ದವಾದ ಮ್ಯಾಕ್ಸಿ ತೊಟ್ಟಿದ್ದಳು.

"ಇದೇನು... ಅವತಾರ!" ಎಂದೇ ಅವಳಿಗೆ ಪರಿಚಯಿಸಿದ. "ನಮ್ಮ ಅಕ್ಕನ ಮಗ್ಳು ಸುಧಾ. ಈ ಮನೆಯ ಸ್ವೀಟ್ ಬೇಬಿ." ಮುಗುಳ್ನಕ್ಕಳು ಅವಳೆಡೆ ನೋಡಿ ಅಖಿಲಾ. ಆದರೆ ಅವಳು ಮುಖ ಪಕ್ಕಕ್ಕೆ ತಿರುಗಿಸಿಕೊಂಡು ಅವನ ಕೈ ಬೆರಳುಗಳೊಡನೆ ಆಡುತ್ತಿದ್ದಳು.

"ವಾಟ್ ವಿಲ್ ಯು ಹ್ಯಾವ್? ನಿಮ್ಜೊತೆ ಇವತ್ತು ಟೀ ಕುಡೀಬೇಕೂಂತ್ಲೇ ಫೋನ್ ಮಾಡಿದ್ದು" ಸುಧಾಳಿಂದ ಕೈ ಬಿಡಿಸಿಕೊಂಡು "ಹೋಗಿ ಅಮ್ಮನ್ನ ಕಳ್ಸು" ಎಂದ. ಸುಧಾ ಒಂದಿಂಚು ಅಲುಗಾಡಲಿಲ್ಲ. "ಪ್ಲೀಸ್.... ಹೋಗಮ್ಮ..." ರಮಿಸಿ ಕಳಿಸಿದ.

ಮನೆಯಲ್ಲಿ ಬಂದು ಮಲಗಿದ ಮೇಲಂತೂ ಸುಭಾಷ್‌ಗೆ ಬೇಸರವಾಗಿ ಹೋಗಿತ್ತು. ಈ ನೋವಿನಲ್ಲೂ ಸುಧಾನ ರಮಿಸಬೇಕು. ಹಟ, ಅಳು ಎಲ್ಲಾ ಈ ರೂಮಿನಲ್ಲಿಯೇ ಶುರುವಾಗುತ್ತಿತ್ತು. ಈಚೆಗೆ ಲಕ್ಷ್ಮಿ ಬೈಗಳ ಜೊತೆ ಹೊಡೆತವನ್ನು ಕೊಟ್ಟು ಅಳುತ್ತ ಕೂಡುತ್ತಿದ್ದಳು.

ಪಾರ್ವತಮ್ಮನೋರು ತಿಂಡಿ, ಕಾಫಿ ಹಿಡಿದು ಬಂದರು. ಸುಧಾ ಶುರು ಮಾಡಿದ ಅಳು ಇಲ್ಲಿಗೆ ಬಂದುಮುಟ್ಟುತ್ತಿತ್ತು. ತುಟಿ ಕಚ್ಚಿದ ಸುಭಾಷ್. ಇದು ಮೊದಲ ಬಾರಿಯಲ್ಲ; ಅವನ ಅಪರೂಪದ ಗೆಳೆಯರು ಬಂದಾಗಲೂ ಇದೇ ಸ್ಥಿತಿ. ಅವನನ್ನ ಬಿಟ್ಟು ಅಲುಗಾಡುತ್ತಿರಲಿಲ್ಲ.

ಸರಿಯಾಗಿ ಕೂತ ಸುಭಾಷ್.. ಮೈಯಲ್ಲಿ ಸ್ವಲ್ಪ ಶಕ್ತಿ ಕೂಡಿಕೊಂಡಿದ್ದರೂ ನಿಶ್ಶಕ್ತಿ ಅವನನ್ನು ಪೂರ್ತಿ ಬಿಟ್ಟುಹೋಗಿರಲಿಲ್ಲ. ಅವನ ಮುಖದ ಕೆಂಪು ಬಿಳುಪಿಗೆ ತಿರುಗಿತ್ತು.

"ತಗೊಳ್ಳಿ.... ಅಖಿಲಾ" ಸ್ನೇಹಪೂರ್ವಕವಾಗಿ ಹೇಳಿದ. ಅವಳೇ ಜಾಮೂನ್ನ ಬಟ್ಟಲನ್ನ ಅವನಿಗೆ ನೀಡಿದಳು. ಬಗ್ಗಿದ ನೆತ್ತಿ ನೋಡಿದ. ಒತ್ತಾದ ಒರಟು ಅಲೆಅಲೆಯಿಂದ ಕೂಡಿದ ಕೂದಲು. ಬಿಗಿಯಾಗಿ ಬಾಚಿ ಒಂದು ಜಡೆಯನ್ನು ಹೆಣೆದಿದ್ದಳು. ಬಿಚ್ಚಿ ಹರವಿದರೆ ಆ ಕೂದಲಿನ ಸೊಬಗೇ... ಬೇರೆ.

"ಇಂದೇ ಸ್ವೀಟ್ ತಿಂತಾ ಇರೋದು!" ಅವನು ಹೇಳಿದಾಗ ಅವಳ ಕೈಯಲ್ಲಿನ ಬಟ್ಟಲಿನಲ್ಲಿದ್ದ ಸ್ಪೂನ್ ಹಾಗೆಯೇ ಉಳಿಯಿತು. ತುಟಿ ಕಚ್ಚಿ ಅವನತ್ತ ನೋಡಿದಳು. ಲೋಹಕದ ಚುಂಬಕಗಳಂತೆ ಅವಳ ನೋಟವನ್ನು ನಿಮಿಷ ಕಾಲ ಹಿಡಿದಿಡಲು ಸಮರ್ಥವಾಯಿತು.

ಹಾಗೂ, ಹೀಗೂ ತಿಂಡಿ ಮುಗಿಸಿದರು. ಆ ವೇಳೆಗೆ ಲಕ್ಷ್ಮಿ ಒಳಗೆ ಬಂದರು. ಮುಖದಲ್ಲಿ ದಣಿವಿತ್ತು.

"ಸಾರಿ, ಅಖಿಲಾ" ಎಂದವರೇ ಅವಳ ಪಕ್ಕದಲ್ಲಿಯೇ ಕೂತಳು. "ಆ ದಿನದ ಉಪಕಾರ.." ಮತ್ತೆ ಅದೇ ಮಾತುಗಳನ್ನು ಕೇಳಲು ಅಖಿಲಾಗೆ ಇಷ್ಟವಾಗಲಿಲ್ಲ. ಬಹುಶಃ ಆ ಸಮಯದಲ್ಲಿ ಯಾರಿದ್ರೂ ಹಾಗೇ ನಡ್ಕೋತಾ ಇದ್ರು, ಅಷ್ಟೆ" ಹತ್ತು ಬಡಬಡ ಆಡುವ ಮಾತಿಗಿಂತ ಲಕ್ಷ್ಮಿಗೆ ಅವಳಾಡುವ ಒಂದೊಂದು ಮಾತೇ ಚೆನ್ನೆನಿಸಿತು.

ಆಮೇಲೆ ಲಕ್ಷ್ಮಿ ಆಡಿದ ಮಾತುಗಳನ್ನೆಲ್ಲ ಅಖಿಲಾ ಕೇಳುತ್ತ ಕೂತಳು. ಆ ಕ್ಷಣದಲ್ಲಿ ಆಘಾತ, ದಿಕ್ಕು ತೋಚದಂತಾದ ಸ್ಥಿತಿ ಎಲ್ಲಾ ಹೇಳಿಕೊಂಡರು.

ಫೋನ್ ಸದ್ದಾದಾಗ ಅಖಿಲಾ ಎದ್ದು ಕೈ ಜೋಡಿಸಿದಳು. "ನಾನು... ಬರ್ತೀನಿ. ನಮ್ಮ ಚಿಕ್ಕಮ್ಮ ಕಾಯ್ತಾ ಇರ್ತಾರೆ" ಒಂದು ಕ್ಷಣ ಅವಳನ್ನ ಕೂಡುವಂತೆ ಸನ್ನೆ ಮಾಡಿದ ಲಕ್ಷ್ಮಿ ಹೊರಗೆ ಹೋದಳು.

"ಮತ್ತೆ ಯಾವಾಗ ಬರ್ತೀರಾ? ಇನ್ನೊಂದ್ವಾರ ರೆಸ್ಟ್ ಅಂತ ಡಾಕ್ಟು ಡಿಕ್ಲೇರ್ ಮಾಡಿದ್ದಾರೆ" ಎಂದು ನಕ್ಕ. "ಅಖಿಲಾ... ಆ ರ್ಯಾಕ್‌ನಲ್ಲಿ ಒಳ್ಳೆ ಒಳ್ಳೆ ಪುಸ್ತಕಗಳಿವೆ. ಆರ್ಸಿ ತಗೊಂಡ್ಹೋಗಿ. ಹತ್ತು ವರ್ಷ ನೀವು ನೋಡಿಪಡೆಯುವ ಅನುಭವಗಳನ್ನ ನಿಮ್ಗೆ ಒಂದೆರಡು ಪುಸ್ತಕಗಳೇ ಗಳಿಸಿ ಕೊಡಬಲ್ಲವು."

"ಕೊಡೋಲ್ಲ" ಸುಧಾ ಬಂದು ರ್ಯಾಕ್ ಬಳಿ ನಿಂತಳು. "ಯಾರು ಮುಟ್ಟಕೂಡ್ದು!" ತುಟಿ ಕಚ್ಚಿದ ಸುಭಾಷ್. ಅಖಿಲಾ ತಾನೇ ಹೇಳಿದಳು: "ನನ್ನ ಓದೂನ ಚಂದಮಾಮದಿಂದ್ಲೇ ಪ್ರಾರಂಭಿಸ್ತೀನಿ. ನಾನು ಶಾಲಾಕಾಲೇಜುಗಳಲ್ಲಿ ವಿಷ್ಯ ತಿಳ್ದಿದ್ದು, ತಲೆಯಲ್ಲಿ ತುಂಬಿಕೊಂಡಿದ್ದು ಬರೀ ಪರೀಕ್ಷೆಗೋಸ್ಕರ, ಅಷ್ಟೆ."

ಒಳಗೆ ಬಂದ ಪಾರ್ವತಮ್ಮ ಹಣ್ಣು-ಹಂಪಲಿನ ಜೊತೆ ಒಂದು ಪ್ಯಾಕೆಟ್ ಇದ್ದ ತಟ್ಟೆಯನ್ನು ತಂದು ಸ್ಟೂಲ್‌ನ ಮೇಲಿಟ್ಟು ಹೋದರು. ಅವಳ ದೊಡ್ಡ ಅರಳುಗಣ್ಣುಗಳು ಪುಟ್ಟ ಪುಟ್ಟವಾದವು.

ಮಂಚಕ್ಕೆ ಕೈಯೂರಿ ಎದ್ದು ನಿಂತ ಸುಭಾಷ್ ಕಿಟಕಿಯ ಬಳಿ ಹೋಗಿ ಗೋಡೆಗೊರಗಿ ನಿಂತ. ಅವನಿಗೆ ನೀರವತೆ, ಏಕಾಂತ ಬಹಳ ಇಷ್ಟವಾಗಿತ್ತು. ಆದರೆ... ಅವನ ಕೋಣೆಯಲ್ಲಿ ಸದಾ ಯಾರಾದರೂ ಇರುತ್ತಿದ್ದರು. ಬಂದ ಶ್ರೀನಿವಾಸಮೂರ್ತಿಗಳು ಕೂಡುತ್ತಿದ್ದದ್ದೇ ಅವನ ಬಳಿಯಲ್ಲಿ. ಇಡೀ ದಿನದ ವ್ಯವಹಾರವನ್ನೆಲ್ಲ ಅವನ ಮುಂದೆ ಒದರಿಬಿಡುತ್ತಿದ್ದರು. ಇದೊಂದು ರೀತಿಯ ಭಯಂಕರ ಚಿತ್ರಹಿಂಸೆ! ಸದಾ ತಲೆಯಲ್ಲಿ ಚಿತ್ರಹಿಂಸೆ.

ಇದನ್ನ ಅರಿತೇ ಫ್ಯಾಮಿಲಿ ಡಾಕ್ಟರ್ ಸಲಹೆ ಮಾಡಿದ್ದರು.

"ಸದ್ಯಕ್ಕೆ ನಿಮ್ಮ ಮಿದುಳಿಗೂ ಪೂರ್ತಿ ರೆಸ್ಟ್ ಬೇಕು. ನೌ ಯು ಕೆನ್ ಛೇಂಜ್ ದಿ ಪ್ಲೇಸ್" ಒತ್ತಾಯ ಕೂಡ ಸೇರಿದ್ದರು. ಆದರೆ ಇದು ಅಸಾಧ್ಯದ ವಿಷಯ. ಲಕ್ಷ್ಮಿ ಇಂಥ ಬದಲಾವಣೆಗೆ ಒಪ್ಪಲಾರರು.

"ನೋ... ನೋ... ಸುಭಾಷ್‌ನ ಒಂಟಿಯಾಗಿ ಎಲ್ಲಿಗೂ ಕಳ್ಸೋಕೆ ಸಾಧ್ಯವಿಲ್ಲ. ಹುಡುಗರು ಒಂದು ದಿನ ಕೂಡ ಇರೋಲ್ಲ! ಸದ್ಯ ಸುಧಾನ ಸಮಾಧಾನಿಸೋಕ್ಕಂತೂ ನಮ್ಮೈಲಿ ಸಾಧ್ಯವಿಲ್ಲ!" ಎಂದಾಗ ಡಾಕ್ಟರ್ ವಿಚಿತ್ರ ಪ್ರಾಣಿಗಳನ್ನು ನೋಡುವಂತೆ ನೋಡಿದ್ದರು. ಅವರಿಗೆ ಅಲ್ಪಸ್ವಲ್ಪ ವಿಷಯ ಗೊತ್ತಿದ್ದರೂ ಹುಬ್ಬು ಕುಣಿಸಿ ಒಂದು ತರಹ ನಕ್ಕಿದ್ದರು.

"ಸರ್..." ದನಿಯೆತ್ತರಿಸಿದಾಗ ಅವನ ಹುಬ್ಬೇರಿತು. ಎದೆಯ ಮೇಲೆ ಕೈ ಕಟ್ಟಿದ. "ಎಸ್..... ಅದೇನು ಹೇಳಿ?" ಅವಳ ಅರಳುಗಣ್ಣುಗಳಲ್ಲಿ ನೀರು ತುಂಬಿಕೊಂಡಿತು. "ಈ ಪ್ರತಿಫಲ ಕೊಡೋಕ್ಕೋಸ್ಕರ ಕರೆಸಿದ್ರಾ?" ಎಂದು ಪ್ರಶ್ನಿಸುವಂತಿತ್ತು ಅವಳ ನೋಟ. ತೆಳುವಾದ ನಗೆ ತುಟಿಗಳ ಮೇಲೆ ಚಿಮ್ಮಿದ. "ಬನ್ನಿ... ಹೊರ್ಗಡೆ... ಹೋಗೋಣ" ಹಾಲ್‌ಗೆ ಕರೆದೊಯ್ದವನು, ಕೋಣೆಯಲ್ಲಿದ್ದ ಲಕ್ಷ್ಮಿಗೆ ಹೋಗಿ ಏನೋ ಹೇಳಿ ಬಂದ.

ಹೊರಟಾಗ ಲಕ್ಷ್ಮಿ ಬರಿ ತಾಂಬೂಲ ಮಾತ್ರ ಕೊಟ್ಟರು. ಆದರೆ ಮುಖದ ಮೇಲೆ

ಅಸಮಾಧಾನ ಸ್ಪಷ್ಟವಾಗಿತ್ತು. ಒಂದು ಸಾಧಾರಣ ಹೆಣ್ಣಿನ ಬಗ್ಗೆ ಇಂಥ ನಿಲುವು ತಾಳುವುದು ಅವರಿಗಿಷ್ಟವಿರಲಿಲ್ಲ.

"ಆಗಾಗ ಬರ್ತಾ ಇರು" ಒಂದು ತರಹ ಹೇಳಿ ಒಳಗೆ ಹೋದರು. ಗೇಟ್‌ವರೆಗೆ ಬಂದು ಬೀಳ್ಕೊಟ್ಟವನು, "ಜಸ್ಟ್ ಎ ಮಿನಿಟ್" ಒಳಗೆ ಹೋದವನು ಕಾರಿನ ಕೀ ಹಿಡಿದು ಬಂದ. "ತುಂಬ ಕತ್ತಲು ಇದೆ. ನಾನು ಡ್ರಾಪ್ ಮಾಡ್ತೀನಿ. ಇದ್ಕೇ ನಿಮ್ಮ ಪರ್ಮಿಷನ್ ಇರುತ್ತೆ...!" ಅವನ ಸ್ವರದಲ್ಲಿ ಹಾಸ್ಯ ಇಣಕಿತು.

"ಅಮ್ಮಯ್ಯೋ.... ನೀವು ಬರೋದ್ಬೇಡಿ." ಅವಳ ಆತಂಕವನ್ನ ಬದಿಗೆ ತಳ್ಳಿ ಕಾರು ಹತ್ತಿದ. "ಪ್ಲೀಸ್, ಕಮಿನ್..." ಮುಂದಿನ ಡೋರ್ ತೆರೆದ. "ಡೋಂಟ್ ಫಿಯರ್... ನಾನಿನ್ನ ಪೇಷಂಟ್..." ಅವನ ಮಾತನ್ನ ಅರ್ಥಮಾಡಿಕೊಳ್ಳಲು ಹೋಗಲಿಲ್ಲ.

"ಮಾವಾ..." ಸುಧಾ ಕರೆ ಕಿವಿಗೆ ಬೀಳುವುದಕ್ಕೂ ಕಾರು ಗೇಟು ಹಾಕುವುದಕ್ಕೂ ಸರಿಹೋಯಿತು. "ನಮ್ಮ ಸುಧಾ ತುಂಬ ಪ್ರೆಟ್ಟಿ ಗರ್ಲ್. ಆದರೆ ತುಂಬ ಹಟಮಾರಿ. ಜನಗಳ ಹತ್ರ ಮೂವ್ ಆಗೋದೇ ಅವ್ಳಿಗೆ ಗೊತ್ತಿಲ್ಲ" ಪುಸ್ತಕಗಳ ರ್‍ಯಾಕ್‌ಗೆ ಅಡ್ಡವಾಗಿ ನಿಂತಿದ್ದಕ್ಕೆ ಕಾರಣ ಕೊಡುವ ಪ್ರಯತ್ನ ಮಾಡಿದ. ಅವಳ ಮುಖದ ಮೇಲೆ ಗಂಭೀರ ಭಾವ ಇಣಕಿತು. "ನಂಗಿಂತ ನಿಮ್ಮ ಸುಧಾನೇ... ಪರ್ವಾಗಿಲ್ಲ! ನಂಗೆ ಅಷ್ಟು ಗೊತ್ತಾಗೋಲ್ಲ. ನಂಗೆ ಶಾಲೆ, ಕಾಲೇಜುಗಳಲ್ಲಿ ಬರೀ ಒಳ್ಳೆಯ ಸಹಪಾಠಿಗಳೇ ಸಿಕ್ಕಿದ್ರೂ..." ಅವಳ ಮಾತು ಅಪೂರ್ಣವಾದರೂ ಅಷ್ಟು ಮಾತ್ರವಾದರೂ ಯೋಚಿಸಲು ಶಕ್ತಳಾದಳಲ್ಲ ಎಂದು ಹರ್ಷಿಸಿದ.

"ನನ್ನ ಗೋಪಾಲರಾಯರ ಮನೆಯ ಬಳಿಯಲ್ಲೇ ಇಳ್ಸಿ" ಎಂದಾಗ ಪಕ್ಕದ ರೋಡಿಗೆ ತಿರುಗಿಸಿದವನು ಒಂದೆಡೆ ನಿಲ್ಲಿಸಿದ. "ಅಖಿಲಾ..." ಎಂದವನ ಬೆರಳಿನಲ್ಲಿದ್ದ ಉಂಗುರವನ್ನು ತೆಗೆದು ಅವಳ ಬೆರಳಿಗೆ ತೊಡಿಸಿದ. "ಖಂಡಿತ ಇದ್ನ ಬೇಡ ಅನ್ನಬಾರ್ದು" ಎಂದ.

ಅಖಿಲಾಗೆ ಹೃದಯ ಕಿತ್ತುಬಾಯಿಗೆ ಬಂದಂತಾಯಿತು. ಏನೂ ಹೇಳಲಾರದ ಸ್ಥಿತಿ ತಲುಪಿದಳು. ಅವಳ ಮಿದುಳು ಕೂಡ ನಿಷ್ಕ್ರಿಯವಾಯಿತು.

ಮತ್ತೆ ಕಾರು ಸ್ಟಾರ್ಟ್ ಆಗಿ ಗೋಪಾಲರಾಯರ ಮನೆಯ ಮುಂದೆ ನಿಲ್ಲುವವರೆಗೂ ಪ್ರತಿಮೆಯಂತೆ ಕೂತಿದ್ದಳು. ಕನಸು, ವಾಸ್ತವ ಸ್ಥಿತಿಯ ಮಧ್ಯೆ ಬಲವಾದ ಹೋರಾಟ ನಡೆಯುತ್ತಿತ್ತು.

ಕಾರು ಕಾಂಪೌಂಡ್‌ನಲ್ಲಿ ನಿಲ್ಲಿಸಿ ಮನೆಯೊಳಕ್ಕೆ ಬಂದಾಗ ಸುಧಾ ದೊಡ್ಡ ರಂಪಾಟವನ್ನೇ ಪ್ರಾರಂಭಿಸಿದ್ದಳು. ಲಕ್ಷ್ಮಿ ಧುಮುಗುಟ್ಟುತ್ತ ಒಂದೆಡೆ ಕೂತಿದ್ದಳು.

"ಏಯ್... ಸುಧಾ!" ಅವಳ ಗಲ್ಲವಿಡಿದು ಸವರಿದ. ಅವನ ಕೈಯನ್ನ ದೂರಕ್ಕೆ ತಳ್ಳಿದಳು. "ನೋ.... ನೋ... ನೀನು ಯಾಕೆ ಹೋದೆ?" ಕಣ್ಮುಚ್ಚಿ ತೆರೆದ ಸುಭಾಷ್. ಮೂರು ವರ್ಷದ ಸುಧಾ ಈಗ ಹತ್ತು ತುಂಬಿದವಳು. ಆದರೆ ಅಂದಿನ ಹಟಕ್ಕೂ, ಇಂದಿನ ರಂಪಾಟಕ್ಕೂ ಪೂರ್ಣವಾಗಿ ಸಾಮ್ಯವಿದ್ದಿದ್ದು ಮಾತ್ರವಲ್ಲ, ಸ್ವಲ್ಪ

ಹೆಚ್ಚೇಯೆನಿಸುತ್ತಿತ್ತು. ಮಿದುಳಿನಲ್ಲಿ ಸಿಡಿತ ಶುರುವಾಯಿತು. ತಣ್ಣಗೆ ಕೋಣೆಯ ಕಡೆ ನಡೆದ.

ರಾತ್ರಿ ಹತ್ತರ ವೇಳೆಗೆ ಅವನ ತಲೆಯ ಸಿಡಿತ ಭಯಂಕರವೆನಿಸಿತು. ಗಾಬರಿಯಿಂದ ಶ್ರೀನಿವಾಸಮೂರ್ತಿಗಳು ಡಾಕ್ಟರಿಗೆ ಫೋನ್ ಮಾಡಿದರು. ಸುಭಾಷ್ ಹೊರಳಾಡತೊಡಗಿದ. ಅದರ ಜೊತೆ ಉಸಿರುಗಟ್ಟಿದಂತಾಯಿತು. ಬಹಳ ಕಷ್ಟದಿಂದ ಉಸಿರೆಳೆದುಕೊಳ್ಳತೊಡಗಿದ.

ಡಾಕ್ಟರ್ ಶ್ಯಾಮಸುಂದರ್ ಬಂದವರು ಮುಖ ಕೆಂಪಗೆ ಮಾಡಿದರು. ಸುಧಾ ಇನ್ನು ಅಳುತ್ತಲೇ ಇದ್ದಳು.

"ಜಸ್ಟ್ ಯುವರ್‌ಸೆಲ್ಫ್. ಈ ಎನ್ವೈರ್‌ಮೆಂಟ್‌ನಿಂದ ಸದ್ಯಕ್ಕೆ ಅವ್ರನ್ನ ದೂರ ಇಡಿ. ಇಲ್ದಿದ್ರೆ ಚೇತರ್ಸಿಕೊಳ್ಳಲು ಸುಭಾಷ್‌ಗೆ ಕಷ್ಟವಾಗುತ್ತೆ ಅಂತ ಹೇಳ್ದೆ!" ಎನ್ನುತ್ತಲೇ ಕೋಣೆಯೊಳಕ್ಕೆ ಹೋದರು.

ಇಂಜಕ್ಷನ್ ಕೊಟ್ಟ ಮೇಲೆಯೇ ಅವನ ಸ್ಥಿತಿಯಲ್ಲಿ ಸುಧಾರಣೆಯಾಗಿದ್ದು. "ಜಸ್ಟ್... ರಿಲ್ಯಾಕ್ಸ್..." ಅವನ ತೋಳು ತಟ್ಟಿ ಹೊರಗೆ ಬಂದರು.

ಅತ್ತು ಅತ್ತು ಸುಧಾ ಕಣ್ಣು ಮೂಗು ಎಲ್ಲಾ ಕೆಂಪಗಾಗಿ ಬಾತುಕೊಂಡಿತ್ತು. ಇದು ಮಗುವೆನ್ನುವ ಸಹಾನುಭೂತಿ ಕೂಡ ಅವರಲ್ಲಿ ಉಳಿಯಲಿಲ್ಲ.

ನಿಧಾನವಾಗಿ ಕೂತರು ಡಾ|| ಶ್ಯಾಮಸುಂದರ್. ಬಹುಶಃ ಸುಧಾ ಹುಟ್ಟುವುದಕ್ಕೆ ಮುನ್ನಿನಿಂದ ಈ ಮನೆಗೆ ಫ್ಯಾಮಿಲಿ ಡಾಕ್ಟರ್. ಆಗೀಗ ಬದಲಾವಣೆಯಾದರೂ ಸದ್ಯಕ್ಕೆ ಪರ್ಮನೆಂಟಾಗಿ ಉಳಿದಿದ್ದರು.

"ಸುಭಾಷ್ ಮಕ್ಳಿಗೆ ಬರೀ ಸೋದರ ಮಾವ ಅಷ್ಟೆ. ಅದ್ನ ನೀವು ಅರ್ಥ ಮಾಡ್ಕೋಬೇಕು. ನೀವು ತಂದೆ, ತಾಯಿ ಅಂತ ಯೋಚ್ನೋದು ಬಿಟ್ಟು ಅವ್ನಿಗೆ ಅಕ್ಕ. ಭಾವ ಅಂತ ಮಾತ್ರ ಮನಸ್ಸಿನಲ್ಲಿಟ್ಕೊಂಡ್ ಚಿಂತಿಸಿ" ಮೇಲಕ್ಕೆದ್ದರು. ಅವರಿಗೂ ಕೂಡ ಇವರುಗಳ ವಿಷಯದಲ್ಲಿ ಬೇಸರವಾಗಿತ್ತು.

ಗಳಗಳ ಅತ್ತುಬಿಟ್ಟರು ಲಕ್ಷ್ಮಿ. ಮತ್ತೆ ಕೂತರು ಡಾಕ್ಟರ್.

"ಎನೀ... ಪ್ರಾಬ್ಲಮ್? ನಿಮ್ಮ ಮಕ್ಳುನ ನೀವು ಸುಧಾರಿಸೋದು ಕಷ್ಟನಾ? ಯಾಕೆ?" ಅವರ ಪ್ರಶ್ನೆಯಲ್ಲಿ ಚೂಪಿತ್ತು. ಕಣ್ಣುಗಳಲ್ಲಿ ಒಂದು ತೆರನಾದ ತೀವ್ರತೆ ಇತ್ತು. "ಕಮಾನ್, ಲೆಟ್ ಅಸ್ ಟೆಲ್ ಮಿ. ಏನು ನಿಮ್ಮ ಪ್ರಾಬ್ಲಮ್?" ಪಾಟೀ ಸವಾಲ್‌ಗೆ ಇಳಿದಂತೆ ಕಂಡರು.

"ಅವ್ಳಿಗೆ ಸುಧಾನ ಕಂಡ್ರೆ ಇಷ್ಟವಿಲ್ಲಾ!" ನೇರವಾಗಿ ಮಡದಿಯ ಮೇಲೆ ಆರೋಪವನ್ನೊರೆಸಿದರು ಶ್ರೀನಿವಾಸಮೂರ್ತಿ. ನೆಲದಡಿಯ ಭೂಮಿಯೆ ಸೀಳಿದಂತಾಯಿತು ಲಕ್ಷ್ಮಿಗೆ. "ನಂಗೆ" ಶುರು ಮಾಡಿದಾಗ ಕೈಸನ್ನೆಯಿಂದಲೇ ತಡೆದರು ಡಾಕ್ಟರ್. ಅವರ ಮಾತು ಕೇಳಿ ಅವರಿಗೆ ಗಾಬರಿಯೇ ಆಗಿತ್ತು. ಹೆತ್ತ ಮಗಳ ಮೇಲೆ ತಾಯಿಗೆ ಪ್ರೀತಿಯಿಲ್ಲವೇ?

"ಲಕ್ಷ್ಮಿ ಮಕ್ಳನ್ನ ಪಾರ್ವತಮ್ಮನ ವಶಕ್ಕೆ ಕೊಟ್ಟು ಬಾ. ಹೊರ್ಗೆ ಕೂತು ಮಾತಾಡೋಣ" ತಾವು ಹಿರಿಯರು, ಆ ಮನೆಗೆ ಹಿತೈಷಿ ಎನ್ನುವ ಅಧಿಕಾರದಿಂದ ಹೇಳಿದರು.

ನಿಧಾನವಾಗಿ ಬಿಕ್ಕುತ್ತಿದ್ದ ಸುಧಾ ಜೋರು ಮಾಡಿದಳು ಅಳುವನ್ನು. ನೇರವಾಗಿ ಡಾಕ್ಟರ್ ಅವಳನ್ನೇ ನೋಡಿದರು. ಇಷ್ಟೊತ್ತಿಗೆ ಸುಭಾಷ್ ಬಂಧು ಸಮೀಪಿಸುತ್ತಿದ್ದ ಅಥವಾ ಅವನು ಸಮಾಧಾನಿಸುವಂತೆ ಇವರಿಬ್ಬರು ನಡೆದುಕೊಳ್ಳುತ್ತಿದ್ದರು.

ಲಕ್ಷ್ಮಿ ಕೈಹಿಡಿದು ಅವಳನ್ನು ಎಳೆದೊಯ್ದು ಕೋಣೆಯಲ್ಲಿ ಹಾಕಿದಳು. ಗಾಬರಿಯಿಂದ ಎದ್ದರು ಶ್ರೀನಿವಾಸಮೂರ್ತಿಗಳು.

"ನೋಡಿದ್ರಾ, ಡಾಕ್ಟ್ರು... ಅವ್ಳಿಗೆ ನಿಜ್ವಾಗಿ ಅವಳ್ಮೇಲೆ ಪ್ರೀತಿಯಿಲ್ಲ, ಇದು ಡೆಫಿನೆಟ್. ಇದ್ಕಿಂತ ಬೇರೆ ಸಾಕ್ಷಿ ಬೇಕಾ!" ಉದ್ವೇಗದಿಂದ ಶ್ರೀನಿವಾಸಮೂರ್ತಿಗಳ ಎದೆ ಏರಿಳಿಯುತ್ತಿತ್ತು. ವಿಷಣ್ಣತೆಯ ನಗೆ ಬೀರಿದರು ಡಾ|| ಶ್ಯಾಮಸುಂದರ್. ಕಮರ್ಷಿಯಲ್ ಲೈನ್‌ನಲ್ಲಿ ಅಷ್ಟು ಬುದ್ಧಿವಂತನಾದ ವ್ಯಕ್ತಿ ಕೌಟುಂಬಿಕವಾಗಿ ಹೇಗೆ ಸೋಲುತ್ತಾನೆಂದು ಅವರಿಗೆ ಅರ್ಥವಾಯಿತು.

"ಕಮಾನ್, ಹೊರ್ಗಡೆ ಕೂತು ಮಾತಾಡೋಣ" ಎಬ್ಬಿಸಿಕೊಂಡು ಹೋದರು. ಎದುರು ಬದುರಾಗಿ ಬೆತ್ತದ ಕುರ್ಚಿಗಳ ಮೇಲೆ ಕೂತು ಡಾಕ್ಟರ್ ನೇರವಾಗಿ ಕೇಳಿದರು. "ನೌ ಟೆಲ್ ಮಿ ವಾಟ್ ಈಸ್ ದಿ ಮ್ಯಾಟರ್? ತಾಯಿಗೆ ಹೆತ್ತ ಮಗ್ಳು ಮೇಲೆ ಪ್ರೀತಿ ಇಲ್ಲಾಂತ ಅನ್ನೋಕೆ ಈ ಕಾರಣಗಳೇ.... ಸಾಕಾ?"

ಮೊದಲು ಶ್ರೀನಿವಾಸಮೂರ್ತಿಗಳು ಮುಖ ತಿರುವಿದರೂ ಅನಂತರ ಬಿಚ್ಚಿಕೊಂಡರು. ಎದೆಯಾಳದ ನೋವನ್ನು ಅವರ ಮುಂದೆ ಸುರಿಸಿದರು.

ಅಷ್ಟರಲ್ಲಿ ಲಕ್ಷ್ಮಿ ಬಂದು ಕೂತರು. ಸುಧಾ ವಿಷಯ ಬಂದಾಗ ಇಬ್ಬರ ನಿಲುವುಗಳು ಬೇರೆಯಾದರೂ ನಿರ್ಧಾರ ಒಂದೇ ಆಗಿತ್ತು.

ಡಾ|| ಶ್ಯಾಮಸುಂದರ್ ಆಘಾತಗೊಂಡವರಂತೆ ಮೌನವಾಗಿ ಕೂತುಬಿಟ್ಟರು. ವಿಚಿತ್ರ ಪ್ರಸಂಗ ಅವರಿಗೆ ಎದುರಾಗಿತ್ತು. ಆದರೆ ಈಗ ಏನಾದರೂ ಹೇಳುವುದು ಅಷ್ಟು ಸೂಕ್ತವಾಗಿ ಕಾಣಲಿಲ್ಲ.

"ಸುಭಾಷ್ ಲಗೇಜ್ ಮೊದ್ಲು ಪ್ಯಾಕ್ ಮಾಡಿ. ಸದ್ಯದ ಸ್ಥಿತಿಯಲ್ಲಿ ಅವ್ನು ಹೊರ್ಗಡೆ ಸುತ್ತಾಡಿ ಬರ್ಲಿ. ಇದು ಎಲ್ಲಾ ದೃಷ್ಟಿಯಿಂದ್ಲೂ ಒಳ್ಳೇದು" ನಿರ್ಧಾರಯುತವಾಗಿ ನುಡಿದರು. ಅನುಮಾನದ ಗೆರೆಗಳು ಇಣುಕಿದವು ಶ್ರೀನಿವಾಸಮೂರ್ತಿಗಳ ಮುಖದ ಮೇಲೆ. ತಾನೊಬ್ಬನೇ ಕುಟುಂಬವನ್ನು ನಿಭಾಯಿಸಬಲ್ಲನೆಂಬ ಚೈತನ್ಯವಿದ್ದ ಹಾಗೆ ಕಾಣಲಿಲ್ಲ.

"ದಿಸ್ ಈಸ್ ಬ್ಯಾಡ್" ಡಾಕ್ಟರ್ ಶ್ಯಾಮಸುಂದರ್ ಮುಖ ಗಂಟಿಕ್ಕಿದರು. "ಸುಭಾಷ್ ಇನ್ನು ಮಗುವಲ್ಲ. ಮಿಸ್ಟರ್ ಮೂರ್ತಿ, ಇದ್ನ ನೀನು ಅರ್ಥ

ಮಾಡ್ಕೋಬೇಕು. ಮುಂದೆ ಸಫರ್ ಮಾಡೋದ್ಬೇಡ. ಪರ್ವಾಗಿಲ್ಲ, ನಾಳೆ ಕಳ್ಸಿ ಕೊಡಿ."

ಲಕ್ಷ್ಮಿ ಮುಖದ ಮೇಲೆ ವೇದನೆಯ ನೆರಳಾಡಿತು. ಅರ್ಥ ಮಾಡಿಕೊಂಡರು ಶ್ಯಾಮಸುಂದರ್.

"ಸುಮ್ನೆ ಅವ್ನ ಲಗೇಜ್‌ನ ರೆಡಿ ಮಾಡು. ಬೆಳಿಗ್ಗೆ ಬ್ಯಾಂಡೇಜ್ ಬಿಚ್ಚಿ ಪ್ಲಾಸ್ಟರ್ ಹಾಕ್ತೀನಿ. ಅಂಥದ್ದೇನಿಲ್ಲ." ಭರವಸೆ ಕೊಟ್ಟು ಮೇಲಕ್ಕೆದ್ದರು.

ಹಿಂಜಿದ ಹತ್ತಿಯಂತಾಯಿತು ಲಕ್ಷ್ಮಿ ಮುಖ. ಕಾಲೇಜಿನ ಟೂರ್‌ನಲ್ಲಿ ಕೂಡ ಸುಭಾಷ್ ಎಂದೂ ಭಾಗವಹಿಸಿದ್ದೇ ಇಲ್ಲ. ಸುಧಾ, ಅನಿಲ್‌ರ ನಡುವೆ ಹೊರಗಿನ ಪ್ರಪಂಚವೇ ಅವನಿಗೆ ಇಲ್ಲವಾಗಿತ್ತು. ಅಪರೂಪಕ್ಕೆ ಇದ್ದ ಕೆಲವು ಸ್ನೇಹಿತರು ಹಾಸ್ಯ ಮಾಡುತ್ತಿದ್ದರು.

"ಈಗೇನು... ಮಾಡೋದು?" ಲಕ್ಷ್ಮಿ ಗಂಡನ ಕಡೆ ನೋಡಿದರು. ಶ್ರೀನಿವಾಸಮೂರ್ತಿಗಳು ಆಳವಾದ ಯೋಚನೆಯಲ್ಲಿ ಮಗ್ನವಾದವರು ಉಸಿರೆಳೆದು ದಬ್ಬಿದರು. "ಒಂದೆರಡು ದಿನ ಹೋಗ್ಬರ್ಲಿ. ಆಕ್ಸಿಡೆಂಟ್‌ನಲ್ಲಿ ಸುಭಾಷ್ ಒಬ್ಬನಿಗೆ ಗಾಯವಾದದ್ದು ನೂರೆಂಟು ಕತೆಗಳಿಗೆ ದಾರಿಯಾಗಿದೆ. ತಮ್ಗೆ ತೋಚಿದಂಗೆ ಮಾತಾಡ್ತಾ ಇದ್ದಾರೆ. ಆ ಸಮಯದಲ್ಲಿ ನಮ್ಗೆ ಆದ ಆಘಾತದ ಬಗ್ಗೆ ಯಾರು ಯೋಚ್ನೋಲ್ಲ!" ಎಂದವರು ಪೂರ್ತಿ ಮಾಡಲು ಇಷ್ಟಪಡಲಿಲ್ಲ. "ಅವೆಲ್ಲ ಯಾಕೆ, ಬಿಡು" ನೋಟ ಮೇಲಕ್ಕೆತ್ತಿದರು.

ಆದರೆ ಡಾ।। ಶ್ಯಾಮಸುಂದರ್ ಅವನ ಪ್ರಯಾಣವನ್ನ ಒಂದೆರಡು ದಿನ ಮುಂದಕ್ಕೆ ತಳ್ಳಿದರು.

ಸ್ನಾನ ಮುಗಿಸಿ ಬ್ರೇಕ್ ಫಾಸ್ಟ್ ಮುಗಿಸಿದ ಸುಭಾಷ್ ಆಫೀಸಿಗೆ ಹೊರಟು ನಿಂತ. "ಇವತ್ತು, ನಾಳೆ ನಾನು ನೋಡ್ಕೋತೀನಿ. ಭಾವನಿಗೆ ಎರಡು ದಿನ ರೆಸ್ಟ್ ಸಿಕ್ಕಿದಂತಾಗುತ್ತೆ. ನಾಳಿದ್ದು ಹೊರಟರೆ ಮತ್ತೆ ಬಿಜಿಯಾಗ್ತಾರೆ" ಕಾರಿನ ಕೀ ಕೈಗೆತ್ತಿಕೊಂಡ. ಇದು ಕೂಡ ಅವನಿಗೆ ಡಾಕ್ಟರ್ ಕೊಟ್ಟ ಸಲಹೆ.

ಲಕ್ಷ್ಮಿ ಇನ್ನೊಂದು ಮಾತಾಡಲು ಹೋಗಲಿಲ್ಲ. ಷೋ ರೂಮಿನಿಂದ ಲಂಚ್ ಬ್ರೇಕ್‌ಗೆ ಅವನು ಆಫೀಸಿಗೆ ಹೋಗಿದ್ದ. ಎಲ್ಲಾ ಖಾಲಿ, ತನ್ನ ತಿಂಡಿ ಮುಗ್ಸಿ ಆಗಲೇ ಟೈಪಿಂಗ್ ಕೆಲ್ಸದಲ್ಲಿ ತೊಡಗಿದ್ದಳು ಅಖಿಲಾ.

"ಹಲೋ... ಅಖಿಲಾ!" ತಟ್ಟನೆ ತಲೆಯೆತ್ತಿದಳು. ಅವಳ ಕಣ್ಣುಗಳಲ್ಲಿ ಹರ್ಷದ ಕಾರಂಜಿಗಳು ಚಿಮ್ಮಿದ್ದು ಅವನಿಗೆ ಮಾತ್ರ ಗೊತ್ತಾಯಿತು. "ಹೇಗಿದ್ದೀರಿ?" ನವಿರಾಗಿ ಪ್ರಶ್ನಿಸಿದ. ಅವನ ನೋಟ ಅವಳ ಬೆರಳಿನ ಮೇಲಾಡಿತು. ತೆಗೆದು ಎಸೆದಿಲ್ಲವೆಂದು ಸಮಾಧಾನಗೊಂಡ.

"ಓ.ಕೆ. ಸರ್..." ಎಂದಳು.

ಅಷ್ಟರಲ್ಲಿ ಫೋನ್ ರಿಂಗಾಯಿತು. ಕೈಗೆತ್ತಿಕೊಂಡ, "ಹಲೋ..." ಟೇಬಲಿನ

ಮೇಲೆ ಕೈಯೂರಿದ. "ಓ... ನೀನಾ!" ಶ್ರೀನಿವಾಸಮೂರ್ತಿಗಳ ಕಣ್ಣುಗಳಲ್ಲಿನ ಅಚ್ಚರಿ ಅವನು ಎದುರಿಗಿದ್ದಿದ್ದರೇ ಕಾಣಬಹುದಿತ್ತು. "ಏನು ವಿಷ್ಯ! ನಾನೀಗ್ಲೇ... ಬಂದಿದ್ದು" ಆ ಕಡೆಯಲ್ಲಿ ಶ್ರೀನಿವಾಸಮೂರ್ತಿಗಳು ತಡವರಿಸಿದರು. "ಯಾರು... ಇದ್ದಾರೆ?" ಅತ್ತಿತ್ತ ನೋಡಿ ಅಖಿಲಾ ಕಡೆ ನೋಡಿ ಸಣ್ಣಗೆ ನಕ್ಕ. "ಅಖಿಲಾನ ಬಿಟ್ಟು ಮತ್ತೆ ಯಾರಿಲ್ಲ" ನಿಜವನ್ನೇ ಉಸುರಿದ.

"ಏನಿಲ್ಲ, ಸ್ವಲ್ಪ ಮ್ಯಾನೇಜರ್‌ನ ಹತ್ತಿರ ಮಾತಾಡ್ಬೇಕಿತ್ತು" ಫೋನ್ ಇಟ್ಟುಬಿಟ್ಟರು. ಮೊದಲ ಬಾರಿಗೆ ನೀನು ಊಟಕ್ಕೆ ಯಾಕೆ ಬರಲಿಲ್ಲ. ಎಂದು ಕೂಡ ವಿಚಾರಿಸಲಿಲ್ಲವಲ್ಲ ಎಂದು ಬೇಸರಿಸಿಕೊಂಡ.

ಮೌನವಾಗಿ ಛೇಂಬರ್‌ನೊಳಕ್ಕೆ ಹೋಗಿ ಕೂತುಬಿಟ್ಟ. ಮತ್ತೆ ಹೊರಗೆ ಬಂದ.

"ತಿಂಡಿ... ಆಯ್ತಾ?" ವಿಚಾರಿಸಿದ. ಬಗ್ಗಿದ ಅವಳ ತಲೆ ನೇರವಾಯಿತು. ಅವನು ಅಂದುಕೊಂಡ ಪ್ರಕಾರ ಅವಳು ತಿಂದಿರಲಿಲ್ಲ. ಡಬ್ಬಿ ಬಿಚ್ಚಿ ಅವನ ಮುಂದಿಟ್ಟಳು. "ನಮ್ಮ ಚಿಕ್ಕಮ್ಮ ಬಿಸಿಬೇಳೆಬಾತ್ ತುಂಬ ಚೆನ್ನಾಗಿ ಮಾಡ್ತಾರೆ. ಬೆಳಿಗ್ಗೆ ತಿಂದಿದ್ದೇ ಜಾಸ್ತಿ ಆಗಿತ್ತು" ಮಂದಾನಿಲ ತೀಡಿದಂಥ ನವಿರಾದ ಸ್ವರ. ಮಾತು ಕೂಡ ಹೆಚ್ಚು ಮಾಧುರ್ಯವಾಗಿರಬಹುದೆಂದು ಅಖಿಲಾನ ನೋಡಿದ ಮೇಲೆಯೇ ಅವನು ತಿಳಿದುಕೊಂಡಿದ್ದು.

ಇನ್ನೊಂದು ಮಾತಾಡದೆ ಡಬ್ಬಿ ಖಾಲಿ ಮಾಡಿದ. ಉಪ್ಪು, ಹುಳಿ, ಖಾರ ಹದವಾಗಿ ಬೆರೆತ ಭಾತ್ ತುಂಬ ರುಚಿಯಾಗಿಯೇ ಇತ್ತು.

"ತುಂಬ... ಟೇಸ್ಟಾಗಿತ್ತು" ಡಬ್ಬಿ ಕೆಳಗಿಟ್ಟ. ಅವಳೇ ತೊಳೆದು ಬಂದು ಡ್ರಾಯರ್‌ನಲ್ಲಿಟ್ಟಳು.

ಅಷ್ಟರಲ್ಲಿ ನಿಧಾನವಾಗಿ ಬೀಡಾ ಮೆಲ್ಲುತ್ತ ಆಫೀಸ್ ಬಾಯ್ ಬಂದ. ಬಾಸ್ ಸ್ಟೆನೋ ಹತ್ತಿರ ಕೂತು ಮಾತನಾಡುತ್ತಿರುವುದು ಅವನಿಗೆ ಆಶ್ಚರ್ಯದ ಸಂಗತಿ. ಎಲ್ಲರೊಡನೆಯೂ ಅವನ ಮಾತು ಎಷ್ಟೋ.... ಅಷ್ಟು! 'ಕುಣಿಯೋ ಹೆಣ್ಣುಗಳನ್ನು ನೋಡಿ ಬೇಸತ್ತು ಬೀಳೋ ಗಂಡು ನಮ್ಮ ಯಜಮಾನರಲ್ಲ' ಮೀಸೆಯ ಮೇಲೆ ಕೈಹಾಕಿ ಎಲ್ಲರೊಡನೆ ಹೇಳಿಕೊಳ್ಳುತ್ತಿದ್ದ.

ಎಲ್ಲಕ್ಕಿಂತ ಹೆಚ್ಚಾಗಿ ಅಖಿಲಾ ಒಂದು ಅಪರೂಪದ ಹೆಣ್ಣು. ಕೆಲಸದ ಮೇಲೆ ನಿಂತಾಗ ಅಖಿಲಾ ಎಷ್ಟೋ ಬಾರಿ ತನ್ನ ಡಬ್ಬಿಯ ತಿಂಡಿಯನ್ನು ಕೊಟ್ಟಿದ್ದಳು. ಬೇರೊಬ್ಬರ ಬಗ್ಗೆ ಒಂದು ಮಾತು ಆಡಿದ್ದು ಅವನು ಕಂಡಿರಲಿಲ್ಲ.

ಕಣ್ಣು ಸನ್ನೆಯಿಂದಲೇ ಅವನನ್ನು ಕರೆದು ಛೇಂಬರ್‌ಗೆ ಹೋದ.

"ಹೋಗಿ ಕಾಫೀ ತಗೊಂಡ್ಬಾ" ಹಿಂದಕ್ಕೆ ಒರಗಿದ. ಅಖಿಲಾ ಸಿನ್ಸಿಯಾರಿಟಿ, ಅಪರೂಪಕ್ಕೆ ಅವಳ ತುಟಿಯ ಮೇಲೆ ಮಿನುಗುವ ಹೂ ಬಿರಿದಂಥ ಸುಂದರ ನಗು. ಅಗತ್ಯವಿದ್ದಾಗ ಹೊರಬೀಳುವ ಮಾತುಗಳು–ಎಲ್ಲಾ ಅವನಿಗೆ ಇಷ್ಟವಾಗಿ ಕಂಡಿತು.

ಮತ್ತೆ ಫೋನ್ ಬಂತು ಮನೆಯಿಂದ. ಲಕ್ಷ್ಮಿ ತಮ್ಮನ ಮೇಲೆ ಹಾರಿಬಿದ್ದಳು.

"ಈಗ್ಲೇ... ಬಾ. ನನ್ನ ಎದೆಯ ಬಡಿತಾನೇ ನಿಂತಂತಾಯಿತು" ಏನೊಂದೂ ಹೇಳದೆ ಫೋನಿಟ್ಟು ಕೆಳಗೆ ಹೋದ.

ಬಾಗಿಲಿನಲ್ಲೇ ನಿಂತಿದ್ದ ಲಕ್ಷ್ಮಿ ಕಾರು ನಿಂತ ಕೂಡಲೇ ಹೊರಗೆ ಬಂದಳು. "ನಿಂಗೆ ಸ್ವಲ್ಪ ಕೂಡ ಅರ್ಥವಾಗೋಲ್ಲ! ಅದೇನು ಅಂಥ ರಾಜಕಾರ್ಯವಿತ್ತು!" ನಸುನಗುತ್ತ ಕೈಯಿಂದ ಅಕ್ಕನ ಬಾಯಿ ಮುಚ್ಚಿದ. "ಸ್ಟಾಪ್ ಇಟ್! ಅದ್ಕೇ ಈಚೆಗೆ ಭಾವನ ತಲೆ ಕೂದ್ಲು ಮಾಯವಾಗ್ತ ಇರೋದು!" ರೆಪ್ಪೆ ಮುಚ್ಚಿ ತೆರೆದ.

ಆಗಲೇ ಶ್ರೀನಿವಾಸಮೂರ್ತಿಗಳ ಊಟ ಮುಗಿದಿತ್ತು. ರೆಸ್ಟ್‌ನ ಮೂಡ್‌ನಲ್ಲಿದ್ದರು. ಮಾತಾಡಿಸದೆ ತನ್ನ ಕೋಣೆಗೆ ಹೋದ. ಟೇಬಲ್ಲು ಮೇಲೆ ಸುಧಾ ಕಾನ್ವೆಂಟ್‌ನ ಮಾರ್ಕ್ಸ್ ರಿಪೋರ್ಟ್ ಬಿದ್ದಿತ್ತು. ಯಾವುದೇ ಸಬ್ಜೆಕ್ಟ್‌ನಲ್ಲಿ ಹತ್ತರ ಮೇಲೆ ಹೋಗಿರಲಿಲ್ಲ.

ಸೋತವನಂತೆ ಸೋಫಾ ಮೇಲೆ ಕುಕ್ಕರಿಸಿದ. ಅವನು ಪ್ರೀತಿಯಿಂದಲೇ ಬೆಳೆಸಿದ್ದ. ಆದರೆ ಆಟಪಾಠದಲ್ಲಿ ಒಂದು ಶಿಸ್ತಿತ್ತು. ಈಗಲೂ ಪುಸ್ತಕ ಮುಟ್ಟಳು. ಅವನೇ ಕೂತು ಓದಿಸಬೇಕು.

ಸೆಕೆಯೆನಿಸಿತು. ಷರಟಿನ ಮೇಲ್ಭಾಗದ ಗುಂಡಿ ಬಿಚ್ಚಿದ.

"ಬಾ... ಊಟಕ್ಕೆ" ಲಕ್ಷ್ಮಿ ಕೋಣೆಯ ಬಾಗಿಲಿಗೆ ಬಂದಳು. "ಹಸಿವಿಲ್ಲ..." ಎದ್ದು ಹೌಸ್ ಕೋಟ್ ತೊಟ್ಟು ಮಲಗಿದ. ಆತಂಕದಿಂದ ಬಂದಳು ಲಕ್ಷ್ಮಿ.

"ನಿನ್ನ ಮಗ್ಳ ಪ್ರೋಗ್ರೆಸ್ ರಿಪೋರ್ಟ್... ನೋಡಿದ್ಯಾ! ಹಣೆಬರಹಕ್ಕೆ ಅವ್ಳು ಯಾಕೆ ಕಾನ್ವೆಂಟ್‌ಗೆ ಹೋಗ್ಬೇಕು. ಚಾಕಲೇಟ್, ಐಸ್‌ಕ್ರೀಮ್, ಚೂಯಿಂಗ್ ಗಮ್ ತಿಂದ್ಕೊಂಡು ಮನೆಯಲ್ಲಿ ಬಿದ್ದಿರ್ಲಿ" ರೇಗಿದ. ಲಕ್ಷ್ಮಿ ಸುಸ್ತಾದವಳಂತೆ ಕೂತಳು.

"ಅವ್ಳ ಬಗ್ಗೆ ನಂಗೆ ಹೇಳಿ ಏನು ಪ್ರಯೋಜನವಿಲ್ಲ! ಆ ಅಪ್ಪ, ಮಗ್ಳ ನಡುವೆ... ನನ್ನ ಚಿತ್ತಕ್ಷೋಭೆ!" ಕಣ್ಣೀರು ಸುರಿಸಿದಳು. ಪಕ್ಕದಲ್ಲಿ ಕೂತು ಸಮಾಧಾನಿಸಿದ. "ಅವ್ಳ ಅನ್‌ಡಿಸಿಪ್ಲಿನ್‌ನ ಎನ್‌ಕರೇಜ್ ಮಾಡೋದ್ಬೇಡ. ಮೊದ್ಲು ಸರ್ಯಾದ ಶಿಕ್ಷಕರ ವಶಕ್ಕೆ ಒಪ್ಪಿಸ್ಬೇಕು, ಅಲ್ವಾ..." ಮುಂದಿನ ಮಾತುಗಳನ್ನ ನುಂಗಿಕೊಂಡ. ಮೌನವಾಗಿ ಎದ್ದು ಹೋದಳು ಲಕ್ಷ್ಮಿ. ದಿಕ್ಕು ತೋಚದ ಸ್ಥಿತಿ.

ಸಂಜೆ ಮನೆಗೆ ಬಂದ ಡ್ರೈವರ್ ಮೌನವಾಗಿ ನಿಂತ.

"ಸುಧಾ... ಬರ್ಲಿಲ್ಲ. ಅನಿಲ್‌ನ ಮಾತ್ರ ಕರ್ಕೊಂಡ್ಬಂದೆ"

ಭಯದಿಂದ ಲಕ್ಷ್ಮಿಯ ಎದೆಯೆ ಒಡೆದುಹೋಯಿತು. ಮಾತ್ರೆ ನುಂಗಿ ಮಲಗಿದ್ದ ಸುಭಾಷ್. ತೀರಾ ಗಾಢವಾದ ನಿದ್ದೆ.

"ಸುಭಾಷ್... ಸುಧಾ ಬರೋಲ್ವಂತೆ ಕಣೋ" ಕಣ್ಣೀರಿಟ್ಟಳು. ಸುಭಾಷ್ ಅಲ್ಲಾಡಲಿಲ್ಲ. ತೋಳಿಡಿದು ಅಲುಗಾಡಿಸಿದಳು. ಬೆಚ್ಚಿದಂತೆ ಎದ್ದರೂ ಮತ್ತಿನಲ್ಲಿ ಅವನ ಕಣ್ಣುಗಳು ತೂಗುತ್ತಿದ್ದವು. "ಎಕ್ಸ್‌ಕ್ಯೂಜ್ ಮಿ. ಮತ್ತೊಂದು ಆಕ್ಸಿಡೆಂಟ್ ಆಗುತ್ತೆ ಅಷ್ಟೆ" ಮತ್ತೆ ಮಲಗಿಬಿಟ್ಟ.

ವಿಗ್ರಹದಂತೆ ಹಾಲ್‌ನಲ್ಲಿ ಬಂದು ಕೂತುಬಿಟ್ಟಳು. ಡ್ರೈವರ್ ವಿಷ್ಯ ಮುಟ್ಟಿಸಿ ಶ್ರೀನಿವಾಸಮೂರ್ತಿಗಳನ್ನು ಕರೆತಂದ. ಗಂಡ, ಹೆಂಡತಿ ಸಾಹಸ ಮಾಡಿ ಅವಳನ್ನು ಕರೆತರಬೇಕಾಯಿತು.

* * * *

ಸೀತಮ್ಮ, ಬೆಳಗಿನಿಂದ ಸಡಗರದಿಂದ ಓಡಾಡುತ್ತಿದ್ದರು. ಗಣಪತಿಗಳು ಕೂಡ ಮನೆಯಲ್ಲೇ ಇದ್ದರು. ಅಖಿಲಾ ಮದುವೆಯ ನಿಶ್ಚಯ ತಾಂಬೂಲದ ಸಮಾರಂಭ.

ಎರೆದ ಕೂದಲನ್ನು ತಾವೇ ಒಣಗಿಸಿ ಅಖಿಲಾಗೆ ಸಡಿಲವಾಗಿ ಜಡೆ ಹೆಡೆದರು.

"ನಿಮ್ಮಮ್ಮನಿಗೆ ಒತ್ತು ಕೂದ್ಲು ಒಂದು ಮಾರು ಇತ್ತಂತೆ. ಆಗಾಗ ಅವ್ರು ನೆನಸ್ಕೋತಾರೆ. ಅದೇ ಕೂದ್ಲು.... ನಿಂಗೂ" ಮೆಚ್ಚಿಗೆಯಿಂದ ತುದಿ ಕೂದಲನ್ನು ಕೊಡವಿದರು. ಅಖಿಲಾ ಎದ್ದು ಕಿಟಕಿಯ ಬಳಿ ಹೋಗಿ ನಿಂತಳು. ಹೊಟ್ಟೆಯಲ್ಲಿ ವಿಪರೀತ ಸಂಕಟ. ಯಾಕೆ, ಏನು ಒಂದೂ ಗೊತ್ತಾಗದು. ಎದೆಯಲ್ಲಿ ಭರ್ಜಿಯಲ್ಲಿ ಇರಿದಂಥ ನೋವು. ಬೆರಳಿನಲ್ಲಿದ್ದ ಉಂಗುರದ ಮೇಲೆ ನೆಟ್ಟಿತು ನೋಟ.

ವರಾಂಡದಿಂದ ನಡುಮನೆಗೆ ಬಂದಳು. ಒಂದು ರೀತಿಯ ಅಚ್ಚುಕಟ್ಟು ಕಾಣಿಸುತ್ತಿತ್ತು. ಬನೀನು ತೊಡುತ್ತ ಇದ್ದ ಗಣಪತಿಗಳು ಅವಳ ಮುಖ ನೋಡಿದರು. ಗಂಭೀರವಾಗಿರುತ್ತಿದ್ದ ಮುಖ ಇಂದು ತೀರಾ ಮಂಕಾಗಿತ್ತು. ಇಂಥ ಸಮಯಗಳಲ್ಲಿ ತಾತ, ಹೆತ್ತಮ್ಮನ ನೆನಪು ಬಂದಿರಬಹುದೆಂದುಕೊಂಡರು.

"ಅಖಿಲಾ..." ಉಗುಳು ನುಂಗಿದರು. ಅವಳ ಮುಂಗೂದಲನ್ನ ಸವರಿದರು. "ಮಗ್ಳು ಅಂತ ನಾನೇನು ನಿಂಗೆ ಮಾಡ್ಲಿಲ್ಲ. ಈಗ್ಲೂ.... ಏನು ಮಾಡ್ಲಾರೆ!" ಅವವ ಧ್ವನಿ ಗದ್ಗದವಾಗಿ ಎದೆ ಭಾರವಾಯಿತು.

"ಯಾಕೆ, ಹಾಗೆ... ಹೇಳ್ತೀರಾ! ನನ್ನ ಪೋಷಣೆಯೆಲ್ಲ ತಾತನೆ ವಹಿಸ್ಕೊಂಡಿರೋದ್ರಿಂದ..." ಗಂಟಲು ಒತ್ತಿ ಮಾತು ಹೊರಬರಲು ಪ್ರಯಾಸವಾಯಿತು. ಪ್ರೀತಿ, ಪ್ರೇಮ ಅಂತಃಕರಣದಿಂದ ನೋಡಿದರು ಮಗಳನ್ನು.

ಹೆತ್ತ ಮನೆಯಲ್ಲಿಯೇ ಉಳಿದವಳು ಅಖಿಲಾ. ಅವಳ ತಾಯಿ ಸುಮಿತ್ರ ಡೆಲಿವರಿಯಾದ ಮಾರನೇ ದಿನವೇ ಕಣ್ಮುಚ್ಚಿದಾಗ ತಾತನ ಕೈ ಸೇರಿದವಳು. ನಿಜವಾದ ಅನಾಥಳಾದದ್ದು ಅವರು ಸತ್ತ ಮೇಲೆಯೇ!

ಅಷ್ಟರಲ್ಲಿ ಸಡಗರದಿಂದ ಗೋಪಾಲರಾಯರು ಒಳಗೆ ಬಂದರು. ಹೊದ್ದ ಜಾರಿ ಶಾಲನ್ನು ಆಗಾಗ ಸರಿಮಾಡಿಕೊಳ್ಳುತ್ತಿದ್ದರು. ಆದರೆ ಅಖಿಲಾ ಮುಖ ನೋಡಿದ ಕೂಡಲೇ ಅವರ ಮನದ ಉತ್ಸಾಹ, ಉಲ್ಲಾಸ ಎಲ್ಲಾ ಮಾಯವಾಯಿತು.

"ಅಖಿಲಾ, ಯಾಕೆ ಒಂದು ತರಹ ಇದ್ದಿ?" ಅವಳ ಕೈ ಹಿಡಿದುಕೊಂಡಾಗ ಅವಳ ಮುಖ ತಗ್ಗಿತು. ಅವಳೆದೆಯಲ್ಲಿ ಒಂದು ರೀತಿಯ ಅಲ್ಲೋಲ ಕಲ್ಲೋಲವಿದ್ದರೂ ಅರಿತುಕೊಳ್ಳಲಾರದಷ್ಟು, ಸ್ಪಷ್ಟಪಡಿಸಲಾರದಷ್ಟು ಅಸಮರ್ಥಳು. "ಏನಿಲ್ಲ..."

ಭುಜ ತಟ್ಟಿ ಸಂತೈಸಿದರು.

"ಶ್ರೀಧರ್ ದೂರದ ಹುಡ್ಗನಲ್ಲ. ನಂಗೂ ಮಗನಿದ್ದ ಹಾಗೆ. ನಿನ್ನ ಮನಸ್ಸು ಅರ್ಥಮಾಡಿಕೋಬಲ್ಲ. ನೀನೇನು ಚಿಂತಿಸಬೇಡ."

ಅವರ ಕಣ್ಣುಗಳನ್ನು ದಿಟ್ಟಿಸಲಾರದೆ ಕೋಣೆಗೆ ಹೋಗಿ ಕೂತಳು. ತೋರುಬೆರಳಿನಲ್ಲಿ ಸುಭಾಷ್ ತೊಡಿಸಿದ ಉಂಗುರವಿತ್ತು. ಅದರತ್ತ ನೋಡಿದಳು ಅವಳ ಕಣ್ಮುಂದೆ ಇಣಕಿದ್ದು ಸುಭಾಷ್ ಮುಖ, ಅರ್ಥವಾಗದ ಭಾವನೆಗಳ ತಾಕಲಾಟ.

ಇನ್ನು ಹತ್ತು ದಿನಗಳಲ್ಲಿ ಅವಳ ಮದುವೆ. ಗಣಪತಿಗಳು ತಮ್ಮ ಇಬ್ಬರು ಹೆಣ್ಣು ಮಗಳ ಮದುವೆಗಿಂತ ಈ ಮಗಳ ಮದುವೆಗೆ ಹೆಚ್ಚು ಮುತುವರ್ಜಿ ವಹಿಸಿದರು.

"ಒಡ್ವೇ ಬಗ್ಗೆ ಅವ್ರೇನು ಮಾತಾಡಿಲ್ಲ. ಅದು ಚೆನ್ನಾಗಿರೋಲ್ಲ" ಎಂದು ಹೆಂಡತಿಯ ಮುಂದೆ ಪ್ರಸ್ತಾಪವೆತ್ತಿದವರು ತಕ್ಷಣ, "ಅವ್ಳ ತಾತನ ಪೆಟ್ಟಿಗೆಯಲ್ಲಿ ಅವಳಮ್ಮನ ಒಡ್ವೆ... ಇರ್ಬೇಕು. ನೀನೇ ಕೇಳಿ ನೋಡು" ಎಂದರು.

ಸೀತಮ್ಮ ಸಂಕೋಚಿಸಿದರು. ಉಪ್ಪು, ಹುಳಿ, ಖಾರ ತಿನ್ನೋ ಸಾಮಾನ್ಯ ಹೆಣ್ಣಾದರೂ ಆಕೆಗೆ ಒಳ್ಳೆ ಮನಸ್ಸಿತ್ತು. ಸವತಿಯ ಮಗಳ ಮೇಲೆ ದ್ವೇಷವಾಗಲಿ, ಕೋಪವಾಗಲಿ ಆಕೆಗಿರಲಿಲ್ಲ.

"ಹಳೇ ಮೇಜಿನ ಡ್ರಾಯರ್‌ನಲ್ಲಿದ್ದೆ ಅದ್ರ ಬೀಗದ ಕೈ. ನೀವೇ... ನೋಡಿ" ಗಂಡನಿಗೆ ಹೇಳಿ ಚಟ್ನಿಪುಡಿ ಕುಟ್ಟಲು ಎದ್ದು ಹೋದರು. ಅವರ ಮನ ಕೂಡ ಸಂಕೋಚಿಸುತ್ತಿತ್ತು. ಎದ್ದು ಹೊರಬಂದರು. ಸೀಬೆಮರದಡಿಯಲ್ಲಿ ಕೂತು ಮುಂದಿನ ಕಣಗಲೆ ಗಿಡವನ್ನ ದಿಟ್ಟಿಸುತ್ತಿದ್ದಳು.

ತೀರಾ ಸಾಮಾನ್ಯವಾಗಿ ಕಾಣುವ ಗಿಡ, ಬಳ್ಳಿ, ಪ್ರಕೃತಿ, ಆಕಾಶ, ಪಕ್ಷಿಗಳು ಅವಳ ಪಾಲಿಗೆ ತೀರಾ ವೈವಿಧ್ಯಮಯ ಮಾತ್ರವಲ್ಲ, ಆಪ್ಯಾಯಮಾನವು ಕೂಡ.

'ಮಾನವನ ಜೊತೆಯಲ್ಲಿಯೇ ಗಿಡ, ಬಳ್ಳಿ, ಪ್ರಾಣಿ, ಪಕ್ಷಿಗಳನ್ನ ಭಗವಂತ ಸೃಷ್ಟಿಸಿದ್ದಾನೆ. ಅವುಗಳ ಜೊತೆ ಸಂಖ್ಯಾ, ಪ್ರೀತಿ ಬೆಳೆಸಿಕೊಂಡ್ರೆ... ಮನುಷ್ಯರಿಗಿಂತ ಹೆಚ್ಚು ಆತ್ಮೀಯವಾಗುತ್ತೆ. ಆಗಾಗ ಅವಳ ತಾತ ಹೇಳುತ್ತಿದ್ದ ಮಾತುಗಳು ಸದಾ ಅವಳ ಮನದಲ್ಲಿ ಹಚ್ಚ ಹಸಿರು.

"ಒಂದ್ನಿಮ್ಷ... ಬಾಮ್ಮ" ಒಳಗೆ ಕರೆ ತಂದರು. ಅಲ್ಲಿದ್ದ ಬೀಗದ ಕೈ ಅವಳ ಕೈಯಲ್ಲಿಟ್ಟರು. "ಆ ಪೆಟ್ಟಿಗೇನ ತೆಗೀ" ಇನ್ನೊಂದು ಮಾತಾಡದೆ ತೆಗೆದಳು. ಚಿನ್ನ ಬೆಳ್ಳಿ ಜೊತೆ ಅಖಿಲಾ ಅಮ್ಮನ ರೇಶಿಮೆಯ ಸೀರೆಗಳು ಕೂಡ ಇದ್ದವು.

ಅಖಿಲಾ ತಲೆ ತಗ್ಗಿಸಿ ಹೊರಗೆ ನಡೆದಳು.

* * * *

ರಾತ್ರಿ ಹಿಂದಿರುಗಿ ಬಂದ ಸುಭಾಷ್‌ಗೆ ಆಶ್ಚರ್ಯವೇ ಕಾದಿತ್ತು. ಪಾರ್ವತಮ್ಮನ್ನನ್ನ ಬಿಟ್ಟು ಬೇರೆ ಯಾರೂ ಇರಲಿಲ್ಲ ಮನೆಯಲ್ಲಿ.

"ಅವ್ರೆಲ್ಲ... ನೆಂಟರ ಮದ್ವೆಗೆ ಹೋದ್ರು. ನೀವು ಬರೋ ಸುದ್ದಿ ಅವ್ರಿಗೆ

ಗೊತ್ತಿರಲಿಕ್ಕಿಲ್ಲ" ಕಾಫೀ ತಂದ ಪಾರ್ವತಮ್ಮ ನುಡಿದಾಗ, "ಇರ್ಬೇಕೂ..." ಎಂದು ಕಪ್ ಕೈಗೆತ್ತಿಕೊಂಡವನು "ಬೇಗ ಒಂದಿಷ್ಟು ತಿಳೀ ಸಾರು, ಅನ್ನ ಮಾಡ್ಬಿಡಿ" ತುಟಿಗಚ್ಚಿದ. ಒಂದು ರೀತಿಯ ಭ್ರಮನಿರಸನವಾಗಿತ್ತು ಅವನಿಗೆ. ಲಗೇಜ್ ಕೂಡ ಬಿಚ್ಚುವ ಮನಸ್ಸು ಮಾಡಲಿಲ್ಲ.

ದೆಹಲಿ, ಆಗ್ರಾ ಜೊತೆ ಉತ್ತರ ಭಾರತದ ಎಲ್ಲಾ ಊರುಗಳನ್ನು ಸುತ್ತಿ ಬಂದಿದ್ದ. ನವಚೈತನ್ಯ ತುಂಬಿಕೊಂಡಿತ್ತು ಅವನ ಮೈಮನದಲ್ಲಿ.

ಕಾಫೀ ಕುಡಿದಿಟ್ಟು ಯೋಚಿಸಿದ. 'ನಾನು ಬರೆದ ಪತ್ರ ತಲುಪಲಿಲ್ಲವ?' ಅದೇ ನಿಜವೆನಿಸಿತು. ತನ್ನ ಒಂದು ತಿಂಗಳ ಸುತ್ತಾಟದಿಂದ ಸುಧಾ ಬದಲಾಗಿರಬೇಕು. ಹಟ ಎಷ್ಟೋ ಕಮ್ಮಿ ಆಗಿರಬೇಕು. ಈಗ ಹನ್ನೊಂದರ ಸುಧಾಳನ್ನು ಬೇರೆಯಾಗಿ ಕಲ್ಪಿಸಿಕೊಳ್ಳತೊಡಗಿದ.

ಕೋಣೆಯೊಳಕ್ಕೆ ಬಂದ ಪಾರ್ವತಮ್ಮ ಅವನು ಕುಡಿದಿಟ್ಟ ಕಾಫಿಯ ಬಟ್ಟಲನ್ನು ಕೈಗೆತ್ತಿಕೊಂಡರು.

"ಅರ್ಧ್ಗೇ ಆಗಿದೆ, ತಟ್ಟೆನು ಹಾಕಿದ್ದೀನಿ ಬಂದ್ರೆ ಬಿಸಿಬಿಸಿಯಾಗಿ ಬಡಿಸ್ತೀನಿ" ಎಂದರು. ಆಕೆಯ ಮಾತಿನ ಧಾಟಿಯೇ ಈ ರೀತಿಯದು.

ಕೈಯಲ್ಲಿದ್ದ ಅಂದಿನ ಪತ್ರಿಕೆ ಕೆಳಗೆ ಹಾಕಿ ಮೈ ಮುರಿದ. ಗೋಡೆಯ ಮೇಲಿದ್ದ ಪೈಂಟಿಂಗ್‌ನ ಗಾಜು ಒಡೆದಿತ್ತು. ಒಂದು ಹಕ್ಕಿ ತನ್ನ ಮರಿಗೆ ಕಾಳು ತಿನ್ನಿಸುತ್ತಿದ್ದ ದೃಶ್ಯ, ಮೇಲ್ನುಖಕ್ಕೆ ಮಾಡರ್ನ್ ಆರ್ಟ್‌ನಲ್ಲಿ ಚಿತ್ರಣಗೊಂಡಿದ್ದರೂ ಚಿತ್ರಕಾರನ ಅಪೂರ್ವ ಪ್ರತಿಭೆಗೆ ಒಂದು ಸವಾಲ್ ಆಗಿತ್ತು.

ಹತ್ತಿರಕ್ಕೆ ಹೋಗಿ ಸವರಿದ. ಮೇಲಿನ ಗಾಜಿನ ಜೊತೆ ಸೂಕ್ಷ್ಮವಾದ ಕಲಾವಂತಿಕೆಗೂ ಧಕ್ಕೆ ಬಂದಿತ್ತು. ತೆಗೆದು ಡ್ರಾಯರ್‌ನ ಒಳಭಾಗಕ್ಕೆ ತಳ್ಳಿ ಮುಚ್ಚಿದ.

ಊಟದ ನಡುವೆ ಪಾರ್ವತಮ್ಮ ಒಂದೆರಡು ಮಾತುಗಳನ್ನು ಹೇಳಿದರು.

"ನೀವು ಹೋದಂದ್ನಿಂದ ಸುಧಾ ಸ್ಕೂಲಿಗೆ ಹೋಗ್ಲೇ ಇಲ್ಲ. ಈ ವಿಷ್ಯವಾಗಿ ಗಂಡ, ಹೆಂಡ್ತಿಗೆ ಮೂರ್ಹೊತ್ತು ಜಗ್ಳ. ಹಟ ಕೂಡ ಮೂರುಪಟ್ಟು ಜಾಸ್ತಿ ಆಗಿದೆ."

ಅರ್ಧದಲ್ಲಿಯೇ ಊಟ ನಿಲ್ಲಿಸಿ ಒಂದು ಲೋಟ ಮಜ್ಜಿಗೆ ಕುಡಿದು ಮೇಲೆದ್ದ.

"ಹಾಲು ಕೊಟ್ಟು.... ನೀವು ಮನೆಗೆ ಹೋಗಿ" ಟವಲಿಗೆ ಒದ್ದೆಯ ಕೈಯೊತ್ತುತ್ತ ಕೋಣೆಗೆ ಹೋದ. ಸುಧಾ ಭವಿಷ್ಯದ ಬಗ್ಗೆ ಅವನಿಗೆ ಭಯವಾಯಿತು.

ಸರಳವಾಗಿ, ಬುದ್ಧಿವಂತನಾಗಿ, ಸಾಮರಸ್ಯ ಜೀವಿಯಾಗಿ ಕಾಣುತ್ತಿದ್ದ ಶ್ರೀನಿವಾಸಮೂರ್ತಿ ಕೌಟುಂಬಿಕ ಬದುಕಿನ ಪ್ರಾಥಮಿಕ ಶಿಕ್ಷಣವನ್ನು ಪೂರೈಸಲಾರದ ವಿದ್ಯಾರ್ಥಿಯಂತೆ ಕಂಡರು. ಸುಧಾಳ ಹಟಮಾರಿತನಕ್ಕೆ ಅವರೇ ಪೂರ್ಣವಾಗಿ ಹೊಣೆಯಾಗಿ ಕಂಡರು.

ಪಾರ್ವತಮ್ಮ ಹಾಲು ತಂದಿಟ್ಟು ಹೋದ ಮೇಲೆ ಹೋಗಿ ತಾನೇ ಮುಂಬಾಗಿಲು ಹಾಕಿಕೊಂಡು ಬಂದ. ಮನೆಯ ತುಂಬ ನೀರವತೆ. ಅವನಿಗ್ಯಾಕೋ ಹೆಚ್ಚು

ಪ್ರಿಯವೆನಿಸಿತು. ಸ್ಟೀರಿಯೋ ಹಚ್ಚಿ ರವಿಶಂಕರ್ ಸಿತಾರ್‌ವಾದನ ಕೇಳುತ್ತ ಮಲಗಿದ. ಆಹ್ಲಾದಕರವಾಗಿತ್ತು.

ಅವನ ಇಷ್ಟು ದಿನದ ಬದುಕಿನಲ್ಲಿ ಈ ಮನೆಯಲ್ಲಿ ಇಂಥ ಶಾಂತಿ ನೆಲೆಸಿದ್ದು, ಇಂದೇಯೆನಿಸಿತು. ಸದಾ ಅಂಟಿಕೊಂಡಿರುತ್ತಿದ್ದ ಸುಧಾ ಇಂಥ ಅದೃಷ್ಟಗಳಿಗೆಲ್ಲ ಅವನನ್ನ ದೂರವಾಗಿರಿಸಿದ್ದಳು. ಫಿಲಂಗೆ ಹೋದರೆ ಇಡೀ ಚಿತ್ರ ಮುಗಿಯುವ ವೇಳೆಗೆ ನೂರು ಪ್ರಶ್ನೆ, ಅಥವಾ 'ನೀರು ಬೇಕು, ಚಾಕಲೇಟ್ ಬೇಕು, ಬಿಸ್ಕತ್ ಬೇಕು ಮತ್ತು ಚೆನ್ನಾಗಿಲ್ಲ. ಹೋಗೋಣ ನಡೀ' ಅವಳ ವಯಸ್ಸು ಬೆಳೆದರೂ ಈ ನಡವಳಿಕೆಯಿಂದ ಅವಳು ಮುಕ್ತಳಾಗಿರಲಿಲ್ಲ.

ಆರಾಮಾಗಿ ನಿದ್ರಿಸಿದ. ತಂಗಳಿನ ತಿರುಗಾಟದ ದಣಿವು ಅವನನ್ನ ಮತ್ತಿನ ಪ್ರಪಂಚಕ್ಕೆ ಕೊಂಡೊಯ್ದಿತು. ಅಲ್ಲಿ ದೇವಸ್ಥಾನದ ಮುಂಬಾಗಿಲಿನಲ್ಲಿ ಹಣತೆ ಹಚ್ಚುತ್ತಿದ್ದ ದೇವತೆ.

ಬೆಳಿಗ್ಗೆ ಅವನು ಎದ್ದಾಗ ಲವಲವಿಕೆಯಿಂದಿದ್ದ. ಸುಧಾ, ಅನಿಲ್‌ಗೆ ಸ್ನಾನ ಮಾಡಿಸಬೇಕು. ತಿಂಡಿ, ಸ್ಕೂಲು... ಯಾವುದೇ ಹಾರಾಟವಿರಲಿಲ್ಲ.

ಮೊದಲು ಆಫೀಸ್‌ಗೆ ಹೋದ. ಮುಂಬಯಿಗೆ ಕಳುಹಿಸಿ ಕೊಡಬೇಕಾದ ಆರ್ಡರ್‌ಗಳ ಬಗ್ಗೆ ಡಿಸ್ಕಸ್ ಮಾಡುತ್ತಿದ್ದ ಮ್ಯಾನೇಜರ್ ಎದ್ದರು.

"ಯಾವಾಗ್ಬಂದ್ರಿ?" ತಮ್ಮ ಸೀಟಿನಿಂದೆದ್ದರು. ತನ್ನ ಸೀಟ್‌ಗೆ ಹೋದ ಸುಭಾಷ್ ಪೇಪರ್ ವೈಟನ್ನು ಒಂದು ಸುತ್ತು ಹೊಡೆಸಿ ಪಕ್ಕಕ್ಕಿಟ್ಟ. "ಇವತ್ತು ನಮ್ಮ ಆಫೀಸ್‌ನಲ್ಲಿ ಸ್ಟ್ರೈಕಾ, ಅಥಾ ಸಾಮೂಹಿಕವಾಗಿ ರಜ ಹಾಕಿದ್ದಾರೆ?" ಅವನ ಪ್ರಶ್ನೆಗೆ ಮ್ಯಾನೇಜರ್ ಪೆಳ್ಳೆ ನಕ್ಕುಬಿಟ್ಟರು. "ಅಂಥಾದೇನಿಲ್ಲ. ಇವತ್ತು ಅಖಿಲಾ ಮದ್ವೆ. ಎಲ್ಲರಿಗೂ ಅವಳನ್ನ ಕಂಡ್ರೆ ಇಷ್ಟ. ರಜಾ ಇಲ್ಲಾಂದ್ರೂ... ಸುಮ್ನೇ ಬರ್ದಿಟ್ಟು ಹೋಗಿದ್ದಾರೆ."

'ಫಳಕ್' ಎಂದಿತು ಅವನೆದೆಯಲ್ಲಿ. ಉಸಿರಾಡಲು ಒದ್ದಾಡುವಂತಾಯಿತು. "ಪ್ಲೀಸ್, ಲೀವ್ ಮಿ ಅಲೋನ್" ಟೇಬಲಿನ ಮೇಲೆ ತಲೆಯಿಟ್ಟ.

ಗಾಬರಿಯಿಂದ ಬಡಬಡಿಸಿದರು ಮ್ಯಾನೇಜರ್.

"ಡಾಕ್ಟ್ರನ ಕರ್ಸಿಸ್ತೀನಿ, ಸರ್" ಫೋನ್ ಎತ್ತಿದಾಗ ತಲೆಯೆತ್ತದೆ ಕೈಯಿಂದಲೇ ಬೇಡವೆಂದು ಸನ್ನೆ ಮಾಡಿದ. "ಹತ್ತು ನಿಮಿಷ ಸುಮ್ನೆ ಬಿಟ್ಟುಬಿಡಿ."

ಮ್ಯಾನೇಜರ್ ಹೊರಗೆ ಹೋದರು. ಅವರದು ಸಂದಿಗ್ಧ ಸ್ಥಿತಿ. ಡಾಕ್ಟರನ್ನ ಕರೆಸಬೇಕೋ, ಬೇಡವೋ? ಸುಮ್ಮನೆ ಶತಪಥ ಹಾಕಿದರು. ಆಫೀಸ್ ಬಾಯ್ ಮೇಲಕ್ಕೂ, ಕೆಳಕ್ಕೂ ನೋಡಿದ.

ಹತ್ತು ನಿಮಿಷದ ಮೇಲೆ ಮೇಲಕ್ಕೆದ್ದ ಸುಭಾಷ್. ಇಡೀ ಮೈಯಲ್ಲಿನ ಚೈತನ್ಯವೇ ಉಡುಗಿಹೋಗಿತ್ತು. ಟೇಬಲ್ಲು ಮೇಲೆ ಬಿದ್ದಿದ್ದ ಇನ್ವಿಟೇಷನ್ ಕಡೆ ನೋಡಿದ. ಅಖಿಲಾಳ ಮದುವೆಯ ಕರೆಯೋಲೆ ಗುಂಡಿಗೆಯಲ್ಲಿ ಹಿಡಿದುಕೊಂಡಂತಾಯಿತು. ಬಹಳ ನಿಧಾನವಾಗಿ ಉಸಿರೆಳೆದು ಹೊರಗೆ ದಬ್ಬಿದ. ರೆಪ್ಪೆಗಳು ಭಾರವಾದವು.

ನಿಧಾನವಾಗಿ ಹೊರಗೆ ಬಂದ ಮ್ಯಾನೇಜರ್ ಕಂಗಾಲಾಗಿ ಅವನ ಬಳಿ ಬಂದರು.

"ಏನಿಲ್ಲ, ಐಯಾಮ್ ಕ್ವೈಟ್ ಆಲ್‌ರೈಟ್" ಕೆಳಗಿಳಿದು ಹೋದ. ಸಂಭ್ರಮ, ಸಡಗರದಿಂದ ತುಂಬಿರುತ್ತಿದ್ದ ರೋಡ್‌ಗಳೆಲ್ಲ ಸ್ಮಶಾನದಂತೆ ಗೋಚರಿಸಿದವು.

ಕಾರು ಮನೆಯ ಕಡೆ ತಿರುಗಿತು. "ಇಂದು ಅಖಿಲಾ ಮದುವೆ!" ಅವನ ತುಟಿಯಂಚಿನಲ್ಲಿ ವಿಷಣ್ಣತೆಯ ನಗು ಇಣುಕಿತು. ಅಂದು ಕಾರ್ತೀಕದ ಸಂಜೆ ಕಂಡ ಹೆಣ್ಣು ಅವನೆದೆಯಲ್ಲಿ ಮಧುರವಾದ ಗಾನವನ್ನೇ ನುಡಿಸಿದ್ದಳು.

"ಐ ಲೈಕ್ ವೆರಿ ಮಚ್. ಅಖಿಲಾ ಅಂಥ ಸುಂದರ ಮನಸ್ಸುಳ್ಳ ಹೆಣ್ಣುಗಳೇ ಅಪರೂಪ. ಅವು ಪ್ರತಿಯೊಬ್ಬರಲ್ಲಿ, ಪ್ರತಿಯೊಂದರಲ್ಲೂ ಕಾಣೋದು ಒಳ್ಳೆಯತನನೇ!" ಒಮ್ಮೆ ಅವನಕ್ಕನ ಮುಂದೆ ಮೆಚ್ಚಿಕೆಯ ಮಾತುಗಳನ್ನ ಆಡಿದ್ದ. ಲಕ್ಷ್ಮಿ ಮೌನವಾಗಿ ಮುಗುಳ್ನಕ್ಕರೂ ಅವನನ್ನು ಛೇಡಿಸಲು ಹೋಗಿರಲಿಲ್ಲ.

ಮನೆ ತಲುಪುವ ವೇಳೆಗೆ ಪೂರ್ತಿ ಬೆವೆತುಹೋಗಿದ್ದ. ಹೆಜ್ಜೆಗಳು ಎತ್ತಿಡಲು ಕೂಡ ಪ್ರಯಾಸವೆನಿಸಿತು. ಎದೆಯಲ್ಲೆಲ್ಲ ಹಿಂಡಿದಂಥ ಅನುಭವ. ಬಂದವನೆ ಹಾಸಿಗೆಯ ಮೇಲೆ ದೊಪ್ಪನೆ ಬಿದ್ದ.

ಅವನ ಪಂಚೇಂದ್ರಿಯಗಳು ನಿಷ್ಕ್ರಿಯವಾದವು. ಎಷ್ಟೋ ಹೊತ್ತು ಇದೇ ಸ್ಥಿತಿಯಲ್ಲಿದ್ದ. ಬಾಗಿಲವರೆಗೂ ಬಂದಿದ್ದ ಪಾರ್ವತಮ್ಮ ಹಿಂದಕ್ಕೆ ಹೋದರು.

ಶರೀರದಲ್ಲಿ ಸ್ವಲ್ಪ ಶಕ್ತಿ ಚಲನೆಯಾದಾಗ ಎದ್ದು ಕೂತ. 'ಕಲರ್‌ಫುಲ್' ಆಗಿ ಕಂಡ ಬದುಕು ಈಗ ಮರಳುಗಾಡು ಎನಿಸಿತು.

"ಅಕ್ಕ, ನಾನು ಅಖಿಲಾನ ಮದ್ವೆ ಆಗ್ತೀನಿ" ತಾನಾಗಿ ಹೇಳಲು ಸಿದ್ಧವಿದ್ದ. ಈಗ ಅದರ ಅಗತ್ಯವಿಲ್ಲ. ಹೃದಯವೇ ಒಡೆದುಹೋದಂತೆ ಕೂತು ಅತ್ತುಬಿಟ್ಟ.

ರಾತ್ರಿ ಲಕ್ಷ್ಮಿ, ಶ್ರೀನಿವಾಸ ಹಿಂದಿರುಗಿದಾಗ ಮ್ಯಾನೇಜರ್ ಮಾತ್ರವಲ್ಲ ಚಿದಂಬರಂ, ದೇವಯ್ಯ ಎಲ್ಲರು ಮನೆಯಲ್ಲೇ ಇದ್ದರೂ ಎಲ್ಲರ ಮುಖಗಳು ಕಳಾಹೀನವಾಗಿದ್ದವು.

ನಿಂತಲ್ಲಿಯೇ ಕುಸಿಯುವಂತಾಯಿತು ಶ್ರೀನಿವಾಸಮೂರ್ತಿಗೆ.

"ಏನಾಯ್ತು?" ಮ್ಯಾನೇಜರ್ ಪಕ್ಕಕ್ಕೆ ಕರೆದು ಪಿಸುಗುಟ್ಟಿದರು. "ಸುಭಾಷ್ ಅವ್ರ ಹೆಲ್ತ್ ಸರಿಯಿಲ್ಲ. ಡಾಕ್ಟ್ರು ಇದ್ದಾರೆ ಒಳಗಡೆ"

ಸೋಫಾ ಮೇಲೆ ಕುಸಿದು ತಲೆಯ ಮೇಲೆ ಕೈಹೊತ್ತರು ಶ್ರೀನಿವಾಸ ಮೂರ್ತಿ. ಡಾಕ್ಟರರ ಪ್ರಕಾರ ಹೃದಯ ದೌರ್ಬಲ್ಯ, ರಕ್ತದ ಒತ್ತಡ ಮುಂತಾದ ಯಾವುದೇ ಕಾಯಿಲೆಗಳಿಲ್ಲ. ಆದರೆ ಅವರ ಪ್ರಕಾರ ಎದೆಗಟ್ಟಿ ಇಲ್ಲ.

ಲಕ್ಷ್ಮಿ ಕೋಣೆಯೊಳಕ್ಕೆ ಹೋದಳು. ಅತೀವವಾದ ನೋವು ಅನುಭವಿಸಿದ ನಂತರದ ಶಾಂತ ಸ್ಥಿತಿ ಸುಭಾಷ್ ಮುಖದ ಮೇಲಿತ್ತು. ಕಣ್ಮುಚ್ಚಿದ್ದ. ಅವನೆದೆ ನಿಧಾನವಾಗಿ ಏರಿಳಿಯುತ್ತಿತ್ತು.

ಭುಜ ತಟ್ಟಿ ಡಾ॥ ಶ್ಯಾಮಸುಂದರ್ ಲಕ್ಷ್ಮಿಯನ್ನು ಹೊರಗೆ ಕರೆದೊಯ್ದರು.

"ಡೋಂಟ್ ವರೀ, ಹೀ ಈಸ್ ಆಲ್‌ರೈಟ್. ಯಾರೂ ಹೋಗಿ ಡಿಸ್ಟರ್ಬ್ ಮಾಡೋದ್ ಬೇಡ" ಎಂದರು. ಅವರ ಮುಖದ ಚಿಂತೆಯ ಕಾರ್ಮೋಡಗಳು ಲಕ್ಷ್ಮಿಯನ್ನ ಹೆದರಿಸುತ್ತಿದ್ದವು.

"ಪ್ಲೀಸ್, ಡಾಕ್ಟ್ರು... ಏನಾಯ್ತು ಅವ್ನಿಗೆ? ಒಂದು ದಿನ ಆರೋಗ್ಯ ಕೆಟ್ಟು ಮಲಗಿದವನಲ್ಲ" ಲಕ್ಷ್ಮಿ ಕಣ್ಣಂಚು ಒದ್ದೆಯಾಯಿತು. ಶ್ರೀನಿವಾಸಮೂರ್ತಿ ಆ ಷಾಕ್‌ನಿಂದ ಇನ್ನೂ ಚೇತರಿಸಿಕೊಂಡಿರಲಿಲ್ಲ.

ಡಾ|| ಶ್ಯಾಮಸುಂದರ್ ಏನು ಹೇಳಲೂ ಇಚ್ಛಿಸಲಿಲ್ಲ. "ಗಾಬ್ರಿಗೆ ಕಾರಣವಿಲ್ಲ. ನಿನ್ನ ತಮ್ಮ ಈಗ್ಲೂ ಆರೋಗ್ಯವಾಗಿದ್ದಾನೆ. ಬೆಳಿಗ್ಗೆ ಬಂದು ನಾನು ನೋಡ್ತೀನಿ. ಮಧ್ಯೆ ಹೋಗಿ ಯಾರು ವಿಚಾರ್ಸೋದ್ಬೇಡ" ಹೊರಟುಬಿಟ್ಟರು.

ಅವರು ಹಿಂದೆನೇ ಒಬ್ಬೊಬ್ಬರಾಗಿ ಹೊರಟರು. ಕೊನೆಯಲ್ಲಿ ಮನೆಯವರನ್ನ ಬಿಟ್ಟು ಉಳಿದಿದ್ದು ಪಾರ್ವತಮ್ಮ ಮಾತ್ರ.

"ಊಟ ಮಾಡ್ತೀರಾ! ನಂಗೆ ಕೈಕಾಲೇ ಆಡ್ತಿಲ್ಲ. ಮಧ್ಯಾಹ್ನದ ಅಡ್ಗೇ ಇದೆ, ಬಿಸಿ ಮಾಡ್ತೀನಿ"

ಬೇಡವೆಂದು ತಲೆಯಾಡಿಸಿದವರು, "ಹುಡುಗರನ್ನು ಕರ್ಕೊಂಡ್ಹೋಗಿ ಬಡ್ಸಿ" ಎಂದವರು ಗಂಡನ ಕಡೆ ತಿರುಗಿದರು. ಚಲನೆಯಿಲ್ಲದವರಂತೆ ಕೂತಿದ್ದರು ಶ್ರೀನಿವಾಸಮೂರ್ತಿಗಳು "ಎದ್ದು ಬಟ್ಟೆ ಬದಲಾಯ್ಸಿ. ಅಂಥದ್ದೇನಿಲ್ಲ!" ತುಸು ಒರಟಾಗಿಯೇ ಹೇಳಿದರು.

ಮೊದಲಿನಿಂದಲೂ ಶ್ರೀನಿವಾಸಮೂರ್ತಿಗಳು ಕೆಟ್ಟದ್ದನ್ನು ಯೋಚಿಸಿಯೇ ಅನಾವಶ್ಯಕವಾಗಿ ಭಯಪಡುವ ವ್ಯಕ್ತಿ. ಸದಾ ಅವರ ಸುತ್ತ ಯಾರಾದರೂ ಇರಬೇಕು. ಕ್ಷಣ ನೀರವತೆ ಸಹಿಸದಂಥ ವ್ಯಕ್ತಿ.

ಬೆಳಿಗ್ಗೆ ಸುಭಾಷ್ ಕಣ್ಣು ತೆರೆದಾಗ ತೀರಾ ಬಳಲಿಕೆ ಅವನನ್ನು ಆವರಿಸಿತ್ತು. ತನ್ನ ಮೈಯಲ್ಲಿ ಶಕ್ತಿಯೇ ಇಲ್ಲವೆನಿಸಿತು ಅವನಿಗೆ. 'ಅಮ್ಮ...' ನರಳಿದ.

ಲಕ್ಷ್ಮಿ ಒಳಗೆ ಬಂದರು. ಇಡೀ ರಾತ್ರಿ ನಿದ್ರಿಸದಿದ್ದರಿಂದ ರೆಪ್ಪೆಗಳು ಭಾರವಾಗಿದ್ದವು. ನಸುನಕ್ಕ ಸುಭಾಷ್,

"ಯಾವಾಗ್ಬಂದಿದ್ದು? ಇಡೀ ಫ್ಯಾಮಿಲಿ ಜನ ಹೋಗೋ ಅಂಥ ಮದ್ವೆ ಯಾವ್ದು?" ಅವನ ದನಿ ಕ್ಷೀಣವಾಗಿತ್ತು. ಅವನ ಪಕ್ಕ ಕೂತ ಲಕ್ಷ್ಮಿ ಮುಂಗೂದಲನ್ನ ನೇವರಿಸಿದ್ದರು.

ತವರು ಮನೆಯ ಏಕೈಕ ಕುಡಿ. ಅಪರಾಧಭಾವದಿಂದ ಕ್ಷಣ ಝುರ್ಝುರಿತರಾದರು.

"ನಾನು ನಿಂಗೆ ಫೋನ್ ಮಾಡಿದ್ದೇ ಹತ್ತನೇ ತಾರೀಖು" ನೆನಪಿಸಿದ. ಅವಳ ಕಣ್ಣುಗಳಲ್ಲಿ ಗಲಿಬಿಲಿ ಕಾಣಿಸಿಕೊಂಡಿತು. "ತುಂಬ ಡಿಸ್ಟರ್‌ಬೆನ್ಸ್... ಇತ್ತು. ಏನು ಕೇಳ್ಲಿಲ್ಲ!" ಮುಂಜಾನೆಯಲ್ಲಿ ಕೂಡ ಬೆವರಿನ ಬಿಂದುಗಳು ಹಣೆಯಲ್ಲಿ

ಸಾಲುಗಟ್ಟಿದ್ದವು. ನಿರಾಶೆ ಅವನ ಕಣ್ಣುಗಳಲ್ಲಿ ಇಣುಕಿತು. "ಹೋಗ್ಲಿ... ಬಿಡು" ಕಣ್ಣುಮುಚ್ಚಿದ.

ಅಂದು ಫೋನಿನಲ್ಲಿ ಕೂಡ ತನ್ನ ಮನಬಿಚ್ಚಿ ಆಸೆಯನ್ನು ವ್ಯಕ್ತಪಡಿಸಿದ್ದ.

"ನಂಗೆ ಅಖಿಲಾ ತುಂಬಾ ಮೆಚ್ಚಿಗೆ ಆಗಿದ್ದಾಳೆ. ಇನ್ನು ನೀನು ಯಾವಾಗ ನಿಷ್ಕರ್ಷೆ ಮಾಡ್ತೀಯೋ... ಆಗ ಮದ್ವೆ!?" ಆ ಎರಡು ವಾಕ್ಯಗಳು ಫೋನಿನಲ್ಲಿಯೇ ಡೆಡ್ ಆಗಿದ್ದವು.

"ಕಾಫೀ... ತರ್ಲಾ" ಎಂದಾಗ ಕಣ್ಣುಮುಚ್ಚಿಯೇ ಬೇಡವೆಂದು ತಲೆಯಾಡಿಸಿದ. "ಸ್ನಾನ ಮುಗಿಸೀ.... ಏನಾದ್ರೂ ಕುಡೀತೀನಿ"

ಕೂಡುವುದಾಗದೆ ಲಕ್ಷ್ಮಿ ಹೊರಗೆದ್ದು ಬಂದಳು. ಕ್ಷಣ ಭಯ ಆವರಿಸಿಕೊಂಡಿತು. ಆ ಕ್ಷಣ ಸಣ್ಣ ತಪ್ಪು ಅಂದುಕೊಂಡಿದ್ದು ಅಗಾಧವಾಗಿ ಕಂಡಿತು.

ಎರಡು ದಿನದಲ್ಲಿ ಸುಭಾಷ್ ಪೂರ್ತಿ ಸುಧಾರಿಸಿಕೊಂಡರೂ ಹೆಚ್ಚು ಮಾತುಕತೆಯಿಲ್ಲ. ಸುಧಾ ಅನಿಲ್ ಬಳಿಯಲ್ಲೂ ಅಷ್ಟಕ್ಕಷ್ಟೆ.

ಸುಧಾ ಅವನ ಸೂಟ್‌ಕೇಸ್ ಹೊರ ಎಳೆದು ತಂದಳು. ನೋಡಿದರೂ ನೋಡದಂತಿದ್ದ. ಪೇಪರ್ ನೋಡುತ್ತಿದ್ದ ಶ್ರೀನಿವಾಸಮೂರ್ತಿಗಳು ವಾರೆ ನೋಟ ಬೀರಿದರು.

"ಮಾಮ, ಬೀಗದ ಕೈ ಎಲ್ಲಿ?" ಕೈಯಲ್ಲಿದ್ದ 'ಟುಡೇ' ಪಕ್ಕದಲ್ಲಿಟ್ಟು 'ಡ್ರಾಯರ್‌ನಲ್ಲಿದೆ ತಗೋ" ಎಂದವನು ಎದ್ದುಹೋದ.

ಕೀ ಬಂಚ್ ತಂದ ಸುಧಾ ಎಲ್ಲಾ ತೆಗೆದು ಹರವಿದಳು. ಅವಳಿಗಾಗಿ ವಿವಿಧ ನಮೂನೆಯ ಬಟ್ಟೆಗಳು, ಡಾಲ್ಸ್, ಪೆನ್ಸ್, ಕಾಮಿಕ್ಸ್-ಎಲ್ಲಾ ಅವಳಿಗಾಗಿ ತಂದವೆ.

"ನೋಡಿದ್ಯಾ..." ತಂದೆಯ ಮುಂದೆ ತಂದು ಹಿಡಿದಳು. "ತುಂಬಾ... ಚೆನ್ನಾಗಿದೆ" ಮಗಳ ಕಣ್ಣಲ್ಲಿಯ ಹರ್ಷವನ್ನೇ ನೋಡಿದರು. ತಾವು ಇಂಥ ಬಟ್ಟೆಗಳ ಗುಡ್ಡೆಯನ್ನೇ ಹಾಕಿದ್ದರೂ ಅವಳಿಗೆ ಇಷ್ಟು ಸಂತೋಷವಾಗುವುದಿಲ್ಲವೆಂದು ಅವರಿಗೆ ಗೊತ್ತು.

ಒಂದೊಂದೇ ತೆಗೆದಿಟ್ಟ ಲಕ್ಷ್ಮಿ ಬೇಸರ ವ್ಯಕ್ತಪಡಿಸಿದಳು.

"ಸುಮ್ನೇ ಇದಕ್ಕೆ ಯಾಕೆ ದುಡ್ಡು ಸುರಿದ್ನೋ ಅವಳ ಗಾಡ್ರೇಜು ಸ್ಟೋರ್‌ವೆಲ್‌ಗಳು ಕೂಡ ಬಟ್ಟೆಗಳಿಂದ ತುಂಬಿಹೋಗಿವೆ!"

ಕೈಯಲ್ಲಿದ್ದ ಪೇಪರ್ ಟೀಪಾಯಿ ಮೇಲೆ ಹಾಕಿದರು ಶ್ರೀನಿವಾಸಮೂರ್ತಿಗಳು. ಸಿದ್ಧ ಉಡುಪುಗಳ ತಯಾರಿಕೆ ಮತ್ತು ಮಾರಾಟದಲ್ಲಿ ಅದ್ವಿತೀಯ ಸಾಧನೆ ಮಾಡಿರುವ 'ಸುಭಾಷ್ ಗಾರ್ಮೆಂಟ್'ನಲ್ಲಿ, ಎಲ್ಲಾ ನವೀನ ಮಾದರಿಯ ಉಡುಪುಗಳು ತಯಾರಾಗುತ್ತಿದ್ದವು.

ಸುಧಾ ವಯಸ್ಸಿನ ಮಕ್ಕಳಿಗೆ ಸಿದ್ಧವಾದ ಉಡುಪುಗಳಲ್ಲಿ ಮೊದಲು ಸೆಟ್

ಬರುತ್ತಿದ್ದುದ್ದೇ ಅವಳಿಗೆ. ಪೇಪರ್ ಅಡ್ವರ್ಟೈಸ್‌ಮೆಂಟ್‌ಗಳಲ್ಲಿ ಇರುತ್ತಿದ್ದುದು ಕೂಡ ಅವಳ ಚಿತ್ರವೆ.

"ಈಗೇನಾಯ್ತು! ಅವ್ನ ಕಣ್ಣಿಗೆ ಚೆನ್ನಾಗಿ ಕಂಡಿದ್ದು ತಂದಿದ್ದಾನೆ. ಮತ್ತೆ ಅದ್ರಲ್ಲಿ ನಿನ್ನ ರಾಗವೇಕೆ?" ಹೆಂಡತಿಯ ಮೇಲೆ ಅಸಹನೆ ಕಕ್ಕಿದರು. ಲಕ್ಕಿಗೆ ಕಹಿ ನುಂಗಿದಂತಾಯಿತು.

ಉಡುಪು ಧರಿಸಿ ಸಿದ್ಧವಾಗಿ ಬಂದ ಸುಭಾಷ್ "ನಾನು ಷೋರೂಂಗೆ ಹೋಗ್ತೀನಿ. ಆಗಿಂದಾಗೆ ಡಾ।। ಶ್ಯಾಮಸುಂದರ್ ಕ್ಲಿನಿಕ್‌ಗೆ ಹೋಗೋದ್ರಿಂದ ನಂಗೆ ಕಾಯೋದ್ಬೇಡ" ಹೊರಟುಬಿಟ್ಟ.

ಬಲವಾದ ಕೈಗಳು ಕತ್ತು ಹಿಸುಕಿದಂತಾಯಿತು ಲಕ್ಕಿಗೆ. ಹುಡುಗರೊಂದಿಗೆ ತೀರಾ ಹುಡುಗನಾಗಿ ಕಾಡುತ್ತಿದ್ದ ಸುಭಾಷ್ ಒಮ್ಮೆಲೆ ಗಂಭೀರರಾಗಿದ್ದು, ಸಹಿಸಲಾರದವಳಾಗಿದ್ದಳು.

ಗೇಟು ದಾಟಿದ ಕಾರು ಷೋ ರೂಂನತ್ತ ಧಾವಿಸಿತು. ಈ ಕಡೆ ಬಂದು ತಿಂಗಳೇ ಉರುಳಿಹೋಗಿತ್ತು. ಅಸಾಧಾರಣವಾಗಿ ಮೈನ್‌ರೋಡ್‌ನಲ್ಲಿದ್ದ ಈ ಷೋರೂಂ ಕೌಂಟರ್‌ನಲ್ಲಿ ಅವನೇ ಕೂಡುತ್ತಿದ್ದ. ಸದಾ ಜನಗಳಿಂದ ತುಂಬಿರುತ್ತಿದ್ದ ಈ ಅಂಗಡಿಯ ಗಳಿಕೆ ಹತ್ತು ಸಾವಿರಗಳನ್ನು ಮೀರುತ್ತಿತ್ತು. ದಿನವೊಂದಕ್ಕೆ, ಹಬ್ಬದ ಮುನ್ನಿನ ದಿನಗಳಂತೂ ಸದಾ ತುಂಬಿರುತ್ತಿತ್ತು. ಅತ್ತಿತ್ತ ತಿರುಗಿ ನೋಡಲು ಕೂಡ ಸಾಧ್ಯವಾಗುತ್ತಿರಲಿಲ್ಲ ಸೇಲ್ಸ್ ಸೆಕ್ಷನ್ ಜನರಿಗೆ.

ಕಾರು ನಿಂತ ಕೂಡಲೇ ವಾಚ್‌ಮನ್ ಓಡಿ ಬಂದವನು ಸೆಲ್ಯೂಟ್ ಹೊಡೆದ.

"ಗುಡ್ ಮಾರ್ನಿಂಗ್... ಸಾರ್" ಕಿರುನಗೆ ಬೀರಿ ಅವನಿಗೆ ವಂದಿಸಿ ಒಳನಡೆದ. "ನಮಸ್ಕಾರ... ಸಾರ್" ಎಲ್ಲರು ಒಟ್ಟಿಗೆ ಹೇಳಿದಾಗ ನಕ್ಕುಬಿಟ್ಟ. "ನಮಸ್ಕಾರ..." ಎಂದವನು ಒಳ ನಡೆದ.

ಸುತ್ತಲೂ ಗಾಜಿನಿಂದ ಆವೃತವಾದ ಕೌಂಟರ್‌ನಲ್ಲಿ ಹೋಗಿ ಕೂತ.

ಸೇಲ್ಸ್ ಗರ್ಲ್ ಶಾಲಿನಿ ನಾಚುತ್ತಲೇ ಇನ್ವಿಟೇಷನ್ ಹಿಡಿದು ಹೋದವಳು ಅವನ ಮುಂದಿಟ್ಟಳು. ಹುಬ್ಬೇರಿಸಿ, ಬಿಡಿಸಿ ನೋಡಿದವನು ತೆಳುನಗೆ ಬೀರಿದ.

"ಕಂಗ್ರಾಟ್ಸ್. ಇನ್ನು ಉಳಿದವ್ರು ಕೂಡ ಈ ಸೀಸನ್‌ನಲ್ಲಿಯೇ ಮದ್ವೆಯಾಗಿಬಿಡ್ಬಹ್ದು ಅಂತ ಕಾಣಿಸುತ್ತೆ" ಎಂದವನು ಅವಳ ಮುಖ ನೋಡಿದ. ನಸುಗೆಂಪಿನ ಬಣ್ಣದ ಶಾಲಿನಿಯ ಮುಖದಲ್ಲಿ ಲಜ್ಜೆಯ ಓಕುಳಿಯಾಡುತ್ತಿತ್ತು. "ನೀವು ಖಂಡಿತ... ಬರ್ಬೇಕು, ಸರ್" ಅವನ ಸ್ವರದಲ್ಲಿ ಅನುಮಾನ ಇಣಕಿದಾಗ, ಬೆರಳುಗಳಿಂದ ತಾಳ ಹಾಕಿದ ಸುಭಾಷ್. "ಯಾಕೆ, ಬರೋಲ್ಲಾ! ಖಂಡಿತ ಎಲ್ಲಾ ಬರ್ತೀವಿ" ತುಂಬುಮನದ ಆಶ್ವಾಸನೆ ಕೊಟ್ಟ.

ಕದಲದೆ ಅಲ್ಲೇ ನಿಂತಿದ್ದಳು ಶಾಲಿನಿ. ಮತ್ತೇನೋ ಹೇಳಬಹುದೆಂದುಕೊಂಡ.

"ಮತ್ತೇನು? ಮುಂದೆ ಕೆಲ್ಸಕ್ಕೆ ಬರೋಕೆ ನಿಮ್ಮವ್ರ ಒಪ್ಪಿಗೆ ಇಲ್ಲ, ಅಷ್ಟೆ ತಾನೇ?"

ಇದು ಅವನ ಅನುಭವ. ಕೆಲವರು ಮದುವೆ ಇನ್ನು ತಿಂಗಳುಗಳು ಇರುವಾಗಲೇ ಕೆಲಸ ಬಿಟ್ಟ ಉದಾಹರಣೆ ಇತ್ತು.

"ಹಾಗೇನು ಇಲ್ಲ!" ಮತ್ತಷ್ಟು ಅವಳ ತಲೆ ತಗ್ಗಿತ್ತು. "ಸಾಲಕ್ಕಾಗಿ ಅಪ್ಲಿಕೇಷನ್ ಹಾಕ್ಕೊಂಡಿದ್ದೆ. ನೆನ್ನೆವರ್ಗೂ ಕೊಡ್ತಾರೆ ಅಂದ್ಕೊಂಡಿದ್ದೆ. ಈಗ ಮ್ಯಾನೇಜರ್ ಇಲ್ಲಾಂತಾರೆ."

ಅವನಿಗೆ ನಗುಬಂತು. ಮ್ಯಾನೇಜರ್ ಪಿಳ್ಳೆ ಪ್ರತಿಯೊಂದರಲ್ಲೂ ಸ್ಟ್ರಿಕ್ಟ್. ರೂಲ್ಸು ಆಚೀಚೆ ಸರಿಯೋರಲ್ಲ. ಎಷ್ಟೋ ಸಲ ಸುಭಾಷ್ ಅವರಿಗೆ ಹೇಳಿದ್ದ.

"ಸ್ವಲ್ಪ ಅರ್ಥ ಮಾಡ್ಕೊಳ್ಳಿ. ನಮ್ದೇನು ಗೌರ್ನಮೆಂಟ್ ಫ್ಯಾಕ್ಟರಿಯಲ್ಲ. ಇಲ್ಲಿ ನಾವೇ ಪೂರ್ಣ ಸ್ವತಂತ್ರರು. ಸ್ವಲ್ಪ ಅವ್ರುಗಳ ಕಷ್ಟ ಸುಖ ನೋಡ್ಕೊಂಡ್... ಅಡ್ಜೆಸ್ಟ್ ಮಾಡ್ಕೊಳ್ಳಿ."

ಆದರೂ ಅವರೇನು ಬದಲಾಗಿರಲಿಲ್ಲ.

"ನೀವ್ಹೋಗಿ ನಿಮ್ಕೆಲ್ಸ... ನೋಡಿ. ನಾನು ವಿಚಾರಿಸ್ತೀನಿ" ಎಂದವನು ಫೋನ್ ಕೈಗೆತ್ತಿಕೊಂಡ. ಮ್ಯಾನೇಜರ್ ಪಿಳ್ಳೆ ಹಿಯರ್" ಗತ್ತಿನ ಸ್ವರ. ಸ್ವಲ್ಪ ಸುಭಾಷ್ ಮಿಡುಕಿದರೂ ಪ್ರಾಮಾಣಿಕತೆ, ಕೆಲಸದಲ್ಲಿನ ಶಿಸ್ತು ಇವೆಲ್ಲವನ್ನ ಕ್ಷಮಿಸಿಬಿಡಬಲ್ಲುದು.

"ನಾನು ಸುಭಾಷ್... ಮಾತಾಡ್ತಾ ಇರೋದು" ಪಿಳ್ಳೆಯ ಮುಖ ಮುಂದಿಲ್ಲದಿದ್ದರೂ, ಸ್ವಲ್ಪ ತಗ್ಗಿದ ಮುಖವನ್ನು ಕಲ್ಪಿಸಿಕೊಂಡ. "ಸೇಲ್ಸ್ ಗರ್ಲ್ ಶಾಲಿನಿಗೆ... ಸಾಲ ಇಲ್ಲವೆಂದಿರಂತಲ್ಲ.." ಎಂದ ಕೂಡಲೇ ಪಿಳ್ಳೆ ಅಂಕಿಸಂಖ್ಯೆಗಳೊಂದಿಗೆ ಶುರು ಮಾಡಿಬಿಟ್ಟರು.

"ಸ್ವಲ್ಪ ಅಡ್ಜೆಸ್ಟ್ ಮಾಡಿ ಕೊಡಿ. ನಮ್ಮಲ್ಲೇ ಕೆಲ್ಸ ಮಾಡೋ ಜನಕ್ಕೆ ಇಂಥ ಸಂದರ್ಭಗಳಲ್ಲಿ ಹಣ ಇಲ್ಲಾಂದ್ರೆ... ಅವ್ರುಗಳು ಎಲ್ಲಿ ಹೋಗ್ತಾರೆ!" ಸ್ವಲ್ಪ ಖಾರವಿತ್ತು ಅವನ ಸ್ವರದಲ್ಲಿ.

ಕಮರ್ಷಿಯಲ್ ಲೈನ್‌ನಲ್ಲಿನ ರಿಯಾಲಿಟಿಯ ಬಗ್ಗೆ ಫೋನ್‌ನಲ್ಲಿಯೇ ಭಾಷಣ ಶುರು ಮಾಡಿದರು. ತಟ್ಟನೇ ಫೋನ್ ಇಟ್ಟ ಸುಭಾಷ್ ಶಾಲಿನಿಗೆ ಹೇಳಿ ಕಳಿಸಿದ.

"ಅವ್ರ ಪ್ರಕಾರ ನಿಮ್ಗೇ ಲೋನ್ ಸಾಂಕ್ಷನ್ ಮಾಡೋಕೆ ಸಾಧ್ಯವಿಲ್ದೇ ಇರ್ಬಹ್ದು. ಆದ್ರೂ... ನೀವು ಈಗ್ಲೇ ಹೋಗಿ ಆಫೀಸ್‌ನಲ್ಲಿ ಅವ್ರನ್ನ ಕಾಣಿ. ಅಕಸ್ಮಾತ್ ಬರ್ಲಿಲ್ಲಾಂದ್ರೆ... ಪರ್ಸನಲ್ ಅಕೌಂಟ್‌ನಿಂದ ಹಣ ಕೊಡೋಕೆ ಹೇಳ್ತೀನಿ" ಭರವಸೆ ಕೊಟ್ಟ.

ಶಾಲಿನಿ ನಿಂತ ಜಾಗ ಬಿಟ್ಟು ಅಲ್ಲಾಡಲಿಲ್ಲ.

"ಮ್ಯಾನೇಜರ್ ತುಂಬ ಸ್ಟಿಂಜಿ ಸಾರ್. ಮೊನ್ನೆ ಅಖಿಲಾ ಮದ್ವೆಗೆ ಹಣ ಸಾಂಕ್ಷನ್ ಮಾಡಿದ್ದಾರೆ. ನಂಗೆ ಇಲ್ಲಾಂತಾರ. ನನ್ನ ಫ್ರಾಂಕ್‌ನೆಸ್‌ನ ತಪ್ಪು ತಿಳ್ಕೋಬೇಡಿ. ಸರ್, ಈಗ ಹಣ ಸಿಗ್ದಿದ್ರೆ... ನನ್ಮದ್ವೆ ನಿಂತು ಹೋಗುತ್ತೆ." ಅವಳ ಕಣ್ಣಲ್ಲಿ ನೀರು ಬಂದುಬಿಟ್ಟಿತು. ಮುಂಗೈನಿಂದೊರೆಸಿಕೊಂಡಳು.

ಸುಭಾಷ್ ಕಣ್ಣುಗಳು ಕಿರಿದಾದವು. ಈಗ ಮುಖ ಗಂಟಿಕ್ಕದೆ ಸಣ್ಣಗೆ ನಕ್ಕ.

"ಸಣ್ಣಪುಟ್ಟ ವಿಷ್ಯಕ್ಕೆಲ್ಲ ಯಾಕೆ ಅಳ್ತೀರಾ? ಆಫೀಸ್‌ಗೆ... ಹೋಗಿ ಹಣ ಸಿಕ್ಕುತ್ತೆ."

ಅಷ್ಟರಲ್ಲಿ ಸುಮಾರು ಬಿಲ್‌ಗಳನ್ನು ಹಿಡಿದು ನಿಂತಿದ್ದ ಜವಾನ. ಅತ್ತ ಗಮನ ಹರಿಸಿದ.

ಲಂಚ್ ಬ್ರೇಕ್‌ನಲ್ಲಿ ಆಫೀಸ್‌ಗೆ ಹೋದ. ಇಚ್ಛೆಯಿಲ್ಲದಿದ್ದರೂ ಅಗತ್ಯವಿತ್ತು. ತೀರಾ ಜಿಗುಟಾದ ಪಿಳ್ಳೆ ಶಾಲಿನಿಯನ್ನ ಇನ್ನಷ್ಟು ಕಾಡಿಸುತ್ತಾನೋ ಎನ್ನುವ ಸಂಶಯ.

ಅಖಿಲಾ ಸೀಟು ಖಾಲಿಯಾಗಿತ್ತು. ಗುಂಡು ಪಿನ್ನಿನಿಂದ ಎದೆಯಲ್ಲಿ ಆಳವಾದ ಗಾಯವನ್ನ ಮಾಡಿದಂಥ ನೋವು. ಚೇಂಬರ್‌ಗೆ ನುಗ್ಗಿದಾಗ ಶ್ರೀನಿವಾಸಮೂರ್ತಿಗಳು ಇನ್ನು ಕೂತಿದ್ದರು. ಮ್ಯಾನೇಜರ್ ಜೊತೆ ಅಖಿಲಾ ಡಿಕ್‌ಟೇಶನ್ ತೆಗೆದುಕೊಳ್ಳುತ್ತಿದ್ದಳು.

"ಬಾ ಸುಭಾಷ್... ನಾನೇ ಫೋನ್ ಮಾಡ್ಬೇಕೂಂತ ಇದ್ದೆ. ಚೆಕಪ್‌ಗೆ ಹೋಗಿದ್ಯಾ?" ಅವರ ಮಾತುಗಳ್ನ ಲಕ್ಷ್ಯಕ್ಕೆ ತೆಗೆದುಕೊಳ್ಳುವಂತೆ, "ಅಖಿಲಾ, ಪ್ಲೀಸ್ ಗೋ. ಆಮೇಲೆ ನಿಮ್ಮ ಕೆಲ್ಸ ಮಾಡ್ಬೋದು!" ಒರಟಾಗಿ ಅಂದ. ಇನ್ನು ಹೊರಗಿನ ಬೆಂಚ್ ಮೇಲೆ ಶಾಲಿನಿ ಕೂತಿದ್ದಳು. ಅವನ ಸಿಟ್ಟು ನೆತ್ತಿಗೇರಲು ಇದೊಂದು ಕಾರಣ.

ತಗ್ಗಿಸಿದ ತಲೆ ಮೇಲೆತ್ತದೆ ಅಖಿಲಾ ಹೊರಗೆ ಹೋದಳು. ಸೆಕೆ ಸೆಕೆಯೆನಿಸಿತು ಅವನಿಗೆ. ಶ್ರೀನಿವಾಸಮೂರ್ತಿಗಳು ಗಾಬರಿಯಾದರು.

"ಶಾಲಿನಿ ಬಂದು ನಿಮ್ಮನ್ನ ಮೀಟ್ ಮಾಡಿದ್ಲಾ?" ತೀಕ್ಷ್ಣವಾಗಿ ಕೇಳಿದ. ಪಿಳ್ಳೆಗೆ ಬೆವರೊರೆಸಿಕೊಳ್ಳುವಂತಾಯಿತು. ಅದಕ್ಕೆ ಕಾರಣ ಕೊಡಲು ಪ್ರಯತ್ನಿಸಿದರು ಸ್ವರವೇಳಲಿಲ್ಲ.

"ಮತ್ತೆ ಶಾಲಿನಿ ಕೆಲ್ಸಕ್ಕೆ ಬರೋ ಭರವಸೆ ಇಲ್ಲ ಅನ್ನೋದೇ.... ಅವ್ರ ವಾದ!" ಶ್ರೀನಿವಾಸಮೂರ್ತಿಗಳು ಅವರವರ ಸಮರ್ಥನೆ ನೀಡಲು ಪ್ರಯತ್ನಿಸಿದರು. ಬೆಂಕಿಯಾಗಿತ್ತು ಅವನ ಮೈ.

ಬಗ್ಗಿ ಡ್ರಾಯರ್‌ನಲ್ಲಿದ್ದ ಚೆಕ್‌ಬುಕ್ ತೆಗೆದು ಸಹಿ ಹಾಕಿ ಅವರ ಮುಂದೆ ಹಾಕಿದ.

"ಮೊದ್ಲು ಕೊಟ್ಟು ಕಳ್ಸಿ. ಮಿಕ್ಕಿದ್ದು ಆಮೇಲೆ ಯೋಚ್ಸೋಣ" ಪಿಳ್ಳೆ ಚೆಕ್ ತೆಗೆದುಕೊಂಡು ನಿಧಾನವಾಗಿ ಎದ್ದುಹೋದರು. ಶ್ರೀನಿವಾಸಮೂರ್ತಿಗಳು ಜೋರಾಗಿ ನಕ್ಕರು. "ಒಳ್ಳೆ ಕೆಲ್ಸ ಮಾಡ್ದೇ! ಇಲ್ದಿದ್ರೆ... ಇನ್ನಷ್ಟು ಕೊರೀತಾ ಇದ್ದ. ಎಲ್ಲಾ ಸೆಂಟ್ರಲ್ ಗೌರ್ನಮೆಂಟ್ ರೂಲ್ಸ್‌ನ ಪ್ರಕಾರವೇ ನಡೀಬೇಕು."

ಈಗ ಸುಭಾಷ್ ಕೂಡ ಹಸನ್ಮುಖನಾದ.

"ಇವ್ರಿಗೆ ಕೆಲವು ಮಿತಿಗಳ್ನ ಹೇರೋದು ಒಳ್ಳೇದು, ರೂಲ್ಸ್ ಪ್ರಕಾರ ಅವ್ರೆ ಡಿಸಿಷನ್ ತಗೋಳ್ಳೋದು, ಸ್ವಲ್ಪ ಕೂಡ ಸರಿಯಲ್ಲ!" ಅವನ ಮಾತುಗಳಿಗೆ ಶ್ರೀನಿವಾಸಮೂರ್ತಿಗಳು ಕೂಡ ತಲೆದೂಗಿದರು. "ನಾವು ಕೊಟ್ಟ ಸ್ವತಂತ್ರ ಕೂಡ ಹೆಚ್ಚಾಯ್ತು. ಅದ್ರಿಂದ ನೌಕರರಿಗೆ ತೊಂದರೆ ಅಷ್ಟೆ."

ಇಬ್ಬರು ಎದ್ದು ಜೊತೆಯಾಗಿಯೆ ಹೊರಗೆ ಬಂದರು. ಅಖಿಲಾ ಜಾಗ ಖಾಲಿಯಾಗಿತ್ತು! ಅವನ ಕಣ್ಣುಗಳಲ್ಲಿ ಅಚ್ಚರಿ ಮಿನುಗಿತು.

"ಅಖಿಲಾ ರಜಾಗೆ ಅಪ್ಲೈ ಮಾಡಿರಲಿಲ್ವಾ! ಅಥ್ವಾ ಮ್ಯಾನೇಜರ್" ಎಂದಕೂಡಲೇ ಅವರು ತಳ್ಳಿ ಹಾಕಿದರು. "ನೋ... ನೋ... ಅಂಥದ್ದೇನಿಲ್ಲ. ಪಡೆದ ಎಂಟು ದಿನದ ರಜ ನೆನ್ನೆಗೆ ಮುಗೀತು. ಇವೊತ್ತೆ ಡ್ಯೂಟಿಗೆ ಬಂದಿರೋದು."

ಒಟ್ಟಿಗೆ ಬಂದಾಗ ತಲೆಯ ಮೇಲಿನ ದೊಡ್ಡ ಭಾರ ಇಳಿದಂತಾಯಿತು ಲಕ್ಷ್ಮಿಗೆ. ತೀರಾ ಗೆಲುವಾಗಿಲ್ಲದಿದ್ದರೂ ಸುಭಾಷ್ ಮಂಕಾಗಿರಲಿಲ್ಲ.

ಊಟಕ್ಕೆ ಕೂತಾಗ ಡಾ॥ ಶ್ಯಾಮಸುಂದರ್ ಫೋನ್ ಮಾಡಿದ್ದ ವಿಷಯ ತಿಳಿಸಿದಾಗ ಸುಭಾಷ್ ಯಾವುದೇ ಪ್ರತಿಕ್ರಿಯೆ ವ್ಯಕ್ತಪಡಿಸಲಿಲ್ಲ.

"ಸಂಜೆ.... ಹೋಗ್ತೀಯಾ?" ಪ್ರಶ್ನೆಗೆ ಲೋಟ ಎತ್ತಿ ನೀರು ಗುಟುಕರಿಸಿದ. "ನೋಡೋಣ..." ಎಂದವನು ಬರೀ ತಿಳೀ ಸಾರು, ಅನ್ನ ಊಟ ಮಾಡಿ ಮೇಲೆದ್ದ. ಬಡಿಸಿದ ಗೊಜ್ಜು, ಪಲ್ಯ, ಪೂರಿ ಎಲ್ಲಾ ತಟ್ಟೆಯಲ್ಲಿ ಹಾಗೆಯೇ ಉಳಿಯಿತು.

ಆದರೆ ಶ್ರೀನಿವಾಸಮೂರ್ತಿಗಳು ಮಾತ್ರ ಇನ್ನು ಅರ್ಧ ಭೋಜನಕ್ಕೆ ಬಂದಿರಲಿಲ್ಲ. ಊಟ ಯಾವಾಗಲೂ ಸಾವಕಾಶವೆ. ಪ್ರತಿಯೊಂದು ರುಚಿರುಚಿಯಾಗಿರಬೇಕು. ಪಗದಸ್ತಾಗಿ ಹೊಡೀಬೇಕು.

"ಸುಭಾಷ್.... ಸರ್ಯಾಗಿ ಊಟ ಮಾಡ್ಲಿಲ್ಲ" ಲಕ್ಷ್ಮಿ ಒತ್ತಿ ಹೇಳಿದಳು. ಕೋಸಂಬರಿಯನ್ನ ಇನ್ನಷ್ಟು ಬಡಿಸಿಕೊಂಡ ಶ್ರೀನಿವಾಸಮೂರ್ತಿ. "ಎಲ್ಲೋ ಹಸಿವಿಲ್ಲ! ಅದಕ್ಯಾಕೆ ಧಾವಂತಪಟ್ಕೋತೀಯಾ!" ಸಹಜವಾಗಿ ಹೇಳಿದರೂ ಮೂದಲಿಸಿದಂತಾಯಿತು ಲಕ್ಷ್ಮಿಗೆ.

ಕೋಣೆಗೆ ಹೋದ ಸುಭಾಷ್ ಹಿಂದಿರುಗಿ ಬಂದ. ಅವನ ಮೂಗಿನ ತುದಿ ಕೆಂಪಗಾಗಿತ್ತು.

"ಸುಧಾ... ಸ್ಕೂಲ್‌ಗೆ ಹೋಗ್ಲಿಲ್ವಾ?" ಸಮಾಧಾನದಿಂದಲೇ ಪ್ರಶ್ನಿಸಿದ. ಲಕ್ಷ್ಮಿಯ ಕೈಯಲ್ಲಿನ ತುತ್ತು ಕೆಳಗೆ ಬಿತ್ತು. "ಅವ್ಳು ಹೋಗ್ಲಿಲ್ಲ. ನಂಗೂ ರಮಿಸಿ, ಹೊಡ್ದು ಬಡಿದು ಸಾಕಾಯ್ತು" ತಿಂದಿದ್ದೆಲ್ಲ ಕಹಿಯೆನಿಸಿ ಬಂದು ಕೂತ ಸುಭಾಷ್ ಊಟ ಆಗುವವರೆಗೂ ಕಾದ. ಲಕ್ಷ್ಮಿ ಕೂಡ ಅರೆಬರೆ ಊಟ ಮಾಡಿ ಎದ್ದಳು.

"ಸುಧಾ ವಯಸ್ಸೆಷ್ಟು?" ಸಣ್ಣಗೆ ಪ್ರಶ್ನಿಸಿದರೂ ಅಲುಗಿನ ಚೂಪಿತ್ತು ಸ್ವರದಲ್ಲಿ. "ಆ ಹುಡ್ಗೀ ಫ್ಯೂಚರ್ ಬಗ್ಗೆ ಯೋಚಿಸಿದ್ದೀರಾ! ಅವ್ಳು ಅನ್ಯಾಯವಾಗಿ ಹಾಳಾಗ್ತಾಳೆ! ಅವ್ಳುನ ಅಂಕೆಯಲ್ಲಿ ಇಟ್ಕೊಳ್ಳೋಕೆ ಸಾಧ್ಯವಿಲ್ದಿದ್ರೆ ಬೋರ್ಡಿಂಗ್‌ನಲ್ಲಿ ಬಿಡಿ" ಸಹನೆಗೆಟ್ಟು ಹೇಳಿದ ಸುಭಾಷ್.

ಬೀಡಾ ಮೆಲ್ಲುತ್ತಿದ್ದ ಶ್ರೀನಿವಾಸಮೂರ್ತಿಗಳು ಬೆಚ್ಚಿದರು. ಇಂಥದೊಂದು ತಮ್ಮ ಕೈಯಲ್ಲಿ ಸಾಧ್ಯವೇ? ಮುದ್ದು ಸುಧಾ ಅವರ ಕಣ್ಮುಂದೆ ಹರಿದಾಡಿದಳು. ಬಿಕ್ಕಳಿಸಿ ಅವರಿಗೆ ಅತ್ತುಬಿಡುವಂತಾಯಿತು.

"ಸುಭಾಷ್, ನೀನು ಸ್ವಲ್ಪ ಕೋಆಪರೇಟ್ ಮಾಡು. ಅದಿನ್ನು ಮಗು! ಹೇಗೆ ಬಿಟ್ಟಿರೋದು!" ಅತ್ತುಬಿಡುವಂತೆ ಕಂಡರು. ಮೊದಲು ಬೆಚ್ಚಿದರು. ಸುಭಾಷ್ ನಕ್ಕುಬಿಟ್ಟ. "ನಿಮ್ಗೇ ಮಾತ್ರ ಅವಳ್ಮೇಲೆ ಪ್ರೀತಿ! ನಮಗಿಲ್ವಾ? ತೀರಾ ಸೋಮಾರಿ, ಮೊದ್ದು, ಹಟಮಾರಿ ಹೆಣ್ಣಾಗಿ ಬೆಳೀಬಾರ್ದು. ಹೆಮ್ಮೆಪಟ್ಟುಕೊಳ್ಳುವಂಥ ವಿದ್ಯಾರ್ಥಿ ಆಗ್ಬೇಕು. ಅದ್ಕೇ ದಯವಿಟ್ಟು ನೀವು ಹೆಲ್ಪ್ ಮಾಡಿ."

ಆ ಕ್ಷಣ ಶ್ರೀನಿವಾಸಮೂರ್ತಿಗೆ ಏನೂ ತೋಚದಂತಾಯಿತು. "ನನ್ನಿಂದ ಯಾವ ಹೆಲ್ಪ್ ಬೇಕು?" ಮುದ್ದಾಗಿ ಪ್ರಶ್ನಿಸಿದಾಗ ನಗುವ ಸರದಿ ಲಕ್ಷ್ಮಿಯದಾಯಿತು. "ಮೈ ಗಾಡ್! ನಾನೇನಾದ್ರೂ ನಿಮ್ಮ ಸ್ವಭಾವನ ಸ್ವಲ್ಪ ಅಭ್ಯಾಸ ಮಾಡಿದ್ರೂ ಖಂಡಿತ ಮದ್ವೆ ಆಗ್ತಾ ಇರ್ಲಿಲ್ಲ. ಸಿಂಪಲ್ ವಿಷ್ಯ ನಿಮ್ಗೆ ಅರ್ಥವಾಗದೂಂದ್ರೇನು, ಫುಲ್ ಆಗಿ ನನ್ನ ಹತೋಟಿಗೆ ಅವಳನ್ನು ಕೊಟ್ಬಿಡಿ. ನಾನು ಸರಿ ಮಾಡ್ತೀನಿ!"

ದುರುದುರು ಹೆಂಡತಿಯ ಕಡೆ ನೋಡಿ ಎದ್ದು ಹೋದರು ಶ್ರೀನಿವಾಸಮೂರ್ತಿಗಳು. ಅಕ್ಕ, ತಮ್ಮನ ನಗು ಅವರ ಕಿವಿಗಳಿಗೆ ಅಪ್ಪಳಿಸುತ್ತಿತ್ತು.

ಆ ರಾತ್ರಿಯ ಅವರಿಗೆ ಜ್ವರ ಬಂದಿದ್ದರಿಂದ ಮರುದಿನ ಆಫೀಸ್‌ಗೆ ಬಂದವನು ಸುಭಾಷ್.

ಬಂದ ಕೂಡಲೇ ಗೋಪಾಲರಾಯರನ್ನು ಗೋಡೌನ್ನಿಗೆ ಅಟ್ಟಿದ.

"ಸರ್..." ಅಖಿಲಾ ಒಳಗೆ ಬಂದಳು. ಫೈಲ್‌ನಲ್ಲಿದ್ದ ನೋಟ ಮೇಲೆತ್ತಿದ. ಅವನು ನಿರೀಕ್ಷಿಸಿದ ಯಾವುದೇ ಬದಲಾವಣೆ ಇಲ್ಲ. "ಈದಿನನೇ ಪೋಸ್ಟ್‌ಗೆ ಹೋಗ್ಬೇಕೂಂತ... ಹೇಳಿದ್ರು" ಒಂದು ಫೈಲನ್ನ ಅವನ ಮುಂದಿಟ್ಟಳು.

"ಕೂತ್ಕೊ... ಅಖಿಲಾ" ಅವನ ಮನ ಮೃದುವಾಯಿತು. "ನಾನು ನಿನ್ನ ಮದ್ವೆಗೆ ಬರಬಾರದೂಂತ ಇಲ್ದೇ ಇರೋವಾಗ ಮದ್ವೇ ಮಾಡಿಕೊಂಡ್ಯಾ?" ಲೆಟರ್‌ಗಳನ್ನ ನೋಡುತ್ತಲೇ ಕೇಳಿದ. ಅವಳ ಗಂಟಲಲ್ಲಿ ಏನೋ ಸಿಕ್ಕಿಕೊಂಡಂತಾಯಿತು. ನುಂಗಲಾರದೆ, ಉಗುಳಲಾರದೆ ಚಡಪಡಿಸಿದಳು.

ಮಾತಿಲ್ಲದ ಮೌನಗೌರಿಯನ್ನು ಮತ್ತೊಮ್ಮೆ ನೋಡಿದ. "ಆರಾಮಾಗಿ ಒಂದೆಂಟು ದಿನ ಹನಿಮೂನ್‌ಗೆ ಹೋಗ್ಬನ್ನಿ. ಆಗ ನಿಂಗೆ ಇನ್ನಷ್ಟು ಸುತ್ತಲ ಪ್ರಪಂಚದ ಅನುಭವವಾಗುತ್ತೆ." ಸಹಿ ಹಾಕಿ ಪಕ್ಕಕ್ಕೆ ಸರಿಸಿದ. ಅವಳ ಕಣ್ಣುಗಳಲ್ಲಿ ನೀರು ತುಂಬಿಕೊಂಡಿತು. ಬೆಚ್ಚಿದ್ದ. "ವ್ಹಾಟ್... ಅಳುವಾ ನಗುವಾ? ಶ್ರೀಧರ್‌ಗೆ ನಿನ್ನ ಅರ್ಥಮಾಡಿಕೊಳ್ಳೋಕೆ ಒಂದಿಷ್ಟು ದಿನ ಬೇಕಾಗ್ಬಹುದ್ದು."

ತುಟಿಕಚ್ಚಿ ಅಳು ನುಂಗಿದಂತೆ ಕಂಡಳು. ಅವಳು ಬಾಯಿಬಿಟ್ಟು ಏನು ಹೇಳಲಾರಳು. ಅವಳ ಕಣ್ಣುಗಳನ್ನು ನೋಡಿಯೇ ಅಖಿಲಾ ಮನದ ಮಾತುಗಳನ್ನು ಅರ್ಥಮಾಡಿಕೊಳ್ಳಬೇಕು! ಸದ್ಯಕ್ಕೆ... ಸಧ್ಯವೇ? ಅವನೆದೆಯ ಮೇಲೆ ದೂರ ಹೊರಲಾರದ ಭಾರ ಹೊತ್ತ ಅನುಭವವಾಯಿತು. ಯಾವ ಕ್ಷಣದಲ್ಲಿಯಾದರೂ ತಾನು ಕುಸಿಯಬಹುದೆನಿಸಿತು ಅವನಿಗೆ.

"ನೀವ್ಹೋಗಿ... ಅಖಿಲಾ" ಫೈಲ್ ಮುಚ್ಚಿ ಪಕ್ಕಕ್ಕಿಟ್ಟ, ಹಿಂದೆನೇ ಸರೋಜ ಬಾಗಿಲಲ್ಲಿ ಇಣಕಿದಳು. "ಮೆ ಐ ಕಮಿನ್, ಸರ್" ಅವನ ಸ್ಥಿತಿಯಲ್ಲಿ ಯಾರೊಂದಿಗೂ ಮಾತಾಡುವ ಇಷ್ಟವಿಲ್ಲದಿದ್ದರೂ ಜವಾಬ್ದಾರಿ ಹೊತ್ತಾಗಿ ಕೊಡವಿಕೊಳ್ಳುವುದು ಅಷ್ಟು ಸುಲಭವಲ್ಲ. "ಯಸ್..." ಎಂದ.

ಸರೋಜ ಸ್ವಲ್ಪ ಧೈರ್ಯಸ್ಥೆ ಮಾತ್ರವಲ್ಲ ಎಲ್ಲರಿಗಿಂತ ಸೀನಿಯರ್. ಗಟ್ಸ್ ಇದ್ದ ಹೆಣ್ಣು. ಮನಸ್ಸಿಗೆ ಬಂದಿದ್ದನ್ನು ಹೇಳಲು ಹಿಂಜರಿಯಲಾರಳು.

ಎರಡು ದಿನದ ಲೀವ್ ಲೆಟರ್ ಅವನ ಮುಂದಿಟ್ಟಳು. "ಮಗುಗೆ ಹುಷಾರಿಲ್ಲ. ಮ್ಯಾನೇಜರ್ ಪಿಳ್ಳೆ ಕಷ್ಟ-ಸುಖಗಳನ್ನು ಅರ್ಥಮಾಡಿಕೊಳ್ಳುವಂಥ ಸಂವೇದನಾಶೀಲ ವ್ಯಕ್ತಿಯಲ್ಲ" ಸಹಿ ಹಾಕಿ ಪಕ್ಕಕ್ಕೆ ಸರಿಸಿದ ಲೀವ್‌ಲೆಟರ್ "ನಿಮ್ಮೆಲ್ಲ ಕಷ್ಟಸುಖಕ್ಕೂ ಗೋಪಾಲರಾಯರು, ಇದ್ದಾರಲ್ಲ"

ಸರೋಜ ಮುಖದ ಮೇಲೆ ಕಠಿಣತೆ ಮಿನುಗಿತು. "ನಾವೆಲ್ಲ ಹಾಗೆ ತಿಳಿದಿದ್ದೇ ತಪ್ಪು. ಅವ್ರಿಂದ್ಲೇ ಅಖಿಲಾ ಬಾಳು ಹಾಳಾಗಿದ್ದು!"

ಕೂತ ನೆಲವೇ ಬಿರುಕಾಗಿ ಪಾತಾಳ ಸೇರಿದಂತಾಯಿತು ಅವನಿಗೆ. ಸರೋಜ ಹೇಳಿದ್ದೇನು? ಅರ್ಥ ಮಾಡಿಕೊಳ್ಳಲು ಅವನಿಗೆ ನಿಮಿಷಗಳೇ ಬೇಕಾಯಿತು.

"ವ್ಹಾಟ್? ನೀವೇನು ಹೇಳ್ತಾ ಇದ್ದೀರಾ? ಸ್ವಂತ ಮಗಳ ಮೇಲಿರುವಷ್ಟೇ ಪ್ರೀತಿ, ಅಖಿಲಾ ಮೇಲೆ" ಅವನ ಮಾತನ್ನು ತಳ್ಳಿ ಹಾಕಿದಳು ಸರೋಜ. "ಆ ದಿನದ ರಂಪಾಟ ನೋಡ್ಬೇಕಿತ್ತು. ಹತ್ತು ಗಂಟೆಯ ಲಗ್ನ, ಒಂದ್ಗಂಟೆಗೂ ನಡೀಲಿಲ್ಲ. ಆ ಗಂಡು ಗೋಪಾಲರಾಯರ ಅಣ್ಣನ ಮಗ"

ಆಮೇಲೆ ಇನ್ನಷ್ಟು ವಿಷಯಗಳು ತಿಳಿದವು. ಅವಳ ತಾತನ ಹೆಸರಿನಲ್ಲಿದ್ದ ಮನೆ ಗಂಡಿನ ಹೆಸರಿಗೆ ಬರೆಯಲೇಬೇಕೆಂಬ ತಕರಾರು. ಮದುವೆಗಾಗಿ ಅದರ ಮೇಲೆ ಹಣ ತೆಗೆದಿದ್ದರಿಂದ, ಹೇಗೆ ಬರೆಯಲು ಸಾಧ್ಯ?

"ಕಡೆಗೆ ಸಾಕಾಗಿ ನಾವೆಲ್ಲ ವಾಪ್ಸು ಬಂದೆವು. ಆಮೇಲೆ ಮದ್ವೆ ಆಗಿರ್ಬಹುದು. ಅಖಿಲಾ ಸ್ವಭಾವ ತಿಳ್ದು ತಿಳ್ದು ಅಂಥ ಜನಾನ ಆಯ್ಕೆ ಮಾಡೋದು! ಅಖಿಲಾ ಕಣ್ಣಲ್ಲಿ ಒಂದು ತೊಟ್ಟು ಕಣ್ಣೀರು ಹರಿದ್ರೂ... ಇನ್ನ ನಾಲ್ಕು ಜನಕ್ಕೆ ಕೂಡ ಗೋಪಾಲರಾಯರಿಗೆ ಮಕ್ಳು ಆಗೋಲ್ಲ!" ಸರೋಜಳ ಕೋಪದ ಬಡಬಡಿಕೆಗೆ ಅರ್ಥವಿತ್ತು. ಅಖಿಲಾ ಮೇಲೆ ಅವಳಿಗೆ ತುಂಬ ಪ್ರೀತಿ. ಸದಾ ಮೌನಿಯಾಗಿರುವ ಹೆಣ್ಣಿನ ಬಗ್ಗೆ ಕಳಕಳಿ.

"ತುಂಬ ಎಕ್ಸೈಟ್ ಆಗ್ಬಿಟ್ರಿ, ಹೋಗಿ ಸುಧಾರಿಸಿಕೊಳ್ಳಿ" ಎಂದ.

ಮನೆಗೆ ಊಟಕ್ಕೆ ಬಂದಾಗ ಲಕ್ಷ್ಮಿಯ ಬಳಿ ಪ್ರಸ್ತಾಪವೆತ್ತಿದ.

"ಅಖಿಲಾ ಮದ್ವೆ ಬಗ್ಗೆ ಏನಾದ್ರೂ... ಹೇಳಿದ್ರಾ?" ಹುಳಿ ಪಾತ್ರೆಯನ್ನು ಎತ್ತಿ ಹಾಕಿಬಿಟ್ಟಳು ಲಕ್ಷ್ಮಿ "ಛೆ, ಎಲ್ಲಾ ಹಾಳಾಯ್ತು!" ಸಿಡಿಮಿಡಿಗೊಂಡಾಗ ಪಾರ್ವತಮ್ಮ ಓಡಿಬಂದರು.

ಇನ್ನೊಂದು ಮಾತಾಡದೆ ಊಟ ಮುಗಿಸಿ ಹಾಲ್‌ನಲ್ಲಿ ಬಂದು ಕೂತ. ಪ್ರತಿಯೊಂದು ವಿಷಯವನ್ನು ತಮ್ಮನ ಬಳಿ ಕೊರೆಯುವುದು ಲಕ್ಷ್ಮಿಯ ಅಭ್ಯಾಸ. ಆದರೆ ಅಖಿಲಾ ಮದುವೆಯ ಸುದ್ದಿ ಎತ್ತಿರಲಿಲ್ಲ.

"ಗೋಪಾಲರಾಯರ ಅಣ್ಣನ ಮಗ್ನ ಜೊತೆಯಲ್ಲೇನಂತೆ ಅಖಿಲಾ ಮದ್ವೆ ಆಗಿದ್ದು" ಮತ್ತೆ ಅದೇ ಮಾತಿಗೆ ಎಳೆದ. ಲಕ್ಷ್ಮಿ ಫೆಮಿನಾ ಕೈಗೆತ್ತಿಕೊಂಡಳು "ಇರ್ಬಹ್ದು. ನಂಗ್ಯಾಕೆ ಇಂಟರೆಸ್ಟ್? ಗೋಪಾಲರಾಯರು ಹೇಳಿದ್ರೇನೋ.... ನಂಗೆ ನೆನಪಿಲ್ಲ!" ಈ ವಿಷಯದ ಬಗ್ಗೆ ಮಾತನಾಡುವುದು ತನಗಿಷ್ಟವಿಲ್ಲವೆಂಬ ಭಾವ ಮುಖದಲ್ಲಿ ಇಣಕಿತು. ಸುಮ್ಮನಾದ ಸುಭಾಷ್.

ಸುಧಾ ಕಾನ್ವೆಂಟ್‌ನಿಂದ ಫೋನ್ ಬಂತು.

"ಅನ್‌ಡಿಸಿಪ್ಲಿನ್‌ನ ನಾವು ಸಹಿಸೋಲ್ಲ. ನಿಮ್ಮ ಹುಡ್ಗೀನ ಇಟ್ಟುಕೊಳ್ಳೋಕೆ, ನಮ್ಮ ರೂಲ್ಸ್‌ಗಳು ಅಡ್ಡ ಬರುತ್ತೆ. ಬಂದು ಟಿ.ಸಿ. ತಗೊಂಡ್ಹೋಗಿ!"

ದಢಾರನೆ ಫೋನ್ ಕುಕ್ಕಿದ ಸುಭಾಷ್. ಇಂದು ತಾನೇ ಕರೆದೊಯ್ದು ಕಾನ್ವೆಂಟ್‌ಗೆ ಬಿಟ್ಟು ಬಂದಿದ್ದ. ಎರಡು ತಿಂಗಳಲ್ಲಿ ಅವಳು ಶಾಲೆಗೆ ಅಟೆಂಡ್ ಆಗಿದ್ದು ಏಳು ಅಥವಾ ಎಂಟು ದಿನಗಳು ಇರಬಹುದು.

"ಈಗೇನ್ಮಾಡೋದು?" ಕೇಳಿದ.

ಲಕ್ಷ್ಮಿ ಸೆಟೆದು ಕೂತಳು. ಈಗ ಮಗಳ ತಪ್ಪಿಗಿಂತ ಆ ಶಾಲೆಯವರು ಕೈಗೊಂಡ ಕ್ರಮದ ಬಗ್ಗೆಯೇ ರೋಷ.

"ಆದಷ್ಟು ಸುಲಭ ಅಲ್ಲ! ಮಿಡ್ ಟರ್ಮ್‌ನಲ್ಲಿ ಬೇರೆಲ್ಲಿ ಸೇರ್ಸೋಕಾಗುತ್ತೆ!" ಪಟಪಟ ನುಡಿದಳು. ಅಕ್ಕನ ನಿಸ್ಸಹಾಯಕತೆ ಬಗ್ಗೆ ಗೊತ್ತಿದ್ದರೂ ಆಕೆಯ ಪಾಲೂ ಇದೆಯೆನಿಸಿತು.

ಕಾಲು ಮೇಲು ಹಾಕಿ ಕೂತ ಸುಭಾಷ್. ಡಾ॥ ಶ್ಯಾಮಸುಂದರ್ ಎರಡು ಮೂರು ಬಾರಿ ಎಚ್ಚರಿಸಿ ಫೋನ್ ಮಾಡಿದ್ದರು.

"ಪೂರ್ತಿ ಚೆಕ್‌ಅಪ್‌ಗೆ ಒಳಗಾಗೋದು ಒಳ್ಳೇದು. ಪುನಃ ಹಾಗೆ ಆದಾಗ... ತುಂಬ ತೊಂದರೆ" ಎಂದಿದ್ದರು.

ಮೇಲಕ್ಕೆದ್ದವನು ನೇರವಾಗಿ ಹೇಳಿದ.

"ಅವ್ರು ಫೋನ್ ಮಾಡಿದ್ದಾರೆ. ಹೋಗಿ ಕಾಣೋದು ಕರ್ತವ್ಯ. ನಮ್ಮುಂದೆ ಹೇಳ್ದ ಮಾತುಗಳ್ನ ಅಲ್ಲಿ ಹೇಳ್ಬಹ್ದು. ಸಿಕ್ಕೋ ಪ್ರತಿಕ್ರಿಯೆ ಮಾತ್ರ ಭಿನ್ನವಾಗಿರುತ್ತೆ."

ಲಕ್ಷ್ಮಿ ಸೋತವಳಂತೆ ಕೂತುಬಿಟ್ಟಳು. ಏನಾದರೂ ಸಹಿಸಬಹುದಿತ್ತು. ಆದರೆ ಸುಭಾಷ್‌ನ ನಿರ್ಲಕ್ಷ್ಯ ಮಾತ್ರ ಸಹಿಸಲಾರದವಳಾಗಿದ್ದಳು.

ಹಾಗೆ ಅಂದರೂ ಸುಭಾಷ್ ಕಾನ್ವೆಂಟ್ ಬಳಿ ಹೋಗುತ್ತಾನೆಂದುಕೊಂಡಳು. ಆದರೆ ಸುಧಾ ಬಂದಿದ್ದು ಒಂಟಿಯಾಗಿಯೆ.

"ನಾನು ಇನ್ಮೇಲೆ ಕಾನ್ವೆಂಟ್‌ಗೆ ಹೋಗೋದೇ ಇಲ್ಲ. ಇಡೀ ದಿನ ಬೆಂಚ್ ಮೇಲೆ

ನಿಲ್ಲೋ ಪನಿಷ್‌ಮೆಂಟ್" ಅಮ್ಮನ ತೋಳ ತೆಕ್ಕೆಯಲ್ಲಿ ಬಿಕ್ಕಿದಳು. ಲಕ್ಷ್ಮಿ ಕೈ ಮಗಳ ಬೆನ್ನನ್ನ ನೇವರಿಸತೊಡಗಿತು.

ಅಂದು ಕಾರ್ತೀಕದ ಸಂಜೆ ಆಕ್ಸಿಡೆಂಟ್ ಆದ ಮೇಲೆ ಸುಧಾ ಎಂದೂ ಹೋಂವರ್ಕ್ ಮಾಡಿರಲಿಲ್ಲ. ಅವಳು ಕಾನ್ವೆಂಟ್‌ಗೆ ಹೋಗುತ್ತಿದ್ದುದು ಬೇಕಾಬಿಟ್ಟಿಯೇ. ಎಷ್ಟೋ ಸಲ ಕಾನ್ವೆಂಟ್‌ನ ಹೆಡ್ ವಾರ್ನಿಂಗ್ ಕೊಟ್ಟು ಸೋತು ಹೋಗಿದ್ದರು.

ಶಿಕ್ಷೆಯ ಮೂಲಕ ಅವಳನ್ನು ಪರಿವರ್ತಿಸಬಹುದಾಗಿತ್ತೇನೋ, ಅದಕ್ಕೆ ಶ್ರೀನಿವಾಸಮೂರ್ತಿಗಳು ಅಡ್ಡ. ಯಾವ ತಪ್ಪನ್ನು ಬೇಕಾದರೂ ಕ್ಷಮಿಸಿಬಿಡಬಲ್ಲರು. ತಮ್ಮ ಮುದ್ದು ಮಗಳನ್ನು ಯಾರೂ ಅನ್ನಬಾರದು. ಅದು ಮಾತ್ರ ಅಕ್ಷಮ್ಯ ಅಪರಾಧ!

* * * *

ಶ್ರೀಧರ್ 'ಸುಭಾಷ್ ಗಾರ್ಮೆಂಟ್ಸ್' ಆಫೀಸ್‌ಗೆ ಬಂದಾಗ ಐದಕ್ಕೆ ಹತ್ತು ನಿಮಿಷಗಳು ಇತ್ತು. ಒಂದೆರಡು ಬಾರಿ ವೇಳೆಯನ್ನು ದೃಢಪಡಿಸಿಕೊಳ್ಳಲು ವಾಚ್‌ನತ್ತ ನೋಡಿದರು.

ಬ್ಯಾಂಕ್‌ಗೆ ಹೋಗಿ ಹಿಂತಿರುಗುತ್ತಿದ್ದ ಗೋಪಾಲರಾಯರು ಅವನನ್ನು ನೋಡಿ ಚಕಿತರಾದರು.

"ಏನ್ಬಂದೆ...?" ಖಾರವಾಗೇ ಇತ್ತು ಅವರ ಪ್ರಶ್ನೆ.

ಶ್ರೀಧರ್ ಮುಖದ ಮೇಲೊಡೆದಂತಾಯಿತು. ಕರ್ಚಿಫ್ ತೆಗೆದು ಮುಖದ ಮೇಲಾಡಿಸಿದ.

"ಅಖಿಲಾನ ನೋಡೋಕೆ... ಬಂದೆ" ನಿರ್ಲಕ್ಷ್ಯದಿಂದ ಹೇಳಿದಂತಿತ್ತು. ಗೋಪಾಲರಾಯರು ತಲೆ ತಗ್ಗಿಸಿಕೊಂಡು ಸುಮ್ಮನೆ ನಡೆದರು. ಎಲ್ಲಕ್ಕಿಂತ ಅವರಿಗೆ ಅಖಿಲಾಳ ಭವಿಷ್ಯದ ಬಗ್ಗೆ ಚಿಂತೆ.

ಸರೋಜ ಅಖಿಲಾ ಹೆಗಲ ಮೇಲೆ ಕೈ ಹಾಕಿದಳು.

"ನಿನ್ನ ಹಸ್ಬೆಂಡ್ ಬಂದಿದ್ದಾರೆ. ಯಾವ್ದೋ ಪ್ರೋಗ್ರಾಂ ಫಿಕ್ಸ್ ಮಾಡ್ಕೊಂಡ್ ಬಂದ ಹಾಗೆ ಕಾಣುತ್ತೆ. ಹ್ಯಾವ್ ಎ ನೈಸ್ ಟೈಂ" ಕಣ್ಣು ಮಿಟುಕಿಸಿದಳು. ಅಖಿಲಾ ಮುಖದಲ್ಲಿನ ರಕ್ತ ಹಿಂಗಿ ಬಿಳಚಿಕೊಂಡಳು.

"ಯಾಕೆ... ಬಂದ್ರೂ?" ತನಗೆ ತಾನೇ ಕೇಳಿಕೊಂಡಳು. ಅಷ್ಟರಲ್ಲಿ ಅವನ ಸೀಟ್‌ನ ಬಳಿ ಬಂದಿದ್ದ ಶ್ರೀಧರ್. "ಹೋಗೋಣ.... ನಾನು ಮ್ಯಾನೇಜರ್ ಹತ್ರ ಪರ್ಮಿಷನ್ ತಗೊಂಡಿದ್ದೀನಿ" ಅವನ ಕಣ್ಣುಗಳಲ್ಲಿ ಹೊಳಪಿತ್ತು. ಸಂದಿಗ್ಧದಲ್ಲಿ ಬಿದ್ದವಳಂತೆ ತೊಳಲಾಡಿದಳು.

"ಇನ್ನಷ್ಟು ಕೆಲ್ಸ ಇದೆ" ತಣ್ಣಗೆ ಹೇಳಿದಾಗ ಸುತ್ತಮುತ್ತಲಿದ್ದವರೆಲ್ಲ ಮುಖ ಮುಖ ನೋಡಿಕೊಂಡರು. "ಬೇಗ್ಬಾ... ಹೊರ್ಗಡೆ ವೈಟ್ ಮಾಡ್ತಾ ಇರ್ತೀನಿ" ಹೊರಗೆ ನಡೆದ. ಏನು ನಡೆಯಲೇ ಇಲ್ಲವೆನ್ನುವಂತೆ ತನ್ನ ಕೆಲಸದಲ್ಲಿ ಮಗ್ನಳಾದಳು.

ಹೊರಗಿನಿಂದ ಮೇಲಕ್ಕೆ ಬಂದ ಸುಭಾಷ್ ಕೂತಿದ್ದ ಅವನತ್ತ ಗಮನಹರಿಸಿದಾಗ ಶ್ರೀಧರ್ ಎದ್ದು ವಿಷ್ ಮಾಡಿದ.

"ನಾನು ಶ್ರೀಧರ್ ಅಂತ. ಗೋಪಾಲರಾಯರ ಅಣ್ಣನ ಮಗ..." ಮುಂದೆ ಊಹಿಸಿಕೊಂಡು ಸುಭಾಷ್ ಮುಗುಳ್ನಕ್ಕ. "ಕಮಿನ್...." ಮುಂದಕ್ಕೆ ನಡೆದ. ಶ್ರೀಧರ್ ಅವನನ್ನು ಹಿಂಬಾಲಿಸಿದ.

ಎದುರು ಸೀಟಿನತ್ತ ಕೈ ತೋರಿಸಿದ.

"ಕೂತ್ಕೊಳ್ಳಿ" ಎಂದು ಕೈ ತೋರಿಸಿದವನು "ಗ್ಲಾಡ್ ಟು ಮೀಟ್ ಯು" ಕೈ ಕುಲುಕಿದ. ಅಖಿಲಾನ ಪಡೆದುಕೊಂಡ ಅದೃಷ್ಟವಂತನನ್ನು ಕಣ್ತುಂಬಿಕೊಳ್ಳುವಂತೆ ನೋಡಿದ. ಶ್ರೀಧರ್ ಕೆಂಪುಕೆಂಪಗೆ, ದುಂಡಾಗಿದ್ದ.

"ಯು ಆರ್ ಲಕ್ಕಿ ಅಖಿಲಾ ನ್ಯಾಚುರಲ್ ಫ್ಲವರ್" ಅವನ ಮೋರೆ ಹಿಗ್ಗಿ ಮೊರದಗಲವಾಯಿತು. "ಯೆಸ್... ಯೆಸ್..." ಕೈ ಹೊಸೆದ.

"ವ್ಹಾಟ್ ವಿಲ್ ಯೂ ಹ್ಯಾವ್? ಇಲ್ಲಿ ಕಾಫೀ, ಟೀ ಎರಡೂ ಸಿಕ್ಕುತ್ತೆ. ಎರಡರಲ್ಲಿ ಒಂದು ಆಗಬಹುದಾ?" ಎನ್ನುತ್ತಲೇ ಬೆಲ್ ಒತ್ತಿದ.

ಆಫೀಸ್ ಬಾಯ್ ಬಂದವನು ಕೈಕಟ್ಟಿ ನಿಂತ. ಆಗ ಶ್ರೀಧರ್. "ನಂಗೆ ಯಾವುದಾದ್ರೂ... ಪರ್ವಾಗಿಲ್ಲ! ಬೆಳಿಗ್ಗೆ ಕಾಫೀ, ಸಂಜೆ ಟೀ ನಮ್ಮ ಮನೆಯ ಅಭ್ಯಾಸ."

ಒಂದೆರಡು ನಿಮಿಷಗಳಲ್ಲಿ ಕಾಫೀ ಬಂತು. ಒಮ್ಮೆ ಮಾತ್ರ ಕಂಪನಿ ಸೇಕ್‌ಗೋಸ್ಕರ ಗುಟುಕರಿಸಿ ಕಪ್ ಕೆಳಗಿಟ್ಟ ಸುಭಾಷ್. ಸರೋಜ ಕೂಗಾಡಿದ್ದು ಈ ಹಾಲುಮೊಗದ ಗಂಡಿನ ಮೇಲೇನಾ? ಸೌಮ್ಯವಾಗಿ ಕಾಣುತ್ತಿದ್ದ ಆ ವ್ಯಕ್ತಿ ಬಗ್ಗೆ ಕೆಟ್ಟ ಭಾವನೆ ಅವನಿಗೆ ಬರಲಿಲ್ಲ.

ಶ್ರೀಧರ್ ಎದ್ದು ಹೋದ ಎಷ್ಟೋ ಹೊತ್ತಿನವರೆಗೂ ಯೋಚಿಸುತ್ತ ಕೂತ ಸುಭಾಷ್. ಅವನ ಹೃದಯ ಮೂಕವಾಗಿ ರೋದಿಸುತ್ತಿದ್ದುದು ಆರ್ಭಟಿಸತೊಡಗಿತು. ಸನ್ನೆ ಮಾಡಿ ಆಫೀಸ್ ಬಾಯ್‌ನ ಕರೆದು ಯಾರನ್ನು ಒಳಬಿಡಬಾರದೆಂದು ಹೇಳಿ ಸೀಟ್‌ನ ಹಿಂದಕ್ಕೆ ಪೂರ್ತಿಯಾಗಿ ಒರಗಿ ಕಣ್ಮುಚ್ಚಿದ. ಉಸಿರಾಟದಲ್ಲಿ ಏರುಪೇರಾಗಿ, ಯಾವ ಕ್ಷಣದಲ್ಲಿಯಾದರೂ ನಿಲ್ಲಬಹುದೆನಿಸಿತು.

ಮಾಮೂಲಿ ಸ್ಟೇಜ್‌ಗೆ ಅವನು ಬರಬೇಕಾದರೆ ಪೂರಾ ಐದು ನಿಮಿಷಗಳೇ ಬೇಕಾಯಿತು. ಆದರೆ ಐದು ನಿಮಿಷದಲ್ಲಿ ಅನುಭವಿಸಿದ್ದು ಅಪಾರ. ತಾನು ಯಾವ ಕ್ಷಣದಲ್ಲಿಯಾದರೂ ಇಂಥ ಸ್ಥಿತಿಯಲ್ಲಿ ಕೊನೆಯುಸಿರು ಎಳೆಯಬಹುದೆಂದುಕೊಂಡ. ಬೆವೆತ ಮುಖ, ತುಟಿಯಂಚಿನಲ್ಲಿ ವಿಷಣ್ಣತೆಯ ಕಿರುನಗು.

ಎದ್ದು ನಿಂತ. ನಿಲ್ಲಲಾರದಷ್ಟು ನಿತ್ರಾಣ. ಡಾ|| ಶ್ಯಾಮಸುಂದರನ್ನ ಕಾಣಬೇಕೆಂದುಕೊಂಡರೂ ಅವನಿಗೆ ಇಷ್ಟವಾಗಲಿಲ್ಲ. 'ಶಾರ್ಟ್ ಲೈಫ್ ಈಸ್ ಸ್ವೀಟ್ ಲೈಫ್' ಮತ್ತೇನು ಸಾಧಿಸಬೇಕಿದೆ? ನಿರಾಶೆಯ ಅಂಚಿಗೆ ಇಳಿದ.

ಬೆಲ್ ಒತ್ತಿದ. ಆಫೀಸ್ ಬಾಯ್ ಒಳಗೆ ಬಂದ.

"ನೀರು ಕೊಟ್ಟು ನೀನು ಕೆಳಗಡೆ ಹೋಗು. ನಾನು ಇನ್ನು ಹತ್ತು ನಿಮಿಷ ಬಿಟ್ಟು ಹೋಗ್ತೀನಿ."

ಅವನು ಗಾಬರಿಯಾದ. ನಡುಗುವ ಕೈಗಳಿಂದಲೇ ನೀರು ಕೊಟ್ಟ. ಮ್ಯಾನೇಜರ್ ಪಿಳ್ಳೆ ಮತ್ತು ಗೋಪಾಲರಾಯರು ತರಿಸಿಕೊಂಡ ಮಾಲು ಬಗ್ಗೆ ಡಿಸ್ಕಸ್ ಮಾಡುತ್ತಿದ್ದರು.

"ಈ ಸಲ ಸಪ್ಲೈ ಆದ ಕ್ಲಾತ್‌ನಲ್ಲಿ ತುಂಬ ಸೆಕೆಂಡ್ಸ್ ಇದೆ. ಜನರ ಅಭಿಪ್ರಾಯ ಒಮ್ಮೆ ಬದಲಾದ್ರೆ.... ನಮ್ಮ ಇಷ್ಟು ವರ್ಷದ ಸಾಧನೆ ಮಣ್ಣಾಗಿಬಿಡುತ್ತೆ" ಪಿಳ್ಳೆ ತಮ್ಮ ಧಾಟಿಯಲ್ಲೇ ಮಾತನಾಡುತ್ತಿದ್ದವರು ಎದ್ದು ಬಂದರು.

ಮತ್ತೆ ಟೆನ್ಷನ್ ಉತ್ಪತ್ತಿ ಮಾಡುವಂಥ ಬಿಸಿನೆಸ್‌ಗೆ ಸಂಬಂಧಪಟ್ಟ ಮಾತುಗಳು ಸುಭಾಷ್‌ಗೆ ಬೇಕಿರಲಿಲ್ಲ.

"ಈ ವಿಷ್ಯಗಳೆಲ್ಲ ನಮ್ಮ ಭಾವನ ಮುಂದೆ ಡಿಸ್ಕಸ್ ಮಾಡೋದೇ ಒಳ್ಳೇದು. ನೀವು, ಗೋಪಾಲರಾಯರು ಫೈಲ್‌ನ ಸಮೇತ ಮನೆಗೆ ಬನ್ನಿ" ಎಂದವನು ಮೇಲೆದ್ದ.

ಮ್ಯಾನೇಜರ್ ಪಿಳ್ಳೆ ನಿರುತ್ಸಾಹಗೊಂಡರು. ಸುಭಾಷ್ ಹೊರಟೇಬಿಟ್ಟ.

ನೇರವಾಗಿ ಬಂದಿದ್ದು ಷೋರೂಂಗೆ. ಸಂಜೆ ಜನಸಂದಣಿ ಅಪಾರವಾಗಿತ್ತು. ಹೊಲಿದು ಸಿದ್ಧವಾದ ಉಡುಪುಗಳಿಗಾಗಿ ಜನ ಸದಾ ತುಂಬಿರುತ್ತಿದ್ದರು.

ಬಿಲ್ ಬರೆಯುತ್ತಿದ್ದ ಚಿದಂಬರಂ ಎದ್ದು ಬಂದ. ಅವನಿಗೆ ಅಲ್ಲಿನ ಕೆಲಸಕ್ಕಿಂತ ಇಲ್ಲಿ ಸುಲಭವಾಗಿತ್ತು. ಜವಾಬ್ದಾರಿ, ಕೆಲವೊಮ್ಮೆ ಮಾಡಿದ ತಪ್ಪಿಗೆ ಮುಖ ತಗ್ಗಿಸಿ ನಿಲ್ಲಬೇಕಿತ್ತು. ಇಲ್ಲಿ ತಾನೇ ಓನರ್‌ನಂತೆ ಬೀಗುತ್ತ ಕೂಡುತ್ತಿದ್ದ.

"ಆ ಮನೆಯೋರು ಬೀಗದ ಕೈ ತಂದ್ಕೊಟ್ಟು ಹೋದ್ರು. ಬೆಳಿಗ್ಗೆ ಮನೆ ಖಾಲಿ... ಮಾಡಿದ್ರಂತೆ" ಬಂದವನು ಉಸುರಿದ. ಕ್ಷಣ ಯೋಚಿಸಿದ ಸುಭಾಷ್. "ಇನ್‌ಕಂ ಟ್ಯಾಕ್ಸ್ ಆಫೀಸರ್ ರೆಡ್ಡಿಗೆ ಆ ಮನೆ ಬಾಡ್ಗೆಗೆ ಕೊಡ್ತೀನೀಂತ ನಿಮ್ಮ ಬಾವ ಪ್ರಾಮಿಸ್ ಮಾಡಿದ್ದಾರಂತೆ" ಎಂದಿದ್ದಳು ಲಕ್ಷ್ಮಿ.

ಬೀಗದ ಕೈ ಪಡೆದವನೆ ನೇರವಾಗಿ ಅಲ್ಲಿಗೆ ಹೋದ. ಅವನ ತಂದೆಯ ಕಾಲದ ಮನೆ ಏಳೆಂಟು ವರ್ಷಗಳ ಹಿಂದೆ ಇಲ್ಲೇ ವಾಸಿಸುತ್ತಿದ್ದುದು. ಹೊಸ ಮಾದರಿಯಲ್ಲಿ ಕಟ್ಟಿಸಿಕೊಂಡ ಮನೆಗೆ ವಾಸಕ್ಕೆ ಹೋಗಿದ್ದು ಇತ್ತೀಚೆಗೇನೆ. ಆಗ ಪ್ರತಿಯೊಂದಕ್ಕೂ ದೂರವೆನ್ನುವ ಕಾರಣ ಬಡ್ಡಿ ಆಫೀಸ್‌ಗೆ, ಷೋ ಸೆಂಟರ್‌ಗೆ ಹತ್ತಿರವಾದ ಬಾಡಿಗೆ ಮನೆಗೆ ಹೋಗಿದ್ದರು.

ಗೇಟಿಗೆ ಹಾಕಿದ್ದ ಬೀಗ ತೆಗೆದು ಒಳಗೆ ಕಾಲಿಟ್ಟ ನೆನಪುಗಳು ಕಾಡಿದವು. ತೀರಾ ಮಗುವಿನಲ್ಲಿಯೇ ತಾಯಿ ಸತ್ತ ಸುಭಾಷ್‌ಗೆ ಲಕ್ಷ್ಮಿ ತಾಯಿಯಾಗಿದ್ದಳು. ಚಿಕ್ಕ ವಯಸ್ಸಿನಲ್ಲಿ ದೊಡ್ಡ ಜವಾಬ್ದಾರಿ.

ಬಾಗಿಲ ಬಳಿ ನಿಂತು ಸುತ್ತಲೂ ನೋಟ ಹರಿಸಿದ. ದೊಡ್ಡ ಕಾಂಪೌಂಡ್ ಬೆಳೆಸಿದ ಮರಗಿಡಗಳು ಇನ್ನು ಹಚ್ಚ ಹಸಿರಾಗಿಯೇ ಕಂಗೊಳಿಸುತ್ತಿದ್ದವು.

ಬೀಗ ತೆಗೆದು ಒಳಗೆ ಅಡಿಯಿಟ್ಟ. ಮುಖದ ಮೇಲೆ ಹೊಡೆಯುವಂಥ ನೀರವತೆ. ಕಿಟಕಿಗಳನ್ನೆಲ್ಲ ತೆಗೆದು ಲೈಟುಗಳನ್ನು ಹಾಕಿದ. ಪ್ರತಿಯೊಂದು ಭಾಗವು ಅಚ್ಚುಕಟ್ಟಾಗಿತ್ತು. ಗೋಡೆಗೊರಗಿ ಯೋಚಿಸಿದವನು, ಫೋನ್ ಎತ್ತಿಕೊಂಡ.

"ಚಿದಂಬರಂ, ಹಳೆ ಮನೆ ಹತ್ತಿರಕ್ಕೆ ರಂಗಪ್ಪನ್ನ ಕಳ್ಸು" ಎಂದ. ಚಿದಂಬರಂ ಹೇಳಿದ, "ರೆಡ್ಡಿ ಬಂದಿದ್ದಾರೆ. ಬೀಗದ ಕೈ ಕೇಳ್ತಾ ಇದ್ದಾರೆ. ಆಗ್ಲೇ ಅಡ್ವಾನ್ಸ್ ಚೆಕ್ ಮನೆಯಲ್ಲಿ ಕೊಟ್ಟಿದ್ದಾರಂತೆ. ಕಳ್ಸಿ... ಕೊಡ್ಲಾ?"

ಕ್ಷಣ ಯೋಚಿಸಿದ ಸುಭಾಷ್, "ಅವ್ರನ್ನ ನಾಳೆ ಬಂದು ನೋಡೋಕೆ ಹೇಳು." ಫೋನಿಟ್ಟ, ಮತ್ತೆ ಹೊರಗೆ ನಿಂತ. ಪ್ಯಾಂಟ್ ಜೇಬಿನಲ್ಲಿ ಕೈಗಳನ್ನ ತುರುಕಿ ಆಕಾಶದತ್ತ ನೋಟವೆತ್ತಿದ. ಮೋಡಗಳ ಮರೆಯಿಂದ ಇಣುಕುತ್ತಿದ್ದ ಚಂದ್ರ.

ಗೇಟು ಸದ್ದಾಯಿತು. ಗೋಪಾಲರಾಯರು ಕಂಡರು. 'ಇಷ್ಟು ಬೇಗ... ಇಲ್ಲಿ' ಆಶ್ಚರ್ಯಗೊಂಡ. ಎಂದಿನಂತೆ ಅವರ ಬಗ್ಗೆ ಅವನ ಮನ ಪ್ರಸನ್ನವಾಗಲಿಲ್ಲ.

"ಇಲ್ಲೇ ನಮ್ಮಣ್ಣನ ಮನೆ. ಅದ್ಕೇ... ಬಂದಿದ್ದೆ" ಅವರು ತಾವಾಗಿಯೇ ಹೇಳಿದರೂ ಯಾವ ಉತ್ಸಾಹವನ್ನು ಪ್ರಕಟಿಸಲಿಲ್ಲ. "ಹೌದಾ!" ಎಂದ ನಿರುತ್ಸಾಹದಿಂದ–

ಗೋಪಾಲರಾಯರಿಗೆ ತುಂಬ ಪರಿಚಿತರಾದ ಮನೆ. ಒಳಗೆಲ್ಲ ಓಡಾಡಿ ಬಂದರು. ಹಿಂದಿನ ನೆನಪುಗಳನ್ನೆಲ್ಲ ಮೆಲುಕು ಹಾಕಿದರು.

"ಕೆಲವು ರಿಪೇರಿಗಳು... ಆಗ್ಬೇಕು. ಇಲ್ದಿದ್ರೆ ಮನೆ ಶಿಥಿಲವಾಗಿ ಬಿಡುತ್ತೆ" ಎಂದವರು ಅವನನ್ನು ಒಳಗೆ ಕರೆದೊಯ್ದು ಅಡಿಗೆ ಮನೆ ನೆಲಕಿತ್ತು ಬಂದ ಕಡೆಯಲ್ಲೆಲ್ಲ ತೋರಿಸಿದರು: "ಇರುವೆಗಳು ಮತ್ತಷ್ಟು ಕೊರೆದು ಹಾಳು ಮಾಡುತ್ತೆ. ಬಾತ್‌ರೂಂನಲ್ಲಿ ಕೆಟ್ಟು ನಿಂತ ಗ್ಲಿಸರ್ ಜೊತೆ, ಎಲೆಕ್ಟ್ರಿಕ್ ವೈಯರಿಂಗ್ ಎಲ್ಲಾ ಹಾಳಾಗಿದೆ. ಇದಿಷ್ಟು ರಿಪೇರಿಯಾದ್ರೂ... ಆಗ್ಲೇಬೇಕು" ಎಂದರು.

"ಆಯ್ತು..." ಎಂದ ಸುಭಾಷ್ ಹಾಲ್‌ಗೆ ಬಂದ. ಷೋಕೇಸ್‌ನ ಗಾಜು ಒಡೆದಿದ್ದು ಈಗಲೇ ಅವನ ದೃಷ್ಟಿಗೆ ಬಿದ್ದಿದ್ದು. ಯಾರಾದ್ರೂ ಒಬ್ಬ ಸಣ್ಣ ಕಂಟ್ರಾಕ್ಟರ್‌ನ ಕರ್ಕೊಂಡ್ಬನ್ನಿ. ಇವೆಲ್ಲ ಮಾಡ್ಸಿದ್ಮೇಲೆ ಪೈಂಟ್ ಬೇರೆ ಮಾಡ್ಸಬೇಕು."

ಇಬ್ಬರು ಹೊರಬಂದ ಮೇಲೆ ಅವನೇ ಡೋರ್‌ಲಾಕ್ ಮಾಡಿ ಗೇಟ್‌ಗೆ ಬೀಗ ಹಾಕಿ ರೋಡಿನುದ್ದಕ್ಕೂ ನೋಟ ಹರಿಸಿದ. ರಂಗಪ್ಪನ ಸುಳಿವೇ ಇರಲಿಲ್ಲ.

"ನಿಮ್ಮನ್ನ ಮನೆ ಹತ್ರ ಡ್ರಾಪ್ ಮಾಡಿ ಹೋಗ್ತೀನಿ" ಹತ್ತಿ ಸ್ಟೇರಿಂಗ್ ವ್ಹೀಲ್ ಮುಂದೆ ಕೂತ: ಗೋಪಾಲರಾಯರು ಅನುಮಾನಿಸಿದರು. "ಬೇಡ, ನೀವ್ಹೋಗಿ, ರೂಟ್ ಬಸ್ ಸಿಕ್ಕತ್ತೆ" ಎಂದರು.

ಆದರೆ ಸುಭಾಷ್ ಒಪ್ಪಲಿಲ್ಲ. ಗೋಪಾಲರಾಯರ ಮನೆಯ ಮುಂದೆ ಕಾರು

ನಿಂತಾಗ ಮೊದಲು ಅವನ ಕಣ್ಣಿಗೆ ಬಿದ್ದವಳು ಅಖಿಲಾ. ಬೀದಿ ದೀಪದ ಬೆಳಕಿನಲ್ಲಿ ಅವಳ ಮುಖ ಹೊಳೆಯುತ್ತಿತ್ತು. ಅವನಿಗೆ ಕನ್‌ಫ್ಯೂಷನ್ ಆಯಿತು. ಬಂದ ಶ್ರೀಧರ್ ಅವಳನ್ನು ಕರೆದೊಯ್ದಾಗ ಇವಳು ಹೇಗೆ ಇಲ್ಲಿಗೆ ಬಂದಳು?

ಇಳಿದ ಗೋಪಾಲರಾಯರು ನಿಂತರು.

"ಒಂದ್ನಿಮ್ಷ... ಬನ್ನಿ. ಹಾಗೆ ಹೋದ್ರೆ ಅವ್ರು ಬೇಜಾರು ಮಾಡ್ಕೋತಾಳೆ" ಹೆಂಡತಿಯನ್ನು ಉದ್ದೇಶಿಸಿ ಹೇಳಿದರು. ಮುಖ ತಿರುಗಿಸಿ ಹೋಗಿಬಿಡುವ ಮನಸ್ಸಾದರೂ ಅವನ ಮನ ಹೆಣ್ಣಿನ ತಂಪಿನ ನೋಟದಲ್ಲಿ ಮೀಯುವ ಆಸೆಯಾಯಿತು. ಕೆಳಗಿಳಿದ.

ಅಖಿಲಾ ಒಳಸರಿದಳು. ವನಜಮ್ಮ ಬಂದು ಮಾತಿಗೆ ಕೂತಾಗ ಅವಳೇ ಉಂಡೆ, ಚಕ್ಕುಲಿಯ ಜೊತೆ ಕಾಫೀ ತಂದಿದ್ದು. ಆದರೆ ಅವನೇನು ಮುಟ್ಟಲಿಲ್ಲ.

"ಏನೂ ತಿಳ್ಕೋಬೇಡಿ, ನನ್ನ ಆರೋಗ್ಯ ಸರಿಯಿಲ್ಲ. ಸದ್ಯಕ್ಕೆ ಏನು ತಿನ್ನಲಾರೆ" ಎಂದ ಕೂಡಲೇ ಅಖಿಲಾ ಕೈಯಲ್ಲಿನ ನೀರಿನ ಲೋಟ ಕೆಳಗೆ ಜಾರಿತು. ತಕ್ಷಣ ನೋಟವೆತ್ತಿದ. ಅವಳ ಸುಂದರ ಕಂಗಳಲ್ಲಿ ಅಡಗಿಸಿಡಲಾರದಂಥ" ಆತಂಕ. ಅವನ ಮನ ಅಲ್ಲಿಯೇ ನಿಂತುಬಿಟ್ಟಿತು. 'ಅಖಿಲಾ...' ಹೃದಯ ಕೂಗಿಕೊಂಡಿತು.

ಹೊರಟಾಗ ವನಜಮ್ಮ ಬಹು ಅಕ್ಕರೆಯಿಂದ ಪ್ರಶ್ನಿಸಿದರು. "ಯಾವಾಗಪ್ಪ ನಿನ್ಮದ್ವೆ" ತಣ್ಣಗೆ ನಕ್ಕುಬಿಟ್ಟ "ಸದ್ಯಕ್ಕಂತೂ ಆ ಯೋಚ್ನೆ ಇಲ್ಲ! "ಹೊರಗೆ ಅಡಿಯನ್ನಿರಿಸಿದ.

ಸ್ಟೀರಿಂಗ್ ವ್ಹೀಲ್ ಮುಂದೆ ಕೂತು ನೋಟ ಹೊರಗೆ ಚೆಲ್ಲಿದ. ಶುಭ್ರ ಕಣ್ಣುಗಳಲ್ಲಿ ಇನ್ನ ಆತಂಕದ ಸೆಲೆಗಳು. ಅವನ ಎದೆಯ ಬಡಿತ ಕ್ಷಣ ನಿಂತಂತಾಯಿತು. ಪ್ರಯಾಸದಿಂದ ಕೈಯೆತ್ತಿ ಬೀಸಿದ. ಕಾರಿನ ಚಕ್ರಗಳು ಉರುಳಿದವು.

ಅವನು ಮನೆಗೆ ಬಂದಾಗ ಹತ್ತು ಮೀರಿತ್ತು. ಅವನಿಗೆ ಊಟದ ಯೋಚನೆ ಕೂಡ ಇರಲಿಲ್ಲ. ಬಟ್ಟೆಬದಲಾಯಿಸಿ ಎರಡು ಕಂಪೋಸ್ ನೀರಿನ ಜೊತೆ ನುಂಗಿ ಮಲಗಿಬಿಟ್ಟ.

"ಬೇಕಾದಷ್ಟು ಜನ ಇದ್ದಾರೆ. ನೀನ್ಯಾಕೆ ಸ್ಟ್ರೈನ್ ಮಾಡಿಕೊಳ್ಳೋಕೆ ಹೋದೆ?" ಲಕ್ಷ್ಮಿ ರೇಗಿಕೊಂಡಳು. ಚೆನ್ನಾಗಿ ಮಲಗಿದ್ದ ಸುಭಾಷ್ ಇತ್ತ ತಿರುಗಲಿಲ್ಲ. "ನಂಗೆ ನಿದ್ದೆ ಬರ್ತಾ ಇದೆ" ಎಂದು ಉಸುರಿದ.

ಆಮೇಲಿನ ಲಕ್ಷ್ಮಿ ಗೊಣಗಾಟವನ್ನ ಅವನು ಕೇಳಿಸಿಕೊಳ್ಳಲು ಇಚ್ಛಿಸಲಿಲ್ಲ. ಜೊಂಪಿನಲ್ಲಿ ತೇಲಿದಾಗ ಅವನಿಗೆ ವನಜಮ್ಮನ ಮಾತು ನೆನಪಾಯಿತು. ಮದುವೆಯ ಬಗ್ಗೆ ಪರಿಚಿತರು ಮುಂತಾದವರು ಪ್ರಶ್ನಿಸುತ್ತಿದ್ದರು. ಕೆಲವರು ಹೆಣ್ಣು ಕೊಡಲು ಬಂದು ಹೋಗುತ್ತಿದ್ದರು. ಆದರೆ ಲಕ್ಷ್ಮಿ ಶ್ರೀನಿವಾಸಮೂರ್ತಿಗಳು ಮೌನವಾಗಿದ್ದರು ಅದೇಕೆಂದು ಅವನಿಗೆ ಇಂದಿಗೂ ಗೊತ್ತಿಲ್ಲ.

ನಾಲ್ಕು ದಿನದಲ್ಲಿ ಹತ್ತಾರು ಬಾರಿ ಲಕ್ಷ್ಮಿ ಮನೆಯ ಬಾಡಿಗೆಯ ಬಗ್ಗೆ ಪ್ರಸ್ತಾಪವೆತ್ತಿದ್ದಳು. ಮೌನವಾಗಿದ್ದ ಸುಭಾಷ್.

ಬ್ರೇಕ್‌ಫಾಸ್ಟ್‌ಗೆ ಕೂತಾಗ ಮತ್ತೆ ಶ್ರೀನಿವಾಸಮೂರ್ತಿಗಳು ಅದರ ಪ್ರಸ್ತಾಪವೆತ್ತಿದರು.

"ಮಿಸ್ಟರ್ ರೆಡ್ಡಿ ನಾಲ್ಕಾರು ಬಾರಿ ಫೋನ್ ಮಾಡಿದ್ರು.ಚಿದಂಬರಂ ಬೀಗದ ಕೈ ನಿನ್ನತ್ರ ಇರೋ ವಿಷ್ಯ ತಿಳ್ಸಿದ್ರು."

ಸುಭಾಷ್‌ಗೆ ಗಂಟಲಲ್ಲಿ ಹಿಡಿದಂತಾಯಿತು. ನೀರು ಕುಡಿದ.

"ಸದ್ಯಕ್ಕೆ ತುಂಬಾ ರಿಪೇರಿ ಕೆಲ್ಸ ಇದೆ. ಅವ್ರ ಅಡ್ವಾನ್ಸ್ ಚೆಕ್ ವಾಪಸ್ಸು ಕೊಟ್ಬಿಡಿ. ಅದನ್ನೆಲ್ಲ ಮುಗ್ದ ಮೇಲೆ ಬಾಡ್ಗೇ ವಿಷಯ ಯೋಚ್ಸೋಣ" ಮೊದಲ ಬಾರಿ ತನ್ನ ನಿರ್ಧಾರ ಸೂಚಿಸಿ ಅವರನ್ನು ಚಕಿತಗೊಳಿಸಿದ್ದ. ಶ್ರೀನಿವಾಸಮೂರ್ತಿ, ಲಕ್ಷ್ಮಿಯ ಕಡೆ ನೋಡಿದ. "ಅಂಥ ಮೇಜರ್ ರಿಪೇರಿಗಳು ಇಲ್ಲ. ಸುಮ್ನೇ ಯಾಕೆ ಹಣ ಖರ್ಚು ಮಾಡ್ಬೇಕು. ಸುಮ್ನೇ ಬಾಡ್ಗೆಗೇ ಕೊಟ್ಟುಬಿಡೋಣ!" ಮತ್ತೆ ಹೇಳಿದರು.

ಈಚೆಗೆ ಅವರ ಸ್ವಭಾವದಲ್ಲಿನ ಜಿಗುಟುತನ ಅವನಿಗೆ ಅರ್ಥವಾಗಿತ್ತು.

"ಈಗಾಗ್ಲೇ ರಿಪೇರಿಗೆ ಜನನ ಗೊತ್ತುಮಾಡಿದ್ದೀನಿ. ನಾಳೆಯಿಂದ ಕೆಲ್ಸ ಶುರು ಮಾಡ್ತಾರೆ."

ಅರ್ಥಗರ್ಭಿತವಾಗಿ ಹೇಳಿ ಎದ್ದು ಹೋದ.

ತಿಂಡಿ ತಿನ್ನುತ್ತಿದ್ದ ಅನಿಲ್, ಸುಧಾ ಅವನ ಹಿಂದೆ ಎದ್ದು ಹೋದರು.

ಕೋಣೆಗೆ ಹೋಗಿ ಎರಡೇ ನಿಮಿಷದಲ್ಲಿ ಸುಭಾಷ್ ರೆಡಿಯಾಗಿ ಬಂದ.

"ಗೆಟ್ ರೆಡಿ, ಕ್ವಿಕ್ ಇಫ್ ಯೂ ವಾಂಟ್ ಟು ಕಮ್. ಇಲ್ಲ ನಿಮ್ಮ ಪಪ್ಪನ ಜೊತೆ ಹೋಗಿ. ನಂಗೆ ಅರ್ಜೆಂಟಿದೆ" ಅವನ ಮಾತಿಗೆ ಅನಿಲ್ ಒಳಗೆ ಓಡಿದ. ಸುಧಾ ಅವನ ಮುಂದೆ ಕೂಮ್ ತಂದುಹಿಡಿದಳು. 'ನಂಗೆ ಹೊತ್ತಾಯ್ತು, ಮಮ್ಮಿ ಕೈಯಲ್ಲಿ ಬಾಚಿಸಿಕೊಂಡ್ಬಾ" ಸ್ವಲ್ಪ ಸೀರಿಯಸ್ಸಾಗಿಯೇ ಹೇಳಿದ. ಅವಳು ಒಂದಿಂಚೂ ಅಲುಗಾಡಲಿಲ್ಲ. "ನೀನೇ... ಬಾಚು..." ಬೇರೆ ಸಮಯದಲ್ಲಿ ಹೇಗೆ ನಡೆದುಕೊಳ್ಳುತ್ತಿದ್ದನೋ ಅವಳ ಕೈಯಲ್ಲಿನ ಕೂಮ್ ಕಿತ್ತು ಎಸೆದ. "ಶೇಮ್.... ಇಷ್ಟು ದೊಡ್ಡ ಹುಡ್ಗಿಯಾಗಿ ನಿನ್ನ ಕೆಲ್ಸ ನೀನು ಮಾಡಿಕೊಳ್ಳೋಕೆ ಆಗೋಲ್ವಾ!" ಕೋಪದಿಂದ ಗದರಿಸಿದವನು ಹೊರಟೇಬಿಟ್ಟ.

ಅನಿಲ್ ಅವನ ಹಿಂದೇನೇ ಓಡಿ ಬಂದ. ಸುಧಾ ಅವನನ್ನು ಅಟ್ಟಿಸಿಕೊಂಡು ಬಂದಳು.

"ನೀನು... ಹೋಗಕೂಡ್ದು!"

ಇಂಥ ರಂಪಾಟ ಅವನಿಗೆ ಹೊಸತಲ್ಲ. ಅನಿಲ್‌ನ ಎತ್ತಿ ಕಾರಿನೊಳಗೆ ಕೂಡಿಸಿ ತಾನೂ ತೂರಿದ. ಡೋರ್ ಹಿಡಿ ಹಿಡಿದು ಜಗ್ಗತೊಡಗಿದಳು. ಲಕ್ಷ್ಮಿ ಶ್ರೀನಿವಾಸಮೂರ್ತಿ ಯಾರಾದರೂ ಬಂದು ಅವಳನ್ನು ಸಮಾಧಾನಿಸಿ ಕರೆದೊಯ್ಯಬಹುದೆಂದು ಕಾದ. ಒಬ್ಬರೂ ಹೊರಬರಲಿಲ್ಲ.

ಕೆಳಗಿಳಿದ, ಅವಳ ಯೂನಿಫಾರಂ ಅಸ್ತವ್ಯಸ್ತವಾಗಿತ್ತು. ಹನ್ನೊಂದರ ಹುಡುಗಿಯ ಹಟವಾಗಿ ಕಾಣಲಿಲ್ಲ ಅವನಿಗೆ. ಕರ್ಚಿಫ್‌ನಿಂದ ಕಣ್ಣೀರು ತೊಡೆದ.

"ಯು ಆರ್ ಎ ಗುಡ್ ಗರ್ಲ್. ನೀನು ಬೇಗ ರೆಡಿಯಾಗಿ ಪಪ್ಪನ ಜೊತೆ ಕಾನ್ವೆಂಟ್‌ಗೆ ಹೋಗು. ನಂಗೆ ಇವತ್ತು ತುಂಬ ಕೆಲ್ಸ ಇದೆ" ಕೆನ್ನೆ ಸವರಿ ರಮಿಸಿದ.

ಇನ್ನಷ್ಟು ಬಿಕ್ಕಳಿಕೆ ಶುರುವಾಯಿತು.

"ನೀನು ಹೋಗಕೂಡ್ದು!" ಒಂದೇ ಪಟ್ಟು. ಎಷ್ಟೋ ದಿನ ಈ ಹಟಕ್ಕೆ ಸೋತು ಮನೆಯಲ್ಲೇ ಉಳಿಯುತ್ತಿದ್ದ. ಇಂದು... ಮಾತ್ರ...

ಅವಳ ಕೈ ಹಿಡಿದು ಒಳಗೆ ಕರೆದುಕೊಂಡು ಬಂದ.

"ಇವ್ಳನ್ನ ಸ್ವಲ್ಪ ಸುಧಾರಿಸಿ ಸ್ಕೂಲಿಗೆ ಕಳ್ಸಿ. ಇಲ್ದಿದ್ರೆ ಇನ್‌ಫಾರ್ಮ್ ಮಾಡ್ತೇನೆ... ಟಿ.ಸಿ. ಕೊಟ್ಟು ಕಳಿಸ್ತಾರೆ" ಕೈ ಬಿಟ್ಟು ಹಿಂದಕ್ಕೆ ಬಂದ. ಸುಧಾ ಅವನ ಹಿಂದೆನೇ ಬಂದಳು. ಶ್ರೀನಿವಾಸಮೂರ್ತಿಗಳು ತಣ್ಣಗೆ ಕೂತಿದ್ದರು.

ಸುಧಾ ಕಾರು ಹತ್ತಿಕೊಂಡಳು. ಅವಳ ಆರ್ಭಟಕ್ಕೆ ಅನಿಲ್ ಇಳಿದ. ಅಷ್ಟೊತ್ತಿಗೆ ಪೂರ್ತಿ ಸಹನೆ ಕಳೆದುಕೊಂಡಿದ್ದ ಸುಭಾಷ್. ಕಾರ್‌ನ ಡೋರ್‌ಗಳನ್ನು ಲಾಕ್ ಮಾಡಿ ಅನಿಲ್‌ನ ಕರೆದೊಯ್ದ. ಅವರಿಬ್ಬರನ್ನು ಹೊತ್ತ ಬೈಕ್ ಎರಡು ನಿಮಿಷದಲ್ಲಿ ಗೇಟ್‌ನಿಂದ ಹೊರಹೋಯಿತು.

ಅನಿಲ್‌ನ ಅವನ ಕಾನ್ವೆಂಟ್‌ನ ಬಳಿ ಇಳಿಸಿ ಆಫೀಸ್‌ಗೆ ಬಂದ. ಇಂದು ಪೂರ್ತಿ ಶ್ರೀನಿವಾಸಮೂರ್ತಿಗಳು ಹೊರಬರಲಾರರೆಂದು ಅವನಿಗೆ ಗೊತ್ತು. ಪ್ರೀತಿ, ಹೆದರಿಕೆ ಅವರ ಪಾಲಿಗೆ ಒಂದೇ ಮುಖದ ನಾಣ್ಯಗಳಾಗಿದ್ದವು. ಅವರು ಮಗಳನ್ನ ಹೆಚ್ಚು ಪ್ರೀತಿಸುತ್ತಿದ್ದುದರಿಂದಲೇ ವಿಪರೀತವಾಗಿ ಹೆದರಿಕೆಯಿಂದ ನರಳುತ್ತಿದ್ದರು.

ಹಿಂದೆ ಚಿದಂಬರಂ ಸ್ಟೆನೋ ಜೊತೆ ಪಿ.ಎ. ಕೆಲಸವನ್ನು ಮಾಡುತ್ತಿದ್ದರು. ಆ ಕೆಲಸ ಈಗ ಅಖಿಲಾ ಮಾಡಬೇಕಿತ್ತು. ಇದು ಅವಳಿಗೆ ತೀರಾ ತೊಡಕೆಂದುಕೊಂಡಿದ್ದ. ಆದರೆ ಲೀಲಾಜಾಲಾವಾಗಿ ಕೆಲಸವನ್ನ ನಿಭಾಯಿಸುತ್ತಿದ್ದಳು.

ಟೇಬಲ್ ಮೇಲಿದ್ದ ಪೋಸ್ಟ್ ತಿರುವುತ್ತಿದ್ದುದನ್ನು ಪಕ್ಕಕ್ಕೆ ತಳ್ಳಿ ಇಂಟರ್‌ಕಾಮ್ ಎತ್ತಿಕೊಂಡ.

"ಮ್ಯಾನೇಜರ್... ಪಿಳ್ಳೈ..." ಫೋನ್‌ನಲ್ಲಿ ಅವರ ಸ್ವರ ಹೊರಡದಿದ್ದರೂ ಎದುರಿನಲ್ಲಿ ಪ್ರತ್ಯಕ್ಷರಾದರು. ಫೈಲ್ ಅವನ ಮುಂದೆ ಸರಿಸಿದರು. "ಒಂದೆರಡಕ್ಕೆ ನಿಮ್ಮ ಸಹಿ ಬೇಕಿತ್ತು. ನಮ್ಗೆ ಬಟ್ಟೆ ಸಪ್ಲೈ ಮಾಡ್ತಾ ಇದ್ದ ನರೇಂದ್ರ ಮಿಲ್‌ನೋರು ಹತ್ತು ಪರ್ಸೆಂಟ್ ಜಾಸ್ತಿ ಕೇಳಿದ್ದಾರೆ."

ಫೈಲನ್ನ ಪಕ್ಕಕ್ಕೆ ಸರಿಸಿ ಅವರನ್ನ ಕೂಡುವಂತೆ ಸನ್ನೆ ಮಾಡಿದ. "ಆಮೇಲೆ ನಮ್ಮ ಭಾವ ಬರ್ಬಹುದು. ಅವ್ರ ಎದುರಿನಲ್ಲೇ ಡಿಸ್ಕಸ್ ಮಾಡೋಣ. ನನ್ನೊತೆ ಸ್ವಲ್ಪ ನಮ್ಮ ಹಳೇ ಮನೆಗೆ ಬನ್ನಿ. ಮಾರ್ಪಾಟು ಸಮೇತ ರಿಪೇರಿ... ಆಗ್ಬೇಕು" ಛೇರ್ ಅರ್ಧ ಸುತ್ತು

ತಿರುಗಿತು. ಪಿಳ್ಳೆ ತಲೆ ಕೆರೆದುಕೊಂಡರು. 'ಅಂಥ ವಿಷಯದಲ್ಲಿ ನನ್ನ ತಲೆ ಎಷ್ಟು ಮಟ್ಟಿಗೆ ಕೆಲಸ ಮಾಡಬಲ್ಲುದು?' ಯೋಚಿಸತೊಡಗಿದರು.

"ಲಾಭ, ಶಿಸ್ತು ಕೆಲ್ಸದ ಬಗ್ಗೆ ಮಾತ್ರ ನನ್ತಲೆ ಯೋಚ್ಸಲು ಅರ್ಹವಾದದ್ದು. ನಮ್ಮ ಅಖಿಲಾನ ಸಲಹೆ ಕೇಳಿದರೇ." ಅವರ ಮಾತಿಗೆ ಸುಭಾಷ್ ನಕ್ಕುಬಿಟ್ಟ. "ತೀರಾ ಮುಗ್ಧವಾದ ವಾತಾವರಣದಲ್ಲಿ ಬೆಳ್ದ ಹೆಣ್ಣು!"

ಪಿಳ್ಳೆ ಕಣ್ಣುಗಳು ಚಿಕ್ಕದಾದವು. ಅದು ನಿಜವಿದ್ದರೂ ಅಖಿಲಾ ಬುದ್ಧಿವಂತಿಕೆಯ ಬಗ್ಗೆ ಅವರಿಗೆ ಮೆಚ್ಚಿಗೆ. ಅವಳು ಬಂದ ಕೆಲವು ದಿನ ಹಾರಾಟದ ಜೊತೆ ಸಿಡಿಮಿಡಿಗೊಂಡು ಉದಾಸೀನ ಮಾಡಿದ್ದುಂಟು.

"ಇರ್ಬಹ್ದು! ಮುಗ್ಧ ಮನಸ್ಸಿನ ಜೊತೆ ಸುಂದರ ಹೃದಯ ಕೊಟ್ಟು ಚುರುಕಾದ ಮಿದುಳನ್ನ ದೇವ್ರು ಆ ಹೆಣ್ಣಿಗೆ ಕೊಟ್ಟಿದ್ದಾನೆ!" ಭಾವಪರವಶರಾದಂತೆ ನುಡಿದರು ಪಿಳ್ಳೆ. ಅಚ್ಚರಿಗೊಂಡ ಸುಭಾಷ್. ಅವರೆಂದೂ ಇಂಥ ಅವಸ್ಥೆಗೆ ಬರುತ್ತಿದ್ದುದೇ ಅಪರೂಪ.

"ಓ.ಕೆ. ತಕ್ಷಣ ನೀವು ಅಖಿಲಾನ ಕರ್ಕೊಂಡ್ ಅಲ್ಲಿಗೆ ಹೋಗಿ. ನಾನು ಹತ್ತು ನಿಮಿಷದಲ್ಲಿ ಅಲ್ಲಿರ್ತೀನಿ" ವಾಚ್ ನೋಡಿಕೊಂಡ. ಪಿಳ್ಳೆ ಅರೆಮನಸ್ಸಿನಿಂದಲೇ ಎದ್ದರು.

ಪ್ರೈವೇಟ್ ಫರ್ಮ್‌ನಲ್ಲಿನ ಕೆಲಸದ ಮರ್ಜಿ ಅನುಸರಿಸಿಯೇ ಕೆಲಸ ಮಾಡಬೇಕು.

ಅರ್ಧ ಗಂಟೆ ಬಿಟ್ಟೇ ಹೊರಟಿದ್ದು ಸುಭಾಷ್. ಅದುವರೆಗೂ ಶ್ರೀನಿವಾಸ ಮೂರ್ತಿ ಬರಲಿಲ್ಲ. ನೆನಪಾದ ಕೂಡಲೇ ತೀರಾ ಮೃದುವಾಗಿಬಿಡುತ್ತಿದ್ದ ಸುಧಾಳ ಬಗ್ಗೆ. ಆದರೆ ಇಂದು ಪ್ರಯತ್ನಪೂರ್ವಕವಾಗಿ ಕಲ್ಲಾಗಿದ್ದ.

ಪುನಃ ವಾಪಸ್ಸು ಬಂದು ಫೋನೆತ್ತಿ ಡಯಲ್ ತಿರುಗಿಸಿದ. ಲಕ್ಷ್ಮೀನೇ ಫೋನ್ ಎತ್ತಿದ್ದು.

"ಆ ಮನೆ ರಿಪೇರಿ ಬಗ್ಗೆ ನಿನ್ನ ಸಲಹೆ ಬೇಕು. ನೀನು... ಬರ್ತೀಯಾ?" ಅಷ್ಟೊತ್ತಿಗಾಗಲೇ ಲಕ್ಷ್ಮಿ ಸುಧಾಳ ಹಟದಿಂದ ತಾಳ್ಮೆ ಕಳೆದುಕೊಂಡಿದ್ದಳು. "ಸದ್ಯಕ್ಕೆ ನನ್ಗಂಡ, ಮಕ್ಳನ್ನ ನೋಡ್ಕೊಂಡ್ರೆ... ಸಾಕು!" ಫೋನ್ ಇಟ್ಟಿದ್ದು ಕೇಳಿಸಿತು. ಇಬ್ಬರ ನಡುವಿನ ಪ್ರೀತಿಯ ಪ್ರವಾಹ ದೊಡ್ಡ ತುಫಾನ್‌ಗೆ ಸಿಕ್ಕಿದಂತಾಯಿತು. ಆ ಕ್ಷಣ ಈ ಜಗತ್ತಿನಲ್ಲಿಯೇ ತಾನು ಒಂಟಿಯೆನಿಸಿತು. ಅವನ ಕೈಯಲ್ಲಿನ ಫೋನ್ ಜಾರಿತು. ಹಲ್ಲುಗಳನ್ನು ಬಿಗಿಹಿಡಿದ. ಬಹಳ ಪ್ರಯಾಸದಿಂದ ಗಾಜಿನ ಹೂಜಿಯಲ್ಲಿದ್ದ ನೀರನ್ನು ಬಗ್ಗಿಸಿಕೊಂಡು ಕುಡಿದ.

ಒಂದು ರೀತಿಯ ತೂರಾಡಿಕೆಯಲ್ಲಿಯೇ ಕಾರಿನಲ್ಲಿ ಬಂದು ಕೂತ. ಸಾವು ಬದುಕಿನ ಮಧ್ಯೆ ಕನಿಷ್ಟ ಕೂದಲೆಳೆಯ ಅಂತರವು ಇಲ್ಲವೆನಿಸಿತು.

ಕಾರು ಬಂದು ನಿಂತಾಗ, ಪಿಳ್ಳೆಯವರು ಬಹಳ ಗಂಭೀರವಾಗಿ ಅಖಿಲಾಗೆ ಏನೋ ಹೇಳುತ್ತಿದ್ದರು. ಸರಕ್ಕನೆ ತಿರುಗಿದರು. "ಬಂದ್ರು... ಬಾಸ್. ಬಹಳ ಬೇಗ

ಬೇಗ ಇವ್ರು ಡಿಸಿಷನ್ ತಗೋತಾರೆ. ಅವ್ರು..." ತಲೆ ಅಡ್ಡಡ್ಡ ಆಡಿಸಿದರು. "ಪಟ್ಟು ಹಿಡ್ದು ಅವ್ರ ಡಿಸಿಷನ್‌ನ ನಾವೇ ಭದ್ರಗೊಳಿಸ್ಬೇಕು!" ಕಡೆಯ ಈ ಮಾತು ಶ್ರೀನಿವಾಸಮೂರ್ತಿಗಳ ಬಗ್ಗೆಯೆಂದು ಅವಳಿಗೆ ಅರ್ಥವಾಗುವುದು ಕಷ್ಟವಾಗಲಿಲ್ಲ.

ಬಂದ ಸುಭಾಷ್ ಆಕರ್ಷಕವಾಗಿ ನಕ್ಕ. ಆ ನಗು ಕ್ಷಣ ಅವಳೆದೆಯ ಬಡಿತವನ್ನು ಏರುಪೇರು ಮಾಡಿತು.

ಮೂವರು ಮೇಸ್ತ್ರಿಯೊಂದಿಗೆ ಇಡೀ ಮನೆಯನ್ನು ಸುತ್ತಿ ಬಂದರು. ಅಡಿಗೆ ಮನೆ, ದೇವರಮನೆ ನೆಲೆ ಕಿತ್ತಿದ್ದರೂ ಹಾಲ್ ಮಿಕ್ಕೆಡೆ ಚೆನ್ನಾಗಿತ್ತು.

"ಎಲ್ಲಾ ತೆಗ್ಸಿ, ಬೇರೆ ಮೊಸಾಯಿಕ್ ಮಾಡ್ಸಿಬಿಡೋದು" ಸುಭಾಷ್ ಮಾತಿಗೆ ಹ್ಹೂಗುಟ್ಟಿದ ಮೇಸ್ತ್ರಿ. ಮೌನವಾಗಿದ್ದಳು ಅಖಿಲಾ. ಆದರೆ ಅವಳ ಕಣ್ಣುಗಳಲ್ಲಿ ತೀಕ್ಷ್ಣತೆ ಹೆಚ್ಚಿತ್ತು. ಆಳವಾಗಿ ಗಮನಿಸುತ್ತಿದ್ದಳು.

ಸದ್ಯಕ್ಕೆ ಹೊರಗಿನಿಂದ ಮೆಟ್ಟಲು ಹಾಕಿಸಿ ಮೇಲೆರಡು ರೂಮುಗಳ ಬಗ್ಗೆ ಮಾತಾಡಿದವರು ಕೊನೆಯಲ್ಲಿ ಕೈಬಿಟ್ಟರು.

ಅಖಿಲಾ ಅತ್ತ ತಿರುಗಿದ ಸುಭಾಷ್, "ಸದ್ಯಕ್ಕೆ ಬಾಡ್ಗೆಗೆ ಕೊಡೋ ಮನಸ್ಸಿಲ್ಲ. ಮನೆ ಡೀಸೆಂಟಾದ್ರೆ ಸುಕಾ. ಅದೇನೋ... ಹೇಳ್ಬಿಡು" ಅವಳಿಗೆ ಒಪ್ಪಿಗೆ ಆರಾಮಾಗಿ ಕೂತ. ಹಿಂದಿನ ದಿನ ನಾಲ್ಕು ಬೆತ್ತದ ಛೇರ್‌ಗಳನ್ನು ತರಿಸಿ ಹಾಕಿದ್ದ.

ಇನ್ನೊಮ್ಮೆ ಇಡೀ ಮನೆ ಸುತ್ತಿ ಬಂದಳು ಅಖಿಲಾ. ನಾಲ್ಕೇ ಮಾತುಗಳಲ್ಲಿ ಹೇಳಿದಳು.

"ಫ್ಲೋರಿಂಗ್ ತೆಗೆಯೋದ್ಬೇಡ. ಬಾತ್‌ರೂಂ ಗೋಡೆಗಳಿಗೆ ಹಾಕಿದ್ದ ಒಡೆದ, ಬಿರುಕು ಬಿಟ್ಟ ಪ್ಲೇಟುಗಳನ್ನು ತೆಗ್ಸಿ, ಕೆಳಗಿನ ಫ್ಲೋರಿಂಗ್ ಅಮೃತ ಶಿಲೆ ಸ್ಟೋನ್ಸ್ ಹಾಕ್ಬಿಟ್ರೆ... ಸಾಕು" ಎಂದವಳು ಹೊರಗಿನಿಂದ ಮೆಟ್ಟಲು ಹಾಕಿಸುವ ಬದಲು ವರಾಂಡದಿಂದ ಹಾಕಿಸುವ ಬಗ್ಗೆ ಸಲಹೆ ಇತ್ತಳು. ಅವನು ಎಲ್ಲಕ್ಕೂ ತಲೆದೂಗಿದ.

"ಆಯ್ತು..." ಎಂದಳು. ಸುಭಾಷ್ ಮೇಲೆದ್ದ. "ಥ್ಯಾಂಕ್ಯೂ ವೆರಿಮಚ್ ಫಾರ್ ಯುವರ್ ಗುಡ್ ಸೆಜೆಷನ್ಸ್" ಅವಳ ಮುಖ ತಗ್ಗಿತು.

ಅವರುಗಳನ್ನು ಬೀಳ್ಕೊಟ್ಟು ಮನೆಗೆ ಹೋದಾಗ ಸುಧಾ ಅತ್ತು ಸುಸ್ತಾಗಿ ಮಲಗಿಬಿಟ್ಟಿದ್ದಳು. ಯುದ್ಧ ನಡೆದ ನಂತರದ ಸ್ಥಿತಿ ಮನೆಯಲ್ಲಿತ್ತು. ಗಂಡ, ಹೆಂಡತಿ ಎದುರುಬದುರು ಕೂತಿದ್ದರು. ಕಾದಾಡಿ ಸೋತ ಕಲಿಗಳಂತೆ ಕಂಡರು. ಈಗ ಅವನಿಗೂ ಮಾತನಾಡಬೇಕೆನಿಸಲಿಲ್ಲ.

ಬಟ್ಟೆ ಬದಲಾಯಿಸಿ ಕೈ ತೊಳೆದು ಬಂದಾಗ ಪಾರ್ವತಮ್ಮ ಬಡಿಸಿದ್ದನ್ನು ಬಹಳ ಕಮ್ಮಿ ಊಟ ಮಾಡಿದ. ಮೈಯಲ್ಲಿ ಒಂದು ರೀತಿಯ ಸುಸ್ತು 'ನನ್ನ ಗಂಡ, ಮಕ್ಕನ್ನ ನೋಡ್ಕೊಂಡ್ರೆ ನಂಗೆ ಸಾಕಾಗಿದೆ' ಲಕ್ಷ್ಮಿ ಹೇಳಿದ ಮಾತು ಇನ್ನೂ ಅವನ ಕಿವಿಯಲ್ಲಿ ಧ್ವನಿಸುತ್ತಿತ್ತು.

ಅವನ ಸ್ವಂತ ಆಸೆ, ಆಕಾಂಕ್ಷೆ, ಚಟುವಟಿಕೆಗಳನ್ನು ಹತ್ತಿಕ್ಕಿ ಅಕ್ಕ, ಭಾವ, ಅವರ

ಮಕ್ಕಳಿಗಾಗಿ ಬದುಕಿದ್ದ. ಇನ್ನು ಕೆಲವು ದಿನಗಳಾದರೂ ತನಗಾಗಿ ಬದುಕಬೇಕೆನಿಸಿತು. ಕಣ್ಮುಚ್ಚಿ ಮಂಚದ ಮೇಲೆ ಅಡ್ಡಾದ.

ಒಳಗೆ ಬಂದ ಲಕ್ಷ್ಮಿ ಟೇಬಲ್‌ನ ಡ್ರಾಯರ್ ಮತ್ತಿತರೇ ಕಡೆ ಕೈಯಾಡಿಸಿದಳು.

"ಆ ಮನೆ ಬೀಗದ ಕೈ ಎಲ್ಲಿ?" ಬೇಸರವಿತ್ತು ಸ್ವರದಲ್ಲಿ. ಬಂದ ಕೂಡಲೇ ಸುಧಾನ ಎತ್ತಿಕೊಂಡು ರಮಿಸಿ ಊಟ ಮಾಡಿಸಬಹುದೆಂದುಕೊಂಡಿದ್ದು ಕಲ್ಪನೆಯಾಗಿತ್ತು. ಅದರಿಂದಲೇ ಭುಸುಗುಟ್ಟುವಿಕೆ. "ಮಿಸ್ಟರ್ ರೆಡ್ಡಿ ಬಂದಿದ್ದಾರೆ. ಬೀಗದ ಕೈ ಎಲ್ಲಿ? ಅಡ್ವಾನ್ಸ್ ಕೊಟ್ಟ ಜನ.... ನಾಲ್ಕಾರು ಬಾರಿ ಮನೆಗೆ ಅಲೆಯಬೇಕೆಂದರೆ... ಅರ್ಥವೇನು?" ಸಿಡಿಮಿಡಿಗುಟ್ಟಿದಳು.

ಎರಡು ಕೈಗಳನ್ನು ಬೆಸೆದುಕೊಂಡು ತಲೆಯ ಹಿಂದಿಟ್ಟುಕೊಂಡ ಸುಭಾಷ್ ತಣ್ಣನೆಯ ನೋಟ ಹರಿಸಿದ. "ಬೀಗದ ಕೈ ಮೇಸ್ತ್ರಿ ಕೈಯಲ್ಲಿದೆ. ಸದ್ಯಕ್ಕೆ ರಿಪೇರಿ ಆಗ್ಲೇಬೇಕು. ಅವ್ರ ಅಡ್ವಾನ್ಸ್ ಚೆಕ್ ವಾಪಸ್ಸು ಕೊಡಿ."

ಸ್ವಲ್ಪ ಮೆತ್ತಗಾದಳು ಲಕ್ಷ್ಮಿ. ಶ್ರೀನಿವಾಸಮೂರ್ತಿಯ ಒಂದು ರೀತಿಯ ಜಿಗುಟು ಸ್ವಭಾವ ಗೊತ್ತಿತ್ತು. ಮೆಲ್ಲನೆ ಪುಸಲಾಯಿಸಬೇಕೆನಿಸಿತು.

"ಸ್ವಲ್ಪ ನೋಡು ಸುಭಾಷ್! ನಿಮ್ಮ ಭಾವನ ಬುದ್ಧಿ ಗೊತ್ತು. ಈಗ ಸುಮ್ನೇ ಹಾರಾಡ್ತಾರೆ! ಆ ಮನೆಯಿಂದ ನಮ್ಗೇನು ಆಗ್ಬೇಕಿದೆ! ಸುಮ್ನೇ ರಿಪೇರಿಗೆ ಕೈ ಹಾಕಿದ್ರೆ ಸಾವಿರಾರು ಸುರ್ದು ಹೋಗುತ್ತೇ" ಮೆಲ್ಲಗೆ ಅವನ ಪಕ್ಕ ಕೂತು ಹೇಳಿದಳು. ಅವನ ರೆಪ್ಪೆಗಳು ಇನ್ನಷ್ಟು ಬಿಗಿಯಾಗಿ ಕೂತವು. "ನಾನಾಗ್ಲೇ ಬೀಗದ ಕೈ ಮೇಸ್ತ್ರಿ ವಶಕ್ಕೆ ಕೊಟ್ಟೆ. ಮೆಟೀರಿಯಲ್ ಕೂಡ ತರ್ಸಿ ಹಾಕಿದ್ದೀನಿ. ಈಗ ಇನ್ನೇನು ಮಾಡೋಕಾಗೋಲ್ಲ."

ಲಕ್ಷ್ಮಿ ಕೂತಲ್ಲಿಯೇ ವಿಗ್ರಹವಾದಳು. ಎಂದಾದರೂ ಇಂಥ ವಿರೋಧ ಅವನಿಂದ ಬಂದಿತ್ತೆ? ಇಲ್ಲವೆನಿಸಿತು. ಕಾಲೇಜು ಬಿಟ್ಟ ಕೂಡಲೇ ತಾಯಿಯನ್ನು ಬಿಟ್ಟು ಹೋಗಿದ್ದ ಕರುವಿನಂತೆ ಓಡಿಬರುತ್ತಿದ್ದ. ಅವನ ಓದು, ಓಡಾಟ, ನಿದ್ದೆಯಲ್ಲಿ ಕೂಡ ಅನಿಲ್, ಸುಧಾ ಅಂಟಿಕೊಂಡೇ ಇರುತ್ತಿದ್ದರು. ಅವನೆಂದು ಬೇಸರಿಸಿದವನೇ ಅಲ್ಲ.

ಶ್ರೀನಿವಾಸಮೂರ್ತಿಗಲು ಕೂಗಿದಮೇಲೆಯೇ ಲಕ್ಷ್ಮಿ ಎದ್ದು ಹೋಗಿದ್ದು. ಸದ್ಯ ಇನ್ನು ಮಲಗಲು ಸಾಧ್ಯವಿಲ್ಲವೆಂದು ಮೇಲಕ್ಕೆದ್ದ.

ಉಡುಪು ಧರಿಸಿ ತಾನೇ ಅಡಿಗೆಯ ಮನೆ ಬಾಗಿಲಿಗೆ ಬಂದ. ತಲೆ ಕೆಳಗೆ ಕೈಯಿಟ್ಟುಕೊಂಡು ಮಲಗಿದ್ದ ಪಾರ್ವತಮ್ಮ ಎದ್ದು ಕೂತರು.

"ಕಾಫೀ... ಬೇಕಾಗಿತ್ತು!" ಎಂದವನು ಹಿಂದಕ್ಕೆ ಬಂದ. ರೆಡ್ಡಿಗಳು ಮಾತಾಡುತ್ತಿರುವುದು ಅವನ ಕಿವಿಗೆ ಬಿತ್ತು. "ಯಾಕೆ ಅಡ್ವಾನ್ಸ್ ತಗೊಂಡ್ರಿ? ಟೆಲ್ ಮಿ" ಧ್ವನಿಯೇರಿಸಿದ್ದರು. ಆತ ಸ್ವಲ್ಪ ಜೋರಿನ ಮನುಷ್ಯನೆಂದು ಅವರು ಆಡಿಕೊಳ್ಳುತ್ತಿದ್ದರು.

ಕಾಫೀ ಕಪ್ ತುಟಿಗೆ ಹಚ್ಚುವ ವೇಳೆಗೆ ಶ್ರೀನಿವಾಸಮೂರ್ತಿಗಳು ಬಂದರು. ಅವರ ಮುಖ ಬಿಳಚಿಕೊಂಡಿತ್ತು. "ನೋ... ನೋ.... ನಾನು ಇಂಥ ಮನುಷ್ಯನ್ನ

ಕಂಡೇ ಇಲ್ಲ. ಮೆಟೀರಿಯಲ್ಸ್ ಬೇಕಾದ್ರೆ ನಾನು ವಾಪಸ್ಸು ಕಳ್ಸಿಸ್ತೀನಿ. ಮೊದ್ಲು ಬೀಗದ ಕೈ ಕೊಡು. ಐ ಯಾಮ್ ಇನ್ ಎ ಸೂಪ್ ಈ ಉಭಯ ಸಂಕಟದಿಂದ ಮೊದ್ಲು ಪಾರಾಗ್ಬೇಕು" ಅವರ ಬಡಬಡಿಕೆಗೆ ಸುಭಾಷ್ ಶಾಂತವಾಗಿಯೇ ಇದ್ದ. "ಈಗ ಅಲ್ಲಿ ವಾಸ ಮಾಡೋ ಸ್ಥಿತಿಯಲ್ಲಿಲ್ಲ. ಬೇಕಾದ್ರೆ... ಹೋಗಿ ನೋಡ್ಬನ್ನಿ" ಎಂದವನು ಫೋನ್ ಎತ್ತಿಕೊಂಡ. ಏನೋ ಹೇಳಿ ಕೆಳಗಿಟ್ಟ.

'ಅವರುಗಳ ಬಗ್ಗೆ ಅವರುಗಳು ಯೋಚಿಸ್ತಾರೆ. ತನ್ನ ಬಗ್ಗೆ ಯಾರಿಗೂ ಚಿಂತೆ ಇಲ್ಲ. ಬಳಕೆಗೆ ಬೇಕಾಗುವ ವಸ್ತು ಮಾತ್ರ ತಾನು ಅವನ ಕಣ್ಣುಗಳಲ್ಲಿ ವೇದನೆ ಪುಟಪುಟಿದು ಹೊರಹೊಮ್ಮಿತು.

ಇವನು ಹೊರಬಂದಾಗ ರೆಡ್ಡಿಗಳು ಇನ್ನು ಕೂತಿದ್ದರು. ಮಾತಿಗೆ ಅವಕಾಶ ಕೊಡದಂತೆ, ಕಂಡರೂ ಕಾಣದಂತೆ ಹೊರಗೆ ಹೋದ.

"ನಾನು ಫ್ಯಾಮಿಲಿನ ಕರ್ಕೊಂಡುಬಂದಿದ್ದೀನಿ. ಈಗ ಹೋಟೆಲ್‌ನಲ್ಲಿದ್ದಾರೆ. ನಾಳೆ ಫುಟ್‌ಪಾತ್ ಮೇಲಿರಬೇಕಾಗುತ್ತೆ. ಸುಮ್ನೇ ಬೀಗದ ಕೈ ಕೊಡಿ." ರೋಪು ಹಾಕಿದ್ದು ಅವನ ಕಿವಿಗೆ ಬಿತ್ತು.

ರೆಡ್ಡಿ, ಶ್ರೀನಿವಾಸಮೂರ್ತಿಗಳು ಅಲ್ಲಿಗೆ ಹೋಗುವ ವೇಳೆಗೆ ಹತ್ತು ಜನ ಮೇಸ್ತ್ರಿಯ ಸಲಹೆಯಂತೆ ಕೆಲಸ ಮಾಡುತ್ತಿದ್ದರು. ಬಾತ್‌ರೂಂ, ದೇವರ ಮನೆ, ಕಿಚನ್‌ನ ಫ್ಲೋರಿಂಗ್ ಹೊರಗೆ ಗುಡ್ಡೆಯಾಗಿ ಬೀಳತೊಡಗಿತ್ತು. ಇಡೀ ಷೋಕೇಸ್‌ನ ಗಾಜುಗಳನ್ನು ತೆಗೆದಿದ್ದರು. ಹಾಲ್‌ನಲ್ಲಿ ಹತ್ತು ಸಿಮೆಂಟ್ ಬ್ಯಾಗ್‌ಗಳು ಬಿದ್ದಿತ್ತು. ಕಾಂಪೌಂಡ್‌ನಲ್ಲಿ ಒಂದು ರಾಶಿ ಮರಳು ಶ್ರೀನಿವಾಸಮೂರ್ತಿಗಳಿಗೆ ಎಚ್ಚರ ತಪ್ಪುವಂತಾಯಿತು.

"ವಾಟ್ ಎ ಸರ್‌ಪ್ರೈಜ್!" ಮೂಗಿನ ಮೇಲೆ ಬೆರಳಿಟ್ಟರು. ರೆಡ್ಡಿ ನಖಶಿಖಾಂತ ಉರಿದುಹೋಯಿತು. "ನೋಡಿದ್ರಾ.... ಎಂಥ ಜನಾರೀ! ಅಡ್ವಾನ್ಸ್ ಕಳ್ಸಿ" ಉರಿದು ಬಿದ್ದವರೇ ನಡೆದುಬಿಟ್ಟರು. ಇಂಥ ಒಂದು ಊಹೆ, ಕಲ್ಪನೆ ಕೂಡ ಶ್ರೀನಿವಾಸಮೂರ್ತಿಗಳಿಗೆ ಬರಲು ಸಾಧ್ಯವಿರಲಿಲ್ಲ.

ಸೋತ ಮುಖ ಹಾಕಿಕೊಂಡು ಮೇಸ್ತ್ರಿಯನ್ನು ಹತ್ತಿರಕ್ಕೆ ಕರೆದರು ಅವನ ಮುಖ ದಪ್ಪಗೆ ಮಾಡಿದ. "ಈ ಮನೆ ಬಾಡಿಗೆಗಲ್ಲ, ಸ್ವಂತಕ್ಕೆ ರಿಪೇರಿ ಮಾಡಿಸ್ಕೋತಾ ಇದ್ದಾರೆ" ಅವನ ಮಾತಿಗೆ ತಕ್ಷಣ ಕಾರೇರಿದರು. ಡ್ರೈವರ್ ಹಿಂದಕ್ಕೆ ತಿರುಗಿದ. "ಮನೆಗೆ..." ಕಾರಿನ ಚಕ್ರಗಳು ನಿಧಾನವಾಗಿ ಮುಂದಕ್ಕೆ ಉರುಳಿದವು.

ಸೋಫಾ ಮೇಲೆ ಮಲಗಿದ ಸುಧಾಳ ಹಣೆಯ ಮೇಲೆ ಕೈಯಿಟ್ಟುಕೊಂಡು ಕೂತಿದ್ದಳು ಲಕ್ಷ್ಮಿ. ಶ್ರೀನಿವಾಸಮೂರ್ತಿಗಳು ಬಂದವರೇ ಕುಸಿದಂತೆ ಕೂತರು.

"ಸುಭಾಷ್, ಸುಳ್ಳು ಹೇಳಿಲ್ಲ! ರಿಪೇರಿ ಮಾಡಿಸ್ತಾ ಇರೋದು... ನಿಜಾ!" ಎರಡು ಲೋಟ ನೀರು ಕುಡಿದರು.

ಉದ್ದಿಮೆ ಬೃಹತ್ತಾಗಿ ಇಂದು ಬೆಳೆದಿತ್ತು. 'ಷಿಫ್ಟ್'ಗಳಲ್ಲಿ ಈಗ ಹೊಲಿಯುವವರು

ಕೆಲಸ ಮಾಡುತ್ತಿದ್ದರು. ಸಂಬಳ ಸಾರಿಗೆ ಜೊತೆ ವರ್ಷಕ್ಕೊಮ್ಮೆ ಬೋನಸ್ ಕೂಡ ಕೊಡುತ್ತಿದ್ದರು. ಅದೆಲ್ಲ 'ಸುಭಾಷ್ ಗಾರ್ಮೆಂಟ್ಸ್' ಓನರ್‌ನಿಂದಲೇ ಸಂದಾಯವಾಗುತ್ತಿತ್ತು. ನಿಯಮಿತ ಮ್ಯಾನೇಜಿಂಗ್ ಡೈರೆಕ್ಟರ್ ಹುದ್ದೆಯಿಂದ ಶ್ರೀನಿವಾಸಮೂರ್ತಿಗೂ ಸಂದಾಯವಾಗುತ್ತಿತ್ತು. ಬಹಳ ದೂರದೃಷ್ಟಿಯಿದ್ದ ಸುಭಾಷ್ ತಂದೆ ವರದಪ್ಪ ತಕ್ಕ ಏರ್ಪಾಟುಗಳನ್ನೇ ಮಾಡಿದ್ದರು.

"ನಿಮ್ಮಮ್ಮನ ಒಡ್ವೆ ಮಾತ್ರ ನಿಂದೆ. ಸುಭಾಷ್‌ನ ನಿನ್ ಕೈಲಿಟ್ಟಿದ್ದೀನಿ" ವರದಪ್ಪ ಮಗಳಿಗೆ ಹೇಳಿದ್ದರು.

ಅಂದಿಗೂ, ಇಂದಿಗೂ ಲಕ್ಷಾಂತರ ಬೆಳೆದು ದೊಡ್ಡ ಉದ್ದಿಮೆಯಾಗಿತ್ತು. ಅದರಲ್ಲಿ ಯಾವುದೇ ಬದಲಾವಣೆ ಇರಲಿಲ್ಲ. ಆದರೂ ಸುಭಾಷ್ ಎಲ್ಲವನ್ನು ಶ್ರೀನಿವಾಸಮೂರ್ತಿಗಳ ಕೈಯಿಂದಲೇ ನಡೆಸುತ್ತಿದ್ದ.

* * * *

ಬೆಳಿಗ್ಗೆ ಎದ್ದ ಕೂಡಲೇ ಷೇವ್ ಮುಗಿಸಿದ ಸುಭಾಷ್ ಅನಿಲ್‌ನ ಕೂಗಿದ. ಹಲ್ಲುಜ್ಜುತ್ತಿದ್ದವನು ಓಡಿ ಬಂದ.

"ಪಾರ್ವತಮ್ಮನಿಗೆ ಬೇಗ ಬ್ರೇಕ್‌ಫಾಸ್ಟ್ ರೆಡಿ ಮಾಡೋಕ್ಹೇಳು" ಬಗ್ಗಿ ಅವನ ಕೆನ್ನೆ ಸವರಿದ. ಅನಿಲ್ ಅವನ ಕೈ ಹಿಡಿದ. "ನಾನು ಸ್ನಾನ ಮಾಡ್ಕೊಂಡ್ಬರ್ಲಾ..." ತೀರಾ ಮೃದುವಾದ, ಮುದ್ದಾದ, ಚೂಟಿಯಾದ ಹುಡುಗ. "ಓ.ಕೆ..." ಅವನ ಕ್ರಾಫ್ ಕೆದರಿದ.

ಸುಧಾಗೆ ಇನ್ನೂ ಸುಪ್ರಭಾತ ಆಗಿರಲಿಲ್ಲ. ಅವಳ ಸ್ವಭಾವ ಬದಲಾಗಿರಲಿಲ್ಲ! ಅಥವಾ ಬದಲಾಗೋಕೆ ಮನೆಯ ಪರಿಸರ ಸರಿಯಿರಲಿಲ್ಲ! ಈಗ ಇನ್ನಷ್ಟು ಮುದ್ದಿಸುತ್ತಿದ್ದರು ಶ್ರೀನಿವಾಸಮೂರ್ತಿಗಳು. ಉದಾಸೀನವಾಗಿದ್ದ ಸುಭಾಷ್. ಅದರಿಂದ ಇನ್ನಷ್ಟು ಅಶಿಸ್ತು ಬೆಳೆಯಿತು ಅವಳಲ್ಲಿ.

ಲಕ್ಷ್ಮಿ ಒಳಗೆ ಬಂದಳು. ತಮ್ಮನ ಮುಖ ನೋಡಿದ ಕೂಡಲೇ ಸ್ವರ ಹಿಡಿದಂತಾಗಿತ್ತು.

"ಆ ಮನೆ ಬಾಡ್ಗೇ ವಿಷ್ಯ ಏನಾಯ್ತು?" ಪ್ರಯಾಸದಿಂದಲೇ ಕೇಳಿದಳು. ಷೇವ್ ಮುಗಿಸಿದ ಸುಭಾಷ್ ಸಿಂಕ್‌ನಲ್ಲಿ ಹೋಗಿ ಮುಖ ತೊಳೆದ. "ಸದ್ಯಕ್ಕೆ ಅದು ಮರ್ತ ಸಂಗ್ತಿ. ನಂಗೆ ಕೊಡೋ ಇಚ್ಛೇನೇ ಇಲ್ಲ" ಲಕ್ಷ್ಮಿ ಬೆಚ್ಚಿದಳು. ಇಷ್ಟು ದಿನ 'ನಮಗೆ' ಎಂದು ಬದುಕುತ್ತಿದ್ದವನು ಇಂದು 'ನನಗೆ' ಎಂದಿದ್ದ. ಭದ್ರವಾದ ಕಟ್ಟಡದ ಪಾಯದಲ್ಲಿ ಬಿರುಕು ಕಂಡಂತೆ ಆಯಿತು.

"ನಂಗೆ... ಅರ್ಥವಾಗ್ಲಿಲ್ಲ!" ಇಲ್ಲಿ ಅಳು, ನಿರಾಶೆ, ಕೋಪ ಮೂರು ಬೆಳೆಯಿತು. ತಣ್ಣಗೆ ಮುಗುಳ್ನಕ್ಕ "ಅರ್ಥವಾಗ್ದೇ ಇರೋಂಥದ್ದು... ಏನಿದೆ? ಬಾಡ್ಗೇಗೆ ಕೊಡೋದ್ಬೇಡ" ಟವಲು ಕೈಗೆತ್ತಿಕೊಂಡಾಗ ಕಿತ್ತುಕೊಂಡಳು. ಕಣ್ತುಂಬಿತು.

"ನೀನ್ಯಾಕೆ, ಈ ತರಹ ಮಾಡ್ತಾ ಇದೀಯ! ನಿನ್ನ ಆರೋಗ್ಯ ಸರಿಯಿಲ್ಲ!

ಯಾವ್ದಕ್ಕೂ ಕೋ ಆಪರೇಟ್ ಮಾಡೋಲ್ಲ. ಪೇಷೆಂಟ್ ಕೋಆಪರೇಟ್ ಮಾಡ್ದೇ ಡಾಕ್ಟರ್ ತಾನೇ ಏನ್ಮಾಡ್ತಾರೆ!" ಅತ್ತೇಬಿಟ್ಟಳು. ಸುಭಾಷ್‌ಗೆ ಕೂಡ ಸಂಕಟವಾಯಿತು. "ಮೈ ಡಿಯರ್ ಸಿಸ್ಟರ್, ನಂಗೇನೂ ಆಗಿಲ್ಲ! ಸುಮ್ನೇ ತಲೆ ಕೆಡ್ಸಿಕೊಳ್ಳೋದ್ಬೇಡ. ಸದ್ಯಕ್ಕೆ ನಿನ್ಗಂಡ, ಮಕ್ಳುನ ನೋಡ್ಕೋ" ಎಂದವನೆ ಬಾತ್‌ರೂಮಿನತ್ತ ನಡೆದ. ಚಾಕುವಿನಿಂದ ಇರಿದಂತೆ ಆಯಿತು ಲಕ್ಷ್ಮಿಗೆ. ಭಯಂಕರ ನೋವು! ಇದು ಅವನಾಗಿ ಅಂದಿದ್ದಲ್ಲ. ಎಸೆದ ಬಾಣ ಹಿಂದಿರುಗಿ ಬಂದಿತ್ತು. ಆ ಕ್ಷಣದಲ್ಲಿ ಸುಭಾಷ್ ಅನುಭವಿಸಿದ ವೇದನೆಗಿಂತ ಈ ನೋವು ಹೆಚ್ಚೆನಿಸಿತು. ಮೂಕವಾಗಿ ಕಣ್ಣೀರು ಸುರಿಸಿದಳು.

ಸ್ನಾನ ಮುಗಿಸಿಕೊಂಡು ಬಂದವನೆ ಬರೀ ಒಂದು ಇಡ್ಲಿ, ಚಟ್ನಿ ತಿಂದು ಹೊರಟು ನಿಂತ. ಈಗ ಯಾರಿಗಾಗಿಯೂ ಅವನು ಕಾಯಬೇಕಿರಲಿಲ್ಲ. ಆಗಾಗ ಲಕ್ಷ್ಮಿ ಬಂದು ನಿಲ್ಲುತ್ತಿದ್ದಳು. ಅಪರೂಪಕ್ಕೆ ಸುಧಾ, ಅನಿಲ್ ಕಂಪೆನಿ ಕೊಡುತ್ತಿದ್ದರು. ಶ್ರೀನಿವಾಸಮೂರ್ತಿಗಳು ಮಾತ್ರ ತಪ್ಪಿಸುತ್ತಿದ್ದರು. ಮುಖಭಂಗದ ಜೊತೆ ಅವರಿಗೆ ಅಸಾಧ್ಯವಾದ ಬೇಸರ, ಕೋಪ ಕೂಡ. "ಈಗಲೂ, ಸುಧಾನ ರಮಿಸಿ, ಅವಳ ಕೆಲಸಗಳನ್ನ ಮಾಡಿ ಕಾನ್ವೆಂಟ್‌ಗೆ ಕಳಿಸುವುದಕ್ಕೇನು?" ಇದೇ ತರಹ ಯೋಚಿಸುತ್ತಿದ್ದರು. ಮಗಳ ವಿಷಯ ಬಂದ ಕೂಡಲೇ ಅವರ ವಿವೇಕ ಸತ್ತುಹೋಗುತ್ತಿತ್ತು.

ಅನಿಲ್ ಬಂದು ಅವನನ್ನು ಕೂಡಿಕೊಂಡ. ಒಳಗಿನಿಂದ ಬಂದ ಲಕ್ಷ್ಮಿ ಗದರಿಕೊಂಡಳು.

"ಅನಿಲ್, ಡ್ರೈವರ್ ಜೊತೆ ನಿನ್ನ ಕಾನ್ವೆಂಟ್‌ಗೆ ಕಳ್ಸಿಕೊಡ್ತೀನಿ. ಅಷ್ಟರಲ್ಲಿ ಸುಧಾನೂ ಏಳ್ತಾಳೆ"

ಆದರೆ ಅನಿಲ್ ಹಿಂದಕ್ಕೆ ಬರಲಿಲ್ಲ. ಮಾವನ ಮೇಲೆ ತೀರಾ ಸುಧಾಳ ಹಾಗೆ ಹಟದ ಪ್ರೀತಿಯಿಲ್ಲದಿದ್ದರೂ ಅಮ್ಮ, ಅಪ್ಪನಿಗಿಂತ ಅವನನ್ನೇ ಇಷ್ಟಪಡುತ್ತಿದ್ದ.

"ಅನಿಲ್... ಹೋಗು" ಅವನು ತಲೆ ಅಡ್ಡಡ್ಡ ಆಡಿಸಿದಾಗ ಕಾರು ಮುಂದಕ್ಕೆ ಹೋಯಿತು. ಅವನ ಕಣ್ಮುಂದಿನ ಪ್ರೀತಿಯೆಲ್ಲ ಕರಗಿಹೋಯಿತು. ಈಗ ಅಲ್ಲಿದ್ದಿದ್ದು ಬರೀ ಶೂನ್ಯ.

ಅವನನ್ನು ಕಾನ್ವೆಂಟ್‌ನ ಬಳಿ ಇಳಿಸಿ ಮನೆಯ ಬಳಿಗೆ ಬಂದ. ಹಿಂದಿನ ದಿನವೇ ಪೈಂಟ್‌ನ ಕೊನೆಯ ಹಂತ ಮುಗಿದಿತ್ತು. ಹಿಂದಿನ ಹಳೆಯತನ ಮಾಯವಾಗಿ ಈಗ ಹೊಸತನ ತುಂಬಿಕೊಂಡಂತೆ ಕಂಡಿತು.

ರಂಗಪ್ಪ ಕಾಯಂ ಆಗಿ ಇಲ್ಲಿಯೇ ಉಳಿದಿದ್ದ. ಅಷ್ಟಿಷ್ಟು ಮಾಲಿ ಕೆಲಸ ಮಾಡಿ ಗೊತ್ತಿದ್ದ ಅವನು ಸುತ್ತಲ ಜಾಗವನ್ನೆಲ್ಲ ಕೆತ್ತಿ ಸಾಫ್ ಮಾಡಿದ್ದ.

ಗೇಟು ತಳ್ಳುತ್ತಲೇ "ರಂಗಪ್ಪ..." ಎಂದು ಕೂಗಿದ. ಹಿಂದೆ ಇದ್ದವನು ಓಡಿ ಬಂದ "ಸದ್ಯಕ್ಕೆ ನನ್ಕೆಲ್ಸ ಮುಗೀತು. ನೀವುಗಳು ಗಿಡಗಳನ್ನು ತರ್ಸಿ ಕೊಡ್ಬೇಕು."

ಗೋಣಾಕಿ ಒಳಗೆ ನಡೆದ. ಬಣ್ಣಗಳ ಬಗ್ಗೆ ಖಚಿತ ನಿಲುವಿದ್ದ ಅಖಿಲಾ ಆಯ್ಕೆಯ

ಪೈಂಟಿಂಗ್ ಕಣ್ಣಿಗೆ ತಂಪಾಗಿತ್ತು. ಆಗಾಗ ಗೋಪಾಲರಾಯರೊಂದಿಗೆ ಬಂದು ಹೋಗುತ್ತಿದ್ದಳು. ಶ್ರದ್ಧೆ, ಆಸಕ್ತಿ–ಎಲ್ಲಾ ಇತ್ತು.

ಹಿಂದಿನ ದಿನ ಛೇಡಿಸಿದ್ದ "ಯಾವಾಗ್ಲೂ ಒಬ್ರೇ ಬರ್ತೀರಲ್ಲಾ! ಈ ಸಲ ಶ್ರೀಧರ್‌ನ ಕರ್ಕೊಂಡ್ಬನ್ನಿ. ಅಥ್ವಾ ನನ್ನೆದುರಿಗೆ..." ನಕ್ಕಿದ್ದ. ಆಗ ಅವಳ ಕಣ್ಣುಗಳಲ್ಲಿ ಕಂಡಿದ್ದು ಗಲಿಬಿಲಿ. ಮದುವೆಯ ದಿನ ಆದ ಗಲಾಟೆಯನ್ನ ಮರೆತಿರಲಾರಳು ಎಂದುಕೊಂಡಿದ್ದ.

ಹೊರಗೆ ಬಂದವನು ರಂಗಪ್ಪನನ್ನು ಕರೆದು ಹೇಳಿದ.

"ಅಖಿಲಾನ ಷೇಕ್‌ನ ಜೀಪ್‌ನಲ್ಲಿ ಕಳ್ಸಿಕೊಡ್ತೀನಿ. ಹೋಗಿ ಅದೇನು ಗಿಡಗಳು ಬೇಕೋ... ತನ್ನಿ" ಎಂದವನು ಕಾರು ಹತ್ತಿದ.

ಆಫೀಸ್‌ಗೆ ಬಂದ ಕೂಡಲೇ ಅವನಿಗೆ ಷಾಕ್ ಆಗುವ ಸುದ್ದಿ. ರಿಸಿಗ್ನೇಷನ್ ಪತ್ರವನ್ನು ಅವನ ಮುಂದಿಟ್ಟಳು.

"ವ್ಹಾಟ್..." ಹುಬ್ಬೆತ್ತಿ ನೇರವಾಗಿ ನೋಡಿದ. ಅದೇ ಸುಂದರ ಶಾಂತ ಕಣ್ಣುಗಳು. "ಬೇರೆ ಕಡೆ ಕೆಲ್ಸ ಸಿಕ್ಕಿದೆ." ಎಂದ ಕೂಡಲೇ ಸುಭಾಷ್ ತಾಳ್ಮೆ ಕಳೆದುಕೊಂಡ. ಆ ಲೆಟರ್ ಹರಿದು ಚೂರು ಚೂರು ಮಾಡಿ ಕಸದ ಬುಟ್ಟಿಗೆ ಹಾಕಿದ.

ಮುಖದ ಉದ್ವೇಗದ ಜೊತೆ ಹಣೆಯಲ್ಲಿ ಬೆವರು ಮೂಡಿತು. "ಜೀವನದಿಂದ ಹೊರ್ಗೇ ಹೋದೆ. ಅಖಿಲಾ. ಈಗ ನನ್ನ ಕಣ್ಮುಂದಿನಿಂದ ಕೂಡ ದೂರ ಹೋಗೋಕೆ ಇಷ್ಟಪಡ್ತೀಯಾ!" ಇಲ್ಲಿ ಅವನ ಹೃದಯ ತೆರೆದುಕೊಂಡಿತು. ಅಖಿಲಾ ಅರಳುಗಣ್ಣುಗಳಲ್ಲಿ ನೀರು ತುಂಬಿಕೊಂಡಿತು.

"ಅಖಿಲಾ, ಪ್ಲೀಸ್ ಎಲ್ಲೂ ಹೋಗ್ಬೇಡ. ನಿನ್ನ ನೋಡ್ತೀನಲ್ಲ ಅನ್ನೋ ಸಮಾಧಾನವಾದ್ರೂ... ನಂಗೆ ಉಳ್ಸು" ಅವಳ ಎರಡು ಕೈಗಳನ್ನು ಹಿಡಿದುಕೊಂಡ. "ಜೀವ್ನದಲ್ಲಿ ನಾನು ಒಂಟಿ ಪ್ರಯಾಣಿಕ. ಪ್ರೀತಿ ನಂಗೆ ಸಿಕ್ಲೇ ಇಲ್ಲ. ಈ ವಿಷ್ಯದಲ್ಲಿ ನಾನು ದುರಾದೃಷ್ಟವಂತ!" ಕೈ ಬಿಟ್ಟು ಕುಸಿದಂತೆ ಕೂತವನು ಎದೆಯ ಮೇಲೆ ಭಾರವೇರಿದಂತೆ ಒದ್ದಾಡಿದಾಗ ಅಖಿಲಾ ಗಾಬರಿಯಾದಳು.

"ಪ್ಲೀಸ್, ಒಂದೆರಡು ಸೆಕೆಂಡ್‌ಗಳು..." ನರಳಿಕೆಯ ನಡುವೆ ಸ್ವರ ತೂರಿ ಬಂದಾಗ ಕೆಳ ತುಟಿಯನ್ನ ಹಲ್ಲಿನಡಿಯಲ್ಲಿ ಕಚ್ಚಿಡಿದಳು. ಮುಖದ ಬೆವರನ್ನೊತ್ತಿ ನಿಧಾನವಾಗಿ ಕೂಡಿಸಿದಾಗ ಸ್ವಲ್ಪ ಚೇತರಿಸಿಕೊಂಡ. "ಐ ಆಮ್ ಆಲ್‌ರೈಟ್. ಯು ಕೆನ್ ಗೋ" ಹಿಂದಕ್ಕೆ ಒರಗಿ ಕಣ್ಮುಚ್ಚಿದ.

ಹೊರಗೆ ಬಂದ ಅಖಿಲಾ ಮಂಕಾಗಿ ಕೂತಳು. ಸರೋಜ ಬಂದು ಅವಳ ಭುಜದ ಮೇಲೆ ಕೈ ಹಾಕಿದಳು.

"ಇಲ್ಲಿ ತಾನೇ.... ನಿಂಗೇನು ತೊಂದರೆ? ಇದು ಪರ್ಮನೆಂಟ್ ಜಾಬ್ ಅಂತ್ಲೇ ತಿಳ್ಕೋ. ಅದು ಪ್ರೈವೇಟ್ ಶಾಲೆ. ಸಂಬ್ಳನೂ ಕಡಮ್ಮೆ. ಸೆಕ್ಯೂರಿಟಿ ಮೊದ್ಲೇ ಇಲ್ಲ" ಅವಳ ಮನ ಒಲಿಸಲು ಹೇಳಿದಳು.

ಎಲ್ಲರೂ ಅವಳ ಸುತ್ತ ಸೇರಿದರು. ಮೊದಲು ಅವಳ ಬಗ್ಗೆ ಟೀಕೆ, ವಿಮರ್ಶೆ ಮಾಡಿ ಆಡಿಕೊಂಡ ಮಿಕ್ಕವರು ಕೂಡ ಈಗ ಅವಳ ಒಳ್ಳೆಯ ಸ್ವಭಾವಕ್ಕೆ ಹೊಂದಿಕೊಂಡುಬಿಟ್ಟಿದ್ದರು.

"ನಿನ್ನ ರಾಜಿನಾಮೆ ಲೆಟರ್ ಬಾಸ್ ತಗೊಂಡ್ರಾ?" ಲಿಲ್ಲಿ ಅವಳ ಚೇರಿನ ಹಿಡಿಯ ಮೇಲೆ ಕೂತಳು. ಇಲ್ಲವೆಂದು ತಲೆಯಾಡಿಸಿದಳು ಅಖಿಲಾ. "ಹಾಗೆ ಇದ್ಮೇಲೆ ಸುಮ್ಮನಿದ್ಬಿಡು. ಮತ್ತೆ ಅದ್ರ ಪ್ರಸ್ತಾಪವೇ... ಬೇಡ. ಒಂದ್ಸಲ ಬಲಿಪಶುವಾಗಿದ್ದು ಸಾಕು!" ಕಟುವಾಗಿಯೇ ನುಡಿದಳು. ಮದುವೆಯೆಂದು ಆದ ರಾದ್ಧಾಂತ ಯಾರೂ ಮರೆಯಲಾರರು.

ಶ್ರೀಧರ್ ತಂದೇದು ಒಂದೇ ಹಟ.

"ನಮ್ಗೆ ಇರೋದು ಬಾಡ್ಗೆ ಮನೆ. ಸ್ವಂತ ಮನೆ ವಾಸಾನ್ನೋದು ನಮ್ಮ ಜನ್ಮಕ್ಕೆ ಬೇಡ್ವಾ! ಆ ಮನೆಯ ಕಾಗ್ದ ಪತ್ರಗಳು ನಮ್ಮ ಕೈ ಸೇರ್ದ ಹೊರ್ತು... ನನ್ಮಗ ತಾಳಿ ಕಟ್ಟೋಲ್ಲ" ಅವರ ಹಾರಾಟ ಮುಗಿಲು ಮುಟ್ಟಿತು. ಗಣಪತಿಗಳು ಬಿಳಚಿಕೊಂಡಿದ್ದರು.

"ಸಾಲ ತಗೊಂಡಾಗಿದೆ. ಅದು ತೀರಿದ ತಕ್ಷಣ ಆ ಮನೆ ನಿಮ್ದೇ. ನಾವು ಬೀದಿಯಲ್ಲಿದ್ರೂ ಅಲ್ಲಿಗೆ ವಾಸಕ್ಕೆ ಹೋಗೋಲ್ಲ. ಆ ಮನೆ ನಿಮ್ಮ ಭಾವಿ ಸೊಸೆದೇ" ಕೈ ಕಟ್ಟಿ ಅವರ ಮುಂದೆ ನಿಂತದ್ದು ಇನ್ನು ಯಾರ ಕಣ್ಮುಂದಿನಿಂದಲೂ ಕರಗಿಹೋಗಿರಲಿಲ್ಲ.

ಆದರೆ ಗೋಪಾಲರಾಯರು ಎಷ್ಟು ಮೃದು ಸ್ವಭಾವಿಗಳೋ, ಅವರ ಅಣ್ಣ ಅಷ್ಟೇ ಒರಟ. ಅದಕ್ಕೆ ಕುಟುಂಬದ ಪೂರ್ಣ ಕುಮ್ಮಕ್ಕು.

ಬೇಸತ್ತಿದ್ದ ಸುಭಾಷ್ ಗೋಪಾಲರಾಯರನ್ನ ಕರೆಸಿ ಕಕ್ಕಿದ.

"ಅಖಿಲಾ ರಿಸ್ಸಿಗ್ನೇಷನ್ ಲೆಟರ್ ತಂದಿದ್ಲು. ಯಾಕೆ? ಅವ್ಳ ಅತ್ತೆಯ ಮನೆಯಶ್ರು ಬೇಡಾಂದ್ರ?"

ಗೋಪಾಲರಾಯರು ದೀರ್ಘವಾಗಿ ಉಸಿರೆಳೆದು ದಬ್ಬಿದರು. ವೇದನೆ ಅವರೆದೆಯಲ್ಲಿ ಕಾದ ಕಬ್ಬಿಣದಂತೆ ಕುದಿಯುತ್ತಿತ್ತು.

"ಅಂಥದ್ದೇನಿಲ್ಲ! ನಿಮ್ಮ ಭಾವನವ್ರೇ... ಪ್ರಪೋಸ್ ಮಾಡಿದ್ರು. ಇಲ್ಲಿ ನನ್ನ ವಿರೋಧ... ಒತ್ತಾಯ ಯಾವ್ದೂ ಇಲ್ಲ. ಒಂದ್ಸಲ ಮಾಡ್ದ ತಪ್ಪನ್ನೇ ಇನ್ನ ಸರಿ ಮಾಡೋಕೆ ನನ್ಕೈಲಿ ಆಗ್ತಾ ಇಲ್ಲ" ಅವರ ಸಾತ್ವಿಕ ಮುಖ ಬಾಡಿಹೋಯಿತು. ಅಳುವುದೊಂದೇ ಬಾಕಿ ಎನ್ನುವಂತೆ ಕಂಡರು.

"ವ್ಹಾಟ್...?" ಹುಬ್ಬು ಗಂಟಿಕ್ಕಿದ.

ಗೋಪಾಲಯರಾಯರು ತಲೆ ತಗ್ಗಿಸಿದರು. "ಸದ್ಯಕ್ಕೆ ಅವ್ಳ ತಂದೆ ಮದ್ವೆ ಮಾಡೋ ಸ್ಥಿತಿಯಲ್ಲೇ ಇರ್ಲಿಲ್ಲ ನಿಮ್ಮಕ್ಕ, ಭಾವನ ಮನಸ್ಸಿನಲ್ಲೇನಿತ್ತೊ.... ಮದುವೆ ಮಾಡುವಂತೆ ಪ್ರತಿದಿನ ಸಲಹೆ ಮಾಡಿದ್ರು. ಆಗ ಆತುರಕ್ಕೆ ಕಣ್ಣಿಗೆ ಬಿದ್ದೋನು ನಮ್ಮ ಶ್ರೀಧರ. ನಮ್ಮಣ್ಣ ತೀರಾ ಚಂಡಾಲ ಅಂತ ಗೊತ್ತು. ಆ ದಿಕ್ಕಿಗೆ ನಾನು ತಲೆ ಇಟ್ಟು ಮಲಗ್ತಾ ಇರ್ಲಿಲ್ಲ. ಮದ್ವೆ ನಿಶ್ಚಯವಾದ್ಮೇಲೆ ನನ್ಜೊತೆ, ಗಣಪತಿಗಳು ಕೂಡ

ಪರದಾಡಬೇಕಾಯ್ತು. ಹಾಗೂ ಹೀಗೂ ಸಾಲಸೋಲ ಮಾಡಿ ಹೊಂದಿಸಿದ್ರೂ... ಆ ದಿನ..." ನಿಶ್ಚೇಷ್ಟಿತನಾದ ಸುಭಾಷ್. ಅವನೆದುರಿನಲ್ಲಿ ಪ್ರೀತಿಯ ರಕ್ತ ಸಂಬಂಧಗಳೆಲ್ಲ ಚಿಂದಿ... ಚಿಂದಿ...

ಬಂದ ಫೋನ್ ಕೈಗೆತ್ತಿಕೊಂಡ ಚಿದಂಬರಂ ಹೇಳಿದ: "ಆ ಮನೆ ಬಾಡ್ಗೆಗಾಗಿ ಜನ ಬಂದಿದ್ದಾರೆ..." ಅವನ ಮುಖ ಕೋಪದಿಂದ ಕೆಂಪಾಯಿತು. "ಕೊಡೋಲ್ಲಾಂತ ಹೇಳು. ಈ ವಿಷ್ಯದ ಬಗ್ಗೆ ಫೋನ್, ಮಾತು ಯಾವ್ದೂ ಬೇಡ" ಫೋನ್ ಕುಕ್ಕಿದ.

"ಮದ್ವೆ... ನಡೀಲೇ... ಇಲ್ಲ" ತಮ್ಮ ಮಾತನ್ನು ಗೋಪಾಲರಾಯರು ಪೂರ್ತಿ ಮಾಡಿದರು. ಎದೆಯಲ್ಲಿ ಹಿಡಿದಂತಾಯಿತು ಸುಭಾಷ್‌ಗೆ. "ನೀವ್ಹೋಗಿ... ಕೆಲ್ಸ... ನೋಡಿ..." ಹೊರಗೆ ಕಳಿಸಿದ. ಅವನಿಗೆ ತನ್ನ ಆರೋಗ್ಯ ಪೂರ್ತಿ ಹಾಳಾಗಿದೆಯೆಂದು ಮನದಟ್ಟಾಗಿತ್ತು. ಅದರ ಜೊತೆ ಸಾಯುವ ಇಚ್ಛೆ ಪ್ರಬಲವಾಗಿತ್ತು. ಅದಕ್ಕಾಗಿಯೇ ಡಾಕ್ಟರ್‌ಗಳ ಎಚ್ಚರಿಕೆಯನ್ನು ಉದಾಸೀನ ಮಾಡುತ್ತ ಬಂದಿದ್ದ.

ಲಂಚ್ ಬ್ರೇಕ್‌ನಲ್ಲಿ ಗೋಪಾಲರಾಯರನ್ನು ಜೊತೆಯಲ್ಲಿ ಕರೆದೊಯ್ದ. ಎದೆಯಾಳದ ಗಾಯ ಬಹಳ ಆಳವಾಗಿತ್ತು. ಮಾಯಲು ವರ್ಷಗಳೇ ಬೇಕಾಗಬಹುದು. ಅದುವರೆಗೂ ತಾನಿರಲಾರೆ!

ಹಳೆ ಮನೆಗೆ ಕರೆದೊಯ್ದ. ಇನ್‌ಟೀರಿಯರ್ ಡೆಕೋರೇಟರ್ ಬಂದು ಆಗಲೇ ತಮ್ಮ ಕೆಲಸ ಶುರು ಮಾಡಿದ್ದರು. ದೊಡ್ಡ ಕಂಪನಿ. ಒಂದೇ ದಿನದಲ್ಲಿ ತಮ್ಮ ಕೆಲಸಗಳನ್ನು ಮುಗಿಸಿಬಿಡುವಷ್ಟು ಸಮರ್ಥಶಾಲಿಗಳು.

"ಬಂದ್ರಾ...?" ರಂಗಪ್ಪ ಗೇಟಿನ ಬಳಿಗೆ ಬಂದ. "ನಾನು ಮರ್ತೆ. ನೀನೇ ಹೋಗಿ ಕರ್ಕೊಂಡ್ಹೋಗು. ಜೊತೆಗೆ ರಾಯರು ಬರ್ತಾರೆ" ಹಿಂದಕ್ಕೆ ಹೋದ. ಸೀಬೆ, ಸಂಪಿಗೆಯ ಮರಗಳ ಬಳಿಯಲ್ಲು ಕೂಡ ನೆರಳಿರಲಿಲ್ಲ.

ಗೋಪಾಲರಾಯರ ಕಡೆ ನೇರವಾಗಿ ನೋಡಿದ. "ಮದ್ವೆ ನಿಂತ ಕಾರಣವೇನು?" ಅವರು ತಲೆ ತಗ್ಗಿಸಿದರು. "ನಮ್ಮ ಮನೆ ಎದುರಿನಲ್ಲಿರೋದೆ... ಅವ್ಳ ತಾತನ ಮನೆ. ಅಲ್ಲೇ ಹುಟ್ಟಿ ಬೆಳೆದದ್ದು ಅಖಿಲಾ. ಅದ್ನ ಎತ್ತಿಹಾಕಬೇಕೆನ್ನೋ ಚಪಲ ಗಣಪತಿ, ಸೀತಮ್ಮನಿಗಿಲ್ಲ. ಮದುವೆ ನಿಶ್ಚಯವಾದ್ಮೇಲೇನೇ ಅವ್ರು ಇಷ್ಟು ಒಡ್ವೆ ಹಾಕಲೇಬೇಕೂಂತ ತಗಾದೆ ಹೂಡಿದ್ದು. ಅದರಿಂದ್ಲೇ ಅವುಗಳು ಅಂದ್ಮೇಲೆ ಸಾಲ ತೆಗೆದದ್ದು. ಅಂಥದ್ದರಲ್ಲಿ ಆ ಮನೆ ಹೇಗೆ ಬರ್ದು ಕೊಡ್ತಾರೆ?"

ದೀರ್ಘವಾಗಿ ಉಸಿರೆಳೆದು ದಬ್ಬಿದ ಸುಭಾಷ್. ಲೇಡೀಸ್ ಕ್ಲಬ್‌ನಲ್ಲಿ ನಡೆಯೋ ಪ್ರತಿಯೊಂದು ವಿಷ್ಯದ ಜೊತೆ ಸಣ್ಣ ಪುಟ್ಟವನ್ನು ತಮ್ಮನ ಮುಂದೆ ವರದಿ ಒಪ್ಪಿಸುತ್ತಿದ್ದ ಲಕ್ಷ್ಮಿ ಇದೊಂದು ವಿಷಯವನ್ನು ಮಾತ್ರ ಹೇಳಿರಲಿಲ್ಲ.

"ಆ ದಿನ ಲಗ್ನದ ವೇಳೆ ತಪ್ಪಿತು. ಪುರೋಹಿತರು ಎದ್ದೇಬಿಟ್ಟರು. ಇನ್ನೊಂದು ಒಳ್ಳೆ ದಿನ ನೋಡಿ ಮುಗ್ಸಿಕೊಳ್ಳಿ ಎಂದ್ಹೇಳಿ ಹೊರಟುಬಿಟ್ಟರು. ಇಂದಿಗೂ ಈ ವಿಷ್ಯಕ್ಕೆ ಓಡಾಟ ತಪ್ಪಿಲ್ಲ. ಒಳ್ಳೆಯತನ ಇಲ್ಲಿ ದೌರ್ಬಲ್ಯವಾಯ್ತು!" ತೋಡಿಕೊಂಡು ಗೋಪಾಲರಾಯರು ಅವರೆದೆ ಹಗುರಮಾಡಿಕೊಂಡರು. ಆದರೆ ಆ ಭಾರವೇರಿದ್ದು

ಸುಭಾಷ್ ಎದೆಯಮೇಲೆ. ಅಖಿಲಾ ಮುಗ್ಧ ಮುಖ ನೆನಪಾಯಿತು. ಹೊಳೆಯುವ ಹಣ್ಣುಗಳ ಹಿಂದೆ ಎಷ್ಟು ವೇದನೆ ಇದೆಯೋ ಎಂದುಕೊಂಡ.

ಅವನಿಗೆ ತಾನು ಇಂದು ಮಾಡಿದ ತಪ್ಪಿನ ಅರಿವಾಯಿತು. 'ಛೆ...' ಎಂದುಕೊಂಡ.

ಒಂದು ನಿರ್ಧಾರಕ್ಕೆ ಬಂದೇ, ಅವರನ್ನು ಕರೆತಂದಿದ್ದ. "ಈ ಹಣ ನಾನು ಕೊಡ್ತೀನಿ. ಎಷ್ಟು.... ಹೇಳಿ" ಚೆಕ್ ಬುಕ್ ತೆಗೆದು ಗೋಪಾಲರಾಯರು ಅನುಮಾನಿಸಿದರು. ಮೃದುವಾಗಿ ನಕ್ಕ ಸುಭಾಷ್, "ಫ್ರೀಯಾಗಿ.... ಏನಲ್ಲ! ಯಾರ ಸಂಬಂಧದಲ್ಲಿಯಾದ್ರೂ ಮುರ್ಕೊೞಬಹುದು" ಸಹಿ ಅವರಿಗೆ ಕೊಟ್ಟ. "ಸಂಕೋಚ ಬೇಡ" ಅವರ ಕೈಯಲ್ಲಿಟ್ಟ. ಪ್ರತಿಯೊಂದರಲ್ಲು ಒಳ್ಳೆಯದನ್ನ ನೋಡೋ ಅಖಿಲಾಗೆ... ನಾವೆಲ್ಲ ತೀರಾ ಕೆಟ್ಟವರಾಗಿ ಕಾಣೋದ್ಬೇಡ" ಮತ್ತೆ ಹೇಳಿದ.

ಕಾರು ಹತ್ತುವ ಮುನ್ನ ಸೀರಿಯಸ್ಸಾಗಿ ಕೇಳಿದ. "ಮದ್ವೆ ನಿಂತ ವಿಷ್ಯ ನಮ್ಮಕ್ಕ, ಭಾವನಿಗೆ ಗೊತ್ತಾ?" 'ಹ್ಞೂ' ಗುಟ್ಟಿದರು ಗೋಪಾಲರಾಯರು. "ಅವ್ರಿಗೆ ನಾನೇ ತಿಳಿಸ್ದೇ" ಕಾರಿನ ಚಕ್ರಗಳು ಮುಂದಕ್ಕೆ ಉರುಳಿದವು. ಸಂಬಂಧಗಳು ಬರೀ ಜಾಳು ಜಾಳಾಗಿದ್ದವು.

ಒಮ್ಮೆ ಲಕ್ಷ್ಮಿಗೆ ಟೈಫಾಯಿಡ್ ಆದಾಗ ಇಡೀ ಹಗಲು ರಾತ್ರಿಗಳನ್ನು ಮಂಚದ ಬದಿಯಲ್ಲಿ ಕಳೆದಿದ್ದ. ತನ್ನ ಆಟ, ಇಷ್ಟನಿಷ್ಟಗಳನ್ನು ಹತ್ತಿಕ್ಕಿ ಸುಧಾ, ಅನಿಲ್‌ರ ಬೇಕು ಬೇಡಗಳನ್ನು ಪೂರೈಸುತ್ತ ಬೆಳೆಸಿದ್ದ.

ಅವನನ್ನ ತೀವ್ರವಾಗಿ ಆಕರ್ಷಿಸುತ್ತಿದ್ದ ಮನೆಗೆ ಹೋಗಬೇಕೆನಿಸಿದಾಗ ತೀರಾ ಬೇಸರವಾಯಿತು. ಸೋತವನಂತೆ ತೂರಾಡುತ್ತ ಒಳಗೆ ಹೋದ. ನಗು ಅವನ ಕಿವಿಗಳಿಗೆ ಅಪ್ಪಳಿಸಿತು. ಪಾಲ್ಗೊಳ್ಳುವ ಮನಸ್ಸಾಗಲಿಲ್ಲ.

ಬಟ್ಟೆ ಬದಲಾಯಿಸಿ ಅಡಿಗೆಯ ಮನೆಗೆ ಬಂದ ಪಾರ್ವತಮ್ಮ ನಾಲ್ಕಾರು ಕಾಯಿಹೋಳುಗಳನ್ನು ಮುಂದಿಟ್ಟುಕೊಂಡು ತುರಿಯುತ್ತಿದ್ದರು.

"ನನ್ನ ಕೋಣೆಗೆ ಊಟ ತಂದ್ಬಿಡಿ" ಎಂದವನೆ ಹಿಂದಿರುಗಿ ಬಂದು ಕೂತ.

ವಿಷಯ ಮುಟ್ಟಿರಬೇಕು. ಲಕ್ಷ್ಮಿ ದಡಬಡಿಸಿಕೊಂಡು ಬಂದರು. ತೀವ್ರ ಅಸಮಾಧಾನವಿತ್ತು ಮುಖದ ಮೇಲೆ.

"ನೀನು ಬಂದಿದ್ದೇ ಗೊತ್ತಾಗ್ಲಿಲ್ಲ!"

"ಈಗೇನಾಯ್ತು..." ಪೇಪರ್ ಎತ್ತಿಕೊಂಡು ಮುಖದ ಮುಂದೆ ಹಿಡಿದ. "ಪಾರ್ವತಮ್ಮನಿಗೆ ಊಟಕ್ಕೆ ಹೇಳಿದ್ದೀನಿ." ಸದ್ಯಕ್ಕೆ ನಿನ್ನ ಅಗತ್ಯವಿಲ್ಲ ಅನ್ನೋದನ್ನು ಒತ್ತಿ ಹೇಳಿದಂತಾಯಿತು.

"ಅಲ್ಲೇ... ಬಾ! ಇಂಥ ಅಭ್ಯಾಸ ಒಳ್ಳೆದಲ್ಲ!" ಅಕ್ಕನ ಮಾತಿಗೆ ತಾಳ್ಮೆ ಕಳೆದುಕೊಳ್ಳಲಿಲ್ಲ. "ಈಗ ಸದ್ಯಕ್ಕೆ ಊಟ ಮಾಡೋಕೆ ಬಿಡು. ಆಮೇಲೆ ಮಿಕ್ಕ ವಿಷ್ಯಗಳ

ಬಗ್ಗೆ ಚರ್ಚೆ ಮಾಡೋಣ" ಸಣ್ಣಗೆ ಉಸುರಿ ಪೇಪರ್ ಟೀಪಾಯಿ ಮೇಲೆ ಹಾಕಿ ಮುಖ ಉಜ್ಜಿದ.

"ಪಾರ್ವತಮ್ಮ ಇಲ್ಲಿಗೆ ಊಟ ತರೋಲ್ಲ!" ಕಡ್ಡಿ ತುಂಡು ಮಾಡಿದಂತೆ ಹೇಳಿದಳು. ಒಂದಿಷ್ಟೂ ವಿಚಲಿತನಾಗಲಿಲ್ಲ ಸುಭಾಷ್ "ಬೇಡ... ಬಿಡು" ಎದ್ದು ಹೋಗಿ ಕಿಟಕಿಯ ಬಳಿ ನಿಂತ.

ಅವನ ಊಟದ ವೈಖರಿ ಅವನಿಗೆ ಗೊತ್ತು. ಸುಧಾ, ಅನಿಲ್ ಜೊತೆಯಲ್ಲಿ ಕುಳಿತಾಗಲಂತೂ ಅವರಿಗೆ ತಿನ್ನಿಸುತ್ತಲೇ ಅವನ ಊಟವಾಗಬೇಕಿತ್ತು. ಮೇಲ್ನೋಟಕ್ಕೆ ಲಕ್ಷ್ಮಿ ಹುಡುಗರನ್ನ ಗದರಿದರೂ ಆ ಕೆಲಸಕ್ಕೆ ಮುಂದಾಗುತ್ತಿರಲಿಲ್ಲ. ಶ್ರೀನಿವಾಸಮೂರ್ತಿಗಳಿಗಂತೂ ಹೆಚ್ಚು ಸಮಾಧಾನ ಕೊಡುವ ಸಂಗತಿ.

ಲಕ್ಷ್ಮಿ ಹೋದ ಹತ್ತು ನಿಮಿಷಗಳಿಗೆ ಪಾರ್ವತಮ್ಮ ಊಟ ತಂದರು. ಆಕೆಯ ಕಣ್ಣುಗಳಲ್ಲಿ ಅಪರಾಧ ಭಾವವಿತ್ತು. ತೀರಾ ಸಂಕೋಚಿಸುತ್ತಲೇ ಇಟ್ಟರು.

ತಟ್ಟೆ ಮುಂದಕ್ಕೆ ಎಳೆದುಕೊಂಡವನು ನಿಲ್ಲುವಂತೆ ಸನ್ನೆ ಮಾಡಿದ.

"ನೀವು ದಿನಾ ಮನೆಗೆ ಹೋಗ್ಲೇ... ಬೇಕಾ?" ಆಕೆ ಮೌನವಾಗಿ ನಿಂತುಬಿಟ್ಟರು. "ಹೋಗಿ ತಾನೇ, ಮಾಡೋದೇನಿದೆ? ಅಮ್ಮಾವರೇ ಕೆಲ್ಸ ಮುಗ್ಸಿದ ಕೂಡ್ಲೇ ಹೋಗೂಂದಿದ್ದಾರೆ" ತಲೆದೂಗಿದ. ಅವನು ಆಗಲೇ ಒಂದು ನಿರ್ಧಾರಕ್ಕೆ ಬಂದಿದ್ದ.

"ನಿಮ್ಮ ಬಟ್ಟೆ ಬರೆ ಜೋಡ್ಸಿ... ತಂದಿಟ್ಕೊಳ್ಳಿ" ಎಂದಾಗ ಆಕೆಗೆ ಏನೇನೂ ಅರ್ಥವಾಗಲಿಲ್ಲ. 'ಸರಿ' ಎನ್ನುವಂತೆ ತಲೆಯಾಡಿಸಿದರು. ಊಟ ಮಾಡಿದ್ದು ಮಾತ್ರ ಸ್ವಲ್ಪವೇ. ಸುಧಾ, ಅನಿಲ್ ಅವನ ಹತ್ತಿರ ಕೂಡ ಸುಳಿಯಲಿಲ್ಲ, ಅಥವಾ ಸುಳಿಯಲು ಬಿಡದಿರಬಹುದು!

ಆದರೆ ರಾತ್ರಿ ಸುಧಾ, ಅನಿಲ್ ಅವನ ಬಳಿಯಲ್ಲೇ ಬಂದು ಮಲಗಿದರು.

"ಫ್ಯಾಂಟಮ್... ಕತೆ ಹೇಳು" ಸುಧಾ ಕೇಳಿದಾಗ ಮೃದುವಾಗಿ ಮೂದಲಿಸಿದ "ನಿಂಗೆ ನಾಚ್ಕೇ ಆಗ್ಬೇಕು. ಈ ವರ್ಷ ಕೂಡ ಅದೇ ಕ್ಲಾಸ್‌ನಲ್ಲಿ ಇರ್ಬೇಕು. ಆಗ ನಿನ್ನ ಫ್ರೆಂಡ್ಸ್ ಶೇಮ್ ಶೇಮ್ ಅಂತ ಹಂಗಿಸ್ತಾರೆ."

ಸುಧಾ ದಿಂಬಿನಲ್ಲಿ ಮುಖ ಹುದುಗಿಸಿದಳು. ಅವನ ಕೊರಳನ್ನು ತಬ್ಬಿಯೇ ಅವಳು ಮಲಗುತ್ತಿದ್ದುದು. ಈಗ ಹನ್ನೊಂದರ ಸುಧಾ ನೈಟಿಯಲ್ಲಿ ಹದಿನಾರರ ತರುಣಿಯಂತೆ ಕಾಣಿಸುತ್ತಿದ್ದಳು.

ಹಿಂದೆ ಮೂರು ಜನ ಮಲಗುತ್ತಿದ್ದ ಮಂಚದಲ್ಲಿ ಈಗ ಮಲಗಲು ಸಾಧ್ಯವಾಗುತ್ತಿರಲಿಲ್ಲ. ಅನಿಲ್ ಕೂಡ ಬೆಳೆದಿದ್ದ.

"ನೀವಿಬ್ರೂ... ಇಲ್ಲಿ ಮಲ್ಗಿದ್ರೆ, ನಾನು ಕೆಳಗಡೆ ಹೋಗ್ಬೇಕು" ಎಂದ. ಕೇಳಿಸದವರಂತೆ ನಿದ್ದೆ ಹೋದರು. ಅವನಿಗೆ ಉಸಿರಾಡಲು ಕೂಡ ಸಾಧ್ಯವಾಗಲಿಲ್ಲ.

ಕಾರ್ಪೆಟ್ ಮೇಲೆ ದಿಂಬು ಹಾಕಿಕೊಂಡು ಮಲಗಿದ.

ಎರಡು ದಿನದಲ್ಲಿ ಇಂಟೀರಿಯರ್ ಡೆಕೋರೇಷನ್ ಮುಗಿಯಿತು. ಆ

ಕಂಪನಿಯವರೇ ಗ್ಲಾಸ್, ಫ್ರಿಜ್, ಫ್ಲಾನ್‌ನ ಜೊತೆ ಕುಕಿಂಗ್ ಮತ್ತು ಬಾತ್‌ರೂಂಗೆ ಬೇಕಾದ ಪರಿಕರಗಳ ಜೊತೆ ಒಂದು ತಿಂಗಳಿಗೆ ಮೂರು ಜನರಿದ್ದ ಸಂಸಾರಕ್ಕೆ ಆಗುವ ದಿನಸಿಗಳನ್ನ ತುಂಬಿಟ್ಟು ಬಿಲ್ಲುಮಾತ್ರ ಅವನಿಗೆ ಕಳಿಸಿದರು.

ಅಂದು ಮಧ್ಯಾಹ್ನ ಶ್ರೀನಿವಾಸಮೂರ್ತಿಗಳು ಮಡದಿಯನ್ನು ಕರೆದೊಯ್ದು ತೋರಿಸಿಕೊಂಡು ಬಂದರು.

"ಏನು, ಇದರರ್ಥ?" ಲಕ್ಷ್ಮಿಯ ಕಣ್ಣಂಚಿನಲ್ಲಿ ಕಂಬನಿ ಮಿನುಗಿತು. "ಅವ್ನಿಗೂ ಸಾಕಾಗಿರ್ಬೇಕು! ಬಹುಶಃ ಅಲ್ಲೇ ಇರೋ ನಿರ್ಧಾರವಿರ್ಬೇಕು" ಮುಂಗೈಯಿಂದ ಕಂಬನಿ ತೊಡೆದುಕೊಂಡಳು.

ಶ್ರೀನಿವಾಸಮೂರ್ತಿಗಳ ಮೂಗು ಕೆಂಪಗಾಯಿತು. ಗುಡುಗಿದರು. "ಇಲ್ಲೇನು ಅವ್ನಿಗೆ ಕಮ್ಮಿ ಆಗಿತ್ತು. ಆಗಾಗ ಉಸಿರು ಕಟ್ಟಿ ನರಳ್ತಾ ಇರ್ತಾನೆ. ಎಂದಾದ್ರೂ ಬಾಯಲ್ಲಿ ನೀರು ಹಾಕೋರು ಇಲ್ದಂತೆ... ಒಂಟಿಯಾಗಿ ಸಾಯ್ತಾನೆ!" ಬಾಯಿ ತಪ್ಪಿ ಆಡಿಬಿಟ್ಟರು. ಬಂದ ಸುಭಾಷ್‌ನ ಕಿವಿಗೆ ಆ ಮಾತುಗಳು ತಲುಪಿದ್ದು ಆಯಿತು. ವಿಷಣ್ಣತೆಯ ನಗು ಬೀರಿದ ಸುಭಾಷ್.

"ಯು ಆರ್ ಕರೆಕ್ಟ್. ನಂಗೆ ಕೂಡ ಅದೇ ಇಷ್ಟ. ಅದ್ವರ್ಗೂ ನಂಗಾಗಿ ಬದ್ಕಬೇಕು" ಚಾಟಿಯೇಟಿನಂತಿತ್ತು ಅವನ ಮಾತು. ಪಶ್ಚಾತ್ತಾಪದಿಂದ ಬೆಂದುಹೋದರು ಶ್ರೀನಿವಾಸಮೂರ್ತಿಗಳು.

"ಸುಭಾಷ್..." ಅವನ ಎರಡು ಕೈಗಳನ್ನು ಹಿಡಿದುಕೊಂಡರು "ಸಂಕಟಕ್ಕೆ ಆಡಿದ ಮಾತುಗಳು. ಏಕಾಏಕಿ ಈ ನಿರ್ಧಾರಕ್ಕೆ ಬಂದ್ರೆ... ನಾವೇನಾಗ್ಬೇಕು?" ಆ ಕ್ಷಣ ಪೂರ್ತಿ ಕುಗ್ಗಿಹೋದರು. ತೀರಾ ಮೃದುವಾಗಿದ್ದವನು ಕಲ್ಲಾಗಿಹೋಗಿದ್ದ ಸುಭಾಷ್.

"ಇಲ್ಲ ಬಿಡಿ ಭಾವ, ನೀವು ಇಷ್ಟೊಂದು ಪಶ್ಚಾತ್ತಾಪಪಡೋ ಅಗತ್ಯವೇ ಇರ್ಲಿಲ್ಲ! ನಂಗೆ ಕೆಲವು ದಿನ ಸ್ವತಂತ್ರವಾಗಿ, ಆರಾಮಾಗಿ ಇರೋ ಇಷ್ಟ" ಮೆಲ್ಲಗೆ ಕೈ ಬಿಡಿಸಿಕೊಂಡ.

ಹಿಂದೇನೆ ಬಂದ ರಂಗಪ್ಪನಿಂದ ತನ್ನ ಬಟ್ಟೆ, ಬರೆಗಳನ್ನು ಮಾತ್ರ ಪ್ಯಾಕ್ ಮಾಡಿಸಿ ಕಳುಹಿಸಿಕೊಟ್ಟವನು ಅಡಿಗೆಯ ಮನೆಯಲ್ಲಿದ್ದ ಪಾರ್ವತಮ್ಮನ್ನ ಕರೆದು,

"ನಿಮ್ಮ ಬಟ್ಟೆ, ಬರೆ ತಂದ್ಕೊಂಡಿದ್ರೆ, ನಡೀರಿ, ಹೊರ್ಗೆ ಡ್ರೈವರ್ ಇದ್ದಾನೆ. ಕರ್ಕೊಂಡ್ಹೋಗ್ತಾನೆ" ಆಕೆಯನ್ನು ಕಳುಹಿಸಿಕೊಟ್ಟ.

ಲಕ್ಷ್ಮಿ ಸಹನೆ ಕಳೆದುಕೊಂಡಂತೆ ಅಳತೊಡಗಿದಳು. ಇಂಥ ಭಯಂಕರ ನಿರ್ಧಾರಕ್ಕೆ ಸುಭಾಷ್ ಬರುತ್ತಾನೆಂದುಕೊಂಡಿರಲಿಲ್ಲ.

"ಎಲ್ಲರನ್ನು ತೊರ್ದುಕೊಂಡು ಹೋಗ್ತಾ ಇದ್ದೀಯಾ?" ನಕ್ಕುಬಿಟ್ಟ ಸುಭಾಷ್, ಅಕ್ಕನ ಪಕ್ಕ ಕೂತ. "ನಿನ್ನ ಪ್ರಶ್ನೆಗೆ ಏನರ್ಥ? ತೊರೆದುಕೊಳ್ಳೋದು.... ಯಾವ ಅರ್ಥದಲ್ಲಿ? ಮನುಷ್ಯ ತೀರಾ ಭ್ರಮೆಗೆ ಬಿದ್ದು ವರ್ತುಲದ ಒಳ್ಗೇ ಸುತ್ತುತ್ತಾನೆ. ಅದ್ರಿಂದ

ಅವ್ಳು ಹೊರ ಬರಬೇಕಾದ್ರೆ ಭ್ರಮನಿರಸನವಾಗ್ಬೇಕು. ಆದ್ರೆ.... ನನ್ನ ಒಂದೇ ಒಂದು ಪ್ರಶ್ನೆಗೆ ಮಾತ್ರ ಉತ್ತರ ಬೇಕು."

ಲಕ್ಷ್ಮಿ ಗಾಬರಿಯಾದಳು. ಆತಂಕದಿಂದ ಅವನತ್ತ ನೋಡಿದಾಗ, ಸುಭಾಷ್ ಕೈ ಹಿಡಿದುಕೊಂಡ. "ಆ ದಿನ ಫೋನ್ ಮಾಡಿದಾಗ ಡಿಸ್ಟರ್‌ಬೆನ್ಸ್ ಇತ್ತಾ? ಅಥ್ವಾ ಹೆಡ್ ಆಗಿತ್ತಾ? ಎರಡರಕ್ಕೂ ಉತ್ತರ ಮಾತ್ರ ಒಂದೇ" ಲಕ್ಷ್ಮಿಯ ಗಂಟಲೊಣಗಿತು. ಮುಖ ದಪ್ಪಗೆ ಮಾಡಿದಳು. "ನನ್ಮಾತ್ರಿನಲ್ಲಿ ನಂಬ್ಕೇ... ಇಲ್ವಾ?"

"ಡೋಂಟ್ ಬಿ ಎಕ್ಸೈಟ್. ನನ್ನ ಪ್ರಶ್ನೆಗೆ ಉತ್ತರ ಸಾಕು. ನಂಬ್ಕೆ ಇಷ್ಟು ದಿನದವರ್ಗೂ ಇದ್ದಿದ್ರಿಂದ್ಲೇ... ಪ್ರಶ್ನೆ ಏಳಲಿಲ್ಲ. ಸತ್ಯ ನಂಗೆ ಗೊತ್ತು. ಆದ್ರೂ.... ನಿನ್ನ ಬಾಯಿಂದ ನಿಜ ತಿಳಿಯೋ... ಆಸೆ" ಮಂಜಿನಲ್ಲಿ ಹೊರಳಾಡಿದಂತಿತ್ತು, ಅವನ ಸ್ವರ. ತಳ್ಳಿಹಾಕಿಬಿಡಲು ಒಮ್ಮೆಲೆ ಲಕ್ಷ್ಮಿಗೆ ಸಾಧ್ಯವಾಗದಿದ್ದರೂ ಜಾರಿಸಿದಳು. "ನಂಗೆ ನೆನಪಿಲ್ಲಪ್ಪ. ನಂಗೆ ಅಷ್ಟು ಇಂಪಾರ್ಟೆಂಟ್ ಅಂತ ಅನ್ನಿಸಿಯೇ ಇಲ್ಲ."

ಮೇಲೆದ್ದ ಸುಭಾಷ್ ನಸುನಕ್ಕ.

"ಬರ್ತೀನಿ. ಪಕ್ಕಕ್ಕೆ ಪಾರ್ವತಮ್ಮ ನನ್ಜೊತೆ ಇರ್ತಾರೆ ಇಲ್ಲಿಗೆ ಬೇರೆ ಅಡಿಗೆಯವರನ್ನು ಗೊತ್ತುಮಾಡಿದೆ. ಟೀ ಹೊತ್ಗೆ ಬರ್ತಾರೆ" ಹಿಂದಕ್ಕೆ ತಿರುಗಿದ. ನಿಲ್ಲಬೇಕೆನಿಸಲಿಲ್ಲ. ದಾಪುಗಾಲು ಹಾಕುತ್ತ ನಡೆದ.

ದೊಡ್ಡ ಬಟ್ಟಲಿನ ಹಾಲಿಗೆ ಬಿದ್ದಿದ್ದು ನಿಂಬೆಯ ಹಣ್ಣಿನ ಎರಡು ತೊಟ್ಟು ರಸವಾದರೂ ಪೂರ್ತಿ ಒಡೆದುಹೋಯಿತು.

ಹಂತಹಂತವಾಗಿ ಕಳಚಿಕೊಳ್ಳುವ ಉದ್ದೇಶವಿತ್ತು ಅವನಿಗೆ. ಆದರೆ ಒಮ್ಮೆಲೇ ಕೊಂಡಿ ಕಳಚಿಬಿತ್ತು. ಅವನನ್ನು ಅಡ್ಡಿಪಡಿಸಲು, ಬಲವಂತ ಮಾಡಲು ಶ್ರೀನಿವಾಸಮೂರ್ತಿಗಳು ಈಗ ಅಸಮರ್ಥರಾಗಿದ್ದರು. ಅದಕ್ಕೇ ತೆಪ್ಪಗಿದ್ದಿದ್ದು.

ಮತ್ತೆ ಹಿಂದಕ್ಕೆ ಬಂದ. ಕಡೆಯದಾಗಿ ಒಂದು ಮಾತು ಹೇಳಬೇಕೆನಿಸಿತು.

"ನಾನು ಅಖಿಲಾನ ಇಷ್ಟಪಟ್ಟ ಒಂದೇ ಕಾರಣಕ್ಕೆ ಆ ಹೆಣ್ಣಿಗೆ ತೊಂದರೆ ಕೊಡೋದ್ಬೇಡ. ಅದ್ರಿಂದ ಯಾವ್ದೇ ಪ್ರಯೋಜನವಿಲ್ಲ!" ಲಕ್ಷ್ಮಿಯನ್ನು ಎತ್ತಿ ಒಂದೇ ಸಲ ಸಮುದ್ರಕ್ಕೆ ಎಸೆದಂತಾಯಿತು. ಏನು ಹೇಳಲಾರದ ಸ್ಥಿತಿಗೆ ಇಳಿದಳು.

ಕಾರು, ಗೇಟ್ ಬಿಟ್ಟು ಹೊರಬಂದಾಗ ಇಡೀ ಜಗತ್ತೇ ಅವನ ಪಾಲಿಗೆ ಕೆಲವು ಕ್ಷಣ ಕಳೆದುಹೋಯಿತೆನಿಸಿತು.

ರಾತ್ರಿಯ ಊಟಕ್ಕೆ ನೇರವಾಗಿ ಅಲ್ಲಿಯೇ ಹೋದ. ಪಾರ್ವತಮ್ಮ ನಿತ್ಯ ಊಟದ ಜೊತೆ ಒಂದು ತೊವ್ವೆ ಪಾಯಸದ ಅಡಿಗೇನು ಮಾಡಿದ್ದರು.

ಕೈ ತೊಳೆಯಲು ಸಿಂಕ್‌ನ ಹತ್ತಿರ ಹೋದವನು ನಿಂತ. ಆಗಾಗ ಬೇಸತ್ತೋ, ಬೇರಾವ ಕಾರಣಕ್ಕೋ ಒಂಟಿಯಾಗಿ ಊಟ ಮಾಡಿದ್ದ. ಆದರೆ ಇಂದು ಪೂರ್ತಿ ಒಂಟಿ.

"ಬಡಿಸ್ಬೇಡಿ. ಒಂದ್ನಿಮ್ಷ..." ಫೋನ್ ಬಳಿ ಹೋಗಿ ಡಯಲ್ ತಿರುಗಿಸಿದ. ಎತ್ತುವವರೇ ಇರಲಿಲ್ಲ. ಅವನಿಗೆ ಗಾಬರಿಯಾಯಿತು. ಆತಂಕದಿಂದ ಹೊರಗೆ ಬಂದ.

"ಅವ್ರು... ಫಿಲಂಗೆ ಹೋದ್ರು" ಹೊರಗಿದ್ದ ಡ್ರೈವರ್ ಉಸುರಿದ. "ಅವ್ರುನ ಫಸ್ಟ್ ಷೋಗೆ ಬಿಟ್ಟೆ, ಬಂದೆ..." ಈಗ ಅವನಿಗೆ ಮಧ್ಯಾಹ್ನ ಶ್ರೀನಿವಾಸಮೂರ್ತಿ ಬರದ್ದು ನೆನಪಾಯಿತು.

"ಹೋಗ್ಲಿ, ಜೊತೆಯಲ್ಲಿ ಊಟ ಮಾಡೋಣ ಬಾ" ಬಲವಂತದಿಂದ ಒಳಗೆ ಕರೆತಂದ. "ಕೂತ್ಕೋ..." ಅವನು ಅನುಮಾನಿಸುತ್ತಲೇ ಕೂತ.

'ಎ ನೈನ್ ಡೇಸ್ ವಂಡರ್' ಎಲ್ಲಾ ನಾಲ್ಕು ದಿನದ ಹಾರಾಟ. ಮತ್ತೆ ಬರ್ತಾನೆ. ಒಂದೆರಡು ದಿನಗಳ ಹಿಂದೆ ಯಾವುದೋ ವಿಷಯಕ್ಕೆ ಹೆಂಡತಿಯ ಮುಂದೆ ಶ್ರೀನಿವಾಸಮೂರ್ತಿಗಳು ಹೇಳಿದ್ದನ್ನು ಕೇಳಿದ್ದ.

ಬಲವಂತವಾಗಿಯೇ ಊಟ ಮಾಡಿ ಡ್ರೈವರ್‌ಗೆ ಹೇಳಿದ. "ಸದ್ಯಕ್ಕೆ ಫುಲ್ ಟೈಮ್ ನಮ್ಮ ಭಾವನ ಹತ್ರ ಕೆಲ್ಸ ಮಾಡು. ಸ್ಟೀರಿಂಗ್ ವ್ಹೀಲ್ ಮುಂದೆ ಅವ್ರು ಕೂಡೋಕೆ ಬಿಡ್ಬೇಡ" ಎಚ್ಚರಿಸಿ ಕಳುಹಿಸಿದ.

ಶ್ರೀನಿವಾಸಮೂರ್ತಿಗಳ ಇಂಥ ಭಯದ ಸ್ವಭಾವ ಎಲ್ಲರಿಗೂ ಗೊತ್ತು. ಒಮ್ಮೆ ಸರ್ಕಲ್‌ನಲ್ಲಿ ಯಾವುದೋ ಆಕ್ಸಿಡೆಂಟ್ ಆಗಿದ್ದಾಗ ಕಾರನ್ನು ದಿಕ್ಕಿಲ್ಲದಂತೆ ಆ ಜಾಗದಲ್ಲಿಯೇ ನಿಲ್ಲಿಸಿ ಬೆವರುತ್ತ ಆಫೀಸಿಗೆ ಬಂದುಬಿಟ್ಟಿದ್ದರು. ಸಾಕಷ್ಟು ಪಂಚಾಯಿತಿಯ ನಂತರವೇ ಕಾರು ಅವರ ವಶಕ್ಕೆ ಬಂದಿದ್ದು.

"ನೀವು ಊಟ ಮಾಡಿ, ಮಲ್ಗಿಬಿಡಿ" ಎಂದವನೇ ಕೋಣೆಗೆ ಬಂದ. ನಿರಭ್ರ, ನೀರವತೆಯ ನಡುವೆ ಕಾಲು ಚಾಚಿದ.

ಡ್ರಾಯರ್‌ನಲ್ಲಿದ್ದ ತ್ರಿಬಲ್ ಫೈವ್ ಸಿಗರೇಟ್ ಪ್ಯಾಕ್‌ನೊಂದಿಗೆ ಬೆಂಕಿಪೆಟ್ಟಿಗೆ. ಮೊದಲ ಬಾರಿ ಅವನಿಗೆ ಸ್ಮೋಕ್ ಮಾಡಬೇಕೆನಿಸಿತು. ಅಷ್ಟೇ ಅಲ್ಲ, ಅಂಥ ಛಲ ಕೂಡ ಉಂಟಾಯಿತು.

ಹತ್ತಿಸಿ ತುಟಿಯ ಮಧ್ಯದಲ್ಲಿಟ್ಟುಕೊಂಡವನು ಸೇದಲಾರದೆ ಕೆಮ್ಮಿದ. ಮತ್ತೆ ಮತ್ತೆ ಪ್ರಯತ್ನಿಸಿ ಸೋತು ಕೆಮ್ಮಿ ಎದೆ ಹಿಡಿದುಕೊಂಡ.

'ಜನ ಯಾಕೆ ಸಿಗರೇಟು ಸೇದುತ್ತಾರೆ?' ಅಂತೂ ಅವನ ಪ್ರಶ್ನೆಗೆ ಆ ದಿನ ಉತ್ತರ ಸಿಗಲಿಲ್ಲ. ಬೀರುನಲ್ಲಿದ್ದ ವಿಸ್ಕಿ ಬಾಟಲ್ ಅಣಕಿಸಿತು. ಸೋತು ನಿದ್ರಿಸಿದ.

* * * *

ಹೆಣ್ಣು ಮಕ್ಕಳು ಇಬ್ಬರು ಹೊರಟಿದ್ದರಿಂದ ಸೀತಮ್ಮ ಒತ್ತು ಶಾವಿಗೆ ಮಾಡಿದ್ದರು. ಸ್ವಲ್ಪ ಕೆಲಸ ಹೆಚ್ಚಿದ್ದರಿಂದ ಹಿಂದಿನ ದಿನವೇ "ಅಖಿಲಾ, ನಾಳೆ ಒಂದು ದಿನ ರಜ ಹಾಕ್ಬಿಡಮ್ಮ. ಅವರಿಬ್ಬರಿಗೂ ಒಂದು ತೊಟ್ಟು ಎಣ್ಣೆ ಇಟ್ಟು ಎರೀತೀನಿ. ಈಗ ಅಡ್ಗೇ ಕೆಲ್ಸ, ಅದು ನಿಭಾಯಿಸ್ಲಾರೆ" ಎಂದಿದ್ದರು.

ಅಖಿಲಾಗೆ ಇಂದು ಹೊರಹೋಗುವ ತಂಟೆ ಇಲ್ಲದಿದ್ದರಿಂದ ಬೆಳಿಗ್ಗೆ ಎದ್ದ ಕೂಡಲೇ ಹಂಡೆಗೆ ನೀರು ತುಂಬಿ ಉರಿ ಹಾಕಿದಳು.

"ಚಿಕ್ಕಮ್ಮ ನೀವು ಹೊರ್ಗಿನ ಕೆಲ್ಸ ನೋಡ್ಕೊಳ್ಳಿ. ಅಡ್ಗೇ ನಾನ್ಮಾಡ್ತೀನಿ" ಎಂದಾಗ ಆಕೆಯ ಕಣ್ಣಲ್ಲಿ ನೀರಾಡಿತು. ಅವಳನ್ನ ಹೆತ್ತ ತಾಯಿಗೆ ಕೈ ಜೋಡಿಸಿದಳು. "ಎಂಥ.... ಪುಣ್ಯಾತ್ಮಳು! ಆಕೆಯ ಜಾಗಕ್ಕೆ ಬರೋಕೆ ನಂಗೆ ಯಾವ ಅರ್ಹತೆ!" ಎದೆಯಾಳದಿಂದ ಬಂದ ಮಾತುಗಳು.

ಔತಣದ ಅಡಿಗೆ, ಊಟ ಮುಗಿದಾಗ ಒಂದು ಗಂಟೆ. ಕೂಡಿಸಿ ಸೀತಮ್ಮ ಮಡಿಲು ತುಂಬಿದ್ದಳು.

"ನಿಮ್ಮಪ್ಪ ಕರ್ಯೋಕೆ ಬಂದಾಗ... ಒಂದ್ಮಾತು ಆಡ್ದೇ ಬಂದ್ಬಿಡಿ. ಹಬ್ಬದ ಅಡ್ಗೇ ಮಾಡಿ ಅದೇ ಪುರೋಹಿತರನ್ನ ಕರ್ಸಿ ಮದ್ವೆ ಶಾಸ್ತ್ರ ಮುಗ್ಸಿಬಿಡೋಣ. ಈಗಾಗ್ಲೇ ಆ ವಿಷ್ಯ ಎಷ್ಟು ಜನರ ಬಾಯಿಗೆ ಬಿದ್ದಿದ್ಯೋ" ಎಂದರು ಸೀತಮ್ಮ.

ಸುಭದ್ರ, ಶಾರದ ಅಮ್ಮನ ಮಾತಿಗೆ ಹ್ಹೂಗುಟ್ಟಿದರು. ಅವರುಗಳಿಗೆ ಅಖಿಲಾ ಮೇಲೆ ಪ್ರೀತಿನೇ. ಅದರ ಜೊತೆ ಹೀಗಾಯಿತಲ್ಲ, ಎನ್ನುವ ಸಂಕಟ ಬೇರೆ.

ಅವರುಗಳು ಹೊರಟ ಮೇಲೆ ಸೀತಮ್ಮನಿಗೆ ಮನೆ 'ಬಿಕೋ' ಎಂದಿತು. "ಹೇಗೂ, ನೀನಿವತ್ತು ಮನೆಯಲ್ಲಿದ್ದೀಯಾ! ಪಾರ್ವತಮ್ಮನ ಒಂದ್ಗಳಿಗೆ... ನೋಡ್ಕೊಂಡ್ಬರ್ಲಾ?" ಮಾರುದ್ದ ಜಾಜಿಯ ಹೂವನ್ನು ತಮ್ಮ ತುರುಬಿಗೆ ಸಿಕ್ಕಿಸಿಕೊಂಡರು. ಈಗ ಹೊರಟರೇ ರಾತ್ರಿಯ ಊಟದ ಹೊತ್ತಿಗೇನೇ... ಮನೆ ತಲುಪುವುದು.

"ಹೋಗ್ಬನ್ನಿ..." ಎಂದಾಗ ಪ್ರೀತಿಯಿಂದ ಅವಳ ಕೆನ್ನೆ ಸವರಿದರು. "ನಿನ್ನ ನಾನು ಹೆರಲಿಲ್ವಲ್ಲ. ಅನ್ನೋ ಅಸೂಯೆ" ಅಭಿಮಾನ ಅವರ ಕಣ್ಣುಗಳಲ್ಲಿ ಇಣಕಿದಾಗ ಗುಲಾಬಿಯ ಮೊಗ್ಗು ಬಿರಿದಂತೆ ಅವಳ ತುಟಿಗಳು ಅರಳಿದವು.

ಪಾತ್ರೆ ತೊಳೆದಿಟ್ಟು ಮುಂಬಾಗಿಲು ಹಾಕಿ ಹಿತ್ತಲಲ್ಲಿ ಹೋಗಿ ಕೂತಳು. ಸಂಜೆಯ ಹೊಂಬಿಸಿಲು–'ನೀವು ಓದೋದ್ನ ಹಾಬಿಯಾಗಿ ಬೆಳ್ಸಿಕೊಳ್ಳಿ, ಅಖಿಲಾ' ತೀರಾ ಅಕ್ಕರೆಯಿಂದ ಹೇಳಿದ್ದ ಸುಭಾಷ್. ಆಗ ಅವನ ಕಣ್ಣುಗಳು ನಕ್ಷತ್ರಗಳಂತೆ ಹೊಳೆದಿದ್ದವು. ಅವಳ ತುಟಿಯ ಮೇಲೆ ನಸುನಗು ಅರಳಿತು. ಶಾಲೆಯ, ಪರೀಕ್ಷೆಗೆ ಬೇಕಾದ ಸಬ್ಜೆಕ್ಟ್‌ಗಳನ್ನ ಬಿಟ್ಟು ಬೇರೆ ಓದೇ ಇರಲಿಲ್ಲ. ಅವು ಅವಳಿಗೆ ಅಗತ್ಯವಾಗಿ ಕಂಡಿರಲೂ ಇಲ್ಲ.

ತಾತ ಅವಳ ಉಳಿದ ವೇಳೆಯನ್ನೆಲ್ಲ ಆಕ್ರಮಿಸಿಕೊಂಡಿದ್ದರು. ತಮಗೆ ತಿಳಿದ, ಓದಿಕೊಂಡ ಪುರಾಣ ಗ್ರಂಥಗಳ ಸಾರಾಂಶ ಮತ್ತು ಅದರಲ್ಲಿನ ಒಳ್ಳೆಯದನ್ನ ಮಾತ್ರ ಎತ್ತಿ ಹಿಡಿಯುತ್ತಿದ್ದರು ಅವಳ ಮುಂದೆ.

ಮುಂಬಾಗಿಲು ಸದ್ದಾಯಿತು. ಬಾಗಿಲು ತೆರೆದಳು. ಶ್ರೀಧರ ನಿಂತಿದ್ದ. ಬೆಳಗ್ಗೆ ಮುದ್ದುಮುದ್ದಾಗಿ ಸುಂದರವಾಗಿದ್ದ.

"ಇವತ್ತು ಆಫೀಸ್ ಹತ್ರ ಹೋಗಿದ್ದೆ. ರಜ... ಅಂದ್ರು. ಇನ್ನೊಂದು ಗುಡ್‌ನ್ಯೂಸ್" ಅವಳನ್ನ ಸವರಿಕೊಂಡೇ ಬಂದವನು ಸುತ್ತಲು ನೋಟ ಹರಿಸಿದ. "ಬಹುಶಃ ಯಾರು ಇಲ್ಲ" ಕಣ್ಣಗಲಿಸಿ ಅಕ್ಕರೆಯ ನಗು ನಕ್ಕ. ಅವನು ಇದನ್ನ ಎಕ್ಸ್‌ಪೆಕ್ಟ್ ಮಾಡಿಕೊಂಡೇ ಬಂದ ಹಾಗೆ ಕಾಣಿಸಿತು.

ಎಲೆಯಲ್ಲಿ ಕಟ್ಟಿಸಿ ತಂದಿದ್ದ ಮಲ್ಲಿಗೆಯ ದಿಂಡು ಮತ್ತು ಸ್ವೀಟ್ ಪ್ಯಾಕೆಟ್‌ನ ಅಲ್ಲಿದ್ದ ಟೇಬಲ್ಲು ಮೇಲಿಟ್ಟು ಟೈಮ್ ನೋಡಿಕೊಂಡ.

"ನಿಮ್ಮ ತಂದೆ ಊರಿಗೆ ಹೋಗಿರ್ಬಹುದ್ದು" ಎನ್ನುತ್ತಲೇ ಕೂತ. ಅವನ ನೋಟ ಅವಳ ಮೇಲಾಡಿತು. ಅಡಿಯಿಂದ ಮುಡಿಯವರೆಗೂ ನೋಟದಲ್ಲಿಯೇ ಮುದ್ದುತೆರೆದು ನೋಡಿದ. "ವಾಟ್ ಎ ಬ್ಯೂಟಿ, ಪ್ರಿಟ್ಟಿ ಗರ್ಲ್ಸ್" "ಮೆಚ್ಚಿಗೆ ತೋರಿದ. ಅಖಿಲಾ ಅಡಿಗೆಯ ಮನೆಯೊಳಕ್ಕೆ ಹೋದವಳು ಒತ್ತು ಶಾವಿಗೆಯ ಮೇಲೆ ಪುಡಿ ಉದುರಿಸಿ ಪಾಯಸದ ಜೊತೆ ತಂದಳು.

"ವೆರಿ ಗುಡ್..." ಅವಳ ಕೈಯಲ್ಲಿನ ತಟ್ಟೆ ಕಿತ್ತುಕೊಂಡ. "ನಂಗೆ ಶಾವಿಗೆ ಇಷ್ಟಾಂತ ನಿಂಗೆ ಹೇಗೆ ಗೊತ್ತಾಯ್ತು?" ಅವಳಿಗೆ ಉತ್ತರಿಸಬೇಕೆನಿಸಲಿಲ್ಲ. ಮೌನವಾಗಿ ಕಿಟಕಿಯ ಮೂಲಕ ಹೊರಗೆ ನೋಡುತ್ತ ನಿಂತಳು.

ಅಂದು ನಡೆದ ರಾದ್ಧಾಂತ ಅವಳ ನೆನಪಲ್ಲಿ ಅಚ್ಚಳಿಯದೆ ಉಳಿದಿತ್ತು. ನಮ್ಮ ಮಗನಿಗೆ ಹರಕೆ ಇದೆ ಅಂತ ಎರಡು ಬಸ್ಸುಗಳ ಬಾಡಿಗೆಯನ್ನು ವಸೂಲಿ ಮಾಡಿದವರು ಬಂದವರು ಹತ್ತೇ ಜನ. ದೂರದ ದೇವಸ್ಥಾನದ ಬಸ್ಸಿನ ಅನುಕೂಲವಿಲ್ಲದೆ ತುಂಬ ಪಾಡು ಪಟ್ಟಿದ್ದು.

ಮೊದಲೇ ಗೋಪಾಲರಾಯರು ಅಣ್ಣನ ಮನವನ್ನೊಲಿಸಲು ಪ್ರಯತ್ನಪಟ್ಟಿದ್ದರು.

"ಅಲ್ಲಿ ಮದ್ವೆ ಅಂದ್ರೆ ತುಂಬ ಕಷ್ಟವಾಗುತ್ತೆ. ಪ್ರತಿಯೊಂದಕ್ಕೂ ಅನಾನ್ಕೂಲ. ಇಲ್ಲೇ ಛತ್ರದಲ್ಲಿ ಮದ್ವೆ ಮಾಡ್ಸೋಣ. ಆಮೇಲೆ ಬೇಕಾದ್ರೆ... ನೂತನ ದಂಪತಿಗಳು ಹೋಗ್ಬರ್ಲಿ" ಎಂದಾಗ ತಲೆಯಾಡಿಸಿಬಿಟ್ಟಿದ್ದರು.

"ಎಲ್ಲಾದ್ರೂ.... ಉಂಟೆ! ಹೊತ್ತ ಹರಕೆ ನಡ್ಸಿಕೊಡ್ಲಿಲ್ಲಾಂದ್ರೆ... ಕೇಡೋಗೋಲ್ವಾ! ಅಲ್ಲೇ ನಡೀಬೇಕು, ಮದ್ವೆ"

ನಿಶ್ಚಯ ತಾಂಬೂಲ ಮುಗಿದಿದ್ದರಿಂದ ಗೋಪಾಲರಾಯರು ತಾವೇ ಅಲ್ಲಿ ಹೋಗಿ ಬರುವ ಖರ್ಚು ಹೊತ್ತರು. ಲಗ್ನಪತ್ರಿಕೆ ಕೊಟ್ಟು ಆದಮೇಲೆ ಇನ್ನೊಂದು ತಗಾದೆಗೆ ಕೂತರು.

"ಕನಿಷ್ಟ ಎರಡು ಬಸ್ಸಿನ ಜನವಾದ್ರೂ ಬರ್ತಾರೆ. ಗಂಡಿನ ಕಡೆಯವರಾದ ನಾವು ಅಷ್ಟೂ ನಿಭಾಯಿಸೋಕೆ ಸಾಧ್ಯವಿಲ್ಲ. ಅದ್ರ ಸಮಸ್ತ ಏರ್ಪಾಟು ಹೆಣ್ಣಿನ ಕಡೆಯವರದೇ" ಗಣಪತಿಗಳು ತಲೆಯ ಮೇಲೆ ಕೈಹೊತ್ತು ಕೂತುಬಿಟ್ಟರು. ಈಗಾಗ್ಲೇ

ಸಾಲ ತಲೆಯ ಮೇಲೇರಿ ಕೂತಿತ್ತು. ಬಟ್ಟೆ ಬರೇ, ಪಾತ್ರೆ ಪಗಡಕ್ಕೆಲ್ಲ ಹಣ ವಸೂಲಿ ಮಾಡಿಬಿಟ್ಟಿದ್ದರು. ಆಮೇಲೆ ವಿಧಿಯಿಲ್ಲದೆ ಮನೆಯ ಮೇಲೆ ಸಾಲ ತೆಗೆದಿದ್ದರು.

ಆದರೆ... ವರಪೂಜೆಗೆ ಮುನ್ನವೇ ತಮ್ಮ ಬೇಡಿಕೆ ಮುಂದಿಟ್ಟರು.

"ಹೇಗೂ ಅವಳ ತಾತನ ಮನೆ ಅಖಿಲಾದೆ ತಾನೇ! ಕಾಗದ ಪತ್ರಗಳ್ನ ರೆಡಿ ಮಾಡಿಸ್ಕೊಂಡ್ಬಂದಿದ್ದೀನಿ, ಸಹಿ ಹಾಕ್ಸಿ ಕೊಟ್ಬಿಡಿ."

ಸಾತ್ವಿಕ ವ್ಯಕ್ತಿ ಗಣಪತಿಗಳು ನಡುಗಿಹೋದರು. ಅಖಿಲಾಗಿಂತ ಒಂದು ಎರಡು ವರ್ಷ ಚಿಕ್ಕವರಾದ ತಮ್ಮ ಹೆಣ್ಣು ಮಕ್ಕಳ ಮದುವೆಗಳನ್ನು ಮಾಡಿ ಮುಗಿಸಿದ್ದರು. ಎಂದೂ ಇಂಥ ಕಷ್ಟಕ್ಕೆ ಸಿಕ್ಕಿಕೊಂಡಿರಲಿಲ್ಲ.

"ಆ ಮನೆ ಮೇಲೆ ಹಣ ತೆಗಿದ್ದೀವಿ. ಆ ಸಾಲ ನಾನೇ ತೀರಿಸ್ತೀನಿ. ಅವ್ರ ಮನೆ ನಮ್ಗೆ ಬೇಡ" ಕೈ ಜೋಡಿಸಿದರು.

ಗಂಟೆಗಟ್ಟಲೇ ಪಂಚಾಯಿತಿ ನಡೆದರೂ ಅವರು ಜಪ್ಪೆನ್ನಲಿಲ್ಲ. ವರಪೂಜೆಯ ಕಾಲದ ಹಿಂದೆ ಲಗ್ನದ ವೇಳೆ ಕೂಡ ಮೀರಿಹೋಯಿತು. ಬಂದ ಜನ ಒಬ್ಬೊಬ್ಬರೇ ಖಾಲಿಯಾದರು. ಆಫೀಸ್ ಸ್ಟಾಫ್ ಒಟ್ಟಿಗೆ ಬಂದ ಮೆಟಡೋರ್ ಕೂಡ ಹಿಂದಿರುಗಿತು. ಅದು ಪಂಚಾಯಿತಿ ಕಟ್ಟೆಯಾಯಿತೇ ವಿನಃ ಮದುವೆಯ ಮನೆಯಾಗಲಿಲ್ಲ. ಗೋಪಾಲರಾಯರಂತೂ ತಲೆ ಚಚ್ಚಿಕೊಂಡರು. ಶ್ರೀಧರ್ ಮೌನವಾಗಿ ಕೂತಿದ್ದ.

ಸಂಜೆಯ ವೇಳೆಗೆ ಇದ್ದ ನಾಲ್ಕಾರು ಜನರು ನಿರ್ಣಯಕ್ಕೆ ಬಂದರು.

"ಮದ್ವೆ ನಡೀಲಿಲ್ಲ ಇನ್ನೋ ಸಂಗ್ತಿ ಇಲ್ಲೇ ಸತ್ತುಹೋಗ್ಲಿ. ಮೂರು ತಿಂಗ್ಳು ಅಥ್ವಾ ನಾಲ್ಕು ತಿಂಗಳಲ್ಲಿ ಮನೆ ಸಾಲ ತೀರ್ಸಿ... ಶ್ರೀಧರನ ಹೆಸರಿಗೆ ಬರ್ಸೀ. ಕೂಡ್ಲೇ ಒಂದು ಒಳ್ಳೆ ದಿನ ನೋಡಿ ದೇವರ ಮನೆಯಲ್ಲಿ ಕೂಡ್ಸಿ ಮದ್ವೆ ಶಾಸ್ತ್ರ ಮುಗ್ಸಿಬಿಡೋಣ. ಈ ವಿಷ್ಯ ನಮ್ಮನಮ್ಮಲ್ಲೇ ಇರಲಿ."

ಇಂಥ ಒಂದು ಕಲ್ಲು ಮನಸ್ಸಿನ ನಿರ್ಧಾರದಿಂದ ಎಷ್ಟು ಜನರಿಗೆ ಸಮಾಧಾನವಾಯಿತೋ, ಇದ್ದ ಬದ್ದ ಅಡಿಗೆಯನ್ನೆಲ್ಲ ತುಂಬಿಸಿಕೊಂಡು ಶ್ರೀಧರನ ಅಪ್ಪ ಜಾಗ ಖಾಲಿ ಮಾಡಿದರು. ಅವರು ಹೋಟೆಲಿಟ್ಟ ಜನ. ಅನ್ನದ ಬೆಲೆ ಅವರಿಗೆ ಗೊತ್ತು.

ಗಣಪತಿಗಳ ಜೊತೆ ಗೋಪಾಲರಾಯರು ಭೂಮಿಗೆ ಕುಸಿದರು. ಸೀತಮ್ಮನಂತೂ ಹಗಲು ರಾತ್ರಿ ಅತ್ತರು. ಇವೆಲ್ಲ ಅಖಿಲಾ ಪಾಲಿಗೆ ಅಚ್ಚ ಹಸಿರು.

"ಕೂತ್ಕೋ... ಅಖಿಲಾ" ಶ್ರೀಧರ್ ತಟ್ಟೆ ಕೆಳಗಿಟ್ಟ. ಒಂದು ಲೋ ಕಾಫೀ ತಂದಿಟ್ಟಳು. "ನಿಮ್ಗೇ ಸಕ್ರೆ ಕಮ್ಮಿಯೇನೋ ನೋಡಿ!" ಅವಳ ಮುಖದ ಮೇಲಿನ ಭಾವನೆಗಳು ಒಂದಿಂಚೂ ಅಲುಗಾಡಲಿಲ್ಲ.

ಒಂದು ತರಹ ನಕ್ಕ ಶ್ರೀಧರ್ "ಒಬ್ಬರನ್ನ ಒಬ್ರು ಅರ್ಥಮಾಡಿಕೊಳ್ಳೋಕೆ... ಒಂದಿಷ್ಟು ಅವಕಾಶ! ನೀನು ಒಂದು ತರಹ ಮೂಡಿ! ನನ್ನ ಪ್ರೀತಿಗೆ ಸಂವೇದಿಸೋದೇ ಇಲ್ಲ" ಆಕ್ಷೇಪಣೆ ಎತ್ತಿದ.

ಕಾಫೀ ಕುಡ್ದು ಲೋಟ ಕೆಳಗಿಟ್ಟ. ಬಗ್ಗಿ ಲೋಟಕ್ಕೆ ಕೈ ಹಾಕಿದಾಗ ಅವಳ ಜಡೆ ಹಿಡಿಯಲು ಹವಣಿಸಿದ. ಲೋಟ ಕೆಳಗೆ ಬಿತ್ತು. ಜಡೆ ಸಿಗಲಿಲ್ಲ. ಹಿಂದಕ್ಕೆ ಸರಿದಳು.

ಶ್ರೀಧರ್ ಮುಖದಪ್ಪಗೆ ಮಾಡಿದ. "ಈಗಿನ ಹುಡ್ಗಿಯರು ಎಷ್ಟು ಮಾಡ್ರನ್ ಆಗಿ ಇರ್ತಾರೆ. ನಿಂಗೆ ಲೈಫ್‌ನ ಎಂಜಾಯ್ ಮಾಡೋದೇ... ಗೊತ್ತಿಲ್ಲ. ಈಗಿನ ಗಳಿಗೆಗಳು ರಸ ನಿಮಿಷಗಳು. ಒಂದೊಂದು ಕ್ಷಣನು ಹಾಳು ಮಾಡ್ಬಾರ್ದು" ಉಪದೇಶಿಸಿದ.

ಅವನ ಸಾಕಷ್ಟು ಪ್ರಯತ್ನಗಳಿಗೂ ಪ್ರತಿಫಲ ಸಿಕ್ಕಿರಲಿಲ್ಲ. ಕಡೆಗೆ ಅವಳ ಮುದ್ದಾದ ತುಟಿಗಳ ಜೇನನ್ನಾದರೂ ಹೀರಿಬಿಡಬೇಕೆಂಬ ತವಕ. ಆದರೆ ಇಂದಿಗೂ ಸಾಧ್ಯವಾಗಿರಲಿಲ್ಲ.

"ಮಿಸ್ಟರ್ ಶ್ರೀಧರ್, ತಾವಿನ್ನು ಹೊರಡ್ಬಹುದ್ದು. ಬಂದ ಅತಿಥಿಗಳಿಗೆ ಇದ್ಕಿಂತ ಹೆಚ್ಚಿನ ಅತಿಥಿ ಸತ್ಕಾರ ಸಿಗಲಾರ್ದು!" ದೃಢವಾಗಿತ್ತು ಅವರ ಸ್ವರ. ಬೆಚ್ಚಿದ ಶ್ರೀಧರ... ಇಷ್ಟು ಕರಾರುವಾಕ್ಕಾಗಿ ಮಾತನಾಡಬಲ್ಲಳೆ? ಅವಾಕ್ಕಾದ. ಅದರ ಜೊತೆ ಕೋಪಾನು ಬಂತು. "ನೀನೆಷ್ಟು ಉದಾಸೀನ ತೋರ್ಸಿದ್ದೀಯಾ. ನಿನ್ಮೇಲೆ ನಾನು ಸೇಡು ತೀರಿಸ್ಕೋತೀನಿ! ಮಾನಸಿಕ ಸ್ಥಿತಿ ಮೇಲೆ ಆಕ್ರಮಣ ಮಾಡ್ತೀನಿ. ನಿಂಗೆ ಇಷ್ಟವಿಲ್ಲದ್ದು ನಿನ್ನ ಕೈಯಲ್ಲೇ ಮಾಡಿಸ್ತೀನಿ" ಸವಾಲ್ ಎಸೆದ. ಈಗ ಅವನ ಮುದ್ದಾದ ಮುಖದಲ್ಲಿ ರೋಷದ ಕೆಂಡಗಳು ಉರುಳಾಡುತ್ತಿದ್ದವು.

"ಸಂ ಡೇ ಯೂ ವಿಲ್ ಇನ್ ಮೈ ಹ್ಯಾಂಡ್" ಮುಷ್ಟಿ ಹಿಡಿದು ಅವಳ ಮುಂದಿಡಿದ "ನೆನಪಿರ್ಲಿ.... ಒಂದೊಂದು ರಾತ್ರಿಯೂ ನಿನ್ನ ಪಾಲಿಗೆ ನರ್ಕವಾಗ್ಬೇಕು" ಕೂಗಾಡುತ್ತಲೇ ಹೋದ.

ಈಗಾಗಲೇ ಅವಳೊಂದು ತೀರ್ಮಾನಕ್ಕೆ ಬಂದಿದ್ದರಿಂದ ಆ ಮಾತುಗಳಿಗೆ ಬೆಲೆ ಕೊಡಲು ಹೋಗಲಿಲ್ಲ. ತಂದಿಟ್ಟ ಸ್ವೀಟ್ ಪ್ಯಾಕೆಟ್, ಮಲ್ಲಿಗೆ ದಂಡೆಗಳು ಹಾಗೆಯೇ ಇತ್ತು. ಹೂ ಮಾತ್ರ ದೇವರಿಗೆ ಹಾಕಿ, ಸ್ವೀಟ್ಸ್ ಮಾತ್ರ ಉಳಿಸಿದಳು.

ಸೀತಮ್ಮ ಏಳು ಗಂಟೆಗೆ ಬಂದರೆ ಗೋಪಾಲರಾಯರು ಹೆಂಡತಿಯ ಸಮೇತ ಒಂಭತ್ತರ ವೇಳೆಗೆ ಬಂದರು. ಅವರ ಮುಖದ ಮೇಲೆ ಕವಿದಿದ್ದ ಕಾರ್ಮೋಡಗಳು ಕರಗಿಹೋಗಿದ್ದವು.

"ಇಷ್ಟು ದಿನಕ್ಕೆ ನನ್ನ ಗ್ರಹಚಾರ ಪರಿಹಾರವಾಯ್ತು. ಇನ್ನು ಯಾವ್ದೇ ತೊಡಕಿಲ್ಲ" ಎಂದವರು ಮನೆಯ ಮೇಲಿನ ಸಾಲ ತೀರಿಸಲು ಸುಭಾಷ್ ಚೆಕ್ ಕೊಟ್ಟ ಸಂಗತಿ ತಿಳಿಸಿದರು. "ಈಗ ನಮ್ಮಣ್ಣನ ಮನೆಗೆ ಹೋಗ್ಬಂದೆ. ಇನ್ನು ಯಾವ ಅಭ್ಯಂತರವೂ ಇಲ್ಲ. ಹತ್ತಿರದಲ್ಲೇ ಲಗ್ನ ನೋಡಿ ಆಯ್ತು ಅನ್ನಿಸಿಬಿಡೋದು!" ಹರ್ಷ ಚಿಮ್ಮುತ್ತಿತ್ತು ಅವರ ಕಣ್ಣುಗಳಿಂದ.

ಸೀತಮ್ಮ ದೀರ್ಘವಾಗಿ ಉಸಿರೆಳೆದು ದಬ್ಬಿದರು.

"ಸದ್ಯಕ್ಕೆ ದೇವ್ರೇ... ನಮ್ಮನ್ನು ಪಾರು ಮಾಡ್ದ. ಜನ ಮದ್ವೆಯಾದ ಹುಡ್ಗೀನ ಯಾಕೆ ಗಂಡನ ಮನೆಗೆ ಕಳ್ಸಿಕೊಟ್ಟಿಲ್ಲಾಂತ... ನೂರೆಂಟು ಪ್ರಶ್ನೆ ಕೇಳ್ತಾರೆ. ಸತ್ಯ ಏನು

ಅನ್ನೋದು ಅವ್ರಿಗೆ ಗೊತ್ತಿಲ್ಲ. ಸದ್ಯ ದೇವರು ದೊಡ್ಡೋನು" ಮೇಲೆ ನೋಡಿ ಕೈ ಜೋಡಿಸಿದರು.

ಅವರ ಮಾತುಕತೆಗಳೆಲ್ಲ ಮುಗಿಯುವರೆಗೂ ಸುಮ್ಮನಿದ್ದ ಅಖಿಲಾ ಹೊರಗೆ ಬಂದಳು. "ಮಾವ, ಚೆಕ್ ಅವ್ರಿಗೆ ವಾಪಸ್ಸು ಕೊಟ್ಬಿಡಿ. ನಂಗೆ ಮದ್ವೆ ಆಗೋಕೆ ಇಷ್ಟವಿಲ್ಲ" ನಿಖರವಾದ ದನಿಯಲ್ಲಿ ನುಡಿದಾಗ ಎಲ್ಲರು ಬೆಚ್ಚಿಬಿದ್ದರು. ಗೋಪಾಲರಾಯರಿಗೆ ಅವಳ ಮನಸ್ಸನ್ನು ಅರ್ಥಮಾಡಿಕೊಳ್ಳುವುದು ಕಷ್ಟವಾಗಲಿಲ್ಲ. ಕಣ್ಣುಗಳಲ್ಲಿನ ಹೊಳಪು, ಮುಖದ ಸೌಮ್ಯತೆಯಲ್ಲಿ ಒಡೆದ ದೃಢತೆ-ತಾವು ಒಂದಿಂಚು ಕೂಡ ಅಲುಗಾಡಿಸಲು ಶಕ್ಯವಿಲ್ಲವೆಂದುಕೊಂಡರು.

"ಅಖಿಲಾ, ಮತ್ತೊಮ್ಮೆ ಯೋಚ್ನೆ ಮಾಡು" ಇಷ್ಟು ಮಾತ್ರ ಹೇಳಲು ಶಕ್ತರಾದರು. "ಮತ್ತೆ ಯೋಚ್ಸೋ ಅಂಥದ್ದು ಏನಿಲ್ಲ" ಅವಳ ಸ್ವರ ಅಲುಗಾಡಲಿಲ್ಲ.

ಸೀತಮ್ಮ ತಮ್ಮ ಮನಸ್ಸಿನ ನೋವನ್ನು ತೋಡಿಕೊಂಡರು. "ಹೀಗಂದ್ರೆ... ಹೇಗೆ, ತಾಯಿ! ನಾವು ಜನಕ್ಕೆ ಏನು ಹೇಳೋಣ? ಈಗಾಗ್ಲೇ ಮದ್ವೆ ಮುಗ್ದುಹೋಗಿದೆ ಅನ್ಕೊಂಡ ಜನ.... ನಿನ್ನ ವಧು ದೃಷ್ಟಿಯಲ್ಲಿ ನೋಡೋಕೆ ಸಾಧ್ಯವೇ?"

ವನಜಮ್ಮ ಕೂಡ ಒಂದು ಮಾತು ಸೇರಿಸಿದರು. "ಅಂದು ಆ ದಿನ ನಡ್ಡಿದ ರಂಪಾಟ ಯಾರೂ ಕ್ಷಮಿಸೋಕೆ ಆಗೋಲ್ಲ! ಆದ್ರೇನು... ಮಾಡೋದು? ಸಾವಿರಾರು ರೂಪಾಯಿ ಅವ್ರ ಕೈಯಲ್ಲಿ ಸಿಕ್ಕಿಹಾಕ್ಕೊಂಡಿದೆ. ನಾವೇ ಸೋಲಬೇಕು. ಶ್ರೀಧರ ಒಳ್ಳೇ ಹುಡ್ಗ. ಚೆನ್ನಾಗಿ ಇಟ್ಕೋತಾನೆ" ಮನವೊಲಿಸುವ ಪ್ರಯತ್ನ ಮಾಡಿದರು.

"ಕ್ಷಮಿಸಿ, ಅತ್ತೆ..." ಒಳಗೆ ಹೋದಳು.

ಗೋಪಾಲರಾಯರು ಕುಗ್ಗಿದರು. ಅವರ ನಿರ್ಧಾರವನ್ನು ಅಲ್ಲಗಳೆಯಲು ಒಪ್ಪಲಿಲ್ಲ. ಮೆಚ್ಚಿಗೆಯಾಯಿತು.

"ಇನ್ನು ಬಲವಂತ ಮಾಡೋದ್ಬೇಡ" ಮೇಲಕ್ಕೆದ್ದರು. "ತಾಯಿ ಸೀತಮ್ಮ ನಿಮ್ಗೇನಾದ್ರೂ ಆ ಹುಡ್ಗಿ ಮನೆಯಲ್ಲಿರೋದು ಆಕ್ಷೇಪಣೆಯಾದ್ರೆ... ನಮ್ಮನೆಗೆ ಕಳ್ಸಿಬಿಡಿ. ನಮ್ಮಿಬ್ರ ಕಣ್ಮಣಿಯಾಗಿ ಇರ್ಲಿ. ಎಂದೂ ಅಖಿಲಾ ನೊಂದುಕೊಳ್ಳೋದ್ಬೇಡ!" ಕಟ್ಟಕಡೆಯ ತೀರ್ಮಾನವೆನ್ನುವಂತೆ ನುಡಿದಾಗ ಸೀತಮ್ಮ ಕಣ್ಣೀರಿಟ್ಟರು. ನಾನು ಖಂಡಿತ ಮಲತಾಯಿಯಾಗ್ಲಾರೆ. ಆಶಂಕೆ ಇಟ್ಕೋಬೇಡಿ."

ಇದರಿಂದ ಬೇರೆಯವರು ನೊಂದುಕೊಂಡರೂ ಅಖಿಲಾ ಮಾತ್ರ ಮಾಮೂಲಿಯಂತೆ ಇದ್ದಳು.

ಆಫೀಸ್‌ಗೆ ಹೊರಟು ನಿಂತಾಗ ಗಣಪತಿ ಬಂದು ಅವಳ ಮುಂದೆ ನಿಂತರು. "ಅಖಿಲಾ, ಇನ್ನೊಂದ್ಸಲ ಯೋಚ್ಸಮ್ಮ. ಸತ್ಯಸತ್ಯವಾಗಿಯೇ ಹರಡೋಕೆ ಬಿಟ್ಟಿದ್ರೆ ಚೆನ್ನಾಗಿತ್ತು. ಈಗ ಎಲ್ರೂ ಮದ್ವೆ ಆಯಿತಂತ್ಲೇ ತಿಳ್ಕೊಂಡಿದ್ದಾರೆ. ಮುಂದಿನ.... ನಿನ್ನ ಭವಿಷ್ಯ" ಅವರ ಗಂಟಲುಬ್ಬಿತು. ತಿಂಡಿಯ ಬಾಗಿಲು ತೆಗೆದು ಹ್ಯಾಂಡ್ ಬ್ಯಾಗಿನಲ್ಲಿಟ್ಟಳು. "ಅಂಥದ್ದೇನು ಆಗೋಲ್ಲ! ಮದ್ವೆ ಬಗ್ಗೆ ಯೋಚ್ಸೋದೇ ಬೇಡ!

ಯಾರು ಏನು ಬೇಕಾದ್ರೂ ಅಂದ್ಕೊಳ್ಳಿ!" ಏರುತಗ್ಗಿಲ್ಲದೆ ಸಹಜವಾಗಿ ಹೇಳಿದಳು. ಆಮೇಲೆ ಅವರು ಆಡೋಕೆ ಮಾತುಗಳೇ ಉಳಿಯಲಿಲ್ಲ.

ಹೊರಟಾಗ ತಮ್ಮ ತುರುಬಿಗೆ ಹೂ ಸಿಕ್ಕಿಸಿಕೊಳ್ಳುತ್ತಿದ್ದ ಸೀತಮ್ಮ ಕೂಗಿ ಹೇಳಿದರು.

"ಸಂಜೆ ಒಂದರ್ಧ ಗಂಟೆ ಬೇಗ್ಬಾ. ದೇವಸ್ಥಾನಕ್ಕೆ ಹೋಗಿ ಬರಬೇಕಾದ್ರೆ...ಹೊತ್ತಾಗುತ್ತೆ" ಕಾರ್ತಿಕ ಮಾಸ ನೆನಪು ಮಾಡಿಕೊಂಡಳು.

ಅಖಿಲಾ. ಅವಳಿಗೆ ಬುದ್ಧಿ ಬಂದಾಗಿನಿಂದ ತಾತನ ಜೊತೆ ಹೋಗಿ ದೀಪಗಳನ್ನು ಹಚ್ಚಿ ಬರುತ್ತಿದ್ದಳು.

ಆದರೆ ಸಂಜೆ ಅವಳು ಬಂದಾಗ ಸೀತಮ್ಮ ಕಾಲು ನೋವಿನಿಂದ ಕೂತಿದ್ದರು.

"ಮಂಡಿ ನೋವು ಶುರುವಾಗಿಬಿಟ್ಟಿದೆ. ಹೋಗಿ ಬರೋ ಜನ ಸಾಕಷ್ಟು ಮಂದಿ ಇರ್ತಾರೆ" ಎಣ್ಣೆ, ಬತ್ತಿಗಳು ಇದ್ದ ಮಿಳ್ಳೆಯನ್ನು ತಂದು ಬುಟ್ಟಿಯಲ್ಲಿಟ್ಟರು.

ಮುಖ ತೊಳೆದು ಹಣೆಗಿರಿಸಿಕೊಂಡ ಅಖಿಲಾ ಬೇಗ ಬೇಗ ಹೆಜ್ಜೆಗಳು ಹಾಕತೊಡಗಿದಳು. ಒಮ್ಮೆ ಆಕಾಶದತ್ತ ನೋಟವೆತ್ತಿದಳು. ಕಪ್ಪು ಮೋಡಗಳು ಸಾಂದ್ರಿಸತೊಡಗಿದ್ದವು. ಈಗ ಮಳೆ ಬರದಿದ್ದರೂ ಒಂದೆರಡು ಗಂಟೆಗಳ ನಂತರವಾದರೂ ಬರಬಹುದೆಂದುಕೊಂಡಳು.

ದೇವಸ್ಥಾನದ ಬಳಿ ಬರುವ ವೇಳೆಗೆ ನಸುಗತ್ತಲು. ಮುಂಬಾಗಿಲಲ್ಲಿದ್ದ ಹಣತೆಗಳನ್ನು ಹಚ್ಚಿ ಪೂಜೆ ಮಾಡಿಸಿಕೊಂಡು ಹೊರಬರುವ ವೇಳೆಗೆ ಆಕಾಶದಿಂದ ವೇಗವಾಗಿ ಎಸೆದಂತೆ ಪಟಪಟ ಹನಿಗಳು ಶುರುವಾದವು. ಹಜಾರದ ಕಲ್ಲಿನ ಹಾಸಿನ ಮೇಲೆ ನಿಂತವಳು ಮೇಲೆ ನೋಡತೊಡಗಿದಳು. ನಿಲ್ಲುವ, ಕೂರುವ ಹೆಣ್ಣು ಮಕ್ಕಳಿಂದ ಎರಡು ಬದಿಯ ಹಜಾರ ತುಂಬತೊಡಗಿತು.

"ಅಖಿಲಾ..." ತಟ್ಟನೇ ತಲೆ ತಿರುಗಿಸಿದಳು. ಷರಟಿನ ಮೇಲೆ ಶಾಲು ಹೊದ್ದ ಸುಭಾಷ್ "ಬನ್ನಿ..." ಛತ್ರಿ ಬಿಡಿಸಿದ. ಅವಳತ್ತ ಹೋಗುವುದು ಅನಿವಾರ್ಯವಾಗಿತ್ತು.

ಛತ್ರಿ ಹಿಡಿದ ಜೋಡಿ ಹೊರಬಂದರು.

"ಮಳೆ ನಿಲ್ಲೋ ಸೂಚನೆ ಇಲ್ಲ. ನಿಮ್ಮನ್ನ ಮನೆಗೆ ಕಳ್ಸೋ ಜವಾಬ್ದಾರಿ ನಂದು" ಹಿಂಬಾಗಿಲು ತೆರೆದಾಗ ಹತ್ತಿ ಕೂತಳು. ಅವಳ ಕಾಲಲ್ಲಿನ ಮಣ್ಣು ಕುಷನ್ ಕಾರ್ಪೆಟ್‌ಗೆ ಅಂಟಿದಾಗ ಸಂಕೋಚಿಸಿದರೂ ಏನೂ ಹೇಳಲಿಲ್ಲ.

ಛತ್ರಿ ಕಾಲಿನ ಬುಡಕ್ಕೆ ಎಸೆದವನು ಹತ್ತಿ ಕೂತ. ಇತ್ತೀಚೆಗೆ ಅವನ ಆರೋಗ್ಯ ಸರಿಯಿಲ್ಲವೆಂದು ಎಲ್ಲರು ಆಫೀಸ್‌ನಲ್ಲಿ ಅಂದುಕೊಳ್ಳುತ್ತಿದ್ದರು.

ಕಾರು ಮುಂದಕ್ಕೆ ಹೋಯಿತು. ಮಳೆ ಇನ್ನೂ ಜೋರಾದಾಗ ವೈಪರ್‌ಗಳು ತಮ್ಮ ಕಾರ್ಯ ಪ್ರಾರಂಭಿಸಿದವು.

"ಡೋಂಟ್ ಮೈಂಡ್, ನನ್ನ ಮನೆಯಲ್ಲಿ ಒಂದ್ಲೋಟ ಕಾಫಿ ತಗೋಳೋಕೆ ನಿಮ್ಮ

ಅಭ್ಯಂತರ ಇಲ್ವಲ್ಲ!" ಎಂದ ಕಾರನ್ನು ಮುಂಭಾಗದಲ್ಲಿ ನಿಲ್ಲಿಸುತ್ತ ಮೌನವಹಿಸಿದಳು ಅಖಿಲಾ.

ಹಿಂದಕ್ಕೆ ತಿರುಗಿದ ಸುಭಾಷ್ ನಸುನಕ್ಕ.

"ಸೈಲೆನ್ಸ್ ಈಸ್ ಹಾಫ್ ಕಾನ್ಸೆಂಟ್. ನಿಮ್ಮ ಮೌನದ ಸಮ್ಮತಿ ಅಂತ ತಿಳ್ದುಕೊಳ್ಳಬಹುದಲ್ಲ" ಬಗ್ಗಿ ಹಿಂದಿನ ಡೋರ್ ತಳ್ಳಿದಾಗ ಅಖಿಲಾ ಇಳಿದು ಗೇಟು ತೆರೆದುಕೊಂಡು ಬಾಗಿಲ ಬಳಿ ಓಡಿದಳು. "ಕೊಡೆ ನಂಗೆ ಉಳ್ಳಿ ಹೋಗೋ... ಪ್ಲಾನ್!" ಎನ್ನುತ್ತಲೇ ಕೊಡೆ ಬಿಡಿಸಿಕೊಂಡು ಬಂದ.

ನಾಲ್ಕಾರು ಬಾರಿಯಲ್ಲ ಹತ್ತೂರು ಸಲ ಕಾಲಿಂಗ್ ಬೆಲ್ ಒತ್ತಿದ. ತರಕಾರಿಗೆ ಹೋದ ಪಾರ್ವತಮ್ಮ ಇನ್ನೂ ಬಂದಿಲ್ಲ. ಕೀ ತೆಗೆದು ಡೋರ್ ಲಾಕ್‌ನ ಓಪನ್ ಮಾಡಿದ.

"ಬನ್ನಿ.... ಅಖಿಲಾ" ಒಳಗೆ ಅಡಿಯಿಟ್ಟು, ಕಣ್ಣರಳಿಸಿದಳು ಅಖಿಲಾ. ಎಡಬದಿಯ ಗಾಜಿನ ವಾಚ್‌ನಲ್ಲಿದ್ದ ಜೀವಂತ ಹೂಗಳು ನಗುತ್ತಿದ್ದವು.

"ಬಹಳಷ್ಟು ಮೆಚ್ಚಿಗೆ ನಿಮ್ಗೇ ಸೇರ್ಬೇಕು!" ಅವಳ ಸುಂದರ ಕಾವ್ಯಮಯ ಕಣ್ಗಳನ್ನೇ ನೋಡುತ್ತ ಹೇಳಿದ "ಕೂತ್ಕೊಳ್ಳಿ..." ಒಳಗೆ ಹೋಗಿ ಬಟ್ಟೆ ಬದಲಾಯಿಸಿ ಹೌಸ್ ಕೋಟು ತೊಟ್ಟು ಬಂದವನು ಮತ್ತೆ ಹಿಂದಕ್ಕೆ ಹೋಗಿ ಫ್ಲಾಸ್ಕ್ ಕಪ್‌ಗಳನ್ನ ಜೊತೆಯಾಗಿಯೇ ಹಿಡಿದುಬಂದ.

"ಪಾರ್ವತಮ್ಮ ಇಲ್ಲ. ಬಿಸಿಯಾಗಿ ಫ್ಲಾಸ್ಕ್ ಕಾಫೀ ಒಂದು ಕಪ್ ಕೊಡ್ಬಹ್ದು" ಫ್ಲಾಸ್ಕ್‌ನ ಮುಚ್ಚಳ ಬಿಚ್ಚಿ ಕಪ್‌ಗೆ ಬಗ್ಗಿಸಿದ. "ಬೈ ದಿ ಬೈ... ಕಾರ್ತೀಕ ಮಾಸದಲ್ಲಿ ದೇವಸ್ಥಾನದ ಸುತ್ತ ದೀಪಗಳನ್ನು ಹಚ್ಚಲು ಕಾರಣ?" ಅವನ ಪ್ರಶ್ನೆಗೆ ಉತ್ತರಿಸುವ ಅಗತ್ಯವಿತ್ತು.

"ಪುರಾಣದಲ್ಲಿ ಯಾವ್ದೇ ಕಾರಣವಿರ್ಲಿ. ಇಲ್ಲಿನ ಜನ..." ನಿಲ್ಲಿಸಿದಳು. ಮತ್ತೆ "ಮದ್ವೆಯಾಗದ ಹೆಣ್ಣು ಮಕ್ಳು ಹಣತೆಗಳನ್ನು ಹಚ್ಚಿ...." ಅವಳ ಮಾತನ್ನು ಅವನು ಪೂರ್ತಿ ಮಾಡಿದ. "ತಮ್ಮ ಹೃದಯಗಳನ್ನು ಬೆಳಗುವಂಥ ಗಂಡನನ್ನು ಪಡ್ದುಕೊಳ್ತಾಳೆ!" ನಕ್ಕುಬಿಟ್ಟ. ಅವಳ ತುಟಿಗಳ ನಡುವೆಯೂ ನಗುವಿನ ಗುಲಾಬಿ ಅರಳಿತು. ರಾಗರಂಜಿತವಾದ ಆ ಸುಂದರ ಮುಖವನ್ನೇ ನೋಡಿದ. 'ಶ್ರೀಧರ ಅನ್‌ಲಕ್ಕಿ' ಎಂದುಕೊಂಡ. ಅವನ ಹೃದಯ ಭಾರವಾಯಿತು.

ಉತ್ಸಾಹದ ಗಣಿಯಾಗಿದ್ದ ಸುಭಾಷ್ ಅಖಿಲಾನ ಇಷ್ಟಪಟ್ಟಿದ್ದ. ಅದು ಬರೀ ಆಸೆಯಾಗಿಯೇ ಉಳಿದುಹೋಗಿತ್ತು. ಈಗ ಅಂಥ ಸಾಹಸಕ್ಕೆ ಅವನು ಕೈ ಹಾಕಲಾರ. ಅವನ ಪ್ರಕಾರ ಅವನು ಪ್ರೇಮಿಸಿದ ಅಖಿಲಾ ಸುಖವಾಗಿರಬೇಕು, ಸಂತೋಷವಾಗಿರಬೇಕು. ಬದುಕಿರುವಷ್ಟು ಕಾಲ ಅದನ್ನು ನೋಡುವ ಅವಕಾಶ ತನಗೆ ದೊರೆಯಬೇಕು. ಇದೇ ಅವನ ಹಂಬಲ.

ಕಾಫೀ ಕುಡಿದು ಮುಗಿಸಿ ಕಪ್ ಕೆಳಗಿಡುವವರೆಗೂ ಸುಮ್ಮನಿದ್ದ. ಬರುವಾಗ

ತೊಯ್ದ ತಲೆಕೂದಲಿನ ಮೇಲೆ ಮಳೆಯ ಬಿಂದುಗಳು ಹಾಗೆಯೇ ಇತ್ತು. ಇಬ್ಬನಿಯಲ್ಲಿ ತೊಯ್ದ ಹೂವಿನಂತೆ ಕಂಡಳು.

"ಇಫ್ ಯು ಡೋಂಟ್ ಮೈಂಡ್" ಎಂದಾಗ ತಲೆಯೆತ್ತಿದಳು. ಅವಳ ಅರಳುಗಣ್ಣುಗಳು ಕಿರಿದಾದವು. ಕುತೂಹಲವಿದ್ದರೂ ಪ್ರಶಾಂತವಾಗಿದ್ದವು. ಕೆಮ್ಮಿ ಗಂಟಲು ಸರಿಪಡಿಸಿಕೊಂಡ. "ನೀವು.... ಶ್ರೀಧರನನ್ನ ನಿರಾಕರಿಸೋಕ್ಕೆ... ಕಾರಣ?" ಅಪರೂಪಕ್ಕೆ ಅವಳ ತುಟಿಯ ಮೇಲೆ ನೋವಿನ ನಗು ಮಿನುಗಿತು. ಮತ್ತಷ್ಟು ಗಂಭೀರವಾಯಿತು ಅವಳ ಮುಖ. "ನಿಮ್ಮ ಪ್ರಶ್ನೆಯಿಂದ್ಲೇ ನಿಮ್ಗೆ ವಿಷಯ ಪೂರ್ತಿ ಗೊತ್ತಿದೆ. ಅವ್ರುಗಳು ಇಷ್ಟಪಟ್ಟಿರೋದು ಹಣ, ಆ ಮನೆ ಅಷ್ಟೇ ನನ್ನ ವಿಷ್ಯ ಅದ್ರಲ್ಲಿ ಬರೋದೇ... ಇಲ್ಲ!" ಎರಡು ಮಾತಾದರೂ ಹೆಚ್ಚು ಸ್ಪಷ್ಟವಾಗಿ ಹೇಳಿದಳು. ತುಟಿ ಕಚ್ಚಿದ ಸುಭಾಷ್. ಅವಳ ಚಿಂತನೆಯ ಹಾದಿ ಹೆಚ್ಚು ಸಮರ್ಪಕವಾಗಿತ್ತು. ಬಲವಂತಪಡಿಸಲು ಅವನಿಗೂ ದಾರಿ ಕಾಣಲಿಲ್ಲ.

ಒಂದೆರಡು ನಿಮಿಷಗಳ ನೀರವತೆಯ ನಂತರ ತಾನೇ ಮೌನವನ್ನೊಡೆದ.

"ನೀವು ಇಷ್ಟು ವರ್ಷ ದೇವಿಯ ಗುಡಿಯಲ್ಲಿ ಕಾರ್ತೀಕದ ದೀಪ ಹಚ್ಚಿದ್ದೀರಿ. ನಿಮ್ಗೆ ಒಳ್ಳೇ ಗಂಡನೇ ಸಿಕ್ಕಬೇಕು. ಬಹುಶಃ ಸಿಗ್ತಾನೆ. ಆ ಜನರ ಮಧ್ಯೆ ಶ್ರೀಧರ್ ಬಲಿಪಶುವಾಗಿರ್ಬೇಕು!"

ಅಖಿಲಾ ಎದ್ದು ನಿಂತಳು. ಯಾಕೋ ಇಂದು ಸುಭಾಷ್ ಕಣ್ಣಗಳನ್ನು ಕೂಡ ದಿಟ್ಟಿಸಲು ಅವಳಿಂದಾಗಲಿಲ್ಲ.

"ಕ್ಷಮ್ಸಿ, ಇನ್ನು ಆ ಬಗ್ಗೆ ಯೋಚಿಸಲಾರೆ. ಅದೆಂದೋ ಮರೆತ ವಿಷ್ಯ. ಮತ್ತೆ ಜೀವಂತವಾಗೋದು ನಂಗಿಷ್ಟವಿಲ್ಲ."

ಅಷ್ಟರಲ್ಲಿ ಅರೆನೆಂದ ಪಾರ್ವತಮ್ಮ ನಡುಗುತ್ತಲೇ ತರಕಾರಿ ಚೀಲವಿಡಿದು ಬಂದರು. ಆ ಸಂದರ್ಭದಲ್ಲಿಯು ಕೂಡ ಆಕೆಯ ಕಣ್ಣುಗಳು ಅರಳಿದವು.

"ಗೋಪಾಲರಾಯರ ಅಣ್ಣನ ಮಗಳು ಅಲ್ವಾ?" ರಾಗ ಎಳೆದರು. ಸುಭಾಷ್ ನಕ್ಕ. "ಮೊದ್ಲು ಹೋಗಿ ಬಟ್ಟೆ ಬದಲಿಸಿ" ಆಕೆಗೆ ಈಗ ತನ್ನ ಮನೆಯನ್ನವಷ್ಟೆ ಸ್ವತಂತ್ರ. ಅಲ್ಲಿ ಕಾಸಿಗೆ ಸರಿಯಾಗಿ ಕೆಲಸ ಮಾಡುತ್ತಿದ್ದರು. ಆದರೆ ಇಲ್ಲಿ ಪ್ರತಿಯೊಂದೂ ಮಾಡುತ್ತಿದ್ದರು. ಯಾವುದಕ್ಕೂ ಕೊಸರಾಟವಿರಲಿಲ್ಲ. ಒಮ್ಮೊಮ್ಮೆ ಸುಭಾಷ್ ಬಟ್ಟೆಗಳನ್ನು ಲ್ಯಾಂಡ್ರಿಗೆ ತಾವೇ ಒಯ್ಯುತ್ತಿದ್ದರು. "ಯಾವಾಗಪ್ಪ, ನಿನ್ಮದ್ವೆ?" ಎನ್ನುವಷ್ಟು ಆತ್ಮೀಯತೆ ವಹಿಸುತ್ತಿದ್ದರು. ಆಗ ಸುಭಾಷ್ ಕೂಡ ಪೀಡಿಸುತ್ತಿದ್ದ: "ನಾನು ಆರಾಮಾಗಿರೋದು ನಿಮ್ಗೆ ಇಷ್ಟವಿಲ್ವಾ?"

ಬಟ್ಟೆ ಬದಲಾಯಿಸಿದ ಪಾರ್ವತಮ್ಮ ಬಿಸಿ ಸಜ್ಜಿಗೆ, ಹೀರೇಕಾಯಿ ಬಜ್ಜಿ ಹಿಡಿದು ಬಂದರು.

"ಬಾಯಿ ಸಿಹಿ ಮಾಡ್ಕೋ. ಶುಕ್ರವಾರ ಬಂದಿದ್ದೀಯಾ. ದೇವರ ಮುಂದೆ ದೀಪ ಹಚ್ಚಿಟ್ಟು, ಕುಂಕುಮ ಇಟ್ಕೋ" ಆಕೆಯ ಮಾತಿಗೆ ನಕ್ಕುಬಿಟ್ಟ ಸುಭಾಷ್. "ಬದ್ಕಿನಲ್ಲಿ

ಏನೇ ಸಂತೋಷ ಸಿಕ್ಕಿದ್ರೂ... ಆಕೆ ಸೆಂಟಿಮೆಂಟ್ಸ್‌ನಿಂದ ಹೊರಬಂದಿಲ್ಲ" ಅವಳಿಗೆ ಹೇಳಿದ.

ಅಖಿಲಾ ಕೂಡ ಸಾತ್ವಿಕ ವಾತಾವರಣದಲ್ಲಿ ಬೆಳೆದವಳು. ಬಾತ್‌ರೂಂನತ್ತ ಹೋದಳು. ಕೈಕಾಲು ಮುಖ ತೊಳೆದುಕೊಂಡು ಹೊರಬಂದಾಗ ಸುಭಾಷ್ ತಾನೇ ಟವಲು ಕೊಟ್ಟ.

"ಇನ್ನಷ್ಟು ಹೊತ್ತು ಪಾರ್ವತಮ್ಮ ನಿಮ್ಮನ್ನ ನಿಲ್ಲಿಸಿಕೊಳ್ಳುವಷ್ಟು ಸಮರ್ಥರಾದರು" ಎಂದ.

ಮುಖವನ್ನೊರೆಸಿಕೊಂಡ ಅಖಿಲಾ ದೇವರ ಮನೆಯಲ್ಲಿದ್ದ ಭರಣಿಯಿಂದಲೇ ಪುಡಿ ಕುಂಕುಮ ಹಚ್ಚಿಕೊಂಡಳು. ದೇವರ ಮುಂದೆ ದೀಪ ಹಚ್ಚಿಟ್ಟು ಇನ್ನೆರಡು ಸೊಡರುಗಳನ್ನು ಹಚ್ಚಿ ಹೊರ ಬಾಗಿಲಿನಲ್ಲಿ ತಂದಿಟ್ಟಳು.

ಎದೆಯ ಮೇಲೆ ಕೈಕಟ್ಟಿ ತನ್ಮಯತೆಯಿಂದ ಅವಳನ್ನು ನೋಡಿದ ಸುಭಾಷ್. ತನ್ನ ಬದುಕಿನಲ್ಲಿ ಪೂರ್ತಿಯಾಗಿ ಪಾಲ್ಗೊಳ್ಳದಿದ್ದರೂ ಇಂದಾದರೂ... ಅವನೆದೆಯಲ್ಲಿ ಒತ್ತಿ ಹಿಡಿದಂತಾಯಿತು ಕೋಣೆಗೆ ಹೋಗಿಬಿಟ್ಟ.

ತಾಂಬೂಲದ ಜೊತೆ ಹಣ್ಣು, ಹೂವಿಟ್ಟ ಪಾರ್ವತಮ್ಮ ತಟ್ಟೆಯನ್ನು ದೇವರ ಮುಂದಿಟ್ಟರು.

"ಕುಂಕುಮ ಹಚ್ಚಿಕೊಂಡು ತಾಂಬೂಲ ತಗೋ. ದೇವತೆ ಹಾಗೆ ಮನೆಗೆ ಬಂದೆ. ಇನ್ನಾದ್ರೂ... ಒಳ್ಳೇದು ಆಗ್ಲಿ" ಎಂದರು ಆಕೆ. ಅಖಿಲಾ ಅಲ್ಲಿದ್ದ ಮಣೆಯ ಮೇಲೆ ಕೂತಳು. ಗಾಯಿತ್ರಿಯ ಒಂದು ದೊಡ್ಡ ಸೈಜಿನ ಪಂಚಲೋಹದ ವಿಗ್ರಹ. ಅದರೆ ಮುಂದೆ ಬೆಳ್ಳಿಯ ದೀಪದ ಕಂಬಗಳು. ಇದು ಕತ್ತಲೆಯ ಜಾಗದಲ್ಲಿ ಬೆಳಕು ಆವರಿಸಿದಂತೆ ಕಂಡಿತು.

ಹಣೆಗಿಟ್ಟುಕೊಂಡು ತಾಂಬೂಲ ಹಿಡಿದು ಹೊರಬಂದಳು. ಸಜ್ಜಿಗೆ, ಬೋಂಡ ಪ್ಲೇಟ್‌ಗಳು ಹಾಗೆಯೇ ಇದ್ದವು.

"ತಗೋಮ್ಮ..." ಪಾರ್ವತಮ್ಮ ಉಪಚರಿಸಿದರು. ಅತ್ತಿತ್ತ ನೋಡಿದಳು ಅಖಿಲಾ. ಆಕೆಯ ಕಣ್ಣುಗಳಲ್ಲಿ ನೀರು ತುಂಬಿಕೊಂಡಿತು. "ಕೋಣೆಯಲ್ಲಿ... ಇರ್ಬೇಕೂ" ಆಕೆ ಒಳಗಡೆ ಹೋದಾಗ ಇನ್ನೊಂದು ಪ್ಲೇಟಿಗೆ ತುಂಬಿಬಿಟ್ಟಳು.

ಮೆಲ್ಲಗೆ ಕೋಣೆಯ ಬಾಗಿಲು ತಳ್ಳಿದಳು. ಕಣ್ಮುಚ್ಚಿ ಮಲಗಿದ್ದ ಸುಭಾಷ್. ಸ್ವಚ್ಛವಾದ ಮುಖದಲ್ಲಿ ನೋವು ತನ್ನ ಛಾಯೆಯನ್ನು ಉಳಿಸಿಹೋಗಿತ್ತು.

"ಬರ್ತೀನಿ..." ಎಂದಾಗ, ತಟ್ಟನೇ ಎದ್ದು ಕೂತ. ಬಳಲಿಕೆಯಿದ್ದರೂ ಮುಖದಲ್ಲಿ ಗೆಲುವು ತುಂಬಿದ "ನಿಮ್ಮನ್ನ ಡ್ರಾಪ್ ಮಾಡ್ಬರ್ತೀನಿ. ತುಂಬ ಥ್ಯಾಂಕ್ಸ್. ನೀವು ಇದ್ದಷ್ಟು ಕಾಲ ಮನೆ ತುಂಬಿದಂತಿತ್ತು" ಅರ್ಥಗರ್ಭಿತವಾಗಿ ಹೇಳಿದ. ಇನ್ನೊಂದು ಮಾತಿಗೆ ಅವಕಾಶ ಕೊಡದವನಂತೆ ಹೊರಬಂದ.

ಮಳೆ ನಿಂತ ಮೇಲಿನ ಪ್ರಶಾಂತ ಸ್ಥಿತಿ. ಅತ್ತಿತ್ತ ನೋಟಹರಿಸಿ ಮೇಲೆ ನೋಡಿದಳು. ಮೋಡಗಳ ಸುಳಿವಿರಲಿಲ್ಲ.

"ನಾನು ಹೋಗ್ಬಲ್ಲೇ! ನೀವ್ಹೋಗಿ ರೆಸ್ಟ್ ತಗೊಳ್ಳಿ" ಕಾರಿನ ಬಳಿ ಹೋದವನು ನಿಂತು ಹಿಂದಿರುಗಿದ. ಪೂರ್ತಿ ಹೊದ್ದ ಸೆರಗು, ಮುಖದ ಮೇಲೆ ಪುಡಿ ಕುಂಕುಮದ ಬೊಟ್ಟು, ಅವರ್ಣನೀಯವಾದ ಸೌಂದರ್ಯವೆನಿಸಿತು. ಆ ಕಣ್ಣುಗಳ ಹೊಳಪಿನ ಹಿಂದೆ ಅಗೋಚರವಾಗಿದ್ದ ಆತ್ಮವಿಶ್ವಾಸ ಒಮ್ಮೆ ಇಣುಕಿತು.

"ನಿಮ್ಗೆ ಧೈರ್ಯ ಇದೆ. ಅದ್ಕೇ ನೀವು ಬೆಳ್ದ ವಾತಾವರಣ ಕಾರಣವಾಗ್ಬಹುದು. ನಾನು ಸ್ವಲ್ಪ ಭಿನ್ನವಾಗಿ ಯೋಚ್ಸಬಲ್ಲೆ" ಡೋರ್ ತೆರೆದ. ಹಿಂದಿನ ಡೋರ್ ತಾನೇ ತೆರೆದ ಅಖಿಲಾ ಹತ್ತಿ ಕೂತಳು.

ಕಾರು ನಿಂತಾಗ ಅವಳ ಮನೆಯ ಬಾಗಿಲು ಹಾಕಿತ್ತು. ದೀಪಗಳು ಕೂಡ ಹಾಕಿರಲಿಲ್ಲ. ಮೌನವಾಗಿ ನಿಂತಾಗ ಪಕ್ಕದ ಮನೆ ಹುಡುಗಿ ಬೀಗದ ಕೈ ತಂದಿತ್ತು ಹೋದಳು.

"ಗೋಪಾಲರಾಯರ ಮನೆಗೆ ಹೋಗಿದ್ದಾರೆ. ಒಂದಿಷ್ಟು ಅನ್ನ ಮಾಡಿಟ್ಬೇಕಂತೆ" ಆ ಮಾತುಗಳನ್ನು ಕೇಳಿದ ಮೇಲೆಯೇ ಕಾರಿನ ಚಕ್ರಗಳು ಮುಂದಕ್ಕೆ ಉರುಳಿದ್ದು.

ಒಳಗೆ ಬಂದ ಅಖಿಲಾ ಬುಟ್ಟಿ ಒಂದೆಡೆ ಇಟ್ಟು ಸ್ವಿಚ್ ಅದುಮಿದಳು. ಕತ್ತಲೆ ಓಡಿದರೂ ಅವಳೆದೆಯ ಆತಂಕ ಕಡಿಮೆಯಾಗಿರಲಿಲ್ಲ.

ಸೀತಮ್ಮ ಬಹಳ ನಿಧಾನಸ್ಥೆ. ಸಂಪ್ರದಾಯವಾದಿ. ಲೈಟುಗಳನ್ನು ಹಾಕದೇ ಆಕೆ ಹೋಗಲು ಸಾಧ್ಯವೇ? ಅರ್ಥವಾಗದ ಭಯ ಅವಳನ್ನು ಆವರಿಸಿತು.

ಅವರುಗಳು ಹಿಂದಿರುಗಿದಾಗ ರಾತ್ರಿ ಹತ್ತರ ಸುಮಾರು. ಸೋತ ಮುಖಗಳು. ಗಣಪತಿಗಳು ಹೋಗಿ ಮಲಗಿಯೇಬಿಟ್ಟರು.

"ಊಟ... ಮಾಡಿ" ಅಖಿಲಾ ಹೇಳಿದಾಗ ಮುಚ್ಚಿದ ರೆಪ್ಪೆಗಳು ಬಿಡಿಸಿದವು. "ನಾವು ನಿಂಗೆ ತುಂಬಾ ಅನ್ಯಾಯ ಮಾಡಿಬಿಟ್ಟೆವಮ್ಮ. ಆ ಚಂಡಾಲ ಜನ ನೂರೆಂಟು ಬೆದರಿಕೆಗಳನ್ನು ಒಡ್ಡಿದ್ದಾರೆ!" ಅವಳಿಗೆ ಅರ್ಥಮಾಡುವುದು ಕಷ್ಟವಾಯಿತು. "ಚಂಡಾಲ ಜನಾಂದ್ರೆ" ಪ್ರಯಾಸದಿಂದ ಎದ್ದು ಕೂತರು ಗಣಪತಿಗಳು.

"ಆ ಶ್ರೀಧರ ನಿನ್ನ ಮದ್ವೆ ಆಗ್ಬೇಕೂಂತ ಹಟ ಮಾಡಿದ್ದಾನೆ. ಎಂದೋ ನಾನು ಅವಳ ಬಾಡಿಗೆ ಗಂಡ. ಸುಮ್ನೆ ನನ್ಜೊತೆ ಕಳ್ಸಿಕೊಡದಿದ್ರೆ... ಬಲವಂತವಾಗಿ ಎಳಕೊಂಡ್ಹೋಗ್ತೀನಿ ಅಂತಾನೆ."

ಅವಳ ಮುಗ್ಧ ಮುಖದಲ್ಲಿ ಕಿರುನಗು ಮಿನುಗಿತು.

"ಅಂಥದ್ದೇನು.... ಆಗೋಲ್ಲ! ಶ್ರೀಧರ್ ಅಂತ ವ್ಯಕ್ತಿಗಳು ಬರೀ ಮಾತಾಡ್ಬಹುದೇ ವಿನಃ ಮತ್ತೇನು ಮಾಡಲಾರರು!" ಅವಳ ಆತ್ಮವಿಶ್ವಾಸಕ್ಕೆ ಬೆರಗಾದರು ಗಣಪತಿಗಳು. ಇಲ್ಲೂ ಅವಳ ತಾತನ ಛಾಯೆಯೇ!

"ಎದ್ದು ಊಟ ಮಾಡಿ" ಹೋಗಿ ತಟ್ಟೆಗಳನ್ನು ಹಾಕಿದಳು. ಸೀತಮ್ಮ ಬಂದು

ಕೂತರು. ಆಕೆಯ ಸಂಕಟ ಹೇಳತೀರದು. "ನಂಗಿಷ್ಟು ಮಜ್ಜಿಗೆ ಬಡ್ಸಿಬಿಡಮ್ಮ" ಅವರ ಕಣ್ಣಿಂದ ಉದುರಿದ ಕಂಬನಿಯ ಬಿಂದು ತಟ್ಟೆಯೊಳಗಿನ ಅನ್ನದಲ್ಲಿ ಕಲೆಸಿಹೋಯಿತು. ಒದ್ದಾಡಿಹೋಯಿತು ಅಖಿಲಾ ಮನ.

ತೀರಾ ಮುಗ್ಧವಾಗಿ ತಾತನ ಲಾಲನೆಯಲ್ಲಿ ಬೆಳೆದವಳು. ಅವಳ ಗಂಭೀರ ಒಳ್ಳೆಯ ಸ್ವಭಾವ ನೋಡಿ ಶಾಲಾ ಕಾಲೇಜುಗಳಲ್ಲಿ ಆಡಿಕೊಂಡರೂ ಪಾಠಗಳಲ್ಲಿನ ಅವಳ ಶ್ರದ್ಧೆ, ಆಸಕ್ತಿಗೆ ಬೆರಗಾಗುತ್ತಿದ್ದರು.

"ಬರೀ ಬುಕ್‌ವರ್ಮ್. ಸ್ವಲ್ಪ ಕೂಡ ಅವ್ಳಿಗೆ ಗೊತ್ತಿಲ್ಲ. ಪುಟ್ಟಮ್ಮನ ತರಹ ಸೆರಗೊದ್ದು ಓಡಾಡೋದು... ನೋಡು!" ಕೆಲವು ವಿದ್ಯಾರ್ಥಿಗಳ ಜೊತೆ ವಿದ್ಯಾರ್ಥಿನಿಯರು ಅವಳನ್ನು ಹಾಸ್ಯ ಮಾಡುತ್ತಿದ್ದರು. ಅಂತಹ ಮಾತುಗಳ ಕಡೆ ಅವಳ ಲಕ್ಷ್ಯವೇ ಇರುತ್ತಿರಲಿಲ್ಲವಾದ್ದರಿಂದ, ಅವರ ವ್ಯಂಗ್ಯ ಮೊನಚು ಮಾತುಗಳಿಗೆ ಬೆಲೆಯೇ ಇಲ್ಲದಾಗುತ್ತಿತ್ತು.

"ಷಟಪ್..." ರೇಗುತ್ತಿದ್ದರು. ಇಂಗ್ಲಿಷ್ ಪ್ರೊಫೆಸರ್ ವರ್ಮಾ. ನಿಮ್ಗೇ ನಾಚ್ಕೇ ಆಗ್ಬೇಕು! ಗುರಿಯ ಕಡೆ ಲಕ್ಷ್ಯವಿರಿಸಿದ್ದವರೆಲ್ಲ ಅದೇ ಮೂಡ್‌ನಲ್ಲಿ ಇರ್ತಾರೆ! ನಿಮ್ಗೆ ಯಾವ್ದೇ ಏಯ್ಮ್ ಇಲ್ಲ" ಆ ಸಂದರ್ಭದಲ್ಲಿಯೂ ಅವಳು ನೊಂದುಕೊಂಡಿರಲಿಲ್ಲ.

ಇದನ್ನು ನೋಡಿ ಗೋಪಾಲರಾಯರು ಬೇಸರದಿಂದ ಕೂತುಬಿಡುತ್ತಿದ್ದರು.

"ಇಷ್ಟೊಂದು ಮುಗ್ಧತನ, ಒಳ್ಳಯತನ ಬೇರೆಯವ್ರು ದೌರ್ಬಲ್ಯ ಅಂತ ತಿಳ್ದು ಬಳಸಿಕೊಂಡ್ಬಿಟ್ರೆ..." ಅವರ ಸ್ವರದಲ್ಲಿ ಆತಂಕವಿರುತ್ತಿತ್ತು. ಅಖಿಲಾ ತಾತ ನಸುನಗುತ್ತಿದ್ದರು. "ಮುಗ್ಧತೆ, ಒಳ್ಳೆಯತನದ ಜೊತೆ ನಮ್ಮ ಅಖಿಲಾ ಮಿದುಳು ಕೂಡ ಚುರುಕು" ಅರ್ಥಪೂರ್ಣವಾಗಿ ನುಡಿಯುತ್ತಿದ್ದರು.

ಅವರ ಗಂಭೀರ ವ್ಯಕ್ತಿತ್ವ ಅವಳ ಕಣ್ಮುಂದೆ ತೇಲಿತು. ತುಂಬು ಜೀವನ ಸಾರ್ಥಕ ಬದುಕು. ಯಾರೊಬ್ಬರ ಬಗ್ಗೆಯೂ ಕೆಟ್ಟ ಮಾತು ಆಡಿದ್ದು ಅವಳಿಗೆ ನೆನಪಿರಲಿಲ್ಲ.

"ಏನು ಸದಾಶಿವಯ್ಯನೋರೆ, ನಿಮ್ಮ ಮೊಮ್ಮಗಳ ಪಾಲನೆ, ಪೋಷಣೆಗೆ ನಿಮ್ಮ ಅಳಿಯ ಏನಾದ್ರೂ ಸಹಾಯ ಮಾಡ್ತಾನಾ?" ಯಾರಾದರೂ ಲೋಕಾಭಿರಾಮವಾಗಿ ಪ್ರಶ್ನಿಸಿದರೂ ಅವರ ಕಣ್ಣುಗಳಲ್ಲಿ ತೇಲುತ್ತಿದ್ದುದು ತುಂಬು ಸಹಾನುಭೂತಿ. "ಅವನದೇ ಬಡತನದ ಸಂಸಾರ. ಸಾಕು ಸಾಲದ ಜೀವನ. ಇಂಥದ್ದರಲ್ಲಿ ಏನು ಕೊಟ್ಟಾನು? ಹಾಗಂತೆ ಅವ್ನಿಗೆ ಮಗ್ಳು ಮೇಲಿರೋ ಪ್ರೀತಿ ಕಮ್ಮಿನಾ! ನೆಮ್ದಿಯಾಗಿ ಅವನ ಸಂಸಾರ ಅವ್ನು ನೋಡ್ಕೊಳ್ಳಿ" ಎಂದುಬಿಡುತ್ತಿದ್ದರು.

ದೈವದ ಸೃಷ್ಟಿಯಲ್ಲಿ ಅವರಿಗೆ ಕಾಣುತ್ತಿದ್ದುದು ಬರೀ ಅಚ್ಚ ಹಸಿರು ಮತ್ತು ಒಳ್ಳೆಯತನವೇ.

ಅಖಿಲಾ ನಿದ್ದೆ ಬರದೇ ಪಕ್ಕಕ್ಕೆ ಹೊರಳಿದಳು. ಸುಭಾಷ್ ಮುಖ ಕಣ್ಮುಂದೆ ತೇಲಿತು. ಅಂದಿನ ಭಾವೋದ್ವೇಗದಲ್ಲಿ ಅವಳ ಎರಡು ಕೈಗಳನ್ನು ಹಿಡಿದುಕೊಂಡಿದ್ದ. ಅಂದಿನ ಕರ್ತವ್ಯಕ್ಕೆ... ಎದೆಯವರೆಗೂ ರಗ್ ಎಳೆದುಕೊಂಡು ನಿದ್ದೆಹೋದಳು.

* * * *

ದಿನಕ್ಕೊಮ್ಮೆ ಸುಭಾಷ್ ಆ ಮನೆಗೆ ಹೋಗಿ ಬರುತ್ತಿದ್ದರೂ ಅವರುಗಳಾರೂ ಈ ಮನೆಯ ಕಡೆ ತಲೆ ಹಾಕುತ್ತಿರಲಿಲ್ಲ. ಹೋದಾಗಲೆಲ್ಲ ನಿಷ್ಠೂರ, ಜಗಳ, ಕಣ್ಣೀರು.

ಅಂದು ಬೆಳಗಿನ ತಿಂಡಿಯ ವೇಳೆಗೆ ಅಲ್ಲಿದ್ದ. ದೊಡ್ಡ ವ್ಯಕ್ತಿಯಲ್ಲಿದ್ದ ಸುಧಾ ಪುಟ್ಟ ಹೆಂಗಸಿನಂತೆ ಕಂಡಾಗ ಕಣ್ಣರಳಿಸಿದ.

"ಬೆಳವಣಿಗೆಗೆ ಮೀರಿ ಡ್ರೆಸ್ ಬದಲಾಯಿಸ್ತ ಇದ್ದೀಯಾ!" ಅವಳ ಬಾಬ್ ಕೂದಲನ್ನು ಕೆದರಿ ರೇಗಿಸಿದ. "ಇನ್ನೇನು ಕಾನ್ವೆಂಟ್‌ಗೆ ನಮಸ್ಕಾರ ಹಾಕಿದ್ದು ಆಯ್ತು. ಒಂದ್ಮದ್ವೆ ಮಾಡಿ ಕಳ್ಸಿಕೊಡೋದೇ... ಬಾಕಿ!"

ಸುಧಾ ಅವನ ಕೊರಳಿಗೆ ಜೋತುಬಿದ್ದಳು. "ನಾನು ನಿನ್ನೇ ಮದ್ವೇ ಆಗೋದು" ಅವಳ ಮಾತಿಗೆ ಜೋರಾಗಿ ನಕ್ಕುಬಿಟ್ಟ ಸುಭಾಷ್, "ಅಬ್ಬಬ್ಬ! ನಾನು ಮದ್ವೆ ಆಗೋನು ನಿಂಗಿಂತ ಪುಟ್ಟ ಹುಡ್ಗೀನಾ! ವಾಟ್ ಯು ಆರ್ ಟಾಕಿಂಗ್ ನಾನ್‌ಸೆನ್ಸ್. ದಿಸ್ ಡಸಂಟ್ ಸೂಟ್ ಯೂ. ಮೊದ್ಲು ಹೋಗಿ ಮ್ಯಾಕ್ಸಿ ಬದಲಾಯ್ಸು" ಕೊರಳಿನ ಸುತ್ತ ಇದ್ದ ಕೈಗಳನ್ನು ಬಿಡಿಸಿದ. ಅವಳ ಮುಖ ದಪ್ಪಗೆ ಮಾಡಿದಳು. "ಸುಧಾ, ಹೋಗಿ ಮೊದ್ಲು ಡ್ರೆಸ್ ಛೇಂಜ್ ಮಾಡು" ಸ್ವಲ್ಪ ಸೀರಿಯಸ್ಸಾಗಿ ಹೇಳಿ ಶ್ರೀನಿವಾಸಮೂರ್ತಿಗಳ ಕಡೆ ತಿರುಗಿದ. "ಇವ್ಳು ಸಿಕ್ಕಾಪಟ್ಟೆ ಹಾಳಾದ್ಲು, ಹೇಗೂ ಈ ವರ್ಷ ಶಾಲೆ ಇಲ್ಲ. ಇವ್ಳ ಶಾಲೆಯ ಮಂತ್ಲೀ ಪ್ರೊಗ್ರೆಸ್ ನೋಡಿದ್ರೆ... ಎಲ್ಲೂ ಸೀಟು ಸಿಕ್ಕೋಲ್ಲ. ಸದ್ಯಕ್ಕೆ ಮನೆಯಲ್ಲಿ ಪಾಠ ಮಾಡೋ ಟೀಚರ್‌ನ ಗೊತ್ತು... ಮಾಡ್ಬೇಕು" ಶ್ರೀನಿವಾಸಮೂರ್ತಿಗಳು ತಲೆದೂಗಿದರು. ಅವನ ದಷ್ಟಪುಟ್ಟ ಪರ್ಸನಾಲಿಟಿಯ ಮುಂದೇ ಅವರು ವೀಕೇ. ಆದರೆ ಇದೊಂದು ವಿಷಯದಲ್ಲಿ ಮಾತ್ರವಲ್ಲ ಅವನನ್ನು ಹೋಲಿಸಿಕೊಂಡರೇ ಇವರು ಪ್ಲಸ್‌ಗಿಂತ ಮೈನಸೇ ಜಾಸ್ತಿ.

"ಸುಭಾಷ್, ಹಗ್ಲು ರಾತ್ರಿ ಕೊರಗ್ತಾಳೆ, ನಿಮ್ಮಕ್ಕ. ಜನ ಬೇರೆ ತಲೆಗೊಂದ್ಮಾತು. ನಂಗೂ ಸಾಕಾಗಿದೆ. ಸುಧಾನ ಒಂದೊಂದು ದಿನ ಸುಧಾರಿಸ್ಬೇಕೂಂದ್ರು.... ಇರೋ ಬುದ್ಧಿಯೆಲ್ಲ ಖರ್ಚು ಮಾಡಾಯ್ತು. ಅನಿಲ್ ರಾತ್ರಿಯೆಲ್ಲ ಕನವರಿಸ್ತಾನೆ." ಅವರು ನೋವನ್ನ ತೋಡಿಕೊಂಡರು ಕ್ಷಣ ಅವನ ಮನ ಮೃದುವಾದರೂ ನಿರ್ಲಕ್ಷತೆ ವಹಿಸಿತು.

"ಇವೆಲ್ಲ ನಾಲ್ಕು ದಿನ ಅಷ್ಟೇ. ನಾನು ಹುಟ್ಟಿ, ಬೆಳ್ದ ಮನೆ ತೀರಾ ವ್ಯಾಮೋಹ. ಆದ್ಕೇ ಹೋಗಿ ಅಲ್ಲಿರೋದು. ಎಲ್ಲೆಲ್ಲೋ ಮನುಷ್ಯ ಸಾಯೋಬದ್ಲು ಹುಟ್ಟಿದ ಮನೆಯಲ್ಲಿ ಸತ್ತರೇನೆ..." ಶ್ರೀನಿವಾಸಮೂರ್ತಿಗಳು ಅವನ ಮಾತುಗಳಿಗೆ ಬೆಚ್ಚಿದರು. ತಾವು ಅಂದ 'ಸಾವು' ಎನ್ನುವ ಪದ ಇವನಲ್ಲಿ ವ್ಯಾಮೋಹ ಯಾಕೆ ಹುಟ್ಟುಹಾಕಿದೆ?

ಕ್ಷಣ ಶ್ರೀನಿವಾಸಮೂರ್ತಿಯ ಮುಖ ಬಿಳಚಿಕೊಂಡಿತು. ಅವರಿಗೆ ಸಹಜವಾಗಿ ಸುಭಾಷ್ ಮೇಲೆ ಪ್ರೀತಿ, ಅದಕ್ಕೆ ಮೀರಿದ ನೂರುಪಟ್ಟು ಪ್ರೀತಿ ಮಗಳ ಮೇಲೆ; ಇಲ್ಲೇ ತೊಡಕಾದದ್ದು.

ಹೋಗಿದ್ದ ಸುಧಾ ಮತ್ತೆ ಬಂದು ಅವನ ಪಕ್ಕ ಕೂತಳು. ಅವನ ಬೆರಳುಗಳಲ್ಲಿ ಬೆರಳು ಬೆಸೆದು ಆಡತೊಡಗಿದಳು.

"ಸುಧಾ... ಸುಮ್ಮನಿರು..." ಕೈ ಹಿಂದಕ್ಕೆ ಎಳೆದುಕೊಂಡ. "ಇರೋಲ್ಲ...!" ಅವನ ತೋಳಿಗೆ ಮೂಗುಜ್ಜಿದಳು. ಹಿಂದೆನೂ ಇದೇ ಚೇಷ್ಟೆಗಳು. ಆಗ ಸಣ್ಣವಳು, ಮಗು ಎಂಬ ಕಾರಣಕ್ಕೆ ಹಿತವಾಗಿತ್ತು. ಈಗ ಇವೆಲ್ಲ ಮಂಗನ ಚೇಷ್ಟೆ ಎನಿಸುತ್ತಿತ್ತು.

ಅವಳ ಚೇಷ್ಟೆಗಳನ್ನು ಸಹಿಸಲಾರದೆ ಇಡಿಯಾಗಿ ಎತ್ತಿ ಶ್ರೀನಿವಾಸಮೂರ್ತಿಗಳ ಪಕ್ಕ ಕೂಡಿಸಿದ.

"ನಿನ್ನ ಪಪ್ಪನ ಮೇಲೆ ಪ್ರಯೋಗ ಮಾಡು" ಎಂದವನೇ ಲಕ್ಷ್ಮಿಯನ್ನ ಅರಸಿಕೊಂಡು ಅವಳ ಕೋಣೆಗೆ ಬಂದ. ದಿಂಬಿನಲ್ಲಿ ಮುಖ ಹುದುಗಿಸಿ ಬಿಕ್ಕುತ್ತಿದ್ದಳು. ಅವನ ಹೊಟ್ಟೆಯಲ್ಲಿ ಕೈಯಾಡಿಸಿದಂತಾಯಿತು. ಬಂದಾಗಲೆಲ್ಲ ಅತ್ರೆ.... ನಾನು ಬರೋದೇ... ಇಲ್ಲ!" ಬೇಸರ ಇಣಕಿತು ಅವನ ಮುಖಧ ಮೇಲೆ. "ಅಳೋಂಥದು... ಏನಾಗಿದೆ?" ಅಲ್ಲಿದ್ದ ಕುರ್ಚಿಯ ಮೇಲೆ ಕೂತು ಗೋಡೆಯ ಕಡೆ ನೋಡತೊಡಗಿದ.

"ಸುಭಾ,... ನೀನಿಲ್ಲೇ ಇರು!" ಮಕ್ಕಳಂತೆ ಅವನ ಮುಂದೆ ಅಗಲಾಚಿದಾಗ, ತಾನೆಲ್ಲಿ ಸಹನೆ ಕಳೆದುಕೊಳ್ಳುವೆನೋ ಎಂದು ಹೆದರಿದ "ಡೋಂಟ್ ಬಿ ಸಿಲ್ಲಿ. ನಾನೇನಾದ್ರೂ ಅಮೇರಿಕಾಗೆ ಹಾರಿದ್ದೀನಾ? ಅಥ್ವಾ... ಮತ್ತೇನಾದ್ರೂ ಆಗಿಹೋಗಿದ್ಯಾ? ಅಷ್ಟು ಪ್ರೀತಿ ಇರೋಳು ಫಿಲಂ, ಷಾಪಿಂಗ್ ಅಂತ ಸುತ್ತುತ್ತೀಯಲ್ಲ!" ಸ್ವಲ್ಪ ಕಠೋರವಾಗಿಯೇ ಇತ್ತು ಅವನ ಮಾತು ಈಗ ಮುಂಗೈನಿಂದ ಕಣ್ಣೀರ ತೊಡೆದುಕೊಂಡಳು ಲಕ್ಷ್ಮಿ. "ನಾನ್ಬರ್ದೇ ಇರೋ ಕಾರಣ ಒಂದೇ. ನಿನ್ನ ಹಟ ಬದಲಾಗಬೇಕು!"

ತಣ್ಣಗೆ ಕೂತಿದ್ದವನು ಛೇರಿನ ಹಿಡಿಯ ಮೇಲೆ ತಾಳ ಹಾಕಿದ. ಒಣಗಿದ ತುಟಿಯನ್ನು ನಾಲಿಗೆಯಿಂದ ಸವರಿದ.

"ಯಾರೋ... ಬಂದಿದ್ದಾರೆ" ಸುಧಾ ಉಸುರಿದಾಗ ಇನ್ನಷ್ಟು ಆರಾಮಾಗಿ ಕೂತ ಸುಭಾಷ್. "ಪಪ್ಪನ್ನೇ... ಮಾತಾಡೋಕೆ ಹೇಳು" ಎದೆಯ ಮೇಲೆ ಕೈಕಟ್ಟಿದ. ಅಸ್ಪಷ್ಟವಾಗಿ ಮಾತುಗಳು ಅವನ ಕಿವಿಗೆ ಬಿದ್ದವು. ಲಕ್ಷ್ಮಿ ಹೊರಗೆ ಹೋಗುವ ಮುನ್ನ ಬಾಗಿಲನ್ನ ಮುಂದಕ್ಕೆ ಎಳೆದುಕೊಂಡಳು. ಈ ಸಂಭಾಷಣೆ ತನಗೆ ಕೇಳಿಸುವುದು ಆಕೆ ಇಷ್ಟವಿಲ್ಲವೆಂದುಕೊಂಡ.

ಶ್ರೀಧರನ ಧ್ವನಿ ಕೇಳಿಸಿದಾಗ ತಾನೇ ಎದ್ದು ಹೊರಗೆ ಬಂದ. ಕೂತಿದ್ದ ಶ್ರೀಧರ್ ಎದ್ದು ನಿಂತು ವಿಷ್ ಮಾಡಿದ.

"ಇವ್ರು ನನ್ತಂತೆ ಸಾರ್. ಅಂದ್ರೆ ಗೋಪಾಲರಾಯರ ಅಣ್ಣ." ಪರಿಚಯಿಸಿದಾಗ ಕೂತಿದ್ದ ವ್ಯಕ್ತಿ ಎದ್ದು ಕೈ ಜೋಡಿಸಿದ, ನಮ್ರತೆ, ವಿನಯದ ಪ್ರತೀಕವೆನ್ನುವಂತೆ ಕಂಡರು. "ನಮಸ್ಕಾರ, ತಾವು ಬೇರೆ ಇದ್ದೀರಾಂತ ಗೊತ್ತಾಯಿತು!" ಸುಭಾಷ್ ಹುಬ್ಬುಗಳು ಬಿಗಿದುಕೊಂಡವು. ಅವನ ಕಪಟ ನಮ್ರತೆಯ ಬಣ್ಣ ಬಯಲಾಯಿತು.

"ಅದ್ನ ವಿಚಾರಿಸೋಕೆ... ಬಂದ್ರಾ?" ಅವನ ಪ್ರಶ್ನೆ ಛಾಟಿಯೇಟಿನಂತಿತ್ತು. ಕೋದಂಡರಾಯರ ಮುಖದ ಮೇಲಿನ ನೀರು ಒಮ್ಮೆಲೆ ಇಳಿದಂತಾಯಿತು. ಛೆ, ಅದಲ್ಲ ದುಡ್ಡಿದ್ದ ಜನರ ವಿಷಯವೇ ಬೇರೆ. ಈಗ ನಮ್ಮ ಸಂಕಟ ನೋಡಿ ದನಿ ತಗ್ಗಿಸಿದರು.

ಈಗ ಶ್ರೀಧರ್ ಹೇಳಲು ಮುಂದಾದ.

"ನೀವುಗಳು ಸ್ವಲ್ಪ ಅಖಿಲಾಗೆ ಬುದ್ಧಿ ಹೇಳ್ಬೇಕು. ಮೊದ್ಲೇ ಮೃದು, ಮೊದ್ದು. ಈಗ ಅವ್ಳ ತಲೆ ಯಾರೋ ಕೆಡ್ಸಿದ್ದಾರೆ. ನಮ್ಮ ಮನೆಗೆ ಬರೋಕೆ ಒಪ್ತಾ... ಇಲ್ಲ."

"ಛೆ, ಹಾಗೇನು... ಇಲ್ಲ! ಅಂಥ ಹುಡ್ಗೀನೇ ಅಲ್ಲ. ನಾನು ಹೇಳಿ ಕಳ್ಸಿಕೊಡ್ತೀನಿ ಬಿಡಿ" ಶ್ರೀನಿವಾಸಮೂರ್ತಿಗಳು ಧಾರಾಳ ಮನಸ್ಸಿನಿಂದ ಹೇಳಿದರು. ಅದನ್ನ ಮತ್ತಷ್ಟು ಗಟ್ಟಿ ಮಾಡಿಕೊಳ್ಳಲು ಇಚ್ಛಿಸಿದರು. ಕೋದಂಡರಾಯರು. "ನಾವುಗಳು ಪೂರ್ತಿ ನಂಬ್ಕೆ ಕಳ್ದುಕೊಂಡ್ಬಿಟ್ಟಿದ್ದೀವಿ. ನನ್ನ ತಮ್ಮ ಕೂಡ ಇದ್ಕೇ ಬೆಂಬಲವಾಗಿ ನಿಂತಿದ್ದಾನೆ. ನೀವುಗಳು ಮಾತು ಕೊಟ್ರೇನೇ.... ನಾವುಗಳು ಇಲ್ಲಿಂದ ಹೋಗೋದು" ಪಟ್ಟು ಹಿಡಿದರು.

ಗಂಡ ಹೆಂಡತಿ ಮುಖ ಮುಖ ನೋಡಿಕೊಂಡರು. ಇಕ್ಕಟ್ಟಿನಲ್ಲಿ ಸಿಕ್ಕಿಕೊಂಡ ಹಾಗಾಯಿತು.

"ಆಯ್ತು, ನೀವ್ಹೋಗಿ" ಲಕ್ಷ್ಮಿ ಹೇಳಿದಳು.

ಅವರುಗಳು ಹೊರಟ ಮೇಲೆ ಲಕ್ಷ್ಮಿ ಬೇಸರ ಮುಖ ಮಾಡಿದಳು. "ಯಾರನ್ನೂ ನಂಬೋಕೆ ಆಗೋಲ್ಲ. ಆ ಹುಡ್ಗೀ ತುಂಬ ಸ್ಮೂತ್ ಅಂದ್ಕೊಂಡಿದ್ದೆ. ಈಗ.... ನೋಡಿ... ಹೇಗೂ ಕೈ ತುಂಬ ಸಂಬ್ಳ...." ರೋಷ ಉಕ್ಕಿದರೂ ತಡೆದುಕೊಂಡ ಸುಭಾಷ್ ಆ ಮಾತನ್ನ ಪೂರ್ತಿ ಮಾಡಿದ. "ಒಂದಿಷ್ಟು ಸ್ವತಂತ್ರದ ಮನೋಭಾವ ಬೆಳ್ಸಿಕೊಂಡಿರಬೇಕು. ಅದ್ನ ಪ್ರತಿಯೊಬ್ರು... ಇಷ್ಟಪಡ್ತಾರೆ."

ಕಡೆಯ ತೀರ್ಮಾನ ತಮ್ಮದೇ ಎನ್ನುವಂತೆ ನುಡಿದರು ಶ್ರೀನಿವಾಸಮೂರ್ತಿಗಳು.

"ಇವೆಲ್ಲ ನಮಗ್ಯಾಕೆ! ಅವ್ರುಗಳ ವೈಯಕ್ತಿಕ ವಿಷ್ಯಗಳಿಗೆ ನಾವ್ಯಾಕೆ ಜವಾಬ್ದಾರರಾಗ್ಬೇಕು. ಇನ್ನೊಮ್ಮೆ ಬಂದ್ರೆ... ಬಾಗಿಲ ಕಡೆ ತೋರ್ಸೋದು."

"ಭಾವ, ಶ್ರೀಧರ್ ತುಂಬ ಘಟಿಂಗ. ಅವ್ನ ಹಿಂದೆ ಒಂದು ಗ್ಯಾಂಗ್ ಇದೆ. ಅವ್ನ ನಿಷ್ಠೂರ ಮಾಡಿಕೊಳ್ಳೋಕೆ ಹೋಗ್ಬೇಡಿ. ಕಾರಿನ ಗಾಜುಗಳ ಜೊತೆ ಮೈ ಮೂಳೆ ಕೂಡ ಮುರೀತಾನೆ!" ಜೋಕ್ ಕಟ್ ಮಾಡುತ್ತ ಬಂದ ನಗುವನ್ನ ತಡೆಯಲು ಬಾಯಿಗೆ ಕೈ ಅಡ್ಡ ಹಿಡಿದ. ಬೆವತುಬಿಟ್ಟರು ಶ್ರೀನಿವಾಸಮೂರ್ತಿಗಳು. ಆಗ ಕೋಪಗೊಂಡಿದ್ದು ಲಕ್ಷ್ಮಿ.

"ಇಂಥ ವಿಷ್ಯಗಳಲ್ಲಿ ಸೀರಿಯಸ್‌ನೆಸ್ ಬೇಡ್ವಾ! ನಾಲ್ಕು ಕಾಸು ಸಂಬ್ಳ ತಗೊಂಡ್ ಯಾವ್ದೋ ಮೂಲೆಯಲ್ಲಿ ಕೆಲ್ಸ ಮಾಡೋನು ಕಾಲು ಮುರೀತಾನ!" ಮುಖ ಕೆಂಪಗೆ ಮಾಡಿಕೊಂಡು ಹಾರಾಡಿದಳು. ಮೇಲಕ್ಕೆದ್ದ ಸುಭಾಷ್ ತಣ್ಣಗೆ ನುಡಿದ. "ಬೇಕಾದ್ರೆ

ಟ್ರಯಲ್ ತಗೊಂಡ್ ನೋಡಿ. ಮೂಲೆಯಲ್ಲಿ ಬಿದ್ದಿರೋ ಜನರ ಮೈಯಲ್ಲೇ ಕಸುವಿರೋದು" ಎದುರು ತಿರುಗಿದ್ದು ಇಂದೇ.

ಬಾಗಿಲವರೆಗೂ ಹೋದವನು ಹಿಂದಕ್ಕೆ ಬಂದ.

"ಮದ್ವೆ ನಡೀದೇ ಇರೋ ವಿಷ್ಯ... ನಿಂಗೆ ಗೊತ್ತಿಲ್ವಾ?" ಅವನ ನೇರ ಪ್ರಶ್ನೆಗೆ ತಬ್ಬಿಬ್ಬಾದಳು. ಸ್ವರ ಹಿಡಿಯಿತು. ಒದ್ದಾಡಿದಳು. "ಎಲ್ಲಾ.... ಗೊತ್ತು! ಆದ್ರೆ ನಂಗೆ ಮಾತ್ರ ಸತ್ಯ ಗೊತ್ತಾಗ್ಬಾರ್ದು. ಈಸ್ ಇಟ್..." ಮುಖದ ಮೇಲೆ ಹೊಡೆದಂತಾಯಿತು.

"ನೀನು ನನ್ನ ಮಿಸ್‌ಅಂಡರ್‌ಸ್ಟಾಂಡ್ ಮಾಡ್ಕೊಂಡೇ. ಯಾರ್ದೋ ವಿಷ್ಯದ ಬಗ್ಗೆ ನಿಂಗ್ಯಾಕೆ ಸುಳ್ಳು ಹೇಳ್ಲಿ? ಇದ್ರಿಂದ ನಂಗೆ ಆಗ್ಬೇಕಾದ್ದೇನು?" ಅಳು ಒತ್ತರಿಸಿಕೊಂಡು ಬಂತು. ಮುಖ ಮೇಲೆತ್ತಿ ದೀರ್ಘವಾಗಿ ಉಸಿರೆಳೆದು ದಬ್ಬಿದ. ಅವನ ಮೈನ ನರನರವೂ ಸಿಡಿಯುತ್ತಿತ್ತು.

ಅವನ ನೋಟ ಶ್ರೀನಿವಾಸಮೂರ್ತಿ, ಲಕ್ಷ್ಮಿ, ಸುಧಾ, ಅನಿಲ್‌ರ ಮುಖಗಳ ಮೇಲಾಡಿತು. ವಿಷಣ್ಣತೆಯ ನಗು ನಕ್ಕ. ಇನ್ನೊಮ್ಮೆ ಜೋರಾಗಿ ನಕ್ಕ.

"ಥ್ಯಾಂಕ್ಯೂ ವೆರಿ ಮಚ್. ಗುಡ್ ಬೈ" ಹೊರಟುಬಿಟ್ಟ.

ಆ ಕ್ಷಣ ಅವನ ಮಿದುಳಿನಲ್ಲಿ ವಿಚಿತ್ರವಾದ ಹಾಹಾಕಾರ. ತಾನು ನಡೆಸುತ್ತಿದ್ದ ಕಾರು ಒಂದು ಕಾರಿಗೆ ಡಿಕ್ಕಿ ಹೊಡೆದಂತೆ. ಆಗ ಒಂದು ದಿವ್ಯ ಸಮಾಧಾನ.

ಮನೆಯನ್ನು ಹೇಗೆ ತಲುಪಿದನೋ ಅವನಿಗೆ ಗೊತ್ತಾಗಲಿಲ್ಲ. ಬೆವತ ಮುಖ ನೋಡಿ ಪಾರ್ವತಮ್ಮ ಆತಂಕಗೊಂಡರು. "ಇದೇನಪ್ಪ...?" ಆಕೆಗೆ ಅಳು ಒತ್ತರಿಸಿಯೇ ಬಂತು. "ಏನಿಲ್ಲ..." ಕೋಣೆಗೆ ಹೋಗಿ ಬಾಗಿಲು ಹಾಕಿಕೊಂಡ. ಬೀರುವಿನಲ್ಲಿದ್ದ ವಿಸ್ಕಿಯನ್ನು ಗ್ಲಾಸಿಗೆ ಬಗ್ಗಿಸಿಕೊಂಡು ಕುಡಿದು ಒರಗಿದ.

ಸುಭಾಷ್ ಕಣ್ಣಿಂದ ಒಂದೇ ಸಮ ನೀರಿಳಿಯತೊಡಗಿತು. ಪ್ರೀತಿ, ಅಂತಃಕರಣಕ್ಕೆ ಅವನ ಬದುಕಿನಲ್ಲಿ ಬೆಲೆ ಇಲ್ಲದೇ ಹೋಯಿತು. 'ಲಕ್ಷ್ಮಿ ನಿನಗೆ ಅಕ್ಕನಾಗಿರಬಹುದು ಮೊದಲು. ಆದರೆ ತಾಯ ಸ್ಥಾನಕ್ಕೆ ಇಲ್ಲಿ ಪ್ರಧಾನ. ಅವನೆದೆಯಲ್ಲಿ ಮೂಡಿದ ಅಕ್ಷರಗಳನ್ನು ತಿಕ್ಕಿತಿಕ್ಕಿ ಅಳಿಸಿಹಾಕಿದ.

ಅರ್ಧಗಂಟೆಯಲ್ಲಿ ಶ್ರೀನಿವಾಸಮೂರ್ತಿಗಳು, ಹೆಂಡತಿಯ ಜೊತೆ ಹಾಜರಾದರು. ಅವರ ಮೈ ಮೃದುವಾಗಿ ಕಂಪಿಸುತ್ತಿತ್ತು.

"ಒಂದಿಷ್ಟು ತರಕಾರಿ... ತರ್ತೀನಿ" ಎಂದ ಪಾರ್ವತಮ್ಮ ಹೊರಗೆ ಹೋದರು. ಆಕೆಗೆ ಇವರುಗಳ ಬಗ್ಗೆ ಕೋಪ. 'ಇವತ್ತು ಬಂದಿದ್ದಾಳೆ. ತಮ್ಮನ್ನ ನೋಡ್ದೋಕ್ಕೆ' ಮನದಲ್ಲಿಯೇ ಬಯ್ದುಕೊಂಡರು.

ಮೃದುವಾಗಿ ತಟ್ಟಿದರೂ ಕೋಣೆಯ ಬಾಗಿಲಿನ ಗ್ಲಾಸ್ ಕೆಳಗೆ ಬಿದ್ದು 'ಛಳ್' ಎಂದ ಸದ್ದು ಕೇಳಿಸಿತು. ಬೆಚ್ಚಿದರು ಗಂಡ, ಹೆಂಡತಿ.

"ನಂಗೆ... ಅನುಮಾನ ಇತ್ತು!" ಪಿಸುಗುಟ್ಟಿದರು ಶ್ರೀನಿವಾಸಮೂರ್ತಿಗಳು.

ಆಕೆಯ ಕಣ್ಣುಗಳಲ್ಲಿ ವ್ಯಂಗ್ಯ ಇಣುಕಿತು. "ಇದ್ರಿಂದ ನಿಮ್ಗೇನು ನಷ್ಟ ಇಲ್ವಲ್ಲ!" ಆ ಕ್ಷಣ ಲಕ್ಷ್ಮಿ ಹೃದಯದಲ್ಲಿ ಮಿಡಿಯುತ್ತಿದ್ದುದು ಸೋದರ ಪ್ರೇಮ ಮಾತ್ರ.

"ಸುಭಾಷ್.... ಬಾಗ್ಲು ತೆಗೀ" ಬಾಗಿಲು ದಡಬಡ ಬಡಿದಳು. ಬಂಗಾರದ ಬಳೆಗಳ ಜೊತೆಯಲ್ಲಿದ್ದ ಎರಡು ಗಾಜಿನ ಬಳೆಗಳೂ ಚೂರಾದವು. ಅಂಗೈಯಲ್ಲಿ ರಕ್ತ ಕಂಡಾಗ ಕಂಗಾಲಾದರು. ಶ್ರೀನಿವಾಸಮೂರ್ತಿಗಳು "ತೆಗೆಯಪ್ಪ, ಬಾಗ್ಲು. ಇಲ್ದಿದ್ರೆ ಏನಾದ್ರೂ ಮಾಡ್ಕೊಂಡ್ಬಿಡ್ತಾಳೆ" ಬಡಬಡಿಸಿದರು.

ಬಾಗಿಲು ತೆಗೆದ ಸುಭಾಷ್. ಅವನಿದ್ದ ಸ್ಥಿತಿ ನೋಡಿ ಲಕ್ಷ್ಮಿ ಮುಖಮುಚ್ಚಿ ಬಿಕ್ಕಿದಳು. ಅವನ ಬೆಳವಣಿಗೆಯ ಹಂತಗಳನ್ನು ಲೆಕ್ಕ ಹಾಕಿದಳು. ತಾನು ಮೂರ್ಖಳಾದೆಯೆನಿಸಿತು.

"ಸುಭಾಷ್..." ಅವನ ತೋಳಿಗೆ ಮುಖ ಉಜ್ಜಿದಾಗ ಅವನಿಗೆ ಹೇಗೆ ಸಂತೈಯಿಸಬೇಕೆಂದು ಅರ್ಥವಾಗಲಿಲ್ಲ. "ಅಳೋಕೆನಾಯ್ತು! ನಿನ್ನ ಸುಭಾಷ್ ಇನ್ನು ಎಳೇ ಮಗುವಲ್ಲ. ಬರೀ ನಿಮ್ಮಕ್ಷನ್ನ ಆಡಿಸುತ್ತ, ಅವರ ಬೇಕು, ಬೇಡಾಗಳೊಂದಿಗೆ ಬೆರೆತುಹೋಗೋಕೆ..." ಒಂದು ತರಹ ನಕ್ಕ. "ಇನ್ನಾದ್ರೂ ನನಗೋಸ್ಕರ ನನ್ನ ಬದುಕೋಕ್ಕೆ ಬಿಡಿ" ಕೂದಲಲ್ಲಿ ಕೈ ಹಾಕಿ ಕಿತ್ತ.

ಶ್ರೀನಿವಾಸಮೂರ್ತಿಗಳು ಹೊರಗೋಗಿಬಿಟ್ಟರು. ಚೈತನ್ಯವೇ ಉಡುಗಿದಂತೆ ಲಕ್ಷ್ಮಿ ಕುಸಿದು ಕೂತಳು.

"ಸುಭಾಷ್, ನನ್ನ ಕ್ಷಮ್ಸಿಬಿಡು" ಲಕ್ಷ್ಮಿ ಅಂದಾಗ ಸುಭಾಷ್ ನಕ್ಕುಬಿಟ್ಟ. "ಅಂಥದ್ದೇನಾಗಿಲ್ಲ, ಎದ್ದು ಮನೆಗೆ ಹೋಗು ಹುಡುಗ್ರು ಕಾಯ್ತ ಇರ್ತಾರೆ. ನೀನು ತಾಯಿ ಅನ್ನೋದು ನೆನಪಿನಲ್ಲಿಟ್ಕೋ..." ತೊದಲಿದ. ಎದ್ದ ಲಕ್ಷ್ಮಿ ನಿಂತು ಅವನ ಕೈ ಹಿಡಿದಳು: "ನನ್ನ ತಪ್ಪಿಗೆ ಇಂಥ ದೊಡ್ಡ ಶಿಕ್ಷೆ ಬೇಡ. ಇನ್ಮೇಲೆ ಕುಡೀಬೇಡ" ನಕ್ಕುಬಿಟ್ಟ. ತಕ್ಷಣ ಅವನ ಮುಖ ಗಂಭೀರವಾಯಿತು. "ನನ್ನ ಇಡೀ ಬದ್ಕೇ ನೀವು ಅಂದ್ಕೊಂಡೇ. ಆದ್ರೆ ಕೊಟ್ಟ ಪೆಟ್ಟು ಬಲವಾಗಿತ್ತು" ಅವನ ಕೈ ಎದೆಯ ಮೇಲೆ ಹೋಯಿತು. "ಆ ಚೇತರಿಕೆಯಲ್ಲೇ ದಿನಗಳನ್ನು ದೂಡಬೇಕು" ರೆಪ್ಪೆಗಳನ್ನು ಮುಚ್ಚಿ ತೆಗೆದ. "ನನ್ನ ಪ್ರಶ್ನೆಗೆ ಉತ್ತರ ಹೇಳ್ಬಿಡು. ನಂಗೆ ಸತ್ಯ ಬೇಕು!" ರೆಪ್ಪೆ ಹಿಂಡಿದ. ಅವನ ಕಣ್ಣುಗಳಲ್ಲಿನ ತೀವ್ರತೆಯನ್ನು ದಿಟ್ಟಿಸಲಾರದೆ ತಲೆ ಕೆಳಗೆ ಹಾಕಿದಳು.

"ಆ ದಿನ ನಾನು ಫೋನ್‌ನಲ್ಲಿ ಹೇಳಿದ್ದು ನಿಂಗೆ ಕೇಳಿಸಲಿಲ್ವಾ? ಅಖಿಲಾ ಬಗ್ಗೆ ನಾನು ಮೆಚ್ಚಿಕೆಯಾಡಿದಾಗ ನಿಂಗೇನೂ ಅನ್ನಿಸಲಿಲ್ವಾ? ನಾನು ಅವಳನ್ನು ಮದ್ವೆಯಾಗಿದ್ರೆ ನಿಮ್ಗೇನಾದ್ರೂ ತೊಂದರೆ ಆಗ್ತಾ ಇತ್ತಾ?" ಮುಖ್ಯ ಪ್ರಶ್ನೆ ಒಂದಾದರೂ ಪಕ್ಕಪಕ್ಕ ಟಿಸಿಲುಗಳೊಡೆದುಕೊಂಡವು.

"ಕೇಳಿಸ್ತು. ಅಂದು ಆಕ್ಸಿಡೆಂಟ್ ಆದ ದಿನದಿಂದ್ಲೇ ನಿನ್ನ ಕಣ್ಣುಗಳಲ್ಲಿನ ಹೊಳಪು ಬದಲಾಗಿದ್ದು ಗೊತ್ತು. ಸದ್ಯಕ್ಕೆ ನೀನು ಮದ್ವೆಯಾಗೋದು ನಮ್ಗೆ ಬೇಕಿರಲಿಲ್ಲ" ಶಿಲೆಯಂತೆ ಗೋಡೆಗೊರಗಿ ನಿಂತ ಸುಭಾಷ್. ಅವರೆಂದೂ ತಮಾಷೆಗೂ ಕೂಡ ಅವನ ಮುಂದೆ ಮದುವೆ ಪ್ರಸ್ತಾಪ ಮಾಡುತ್ತಿರಲಿಲ್ಲ. "ಅಂದ್ರೆ ನನ್ನ ಬ್ರಹ್ಮಚಾರಿಯಾಗಿ

ಉಳಿಸೋ ಶಪಥ ಮಾಡಿದ್ರಾ? ಯಾವ ಸಾಧನೆಗಾಗಿ? ನನಗಾದ ಮಕ್ಕಳಿಗೆ ಹಂಚಿಹೋಗುವ ಯಾವ ರಾಜಕೋಶಗಳೂ ಇಲ್ಲಿ ಇರಲಿಲ್ವಲ್ಲ! "ಅವನ ತುಟಿಗಳ ಮೇಲೆ ವಿಷಣ್ಣತೆಯ ನಗು ತೇಲಿತು. ಕಣ್ಮುಚ್ಚಿಕೊಂಡ.

ಉಮ್ಮಳಿಸಿ ಬಂದ ಅಳುವನ್ನು ಲಕ್ಷ್ಮಿ ನುಗಿದರು. "ಸುಧಾ, ನಿನ್ನ ತುಂಬ ಪ್ರೀತಿಸ್ತಾಳೆ, ಸುಭಾಷ್, ನೀನಿಲ್ದೇ ಅವ್ಳು ಬದುಕೋಲ್ಲ. ಒಂದೊಂದು ದಿನ ಅವಳನ್ನು ಸುಧಾರಿಸ್ಬೇಕಾದ್ರೂ...." ಬಾಯಿಗೆ ಕೈ ಅಡ್ಡ ಹಿಡಿದಳು. "ಅವಳನ್ನೇ ನಿನ್ನ ಜೀವನ ಸಂಗಾತಿಯನ್ನಾಗಿ ಮಾಡಬೇಕೆಂದು ನಮ್ಮ ನಿರ್ಧಾರ. ಅದ್ಕೆ ಅಖಿಲಾ ಮದ್ವೆಗೆ ಬೇಗ ವ್ಯವಸ್ಥೆ ಮಾಡಲು ಒತ್ತಾಯಿಸಿದ್ದು" ಎಂದಾಗ ಎರಡು ಕೈಗಳಲ್ಲು ತಲೆ ಹಿಡಿದುಕೊಂಡ. "ಭೇಷ್! ಎಂಥ ಪ್ಲಾನ್! ಇಲ್ಲಿ ಪ್ರೀತಿ ವಿರೂಪವಾಯ್ತು. ಸುಧಾ ನನ್ನ ಪಾಲಿಗೆ ಯಾವಾಗ್ಲೂ ಮಗೂನೇ. ಅದ್ಕೆ ಸ್ಕರ್ಟ್, ಮಿಡ್ಡಿ ಬದ್ಲು ಮ್ಯಾಕ್ಸಿ, ಉದ್ದಲಂಗ ಅಭ್ಯಾಸ ಮಾಡಿಸಿದ್ಯಾ? ನನ್ನ ಪ್ರೀತಿಗೂ, ಶ್ರೀನಿವಾಸಮೂರ್ತಿ ಪ್ರೀತಿಗೆ ಯಾವ್ದೇ ವ್ಯತ್ಯಾಸವಿಲ್ಲ. ಛೀ, ಎಷ್ಟು ಹೀನವಾಗಿ ಯೋಚಿಸಿದ್ರಿ. ಪ್ಲೀಸ್ ಗೆಟ್‌ಔಟ್..." ಅಬ್ಬರಿಸಿದ: ಡಿಯರ್ ಸಿಸ್ಟರ್... ಗೆಟ್‌ಔಟ್"... ಬಾಗಿಲ ಕಡೆ ಕೈ ತೋರಿಸಿದ. "ಮತ್ತೆಂದೂ ಈ ಮನೆಗೆ ಬರೋದ್ಬೇಡ. ನಂಗೆ ನಿಮ್ಮ ಬಗ್ಗೆ ಪ್ರೀತಿ, ವಿಶ್ವಾಸ, ಗೌರವ, ಅಭಿಮಾನ ಯಾವ್ದೂ ಇಲ್ಲ. ಇನ್ನೊಮ್ಮೆ ನೀವುಗಳು ಎದುರಿಗೆ ಬಂದ್ರೆ.... ನಾನು ರಾಕ್ಷಸನಾಗಿಬಿಡ್ತೀನಿ!" ಎಂದವನೇ ಹೊರಗೆ ಬಂದು ಫೋನೆತ್ತಿ ಡಯಲ್ ತಿರುಗಿಸಿದ. "ಮಿಸ್ಟರ್ ಶ್ರೀನಿವಾಸಮೂರ್ತಿ, ತಕ್ಷಣ ಬಂದು ನಿಮ್ಮ ಶ್ರೀಮತೀನ ಕರ್ಕೊಂಡ್ಹೋಗು" ಎಂದು ಹೇಳಿದವನೆ ಫೋನಿಟ್ಟ.

ಪುಟ್ಟ ಸುಧಾ. ಅವನೆತ್ತಿ ಆಡಿಸುವ ಮಗು ನೆನಪುಗಳು ಭಾರವಾದಾಗ ಮುಖ ಕಿವುಚಿದ. ಲಕ್ಷ್ಮಿಯ ಅಳು ಕೂಡ ಅವನನ್ನು ಕರಗಿಸಲಿಲ್ಲ.

"ಅಬ್ಸರ್ಡ್! ರಬಿಶ್! ನಾನ್‌ಸೆನ್ಸ್" ಅತ್ತಿತ್ತ ಶತಪಥ ಹಾಕಿದ. ಅವನ ತಲೆಯಲ್ಲಿ ಭಯಂಕರ ಘಟಸ್ಫೋಟವಾಗಿತ್ತು. ಅವನ ಕೊರಳು ತಬ್ಬಿ ಮಲಗುತ್ತಿದ್ದ ಪುಟ್ಟ... ಸುಧಾ... ಅದರ ಕಲ್ಪನೆಯು ಕೂಡ ಅವನಿಗೆ ಕಷ್ಟವಾಯಿತು. ಮದುವೆ, ಸೆಕ್ಸ್, ಗಂಡು, ಹೆಣ್ಣಿನ ಪ್ರೇಮ-ಪ್ರತಿಯೊಂದು ವಾಕರಿಕೆ ಬರುವಂತಾಯಿತು.

ಕಾರು ನಿಂತ ಸದ್ದು ಕೇಳಿಸಿತು. ಶ್ರೀನಿವಾಸಮೂರ್ತಿಗಳು ಒಳಗೆ ಬಂದರು. ಪರಿಸ್ಥಿತಿ ಏನೇ ಇರಲಿ, ಈಗೂ ಅವನಿಗೆ ಸುಭಾಷ್ ಬಾಸ್. ಅವನ ತಂದೆ ಮುಖ ಜಾಗರೂಕತೆಯಿಂದ ಮಾಡಿಟ್ಟು ಹೋದ ವ್ಯವಸ್ಥೆ.

ಸುಭಾಷ್, ಮುಖ ಮತ್ತಷ್ಟು ಬಿಗಿಯಿತು. ಕೊರಳ ನರಗಳು ಉಬ್ಬಿದವು. ಮುಷ್ಟಿ ಅರಿವಾಗದಂತೆ ಬಿಗಿಯಿತು.

"ಮಿಸ್ಟರ್ ಶ್ರೀನಿವಾಸಮೂರ್ತಿ...." ಒರಟಾಗಿತ್ತು ಅವನ ಸ್ವರ. 'ಭಾವ' ಎನ್ನುವ ಪದಕ್ಕೆ ತಿಲಾಂಜಲಿ ಕೊಟ್ಟುಬಿಟ್ಟಿದ್ದ. "ನಿಮ್ಮ ಶ್ರೀಮತಿಯವರನ್ನು ಕರೆದೊಯ್ಯಿರಿ. ಇನ್ಮುಂದೆ ನಿಮಗೂ, ನನಗೂ ಯಾವ್ದೇ ಸಂಬಂಧವಿಲ್ಲ. 'ಸುಭಾಷ್ ಗಾರ್ಮೆಂಟ್ಸ್' ನಿಮ್ಮ ಕಾರ್ಯದಕ್ಷತೆಗೆ ಮೆಚ್ಚಿದೆ. ಮುಂದೆ ತಾವೇ ಬೇರೆ ಬಿಸಿನೆಸ್

ಶುರು ಮಾಡುವುದು ಉತ್ತಮ. ಅದ್ಕೆ ಬೇಕಾದ ಸಹಕಾರ ನೀಡಲಾಗುತ್ತೆ. ಇನ್ನು ಒಂದು ತಿಂಗ್ಳು ಮಾತ್ರ ನೀವು ಕೆಲ್ಸದಲ್ಲಿ ಇರ್ಬಹ್ದು. ಇದನ್ನು ನೋಟೀಸ್ ಅಂತ್ಲೇ ತಿಳಿಯುವುದು" ಕಟ್ಟ ಕಡೆಯ ತೀರ್ಮಾನವೆನ್ನುವಂತೆ ಉಸುರಿದ. ಅವನ ಮುಖದಲ್ಲಿ ದೃಢತೆ ಇತ್ತು. ಯಾವುದೇ ಕಾರಣಕ್ಕೆ ನಿರ್ಧಾರ ಬದಲಾಯಿಸುವುದಿಲ್ಲವೆನ್ನುವ ಮೊನಚು ಭಾವ ಅವನ ಕಣ್ಣುಗಳಲ್ಲಿತ್ತು.

ಕ್ಷಣ ದಿಕ್ಕು ತೋಚದಂತಾಯಿತು ಶ್ರೀನಿವಾಸಮೂರ್ತಿಗೆ. ಗರಬಡಿದವರಂತೆ ನಿಂತುಬಿಟ್ಟರು. ಅವರ ಪಾಲಿಗೆ ಪ್ರಳಯವೇ ನಡೆದುಹೋದಂತೆ ಆಯಿತು.

"ನೀವುಗಳು ಇನ್ನು ಹೋಗ್ಬಹ್ದು!" ಚುಟುಕಾಗಿ ಹೇಳಿದ.

ಲಕ್ಷ್ಮಿ, ಶ್ರೀನಿವಾಸ್ ಹೋದ ಮೇಲೆ ಮೌನವಾಗಿ ಕೂತು ಕಣ್ಣೀರು ಸುರಿಸಿದ. 'ಇಡೀ ಆಸ್ತಿಗಾಗಿ ನಿನಗೆ ವಿಷ ಹಾಕಲು ನಿಶ್ಚಯಿಸಿದ್ದೇವೆ' ಎಂದಿದ್ದರೂ ಅವನಿಷ್ಟು ಚಲಿಸಿ ಹೋಗುತ್ತಿರಲಿಲ್ಲ. ಅವನನ್ನು ಹಿಡಿಯಲ್ಲಿ ಇಟ್ಟುಕೊಳ್ಳುವ ನೆವದಲ್ಲಿ ಪುಟ್ಟ ಸುಧಾನ ಬಳಸಿಕೊಳ್ಳಲು ಇಚ್ಛಿಸಿದ್ದರು. ಇದು ಒಂದು ದೊಡ್ಡ ದುರಂತ, ಅವನ ಪಾಲಿಗೆ.

ಅವನ ನಿಶೆ ಯಾವಾಗಲೋ ಇಳಿದುಹೋಗಿತ್ತು. ಷವರ್ ತಿರುಗಿಸಿ ತಣ್ಣೀರಿನಲ್ಲಿ ಸ್ನಾನ ಮಾಡಿ ಹೊರಗೆ ಬಂದವನು ಒಡೆದ ಗ್ಲಾಸ್‌ನ ಚೂರುಗಳ ಜೊತೆ ಬಳೆ ಚೂರುಗಳನ್ನು ತೆಗೆದು ಎಸೆದ.

'ಡೆತ್ ವಿಷ್' ಅವನಿಗೆ ಸಾಯುವ ಹಂಬಲಿಕೆ. ಅವನ ಈ ಪರಿಸ್ಥಿತಿಗೆ, ಮನೋಸ್ಥಿತಿಗೆ ಕಾರಣರಾರು? ಲರ್ ಅಫ್‌ಸೆಟ್ಟಾ? ಅಥ್ವಾ... ಮತ್ತೇನಾದ್ರೂನಾ? ಡಾ|| ಶ್ಯಾಮಸುಂದರ್ ಅವನ ಬಗ್ಗೆ ಪ್ರಶ್ನಿಸಿದ್ದರು. "ಕೊಟ್ಟ ಟ್ರೀಟ್‌ಮೆಂಟ್‌ನ ನೆಗ್‌ಲೆಕ್ಟ್ ಮಾಡ್ತಾನೆ. ಚೆಕ್‌ಅಪ್‌ಗೆ ಸಹಕರಿಸೋಲ್ಲ ಅಲಕ್ಷ್ಯವಾಗಿ ಕಾರು ನಡೆಸ್ತಾನೆ. ಇದೆಲ್ಲ ಏನನ್ನ ತೋರಿಸುತ್ತೆ?"

ನೆನಪಾಗಿ ಅವನಿಗೆ ನಗುಬಂತು. ಡ್ರೆಸ್ ಮಾಡಿಕೊಂಡು ಕಾರು ಹತ್ತಿದ. ಇನ್ನು ತನ್ನ ಬದುಕಿನ ಗತಿಯನ್ನೇ ಬದಲಿಸಿಬಿಡಬೇಕು. ಸಾವು ಸದಾ ನಿಶ್ಚಯ. ಅದಕ್ಕೆ ಮುನ್ನ ಮಾಡಬೇಕಾದ ಕೆಲಸಗಳು ಬಹಳಷ್ಟು. ಈಗ ಧುತ್ತೆಂದು ಅವನ ಮುಂದೆ ನಿಂತಿದ್ದು ಅಖಿಲಾ ಭವಿಷ್ಯ.

ನಾಲ್ಕು ದಿನದ ಹಿಂದೆ ಮ್ಯಾನೇಜರ್ ಪಿಳ್ಳೆ ಉಸುರಿದ್ದರು: "ಈ ಶ್ರೀಧರ ನೋಡೋಕೆ ಮಗು ಹಾಗೆ ಕಾಣ್ತಾನೆ, ಅಂತೀರಾ. ಆದ್ರೆ... ಶುದ್ಧ ಲಫಂಗ. ನೋಡೋಕೆ ಸಾತ್ವಿಕರ ಮನೆ ಹುಡ್ಗ. ಮಾಡಬಾರ್ದ ಕೆಲ್ಸ ಒಂದಲ್ಲ; ಅಖಿಲಾ ಬಾಳಂತೂ ಬರ್ಬರ" ತಲೆ ಚಚ್ಚಿಕೊಂಡಿದ್ದರು.

ಆಮೇಲೆ ಕೆಲವು ಮೂಲಗಳಿಂದ ಶ್ರೀಧರ್‌ನನ್ನು ವಿಚಾರಿಸಿಕೊಂಡ. ದಾದಾ ಗೋಪಿಲಾಲ್‌ನ ಖಾಸ ಚಮಚ. ಅವನ ಟೇಸ್ಟ್‌ಗಳೇ ಬೇರೆ. ಅರೆಬೆತ್ತಲೆ ಓಡಾಡುವ ಹುಡುಗಿಯರು ಎಂದರೆ ಅವನಿಗೆ ಬಹಳ ಇಷ್ಟ.

"ಇನ್ನೆಷ್ಟು... ದಿನ ಸೆರೆಗೊದ್ದು ಓಡಾಡೋಕೆ ಸಾಧ್ಯ! ಇಡೀ ರಾತ್ರಿ ಹಗ್ಗುಗಳು

ಬೆತ್ತಲೆಯಾಗಿ ಅವಳನ್ನು ಓಡಾಡ್ಸಿಬಿಡ್ತೀನಿ, ರೋಮಾನ್ಸ್... ಗಂಧವೇ ಗೊತ್ತಿಲ್ಲ ಅವ್ಳಿಗೆ!" ಅವನ ಗೆಳೆಯನ ಜೊತೆ ಕೊಚ್ಚಿಕೊಂಡ ಜಂಬದ ಮಾತುಗಳು ಕೂಡ ಅವನಿಗೆ ಗೊತ್ತಾಯಿತು. ಹೇಗೆ, ಈ ಹೆಣ್ಣನ್ನು ರಕ್ಷಿಸುವುದು? ಸ್ವಲ್ಪ ಒರಟಾದರೂ ನಲುಗಿಹೋಗಬಹುದೆಂಬ ಭಯ.

ಶ್ರೀಧರ ಮುದ್ದಾದ ಮಗುವಿನಂಥ ಮುಖ ನೋಡಿದರೆ ಅವನ ಬಾಯಲ್ಲಿ ಇಂಥ ಮಾತುಗಳು ಬರಬಹುದೆಂಬ ನಂಬಿಕೆಯೇ ಯಾರಿಗೂ ಬರುತ್ತಿರಲಿಲ್ಲ.

ನೇರವಾಗಿ ಆಫೀಸ್ ಛೇಂಬರ್‌ಗೆ ಹೋಗಿ ಕೂತವನು ಫೋನ್ ಎತ್ತಿ ಡಯಲ್ ತಿರುಗಿಸಿದ. "ಹಲೋ..." ಲಕ್ಷ್ಮಿಯ ಸ್ವರ. "ನಿಮ್ಮ ಹಸ್ಬೆಂಡ್ ಕೈಗೆ ಸ್ವಲ್ಪ ಫೋನ್ ಕೊಡಿ" ಗತ್ತಿನಿಂದಲೆ ಹೇಳಿದ. "ಹಲೋ..." ಎಂದ ಶ್ರೀನಿವಾಸಮೂರ್ತಿಗಳ ಸ್ವರ ಕಂಪಿಸುತ್ತಿತ್ತು. "ಬೈ ದಿ ಬೈ... ನಿಮ್ಗೆ ಸುಭಾಷ್ ಗಾರ್ಮೆಂಟ್ಸ್ ಕೊಟ್ಟ ಚೆಕ್ ಪವರ್‌ನ ಹಿಂದಕ್ಕೆ ಪಡೆದಿದೆ. ಪೂರ್ತಿ ಸೆಟಲ್ ಆಗೋವರ್ಗೂ ಬಿಸಿನೆಸ್ಸಿನ ಯಾವ್ದೆ ಕಲಾಪಗಳಲ್ಲಿ ಎಂಟರ್ ಆಗ಼್ಾರ್ದು. ಹಾಗೇನಾದ್ರೂ... ಮಾಡಿದ್ರೆ... ಅದ್ರ ಪೂರ್ಣ ಜವಾಬ್ದಾರಿ ನಿಮ್ದೇ" ಫೋನಿಟ್ಟ. ಅವರುಗಳ ಬಗ್ಗೆ ಅವನ ಮನಸ್ಸು ಪೂರ್ತಿಯಾಗಿ ಕಹಿಯಾಗಿಹೋಗಿತ್ತು.

ಬೆಲ್ ಒತ್ತಿದ. ಆಫೀಸ್ ಬಾಯ್ ಬಂದು ನಮ್ರವಾಗಿ ನಿಂತ. "ಸ್ವಲ್ಪ ಸ್ಟೆನೋನ ಕರಿ" ಎಂದವ ಒಂದು ಸುತ್ತು ತಿರುಗಿದ. ನೋಟವೆತ್ತಿ ತುಟಿಯ ಮೇಲೆ ನಾಲಿಗೆಯಾಡಿಸಿದ. "ಸಿಟ್ ಡೌನ್..." ಎಂದ. ಮುಂದೆ ನಡೆಯಬಹುದಾದಕ್ಕೆ ಇಂದೇ ತೆರೆ ಹಾಕಬೇಕಿತ್ತು. ಈಗ ಶ್ರೀಧರನ ಕಿರುಕುಳ ಮಾತ್ರವಲ್ಲ, ಶ್ರೀನಿವಾಸಮೂರ್ತಿಗಳ ಕೆಂಗಣ್ಣು ಕೂಡ ಅಖಿಲಾ ಮೇಲೆಂದು ಅವನಿಗೆ ಗೊತ್ತಾಯಿತು.

"ಅಖಿಲಾ... ನಿಮ್ಗೆ ಬೇರೆ ನೆಂಟರು ಯಾರಾದ್ರೂ... ಇದ್ದಾರ?" ಚಿಂತಾಮಗ್ನನಾಗಿ ಪ್ರಶ್ನಿಸಿದ. ಮೌನವಾಗಿ ಕುಳಿತ ಅಖಿಲಾ ನಿಧಾನವಾಗಿ ತಲೆಯಾಡಿಸಿದಳು. "ಬಹುಶಃ ನಂಗೆ ಗೊತ್ತಿಲ್ಲ. ಹುಟ್ಟಿದ್ದು, ಬೆಳೆದಿದ್ದು ಎಲ್ಲಾ ಇಲ್ಲೇ!"

ಅವಳ ಕಣ್ಣುಗಳನ್ನು ನೋಡಿಯೇ ನಕ್ಕ.

"ಮನುಷ್ಯರ ಸ್ನೇಹ, ಸಂಬಂಧಕ್ಕಿಂತ ನಿಮ್ಗೆ ಮೋಡ, ಬಾನು, ನಕ್ಷತ್ರಗಳೇ ಸಂಬಂಧವೇ ಇಷ್ಟಾಂತ ಕಾಣಿಸುತ್ತೆ" ನಗುವಿನಲ್ಲಿ ಮಿಂದ ಅವನ ಮಾತುಗಳು ಪ್ರಿಯವೆನಿಸಿದರೂ ಅದರ ಹಿಂದೆ ಅಗೋಚರವಾದ ನೋವು ಇದೆಯೆನಿಸಿತು.

ಅಂದಿನ ಸಂದರ್ಭ ನೆನಪಾಯಿತು ಅಖಿಲಾಗೆ. ಕೋಟಿ ನಕ್ಷತ್ರಗಳ ಪ್ರಖರತೆ ಇತ್ತು ಅವನ ಕಣ್ಣುಗಳಲ್ಲಿ. "ಅಖಿಲಾ, ನನ್ನ ಜೀವನದಿಂದ ಹೊರಗೆ ಹೋದ್ರಿ. ಈಗ ಕಣ್ಮುಂದಿನಿಂದ ಹೊರ್ಗೆ ಹೋಗೋ ಪ್ರಯತ್ನವಾ?" ಅದನ್ನೆಂದೂ ಅವಳು ಮರೆಯಲಾರಳು.

ಮೌನವಾಗಿ ಕೂತಿದ್ದ ಸುಭಾಷ್ ಫೋನೆತ್ತಿದವನು ಇಟ್ಟ. ರಿಂಗಾಯಿತು.

"ಹಲೋ... ಸುಭಾಷ್" ಲಾಯರ್ ರಾಧಾಕೃಷ್ಣ ರಾಗ ತೆಗೆದರು. ಇದೇನು ಈ ರೀತಿ ಬೆಳವಣಿಗೆ! ನಿಮ್ಮ ಭಾವ ಈಗ ತಾನೇ ಬಂದಿದ್ರು. ಅರ್ಥವಾಯಿತು ಸುಭಾಷ್‌ಗೆ "ನಾನೇ ಸಂಜೆ ಬರ್ತೀನಿ, ಮಾತಾಡೋಣ. ಅಂಥ ವಿಪರೀತದ ಬೆಳವಣಿಗೇನು ಅಲ್ಲ" ನಕ್ಕು ಫೋನಿಟ್ಟ. ಮತ್ತೆ ಇಂಟರ್‌ಕಾಮ್ ಗುಣಗುಣಿಸಿತು. ಕ್ಷಣಕ್ಷಣಕ್ಕೂ ಅವನ ಮುಖದ ಭಾವನೆಗಳಲ್ಲಿ ಏರುಪೇರಾಗುತ್ತಿತ್ತು. ಹೇಳಿದಕ್ಕೆಲ್ಲ ಹ್ಞೂಗುಟ್ಟಿದವನು, "ಸ್ಟಾಪ್ ಇಟ್..." ಎಂದವನೇ ಫೋನಿಟ್ಟು, ಸೀಟ್‌ನ ಹಿಂದಕ್ಕೆ ಒರಗಿದ. ಆಯಾಸ ಅವನ ಮುಖದ ಮೇಲೆ ಕಾಣಿಸಿಕೊಂಡಿತು. ತಾನು ದುಡುಕಿಗೆನೇನೋ, ಎಂದು ಕ್ಷಣ ಚಿಂತಿತನಾದ.

"ಸ್ವಲ್ಪ ಪರ್ನಲ್ ಆಗಿ ನಿಮ್ಹತ್ರ ಮಾತಾಡ್ಬೇಕು. ಇನ್ನೊಮ್ಮೆ ಶ್ರೀಧರನ ಬಗ್ಗೆ ಯೋಚಿಸಿರಿ. ಲೆಟ್ ಅಸ್ ಮೀಟ್ ಷಾರ್ಟ..." ಎಂದ.

ಮ್ಯಾನೇಜರ್ ಪಿಳ್ಳೆ ನಕರೆಸಿ ಕೆಲವು ಫೈಲ್‌ಗಳನ್ನೆಲ್ಲ ತರೆಸಿಕೊಂಡ. ಒಂದು ಗಂಟೆ ಅವರೊಂದಿಗೆ ಏಕಾಂತವಾಗಿ ಮಾತಾಡಿದ. ಇಂದು ಗೋಪಾಲ ರಾಯರನ್ನೂ ಕೂಡ ಅಲ್ಲಿ ಪ್ರವೇಶಿಸಲು ಬಿಟ್ಟಿರಲಿಲ್ಲ.

ಮನೆಗೆ ಬಂದಾಗ ಮೂರರ ಸುಮಾರು. ಪಾರ್ವತಮ್ಮ ಬಾಗಿಲಲ್ಲೇ ಕಾದು ನಿಂತಿದ್ದರು.

"ನಿಮ್ಮಕ್ಕ ಊಟಕ್ಕೆ ಅಲ್ಲಿಗೆ ಬರೋಕೆ ಹೇಳೂಂತ ಫೋನ್ ಮಾಡಿದ್ದರು" ಎಂದು ಹೇಳಿದಾಗ ಅಲಕ್ಷ್ಯದಿಂದ ತನ್ನ ಕೋಣೆಗೆ ಹೊರಟವನು ನಿಂತ. "ಬೇಗ... ಬಡ್ಸಿ."

ಬಟ್ಟೆ ಬದಲಾಯಿಸಿ ಬಾತ್‌ರೂಂಗೆ ಹೋದ. ಎದೆಯಲ್ಲಿ ಹಿಂಡಿದಂತಾಯಿತು. ಗೋಡೆಗೊರಗಿ ನಿಂತ. ಬಹಳ ಪ್ರಯಾಸಪಟ್ಟು ಉಸಿರೆಳೆದುಕೊಳ್ಳಬೇಕಾಯಿತು.

"ವಾಟ್ ಕೆನ್ ಯು ಡೂ?" ಎಂದರೆ ಡಾ|| ಶ್ಯಾಮಸುಂದರ್ ನಕ್ಕು. "ಕ್ವೈಟ್...ಓ.ಕೆ., ನೋ ಕಾಸ್ ಟು ವರೀ" ಎನ್ನುತ್ತಿದ್ದ. ಆದರೂ ಅವರಿಗೆ ಅನುಮಾನವೇ.

ಬಡಿಸಿದ ತಟ್ಟೆಯ ಮುಂದೆ ಬಂದು ಕೂತ. ಆ ಕ್ಷಣ ಎಲ್ಲಾ ಕಳೆದುಕೊಂಡ ಭಿಕಾರಿಯೆನಿಸಿತು. 'ಬದುಕು ಒಂದು ವಿಚಿತ್ರ ಸುಳಿ. ಯಾವುದೇ ಗುರಿ, ಮಹತ್ವಾಕಾಂಕ್ಷೆ ಇಲ್ದ ವ್ಯಕ್ತಿಯನ್ನು ಬದುಕಲು ಪ್ರೇರೇಪಿಸುವ ಶಕ್ತಿ ಯಾವುದು?'

"ಊಟ... ಮಾಡಪ್ಪ!" ಪಾರ್ವತಮ್ಮ ಎರಡು ಮಿಳ್ಳೆ ತುಪ್ಪ ಅನ್ನದ ಮೇಲೆ ಸುರಿದರು. ಅನ್ನ ಕಲೆಸುತ್ತ ಪ್ರಶ್ನಿಸಿದ: "ಪಾರ್ವತಮ್ಮ, ನಿಮ್ಗೇನು ಆಸೆಗಳು ಇಲ್ವೆ?" ಆಕೆ ಮ್ಲಾನವದನರಾದರು "ಏನಿದೇ? ಎರ್ಡು ಹೊತ್ತು ಅನ್ನಕ್ಕಾಗಿ ದುಡಿದು ಬದ್ಕಬೇಕಿದೆ. ಹೊಟ್ಟೆ ಅನ್ನೋದು ಇಲ್ದಿದ್ರೆ... ಯಾವುದಾದ್ರೂ ಮರದ ಕೆಳ್ಗೆ ಕೂತು ಕಾಲ ಹಾಕ್ತ ಇದ್ದೆ."

ಆಳವಾಗಿ ಚಿಂತಿಸತೊಡಗಿದ ಸುಭಾಷ್. ತಟ್ಟೆಗೂ ಬಾಯಿಗೂ ನಡುವೆ ಕೈಯಾಡುತ್ತಿತ್ತೇ ವಿನಃ ತಟ್ಟೆಯಲ್ಲಿನದು ಬರಿದಾಗಲಿಲ್ಲ.

"ಖಂಡಿತ ಏನು ತಿಳ್ಕೋಬೇಡಪ್ಪ. ಒಂದ್ಮದ್ವೆ ಮಾಡ್ಕೋಬೇಕಾದ್ರೆ ಹೆಣ್ಣಿನ ಮನೆಯವ್ರು ಸಾಲುಗಟ್ಟಿ ನಿಲ್ತಾರೆ. ನಿಮ್ಮಕ್ಕ ಭಾವ ಆ ಕಡೆ ಗಮನ ಕೊಡ್ಲಿಲ್ಲ" ಸಂಕೋಚಿಸುತ್ತಲೇ ಪಾರ್ವತಮ್ಮ ಹೇಳಿದರು. ಕೈ ತೊಳೆದು ಎದ್ದುಬಿಟ್ಟ.

ಅವನಲ್ಲಿಯೂ ಅಂಥ ಕನಸ್ಸೊಂದು ಮೂಡಿತ್ತು. ಈಗ ತಾನಿರುವ ಸ್ಥಿತಿಯಲ್ಲಿ ನಿರಪರಾಧಿ ಹೆಣ್ಣಿನ ಕುತ್ತಿಗೆಗೆ ತಾಳಿ ಬಿಗಿಯಲಾರ. ಆದರೂ ಅಖಿಲಾ ಮೇಲಿನ ವ್ಯಾಮೋಹ, ಪ್ರೇಮ ಒಂದಿಂಚು ಕಡಿಮೆಯಾಗಿರಲಿಲ್ಲ.

"ಇಲ್ಬನ್ನಿ..." ಮತ್ತೆ ಕೂಗಿದ. "ವಯಸ್ಸಾದವ್ರಿಗೆ ಯಾತ್ರೆ ಮಾಡೋ ಬಯಕೆ ಇರುತ್ತೆ. ನಿಮ್ಗೆ ಅಂಥ ಬಯಕೆ ಯಾವ್ದೂ ಇಲ್ವಾ!" ಆಕೆ ತಲೆ ತಗ್ಗಿಸಿದರು.

ಅಷ್ಟರಲ್ಲಿ ಫೋನ್ ರಿಂಗಾಯಿತು. ಮ್ಯಾನೇಜರ್ ಪಿಳ್ಳೆಯ ಸ್ವರದಲ್ಲಿ ಧಾವಂತ. "ವಿಷ್ಯ ತಿಳೀತಾ! ಶ್ರೀನಿವಾಸಮೂರ್ತಿಗಳು... ನಾಳೆ ದಾವಾ ಹೂಡುತ್ತಾರಂತೆ."

"ಸಂತೋಷ, ಯಾರು ಬೇಡಾಂದ್ರೂ? ನೀವು ಆ ವಿಷ್ಯದ ಬಗ್ಗೆ ತಲೆ ಕೆಡ್ಸಿಕೊಳ್ಳೋದ್ಬೇಡ" ಫೋನಿಟ್ಟ. ಇಷ್ಟು ಬೇಗ ಕಾರ್ಯತತ್ಪರರಾದದ್ದು ಕೂಡ ಇಂದು ಆಶ್ಚರ್ಯವೆನಿಸಲಿಲ್ಲ. ಹಣವನ್ನು ತನ್ನದಾಗಿಸಿಕೊಳ್ಳುವ ಎಲ್ಲಾ ಹಾದಿಯ ಕಡೆಯಲ್ಲು ಮನುಷ್ಯನ ದೃಷ್ಟಿ ಇರುತ್ತದೆ.

ಶೈಕ್ಷಣಿಕ, ಔದ್ಯೋಗಿಕ ಪ್ರಗತಿಯನ್ನು ಮನುಷ್ಯ ಅಳೆಯುವುದು ಆರ್ಥಿಕ ಮಾನದಂಡದಿಂದಲೇ.

ಇದರಿಂದ ನಿಜವಾಗಿ ಆಶ್ಚರ್ಯಚಕಿತರಾದವರು ಗೋಪಾಲರಾಯರು. ಅವರುಗಳಿದ್ದ ಅನ್ಯೋನ್ಯ ಬಂಧುತ್ವ ತುಂಡಾಗಲು ಕಾರಣ? ಸಂಜೆ ಸುಭಾಷ್ ಮನೆಗೆ ಬಂದರು. ರಂಗಪ್ಪ ಅಚ್ಚುಕಟ್ಟಾಗಿ ಬೆಳೆಸಿದ್ದ ಲಾನ್‌ನಲ್ಲಿಯೇ ಅಡ್ಡಾಡುತ್ತಿದ್ದ.

"ನಮಸ್ಕಾರ...." ಎಂದಾ ತಲೆಯೆತ್ತಿ ಕಣ್ಣುಗಳಲ್ಲಿಯೇ ಹಾರ್ದಿಕವಾಗಿ ಸ್ವಾಗತಿಸಿ, "ಇವತ್ತು ಬಹಳ ದೂರವೇ ಬಂದಿದ್ದೀರಾ! ನಿಮ್ಮಣ್ಣನ ಮನೆಗೆ ಬಂದಿದ್ರಾ?" ಪ್ರಶ್ನೆಗಳನ್ನು ಕೇಳಿದ್ದು ನವಿರಾಗಿ ಕಂಡರೂ ಚುಚ್ಚುವಂತಿತ್ತು. ಅರಗಿಸಿಕೊಳ್ಳಲು ಆ ಮನುಷ್ಯ ಹೆಣಗಾಡಿದ.

ಶ್ರೀಧರ್ ಅವರ ವಯಸ್ಸು ಸಂಬಂಧವನ್ನ ಮರೆತೇ ಸವಾಲ್ ಎಸೆದಿದ್ದ.

"ನೋಡಿ ದೊಡ್ಡಪ್ಪ.... ನಿಮ್ಮ ಇರೋಬರೋ ಬುದ್ಧಿ ಖರ್ಚು ಮಾಡಿ ಅವಳನ್ನು ಮದ್ವೆಗೆ ಒಪ್ಪಿಸಿ, ಇಲ್ದಿದ್ರೆ ಪರಿಣಾಮ ನೆಟ್ಟಗಾಗೋಲ್ಲ. ಸಮಾಜದ ಪ್ರಕಾರ ಎಂದೋ ನಡೆದ ಮದ್ವೆ. ಮುಲಾಜಿಲ್ದೇ ಎಳಕೊಂಡ್ಹೋಗ್ತೀನಿ!"

ಇದು ಅವರನ್ನ ಬಹಳ ಕುಗ್ಗುವಂತೆ ಮಾಡಿತ್ತು.

ಒಳಗೆ ಕರೆದೊಯ್ದ ಗೋಪಾಲರಾಯರನ್ನು. ಅವನ ತಂದೆಯ ಬೆಂಬಲಕ್ಕೆ ನಿಂತ ಜನ. 'ಸುಭಾಷ್ ಗಾರ್ಮೆಂಟ್"ನ ಸಿದ್ಧ ಉಡುಪುಗಳು ದೇಶ, ವಿದೇಶಗಳಲ್ಲಿ ಅಧಿಕವಾಗಿ ಮಾರಾಟವಾಗಲು ಇವರುಗಳ ನಿಷ್ಠಾವಂತಿಕೆಯೇ ಕಾರಣ. ಮಾಲು

ಬಂದು ಬೀಳುವುದರಿಂದ ಹಿಡಿದು ಮಾರಾಟಕ್ಕೆ ಬರುವವರೆಗೆ ಎಲ್ಲಾ ಹಂತದಲ್ಲಿಯೂ ಆ ಮನುಷ್ಯನ ಗಮನವಿರುತ್ತಿತ್ತು.

"ಪಾರ್ವತಮ್ಮ ದೇವಸ್ಥಾನಕ್ಕೆ ಹೋಗಿದ್ದಾರೆ" ಅರ್ಥಗರ್ಭಿತರಾಗಿ ನುಡಿದು ಒಳಗೆ ಹೋದವನು ಕಾಫಿ ಬೆರೆಸಿಕೊಂಡು ಬಂದು ಅವನ ಮುಂದಿಟ್ಟ.

ಕುಡಿದು ಮುಗಿಸುವವರೆಗೂ ಅವರು ಮಾತಾಡಲಿಲ್ಲ.

"ಗಾಬ್ರಿಯಾಗುವಂಥ ಬದಲಾವಣೆ! ನಂಗೆ ಅರ್ಥವಾಗ್ಲಿಲ್ಲ. ಅದಕ್ಕಾಗಿ... ಬಂದೆ" ಪೀಠಿಕೆ ಹಾಕಿದರು. ಕಪ್ ಕೆಳಗಿಟ್ಟ ಸುಭಾಷ್. ಅವನು ಬರೀ ಸಿಪ್ ಮಾಡಿದ್ದ ಅಷ್ಟೇ. ಬಟ್ಟಲಿನಲ್ಲಿ ಕಾಫಿ ಹಾಗೆಯೇ ಇತ್ತು. "ನಂಗೆ ಹಾಗೇನೂ ಅನ್ನಿಸೋಲ್ಲ. ನನ್ನ ಬೆಳವಣಿಗೆಯ ಒಂದು ಹಂತದವರೆಗೂ ನಮ್ಮ ಭಾವಪೂರ್ಣವಾದ ಜವಾಬ್ದಾರಿ ಹೊರುವುದು ಅನಿವಾರ್ಯವಾಗಿತ್ತು. ಈಗ ಅಂಥ ಪರಿಸ್ಥಿತಿ ಇಲ್ಲ. ಸ್ವತಂತ್ರವಾಗಿ ಆದ್ರೆ ಒಂದು ಉದ್ದಿಮೆ ನಡೆಸ್ಲಿ!"

ಇದು ಸರಿಯೋ ತಪ್ಪೋ ಎಂದು ಹೇಳುವುದು ಗೋಪಾಲರಾಯರಿಗೆ ಕಷ್ಟವಾಯಿತು. ಸುಭಾಷ್ ಅಷ್ಟೇ ಆತ್ಮೀಯರಾಗಿ ಶ್ರೀನಿವಾಸಮೂರ್ತಿಗಳು ನಡೆಸಿಕೊಂಡಿದ್ದರು. ಲಕ್ಷ್ಮಿಗೂ ಅಷ್ಟೇ ವಿಶ್ವಾಸ, ಗೌರವ. ಈಗ ಇಬ್ಬದಿಯ ಸಂಕಟ ಅವರಿಗೆ.

"ನೀವು ತಂದೇನ ಕಳ್ದುಕೊಂಡ್ಮೇಲೆ ಅವ್ರ ಲಾಲನೆ, ಪೋಷಣೆಯಲ್ಲೇ ಬೆಳೆದಿದ್ದು. ಇಂಥ ಬೆಳವಣಿಗೆಯಿಂದ ಅವ್ರುಗಳ ಮನಸ್ಸಿಗೆ ನೋವಾಗಿದೆ" ಮೆಲ್ಲನೆ ಉಸುರಿದರು.

ಒಂದೆರಡು ನಿಮಿಷಗಳು ಮೌನವಾಗಿ ಕೂತ ಸುಭಾಷ್. ಆ ನೋವು ಅವನಿಗೂ ಇತ್ತು. ಅದಕ್ಕಾಗಿ ಜೀವಂತ ಕೊಲೆಯಾಗುವುದು ಅವನಿಗೆ ಇಷ್ಟವಿಲ್ಲ. ಅದಕ್ಕಿಂತ ಆತ್ಮಹತ್ಯೆ ಲೇಸು ಎನ್ನುವ ಹಠ.

"ಅಂಥ ಪ್ರಮಾದವೇನು ನಡ್ದು ಹೋಗಿಲ್ಲ. ಒಂದೆರಡು ವರ್ಷದ ನಂತರವಾದ್ರೂ ನಡ್ದುಹೋಗಿದೆ. ಅದ್ರ ಬದ್ಲು ಈಗ್ಲೇ ನಡೀಲಿ" ತನ್ನ ನಿರ್ಧಾರ ಬದಲಿಸುವ ಸಂಭವವೇ ಇಲ್ಲವೆನ್ನುವಂತೆ ನುಡಿದ.

ಅಷ್ಟರಲ್ಲಿ ಪಿಳ್ಳೆಯಿಂದ ಫೋನ್ ಬಂತು.

"ನಿಮ್ಮಂತೆ ಮಾಡಿಟ್ಟು ಹೋದ ಕಾಗ್ದಪತ್ರಗಳನ್ನು ಜೋಪಾನವಾಗಿ ಈ ಸಂದರ್ಭದಲ್ಲಿ ಕಾಯ್ದುಕೊಳ್ಳಬೇಕಾಗಿದೆ. ನೀವು ಹೋದ್ಮೇಲೆ ಶ್ರೀನಿವಾಸಮೂರ್ತಿಗಳು ಬಂದಿದ್ರು. ಬಹುಶಃ.... ನಿಲ್ಲಿಸಿದರು ಗೋಪಾಲರಾಯರಿಗಿಂತ ಪಿಳ್ಳೆ ಒಂದೆರಡು ವರ್ಷ ಚಿಕ್ಕವರಿರಬಹುದು. ಅವರಿಗೆ ಶ್ರೀನಿವಾಸಮೂರ್ತಿಯ ಮೇಲೆ ಯಾವ ದ್ವೇಷವೂ ಇಲ್ಲದಿದ್ದರೂ ಅವರ ನಿಷ್ಠೆ ಪೂರ್ತ ಯಜಮಾನನ ಮಗನಿಗೆ. "ಡೋಂಟ್... ವರೀ" ಫೋನಿಟ್ಟ.

ಆ ಮಾತನ್ನ ಅಲ್ಲಿಗೇ ಬಿಟ್ಟುಬಿಡುವ ನಿಶ್ಚಯಮಾಡಿದರು ಗೋಪಾಲರಾಯರು. ಸುಭಾಷ್ ಕಣ್ಣು ಸುತ್ತಲೂ ಈಚೆಗೆ ಹೆಚ್ಚಿದ ಕಪ್ಪನ್ನ ದಿಟ್ಟಿಸಿದರು.

"ಆರೋಗ್ಯ ಹೇಗಿದೆ?" ಅವರ ಪ್ರಶ್ನೆಗೆ ವಿಷಣ್ಣತೆಯ ನಗೆ ಬೀರಿದ. "ಬಹುಶಃ ಅಂಥದೇನಿಲ್ಲಂತ ಅನ್ನಿಸುತ್ತೆ" ಎಂದವನು ತೀಕ್ಷ್ಣವಾಗಿ ಪ್ರಶ್ನಿಸಿದ. "ಶ್ರೀಧರ ಎಂಥವನೂಂಥ ನಿಮ್ಗೇ ಗೊತ್ತಿಲ್ವಾ? ಸ್ವಂತ ಅಣ್ಣನ ಮಗ" ಪ್ರಶ್ನೆಯ ಜೊತೆ ಅವನ ಗುಣಾ ಸ್ವಭಾವಗಳು ನಿಮಗೆ ಗೊತ್ತಿರಲೇಬೇಕೆಂಬ ಅಂಶವನ್ನು ಸೇರಿಸಿದ. ಅವರ ಮುಖ ಮುದುಡಿತು.

"ನಂಗೆ ಅವ್ನ ಅಪ್ಪನ ವಿಷ್ಯ ಗೊತ್ತಿತ್ತು. ಮಗನ ಬಗ್ಗೆ ಏನು ತಿಳ್ದೇ ಇರ್ಲಿಲ್ಲ. ಅಣ್ಣ ನನ್ನ ನಡುವೆ ಅಂಥ ಮಧುರವಾದ ಸಂಬಂಧವೇನು ಇರ್ಲಿಲ್ಲ. ಅಪರೂಪಕ್ಕೊಮ್ಮೆ ಆಗಾಗ ಭೇಟಿ. ಕಾಟಾಚಾರದ ಮಾತು, ಉಪಚಾರ. ಸಂಬಂಧ ನಿಶ್ಚಯವಾದ್ಮೇಲೆ ಸುಮ್ನೇ ಅಲೆದೆ. ಯಾವ್ದೇ ಪ್ರಯೋಜನವಾಗಲಿಲ್ಲ. ಆ ಒಳ್ಳೆ ಮನಸ್ಸಿನ ಹುಡ್ಗೀಗೆ ಅನ್ಯಾಯವಾಗಿ ಹೋಯ್ತು!" ನೊಂದುಕೊಂಡರು. ಅವರ ದನಿಯಲ್ಲಿದ್ದ ಪ್ರಾಮಾಣಿಕ ನೋವನ್ನು ಗುರ್ತಿಸಿದ.

"ಬೇರೊಂದು ಗಂಡನ್ನ ನೋಡಿ... ಆ ಮದ್ವೆ ಬಾಬತ್ತಿನ ಪೂರ್ಣ ಖರ್ಚು ನಾನು ಕೊಡ್ತೀನಿ. ಶ್ರೀಧರ್ ತರಲೆ ತೆಗೆಯುವ ಮುನ್ನ ಮದ್ವೆಯಾಗಿ ಹೋಗ್ಲಿ" ಎಂದ ಸುಭಾಷ್. ಅವನು ತಲೆ ಅಡ್ಡಡ್ಡ ಆಡಿಸಿದರು. ಇದು ಸುಲಭಸಾಧ್ಯ ವಿಷಯವಲ್ಲವೆನಿಸಿತು. "ಯಾರೋ ಅಪಾತ್ರರಿಗೆ ಕನ್ಯಾದಾನ ಮಾಡಬೇಕಷ್ಟೆ. ಈಗಿನ ಸ್ಥಿತಿಯಲ್ಲಿ ಅಂತ ಹುಡ್ಗಾಟ ನಡೆಸಿದ್ರೂ... ಶ್ರೀಧರನಿಗಿಂತ ಭಂಡನೇ ಸಿಗ್ಬೇಕು. ಇಂಥದ್ರಿಂದ ಆ ಮಗು ಸುಖವಾಗಿರೋಲ್ಲ."

ಅಖಿಲಾ ಅವನಿಗೆ ಹಿಡಿಸಿದ ಹೆಣ್ಣು. ಹಿಂದೆಯಾದರೇ ಇಡೀ ಸಮಾಜ ಎದುರು ಬಿದ್ದರೂ ಧಿಕ್ಕರಿಸಿ ತಾಳಿ ಬಿಗಿದು ಅವಳ ರಕ್ಷಣೆಗೆ ನಿಲ್ಲುತ್ತಿದ್ದ. ಈಗಿನ ಅವನ ಸ್ಥಿತಿಯಲ್ಲಿ ಹಾಗೆ ಮಾಡಲಾರ. ಸದಾ ಅವನಿಗೆ ಸಾವಿನ ಹಂಬಲ. ಆಗಾಗ ಉಸಿರನ್ನ ಬಿಗಿ ಹಿಡಿದು ಬರುವ ನೋವು. ಅವನನ್ನು ನಿರಾಶೆಯ ಹೊಳೆಯಲ್ಲಿಯೇ ಮುಳುಗಿಸಿತ್ತು. ಅಥವಾ ಅವನೇ ಮುಳುಗಿದ್ದ. ವ್ಯಥೆಯ ನೆರಳು ಅವನನ್ನು ಮುಸುಕಿತ್ತು.

"ಬರ್ತೀನಿ..." ಮೇಲೆದ್ದರು. "ಇವತ್ತು ಅಖಿಲಾ ದೇವಸ್ಥಾನಕ್ಕೆ ಹೋಗಿರ್ತಾಳೆ. ನಂಗೆ ಶ್ರೀಧರನದೇ ಭಯ. ಅವ್ನ ಮೃದುಮುಖದ ಹಿಂದೆ ಕಟುಕತನದ ಹೃದಯವಿದೆ."

ಈಗ ಅವನ ಕಣ್ಣುಗಳಿಗೆ ಸಾವಿರಾರು ಬೆಳಗುವ ಹಣತೆಗಳ ಮಧ್ಯೆ ನಿಂತ ಅಖಿಲಾ ಕಾಣಿಸಿಕೊಂಡಳು. ಸ್ನಿಗ್ಧ ಚೆಲುವಿನ ಮುಖದ ತುಂಬ ಮಾರ್ದವತೆಯ ಸೊಬಗು.

ಒಂದು ಸಲ ಅಕ್ಕನನ್ನೇ ಪ್ರಶ್ನಿಸಿದ್ದ.

"ಹನ್ನೊಂದು ತಿಂಗ್ಳು ನಿರ್ಜನವಾಗಿರೋ ಈ ಪ್ರದೇಶ ಒಂದು ತಿಂಗ್ಳು ಹಚ್ಚಹಸಿರು. ಹುಡುಗಿಯರು ಗುಂಪು ಗುಂಪಾಗಿ ಬಂದು ದೀಪಗಳನ್ನ ಹಚ್ಚೋಕೆ ಕಾರಣವೇನು?" ಲಕ್ಷ್ಮಿ ಮುಖದಲ್ಲಿ ಗಾಂಭೀರ್ಯ ನೆಲೆಸಿತು. "ಹಿಂದಿನಿದ್ಲೂ ನಡ್ದು ಬಂದ ಸಂಪ್ರದಾಯ ಇಡೀ ಕಾರ್ತೀಕದ ಸಂಜೆಗಳಲ್ಲಿ ದೇವದರ್ಶನ ಮಾಡಿ ಹಣತೆಗಳನ್ನ ಪ್ರಾಂಗಣದಲ್ಲಿ ಹಚ್ಚಿಟ್ಟರೇ.... ಒಳ್ಳೆ ಗಂಡ ಸಿಕ್ತಾನೇ ಅನ್ನೋ ಪ್ರತೀತಿ.

ಅದ್ಕೇ ಈ ಸಂಭ್ರಮ, ಸಡಗರ. ಅಂದು ಮೌನವಾಗಿ ನಕ್ಕಿದ್ದ. ಇದೇನು ಅವನಿಗೆ ಹೊಸ ವಿಷಯವಲ್ಲ. ಹತ್ತು ಹಲವು ಜನರ ಬಾಯಲ್ಲಿ ಕೇಳಿದ್ದ.

ಮಿಡ್ಡಿ, ಮ್ಯಾಕ್ಸಿ, ಸೆಲ್ವಾರ್ ಕಮೀಜ್ ತೊಟ್ಟ ಹೆಣ್ಣುಗಳು ಕೂಡ ದೇವಸ್ಥಾನದ ಮುಂಭಾಗದಲ್ಲಿ ಕ್ಯೂ ನಿಲ್ಲುತ್ತಿದ್ದರು.

"ನಾನು ಹೊರಟಿದ್ದೆ" ಮೇಲಕ್ಕೆದ್ದ. "ನಿಮ್ಮನ್ನ ಡ್ರಾಪ್ ಮಾಡ್ತೀನಿ ನಡೀರಿ" ಕಾರಿನ ಕೀ ತಿರುಗಿಸುತ್ತ ಹೊರ ನಡೆದ. ಇದೇ ಕಾರ್ತೀಕದಲ್ಲಿ... ಹೋದ ವರ್ಷ-ಅವನ ಕಣ್ಮುಂದೆ ಘಟನೆ ಬಿಚ್ಚಿಕೊಂಡಿತು. ಮೌನದ ಗೌರಿ ಕೆಲವರ ಬಾಯಲ್ಲಿ 'ಮೊದ್ದು ಹುಡುಗಿ'. ಅಖಿಲಾಳ ಸಮಯ ಪ್ರಜ್ಞೆಯಿಂದ ಅವನ ಆಸರೆಗೆ ಧಾವಿಸಿ ಬಂದಿದ್ದಳು. ಅವಳ ಮಡಿಲಲ್ಲಿ ಒರಗಿದ.... ಆ ಕ್ಷಣ ತನ್ನ ಪ್ರಾಣಪಕ್ಷಿ ಹಾರಿಹೋಗಿದ್ದರೇ, ಅಲ್ಲಿ ಕೂಡ ಅವನಿಗೆ ಸಾವಿನ ಬಯಕೆ!

ಮುಂದಿನ ಬಾಗಿಲಿಗೆ ಬೀಗ ಹಾಕಿ ಕಾರು ಹತ್ತಿದ. ಅವನನ್ನು ಅನುಸರಿಸಿದರು ಗೋಪಾಲರಾಯರು.

"ಇನ್ನೊಂದ್ವಿಷ್ಯ..." ತಕ್ಷಣ ನಿಲ್ಲಿಸಿದರು. ಅದುಮಿದ ಕೀಯನ್ನು ಹೊರಗೆಳೆದ ಸುಭಾಷ್. "ಏನಂಥ... ವಿಷ್ಯ?" ಅವನ ಕಣ್ಣುಗಳು ಕಿರಿದಾದವು. "ನಿಮ್ಮಕ್ಕ, ಭಾವ ನಿಮ್ಮ ಮದ್ವೆ ಬಗ್ಗೆ ಆಸಕ್ತಿವಹಿಸ್ಲಿಲ್ಲ. ಈಗ ನೀವು ಬೇರೆ ನಿಂತ ಸುದ್ದಿ ತಿಳ್ದ ಕೂಡ್ಲೇ ಸಾಕಷ್ಟು ಮದ್ವೆ ಏಜೆಂಟರ ಕಣ್ಣು ನಿಮ್ಮ ಮೇಲೆ ಬಿದ್ದಿದೆ. ಇಷ್ಟಪಟ್ರೆ... ನಾನು, ಮ್ಯಾನೇಜರ್ ಪಿಳ್ಳೆ..." ಸ್ವಿಚ್ ಕೀ ಅದುಮಿ ಸ್ಟಾರ್ಟ್ ಮಾಡಿದ. "ಸದ್ಯಕ್ಕೆ ನಂಗೆ ಮದ್ವೆ ಆಗೋ ಮನಸ್ಸೇ ಇಲ್ಲ. ಯಾರಾದ್ರೂ ಬಂದ್ರೆ... ನೇರವಾಗಿ ಇದನ್ನೇ ತಿಳ್ಸಿಬಿಡಿ." ಕಾರಿನ ವೇಗ ಹೆಚ್ಚಿಸಿದ. ಗೋಪಾಲರಾಯರ ಮುಖದ ಗೆರೆಗಳು ಆಳವಾದವು.

ಕಾರು ನಿಂತ ಕೂಡಲೇ ಶ್ರೀನಿವಾಸಮೂರ್ತಿಗಳ ಕಾರಿನ ಡ್ರೈವರ್ ಓಡಿ ಬಂದು ವಿನಮ್ರವಾಗಿ 'ವಿಶ್" ಮಾಡಿದ. ಸುಧಾ ಡೋರ್‌ನಿಂದ ತಲೆ ಹೊರಗೆ ಹಾಕಿದಳು.

"ಮಾಮ...." ಅವಳ ಕಣ್ಣುಗಳಲ್ಲಿ ಹರ್ಷದ ಕಾರಂಜಿಗಳು. ನೋಟವೆತ್ತಿದವನು ನಸುನಕ್ಕ. "ನೀನ್ಯಾಕೆ ದೇವಸ್ಥಾನದ ಒಳ್ಗೇ... ಹೋಗ್ಲಿಲ್ಲ!" ಇಳಿದು ಓಡಿ ಬಂದಳು. ಉದ್ದನೆಯ ಅಂಗೈ ಅಂಗಲದ ಬಾರ್ಡರಿನ ಜರಿಯ ರೇಶಿಮೆಯ ಲಂಗ, ಮೇಘಬ್ಲೌಸ್. ಆಗಲೇ ಹುಡುಗಿಯ ಸ್ಥಾನದಿಂದ ತರುಣಿ ಸ್ಥಾನಕ್ಕೇರಿದ ಕಳೆ. ಆದರೆ ತುಂಟತನ ಮಾಸದ ಕಣ್ಣುಗಳು ಅವಳನ್ನು ಇನ್ನು ಪುಟ್ಟ ಹುಡುಗಿಯನ್ನಾಗಿ ಗುರುತಿಸಿತ್ತು.

ಅವನ ಕೈಹಿಡಿದು ಹೆಜ್ಜೆ ಹಾಕಿದಳು. ಸುಂದರ ಸಂಜೆ ಕತ್ತಲಿಗೆ ಆಹ್ವಾನ ನೀಡಿತ್ತು. ಜರಿ ಸೀರೆಗಳ ಸರಸರ ಸದ್ದು. ಪೈಪೋಟಿಯಿಂದ ಹಣತೆಗಳ ಸರಮಾಲೆಯನ್ನೇ ಹಚ್ಚಿಡುತ್ತಿದ್ದರು. ಹದಿನೈದರಿಂದ ಮೂವತ್ತೈದರ ಹರೆಯದವರಿಗೂ ಸಿಗುತ್ತಿದ್ದರು. ಬಣ್ಣಬಣ್ಣದ ಸೀರೆಗಳು ವಿವಿಧ ನಮೂನೆಯ ಒಡವೆಗಳು.

ದೊಡ್ಡ ಪ್ರಾಂಗಣದ ತುದಿಯ ಕತ್ತಲಿರುವ ಭಾಗದಲ್ಲಿ ಅಲ್ಲಲ್ಲಿ ತುಂಟ ಯುವಕರ ಹಿಂಡು. ಬರೀ ಕಣ್ಣಿಗೆ ಹಬ್ಬ ಮಾಡಿಕೊಳ್ಳಲು ಬಂದ ಜನ, ಕೆಣಕಲು ದೇವಿಯ ಭಯ.

ಸುಧಾಳ ಹೆಗಲ ಮೇಲೆ ಕೈ ಹಾಕಿ ನಿಂತ ಸುಭಾಷ್‌ನ ನೋಡಿದ ಕೂಡಲೇ ಲಕ್ಷ್ಮಿಗೆ ಮುಖ ತಗ್ಗಿಸುವಂತಾಯಿತು. ತಾವು ಯೋಚಿಸಿದ ರೀತಿಗೆ ನಾಚಿಕೊಂಡಳು.

ಸುಭಾಷ್‌ನ ನೋಟ ಹುಡುಕಾಡಿ ಮುಂದೆ ನಿಂತಿದ್ದ ಅಖಿಲಾ ಮೇಲೆ ನೆಟ್ಟಿತು. ಒಂದಿಂಚು ಕೂಡ ಚಲಿಸಲಿಲ್ಲ. ಅದೇ ಸೌಮ್ಯತೆ ತುಂಬಿದ ಮುಖದಲ್ಲಿ ಭಕ್ತಿಭಾವವಿತ್ತು. ಶ್ರೀಧರ ಕಳೆದುಕೊಂಡ ಅಪಮಾನದ ಸಂಪತ್ತು!

ಮಂಗಳಾರತಿಗೆ ಸುಧಾ ಕೈಯಿಂದಲೇ ಹತ್ತರ ನೋಟು ಹಾಕಿಸಿದ. ಬಗೆಬಗೆಯ ಹೂಗಳಿಂದ ಅಲಂಕಾರಗೊಂಡಿದ್ದ ದೇವಿ ವಿಗ್ರಹ ಕಂಗೊಳಿಸುತ್ತಿತ್ತು. ಮಾನವ ಎದೆಯಲ್ಲಿ ಎಂತಹುದೋ ಆಕರ್ಷಣೆ. ಎಷ್ಟೇ ವಿಚಾರ ವಿಮರ್ಶೆಗಳು ನಡೆದರೂ ಮನುಷ್ಯನನ್ನು ಒಂದು ಪ್ರಬಲವಾದ ಶಕ್ತಿ ಕಟ್ಟಿಹಾಕಿದೆ.

ಹೊರಗೆ ಬಂದಾಗ ಸುಭಾಷ್‌ನ ಹಿಂಬಾಲಿಸಿ ಬಂದಳು ಲಕ್ಷ್ಮಿ. ಅನಿಲ್ ಅವಳಿಗಿಂತ ಮುಂದಿದ್ದ.

"ಸುಭಾಷ್..." ಲಕ್ಷ್ಮಿಯ ಕಣ್ಣು ತುಂಬಿತು. ಸುಲಭವಾಗಿ ಅರಗಿಸಿಕೊಂಡವನಂತೆ ನಸುನಕ್ಕ. "ಯಾಕೆ ಒಂದು ತರಹ ಇದ್ದೀಯಾ? ಹುಷಾರ್ ಇಲ್ವಾ?" ಬಹಳ ಮುತುವರ್ಜಿಯಿಂದಲೇ ಪ್ರಶ್ನಿಸಿದಂತಿತ್ತು. "ಏನಿಲ್ಲ..." ಪಕ್ಕ ಮುಖ ತಿರುವಿ ಕಣ್ಣೀರು ತೊಡೆದುಕೊಂಡಳು.

ಪ್ರಾಂಗಣ ಬಿಟ್ಟು ಹೊರಗೆ ಬಂದರು. ಹೊರಗಿನ ಸಂಭ್ರಮ, ಸಡಗರಗಳಲ್ಲಿ ಪಾಲುಗೊಳ್ಳುವಂತೆ ಹತ್ತಾರು ವಾಹನಗಳು ಸಾಲುಗಟ್ಟಿ ನಿಂತಿದ್ದವು.

ಕಾರಿನ ಬದಿಗೆ ಬಂದು ನಿಂತ ಲಕ್ಷ್ಮಿ ಕಣ್ಣೀರು ಸುರಿಸಿದಳು. "ಸುಭಾಷ್, ನೀನಿಲ್ದೇ ನಂಗೆ ಹುಚ್ಚು ಹಿಡಿದಂತಾಗಿದೆ?" ಕೈ ಹಿಡಿದ ಸುಭಾಷ್ ಬಲವಂತದ ನಗೆ ನಕ್ಕ: "ಹಾಗೇನು ಆಗೋಲ್ಲ! ಗಂಡ, ಮಕ್ಳು... ಇದ್ದಾರೆ. ಅಕಸ್ಮಾತ್ ಹಾಗೇನಾದ್ರೂ ಹಿಡಿದಿದ್ರೆ... ನಂಗೆ ಹಿಡೀಬೇಕಿತ್ತು. ನಾನೇ ಆರಾಮಾಗಿದ್ದೀನಿ!" ತೇಲಿಸಿಬಿಟ್ಟ.

ಬಂದ ಶ್ರೀನಿವಾಸಮೂರ್ತಿಗಳು ಅಷ್ಟು ದೂರದಲ್ಲಿ ಹೋಗಿ ನಿಂತಾಗ ಹೋಗಿ ಮಾತನಾಡಿಸಿದ.

"ಹೇಗಿದ್ದೀರಾ? ಲಾಯರ್ ಏನು ಸಜೆಷನ್ ಕೊಟ್ರು?" ಕ್ಷಣದಲ್ಲಿ ರಕ್ತವೆಲ್ಲ ಬಸಿದು ಬಿಳಚಿಕೊಂಡಂತಾಯಿತು ಅವರ ಮುಖ. "ನಾನೆಲ್ಲಿ ಲಾಯರ್ ಹತ್ರ ಹೋಗಿದ್ದೆ? ಎಲ್ಲಾ ಫಾಲ್ಸ್ ನ್ಯೂಸ್ ಕೊಟ್ಟಿದ್ದಾರೆ." ತಂಗಾಳಿಯಲ್ಲಿ ಅವರ ಮುಖದ ಮೇಲೆ ಬೆವರೊಡೆಯಿತು. ಮೊದಲಿನಿಂದಲೂ ಭಯ ಅವರೆದೆಯಲ್ಲಿ ಜೊತೆ ಜೊತೆಯಾಗಿಯೇ ಬೆಳೆದು ಬಂದಿತ್ತು. ಕೆಲವೊಮ್ಮೆ ಹಿಂಜರಿಕೆ ಮಾತ್ರವಲ್ಲ, ಮಾಡಿದ ನಿರ್ಧಾರಗಳನ್ನು ಬದಲಾಯಿಸುವುದಕ್ಕೂ ಇದೇ ಕಾರಣವಾಗಿಬಿಡುತ್ತಿತ್ತು.

"ದಟ್ಸ್ ಆಲ್ ರೈಟ್. ನೀವು ಮ್ಯಾನೇಜರ್ ಪಿಳ್ಳೆ ಅಥವಾ ಗೋಪಾಲರಾಯರ ಬಳಿಯಲ್ಲೇ ಕೇಳಿ. ಅವ್ರು ಒಳ್ಳೆ ಸಲಹೆನೇ ಕೊಡ್ತಾರೆ. ಪ್ರಾಮಾಣಿಕವಾಗಿ ಮಾಲೀಕರು ನಾವಾದ್ರೂ ಆದ್ರ ಒಳ ಹೊರಗನ್ನ ಬಲ್ಲವರು ಅವ್ರೆ. ಅವ್ರುಗಳು ಇಂದು ಛಾಲೆಂಜ್‌ಗೆ

ನಿಂತರೆ... ನಾವು ಇದೇ ಮಟ್ಟದಲ್ಲಿ ಸುಭಾಷ್ ಗಾರ್ಮೆಂಟ್ಸ್ ಉಳ್ಸಿಕೊಳ್ಳೋಕೆ ಸಾಧ್ಯವಿಲ್ಲ" ಸತ್ಯ ಹೇಳಿದರೂ ಇದು ಕಣ್ಣೊರೆಸುವ ಮಾತೆಂದು ಸುಭಾಷ್‌ಗೆ ಗೊತ್ತು. ಲಾಯರ್ ಬಳಿಯಲ್ಲಿ ಹೋಗಿದ್ದು ಈ ಆಸ್ತಿಯ ಮಾಲೀಕತ್ವ ಪಡೆಯುವುದು ಹೇಗೆಂದು ತಿಳಿಯುವ ಸಲುವಾಗಿ ಮಾತ್ರವಲ್ಲ. ಕೋರ್ಟಿಗೆ ಹೋಗಲು ಸಿದ್ಧವಿದ್ದ ಸಂಗತಿ ಅವನಿಗೆ ಗೊತ್ತು.

ಹಿಂದಿನಿಂದ ಅಖಿಲಾ ಜೊತೆ ಬಂದ ಗೋಪಾಲರಾಯರು ಎರಡು ಕೈ ಜೋಡಿಸಿದರು. "ನಾನ್ಬರ್ತೀನಿ..." ಲಕ್ಷ್ಮಿ ತಡೆದರು. "ಮನೆಗೆ ಬನ್ನಿ. ಆಮೇಲೆ ಬೇಕಾದ್ರೆ ಡ್ರೈವರ್ ಜೊತೆ ಕಳ್ಸಿಕೊಡ್ಬಹುದ್ದು" ಯಾಕೋ ಗೋಪಾಲರಾಯರಿಗೆ ಇಷ್ಟವಾಗಲಿಲ್ಲ. ಆ ಕುಟುಂಬಕ್ಕೆ ಹಿತೈಷಿಗಳಾದರೂ ಸುಳಿಯ ಮಧ್ಯೆ ಸಿಕ್ಕಿಕೊಳ್ಳಲು ಅವರಿಗಿಷ್ಟವಿರಲಿಲ್ಲ.

"ಇನ್ನೊಂದು ದಿನ ಬರ್ತೀನಿ" ಹಿಂದೆ ನಿಂತ ಅಖಿಲಾ ಅತ್ತ ಹೆಜ್ಜೆ ಹಾಕಿದರು. ಮದುವೆಗೆ ಲಕ್ಷ್ಮಿಯ ಎಡಬಿಡದ ಒತ್ತಾಯವೇ ಕಾರಣವೆನಿಸಿತು. "ಇಂಥ ಒಳ್ಳೆ ರೂಪ, ಮೃದುತನ ಇರೋ ಹೆಣ್ಣನ್ನು ಒಂಟಿಯಾಗಿ ಬಿಡ್ಬಾರ್ದು. ನಾನು ಸಾಲ ಕೊಡಿಸ್ತೀನಿ. ನೀವು ಗಂಡು ನೋಡಿ ಮದ್ವೇ ಏರ್ಪಾಟು ಮಾಡಿ" ಒತ್ತಾಯಕ್ಕೆ ಸುಲಭವಾಗಿ ಮಣಿದುಬಿಟ್ಟಿದ್ದರು. ಆದರೆ ಕಾರಣ ಇಂದಿಗೂ ಹೊಳೆದಿರಲಿಲ್ಲ. ಆ ನೋವು ಸದಾ ಅವರನ್ನು ಹಿಂಸಿಸುತ್ತಿತ್ತು.

ಹಿಂದಿನ ದಿನ ಕರೆಸಿದ ಲಕ್ಷ್ಮಿ, ಶ್ರೀನಿವಾಸಮೂರ್ತಿಗಳು ತಾಕೀತು ಮಾಡಿದ್ದರು.

"ಇದ್ರಿಂದ ನಮ್ಮ ಆಫೀಸಿಗೆ ಕೆಟ್ಟ ಹೆಸರು. ಮೊದಲು ಅಖಿಲಾನ ಗಂಡನ ಮನೆಗೆ ಕಳ್ಸಿ" ಎಂದ. ಆದರೆ ಎಷ್ಟೇ ವಿವರಿಸಿ ಹೇಳಿದರೂ ಅವರು ಒಪ್ಪಿರಲಿಲ್ಲ.

ದೇವಸ್ಥಾನದ ಪ್ರಾಂಗಣದಲ್ಲಿಯೇ ಸಿಕ್ಕ ಅಖಿಲಾಗೆ ಪ್ರೀತಿ, ವಿಶ್ವಾಸ, ಆತ್ಮೀಯತೆಯಿಂದಲೇ, "ಸುಮ್ನೆ ಶ್ರೀಧರನ ಮಾತು ಕೇಳು. ಎಷ್ಟು ಅಚ್ಚುಕಟ್ಟಾದ ಹುಡ್ಗ. ಏನೋ ನಡೀತೂಂತ ಸಂಬಂಧ ಕಳ್ದುಕೊಳ್ಳೋಕೆ... ಆಗುತ್ತಾ!" ಅವರ ಮಾತುಗಳನ್ನು ಅರ್ಥಮಾಡಿಕೊಳ್ಳಲು ಅವ್ಳಿಗೆ ನಿಮಿಷಗಳೇ ಆಯಿತು. ಎಲ್ಲರ ಪ್ರಕಾರ ಅವಳ ಮದುವೆ ಶ್ರೀಧರನೊಂದಿಗೆ ನಡೆದು ಹೋಗಿತ್ತು. ಸತ್ಯ ಗೊತ್ತಿದ್ದುದು ಒಂದಿಷ್ಟು ಮಂದಿಗೆ ಮಾತ್ರ. ಅದನ್ನು ನುಂಗಿಬಿಡುವ ಹವಣಿಕೆ ಶ್ರೀಧರನ ಕಡೆಯವರಿಗಾದರೆ ತಮ್ಮ ಮಾತನ್ನು ಯಾರಾದರೂ ನಂಬಿಯಾರೇ, ಎನ್ನುವ ಕಳವಳ. ಗೋಪಾಲರಾಯರು ಕೆಲವರಿಗೆ ಸತ್ಯ ತಿಳಿಸಿದರು. ಅವರುಗಳದು ಒಂದು ರೀತಿಯ ನಟನೆ.

ಗೋಪಾಲರಾಯರು, ಅಖಿಲಾ ದೇವಸ್ಥಾನ ಬಿಟ್ಟು ಒಂದೆರಡು ವಾರ ದೂರ ಬರುವ ವೇಳೆಗೆ ಶ್ರೀಧರ ಬೈಕ್‌ನಲ್ಲಿ ಬಂದವ ನಿಲ್ಲಿಸಿದ.

"ದೇವಸ್ಥಾನಕ್ಕೆ... ಹೋಗಿದ್ರಾ?" ಸ್ವಾಭಾವಿಕ ಪ್ರಶ್ನೆಯಾದರೂ ಅವನ ಕಣ್ನೋಟ ಹರಿತವಾದ ಅಲಗಿನಂತಿತ್ತು. ಬಾಯಿಗೆ ಕೈ ಅಡ್ಡ ಹಿಡಿದು ಕೆಮ್ಮಿದ್ದರು. "ಹೌದು, ನೀನು ದೇವಸ್ಥಾನದ ಕಡೆ ಹೊರಟ್ಯಾ?" ಅವರ ಪ್ರಶ್ನೆಗೆ ಉತ್ತರಿಸುವ

ಗೋಜಿಗೆ ಹೋಗದ ಶ್ರೀಧರ, "ಬಾ, ಕೂತ್ಕೋ. ಇನ್ನೊಂದ್ಸಲ ಜೊತೆಯಾಗಿಯೇ ದರ್ಶನ ಮಾಡಿ ಬರೋಣ" ಅಖಿಲಾ ಅವನ ಮಾತು ಕೇಳದವಳಂತೆ ನಾಲ್ಕು ಹೆಜ್ಜೆ ಮುಂದಿಟ್ಟಳು. ಶ್ರೀಧರನ ಮುಖದಲ್ಲಿ ಕ್ರೂರತೆ ಇಣಕಿತು. "ಅಂತೂ ನಿನ್ನ ಸೊಕ್ಕನ್ನ ಎಂಟು ದಿನದೊಳಗೆ ಅಡಗಿಸ್ತೀನಿ!" ಅವನ ಬೈಕ್ ಸದ್ದು ಮಾಡುತ್ತ ಮುಂದಕ್ಕೆ ಹೋಯಿತು.

ಗೋಪಾಲರಾಯರು ನಡುಗಿಬಿಟ್ಟರು. ಅವರದು ಸಾತ್ವಿಕ ಮನೆತನ. ಅಣ್ಣನ ಕಪಟ, ಕುಯುಕ್ತಿ, ಮೋಸದ ಬಗ್ಗೆ ಗೊತ್ತಿದ್ದರೂ ಅವರ ಮಗ ಇನ್ನೊಂದು ಮೆಟ್ಟಲು ಮುಂದಿರುವುದು ಅವರಿಗೆ ಈಚೆಗೇನೆ ಗೊತ್ತಾಗಿದ್ದು.

"ಅಯೋಗ್ಯ..." ಗೊಣಗಿದರು.

ಅಖಿಲಾ ದಾರಿಯಲ್ಲಿ ಕೂಡ ಇನ್ನೊಂದೂ ಮಾತಾಡಲಿಲ್ಲ. ತಾನಾಗಿ ಹುಲಿಯ ಬಾಯಿಗೆ ಬೀಳಬೇಕು. ಅಥ್ವಾ ಹುಲಿಯೇ ಮೇಲೇರಬೇಕು. ಇದು ವಾಸ್ತವಿಕ ಸತ್ಯ. ಎರಡರಲ್ಲಿ ಒಂದನ್ನು ಆಯ್ದುಕೊಳ್ಳಬೇಕು. ಇವೆರಡರಲ್ಲಿ ಒಂದಕ್ಕೊಂದಕ್ಕೆ ಅಷ್ಟೊಂದು ವ್ಯತ್ಯಾಸವಿರದು.

ಮನೆಯವರೆಗೂ ಬಂದ ಗೋಪಾಲರಾಯರು ಗಣಪತಿಯನ್ನು ಹೊರಗೆ ಕರೆದು ಪಿಸುಗುಟ್ಟಿದರು.

"ಏನ್ಮಾಡೋದು? ದಿಕ್ಕೇ ತೋಚದಂತಾಗಿದೆ" ವಿವರಿಸಿದರು. ಅವರ ಕಣ್ಣುಗಳಲ್ಲಿ ನಿಸ್ಸಹಾಯಕತೆ ಇಣಕಿತು.

"ನೀವೇ ಈ ಕಷ್ಟದಿಂದ ನನ್ನ ಪಾರು ಮಾಡ್ಬೇಕು" ಕಾಲುಗಳನ್ನು ಹಿಡಿದುಬಿಟ್ಟರು ಗಣಪತಿಗಳು. "ಛೇ, ಇದೇನಿದು! ನಾಳೆ ಬೆಳಿಗ್ಗೆ ನಾನು ಹೋಗಿ... ಮಾತಾಡ್ತೀನಿ" ಸಮಾಧಾನಿಸಿದರು. ಆದರೆ ಮನೆಗೆ ಬರುವ ವೇಳೆಗೆ ತೀರಾ ಬಸವಳಿದು ಹೋಗಿದ್ದರು.

* * * *

ತಮ್ಮ ಕಂಪನಿ ಲೀಗಲ್ ಅಡ್ವೈಸರ್‌ನ ಮುಂದಿಟ್ಟುಕೊಂಡು ಸುಭಾಷ್ ಎಂಟೇ ದಿನದಲ್ಲಿ ಶ್ರೀನಿವಾಸಮೂರ್ತಿಗಳ ಪೂರ್ತಿ ಸಂಬಂಧವನ್ನು 'ಸುಭಾಷ್ ಗಾರ್ಮೆಂಟ್ಸ್'ನಿಂದ ಕಡಿದುಹಾಕಿಬಿಟ್ಟ. ಈ ವಿಷಯದಲ್ಲಿ ಅವನ ನಿರ್ಧಾರ ಅಚಲವಾಗಿತ್ತು. ಅವರಪ್ಪ ಎಲ್ಲಾ ಕಾಗದ ಪತ್ರಗಳನ್ನ ಕೆಲವು ವರ್ಷಗಳ ವಾಯಿದೆಯ ಸಮೇತ ಬ್ಯಾಂಕ್ ಲಾಕರ್‌ನಲ್ಲಿಟ್ಟಿದ್ದು ಅವನಿಗೆ ಅನುಕೂಲವಾಯಿತು.

ಆಫೀಸ್‌ಗೆ ಬಂದ ಕೂಡಲೇ ಸುಧಾ ಕಣ್ಣಿಗೆ ಬಿದ್ದಳು. ನಸುನಕ್ಕು ಅವಳ ಪೋನಿಟೈಲ್‌ನ ಎಳೆದ.

"ಇವತ್ತು ಕ್ಲಾಸಿಗೆ ಚಕ್ಕರ್!" ಮೃದುವಾಗಿ ರೇಗಿಸಿಯೇ ಒಳಗೆ ಕರೆದೊಯ್ದ. "ಯಾಕ್ಬಂದೆ?" ಮೃದುವಾಗುವ ಬದಲು ಮತ್ತಷ್ಟು ಒರಟಾದ. ಅದಕ್ಕೆ ಕಾರಣವಿತ್ತು.

"ಮಮ್ಮಿ ನಿನ್ನ ಕರ್ಕೊಂಡ್ಬಾ ಅಂದ್ಲು." ಸೀಟಿಗೊರಗಿ ಹಣೆ ಹಿಂಡಿದ. "ನಿನ್ನ ಮಮ್ಮಿ ಫೋನ್ ಮಾಡ್ಬಹುದಿತ್ತಲ್ಲ! ಪಪ್ಪ ಮನೆಯಲ್ಲೇ... ಇದ್ರಾ?" ವ್ಯವಹಾರ

ಮುಗಿದಾಗಿನಿಂದ ಲಕ್ಷ್ಮಿ ಫೋನ್ ಮಾಡುವುದಿರಲಿ, ಮನೆಗೆ ಹೋದಾಗ ಸರಿಯಾಗಿ ಮಾತನಾಡಿಸಿಯೂ ಇರಲಿಲ್ಲ.

ಮ್ಯಾನೇಜರ್ ಪಿಳ್ಳೆಯವರಿಗೆ ಏನೋ ಹೇಳಿ ಹೊರಗೆ ಬಂದ. ಸರೋಜ ಎದ್ದುಬಂದಳು.

"ಸರ್, ಒಂದ್ಮಾತು..." ಎಂದಾಗ ನಿಂತ. ಅವನ ಹುಬ್ಬುಗಳು ಬೆಸೆದುಕೊಂಡವು. ಟೈಪ್ ಮಾಡುತ್ತಿದ್ದ ಅಖಿಲಾ ಅತ್ತ ಅವನ ನೋಟ ಹೊರಳಿತು. ಸರೋಜ ಸ್ವರ ಉಡುಗಿತು. ಹೇಗೆ ವಿಷಯ ಪ್ರಸ್ತಾಪ ಮಾಡುವುದು? ಯೋಚಿಸುತ್ತ ನಿಂತಳು.

ಅರಿತವನಂತೆ ಮುಗುಳ್ನಕ್ಕ. "ಓ.ಕೆ., ನಿಮ್ಗೇ ಎಲ್ಲಿ ಇಷ್ಟವಾದ್ರೆ... ಅಲ್ಲಿ ಕೆಲ್ಸ ಮಾಡಿ. ಅದು ಕೂಡ ಬೇರೆಯಲ್ಲ!" ಸರೋಜ ಅವನ ನಿರ್ಧಾರಕ್ಕೆ ಚಕಿತಳಾದಳು. ಶ್ರೀನಿವಾಸಮೂರ್ತಿಗಳು ತಾವು ಹೊಸದಾಗಿ ಆರಂಭಿಸುವ ಸುಧಾ ಗಾರ್ಮೆಂಟ್ಸ್‌ಗೆ ಇಲ್ಲಿನಿಂದಲೇ ಕೆಲಸಗಾರರನ್ನು ಎಳೆದೊಯ್ಯುವ ಸನ್ನಾಹ. ತೀರಾ ಮೃದು, ಭಯಸ್ಥನ ಮಿದುಳು ಕೂಡ ತುಂಬ ಚುರುಕೆನ್ನುವಂತೆ ವರ್ತಿಸುತ್ತಿದ್ದರು.

ಸುಧಾಳೊಂದಿಗೆ ಇಳಿದು ಹೋದ ಮೇಲೆ ಸರೋಜ ತನ್ನ ಸೀಟಿಗೆ ಬಂದಳು. ಅವಳಿಗೆ ಒಂದು ರೀತಿಯ ನಿರಾತಂಕ.

"ನಾನಂತೂ ಇಲ್ಲೇ ಕೆಲ್ಸ ಮಾಡೋಳು! ಯಾರು ಬೇಕಾದ್ರೂ... ಹೋಗ್ಲಿ!" ಪಿನ್ ಮಾಡಿಟ್ಟ ಪೇಪರ್‌ಗಳನ್ನ ಜೋಡಿಸತೊಡಗಿದಳು. ಅಖಿಲಾ ಟೈಪ್ ಮಾಡುವುದನ್ನು ನಿಲ್ಲಿಸಿದಳು. ಶ್ರೀನಿವಾಸಮೂರ್ತಿಗಳು ಅವಳಿಗೆ ಪರ್ಸನಲ್ ಆಗಿ ಫೋನ್ ಮಾಡಿದ್ದರು. "ನನ್ನ ಪಿರಿಯಡ್‌ನಲ್ಲಿ ನಿನ್ನ ಕೆಲ್ಸಕ್ಕೆ ತಗೊಂಡಿರೋದು. ಸದ್ಯಕ್ಕೆ ನನಗೆ ಅನುಭವಿ ಪಿ.ಎ. ಬೇಕು. ನಿನ್ನನ್ನೇ ತಗೊಂಡಿದ್ದೀನಿ. ಸಂಬ್ಳ, ಭತ್ಯೆ ಎಲ್ಲ ಹೆಚ್ಚಿಸಲಾಗಿದೆ" ಎಂದಿದ್ದರು.

ಈ ಅಮಿಷ ಮ್ಯಾನೇಜರ್ ಪಿಳ್ಳೆಯಿಂದ ಹಿಡಿದು ಗೋಪಾಲರಾಯರವರೆಗೆ ಒಡ್ಡಿದ್ದರು. ಆದರೆ ಯಾರಿಗೂ ಮನಸ್ಸಿಲ್ಲ. "ನೋಡೋಣ" ಜಾರಿಕೊಂಡಿದ್ದರು.

ಅಖಿಲಾ ಗದ್ದಕ್ಕೆ ಕೈಯೂರಿ ಮೌನವಾಗಿ ಕೂತಳು. "ಈಗ ನಾನೇನ್ಮಾಡ್ಲಿ...?" ಅವಳ ಸ್ವರದಲ್ಲಿ ನಿಸ್ಸಹಾಯಕತೆ ಇಣಕಿದಾಗ ಸರೋಜ ಗಟ್ಟಿಯಾಗಿ ಹೇಳಿದಳು. "ಬರೋಲ್ಲ.... ಅನ್ನು. ಪಿ.ಎ. ಕೆಲ್ಸಾಂದ್ರೆ ಹೆಚ್ಚು ಕಡ್ಮೇ ಪ್ರಾಣ ಹೋಗೋಂಥದ್ದು. ಅವ್ರಿಗೆ ಫರ್ಮ್ ಮೈಂಡ್ ಇರೋಲ್ಲ. ಇಲ್ಲಿ ಪಿಳ್ಳೆ, ಗೋಪಾಲರಾಯರು ಎಲ್ಲಾ ನಿಭಾಯಿಸ್ಕೊಂಡ್ಹೋದ್ರು. ಪ್ಲಾನ್ ಹೆಚ್ಚು ಸದ್ದು ಮಾಡಿದ್ರೆ.... ಆ ಮನುಷ್ಯ ಸೀಟ್‌ನ ಹಿಂದೆ ಅವಿತುಕೋತಾನೆ!" ಅವಳ ಮಾತಿಗೆ ಎಲ್ಲರೂ ಬಿದ್ದುಬಿದ್ದು ನಕ್ಕರು. ಭಯದ ಸ್ವಭಾವ ಶ್ರೀನಿವಾಸಮೂರ್ತಿಗಳನ್ನ ಆಗಾಗ ಅಪಮಾನದ ಕಡಲಿನಲ್ಲಿ ನಿಲ್ಲಿಸಿಬಿಡುತ್ತಿತ್ತು.

ಅಷ್ಟರಲ್ಲಿ ಫೋನ್ ಬಂತು. ಸರೋಜ ಎತ್ತಿದಳು. ಶ್ರೀಧರನ ಸ್ವರ. ಅವಳ ಮೈಯೆಲ್ಲ ಉರಿದುಹೋಯಿತು. "ಇದು ಸುಭಾಷ್ ಗಾರ್ಮೆಂಟ್ಸ್ ಹೆಡ್ ಆಫೀಸ್.

ನೀವು ಕಾಲ್ ಮಾಡ್ಬೇಕಾದ್ದು ನ್ಯೂರೋ ಸೆಂಟರ್‌ಗೆ ಅಲ್ಲಿ ನಿಮ್ಮ ಕಾಯಿಲೆಗೆ ಟ್ರೀಟ್‌ಮೆಂಟ್ ಸಿಕ್ಕುತ್ತೆ" ಎಂದು ಫೋನ್ ಕುಕ್ಕಿದ್ದಳು.

ನಿಜಾಂಶ ಗೋಪಾಲರಾಯರ ಬಾಯಿಂದ ಹೊರಬಿದ್ದಾಗ ಸರೋಜ, ಅಖಿಲಾ ಸೆರಗು ಸರಿಸಿ ಕುತ್ತಿಗೆ ನೋಡಿದ್ದಳು. "ವಾಯ್ ಅಖಿಲಾ... ಇಷ್ಟೊಂದು ಒಳ್ಳೆತನ ಇರ್ಬಾರ್ದು! ಇದೇ ಸ್ಥಿತಿಯಲ್ಲಿ ನೀನು ಬದ್ಕೋಬೇಕಾದ್ರೆ ಕಾಡಿಗೆ ಹೋಗ್ಬಿಡು. ಇಷ್ಟೊಂದು ಮುಗ್ಧತೆ, ಮೃದುತನ ಇಟ್ಟುಕೊಂಡು ಮನುಷ್ಯರ ನಡುವೆ ಬದ್ಕೋಕಾಗೋಲ್ಲ!" ನೋವಿನಿಂದ ಒದ್ದಾಡಿದಳು.

ಅಂದಿನಿಂದ ಅವಳಿಗೆ ತಂಗಿಯೆನ್ನುವಷ್ಟು ಮಮತೆ. ಅವಳಲ್ಲಿನ ಪ್ರತಿಭೆಗೆ ಸಾಣೆ ಹಿಡಿಯತೊಡಗಿದ್ದಳು.

ಸುಧಾ ಜೊತೆ ಸುಭಾಷ್ ಬಂದಾಗ ಲಕ್ಷ್ಮಿ ಬಾಗಿಲಿನಲ್ಲಿಯೇ ಎದುರುಗೊಂಡಳು. ಪ್ರಯತ್ನಪೂರ್ವಕವಾಗಿ ಗೆಲುವನ್ನು ತಂದುಕೊಂಡರೂ ಸೋತ ಕಳೆ ಮುಖದಲ್ಲಿ ಸ್ಪಷ್ಟವಾಗಿತ್ತು.

"ಏನು ಡಿಸ್ಟರ್ಬ್ ಆಗಿಲ್ಲ ತಾನೆ!" ಲಕ್ಷ್ಮಿ ಪ್ರಶ್ನೆಗೆ ನಸುನಕ್ಕ. "ಪರ್ವಾಗಿಲ್ಲ, ಅದೇನು ಹೇಳಿ ಕಳ್ಸಿದ್ದು?" ಕೂತು ಕ್ರಾಪ್‌ನ ಹಿಂದಕ್ಕೆ ತಳ್ಳಿದ. "ನಿಮ್ಗೂ, ಸುಭಾಷ್ ಗಾರ್ಮೆಂಟ್ಸ್‌ಗೂ ಇದ್ದ ಸಂಬಂಧ ಮುಗ್ದು ಹೋಗಿರಬಹ್ದು. ಆದ್ರೆ... ನನ್ನ, ನಿನ್ನ ನಡುವಿನ ರಕ್ತದ ಸಂಬಂಧ ಶಾಶ್ವತ ಅನ್ನೋ ನೆನಪು ನಂಗಿದೆ" ಎಂದವನೆ ಸುಧಾ ಕಡೆ ನೋಡಿದ. "ಮೂರ್ಹೊತ್ತು ಮನೆಯಲ್ಲಿ ಕೂಡ್ಸಿಕೊಂಡಿದ್ದಿಯಲ್ಲ! ಮೊದ್ಲು ಸುಧಾ ಬಗ್ಗೆ ಯೋಚ್ನೇ ಮಾಡು" ಅವನ ಮೂಗಿನ ತುದಿ ಕೆಂಪಾಗಿತ್ತು. ಓದಿ, ಅಡಿ ಬೆಳೆಯಬೇಕಾದ ಹುಡುಗಿ ತೀರಾ ಹಟ, ಮುದ್ದಿನಿಂದ ಮನೆಯಲ್ಲಿ ಕೂತಿದ್ದಳು. ಎಷ್ಟೇ ತಡೆದುಕೊಂಡರೂ ಈ ವಿಷಯ ಪ್ರಸ್ತಾಪಿಸದೇ ಇರುವುದು ಅವನಿಂದಾಗುತ್ತಿರಲಿಲ್ಲ.

ಲಕ್ಷ್ಮಿ ಮಾತಾಡಲು ಅನುಮಾನಿಸತೊಡಗಿದಾಗ ಪುಸಲಾಯಿಸಿದ ಸುಧಾನ. "ನಾನು ಕರ್ಯೋವರ್ಗೂ ನೀನು ವರಾಂಡದಲ್ಲಿ ಕೂತಿರು. ಇಲ್ದಿದ್ರೆ ನಾನು ನಿನ್ನ ಹತ್ರ ಮಾತಾಡೋಲ್ಲ!" ಅವಳದು ಮಾಮೂಲಿ ಹಟವೇ. "ನಂಗೆ ಹೋಟೆಲ್‌ನಲ್ಲಿ ಐಸ್‌ಕ್ರೀಂ ಕೊಡ್ಸಬೇಕು" ನೋಟ ಲಕ್ಷ್ಮಿಯತ್ತ ಹೊರಳಿಸಿದ: "ನಿನ್ನಗ್ಳು ಐಸ್‌ಕ್ರೀಂ ಚೂಯಿಂಗ್‌ಗಮ್, ಚಾಕಲೇಟ್ ಫ್ಯಾಕ್ಟರಿಗಳ್ನ ಉದ್ಧಾರ ಮಾಡೋಕೆ ಹುಟ್ಟಿದ್ದಾಳೆ" ಬೇಸರಿಸುತ್ತ ಹೇಳಿದ. "ಪ್ಲೀಸ್, ಹೋಗೋಣ., ವೈಟ್ ಔಟ್ ಸೈಡ್" ಸಹನೆಯಿಂದ ಕಳಿಸಿದ.

ಮತ್ತೆ ಲಕ್ಷ್ಮಿಯ ಕಡೆ ತಿರುಗಿದ.

"ಡಿಯರ್ ಸಿಸ್ಟರ್, ಟೆಲ್ ಮಿ ಯುವರ್ ಪ್ರಾಬ್ಲಮ್" ನಿರಾಳವಾಗಿ ಕೂತ. ದೀರ್ಘವಾಗಿ ಉಸಿರೆಳೆದು ಲಕ್ಷ್ಮಿ ನಿಧಾನವಾಗಿ ದಬ್ಬಿದಳು. "ನಿಂಗೆಲ್ಲ ಗೊತ್ತಿರಲಿಲ್ಲ. ಅವ್ರು 'ಸುಭಾಷ್ ಗಾರ್ಮೆಂಟ್ಸ್' ಸಹಾಯ, ಸಹಕಾರ ಪಡ್ದುಕೊಳ್ಳಬಾರದೂಂತ ತೀರ್ಮಾನ ಮಾಡಿದ್ದಾರೆ" ನಿಜವಾಗಿಯೂ ಸಂತೋಷಪಟ್ಟ ಸುಭಾಷ್.

"ಹ್ಯಾಪೀ ನ್ಯೂಸ್! ಒಳ್ಳೆ ಸುದ್ದಿನೇ. ಅವ್ರ ಇಷ್ಟು ವರ್ಷದ ಅನುಭವದಿಂದ

ಏನ್ಬೇಕಾದ್ರೂ... ಮಾಡಬಲ್ಲರು! ಭಾವನ ಬಗ್ಗೆ ನೀನು ಭರವಸೆ ಇಡ್ಬೇಕು" ನಿರಾಶೆಯ ನಗು ಲಕ್ಷ್ಮಿಯ ತುಟಿಯಂಚಿನಲ್ಲಿ ಮಿನುಗಿತು.

"ಅಪ್ಪ, ಸುಭಾಷ್ ಗಾರ್ಮೆಂಟ್ಸ್‌ನ ಹೇಗೆ ಪ್ರಾರಂಭ ಮಾಡಿದ್ರು, ಎಷ್ಟು ಚಿಕ್ಕದಾಗಿ ಪ್ರಾರಂಭ ಮಾಡಿದ್ರು ಅನ್ನೋದು ನಿಂಗೆ ಗೊತ್ತೇ ಇದೆ. ಆದ್ರೆ... ಇವ್ರ ದೃಷ್ಟಿನೇ ಬೇರೆ" ಬೇಸರದಿಂದ ಹೇಳಿದಳು. ನಿಬ್ಬೆರಗಾದ ಸುಭಾಷ್. ಯಾಕೆ ಇಂಥ ಅನುಮಾನ? ಸುಭಾಷ್ ಗಾರ್ಮೆಂಟ್ಸ್‌ನ ಮೀರಿಸಬೇಕೆನ್ನುವುದಕ್ಕಿಂತ ಅವರಲ್ಲಿ ಬೇರೆ ದೃಷ್ಟಿ ಏನಿದೆ?

"ನಂಗೆ... ಅರ್ಥವಾಗ್ಲಿಲ್ಲ!" ಕೈ ಕೈ ಬೆಸೆದ.

ಲಕ್ಷ್ಮಿ ಮುಖದ ಮೇಲೆ ದುಗುಡ ತೇಲಿತು. "ಮ್ಯಾನೇಜರ್ ಪಿಳ್ಳೆ, ಗೋಪಾಲರಾಯರಂಥ ಅನುಭವಿ, ಪ್ರಾಮಾಣಿಕ ಜನರಿಲ್ಲದಿದ್ದರೆ ಪರಿಸ್ಥಿತಿ ಬೇರೆ ರೀತಿಯಲ್ಲಿ ಇರುತ್ತಿರುತ್ತಿತ್ತು. ಭಯ ಅವರ್ನ ಕಾಡೋ ದೆವ್ವ. ಹೆದರಿಸಿ ಹೆದರಿಸಿ ಆತ್ಮಬಲನೇ ಕುಗ್ಗಿ..." ಅತ್ತುಬಿಟ್ಟಳು ಲಕ್ಷ್ಮಿ. ಸುಭಾಷ್ ತಲೆ ಕೆಟ್ಟಿತು. ಅವನು ಈ ರೀತಿ ಯೋಚಿಸಲು ಸಿದ್ಧನಿಲ್ಲ.

"ನೀನು ಯೋಚ್ಸೋ ರೀತೀನೇ ಸರಿಯಲ್ಲ ವೆಹಿಕಲ್ಸ್, ಏಕಾಂತ, ಸಣ್ಣ ಶಬ್ದಗಳಿಗೆ ಹೆದರಬಹುದು. ಅದನ್ನೇ ವೀಕ್ ಪಾಯಿಂಟ್ ಮಾಡ್ಕೋಬೇಡ. ನನ್ನ ಡಿಗ್ರಿ ಮುಗ್ದಮೇಲೆ ತಾನೇ ನಾನು ಆಫೀಸ್ ಕೆಲ್ಸಕ್ಕೆ ಕೈ ಹಾಕಿದ್ದು. ಅದ್ಕೆ ಮುನ್ನ..." ಲಕ್ಷ್ಮಿ ಕೈಯೆತ್ತಿ ತಡೆದಳು. "ನಿಂಗೆ ಸ್ವಲ್ಪ ಕೂಡ ಅರ್ಥವಾಗೋಲ್ಲ. ಅಂದಿನ ಆಕ್ಸಿಡೆಂಟ್ ಪ್ರಕರಣ ನೆನಸ್ಕೋ. ಅಂದು ಅಖಿಲಾ ತೋರಿದ ಧೈರ್ಯ ಕೂಡ ಅವ್ರಿಂದ.... ಆಗ್ಲಿಲ್ಲ. ಅದು ಇದೊಂದರಲ್ಲೇ ಅಲ್ಲ, ಎವ್ವೆರಿಥಿಂಗ್..."

ಏನೇ ಹೇಳಿದರೂ ಅವನಿಗೆ ಸ್ಪಷ್ಟವಾಗಲಿಲ್ಲ. ಮತ್ತೆ ಮತ್ತೆ ಲಕ್ಷ್ಮಿ ಅದೇ ಹೇಳಿದಳು. ಬೇಸತ್ತು ಹೋದ.

"ಕಮ್ ಟು ದಿ ಪಾಯಿಂಟ್. ಈಗ ನಾನೇನ್ಮಾಡ್ಲಿ?" ಮುಖವನ್ನು ಉಜ್ಜಿದ. ಲಕ್ಷ್ಮಿ ಸ್ವಲ್ಪ ಗೆಲುವಾದಳು. "ಈಗ ಅವ್ರನ್ನ ಪಾರ್ಟನರ್ ಆಗಿ ತಗೋ" ಸುಸ್ತಾದ. ಅದು ಅವನಿಗೆ ಇಷ್ಟವಿಲ್ಲವೆಂದೇ ತೀರ್ಮಾನ ತಗೊಂಡಿದ್ದು. ಮತ್ತದೇ ಪುನರಾವರ್ತನೆ.

"ಎಕ್ಸ್‌ಕ್ಯೂಜ್ ಮಿ. ನಂಗದು ಇಷ್ಟವಿಲ್ಲ. ಬಾಂಧವ್ಯ ಹೀಗೆಯೇ ಇರಲಿ. ವ್ಯವಹಾರದಲ್ಲಿ ಮಾತ್ರ ಕವಲು ದಾರಿ. ಇದು ನಿಮ್ಮಗಳ ಒಳಿತಿಗಾಗಿಯೇ ಒಂದು ಲೆಕ್ಕದಲ್ಲಿ" ಅರ್ಥಗರ್ಭಿತವಾಗಿ ಹೇಳಿದ ಸುಭಾಷ್ ಮೇಲೆದ್ದ.

"ನಿಮ್ಮಗಳ ಎಣಿಕೆಗೆ ಮೀರಿದಷ್ಟು ಸಂಪತ್ತು ನಿಮ್ಗೇ ಬಿಟ್ಟಿದ್ದೀನಿ. ಆದ್ರೆ... ನನ್ನ ಪಾಲಿನದರ ನಿರೀಕ್ಷೆ ಮಾತ್ರ ಮಾಡ್ಬೇಡಿ. ಈಗಾಗ್ಲೇ ನಾನೊಂದು ಡಿಸಿಷನ್‌ಗೆ ಬಂದಿದ್ದೀನಿ" ಬಾಗಿಲವರೆಗೂ ಹೋದವನು ನಿಂತ "ಡೂ ನಾಟ್ ಟ್ರೈ ಅಗೆನ್"... ಸರಸರ ನಡೆದವನನ್ನ ಸುಧಾ ಹಿಡಿದಳು. "ಐಸ್ ಕ್ರೀಮ್..." ಕೈ ಹಿಡಿದು ಕರೆದೊಯ್ದು.

ಅವಳು ತಿನ್ನುವಷ್ಟು ಐಸ್ ಕ್ರೀಮ್ ಕೊಡಿಸಿ ತಂದು ಮನೆಯ ಮುಂದೆ ಇಳಿಸಿ ಗಲ್ಲ ತಟ್ಟಿದ.

"ನಿನ್ನ ಫ್ರೆಂಡ್ಸ್ ನಿನ್ನಂಡ್ರೆ ಅಸಹ್ಯಸ್ಕೋತಾರೆ. ಹಟಬಿಟ್ಟು ಓದು" ಕಾರು ಮುಂದಕ್ಕೆ ಹೋಯಿತು. ಸುಧಾ ಕಣ್ಣುಗಳಲ್ಲಿ ಕಂಬನಿ ತುಂಬಿತು. "ಮಾಮ, ಮಾಮ" ಅಳತೊಡಗಿದಳು.

ಒಂದೇ ವಾರದಲ್ಲಿ 'ಸುಧಾ ಗಾರ್ಮೆಂಟ್ಸ್' ದೊಡ್ಡ ರೀತಿಯಲ್ಲಿ ಆರಂಭವಾಯಿತು. ಇಡೀ ದಿನ ಅಲ್ಲೇ ಇದ್ದು ಓಡಾಡಿದ ಸುಭಾಷ್. ಮನೆಗೆ ಹೊರಟಾಗ ಕಾರು ನಡೆಸಲಾರದಷ್ಟು ನಿಶ್ಶಕ್ತಿ ಅವನಿಗೆ. ಮಿದುಳಿನಲ್ಲಿ ಒಂದು ರೀತಿಯ ಸ್ತಬ್ಧತೆ ಅರಿವಾಯಿತು.

ಪ್ರಯಾಸದಿಂದ ಮನೆಗೆ ಬಂದ. ಬಾಗಿಲಿಗೆ ಬೀಗ ಹಾಕಿತ್ತು. ಕಣ್ಣಂಚಿನಲ್ಲಿ ಕಂಬನಿ ತೇಲಿತು. ಹೊರಗಿನವರ ನೋಟಕ್ಕೆ ತೀರಾ ಸುಖಿಯಂತೆ ತೋರುವ ಸುಭಾಷ್ ಅಂತರಂಗದಲ್ಲಿ ಒಂಟಿ. ಹೊರನೋಟಕ್ಕೆ ವರ್ಣಮಯವಾಗಿ ಕಾಣುವ ಜಗತ್ತು ಒಳನೋಟಕ್ಕೆ ತೀರಾ ಕ್ರೂರ! ಛೆ... ಜಿಗುಪ್ಸೆಯಿಂದ ಒದ್ದಾಡುತ್ತಿದ್ದ.

ತುಟಿಯನ್ನ ಹಲ್ಲಿನಡಿಯಲ್ಲಿ ಕಚ್ಚಿಡಿದು ಗೇಟನ್ನ ತಳ್ಳಿದ. ಭಯಂಕರ ಬಿರುಗಾಳಿಯ ಮಧ್ಯೆ ನಿಂತವನಂತೆ ತೊಯ್ದಾಡಿದ. ರೀಲುಗಳಂತೆ ಅವನ ಮುಂದೆ ದೃಶ್ಯಗಳು ಉರುಳಿ ಹೋದವು.

"ಸರ್..." ಕೇಳಿದಂತಾಯಿತು. ಕತ್ತಲಿಟ್ಟಿತು. ಎರಡು ಕೈಯಲ್ಲು ತಲೆಯನ್ನಿಡಿದುಕೊಂಡ. "ನಂಗೆ ಬೇಡ ಈ ಬದುಕು!" ಕಚ್ಚಿಡಿದ ಹಲ್ಲುಗಳ ನಡುವೆಯಿದ್ದ ಸ್ವರ ತೂರಿ ಬಂತು.

ಆಮೇಲೆ ಪ್ರಜ್ಞೆ ಮರಳಿದಾಗ ಹಾಸಿಗೆಯ ಮೇಲಿದ್ದ ಮೈನ ಶಕ್ತಿಯೆಲ್ಲ ಉಡುಗಿಹೋದಂಥ ನಿಶ್ಶಕ್ತಿ. ಅರೆತೆರೆದ ಕಣ್ಣುಗಳಿಗೆ ಬಿದ್ದವಳು ಅಖಿಲಾ. ಬಹುಶಃ ಕನಸೆಂದುಕೊಂಡು ಕಣ್ಣುಗಳನ್ನು ಮುಚ್ಚಿಕೊಂಡ.

"ದಿಸ್ ಈಸ್ ಬ್ಯಾಡ್. ಈ ಮನೋಭಾವ ಅವನಲ್ಲಿ ಉಂಟಾಗೋಕೆ ಅವ್ನ ಅಕ್ಕ ಭಾವನೇ ಕಾರಣ. ಹಂತಹಂತವಾಗಿ ನಿರಾಶೆ ಅಂಚಿಗೆ ತಳ್ಳೋ ಬದ್ಲು ಒಮ್ಮೆಲೇ ಬೀಳೋ... ಅವಕಾಶ" ಸಿಡಿಮಿಡಿಗುಟ್ಟಿದರು ಡಾ॥ ಶ್ಯಾಮಸುಂದರ್.

ಗೋಪಾಲರಾಯರು ಸುಮ್ಮನೆ ನಿಂತರು.

"ಆ ಜನಕ್ಕೆ ನಾಚ್ಕೇ... ಬೇಡ್ವಾ! ಬರೀ ಮನೆ, ಮಕ್ಳು ನಡುವೆಯೇ ಅವ್ನ ಬದ್ಕನ್ನ ಹುದುಗಿಬಿಟ್ಟರು. ಬರೀ... ಸೆಲ್‌ಫಿಷ್..." ಇದೆಲ್ಲ ಗೋಪಾಲರಾಯರಿಗಾಗಲಿ, ಅಖಿಲಾಗಾಗಲಿ ಅರ್ಥವಾಗಲಿಲ್ಲ.

"ಮಿಸ್ಟರ್ ಗೋಪಾಲ್‌ರಾವ್, ಯು ಟೇಕ್ ರಿಸ್ಕ್. ಅವ್ರುಗಳು ಪ್ರಾರಂಭೋತ್ಸವದ ಆನಂದದಲ್ಲಿ ಮುಳುಗಿದ್ದಾರೆ. ತಿಳ್ಸಿ ತಾನೇ ಪ್ರಯೋಜನವೇನು? ರಾತ್ರಿಗೆ ನೀವಿಬ್ರೂ ಇಲ್ಲೇ ಇರೀ. ನಂಗೆ ಅರ್ಜೆಂಟ್ ಕೇಸ್‌ಗಳು ಇಲ್ದಿದ್ರೆ... ನಾನೇ

ಇರ್ತಾ ಇದ್ದೆ" ಎಂದಾಗ ಡಾಕ್ಟರ್, ತಮ್ಮ ಸಮ್ಮತಿ ಸೂಚಿಸಿದರು ಗೋಪಾಲರಾಯರು "ಯೋಚ್ನೋದೇನು ಬೇಡ, ನಾವುಗಳು ಇಲ್ಲೇ ಇರ್ತೀವಿ. ಸಾಧ್ಯವಾದ್ರೆ... ಒಮ್ಮೆ ಬನ್ನಿ."

ಡಾ॥ ಶ್ಯಾಮಸುಂದರ್ ಇನ್ನೊಮ್ಮೆ ಸುಭಾಷ್‌ನ ನೋಡಿ ಹೊರಟರು.

"ಎಚ್ಚರವಾದ್ರೆ... ಏನಾದ್ರೂ ಕುಡ್ಸಿ. ವರೀ ಮಾಡೋ ಅಂಥದೇನಿಲ್ಲ!" ಅದಷ್ಟನ್ನೇ ಹೇಳಿದರು.

ಸ್ವಲ್ಪ ಹೊತ್ತು ಪಾರ್ವತಮ್ಮನಿಗಾಗಿ ಕಾದರು. ಒಂಭತ್ತು ದಾಟಿದರೂ ಆಕೆಯ ಸುಳಿವಿಲ್ಲ.

"ಈಗೇನಾಯ್ತೋ ಏನೋ? ಮನೆಗಳಲ್ಲಿ ಸುಮ್ನೇ ಹೆದರ್ಕೊಳ್ತಾರೆ. ಒಂಟಿಯಾಗಿ ನಿನ್ನ ಹೇಗೆ ಕಳ್ಸೋದು? ನಾನ್ಹೋಗಿ ಹೇಳಿ ಬಂದುಬಿಡ್ತೀನಿ. ನೀನು ಇರ್ತೀಯಾ?"

ಅಖಿಲಾ ಸರಿಯೆನ್ನುವಂತೆ ತಲೆಯಾಡಿಸಿದಳು. ಗೋಪಾಲರಾಯರು ಹೋಗಿ ಕೋಣೆಯೆಲ್ಲ ಇಣಕಿದರು. ಮಗುವಿನಂತೆ ನಿದ್ರಿಸುತ್ತಿದ್ದ.

"ಬಾಗ್ಲು ಹಾಕ್ಕೋ, ಯಾರ್ಬಂದ್ರೂ ತೆಗೆಯೋದ್ಬೇಡಾ" ವಾಚ್ ಕಡೆ ನೋಡಿದರು. "ಅರ್ಧ ಗಂಟೆಯಲ್ಲಿ ಇಲ್ಲಿರುತ್ತೀನಿ" ಎಂದು ಹೊರಟರು.

ಅಖಿಲಾ ಬಂದು ಹಾಲ್‌ನಲ್ಲಿ ಕೂತಳು. ನೀರವತೆ ಕ್ಷಣಕ್ಷಣಕ್ಕೂ ಅವಳೆದೆಯ ಬಡಿತವನ್ನು ಹೆಚ್ಚಿಸಿದರೂ ಮತ್ತೆ ಮತ್ತೆ ಮುನ್ನಿನ ಸ್ಥಿತಿಗೆ ಎಳೆದು ತರುತ್ತಿತ್ತು.

"ಪಾರ್ವತಮ್ಮ..." ಸಣ್ಣನೆಯ ನರಳಿಕೆ. ಒಂದೇ ಹಾರಿಗೆ ಕೋಣೆಯ ಬಳಿ ಬಂದಳು. ಅವಳ ತುಟಿಗಳು ಸ್ವರ ಹೊರಡದೆ ಕಂಪಿಸಿದವು. "ಅಖಿಲಾ..." ಅವನ ಕಣ್ಣುಗಳಲ್ಲಿ ಅಚ್ಚರಿ ಮಿನುಗಿತು. "ಒಂದಿಷ್ಟು ನೀರು ಕೊಡಿ" ನಿಸ್ಸಹಾಯಕತೆಯಿಂದ ಅವನಿಗೆ ಹೃದಯ ಕಿತ್ತು ಬಾಯಿಗೆ ಬಂದಂತೆ ಆಯಿತು.

ಕೂಡಲು ಪ್ರಯತ್ನಿಸಿದಾಗ ತಡೆದಳು. "ಬೇಡ, ನೀವು ಆಯಾಸ ಮಾಡಿಕೊಳ್ಳೋದೇನು ಬೇಡ. ನಾನು ಕುಡಿಸ್ತೀನಿ" ಆದರೆ ಸುಭಾಷ್ ಒಪ್ಪಲಿಲ್ಲ. ಹಿಂದಕ್ಕೆ ದಿಂಬಿಟ್ಟಾಗ ಅವಳ ಆಸರೆಯಲ್ಲಿ ಎದ್ದು ಒರಗಿದ. ನೀರು ಕೂಡ ಕುಡಿಯಲಾರದಷ್ಟು ಸೋಲುವಿಕೆ. ಅಖಿಲಾ ತಾನೇ ಕುಡಿಸಿ ಕರ್ಚೀಫ್‌ನಿಂದ ಅವನ ತುಟಿಗಳನ್ನೊರೆಸಿದಳು. ಸ್ವಲ್ಪ ಸುಧಾರಿಸಿಕೊಂಡ.

"ಕೂತ್ಕೊಳ್ಳಿ.... ಅಖಿಲಾ. ನಂಗೆ ಆಪತ್ತು ಬಂದಾಗೆಲ್ಲ ನೀವು ಪ್ರತ್ಯಕ್ಷರಾಗಿಬಿಡ್ತೀರಿ" ಅವನ ಗಂಟಲು ಕಟ್ಟಿತು. ಅಖಿಲಾ ಕಣ್ಣು ತುಂಬಿತು. "ಪ್ಲೀಸ್, ಮಾತಾಡ್ಬೇಡಿ..." ಅವಳನ್ನು ನೋಡಿ ಬಲವಂತವಾಗಿ ನಕ್ಕ. "ನಿಮ್ಜೊತೆ ಒಂದಷ್ಟು ದಿನವಿದ್ರೆ ಬಾಯಿ ಮಾತಾಡೋದು ಮರೆಯುತ್ತೆ; ಕಣ್ಣು ಮೌನವಾಗಿ ತನ್ನ ಸಂಭಾಷಣೆಯನ್ನು ಷುರು ಮಾಡುತ್ತೆ" ಎಂದ.

"ಐ ಫೀಲ್ ಹಂಗ್ರಿ, ಇಡೀ ದಿನದ ಓಡಾಟದಲ್ಲಿ ಮಧ್ಯಾಹ್ನದ ಊಟನೇ

ಮರ್ತೆ" ಎಂದಾಗ ಅಖಿಲಾ ಅಡಿಗೆಯ ಮನೆಗೆ ಓಡಿದಳು. ಪಾತ್ರೆಯಲ್ಲಿ ತುಂಬಿಟ್ಟ ಅಡಿಗೆ ಇನ್ನು ಬಿಸಿಯಾಗಿಯೇ ಇತ್ತು. ತಟ್ಟನೆ ಬಡಿಸಿಕೊಂಡು ಬಂದಳು.

"ನಾನಷ್ಟು ಕಟುಕ ಅಲ್ಲ. ನೀವು ಬಡ್ಸಿಕೊಂಡು ಬಂದ್ರೆನೇ.... ನಾನು ಊಟ ಮಾಡ್ತೋದು" ಅವನ ಮಾತಿನಲ್ಲಿ ಸ್ವಲ್ಪ ಚೇತರಿಕೆ ಕಂಡಾಗ ಅವಳಿಗೆ ಹಕ್ಕಿಯಂತೆ ಆಕಾಶದಲ್ಲಿ ಹಾರುವಷ್ಟು ಸಂತೋಷವಾಯಿತು. "ತರ್ತೀನಿ..." ಒಳಗೆ ಓಡಿದಳು.

ಬಳಲಿಕೆ ಕಂಡರೂ ನಾಲ್ಕು ತುತ್ತು ಬಲವಂತಪೂರ್ವಕವಾಗಿಯಾದರೂ ಊಟ ಮಾಡಿದಂತೆ ಕಂಡ. ಅಷ್ಟರಲ್ಲಿ ಗೋಪಾಲರಾಯರು ಬಂದರು.

"ಹೇಗಿದ್ದೀಯಪ್ಪ?" ಅವನ ಬಳಿಯಲ್ಲಿಯೇ ಬಂದು ಕೂತರು. ತಿರುಗುವ ಫ್ಯಾನ್‌ನ ಗಾಳಿಗೆ ಕ್ರಾಪ್‌ನ ಮುಂಗೂದಲು ಹಾರುತ್ತಿತ್ತು. "ಆಲ್ ರೈಟ್... ನೀವು...!" ಕುತೂಹಲ ಅವನ ಕಣ್ಣುಗಳಲ್ಲಿ ಮೂಡಿತು. ಈಗ ಯಜಮಾನ ಮತ್ತು ಕೆಲಸದವರ ಸಂಬಂಧಕ್ಕಿಂತ ಭಿನ್ನವಾಗಿತ್ತು.

"ಅನಿರೀಕ್ಷಿತವೇ... ಬೆಳಗಿನಿಂದ ಬರೋಕ್ಕಾಗ್ಲಿಲ್ಲ! ತಪ್ಪು ತಿಳಿಬಾರದಲ್ಲ ಅಂತ ನಾನು, ಅಖಿಲಾ ಆಫೀಸ್‌ನಿಂದ ನೇರವಾಗಿ ಹೊರಟ್ವಿ. ನೀನಿದ್ದ ಕಾರು ಸರ್ಯಾದ ಸ್ಥಿತಿಯಲ್ಲಿ ಹೋಗ್ತಾ ಇರ್ಲಿಲ್ಲ. ಗಾಬ್ರಿಯಾಯ್ತು ಆಟೋ ಮಾಡ್ಕೊಂಡು ಬಂದ್ವಿ. ದೇವ್ರು ದೊಡ್ಡೋನು... ಏನು ಅನಾಹುತವಾಗ್ಲಿಲ್ಲ." ಇದಿಷ್ಟು ಹೇಳಿದರು. ಅದನ್ನು ಕೇಳುವಷ್ಟು ಸುಭಾಷ್ ಚೇತರಿಸಿಕೊಂಡಿದ್ದ. ಮುಖದಲ್ಲಿ ಒಂದು ರೀತಿಯ ಮುಜುಗರ ಮೂಡಿತು.

ಒಣಗಿದ ತುಟಿಗಳ ಮೇಲೆ ನಾಲಿಗೆಯಾಡಿಸಿದ ಸುಭಾಷ್.

"ಬರೀ ಡಿಪ್ರೆಷನ್ ಅಷ್ಟೆ. ಬಹುಶಃ ನಾನು ಕಾರಿಗೆ ಪೆಟ್ರೋಲ್ ಬದ್ಲು ಎಲ್ಲೋ ಆಲ್ಕೋಹಾಲ್ ತುಂಬಿರಬೇಕು. ಯದ್ವಾತದ್ವಾಹಾರಾಟದಲ್ಲಿ..." ಒಣನಗು ನಕ್ಕ. ನಂಬಿಬಿಡುವಷ್ಟು ಮೂರ್ಖರಲ್ಲ. ಆದರೆ ತುಟಿ ಎರಡು ಮಾಡಲಿಲ್ಲ. ನಿಧಾನವಾಗಿ ಕಣ್ಮುಚ್ಚಿಕೊಂಡಾಗ ಇಬ್ಬರು ಹೊರಬಂದರು.

ಕಾರ್ಪೆಟ್ ಮೇಲೆ ಒಂದು ದಿಂಬು ಹಾಕಿಕೊಂಡ ಅಖಿಲಾ, "ಮಾವ, ನೀವು ಮುಂದಿನ ರೂಮಿನಲ್ಲಿರೋ ಮಂಚದ್ಮೇಲೆ ಮಲ್ಗಿ" ಎಂದಳು. ಗೋಪಾಲರಾಯರಿಗೂ ಕಣ್ಣು ಎಳೆದುಕೊಂಡು ಹೋಗುತ್ತಿತ್ತು. ಇನ್ನೊಂದು ಮಾತಾಡದೆ ಹೋಗಿ ಮಲಗಿಬಿಟ್ಟರು.

ಸುಭಾಷ್ ಕೋಣೆಯಲ್ಲಿ ಮಂಕಾದ ನೀಲಿಯ ದೀಪ ಮಾತ್ರ ಉರಿಯುತ್ತಿತ್ತು. ಸದ್ದಾಗದಂತೆ ಬಾಗಿಲು ತೆರೆದು ಒಳಗಡಿಯಿಟ್ಟಳು. ಕಾಲಿನ ಬಳಿ ಇದ್ದ ಬ್ಲಾಂಕೆಟ್‌ನ ಎದೆಯವರೆಗೂ ಹೊದ್ದಿಸಿದಳು.

ಬರೀ ಗುಂಗಿನಲ್ಲಿದ್ದನೇ ವಿನಹ ಸುಭಾಷ್ ನಿದ್ರಿಸಿರಲಿಲ್ಲ. ಅವನಿಗೆ ಬುದ್ಧಿ ಬಂದ ಮೇಲೆ ಎಂದೂ ಮಲಗಿದ ನೆನಪಿರಲಿಲ್ಲ. ಸದಾ ಅನಿಲ್, ಸುಧಾರಿಗೆ, ಪ್ರೀತಿ ಹಂಚುವ, ಶುಶ್ರೂಷೆ ಮಾಡುವಲ್ಲಿಯೇ ಅವನ ದಿನಗಳು ಸರಿದುಹೋಗಿದ್ದವು.

ಲಕ್ಷ್ಮಿಯ ರೇಗಾಟ, ಮುನಿಸು ಎಲ್ಲವನ್ನೂ ಪ್ರೀತಿಯೆಂದು ತಿಳಿದಿದ್ದನೇ ವಿನಹ ಸ್ವಾರ್ಥದ ಸೊಂಕನ್ನು ಎಂದೂ ಗುರ್ತಿಸಿರಲಿಲ್ಲ. 'ಪ್ರೀತಿ, ಪ್ರೇಮ, ಅಂತಃಕರಣ' ಆ ಕ್ಷಣ ತೀರಾ ಅಮೂಲ್ಯವೆನಿಸಿತು. ಯಾಕೋ... ಎಲ್ಲಾ ಬರಿದು ಬರಿದು... ಉಸಿರಾಡಲು ಚಡಪಡಿಸಿದ. ಒಂದು ವಿಧವಾದ ತೀವ್ರತೆಯಿಂದ ಒದ್ದಾಡಿದ.

ತಕ್ಷಣ ಟ್ಯೂಬ್‌ಲೈಟ್ ಹತ್ತಿಕೊಂಡಿತು. ಅಖಿಲಾ ಧಾವಿಸಿ ಬಂದಳು.

"ಏನಾಯ್ತು...?" ಅವಳ ಸ್ವರದಲ್ಲಿ ಗಾಬರಿ ಇಣಕಿತು. ಸುಭಾಷ್ ಬಹಳ ಪ್ರಯಾಸದಿಂದ ಉಸಿರೆಳೆದು ದಬ್ಬಿದವನು ಅವಳ ಕೈ ಹಿಡಿದು ಎದೆಯ ಮೇಲಿಟ್ಟುಕೊಂಡ. "ಅಖಿಲಾ, ನಾನು ನಿನ್ನ ಇಷ್ಟಪಟ್ಟೆ. ನಿನ್ನ ಇಷ್ಟದ ಬಗ್ಗೆ ಯೋಚಿಸ್ಲಿಲ್ಲ. ಈಗ..." ಉದ್ವಿಗ್ನನಾದ. "ನನ್ನ ಕೊನೆಯ ಕ್ಷಣದಲ್ಲಿ ನೀನು ನನ್ಹತ್ರ ಇರ್ಬೇಕು. ಆಗ ನನಗಾಗಿ ಅಳೋರು ಬೇಕೇಬೇಕು. ಈ ಬಯಕೆ ಖಂಡಿತ ತಪ್ಪಲ್ಲ. ನಂಗೆ ಯಾರಿಲ್ಲ! ಆದ್ರೆ... ಕೊನೆಯ ವಿದಾಯ ಹೇಳುವ ವ್ಯಕ್ತಿಗಾಗಿ ಕಣ್ಣೀರು ಹಾಕಲು ಒಬ್ಬ ವ್ಯಕ್ತಿ ಬೇಕೇಬೇಕು" ಬೆವತುಬಿಟ್ಟ. ತುಟಿ ಕಚ್ಚಿ ಅವನೆದೆಯ ಮೇಲೆ ಕೈಯಿಟ್ಟಳು. "ನೀವು ಈಗ ಬದ್ಕಿನ ಬಗ್ಗೆ ಮಾತ್ರ ಮಾತಾಡ್ಬೇಕು. ಸಾವಿನ ಬಗ್ಗೆಯಲ್ಲ" ಎಂದು ಉಸುರಿದಾಗ ನಿಧಾನವಾಗಿ ಕಣ್ಣು ಮುಚ್ಚಿಕೊಂಡ. ಅಖಿಲಾ ಪ್ರತಿಮೆಯಾದಳು.

ಪಾದರಸದಂತೆ ಸದಾ ಚಟುವಟಿಕೆಯಿಂದಿರುತ್ತಿದ್ದ ಸುಭಾಷ್ ಬಗ್ಗೆ ಈ ರೀತಿ ಯೋಚಿಸುವುದೇ ಕಷ್ಟವಾಯಿತು. ಕಾರ್ಪೆಟ್ ಮೇಲೆ ಬರೀ ಹೊರಳಾಡಿದಳೇ ವಿನಹ ನಿದ್ದೆಯಂತು ಅವಳ ಬಳಿ ಸುಳಿಯಲಿಲ್ಲ.

ಕೋಣೆಯ ದೀಪ ದಗ್ಗನೆ ಹತ್ತಿಕೊಂಡಿತು. ಸಿಗರೇಟಿನ ವಾಸನೆ, ಮೆಲ್ಲನೆ ಎದ್ದು ಇಣಕಿದಳು. ಕಿಟಕಿಯ ಬಳಿ ನಿಂತ ಸುಭಾಷ್ ಸಿಗರೇಟು ಸೇದುತ್ತಿದ್ದ. ಅವಳಿಗೆ ಏನೇನು ಅರ್ಥವಾಗಲಿಲ್ಲ.

ಅವಳಿಗೆ ಎಚ್ಚರವಾದಾಗ ಮೈಮೇಲೆ ಶಾಲಿತ್ತು. ಅತ್ತಿತ್ತ ನೋಡಿದಳು. ಇಡೀ ಮನೆ ನೀರವತೆಯಲ್ಲಿ ಮುಳುಗಿಹೋಗಿತ್ತು.

ಸಿಂಕ್‌ನಲ್ಲಿ ಮುಖ ತೊಳೆಯುವ ವೇಳೆಗೆ ಸುಭಾಷ್ ಎದ್ದು ಬಂದ. ಬಳಲಿಕೆಯಿದ್ದರೂ ಹಸನ್ಮುಖನಾಗಿದ್ದ.

ಟವಲು ಕೊಟ್ಟ "ದೇವರ ಮನೆ ಬೆಳ್ಳಿ ಬಟ್ಟಲಲ್ಲಿ ಪುಡಿ ಕುಂಕುಮ ಇರ್ಬೇಕು. ಹಚ್ಚಿಕೊಳ್ಳಿ" ಎಂದವನೇ ಅಡಿಗೆಯ ಮನೆಯತ್ತ ನಡೆದ.

ಫ್ರಿಜ್‌ನಲ್ಲಿದ್ದ ಹಾಲಿನ ಪಾತ್ರೆ ಹೊರ ತೆಗೆದ ಅಖಿಲಾ ಅಡಿಗೆ ಮನೆಗೆ ಒಯ್ದಳು.

"ಸಾರಿ, ನಂಗೆ ಹಾಲು ಅಲ್ಲಿರೋದೇ ಮರ್ತುಹೋಗಿತ್ತು. ನಿಮಿಷ ಕೂತ್ಕೊಳ್ಳಿ. ಫಸ್ಟ್ ಕ್ಲಾಸ್ ಕಾಫೀ ಮಾಡಿಕೊಡ್ತೀನಿ" ಎಂದಾಗ ಅಖಿಲಾ ತಾನೇ ಹೀಟರ್ ಮೇಲೆ ಹಾಲನ್ನು ಬಿಸಿಗಿಟ್ಟಳು. ಗೋಡೆಗೊರಗಿ ಎದೆಯ ಮೇಲೆ ಕೈಕಟ್ಟಿದ ಸುಭಾಷ್.

ಅವನ ಬದುಕಿನಲ್ಲಿ ಇದು ತೀರಾ ಅನಿರೀಕ್ಷಿತವೇ. ಆದರೆ ಈ ಕ್ಷಣಗಳು ಬಹು ಅಮೂಲ್ಯವೆನಿಸಿತು. ಅಖಿಲಾಗೆ ಅರಿವಿಲ್ಲದಿರಬಹುದು, ಅವನ ಹೃದಯಕ್ಕೆ ತೀರಾ

ಆಪ್ತಳು. ಅವನೆದೆಯ ಪ್ರೇಮಪೂರಿತ ಭಾವನೆಗಳಿಗೆ ಅವಳನ್ನು ನೋಡಿದ ಮೇಲೆಯೇ ಅರ್ಥ ಸಿಕ್ಕಿದ್ದು. ಆದರೆ... ಸುಧಾ, ಅನಿಲ್, ಲಕ್ಷ್ಮಿ ಶ್ರೀನಿವಾಸಮೂರ್ತಿ... ಎಲ್ಲಾ ಅವನ ಮನದಲ್ಲಿ ಇಣುಕಿ ಮರೆಯಾದರು.

"ಕಾಫೀ... ಲೈಟಾಗಿಯೇ ಬೆರೆಸಿದ್ದೀನಿ" ಅವನ ಮುಂದೆ ಹಿಡಿದಾಗ ಕನಸಿನ ಪ್ರಪಂಚದಿಂದ ವಾಸ್ತವ ಪ್ರಪಂಚಕ್ಕೆ ಮರಳಿದ. "ಗುಡ್, ನಾನು ತುಂಬ ಸ್ಟ್ರಾಂಗಾಗಿ ಕುಡ್ಯೋಲ್ಲ" ಕಪ್ ಅವನ ಕೈ ಸೇರಿತು. ಇನ್ನೊಂದು ಬೆರೆಸಿದರೂ ಕುಡಿಯಲು ಸಂಕೋಚಿಸಿದಳು.

"ತಗೊಳ್ಳಿ.... ಅಖಿಲಾ. ನೀವು ಸಂಕೋಚಿಸ್ಬೇಕಾದ ಅಗತ್ಯವಿಲ್ಲ" ಒತ್ತಿ ಹೇಳಿದ. ಅವನ ತಣ್ಣನೆಯ ನೋಟ ಅವಳ ಮೇಲೆ ಹರಿದಾಡಿತು. ಒಂದು ರೀತಿ ಭಾರಗೊಂಡ ಕಪ್ಪು ಅರಳುಗಣ್ಣುಗಳು, ಅರೆತೆರೆದ ಮುದ್ದಾದ ಬಾಯಿ, ಶುಭ್ರ ಹಣೆಯ ಮೇಲೆ ಒತ್ತಿ ಇಟ್ಟ ಪುಡಿ ಕುಂಕುಮ. ಬೆಳಗಿನ ತಂಬೆಳಕಿನಲ್ಲಿ ಇಬ್ಬನಿಯ ಮಣಿಯಂತೆ ಗೋಚರಿಸಿದಳು.

ಸಿಂಕ್‌ನಲ್ಲಿ ಬಟ್ಟಲುಗಳನ್ನು ತೊಳೆದಿಟ್ಟು ನೋಟ ಎತ್ತಿದಳು. ಎಷ್ಟೋ ಬಾರಿ ಅವನ ಮುಂದೆಯೇ ಕೂತು ಡಿಕ್‌ಟೇಷನ್ ತೆಗೆದುಕೊಂಡಿದ್ದರೂ ಇಂದೇ ಅವಳು ಸರಿಯಾಗಿ ನೋಡಿದ್ದು.

ತಲೆ ಮೇಲಿನ ಕಪ್ಪು ಒತ್ತು ಕೂದಲು ಅಸ್ತವ್ಯಸ್ತಗೊಂಡು ಹಣೆಯ ಮೇಲೆ ಅಲ್ಲಲ್ಲಿ ಮಲಗಿದ್ದವು. ಎಣ್ಣೆಗೆಂಪು ಮುಖ ಈಗ ಸ್ವಲ್ಪ ಬಿಳಚಿಕೊಂಡಂತೆ ಕಂಡರೂ ಕಣ್ಣುಗಳು ಫಳಫಳ ಹೊಳೆಯುತ್ತಿದ್ದವು. ಕಡೆದ ವಿಗ್ರಹದಂಥ ಮೈಕಟ್ಟು ಅವನ ನೇರ ನೋಟವನ್ನೆದುರಿಸಲಾರದೆ ತಲೆತಗ್ಗಿಸಿದಳು.

ಕ್ಷಣ ಅವನ ಮುಖ ಗಂಭೀರವಾಯಿತು. "ಅಖಿಲಾ, ಏನು ನಿಶ್ಚಯ ಮಾಡ್ದೇ? ನೀನು ಪೂರ್ತಿಯಾಗಿ ಸುಭಾಷ್ ಗಾರ್ಮೆಂಟ್ಸ್ ಸಂಬಂಧ ಕಡಿದುಕೊಂಡರೂ ಪರ್ವಾಗಿಲ್ಲ. ಸುಧಾ ಗಾರ್ಮೆಂಟ್ಸ್‌ಗೆ ಹೋಗೋದ್ಬೇಡ. ನಾನೇ ನಿಂಗೋಸ್ಕರ ಬೇರೆ ಎಲ್ಲಾದ್ರೂ ಕೆಲ್ಸಕ್ಕೆ ಟ್ರೈ ಮಾಡ್ತೀನಿ. ಅದ್ವರ್ಗೂ ಮೋಡ, ನಕ್ಷತ್ರ, ಬಾನು ನೋಡ್ಕೊಂಡ್ ಮನೆಯಲ್ಲಿರು" ಕೊನೆಯಲ್ಲಿ ನವಿರಾಗಿ ನಕ್ಕ. ತನ್ನ ಪ್ರೀತಿಯ ವಿಷಯ ಬಲ್ಲ ಶ್ರೀನಿವಾಸಮೂರ್ತಿಯಿಂದ ಅವಳ ಬಾಳಿಗೆ ಎರಡನೆಯ ಸಲ ಕೆಡುಕಾಗಬಾರದು. ಶ್ರೀಧರನಿಂದ ಅಂದು ಪಾರಾಗಿದ್ದು ಬಹುಶಃ ಪವಾಡ. ಅವರು ಅತಿಯಾಸೆ ತೋರದಿದ್ದರೇ ಎಂದೋ ಅವನ ಮಡದಿಯಾಗಿ ಹೋಗುತ್ತಿದ್ದಳು.

"ಪಾರ್ವತಮ್ಮ... ಎಲ್ಲಿ?" ಮೆಲ್ಲಗೆ ಪ್ರಶ್ನಿಸಿದಳು.

"ಅವ್ರು ಊರಿಗೆ ಹೋಗೋ ವಿಚಾರ ಹೇಳಿದ್ರು. ನಾನೇ ಮರ್ತುಬಿಟ್ಟಿದ್ದೆ. ಮೂರ್ನಾಲ್ಕು ದಿನದಲ್ಲಿ ಬರ್ತಾರೆ" ಗೋಡೆಯ ಅಂಚು ಬಿಟ್ಟು ಸ್ವಲ್ಪ ಮುಂದಕ್ಕೆ ಬಂದ.

ಅಷ್ಟರಲ್ಲಿ ಕಾಲಿಂಗ್ ಬೆಲ್ ಸದ್ದಾಯಿತು. ಸುಭಾಷ್ ಹೊರಗೆ ಹೋದ. ಎದ್ದು ಕೂತಿದ್ದ ಗೋಪಾಲರಾಯರೇ ಬಾಗಿಲು ತೆರೆದಿದ್ದರು.

ಒಳಗೆ ಬಂದ ಡಾ|| ಶ್ಯಾಮಸುಂದರ್ ತರಾಟೆಗೆ ತಗೊಂಡರು. "ಏನಿದು ಹುಚ್ಚ! ಸ್ವಲ್ಪವಾದ್ರೂ ಆರೋಗ್ಯದ ಕಡೆ ಗಮನ ಬೇಡ್ವಾ! ಇವ್ರುಗಳು ನೋಡದಿದ್ರೆ... ಗತಿ ಏನು?" ಅವರ ವಾಕ್‌ಪ್ರವಾಹಕ್ಕೆ ಸುಭಾಷ್ ಸುಸ್ತಾದ. ಬಹಳ ದಿನಗಳ ಸಂಬಂಧ ಆತ್ಮೀಯತೆಯ ಜೊತೆ ಅವರಿಗೆ ಅಧಿಕಾರವನ್ನೂ ಕೊಟ್ಟಿತ್ತು.

ಇನ್ನೆರಡು ಕಪ್ ಕಾಫೀ ಬೆರೆಸಿಕೊಂಡು ಬಂದು ಕೊಟ್ಟಳು ಅಖಿಲಾ.

"ಮಿಸ್ಟರ್ ಗೋಪಾಲರಾವ್, ಸ್ವಲ್ಪ ನಿಗಾವಹಿಸಿ ಈ ಗಂಡಿನ ಹೃದಯ ಗೆದ್ದ ಹೆಣ್ಣು ಇದ್ಯಾ? ಅಥ್ವಾ ಇಲ್ದಿದ್ರೆ ನಾವುಗಳೇ ನಿಂತು ಒಂದ್ಮದ್ವೆ ಮಾಡ್ಬಿಡೋಣ. ಈ ಸ್ಟೇಜ್‌ನಲ್ಲಿ ಒಂಟಿತನ ತುಂಬ ಡೇಂಜರ್" ಹೆದರಿಸುವಂತೆ ಹೇಳಿದಾಗ ಸುಭಾಷ್ ನಕ್ಕುಬಿಟ್ಟ.

ಅವರು ಹೊರಡುವವರೆಗೂ ಇದೇ ಮಾತುಗಳು. ಸುಭಾಷ್ ಸರಿಯಾಗಿ ಕೋಆಪರೇಟ್ ಮಾಡದಿದ್ದರಿಂದ ಅವನ ಅನಾರೋಗ್ಯದ ಬಗ್ಗೆ ಒಂದು ನಿಲುವಿಗೆ ಬರದಿದ್ದರೂ ಮಾನಸಿಕ, ಅಸ್ವಸ್ಥತೆ, ನಿರಾಶೆ, ಒಂಟಿತನ ಅವನನ್ನ ಕಾಡುತ್ತಿದೆಯೆಂದು ಅವರಿಗೆ ಗೊತ್ತು.

ಹಿಂದಿನ ದಿನ "ಸುಧಾ ಗಾರ್ಮೆಂಟ್ಸ್' ಪ್ರಾರಂಭೋತ್ಸವದ ಸಮಯದಲ್ಲೇ ಮುಲಾಜಿಲ್ಲದೆ ಶ್ರೀನಿವಾಸಮೂರ್ತಿಯನ್ನು ಪ್ರಶ್ನಿಸಿದ್ದರು.

"ಯಾವಾಗ ಸುಭಾಷ್ ಮದ್ವೆ? ಈಗ ದಾರಿ ಎರಡಾಯಿತಲ್ಲ. ಈಗ್ಲಾದ್ರೂ... ಅವನ ಬಗ್ಗೆ ಯೋಚ್ಸು" ಆದರೆ ಶ್ರೀನಿವಾಸಮೂರ್ತಿ ಏನೂ ಹೇಳಿರಲಿಲ್ಲ. ಈಗಲೂ ಅವರು ಒಂದು ನಿರ್ಣಯಕ್ಕೆ ಬಂದ ಹಾಗೆ ಕಾಣಿಸಲಿಲ್ಲ.

ಡಾಕ್ಟರ್ ಹೊರಟ ಮೇಲೆ ಗೋಪಾಲರಾಯರು ಅನುಮಾನಿಸಿದರು. "ಮನೆಯಲ್ಲಿ ಯಾರೂ ಇಲ್ಲ; ಸದ್ಯಕ್ಕೆ ನಿಮ್ಮಕ್ಕ..." ಸುಭಾಷ್ ತಡೆದ: "ನಾನು ಚೆನ್ನಾಗೇ ಇದ್ದೀನಿ. ಸುಮ್ನೇ ಅವ್ರುಗಳು ಧಾವಂತಪಟ್ಟುಕೊಳ್ಳೋದ್ಬೇಡ. ನಾನು ಒಂಟಿಯಾಗಿ ಇರ್ಬೇಕೂಂತಲೇ ಈ ಮನೆಗೆ ಬಂದಿದ್ದು."

ಅಖಿಲಾ, ಗೋಪಾಲರಾಯರನ್ನು ಗೇಟಿನವರೆಗೂ ಬಂದು ಬೀಳ್ಕೊಟ್ಟ.

"ತುಂಬ ತೊಂದರೆ ತಗೊಂಡ್ರಿ. ಎರ್ಡು ಸಲ ಅಖಿಲಾ ನನ್ನ ಆಪತ್ತಿನಲ್ಲಿ ಜೊತೆಯಾಗಿದ್ದಾರೆ. ಅವ್ರ ಋಣಾನ ನಾನು ತೀರಿಸ್ಲಾರೆ!" ಅವನ ಕಣ್ನೋಟ ಮೃದುವಾಯಿತು ಸಂಕೋಚದಿಂದ ತಲೆ ತಗ್ಗಿಸಿದಳು ಅಖಿಲಾ.

"ಛೆ, ಛೆ ಎರಡು ಸಂದರ್ಭಗಳೂ ಅನಿರೀಕ್ಷಿತವೇ" ಲೊಚಗುಟ್ಟಿದರು ಗೋಪಾಲರಾಯರು.

ಅವರು ಕಾಣುವವರೆಗೂ ನೋಡುತ್ತ ನಿಂತಿದ್ದ ಸುಭಾಷ್ ಒಳಗೆ ಬಂದವನೇ ಸಿಗರೇಟು ಹಚ್ಚಿದ. ಸುಸ್ತಿನ ಮೈ ಮಲಗಲು ಇಚ್ಛಿಸಿತು. ಆರಾಮಾಗಿ ಕಾಲು ಚಾಚಿ ಹಾಸಿಗೆಯ ಮೇಲೆ ಉರುಳಿಕೊಂಡ. ಫೋನ್ ಸದ್ದಾದರೂ ಎತ್ತಲಿಲ್ಲ.

ಕಾರು ನಿಂತ ಸದ್ದು, ಅದರ ಹಿಂದೆನೇ ಗೇಟು ದೂಡಿದ ಶಬ್ದ. ಎರಡೇ

ನಿಮಿಷದಲ್ಲಿ ಕಾಲಿಂಗ್ ಬೆಲ್ ಸದ್ದಾಗಲು ಶುರುವಾಯಿತು. "ಬ್ಲಡಿ ಬ್ಯಾಸ್ಟರ್ಡ್... ಸಾಯೋಕು ಬಿಡೋಲ್ಲ" ಗೊಣಗುತ್ತಲೇ ಬಂದು ಬಾಗಿಲು ತೆರೆದ. ಲಕ್ಷ್ಮಿ ಶ್ರೀನಿವಾಸಮೂರ್ತಿಗಳು ನಿಂತಿದ್ದರು.

"ರಾತ್ರಿನೇ ಫೋನ್ ಮಾಡೋಕೆ... ಆಗ್ಲಿಲ್ವಾ?" ಉತ್ತರಿಸದೆ ಒಳಗೆ ಬಂದ ಸುಭಾಷ್ ತಲೆಯ ಮೇಲೆ ಕೈಹೊತ್ತು ಮೌನವಾಗಿ ಕೂತುಬಿಟ್ಟ. ಇನ್ನರ್ಧ ಗಂಟೆಯಾದರೂ ಮಾತಿನ ಪ್ರವಾಹವನ್ನು ತಡೆದುಕೊಳ್ಳಲೇಬೇಕೆಂದು ಅವನಿಗೆ ಗೊತ್ತು. "ರಾತ್ರಿ ಸುಸ್ತಾಗಿತ್ತು. ಈಗ ಚೆನ್ನಾಗಿದ್ದೀನಿ" ಉಸುರಿಬಿಟ್ಟ.

ಶ್ರೀನಿವಾಸಮೂರ್ತಿಗಳು ತೆಪ್ಪಗೆ ಕೂತರು ಲಕ್ಷ್ಮಿಯ ಬಡಬಡಿಕೆ ನಿಲ್ಲಲಿಲ್ಲ.

"ಯಾಕೆ ಫೋನ್ ಮಾಡ್ಲಿಲ್ಲ?" ಲಕ್ಷ್ಮಿ ಕಣ್ಣಲ್ಲಿ ನೀರುಕ್ಕಿತು. ಎದೆಯ ಮೇಲೆ ಕೈಕಟ್ಟಿದ. "ಈ ಅಳುನ ನೋಡಲಾರ್ದೆ! ನೀನು ಹೀಗೆ ಕಣ್ಣೀರು ಸುರಿಸಿಯೇ ನನ್ನ ಮೇಲಿನ ಪ್ರೀತಿ ವ್ಯಕ್ತ ಮಾಡಬೇಕಿಲ್ಲ. ಒಡಹುಟ್ಟಿದ ಸೋದರನ ಮೇಲೆ ಎಷ್ಟಿರಬೇಕೊ-ಅಷ್ಟು ಇದ್ದೇ ಇರುತ್ತೆ. ಡೋಂಟ್ ಬಿ ಎಕ್ಸೈಟೆಡ್" ತಣ್ಣಗೆ ನುಡಿದ. ಲಕ್ಷ್ಮಿ ತುಟಿ ಕಚ್ಚಿದಳು. ಅವನ ಮನದ ಕಹಿ ಈ ಜನ್ಮಕ್ಕೆ ತೊಡೆದುಹಾಕಲಾರೆವೇನೋ ಎಂದುಕೊಂಡಳು.

"ಡಾ॥ ಶ್ಯಾಮಸುಂದರ್ ಏನ್ಹೇಳಿದ್ರು?" ಶ್ರೀನಿವಾಸಮೂರ್ತಿ ವಿಚಾರಿಸಿದರು. "ಏನಿಲ್ಲ... ಅಂದ್ರು!" ಮೆಲ್ಲಗೆ ಉಸುರಿದ. "ಇವತ್ತು ಪಾರ್ವತಮ್ಮ ಬೇರೆ ಇಲ್ಲ. ತಿಂಡಿಗೆ ಅಲ್ಲಿಗೇ ಬರ್ತಾ ಇದ್ದೆ."

ಮೇಲೆದ್ದ ಲಕ್ಷ್ಮಿ ತಮ್ಮನ ರೆಟ್ಟೆ ಹಿಡಿದಳು. "ನಿನ್ನ ಒಬ್ನೇ ನಾನು ಬಿಟ್ಟು ಹೋಗೋಲ್ಲ. ನಡೀ ಆ ಮನೆಗೆ ಹೋಗೋಣ" ಒಂದಿಂಚು ಅಲುಗಾಡಲಿಲ್ಲ ಸುಭಾಷ್. "ಬರ್ದೇ ಮತ್ತೆಲ್ಲಿ ಹೋಗ್ಲಿ! ಅಲ್ಲೇ ಬಂದು ನಿಲ್ಲೋ ಮಾತು ಮಾತ್ರಬೇಡ" ಖಡಾಖಂಡಿತವಾಗಿ ಹೇಳಿದ.

ಲಕ್ಷ್ಮಿ ಬೇರೊಂದು ನಿರ್ಧಾರ ಹೊತ್ತು ಬಂದಿದ್ದಳು. ಅದನ್ನಾದರೂ ಕಾರ್ಯಗತ ಮಾಡಬೇಕಿತ್ತು.

"ನಿಂಗೆ ಇಷ್ಟವಿಲ್ಲಾಂದ್ರೆ, ಬೇಡ. ಮದ್ವೆಗಾದ್ರೂ ಒಪ್ಗೆ ಕೊಡು" ಎಂದಾಗ ಮುಖ ಮೇಲೆತ್ತಿ ನಕ್ಕ. ಪ್ರಥಮ ಬಾರಿ ಈ ಪ್ರಸ್ತಾಪ. "ಅರೆ ಇದೇನಿದು! ನಂಗಿನ್ನು ಮದ್ವೆ ವಯಸ್ಸೇ ಆಗಿಲ್ಲ! ನಾಲ್ಕಾರು ವರ್ಷ ಕಾಯಬೇಕು!" ಚೂಪಾದ ಅಲಗಿನಂತಿತ್ತು ಅವನ ಮಾತುಗಳು. ಈ ವಿಷಯ ಬಂದರೆ ಅವನೆದೆಯಲ್ಲಿ ಕಿಡಿಗಳು ಏಳುತ್ತಿದ್ದವು. ಕೆಳದುಟಿಯನ್ನು ಹಲ್ಲಿನಡಿಯಲ್ಲಿ ಕಚ್ಚಿ ಮನದ ಆಂದೋಳನ ನುಂಗಲು ಪ್ರಯತ್ನಿಸಿದ.

ಶ್ರೀನಿವಾಸಮೂರ್ತಿಗಳು ಪ್ರಯತ್ನ ಮೀರಿ ನಗಲು ಯತ್ನಿಸಿ ಸೋತರು. "ಒಳ್ಳೆ ಕಡೆ ಸಂಬಂಧಗಳು ಬಂದಿವೆ. ಇಷ್ಟು ದಿನದ ವಿಷ್ಯವೇ ಬೇರೆ. ನಮ್ಮ ಜೊತೆ ಇದ್ದೆ. ಒಂಟಿ ಬದ್ಕು ತೀರಾ ಕಷ್ಟ" ಅವರ ಮಾತುಗಳಿಗೆ ನಕ್ಕ. ಅವರುಗಳ ಮಾತು, ನೀತಿ ರೀತಿಯೆಲ್ಲ ನಗು ತರಿಸುತ್ತಿತ್ತು. ಪ್ರತಿಯೊಂದರಲ್ಲೂ ಅಸಹಜತೆ, ಆದರೂ ಕುಟುಕಲು ಇಷ್ಟಪಡಲಿಲ್ಲ.

"ಕ್ಷಮ್ಸಿ ಭಾವ, ಸದ್ಯಕ್ಕೆ ಮದ್ವೆ ಯೋಚ್ನೇ ಇಲ್ಲ. ಒಂಟಿತನ ಕಷ್ಟವೆನಿಸ್ತಾ ಇಲ್ಲ. ಏಕಾಂತ ಚಿಂತನೆಗೆ ಅವಕಾಶ ಮಾಡಿಕೊಟ್ಟಿದೆ. ನಡ್ದು ಬಂದದಾರಿ.... ಮುಂದೆ ಸವೆಸಬೇಕಾದ ಹಾದಿ-ತೀರಾ ಆಳಕ್ಕಿಳಿದು ಯೋಚ್ಸೋ ಅದೃಷ್ಟ ನಂದು."

ಸದ್ಯಕ್ಕೆ ತಮ್ಮ ಯಾವುದೇ ಮಾತುಗಳಿಗೆ ಅವನು ಬಗ್ಗಲಾರನೆಂಬುದು ಸ್ಪಷ್ಟವಾಯಿತು. ಲಕ್ಷ್ಮಿಯ ಎದೆಯಲ್ಲಿ ಅನುಮಾನದ ಅಲೆಗಳು ಅಲುಗಾಡಿದವು.

"ನೀನು ಅಖಿಲಾನ ಮದ್ವೆ ಆಗೋವಲ್ಲಿ ನಮ್ಮ ಅಭ್ಯಂತರವೇನಿಲ್ಲ. ಆದ್ರೆ ಕೆಲವರ ಪ್ರಕಾರ ಶ್ರೀಧರನ ಜೊತೆ ಅವ್ಳ ಮದ್ವೆ ನಡೆದೇಹೋಗಿದೆ. ಸತ್ಯವಂತು ಗೊತ್ತಿಲ್ಲ. ನಿರ್ಧಾರಕ್ಕೆ ಬರೋ ಮುನ್ನ ವಿಷ್ಯನ ಸರ್ಯಾಗಿ ತಿಳ್ಕೋ. ಆಮೇಲೆ ಸುಮ್ನೇ ಗೋಜಲು... ಗೋಜಲಾಗ್ಬಾರ್ದು" ಬುದ್ಧಿ ಹೇಳುವ ಪ್ರಯತ್ನ ಲಕ್ಷ್ಮಿಯದು. ತಳ್ಳಿ ಹಾಕಿದ ಸುಭಾಷ್.

"ಒಂದ್ಕಾಲದಲ್ಲಿ ಮನಸ್ಸಿತ್ತು. ಆಗ ಕನಸಿನ ಲೋಕ. ಆಗ ಕಾಣ್ತಾ ಇದ್ದಿದ್ದು ಬರೀ ಪ್ರೀತಿ, ಪ್ರೇಮವೇ. ಸದ್ಯಕ್ಕೆ ನಿಂಗೆ ಆ ಭಯ ಬೇಡ. ಇದ್ನ ಮನಸ್ಸಿನಲ್ಲಿಟ್ಕೊಂಡು ಅಖಿಲಾಗೆ ಮತ್ತೊಂದು ಪಾತಾಳ ಕಾಣಿಸೋದ್ಬೇಡ!" ಮುಖದ ಮೇಲೊಡೆದಂತೆ ಸ್ಪಷ್ಟವಾಗಿ ಹೇಳಿದ. ಅವನಲ್ಲಿನ ಅಳುಕು, ಸಂಕೋಚ ಎಲ್ಲಾ ಸತ್ತುಹೋಗಿತ್ತು. ಹೊದ್ದ ಮುಖವಾಡಗಳ ಹಿಂದಿನ ಸ್ವಾರ್ಥ ಅವನ ಮನಸ್ಸನ್ನು ಕಲ್ಲಾಗಿರಿಸಿತ್ತು.

ಲಕ್ಷ್ಮಿ, ಶ್ರೀನಿವಾಸಮೂರ್ತಿಗಳು ತೆಪ್ಪಗೆ ಹೊರಟರು. ಬಾಗಿಲಲ್ಲಿ ನಿಂತು ಕಾರು ಮರೆಯಾಗುವವರೆಗೂ ದಿಟ್ಟಿಸಿದ. ಎದೆಯ ಮೇಲೆ ದೊಡ್ಡ ಭಾರ ಬಿದ್ದಂಥ ಅನುಭವ.

ಲಕ್ಷ್ಮಿ, ಶ್ರೀನಿವಾಸಮೂರ್ತಿಗೆ ಶ್ರೀಧರ ದಾರಿಯಲ್ಲೇ ಎದುರಾದವನು ಬೈಕ್ ನಿಲ್ಲಿಸಿ ಕೈ ತೋರಿಸಿದ.

"ಡ್ರೈವರ್... ನಡೀ" ಎನ್ನುವ ವೇಳೆಗೆ ಕಾರಿನ ವೇಗದ ಗತಿ ನಿಯಂತ್ರಣಕ್ಕೆ ಒಳಪಟ್ಟಿತ್ತು. "ನಮಸ್ತೇ ಸಾರ್..." ಇಳಿದು ಬಂದ. ಕಪ್ಪನೆಯ ಕೂಲಿಂಗ್ ಗ್ಲಾಸ್‌ನಲ್ಲಿ ಮನ್ಮಥನಂತೆ ಕಂಡ. ಬಿಳುಪು, ಕೆಂಪು ಮಿಶ್ರಣದ ಶುಭ್ರ ಬಣ್ಣದ ಛಾಯೆ ಅವನ ವ್ಯಕ್ತಿತ್ವಕ್ಕೆ ಹೊಳಪನ್ನು ನೀಡಿತ್ತು.

"ಏನು... ಸಮಾಚಾರ?" ಗತ್ತಿನಿಂದ ಪ್ರಶ್ನಿಸಿದರು ಶ್ರೀನಿವಾಸಮೂರ್ತಿಗಳು. ಅಂದು ಇವನ ಬಗ್ಗೆ ಸುಭಾಷ್ ಹೇಳಿದ್ದು ನಿಜವೆಂದು ಗೊತ್ತಾಗಿತ್ತು. ಈಗ ಮಾತನಾಡಲೇ ಹಿಂಜರಿಕೆ. ಕನ್ನಡಕ ತೆಗೆದು ಡೋರ್‌ನ ಪಕ್ಕಕ್ಕೆ ಬಗ್ಗಿದ. "ನೀವು ಇಂಟರೆಸ್ಟ್ ತಗೊಳ್ಳಲಿಲ್ಲ. ಸುಮ್ನೇ ಪ್ರಾಮಿಸ್ ಮಾಡಿದ್ರಿ. ನೀವು ಮನಸ್ಸು ಮಾಡಿದ್ರೆ ಅದೆಷ್ಟರ... ಕೆಲ್ಸ!" ನಿರ್ಲಕ್ಷ್ಯದಿಂದ ಮಾತನಾಡುವಂತಿತ್ತು. ಒಣಗಿದ ತುಟಿಯ ಮೇಲೆ ನಾಲಿಗೆಯಾಡಿಸಿದರು. "ನಂಗೆ ಸಂಬಂಧಪಡದ ವಿಷ್ಯ. ಸುಮ್ನೇ ತೊಂದರೆ ಕೊಟ್ರೆ ಪೊಲೀಸ್‌ಗೆ ರಿಪೋರ್ಟ್ ಮಾಡ್ತೀನಿ!" ಎಂದೇಬಿಟ್ಟರು. ಇದೆಷ್ಟು ಅನುಚಿತ ಎನ್ನುವುದನ್ನು ಕೂಡ ಅವರು ಯೋಚಿಸಲಿಲ್ಲ.

ಅನಾಮತ್ತಾಗಿ ಅವರ ಕುತ್ತಿಗೆಗೆ ಕೈಹಾಕಿದ ಶ್ರೀಧರ್. "ಯೂ ಸ್ಕೌಂಡ್ರಲ್..."

ಪೊಲೀಸ್‌ಗೆ ಕೊಡ್ತೀಯಾ! ನಿನ್ನ ಮೈ ಮೂಳೆ ಪುಡಿ ಮಾಡ್ತೀನಿ. ಆಮೇಲೆ ನಿನ್ನ ಹೆಂಡ್ತಿ ಹೋಗಿ ಪೊಲೀಸ್‌ಗೆ ರಿಪೋರ್ಟ್ ಮಾಡ್ತಾಳೆ!" ಶುದ್ಧ ಅನಾಗರಿಕನಾದ.

ಅಷ್ಟರಲ್ಲಿ ಡ್ರೈವರ್ ಕೆಳಗಿಳಿದು ಆಗುವ ಅನಾಹುತ ತಪ್ಪಿಸಿದ. ಲಕ್ಷ್ಮಿ ಇನ್ನೊಂದು ಮಾತಾಡಲಿಲ್ಲ. ಡ್ರೈವರ್ ಬೇಸರ ವ್ಯಕ್ತಪಡಿಸಿದ.

"ನೀವು ದುಡುಕುಬಿಟ್ರಿ, ಸಾರ್. ಮೊದ್ಲೇ ದಾದಾಗಿರಿ ಜನ ನೀವು ಸುಮ್ ಸುಮ್ನೇ ಪೊಲೀಸ್ ಸುದ್ದಿ ಎತ್ತಿದ್ರೆ... ಸುಮ್ನೇ ಇರ್ತಾರ!" ಕಾರು ಸ್ಟಾರ್ಟ್ ಮಾಡಿದ. "ನೋಡೋಕೆ ಸಾಧು ಪ್ರಾಣಿ. ಅವ್ನ ಗುಂಪು ಎಷ್ಟು ದೊಡ್ಡದು ಗೊತ್ತಾ! ಇಂಥ ಜನಗಳ್ನ ಮ್ಯಾನೇಜರ್ ಎಷ್ಟು ಬುದ್ಧಿವಂತಿಕೆಯಿಂದ ನಿಭಾಯಿಸಿಕೊಂಡುಬಿಡ್ತಾ ಇದ್ರು. ನೀವೋ..." ಅಲಕ್ಷ್ಯದಿಂದ ರಾಗ ಎಳೆದ.

ಲಕ್ಷ್ಮಿ ಪ್ರಯಾಸದಿಂದ ಅವಮಾನ ನುಂಗಿದಳು. 'ಸುಧಾ ಗಾರ್ಮೆಂಟ್' ಉದ್ಧಾರದ ಬಗ್ಗೆ ತೀರಾ ನಿರಾಶಳಾದಳು.

ಸುಭಾಷ್ ಅಷ್ಟು ಆತ್ಮವಿಶ್ವಾಸವಾಗಲಿ, ಧೈರ್ಯವಾಗಲಿ, ಸಹನೆಯಾಗಲಿ ಶ್ರೀನಿವಾಸಮೂರ್ತಿಗೆ ಇಲ್ಲವೆಂದು ಅವಳಿಗೆ ಗೊತ್ತು. 'ಸುಧಾ' ಒಂದು ನೆಪವಾದರೂ ಅವನೆಂದೂ ತಮ್ಮ ಕೈಯಿಂದ ಜಾರದಂತೆ ಉಳಿಸಿಕೊಳ್ಳಬೇಕೆಂಬ ಮಹತ್ವಾಕಾಂಕ್ಷೆಯೂ ಇತ್ತು. ಆದರಿಂದಲೇ ಬೇರೆಯವರು ಅವನ ಮದುವೆಯ ಪ್ರಸ್ತಾಪವೆತ್ತಿದಾಗ ನಿರಾಸಕ್ತಿ ವಹಿಸುತ್ತಿದ್ದುದು.

ಮ್ಯಾನೇಜರ್ ಪಿಳ್ಳೆಗೆ ಬುಲಾವ್ ಮೇಲೆ ಬುಲಾವ್. ಆತನಂಥ ವ್ಯಕ್ತಿ ಬಹುಶಃ ಲಕ್ಷಕ್ಕೊಬ್ಬರು ಸಿಕ್ಕರು. ಪ್ರಾಮಾಣಿಕತೆಗೆ ಪಿಳ್ಳೆ ಇನ್ನೊಂದು ಹೆಸರು ಮಾತ್ರವಲ್ಲ, ಅಷ್ಟೇ ಶಿಸ್ತು ಕೂಡ. ಸ್ವಲ್ಪ ಹೆಚ್ಚು ಕಡಿಮೆಯಾದರೂ ಹಾರಾಡಿಬಿಡುತ್ತಿದ್ದರು.

ಸುಭಾಷ್ ಛೇಂಬರ್‌ನೊಳಕ್ಕೆ ಪಿಳ್ಳೆ ಬಂದಾಗ ಹನ್ನೆರಡಕ್ಕೆ ಇಪ್ಪತ್ತು ನಿಮಿಷ ಇತ್ತು.

"ಇಲ್ಲೊಂದು ಸಹಿ ಹಾಕ್ಬಿಡಿ" ಫೈಲನ್ನು ಅವನ ಮುಂದೆ ಜರುಗಿಸಿದವರು ನಿಂತರು. ಓದಿದ ಸುಭಾಷ್ ತಣ್ಣಗೆ ನಕ್ಕ. "ಹೊಸ ಅಮೆಂಡ್‌ಮೆಂಟ್ಸ್..." ಪಿಳ್ಳೆ ಮುಖ ದಪ್ಪಗಾಯಿತು. "ನಾವು ಕೆಲ್ಸ ದೊರಕಿಸಿಕೊಟ್ಟು, ಅನುಭವ ಗಳಿಸೋಕೆ ಅವಕಾಶ ಮಾಡಿಕೊಟ್ಟು, ಸಂಬ್ಳ, ಭತ್ಯೆಯ ಜೊತೆ ಇವ್ರುಗಳ ಕಷ್ಟಸುಖ ನೋಡಿ... ಕಡೆಗೆ... ಬಿಟ್ಟು ಹೋಗೋರಿಗೆಲ್ಲ... ಇದೇ ಪನಿಷ್‌ಮೆಂಟ್!" ಪಿಳ್ಳೆಯ ನಿರ್ಧಾರ ಯಾವಾಗಲೂ ಅಚಲವೆ.

ಸಹಿ ಹಾಕುತ್ತ ಹೇಳಿದ ಸುಭಾಷ್. "ಈ ಪನಿಶ್‌ಮೆಂಟ್‌ಗೆ ಮೊದಲ್ನೇ ಬಲಿ ನೀವೇ ಆಗ್ಬೇಕಾಗುತ್ತೆ. ಸುಧಾ ಗಾರ್ಮೆಂಟ್ಸ್ ಓನರ್ ಶತಾಯಃ ಗತಾಯಃ ನಿಮ್ಮನ್ನ ಪಡೆದೇ ತೀರಬೇಕೆಂಬ ಹಟ ತೊಟ್ಟಿದ್ದಾರೆ. ಆ ಒತ್ತಾಯ ಎಲ್ಲಾ ಕಡೆಯಿಂದ ಮಾತ್ರವಲ್ಲ ನನ್ನಕಡೆಯಿಂದ್ಲೂ... ತರ್ಬಹ್ದು!"

ಸದಾ ಮುಖವೆತ್ತಿ ನಿಲ್ಲುತ್ತಿದ್ದ ಪಿಳ್ಳೆ ಮುಖ ಕೆಳಗೆ ಹಾಕಿದರು. "ಬೇರೆ ಕಡೆಯಿಂದ ಬಂದ್ರೆ.... ನಾನು ನಿಭಾಯಿಸ್ಕೋತೀನಿ. ನಿಮ್ಮ ಕಡೆಯಿಂದ ಮಾತ್ರ ಬರಬಾರ್ದು.

ಅಕಸ್ಮಾತ್ ಬಂದ್ರೂ ನಾನು ಖಂಡಿತ ಮಾನ್ಯ ಮಾಡೋಲ್ಲ!" ದಿಟ್ಟತನವಿತ್ತು. ಖಂಡಿತ ಸುಭಾಷ್‌ಗೆ ಕೋಪ ಬರಲಿಲ್ಲ. "ಥ್ಯಾಂಕ್ಯೂ..." ಎಂದ.

ಪಿಳ್ಳೆ ಅಲ್ಲೇ ಕೂತವರು ಕಾಲಿಂಗ್ ಬೆಲ್ ಒತ್ತಿದರು. ಆಫೀಸ್‌ಬಾಯ್ ಒಳಗೆ ಬಂದ. ಏನನ್ನಿಸಿತೋ ಹೋಗುವಂತೆ ಸನ್ನೆ ಮಾಡಿ ತಾವೇ ಹೋದವರು ಅಖಿಲಾನ ಕರೆದುಕೊಂಡು ಬಂದರು.

ಫೈಲ್‌ನಲ್ಲಿದ್ದ ಆ ಲೆಟರ್ ತೆಗೆದು ಅವಳ ಕೈಗಿತ್ತರು. "ನೀನು, ಸರೋಜ ಇಬ್ರೂ ಸಾಧ್ಯವಾದಷ್ಟು ಪ್ರತಿಗಳ್ನ ಮಾಡಿ" ಎಂದವರು "ಜಸ್ಟ್ ಎ ಮಿನಿಟ್" ಎದ್ದು ಹೋದರು. ಅವರ ರೀತಿಯೇ ಒಂದು ತರಹ ಪ್ರತಿಯೊಂದು ಕೆಲಸವನ್ನು ಅಳೆದು ಸುರಿದೇ ಮಾಡುವವರು.

"ಕೂತ್ಕೊ... ಅಖಿಲಾ" ಎಂದವನು ಅವಳ ಸಪ್ಪಗಾದ ಮುಖ ನೋಡಿದ. "ಯಾಕೆ ಒಂದು ತರಹ ಇದ್ದೀ?" ಅವಳಿಂದ ಕಣ್ತೆಗೆಯದೇ ಪ್ರಶ್ನಿಸಿದ. "ಏನಿಲ್ಲ, ಬರೀ ತಲೆ ನೋವು." ಶ್ರೀಧರ್ ತಲೆ ನೋವಾಗಿರುವ ವಿಷಯ ಬೇರೆಯವರಿಗೆ ಹೇಳಲು ಸಾಧ್ಯವಿಲ್ಲ.

"ಆಫ್ ಡೇ ಪರ್ಮಿಷನ್ ಗೋ ಅಂಡ್ ಟೇಕ್ ಸಮ್ ರೆಸ್ಟ್. ಮತ್ತೆ ನಾಳೆಗೆ ತಲೆ ನೋವು ಕಂಟಿನ್ಯೂ ಆಗೋದ್ಬೇಡ" ಎಂದ. ಏನೋ ಹೇಳಲು ತವಕಿಸಿದರೂ ಅವಳ ಬಾಯಿಂದ ಮಾತುಗಳು ಹೊರಡಲಿಲ್ಲ. ಅರ್ಥ ಮಾಡಿಕೊಂಡ ಸುಭಾಷ್, "ನಮ್ಮ ಭಾವ ಫೋನ್ ಮಾಡಿದ್ರಾ?" ಹೌದೆನ್ನುವಂತೆ ತಲೆಯಾಡಿಸಿದಳು. "ಅದೆಲ್ಲ ಪಿಳ್ಳೆ ಮ್ಯಾನೇಜ್ ಮಾಡ್ಕೋತಾರೆ. ಈ ಸಲ ಫೋನ್ ಮಾಡಿದ್ರೆ... ಅವ್ರಿಗೆ ತಿಳ್ಸಿ" ಎಂದು ಮೇಲೆದ್ದ. ಅಖಿಲಾ ಅವನ ಎದುರಿಗಿದ್ದಾಗ ದುರ್ಬಲನಾಗಿಬಿಡುತ್ತಿದ್ದ. ಅದರಿಂದ ಕಳಚಿಕೊಳ್ಳುವ ಪ್ರಯತ್ನ ಅವನದು.

ನಿಂತು ಅವಳತ್ತ ನೋಡಿ ಹೇಳಿದ.

"ನೀನು ಆಯ್ದು ತಂದು ಹಾಕಿದ ಗುಲಾಬಿ ಗಿಡಗಳಲ್ಲೆಲ್ಲ ಹೂ ಬಿಟ್ಟಿದೆ. ಹೇಗೂ ನಾಳೆ ಸಂಡೇ. ಬೆಳಗಿನ ಬ್ರೇಕ್‌ಫಾಸ್ಟ್‌ಗೆ ಆಹ್ವಾನ..." ಎಂದವನು ನಕ್ಕ. ಅಷ್ಟು ಸುಲಭವೇ? ಯೋಚಿಸಿದಳು ಅಖಿಲಾ. ಸ್ಪ್ರಿಂಗ್ ಬಾಗಿಲು ತಳ್ಳಿದವನು ಅವಳತ್ತ ತಿರುಗಿದ. "ಡೋಂಟ್ ಫರ್ಗೆಟ್ ಟು ಕಂ ಅರ್ಲಿ ಟುಮಾರೋ. ಮುಂಜಾನೆಯ ಇಬ್ಬನಿಯಲ್ಲಿ ತೊಯ್ದ ಹೂಗಳ ಸೌಂದರ್ಯ ಅಪರೂಪವಾದದ್ದು" ಹೊರ ನಡೆದ.

ಅಖಿಲಾ ಮನೆಗ ಬಂದಾಗ ಶ್ರೀಧರನ ಇಡೀ ಕುಟುಂಬವಿತ್ತು. ಅವರು ಯಾರಿಗೂ ಅಖಿಲಾನ ಬಿಟ್ಟುಕೊಡುವ ಇಷ್ಟವಿಲ್ಲ. ಮನೆ, ಜೊತೆಗೆ ಕೈ ತುಂಬ ಸಂಬಳ ತರುವ ಹುಡುಗಿ. ಅವರ ಪ್ರಕಾರ ಬಾಯಿ ಸತ್ತವಳು, ಹೇಳಿದ ಹಾಗೆ ಕೇಳಿಕೊಂಡು ಬಿದ್ದಿರುತ್ತಾಳೆ.

ಕೂತಿದ್ದ ಶ್ರೀಧರ ಎದ್ದು ನಿಂತು ತುಟಿಯ ಮೇಲೆ ನಾಲಿಗೆಯಾಡಿಸಿದ. "ಹಾಫ್ ಡೇ ಪರ್ಮಿಷನ್ನ, ಅಥ್ವಾ ಲೀವಾ?" ಏನೋ ಹೇಳಿದ. ಅವಳಿಗೆ ಉತ್ತರಿಸಬೇಕೆನಿಸಲಿಲ್ಲ. ಮೌನವಾಗಿ ಕೋಣೆಯೊಳಕ್ಕೆ ಹೋಗಿ ಬಾಗಿಲು ಮುಚ್ಚಿದಳು.

ದುಃಖ ಉಮ್ಮಳಿಸಿ ಬಂತು. ಯಾರೂ ಅವಳನ್ನ ಅರ್ಥ ಮಾಡಿಕೊಳ್ಳುವವರೇ ಇರಲಿಲ್ಲ. ಸೀತಮ್ಮ ಗಣಪತಿಯರದು ದ್ವಂದ್ವ ಮನಸ್ಥಿತಿ. ಇವಳ ಮೇಲೆ ಒತ್ತಾಯ ತರದಿದ್ದರೂ ಕೇಳುವಂತೆ ಆಡಿಕೊಳ್ಳುತ್ತಿದ್ದರು.

"ಅಂದು ನಡೆದಿದ್ದು ಮರ್ತುಬಿಡೋದೇ ಒಳ್ಳೇದು! ಆ ಜನಕ್ಕೆ ಅಖಿಲಾ ಮೇಲೆ ವಯಸ್ಸು. ಅವ್ರು ಬಿಡೋಲ್ಲ. ನಾವು ತಾನೇ ಎಷ್ಟು ದಿನ ಸತಾಯಿಸೋಕೆ ಆಗುತ್ತೆ!" ಗಣಪತಿಗಳು ಹೆಂಡತಿಯ ಮುಂದೆ ಹೇಳುತ್ತಿದ್ದರು. ಸೀತಮ್ಮನದೆ ಅರೆ ಮನಸ್ಸು. "ಹೆಣ್ಣು ಹೆತ್ತವರೇ ತಗ್ಗಬೇಕು. ಎಷ್ಟೋ ಮದ್ವೆಗಳಲ್ಲಿ ರಂಪ, ರಾಮಾಯಣ ನಡೆದ್ರೂ ಮದ್ವೆ ನಿಲ್ಲಿಸೋ ಮಟ್ಟಕ್ಕೆ ಹೋಗ್ಬಾರ್ದಿತ್ತು. ಅದೇ ಕಹಿ ಅಖಿಲಾ ಮನಸ್ಸಿನಲ್ಲಿ ಉಳ್ದುಹೋಗಿದೆ" ಎನ್ನುತ್ತಿದ್ದರು.

ಈ ಡೋಲಾಯಮಾನ ಸ್ಥಿತಿ ಬಹಳ ದಿನ ನಿಲ್ಲುವುದಿಲ್ಲವೆಂದು ಅವಳಿಗೆ ಗೊತ್ತಿತ್ತು. ಒಂದು ದಿನ ಪ್ರತ್ಯಕ್ಷವಾಗಿಯೇ ತನ್ನ ಬಲವಂತವಿರಬಹುದು. ಆಗ ನಾನು ನಿಸ್ಸಹಾಯಕಿ.

ಶ್ರೀಧರನ ಕೊನೆಯ ತಂಗಿ ಬಾಗಿಲು ತಳ್ಳಿಕೊಂಡು ಒಳಗೆ ಬಂದಳು.

"ಅಣ್ಣ ಕರೀತಾನೆ" ಅಖಿಲಾ ಗಂಟಲಲ್ಲಿ ಏನೋ ಸಿಕ್ಕಿಕೊಂಡಂತೆ ಆಯಿತು. "ನಂಗೆ ತಲೆನೋವು" ಹೋಗಿ ಮಲಗಿಬಿಟ್ಟಳು. ನಿಂತು ಸಾಕಾದ ಆ ಹುಡುಗಿ ಹೊರಗೆ ಹೋಯಿತು.

ಮಾತುಕತೆ, ವಾದವಿವಾದಗಳ ನಂತರ ಶ್ರೀಧರ ಧ್ವನಿಯೇರಿಸಿದ.

"ಗಣಪತಿಗಳೇ, ಮರ್ಯಾದೆಯಾಗಿ ಅಖಿಲಾನ ನನ್ನೊತೆ ಕಳ್ಸಿಕೊಡಿ. ಇಲ್ದಿದ್ರೆ ಪರಿಣಾಮ ನೆಟ್ಟಗಾಗೋಲ್ಲ. ನಾಳೆ ಹೊರಗೆ ಬಂದ ಅವಳು ವಾಪಸ್ಸು ನಿಮ್ಮ ಮನೆಗೆ ಬರೋಲ್ಲ. ಇದು ಖಡಾಖಂಡಿತ. ಎರಡರಲ್ಲಿ ಒಂದು ತೀರ್ಮಾನಕ್ಕೆ ಬನ್ನಿ."

ಗಣಪತಿಗಳು ನಡುಗಿಹೋದರು. ಅವರ ಸ್ವರ ಉಡುಗಿತು. ಸೀತಮ್ಮ ಸಹಾಯಕ್ಕೆ ಧಾವಿಸಿದರು.

"ಪರ್ವಾಗಿಲ್ಲ, ಜೋರು ಮಾಡ್ತೀಯಲ್ಲ! ನಾವು ಬೇಕಾಬಿಟ್ಟಿ ಜನವಲ್ಲ. ಮನೆ ಆಕೆಗೆ ಮುಹೂರ್ತನೇ ಮುದುಡಿಬಿಟ್ರೆ. ಒಡೆದು ಹಾಲು ಮತ್ತೆ ಸರಿಹೋಗುತ್ತಾ? ಹಣ, ಮಾನ, ಮರ್ಯಾದೆ ಹೋದದ್ದು ನಮ್ದೇ" ಅಖಿಲಾಗೂ ಅಪ್ಪ, ಅಮ್ಮ ಇದ್ದಾರೆ. ನಿಮ್ಮನ್ನ ಉಗಿಯೋಕೆ ಸಮಾಜ ಇದೆ. ರಕ್ಷಣೆ ಕೊಡೋಕೆ ಪೊಲೀಸ್ ಇದೆ. ಅದೇನು ಮಾಡ್ತೀರೋ... ಮಾಡ್ಕೋ... ಹೋಗಿ" ಹೆಣ್ಣು ಹೆಂಗಸು ತಿರುಗಿ ಬಿದ್ದಿದ್ದು ನೋಡಿ ಶ್ರೀಧರನಿಗೆ ಆಶ್ಚರ್ಯವಾಯಿತು. ಆದರೂ ಅವನು ಪಟ್ಟುಬಿಡುವ ಆಸಾಮಿಯಲ್ಲ.

"ಆಯ್ತು, ನೋಡಿ" ಉದ್ದನೆಯ ಷರಟಿನ ತೋಳುಗಳನ್ನು ಹಿಂದಕ್ಕೆ ಮಡಚಿದ. "ನಾನು ಇಷ್ಟು ದಿನ ಕಾದಿದ್ದೇ ತಪ್ಪಾಯ್ತು. ಈ ಬೇವರ್ಸಿ ಜನ ಆ ಜುಜುಬಿ ಮನೆಗೆ ಆಸೆಪಟ್ರು" ಕೆಕ್ಕರಿಸಿಕೊಂಡು ಅಮ್ಮ, ಅಪ್ಪನ ಕಡೆ ನೋಡಿ ಕಾಲು ಅಪ್ಪಳಿಸುತ್ತ ಹೊರಗೆ ಹೋದ.

ಕೋದಂಡರಾಯರು ಮನಸ್ಸಿನಲ್ಲೇ ನಕ್ಕರು. ಶ್ರೀಧರನ ಅಂಥ ಬೆಳವಣಿಗೆಗೆ ಅವರು ಪ್ರೋತ್ಸಾಹ ನೀಡಿದ್ದರು.

"ಅವ್ನೇ ಎಲ್ಲಾ ಹೇಳಿದ್ದಾನೆ. ನಿಮ್ಗೆ ಮಾನ, ಮರ್ಯಾದೆ ಮುಖ್ಯ ಅಂದ್ರೆ... ಅಖಿಲಾನ ನಮ್ಜೊತೆ ಕಳ್ಸಿ. ದೇವರ ಮುಂದೆ ಕೂಡ್ಸಿ ತಾಳಿ ಕಟ್ಟಿ. ಮನೆ ತುಂಬಿಸ್ಕೋತೀವಿ. ಇಲ್ದಿದ್ರೆ.... ನಿಮ್ಮಿಷ್ಟ" ಸಂಸಾರವನ್ನು ಎಬ್ಬಿಸಿಕೊಂಡು ಎದ್ದರು.

ಸೀತಮ್ಮ ಗಣಪತಿಗಳು ಒಟ್ಟಿಗೆ ಕೋಣೆಯ ಕಡೆ ನೋಡಿದರು. ಬಾಗಿಲು ಮುಚ್ಚಿತು. ಈ ವಿಷಯದ ಬಗ್ಗೆ ಮತ್ತೆ ಅವಳ ಮನದ ಬಾಗಿಲು ತೆರೆಯದೆಂದು ಅವರಿಗೆ ಗೊತ್ತಾಯಿತು.

ಬಾಗಿಲು ತೆರೆದುಕೊಂಡು ಅಖಿಲಾ ಹೊರ ಬಂದಳು. ನಿತ್ಯಕ್ಕಿಂತ ಸ್ವಲ್ಪ ಗಂಭೀರವಾಗಿದ್ದಳು ಅಷ್ಟೆ.

"ತನ್ನ ಕೊಲ್ಲಬಹುದು ಅನ್ನೋ ಭಯಕ್ಕೇನೇ ಆತ್ಮಹತ್ಯೆ ಮಾಡಿಕೊಳ್ಳೋದು... ಮೂರ್ಖತನ. ನೀವು ಹೊರಡಿ. ಮತ್ತೆ ಈ ವಿಷಯ ಪ್ರಸ್ತಾಪಿಸಲು ಬರೋದ್ಬೇಡ' ಸ್ಪಷ್ಟವಾಗಿ, ಅಷ್ಟೇ ಖಚಿತವಾಗಿ ಹೇಳಿದಳು. ಬಿಸಿ ನೀರು ಸುರಿದಂತಾಯಿತು ಅವಳ ತಣ್ಣನೆಯ ಮಾತುಗಳಿಂದ. ಮುಖ ತಿರುಗಿಕೊಂಡು ಹೊರ ನಡೆದರು.

ಅಖಿಲಾ ತಾನೇ ಹೋಗಿ ಬಾಗಿಲು ಹಾಕಿದಳು. ಬಿಳಚಿಕೊಂಡ ಗಣಪತಿಯ ಮುಖ ನೋಡಲು ಅವಳಿಗೆ ಕಷ್ಟವಾಯಿತು.

"ನೀವೇನು ಹೆದರೋದು ಬೇಡ. ಶ್ರೀಧರ್ ಮಾತಾಡೋ ರೀತೀನೇ ಆ ತರಹ ಆಗಿರ್ಬಹುದ್ದು" ಎಂದಳು, ಅವರ ಸನಿಹದಲ್ಲಿ ಬಂದು ಕೂಡುತ್ತ. ಮೊಣಕಾಲಿನ ನಡುವೆ ತಲೆ ಹುದುಗಿಸಿ ಅತ್ತೇಬಿಟ್ಟರು ಗಣಪತಿಗಳು. "ನಿಂಗೆ ಒಳ್ಳೇದು ಮಾಡದಿದ್ರೂ..." ಅವರನ್ನು ಸಮಾಧಾನಿಸಬೇಕೆಂದರೆ ಅಖಿಲಾ ನಾಲ್ಕಾರು ಮಾತುಗಳನ್ನು ಆಡಲೇಬೇಕಾಯಿತು. ಆದರೆ ಅವರು ಪಟ್ಟು ಹಿಡಿದರು.

"ನಾಳೆಯಿಂದ ನೀನು ಕೆಲ್ಸಕ್ಕೆ ಹೋಗೋದ್ಬೇಡ. ನನ್ನ ಸಂಪಾದ್ನೆಯಲ್ಲೇ ಮೂರು ಹೊಟ್ಟೆ ತುಂಬಿಸ್ಕೋಬಹುದ್ದು."

ಕಡೆಗೆ ಒಪ್ಪಿಗೆ ಸೂಚಿಸಿದಾಗಲೇ ಅವರೆದ್ದು ಊಟ ಮಾಡಿದ್ದು.

"ಬೆಳಿಗ್ಗೆ ಬಾಸ್ ಮನೆಗೆ ಬರ್ಹೇಳಿದ್ರು. ಹೋಗಿ ಹೇಳಿ ಬಂದುಬಿಡ್ತೀನಿ" ಎಂದಾಗಲೂ ಅವರು ಚಡಪಡಿಸಿದರು. "ಹೇಗೆ ಹೋಗ್ತೀಯಾ? ನಡೆದುಕೊಂಡಂತೂ ಬೇಡ. ಟ್ಯಾಕ್ಸಿ ಅಪಾಯ. ಆಟೋ..." ಅನುಮಾನಿಸಿದರು. "ನಾನೇ ಜೊತೆಯಲ್ಲಿ ಬರ್ತೀನಿ" ಮಗಳಿಗೆ ಮೊದಲು ರಕ್ಷಣೆ ಕೊಡುವುದು ಅವರ ಮುಖ್ಯ ಕೆಲಸವಾಗಿತ್ತು.

ಇಡೀ ರಾತ್ರಿ ತಲೆನೋವಿನಿಂದ ನರಳಿದಳು ಅಖಿಲಾ. ಶ್ರೀಧರನ ಕೂಗಾಟ, ಅರಚಾಟದ ಬಗ್ಗೆ ಅವಳಿಗೆ ಏನೇನು ಅರ್ಥವಾಗಲಿಲ್ಲ. ಹಿರಿಯರ ನಿಶ್ಚಯದ ಮದುವೆ.

ಅಂದಿನ ಪ್ರಕರಣದ ನಂತರವೂ ಐದು ನಿಮಿಷಕ್ಕಿಂತ ಹೆಚ್ಚಿಗೆ ಅವನ ಬಳಿ ಕಳೆದಿರಲಿಲ್ಲ. ತಾನಾಗಿ ಅರಸಿ ಬಂದಾಗ ಮುಖ ತಗ್ಗಿಸಿಕೂಡುತ್ತಿದ್ದುದೇ ಅವಳು ಮಾಡುತ್ತಿದ್ದ ಕೆಲಸ.

ಎಣ್ಣೆ ಹಚ್ಚಿ ಎರೆದುಕೊಂಡಾಗ ಒದ್ದೆಗೂದಲು ಇನ್ನೂ ಭಾರವೆನಿಸಿತು. ತೀರಾ ಒತ್ತು ಕೂದಲು. ತಲೆ ತೊಳೆಯಬೇಕಾದರೇನೇ... ಅವಳಿಗೆ ಕಷ್ಟವಾಗುತ್ತಿತ್ತು.

"ಅಪ್ಪ..." ಎಂದಾಗ ಷರಟಿನ ಮೇಲೊಂದು ಕೋಟು ಏರಿಸುತ್ತ ತಮ್ಮ ಮಾಮೂಲಿ ಛಾಪಾ ಕಾಗದದ ಚೀಲ ಹಿಡಿದು ಹೊರಬಂದರು. "ಇವ್ರ ಅಡ್ಗೇ ಮುಗಿಯೋ ಹೊತ್ಗೇ ನಾವು ಮನೆಗೆ ಬರ್ಬಹ್ದು!" ಪೆನ್ನು ಸಿಕ್ಕಿಸಿಕೊಂಡರು ಕೋಟಿನ ಜೇಬಿಗೆ.

ಆ ಛಾಪ ಕಾಗದದ ಚೀಲ, ಆ ಪೆನ್ನು ಇಷ್ಟೇ ಅವರ ಅಮೂಲ್ಯ ಆಸ್ತಿ. ಇವೆರಡರ ಮಧ್ಯೆ ಅವರ ಜೀವನ ನಿರ್ವಹಣೆ ನಡೆದುಹೋಗಿತ್ತು.

ಅಪ್ಪ, ಮಗಳು ಫರ್ಲಾಂಗ್ ಕ್ರಮಿಸಿದರೂ ಆಟೋ ಸಿಕ್ಕಲಿಲ್ಲ. ಗಂಟೆ ಏಳಾದರೂ ಬಿಸಿಲು ತೀಕ್ಷ್ಣವಾಗಿತ್ತು. ಗಣಪತಿಗಳಿಗೆ ನಡಿಗೆಯೇನು ಕಷ್ಟವಲ್ಲ.

"ಯಾವ್ದೇ ವಾಹನ ಸಿಕ್ದೇ ನಡೆದ್ರೆ... ಅವ್ರ ಮನೆ ಊಟದ ಹೊತ್ಗೆ ತಲುಪಬಹ್ದು ಅಷ್ಟೆ" ನಿಂತು ಅತ್ತಿತ್ತ ಕಣ್ಣಾಡಿಸಿದರು. ಒಂದು ಆಟೋ ಸುಳಿವಿಲ್ಲ. ಬಂದರೂ ಭರ್ತಿ. "ಬಸ್ಸು ಹಿಡಿದರೆ.. ಹೇಗೆ?" ಗಡ್ಡ ಕೆರೆದರು. "ಅದೇ ಸರಿ, ಒಂದೆರಡು ಸಲ ಬೀಗರ ಮನೆಗೆ ಹೋಗಿದ್ದೆ" ಕೋದಂಡರಾಯರು ಸಂಬಂಧ ಇನ್ನು ಅವರ ಮನದಲ್ಲಿ 'ಬೀಗರ' ಸ್ಥಾನದಲ್ಲಿಯೇ ನಿಂತಿತ್ತು.

ನಿರಾಯಾಸವಾಗಿಯೇನೋ ಬಸ್ಸು ಸಿಕ್ಕಿತು. ಹತ್ತಿದ ಜನ ಎರಡು ಬಸ್ಸುಗಾಗುವಷ್ಟಿತ್ತು. ಅಖಿಲಾ ಮುಂದೆ, ಗಣಪತಿಗಳು ಹಿಂದೆ.

ಆ ಸ್ಟಾಪ್‌ನಲ್ಲಿ ಇಳಿದ ಅಖಿಲಾ ಕಾದಳು. ಜನರೇನೋ ಇಳಿದರು. ಬಸ್ಸು ಮುಂದಕ್ಕೆ ಹೋದಾಗ ಅವಳ ಕಣ್ಣುಗಳು ಅರಸಿ ಗಾಬರಿಗೊಂಡವು.

"ಮೈ ಗಾಡ್" ಎದೆಯ ಮೇಲೆ ಕೈಯಿಟ್ಟುಕೊಂಡಳು. "ಛೆ, ಮುಂದಿನ ಸ್ಟಾಪ್‌ನಲ್ಲಿ ಇಳಿದು ಹಿಂದಕ್ಕೆ ಬರಬೇಕು" ನಿಡುಸುಯ್ದು ಹೆಜ್ಜೆ ಹಾಕತೊಡಗಿದಳು. ಸ್ಟಾಪ್‌ನಿಂದ ಮನೆ ಸರಿಯಾಗಿ ಅರ್ಧ ಫರ್ಲಾಂಗ್. ಎಂದಿಗಿಂತ ಬೆಳಗಿನ ಬಿಸಿಲು ತೀರಾ ಚುರುಕೆನಿಸಿತು.

"ವೆಲ್‌ಕಂ..." ಕಾಂಪೌಂಡಿನಲ್ಲೇ ಅಡ್ಡಾಡುತ್ತಿದ್ದ ಸುಭಾಷ್ ಆಹ್ವಾನಿಸಿದ. ಅವನ ಕಣ್ಣುಗಳು ನಗುತ್ತಿದ್ದವು. ವಾಚ್ ಕಡೆ ನೋಡಿದ. "ಯೂ ಆರ್ ಲೇಟ್. ಏಳೂವರೆಗೆ ನಿಮ್ಮನ್ನ ಎಕ್ಸ್‌ಪೆಕ್ಟ್ ಮಾಡಿದ್ದೆ. ಎನೀ ಟ್ರಬಲ್?" ತಲೆಯಾಡಿಸಿದಳು.

ಪ್ರತಿಯೊಂದು ಹೂವನ್ನು ಅಖಿಲಾಗೆ ತೋರಿಸಿದ.

"ಒಂದೇ ಕಲರ್ ಆದರೂ ಒಂದು ಹೂವಿಗೂ ಇನ್ನೊಂದು ಹೂವಿಗೂ ಎಂತಹ ವ್ಯತ್ಯಾಸವಿದೆ ನೋಡಿ. ನೋಡೋಕು, ಆನಂದಿಸೋಕೆ... ಸೂಕ್ಷ್ಮ ಮನಸ್ಸು ಬೇಕು."

ಎರಡು ಸಲ ಬಂದು ಪಾರ್ವತಮ್ಮ ಇಣುಕಿ ಹೋದರು.

"ಅವ್ರು ಕಾಯೋದ್ಬೇಡ. ಒಂದಿಷ್ಟು ತಿಂಡಿ ಶಾಸ್ತ್ರ ಮುಗಿಸಿಬಿಡೋಣ" ಒಳಗೆ ಕರೆದೊಯ್ದ.

ಪಾರ್ವತಮ್ಮನಿಗೇನೋ ಸಂಭ್ರಮ. ಬಹಳ ಅಕ್ಕರೆ, ಮರ್ಯಾದೆಯಿಂದ ಆದರಿಸಿದರು. ತಿಂಡಿ ಮುಗಿಸಿ ಹೊರಗೆ ಬಂದು ಕೂತರು. ಸುಭಾಷ್ ಪ್ರಸನ್ನಚಿತ್ತನಾಗಿದ್ದ.

"ನಾಳೆಯಿಂದ ಅಲ್ಲ ಇವತ್ತಿನಿಂದ ನೀವು ಹೇಳ್ದ ಪ್ರಕಾರ ಬಾನು, ನಕ್ಷತ್ರ, ಮೋಡಗಳ್ನ ನೋಡ್ಕೊಂಡು... ಇರ್ತೀನಿ" ನವಿರಾದ ಸ್ವರದಲ್ಲಿ ಹೇಳಿದಾಗ ನಕ್ಕರೂ ಗಾಬರಿಯಾದ. "ವ್ಹಾಟ್!" ಅವನ ಕಣ್ಣುಗಳು ಕಿರಿದಾಗಿ ಕುತೂಹಲ ಮೂಡಿತು. "ನೀವೇನು... ಹೇಳಿದ್ದು?' 'ಸೀಟ್‌ನ ಬೆನ್ನು ಬಿಟ್ಟು ತುಸು ಮುಂದಕ್ಕೆ ಬಂದ.

ಎಲ್ಲಾ ಹೇಳದಿದ್ದರೂ ತಂದೆ ಕೆಲಸಕ್ಕೆ ಹೋಗಬೇಡವೆಂದು ಹೇಳಿದ್ದನ್ನು ಮಾತ್ರ ತಿಳಿಸಿದಳು.

"ಯಾಕೆ?" ಅವನ ಪ್ರಶ್ನೆಗೆ ಉತ್ತರಿಸಲು ಸಮರ್ಥಳಾಗಿರಲಿಲ್ಲ. "ಶ್ರೀಧರ್ ಬೆದರಿಕೆ ಹಾಕಿರಬಹುದು!" ಅವನೇ ಹೇಳಿದ. ಮೌನವಹಿಸಿದಳು. "ಸೈಲೆನ್ಸ್ ಈಸ್ ಆಫ್ ಕಾಂಸೆಂಟ್. ನಿಜ ತಾನೇ!"

ಈಗ ಗಂಭೀರವಾಗಿ ಯೋಚಿಸತೊಡಗಿದ ಸುಭಾಷ್. ಶ್ರೀಧರ ಎಲ್ಲರ ಹತ್ತಿರ ಹೇಳಿರುವುದು, ಹೇಳುವುದು ಅಖಿಲಾ ತನ್ನ ಮಡದಿಯೆಂದೇ. ಸತ್ಯವನ್ನು ಹುಗಿಯಲು ಕೆಲವರು ಹಿರಿಯರು ಅವಕಾಶ ಮಾಡಿಕೊಟ್ಟಿದ್ದಕ್ಕೆ, ಅದರ ಮೇಲೆ ಬಂಡೆಯೇರಲು ಸಿದ್ಧವಾಗಿದ್ದ ಶ್ರೀಧರ. ತಾನಾಗಿ ಸತ್ಯ ಬರಲು ಸಾಧ್ಯವಿಲ್ಲ. ಬಂದರೂ ನಂಬುವರು ಕೆಲವರು ಮಾತ್ರ ಇರಬಹುದು. ಅವರಿಂದ ಅಖಿಲಾಗೆ ಪ್ರಯೋಜನವಿಲ್ಲ.

"ಅವ್ನು ಅಷ್ಟು ಇಷ್ಟಪಟ್ಟಿದ್ದಾನೆ. ಇಂಥ ಪಟ್ಟು, ಬೆದರಿಕೆಯ ಹಿಂದೆ ಅಗಾಧವಾದ ಪ್ರೇಮವಿರ್ಬಹುದ್ದು!" ಹಾಸ್ಯವಾಗಿ ಹೇಳಿದ. ಅಖಿಲಾ ಬೆಚ್ಚಿದಳು. ಒಂದು ರೀತಿಯ ಉದ್ವಿಗ್ನತೆಯಲ್ಲಿ ತನ್ನ ಮನಸ್ಸನ್ನು ತೋಡಿಕೊಂಡಿದ್ದ. ಅವನಿಗೆ ಅದರ ಸಂಪೂರ್ಣವಾದ ಅರಿವಿರಲಿಲ್ಲ.

"ಥ್ಯಾಂಕ್ಯೂ... ಫಾರ್ ಯುವರ್ ಸಜೆಷನ್" ಎದ್ದು ನಿಂತಳು. ಅವಳ ಕಣ್ಣಂಚಿನ ಕಂಬನಿ ಗುರ್ತಿಸಿ ನಿರ್ಬೆರಗಾದ. "ಸಾರಿ ಅಖಿಲಾ, ನಿಮ್ಮನ್ನು ಛೇಡಿಸೋ ಮನಸ್ಸಾಯ್ತು. ಪರಿಸ್ಥಿತಿಯನ್ನು ಹೇಗೆ ಎದುರಿಸ್ತೀರೋ" ಅನ್ನೋ ಮಾತು ಮುಗಿಸುವ ಮುನ್ನ ಗಣಪತಿಗಳು ಬಂದರು. ಬೆವರನ್ನು ತೊಡೆದುಕೊಳ್ಳುತ್ತಲೇ ಕೈಜೋಡಿಸಿದರು. "ನಮಸ್ಕಾರ..." ಸೀಟಿನತ್ತ ಕೈ ತೋರಿಸಿದ ಸುಭಾಷ್. ಎಲ್ಲೋ ಒಂದು ಬಾರಿ ದೂರದಿಂದ ನೋಡಿದ್ದು, ಮಾತಾಡಿ ಕೂಡ ಪರಿಚಯವಿರಲಿಲ್ಲ.

"ನಾನು ಗಣಪತಿ ಅಂತ. ಸ್ಟಾಂಪ್ ವೆಂಡರ್. ಪತ್ರಗಳನ್ನು ಕೂಡ ಬರೀತೀನಿ. ಅಖಿಲಾ ನನ್ನ ದೊಡ್ಡ ಮಗ್ಳು! ಅಂದ್ರೆ.... ಮೊದಲ ಹೆಂಡ್ತಿಯ ಮಗ್ಳು" ಬಾಯಿಗೆ ಕೈ ಅಡ್ಡ ಇರಿಸಿಕೊಂಡ ಸುಭಾಷ್ ಮತ್ತೆ ಶುರು ಮಾಡಿದರು. "ತಾತನ ಮನೆಯಲ್ಲೇ

ಹುಟ್ಟಿದ್ದು, ಬೆಳೆದದ್ದು. ಈಚೆಗೆ ನನ್ಹತ್ರ ಬಂದು ಇರೋದು. ನಿಮ್ಮಗಳ ಸಹಾಯದಿಂದ ಮದ್ವೆ ಗೊತ್ತಾಯ್ತು..."

ಅವರು ಮುಂದುವರಿಸುವುದು ನೋಡಿ ಅಖಿಲಾ ಬೆವೆತಳು. "ಅಪ್ಪ..." ಕಣ್ಣು ಸನ್ನೆಯಿಂದ ಅವಳನ್ನು ಸುಮ್ಮನಾಗಿರಿಸಿದ ಸುಭಾಷ್ ಅವರು ಹೇಳುವುದನ್ನು ಮನಸ್ಸಿಟ್ಟು ಕೇಳಿದ.

"ವಿಪರೀತ ನೂಕುನುಗ್ಗಲು. ಇಳೀಬೇಕೂನ್ನೋ ವೇಳೆಗೆ ಬಸ್ಸು ಹೊರಟೇಬಿಟ್ಟಿತು. ಮುಂದಿನ ಸ್ಟಾಪ್‌ನಲ್ಲಿ ಇಳಿಯೋ ವೇಳೆಗೆ ಶ್ರೀಧರ ಸಿಕ್ಕ. ಜುಲುಮೆ ಮಾಡ್ರಿ ಅವ್ರ ಮನೆಗೆ ಕರ್ಕೊಂಡ್ಹೋದ."

ಕೂತಲ್ಲಿಂದಲೇ "ಪಾರ್ವತಮ್ಮ..." ಕೂಗು ಹಾಕಿದ ಸುಭಾಷ್ "ಕೈ ಕಾಲು ಕಾಲು ತೊಳ್ಕೊಂಡ್ ತಿಂಡಿ ತಿನ್ನಿ. ಮಿಕ್ಕಿದ್ದು ಆಮೇಲೆ ಮಾತಾಡೋಣ" ಅವರನ್ನು ಎಬ್ಬಿಸಿದ.

ಪಾರ್ವತಮ್ಮ, ಗಣಪತಿಗಳನ್ನು ಡೈನಿಂಗ್ ಹಾಲ್‌ಗೆ ಕರೆದೊಯ್ದಾಗ ಅವಳತ್ತ ನೋಟಹರಿಸಿದ. ಮುಖ ಕೆಳಗೆ ಹಾಕಿ ಕೂತಿದ್ದರು. ಅವನಿಗೆ ಸಂಕಟವಾಯಿತು.

"ಅಖಿಲಾ... ಬಿ ಬ್ರೇವ್. ನಿಮ್ಗೇ ಏನು ಅಲ್ಲಿಂದ ಶ್ರೀಧರ ಹೆದರಿಸ್ದಾಂತ ನೀವು ಹೆದ್ರಿಕೊಂಡ್ರೆ.... ಆಗುತ್ತಾ! ಅವ್ನು ಮತ್ತಷ್ಟು ಹೆದರಿಸ್ತಾನೆ. ಸುಮ್ನೇ ನೀವು ಆಫೀಸ್‌ಗ ಬನ್ನಿ. ಅವ್ನು ಏನ್ಮಾಡ್ತಾನೋ.... ನಾನು ನೋಡ್ತೀನಿ" ಭರವಸೆ ಇತ್ತು ಅವನ ಸ್ವರದಲ್ಲಿ. ಅವಳ ಮನದಲ್ಲಿದ್ದ ಅಲ್ಪ ಬೆದರಿಕೆ ದಿಕ್ಕಾಪಾಲಾಯಿತು.

ಆದರೆ ಈ ಸಲಹೆಗೆ ಗಣಪತಿಗಳು ಒಪ್ಪಲಿಲ್ಲ.

"ಕೂತು ಮಾತಾಡಿ ಒಂದು ತೀರ್ಮಾನಕ್ಕೆ ಬಂದ್ವಿ. ಆವೇಶದಲ್ಲಿ ಹುಡ್ಗ ಏನೋ ಮಾತಾಡ್ದ. ಅದ್ನೇ ದೊಡ್ಡದು ಮಾಡಿಕೊಳ್ಳೋಕೆ... ಆಗುತ್ತಾ?" ಗಣಪತಿಗಳ ಮಾತಿನ ಧಾಟಿ ಬೇರೊಂದು ದಿಕ್ಕಿಗೆ ತಿರುಗಿತು. ತುಟಿ ಕಚ್ಚಿದ ಸುಭಾಷ್. ಆದರೆ ಅಖಿಲಾಳ ಕಣ್ಣುಗಳಲ್ಲಿನ ಹೊಳಪೇನು ಕುಂದಲಿಲ್ಲ.

ಎದ್ದ ಗಣಪತಿಗಳು ಮತ್ತೆ ಕೂತರು. "ಸ್ವಲ್ಪ ಲೋನ್‌ದೇ ಪ್ರಾಬ್ಲಂ. ಅಖಿಲಾ ಕೆಲ್ಸಕ್ಕೆ ಬರ್ದಿದ್ರೂ.... ನಾನು ತಿರಿಸ್ತೀನಿ. ನೀವು ದೊಡ್ಡ ಮನಸ್ಸು ಮಾಡ್ಬೇಕು."

ಸುಭಾಷ್‌ನ ಕೈಕಾಲುಗಳೆಲ್ಲ ಸೋತಂತಾಯಿತು. ಗೆಲುವಿನಿಂದ ನಗುವ ಪ್ರಯತ್ನ ಮಾಡಿದ.

"ಅದ್ರ ಬಗ್ಗೆ ನಿಮ್ಗೆ ಯೋಚ್ನೇ ಬೇಡ. ಮದ್ವೆ ಉಡುಗೊರೆ ಅಂತ ತಿಳ್ಕೊಳ್ಳಿ. ಅಖಿಲಾ ಸುಖವಾಗಿದ್ರೆ... ಸಾಕು" ಮೇಲೆದ್ದ. ಮುಖದ ಮೇಲೆ ಬೆವರೊಡೆಯತೊಡಗಿತು. ಉಸಿರಿನ ಬಿಗಿತ, ನಿಲ್ಲಲಾರದೆ ಕುಸಿದ.

"ಅಯ್ಯಯ್ಯೋ... ಇದೇನಾಯ್ತು!" ಗಣಪತಿಗಳು ಗಾಬರಿಗೊಂಡರು. ಅಖಿಲಾ ಆಸರೆಯಾಗಿ ಕೂತಳು. "ಅಪ್ಪ, ಪಾರ್ವತಮ್ಮನ್ನನ್ನು ಕರೆಯಿರಿ."

ಧಾವಿಸಿ ಬಂದ ಆಕೆ ಫೋನೆತ್ತಿಕೊಂಡಳು. ಹಲ್ಲುಗಳನ್ನು ಕಚ್ಚಿಡಿದ ಸುಭಾಷ್

ಬೇಡವೆನ್ನುವಂತೆ ಕೈಯಲ್ಲಿ ಸನ್ನೆ ಮಾಡಿದ. ಬೆವೆತ ಅವನ ಮುಖದಲ್ಲಿ ವೇದನೆಯ ಮಹಾಪೂರವೇ ಇತ್ತು.

ಗಣಪತಿಗಳಿಗಂತೂ ಕೈಕಾಲು ಬಿದ್ದುಹೋಯಿತು. ಇದು ಯಾವ ರೋಗ? 'ಅಯ್ಯೋ!' ಎಂದುಕೊಂಡರು. ಐದಾರು ನಿಮಿಷಗಳ ನಂತರ ತುಸು ಚೇತರಿಸಿಕೊಂಡರೂ ತೀರಾ ಬಳಲಿದಂತೆ ಕಂಡ.

"ಸೋ... ಸಾರಿ..." ಕ್ಷಮೆ ಯಾಚಿಸಿದವನು ತೂರಾಡುತ್ತಾ ಕೋಣೆಗೆ ಹೋದ. ಗಣಪತಿಗಳಂತು ಮುಖದ ಬೆವರೊರೆಸಿಕೊಂಡರು. "ಛೆ, ಛೆ... ಈ ವಯಸ್ಸಿನಲ್ಲಿ ಬರಬಾರ್ದ ಕಾಯಿಲೆಗಳು!" ಲೊಚಗುಟ್ಟಿದರು. ಅವರು ಒಳ್ಳೆಯ ಮನಸ್ಸಿನಿಂದಲೇ ಹೇಳಿದರು. ಆದರೆ, ಖೇದವಾಯಿತು ಅಖಿಲಾಗೆ.

ಅವರ ಕಡೆ ತಿರುಗಿದಳು, "ಅಪ್ಪ... ನೀವ್ಹೋಗಿ. ಮ್ಯಾನೇಜರ್... ಬರಬಹುದು. ಬಂದ್ಮೇಲೆ... ನಾನ್ಬರ್ತೀನಿ" ಸರಿಯೆನ್ನುವಂತೆ ತಲೆಯಾಡಿಸಿದರು, ಅವರಿಗೆ ಇಷ್ಟವಾಗಲಿಲ್ಲ.

ಇನ್ನು ಸ್ವಲ್ಪ ಮುಂದಕ್ಕೆ, ಅಂದರೆ ಈ ಮೈನ್ ರೋಡ್ ಬಿಟ್ಟು ಅಡ್ಡರೋಡಿನಲ್ಲಿ ಹಿಂದಕ್ಕೆ ಹೋಗಿ ಹತ್ತು ಮನೆಗಳ ನಂತರ ಕೊನೆಯ ಹೆಂಚಿನ ಮನೆಯೇ ಶ್ರೀಧರನದು. 'ಮೊದಲೆ ತಿರ್ಗಾಲಿ ಹುಡ್ಗ. ಅಕಸ್ಮಾತ್ ಇಲ್ಲಿ ಕಂಡರೆ?' ಎರಡು ಹೆಜ್ಜೆ ಹಿಂದಕ್ಕೆ ಬಂದು ಮಗಳ ಮುಂದೆ ನಿಂತರು.

"ಒಂದಿಷ್ಟು ಅವ್ರ ಅಕ್ಕನ ಮನೆಗೆ ಫೋನ್ ಮಾಡ್ಬಿಡು" ಅರ್ಥ ಮಾಡಿಕೊಂಡಳು ಅಖಿಲಾ. "ಒಂಭತ್ತರ ಸುಮಾರಿಗೆ ಮ್ಯಾನೇಜರ್ ಪಿಳ್ಳೆ ಇಲ್ಲಿಗೆ ಬಂದೇ ಬರ್ತಾರೆ. ಆಮೇಲೇ ಇವ್ರು ಆಫೀಸಿಗೆ ಬರೋದು. ಅದ್ವರ್ಗೂ ಇದ್ದು ಬರ್ತೀನಿ" ಸ್ವಲ್ಪ ದೀರ್ಘವಾಗಿಯೇ ಅರ್ಥವಾಗುವಂತೆ ಹೇಳಿದಳು.

ಅರೆ ಮನಸ್ಸಿನಿಂದಲೇ ಹೊರಟರು. ಪಾರ್ವತಮ್ಮ ಕಣ್ಣಲ್ಲಿ ನೀರಾಡಿ ತೋಡಿಕೊಂಡರು.

"ಎಲ್ಲಿನ ರಕ್ತಸಂಬಂಧ! ಸದಾ ಆ ಹುಡುಗರನ್ನೇ ಕಟ್ಟಿಕೊಂಡು ಒದ್ದಾಡ್ತ ಇದ್ದ. ಈಗ ನೋಡು, ಈ ಪಾಡು, ಒಂದು ಅಭ್ಯಾಸ ಕೂಡ ಇರ್ಲಿಲ್ಲ. ಈಗ ಸಿಗರೇಟು ಕುಡ್ಯೋದು... ಈ ನೋವನ್ನ ಮರೆಯೋಕೆ!"

ಆಕೆಯ ಮುಗ್ಧ ಮನಸ್ಸು ಸತ್ಯಾನ್ವೇಷನೆಗಾಗಿ ಪ್ರಯತ್ನಿಸಿತೇ ವಿನಹ ಅವನ ದುರಭ್ಯಾಸಗಳ ಬಗ್ಗೆ ಜಿಗುಪ್ಸೆಗೊಳ್ಳಲಿಲ್ಲ. ತೀರಾ ವಿದ್ಯಾವಂತ, ಬುದ್ಧಿವಂತ ಜನಕ್ಕಿಂತ ಆಕೆ ಬಹಳ ಒಳ್ಳೆಯವಳಾಗಿ ಕಂಡಳು ಅಖಿಲಾಗೆ.

ಬಿಸಿ ಹಾರ್ಲಿಕ್ಸ್ ಬೆರೆಸಿಕೊಂಡು ಬಂದ ಆಕೆ ಅವಳ ಕೈಗೆ ಕೊಟ್ಟಳು.

"ತಗೋಮ್ಮ. ಸ್ವಲ್ಪ ಕುಡ್ಸು. ನನ್ನ ಕೈಯ ನಡುಕಾಟದಲ್ಲಿ ಎಲ್ಲಿ ಎತ್ತಿ ಹಾಕಿಬಿಡ್ತೇನೋ!" ತುಂಬು ಅಂತಃಕರಣವಿತ್ತು ಆಕೆಯ ಮಾತಿನಲ್ಲಿ.

ಹಾರ್ಲಿಕ್ಸ್ ಹಿಡಿದು ಬಂದಾಗ ಮಂಚದ ದಿಂಬಿಗೆ ಒರಗಿ ಕಣ್ಮುಚ್ಚಿದ್ದ ಪ್ರವಾಹದ ನಂತರ ಶಾಂತ ಸ್ಥಿತಿ ಇತ್ತು. ಮುಂಗೂದಲು ಹಣೆಯ ಬೆವರಿಗೆ ಅಂಟಿತ್ತು.

ಗಂಟಲು ಸರಿಪಡಿಸಿಕೊಂಡಾಗ ನಿಧಾನವಾಗಿ ಕಣ್ತೆರೆದ. ತಂಪೆನಿಸಿತು. "ಓ... ಅಖಿಲಾ..." ಒಣಗಿದ ತುಟಿಯ ಮೇಲೆ ನಾಲಿಗೆಯಾಡಿಸಿದ. "ಸಾರಿ ಫಾರ್ ದಿ ಟ್ರಬಲ್. ಯಾರ್ಗೂ ತೊಂದರೆ ಕೊಡ್ಬಾರ್ದೂಂತಲೇ ಒಂಟಿಯಾಗಿ ಬಂದಿದ್ದು. ನಿನಗೆ ಮಾತ್ರ ಅನಿವಾರ್ಯವಾಗ್ಬಿಟ್ಟಿದೆ. ಮುಂದೆ ಇಂಥ ಸಂದರ್ಭಗಳು ಒದಗಿಬರೋಲ್ಲ!" ಕ್ಷೀಣವಾಗಿ ನಕ್ಕ. ಅಪಾರವಾದ ನೋವು ಅಡಗಿದಂತೆ ಕಂಡಿತು. ಅಖಿಲಾ ಪಕ್ಕದಲ್ಲಿ ಶ್ರೀಧರನನ್ನು ಕಲ್ಪಿಸಿಕೊಂಡ. ಮುದ್ದು ಮುಖದ ಹಿಂದೆ ಛಲವೇ ಹೆಚ್ಚಾಗಿದೆಯೆನಿಸಿತು.

ಇನ್ನು ಸ್ವಲ್ಪ ಸರಿಯಾಗಿ ಕೂತು ಅವಳ ಕೈಯಲ್ಲಿನ ಹಾರ್ಲಿಕ್ಸ್ ಲೋಟ ತೆಗೆದುಕೊಂಡ.

"ಟ್ರೀಟ್‌ಮೆಂಟ್ ತಗೋತಾ... ಇಲ್ವಾ?" ಸ್ವಲ್ಪ ಸ್ವತಂತ್ರವಹಿಸಿ ಪ್ರಯತ್ನಿಸಿದಳು. ಲೋಟ ಪಕ್ಕದಲ್ಲಿದ್ದ ಟೀಪಾಯಿ ಮೇಲಿಟ್ಟ. "ಅಗತ್ಯವಿಲ್ಲ!" ಬಾಯಿ ತೆರೆದಳು ಅಖಿಲಾ, "ನಿಮ್ಗೆ ಇಷ್ಟವಿಲ್ಲ. ಬೇರೆಯವ್ರು ಒತ್ತಾಯ ತರಬಾರದೂಂತ್ಲೇ.... ಎಲ್ಲರಿಂದ ಕಳಚಿಕೊಳ್ಳುವ ಪ್ರಯತ್ನ ಮಾಡಿದ್ದು"

ಅವಳ ಮಾತಿಗೆ ಸುಭಾಷ್ ನಕ್ಕುಬಿಟ್ಟ.

"ಪ್ರಾಣಿಗಳ್ಗಿಂತ ಮನುಷ್ಯ ಭಿನ್ನ. ವಿಚಾರಶಕ್ತಿ ಜೊತೆ ಹೆಚ್ಚಿನ ಸಂವೇದನೆಯನ್ನು ಕೊಟ್ಟ ದೇವರು. ಸಾವು, ಬದ್ಕಿನ ಮಧ್ಯೆ ಬದ್ಕು ಮೂರು ದಿನವಾದ್ರೂ... ಭೂಮಿ ಇರುವವರೆಗೂ ತಾನು ಶಾಶ್ವತ ಎನ್ನುವ ಅರ್ಥದಲ್ಲಿ ಅವ್ನ ಹೋರಾಟ, ಅದ್ಕೆ... ಪ್ರಬಲವಾದ ಆಕರ್ಷಣೆ ಕಾರಣ. ಅದಿಲ್ಲದ ಮೇಲೆ ಅವ್ನಿಗ ಸಾವಿನ ಬಗ್ಗೆ ಪ್ರೀತಿ ಹೆಚ್ಚುತ್ತೆ. ಅದನ್ನು ಅಪ್ಪುವ ಆತುರ ತೋರುತ್ತಾನೆ!"

ಅಖಿಲಾ ಕಣ್ಣಂಚಿನಲ್ಲಿ ಜಿನುಗಿದ ಕಂಬನಿ ಕೆನ್ನೆಯ ಮೇಲೆ ಉರುಳಿತು. ಸುಭಾಷ್ ಈಗಾಗಲೇ ಬಹಳ ದೂರ ಹೋಗಿದ್ದಾನೆನಿಸಿತು. ಹಿಂದಕ್ಕೆ ಕರೆತರುವುದು ಪ್ರಯಾಸವೇ!

ಮತ್ತೆ ಹಾರ್ಲಿಕ್ಸ್ ಲೋಟ ಎತ್ತಿ ಅವನ ಕೈಗೆ ಕೊಟ್ಟಳು. ಈ ಮನೋಭಾವದ ಹಿಂದೆ ಇರುವಂಥ ನಿರಾಸೆ ಎಂತಹುದು!

ಹಾರ್ಲಿಕ್ಸ್ ಪೂರ್ತಿ ಕುಡಿದ ಮೇಲೆ ಹೊರಬಂದಳು. ಹೊರಗೆ ಮೋಟಾರ್ ಬೈಕ್ ಹಾರನ್ ಸದ್ದು. ಹಿಂದೆಯೇ ಶ್ರೀಧರ ಒಳಗೆ ಬಂದ.

"ಹಲೋ...." ಅವನ ಹಲ್ಲುಗಳು 'ಫಳಕ್' ಎಂದವು. "ಸದ್ಯಕ್ಕೆ ಎಲ್ಲಾ... ತೀರ್ಮಾನ... ಆಯ್ತು!" ಅವಳಿಗೆ ಹೇಳಿದ. ತಾನು ಇಲ್ಲಿರುವುದು ಯಾರು ಹೇಳಿರಬಹುದು? ಅಖಿಲಾ ಯೋಚಿಸತೊಡಗಿದಳು.

ತಾನೇ ಕೂತು ಟೀಪಾಯಿ ಮೇಲಿದ್ದ ಒಂದು ಪತ್ರಿಕೆ ತೆಗೆದು ಪುಟಗಳನ್ನು ತಿರುವತೊಡಗಿದ. ನಿಂತೇ ಇದ್ದಳು ಅಖಿಲಾ.

"ಹಲೋ… ಶ್ರೀಧರ್" ಸುಭಾಷ್ ಹೊರಗೆ ಬಂದ. ಪತ್ರಿಕೆ ಹಿಡಿದೇ ಮೇಲಿದ್ದ ಶ್ರೀಧರ್, "ನಮಸ್ತೆ ಸಾರ್. ನಿಮ್ಗೆ ಸಂತೋಷದ ಸುದ್ದಿ ತಿಳ್ಸಿ ಹೋಗೋಣಾಂತ್ಬಂದೆ."

ಸುಭಾಷ್ ಅವನನ್ನು ಕೂಡುವಂತೆ ಸನ್ನೆ ಮಾಡಿ ತಾನು ಕೂತ. ಬಿಳಚಿಕೊಂಡ ಮುಖ ತನ್ನ ಮೊದಲಿನ ಬಣ್ಣಕ್ಕೆ ಹಿಂದಿರುಗಿರಲಿಲ್ಲ. ಇನ್ನು ಬಳಲಿಕೆ ಅವನ ಕಣ್ಣುಗಳಲ್ಲಿ ಸ್ಪಷ್ಟವಾಗಿತ್ತು.

"ಕೂತ್ಕೊ… ಅಖಿಲಾ" ಸುಭಾಷ್ ತಾನೇ ಹೇಳಿದ. ಅವಳ ಮನಸ್ಥಿತಿಯಲ್ಲಿ ಶ್ರೀಧರನ ಮುಂದೆ ಕೂಡುವುದೇನು, ನಿಲ್ಲುವುದು ಕೂಡ ಅವಳಿಂದ ಸಾಧ್ಯವಿಲ್ಲ. "ಎಕ್ಸ್‌ಕ್ಯೂಸ್ ಮಿ, ಸರ್…" ಎಂದವಳು ಹೊರಗೆ ನಡೆದಳು.

ಆದರೆ ಶ್ರೀಧರ್ ಅಂದು ಮದುವೆಯ ದಿನ ನಡೆದ ರಾದ್ಧಾಂತದ ಸತ್ಯ ರೂಪವನ್ನೇ ಅವನ ಮುಂದಿಟ್ಟ.

"ನಂಗೆ ಆ ಮನೆ ಬಗ್ಗೆ ಗೊತ್ತೇ ಇರ್ಲಿಲ್ಲ. ನಮ್ಮ ತಂದೆ ಸ್ವಲ್ಪ ಆಸೆಬುರುಕರು. ಅವರದ್ದು ಒಂದೇ ಪಟ್ಟು. ನಾನು ಕೂಡ ಎದುರಾಡೋಕೆ ಸಾಧ್ಯವಾಗ್ಲಿಲ್ಲ. ಆ ಕಥೇನಾ ಅಖಿಲಾ ಮನಸ್ಸಿನಿಂದ ಒರ್ಸಿ ಹಾಕೋಕೆ ಬಹಳ ಪ್ರಯತ್ನ ಮಾಡ್ತಾ ಇದ್ದೀನಿ…" ಕೈ ಕೈ ಹಿಸುಕಿಕೊಂಡ. ಸುಭಾಷ್ ಈ ವಿಷಯದಲ್ಲಿ ಏನು ಹೇಳಲು ಸಿದ್ಧವಾಗಲಿಲ್ಲ.

"ಅವ್ರಪ್ಪ ಮಗಳ್ನ ಒಪ್ಪಿಸೋ ಭರವಸೆ ಕೊಟ್ಟಿದ್ದಾರೆ. ನಾನು ಯಾವ ಕಾರಣಕ್ಕೂ ಅಖಿಲಾನ ಬಿಟ್ಟುಕೊಡೋಲ್ಲ. ನನ್ಜೊತೆ ಅವ್ಳ ಮದ್ವೆ ಆಗಿಯೇಹೋಗಿದೆ ಅಂದ್ಕೊಂಡಿದ್ದಾರೆ ಜನ. ಇಂಥದ್ದರಲ್ಲಿ ಯಾರು ಅವ್ಳನ್ನು ಮದ್ರೆ ಆಗೋಕೆ ಮುಂದು ಬರ್ತಾರೆ?" ತನ್ನ ಬಡಬಡಿಕೆಯಲ್ಲಿ ಅವಳ ಮೇಲೆ ತನಗಿರುವ ಸಹಾನುಭೂತಿಯನ್ನು ತೋರ್ಪಡಿಸಿಕೊಂಡ.

"ಕಂಗ್ರಾಜುಲೇಷನ್…" ಸುಭಾಷ್ ಎದ್ದು ಅವನ ಕೈ ಕುಲುಕಿದ. "ನಿಮ್ಮ ರೋಪು, ಆವೇಶನ ಕಟ್ಟಿಟ್ಟು ಮೃದುವಾಗಿ ಒಲಿಸಿಕೊಳ್ಳೋ ಪ್ರಯತ್ನ ಮಾಡಿ" ಬೀಳ್ಕೊಟ್ಟ.

ವರಾಂಡದಲ್ಲಿ ಇರಬಹುದು ಅಖಿಲಾ ಎಂದುಕೊಂಡಿದ್ದರು. ಅವಳು ನಾಪತ್ತೆ.

"ಬಸ್ ಸ್ಟಾಪ್‌ನಲ್ಲಿ… ನೋಡ್ತೀನಿ" ಬೈಕ್ ಸ್ಟಾರ್ಟ್ ಮಾಡ್ಕೊಂಡ್ ಹೊರಟ. 'ಅಖಿಲಾ ನಿನ್ನ ನಿರ್ಲಕ್ಷ್ಯಕ್ಕೆ ಸರ್ಯಾದ ಶಿಕ್ಷೆ ಮಾಡ್ಲಿಲ್ಲ, ನಾನು ಶ್ರೀಧರನೇ ಅಲ್ಲ' ಹಲ್ಲು ಕಡಿದ.

ಒಳಗೆ ಬಂದ ಸುಭಾಷ್ ಮೌನವಾಗಿ ಕೂತ. ಅವನಲ್ಲಿ ದ್ವಂದ್ವ. ಅಖಿಲಾಗೆ ಈ ಮದುವೆ ಇಷ್ಟವಿಲ್ಲ. ಆದರೆ ಅವಳ ಕಡೆ ನಿಲ್ಲುವವರಾರು? ತಾನು ನಿಂತರೆ ಅವಳಿಗೆ ತೊಂದರೆಯೇ ಹೆಚ್ಚು. ತನ್ನ ಆರೋಗ್ಯ, ಮನಸ್ಥಿತಿ ಯಾವುದಕ್ಕೂ ದಾರಿ ಮಾಡಿಕೊಡದು, ಸದ್ಯಕ್ಕೆ ಅವಳು ಸುಖವಾಗಿರಬೇಕೆಂದು ಮಾತ್ರ ತಾನು ಬಯಸಬಹುದು.

ಮಧ್ಯಾಹ್ನ ಪಿಳ್ಳೆ ಹಾರಾಡಿಬಿಟ್ಟರು.

"ಇಲ್ಲು ರೂಲ್ಸು, ರೆಗ್ಯುಲೇಷನ್ ಇದೆ. ಇಂಡಸ್ಟ್ರಿಯಲ್ಲಿ ತನ್ನದೇ ಆದ

ಸ್ಥಾನಮಾನಗಳನ್ನು ಗಳಿಸಿದೆ ಸುಭಾಷ್ ಗಾರ್ಮೆಂಟ್ಸ್. ಇದೇನು ಷಿಪ್ ಮಾರ್ಕೆಟ್... ಅಲ್ಲ!" ಪದೇ ಪದೇ ಅವರಿಗೆ ನೆನಪು ಬರೋದು 'ಫಿಷ್ ಮಾರ್ಕೆಟ್."

ಅವರನ್ನು ಸಮಾಧಾನಿಸಲು ಸುಭಾಷ್‌ಗೆ ಕೂಡ ಸಾಧ್ಯವಾಗಲಿಲ್ಲ.

"ಹೋಗ್ಲಿ ಬಿಡಿ! ನಾವು ಬೇರೆಯವ್ರನ್ನ ಅಪಾಯಿಂಟ್ ಮಾಡಿಕೊಳ್ಳೋಣ. ಅವ್ರುಗಳ ಸಮಸ್ಯೆಯ ಮಧ್ಯೆ ನಾವ್ಯಾಕೆ?" ಸುಭಾಷ್ ಒಪ್ಪಿಸುವ ಪ್ರಯತ್ನ ಮಾಡಿದ.

"ನೋ... ನೋ.... ಅದೇನು ಅಷ್ಟು ಸುಲಭದ ಕೆಲ್ಸನಾ" ತಳ್ಳಿಹಾಕಿಬಿಟ್ಟರು. "ನಿಮ್ರಿಷ್ಟ" ಸುಭಾಷ್ ಸುಮ್ಮನಾಗಲೇಬೇಕಿತ್ತು. ನಾನು ಮಾಲೀಕನೆಂಬ ಜೋರು ತೋರಿಸಿದರೆ ಆ ವ್ಯಕ್ತಿ ಮುಲಾಜು ಇಲ್ಲದೇ ನಡೆದುಬಿಡುವಂಥವನೇ ಎಂದು ಸುಭಾಷ್‌ಗೆ ಗೊತ್ತು. ಇಡೀ ಸುಭಾಷ್ ಗಾರ್ಮೆಂಟ್‌ಗೆ ಒಂದು ಆಧಾರ ಸ್ಥಂಬವಿದ್ದ ಹಾಗೆ ಪಿಳ್ಳೆ.

ಪಕ್ಕದ ಛೇಂಬರ್‌ನಲ್ಲಿದ್ದ ಗೋಪಾಲರಾಯರನ್ನು ಕರೆಸಿದವರೇ ದಬಾಯಿಸಿಬಿಟ್ಟರು.

"ಬಾಯ್ಮುಚ್ಕೊಂಡ್ ಕೆಲ್ಸಕ್ಕೆ ಬರೋದಿಕ್ಕೆ ಹೇಳಿ ಅಖಿಲಾಗೆ. ಏನ್ರಿ, ಬರೀ ಮದ್ವೆ, ಗಂಡು... ಇದಿಷ್ಟೇನಾ ಹೆಣ್ಣಿನ ಬದ್ಕಿಗೆ! ಒಂದಿಷ್ಟು ತಾಪತ್ರಯಗಳನ್ನು ನೀಗಿಕೊಳ್ಳೋಕೆ ಹಣದ ಸಂಪಾದ್ನೇ. ಮುಗಿದ್ಹೋಯ್ತು ಆ ಹಣೆಬರಹಗಳು ಬೇರೆ ರೀತಿ ಯೋಚ್ನೋಕೆ ಹೇಳಿ."

ಗೋಪಾಲರಾಯರು ಇದೊಂದು ವಿಷಯಕ್ಕೆ ತಲೆ ತಗ್ಗಿಸಬೇಕಾಯಿತು. ಪಿಳ್ಳೆಯ ಸ್ವಭಾವ, ನಿಷ್ಠೆಯ ಪರಿಚಯವಿತ್ತು. ಜೊತೆಜೊತೆಯಾಗಿ ಮೂರು ದಶಕಗಳಿಗಿಂತ ಹೆಚ್ಚು ಕೆಲಸ ಮಾಡಿದ್ದರು.

"ಸ್ವಲ್ಪ ಕೂತ್ಕೊಳ್ಳಿ" ಗೋಪಾಲರಾಯರನ್ನು ಕೈಹಿಡಿದು ಕೂಡಿಸಿದರು. "ನೀವು ಲೋನ್ ಕೇಳಿದಾಗ್ಲೇ, ಶ್ರೀನಿವಾಸಮೂರ್ತಿಗಳು ರೆಕಮಂಡ್ ಮಾಡಿದಾಗ್ಲೇ ನಮ್ಮ ಆಫೀಸ್‌ನ ಫಾರ್ಮಾಲಿಟೀಸ್ ಮುರೀಬೇಕಾಯ್ತು. ಮೂರ್ವರ್ಷದಷ್ಟು ಕಾಲ ಇಲ್ಲಿ ಕೆಲ್ಸ ಮಾಡದವ್ರಿಗೆ ಲೋನ್ ಕೊಡೋ ಪದ್ಧತಿನೇ ಇರ್ಲಿಲ್ಲ. ಮತ್ತೆ ಶುರು ಮಾಡಿದ್ದಕ್ಕೆ ಎಷ್ಟೊಂದು ಪ್ರಾಬ್ಲಮ್ ಎದುರಿಸ್ಬೇಕಾಯ್ತು ಗೊತ್ತ" ಎಂದವರು ಪಕ್ಕದ ಬೀರುನಲ್ಲಿದ್ದ ಫೈಲು ತೆಗೆದು ತೆರೆದು ಅವರ ಮುಂದಿಡಿದರು. "ಈ ಲೋನ್ ಪೂರ್ತಿ ತೀರೋವರೆಗೆ ಅಂದ್ರೆ ಇನ್ನೊಂದ್ವರ್ಷ ಅಖಿಲಾ ಇಲ್ಲಿ ಕೆಲ್ಸ ಮಾಡ್ಲೇಬೇಕು!" ಸಹಿ ಹಾಕಿಸಿಕೊಂಡ ಪೇಪರನ್ನು ಮುಂದಿಡಿದರು.

ಗೋಪಾಲರಾಯರು ತಲೆದೂಗಿದರು. "ಯೋಚ್ನೇ ಬೇಡ. ನಾಳೆಯಿಂದ ಅಖಿಲಾ ಕೆಲ್ಸಕ್ಕೆ ಬರ್ತಾಳೆ" ಎಂದಾಗ ಫೈಲನ್ನು ಅದರ ಜಾಗಕ್ಕೆ ರವಾನಿಸಿದರು ಪಿಳ್ಳೆ.

ಪಿಳ್ಳೆಯಂಥ ಚಾಣಕ್ಯ ವ್ಯಕ್ತಿಗಳಿಂದಲೇ ಸಣ್ಣ ಉದ್ಯಮ ದೊಡ್ಡದಾಗಿ ಬೆಳೆದು ಹತ್ತು ಹಲವು ಮಂದಿ ಕೆಲಸಗಾರರಿಗೆ ಅನ್ನ ಕೊಡಲು ಶಕ್ತವಾಗುವುದು. ಕೆಲವು ಸಲ

ಅಗಾಧವಾದ ತೊಡಕುಗಳನ್ನು ಚಿಟಿಕೆ ಹೊಡೆಯುವುದರಲ್ಲಿ ನಿವಾರಿಸಿಬಿಡುತ್ತಿದ್ದರು. ಅದರಿಂದಲೇ ಶ್ರೀನಿವಾಸಮೂರ್ತಿಯ ತಲೆ ಬಿಸಿಯಾಗಿರಲಿಲ್ಲ.

ಗೋಪಾಲರಾಯರು ಸಂಜೆ ಆಫೀಸ್ ಬಿಡುವ ಮುನ್ನ ಪಿಳ್ಳೆಯವರ ಬಳಿಗೆ ಬಂದರು.

"ರಾತ್ರಿ ನಿಮ್ಮ ಜೊತೆಯಲ್ಲಿ ಡಿನ್ನರ್ ತೆಗ್ದುಕೊಳ್ಳೋಣಾಂತ" ಎಂದುಕೂಡಲೇ ಪಿಳ್ಳೆ ಸೀಲಿಂಗ್ ಹಾರುವಂತೆ ನಕ್ಕರು. ಬಹಳ ತಮಾಷೆಯಾಗಿ ಕಂಡಿತು ಅವರ ಮಾತು. "ಭೇಷ್, ಭೇಷ್! ಮನೆಯಲ್ಲಿ ಏನಾದ್ರೂ ವಿರಸಾನ? ನೀವೇ ಪುಣ್ಯವಂತ್ರು! ನಮ್ಮವಳಿಗೆ ಜಗ್ಳ ಆಡೇ... ಗೊತ್ತಿಲ್ಲ!" ತಲೆ ಕೆರೆದುಕೊಂಡರು. ಮೆಲ್ಲಗೆ ಇನ್ನಷ್ಟು ಟೇಬಲ್ಲು ಮೇಲೆ ಬಗ್ಗಿದರು. "ತ್ರೀ ಸ್ಟಾರ್... ಫೈವ್ ಸ್ಟಾರ್..." ವಯಸ್ಸನ್ನು ಮರೆತು ಕಮ್ಣೊಡೆದರು. ಗೋಪಾಲರಾಯರು ಸುಸ್ತಾದರು, ಇಂಥ ತಮಾಷೆಯ ಸಂದರ್ಭಗಳು ಅಪರೂಪವೇ.

ಪಿಳ್ಳೆ ಎದ್ದು ಗೋಪಾಲರಾಯರ ಭುಜ ತಟ್ಟಿದರು. "ಲಕ್ಷಣವಾಗಿ ಊಟಕ್ಕೆ ಅನ್ನಿ. ಚಿಕನ್ ಪಲಾವ್... ಅಂಡ್..." ಅತ್ತಿತ್ತ ನೋಡಿ, "ನೀವೇನೋ ಮಾತಾಡ್ಬೇಕು, ನನ್ನ ಸ್ವಭಾವ, ನಮ್ಮ ಕಂಪನಿ ರೂಲ್ಸ್‌ನ ಗಮನದಲ್ಲಿಟ್ಕೊಂಡು ಮಾತಾಡಿದ್ರೆ... ಸಾಕು" ಜೊತೆಯಾಗಿಯೇ ಹೊರಗೆ ಬಂದರು.

ಆಟೋ ಹತ್ತಿದಾಗ ಟೈಮ್ ನೋಡಿದರು. ಸರಿಯಾಗಿ ಐದು-ಹತ್ತು. ಸುಭಾಷ್ ಐದಕ್ಕೆ ನಾಲ್ಕು ನಿಮಿಷ ಇದೆಯೆನ್ನುವಾಗ ಆಫೀಸ್ ಬಿಟ್ಟಿದ್ದು.

"ಮಿಸ್ಟರ್ ಗೋಪಾಲ್...." ಎಂದವರು ಆಟೋದಿಂದ ಇಳಿದು ಐವತ್ತು ಪೈಸೆಯ ನಾಣ್ಯ ಆಟೋದವನ ಕೈಯಲ್ಲಿಟ್ಟು, "ನೀನು ಹೋಗಪ್ಪ... ನಿಲ್ಸಿ ಹತ್ತಿಸಿಕೊಂಡಿದ್ದಕ್ಕೆ" ಅರ್ಥಪೂರ್ಣವಾಗಿತ್ತು ಅವರ ಮಾತು. ಆಟೋ ಡ್ರೈವರ್ ನಕ್ಕು ಆ ನಾಣ್ಯವನ್ನು ಅವರಿಗೇ ಹಿಂದಿರುಗಿಸಿ, "ಪರ್ವಾಗಿಲ್ಲ.... ಸಾರ್" ಮುಂದಕ್ಕೆ ಹೋಯಿತು.

ಅಲ್ಲೇ ಇದ್ದ ಉಡುಪಿ ಹೋಟೆಲ್‌ಗೆ ನುಗ್ಗಿ ಬೆಣ್ಣೆ ಮಸಾಲೆಗೆ ಆರ್ಡರ್ ಮಾಡಿದ್ದರು.

"ಈಗಿನ ಬಿಲ್ ನಂದೇ. ರಾತ್ರಿ ಊಟಕ್ಕೆ ನಿನ್ನ ಖರ್ಚು" ಪಿಳ್ಳೆ ಸಲಿಗೆಯಿಂದ ಹೇಳಿದರು. ಅವರ ವ್ಯಕ್ತಿತ್ವವೇ ಅಂತಹುದು, ಅವರ ಪೂರ್ತಿ ಹೆಸರು ಶಿವ ಷಣ್ಮುಖಂ ಮಾಪಿಳ್ಳೆ. ಬೇರೆಯವರಿಗೆ ಹೆಸರು ವಿಚಿತ್ರವಾಗಿ ಕಂಡರೂ ಅವರಿಗೆ ತುಂಬ ಅಭಿಮಾನ. ಎಂದೂ ಚೋಟಾ ಸಹಿ ಮಾಡಿದವರೇ ಅಲ್ಲ. ತಮ್ಮ ಪೂರ್ತಿ ಹೆಸರನ್ನು ಬರೆಯುತ್ತಿದ್ದರು.

ನಕ್ಕವರಿಗೆ ಉತ್ತರಿಸುತ್ತಿದ್ದರು.

"ಶಿವ ನನ್ನ ಅಜ್ಜ, ಷಣ್ಮುಖ ನನ್ನಪ್ಪ, ನಾನು ಮಾಪಿಳ್ಳೆ. ನನ್ನ ಸರಿಯಾಗಿ ಗುರುತಿಸಿಕೊಳ್ಳೋಕೆ ಇಷ್ಟು ಹೆಸರಿನ ಅಗತ್ಯವಿದ್ದೇ... ಇದೆ."

ಬೆಣ್ಣೆ ಮಸಾಲೆ ಜೊತೆ ಒಂದೊಂದು ವೆಜಿಟೇಬಲ್ ಬೋಂಡ ತಿಂದು, ಕಾಫೀ ಮುಗಿಸಿ ಹೊರಬರುವ ವೇಳೆಗೆ ಬೀದಿಯ ದೀಪಗಳು ಹತ್ತಿಕೊಂಡಿದ್ದವು.

ಇಬ್ಬರು ಹತ್ತಿರದಲ್ಲಿದ್ದ ಪಾರ್ಕ್‌ನಲ್ಲಿ ಹೋಗಿ ಕೂತರು. ಪೂರ್ತಿ ಕತ್ತಲು ಹರಡಿಕೊಂಡಿತ್ತು. ವಿದ್ಯುದ್ದೀಪಗಳು ಬೆಳಕಿನ ಜೊತೆ ತಣ್ಣನೆಯ ಗಾಳಿ-ಆ ಸ್ಥಳವನ್ನು ಹೆಚ್ಚು ಸಹನೀಯವನ್ನಾಗಿ ಮಾಡಿತ್ತು.

ಮೊದಲು ಗೋಪಾಲರಾಯರು ಎತ್ತಿಕೊಂಡಿದ್ದು ಸುಭಾಷ್‌ನ ಆರೋಗ್ಯ, ಮನಸ್ಥಿತಿಯ ಬಗ್ಗೆ.

"ಹೌದೌದು! ನಾನು ಡಾ॥ ಶ್ಯಾಮಸುಂದರ್‌ನ ಭೇಟಿ ಮಾಡಿದ್ದೆ. ಹೀ ಈಸ್ ಆಲ್‌ರೈಟ್. ಇದೊಂದು ತರಹ ಸೈಕಾಲಜಿಕಲ್ ರೂಟ್ ಅನ್ನುವ ಹಾಗೆ ಕಾಣುತ್ತೆ" ಕೆನ್ನೆ ಕೆರೆದರು. ಗಾಢವಾದ ಚಿಂತನೆ ಅವರ ಮುಖದ ಮೇಲಿತ್ತು.

ಬಹಳ ಹೊತ್ತು ಕೂತು ಮಾತಾಡಿದರು. ಮತ್ತೆ ಗೋಪಾಲರಾಯರು ಅಂದು ರಾತ್ರಿ ಉದ್ವಿಗ್ನನಾಗಿ ಸುಭಾಷ್ ನುಡಿದ ಮಾತುಗಳನ್ನು ಹೇಳಿದರು.

"ಕರೆಕ್ಟ್! ನಾನು ಗೆಸ್ ಮಾಡಿದ್ದೆ. ಅಖಿಲಾ ಒಬ್ಳೇ ಅಲ್ಲ ನಮ್ಮ ಆಫೀಸ್‌ನಲ್ಲಿ ಕೆಲ್ಸ ಮಾಡೋದು. ಯಾರ ಬಗ್ಗೇನು ತಲೆ ಕೆಡ್ಸಿಕೊಳ್ಳದ ಆಕೆ ಇವ್ನ ಮದ್ವೆ ಬಗ್ಗೆ ತಲೆ ಕೆಡ್ಸಿಕೊಂಡ್ರು. ಲೋನ್ ಬಗ್ಗೆ ಕೂಡ ಫೋರ್ಸ್ ಮಾಡಿದ್ರು. ಅವ್ರಿಗೆ ರೂಮರ್... ಸಿಕ್ಕಿರಬಹುದು" ಆಕಾಶ ನೋಡುತ್ತ ಕೂತುಬಿಟ್ಟರು ಪಿಳ್ಳೆ. ಆಫೀಸ್ ವಿಷಯ ಬಿಟ್ಟು ಮಿಕ್ಕ ವಿಷಯಗಳಲ್ಲಿ ಅವರ ತಲೆ ಚುರುಕಿಲ್ಲ ಎಂದುಕೊಂಡಿದ್ದ ಗೋಪಾಲರಾಯರು ದಂಗಾದರು.

"ಇಷ್ಟೇ ವಿಷ್ಯ" ಕೈಯೆತ್ತಿ ಹೇಳಿದರು. "ಸುಭಾಷ್ ಅಖಿಲಾನ ಇಷ್ಟಪಟ್ಟಿದ್ದ. ಬರೀ ಪ್ಲಾಸ್ಟಿಕ್ ಹೂಗಳನ್ನು ಕಾಣೋ ಕಾಲದಲ್ಲಿ ಒಂದು ಒರಿಜಿನಲ್ ಹೂ ಕಂಡ್ರೆ... ಯಾರು ಇಷ್ಟಪಡೋಲ್ಲ. ಹುಡ್ಗೀ ಸಹಜವಾಗಿ ಸಿಂಪಲ್ಲಾಗಿ, ಮುಗ್ಧವಾಗಿ ಇದ್ಲು. ಮದ್ವೆ ಆಗದವ... ಹಾಗೊಂದು ಕನಸ್ಸು ಕಾಣೋದು ತಪ್ಪಲ್ಲ. ಅದೂ ಸುಭಾಷ್ ಅಕ್ಕ, ಭಾವನಿಗೆ ಇಷ್ಟವಿಲ್ಲ. ಕತೆಗೆ ಈಗ ಸಿಕ್ತು ನೋಡಿ ತಿರುವು" ಮನದಲ್ಲೇ 'ಹುರ್ರೆ' ಎಂದುಕೊಂಡರು.

ಸುಮಾರು ಎರಡು ಗಂಟೆಗಳ ಕಾಲ ಮಾತಾಡಿದರು ಕಡೆಗೆ ಗೋಪಾಲರಾಯರು ತಮ್ಮ ತಲೆಯ ಮೇಲಿನ ಭಾರವನ್ನು ಪಿಳ್ಳೆಯ ಹೆಗಲಿಗೇರಿಸಿ ನಿಶ್ಚಿಂತೆಯಿಂದ ಮನೆಗೆ ಬಂದರು.

ವನಜಮ್ಮ ಬಾಗಿಲಿಗೆ ಬಂದರು ಗಾಬರಿಯಿಂದ, "ನಂಗಂತೂ ಭಯವಾಗಿಹೋಯ್ತು. ಹಿಂದೆಯಂತೂ ರಾತ್ರಿ ಹಗ್ಲು ದುಡಿದ್ರಿ. ಈಗ್ಲೂ... ಅದೇ ವಯಸ್ಸು ಇರುತ್ತಾ! ನಿಮ್ಗೇ ಹೇಳೋಕೆ ಆಗ್ದಿದ್ರೂ... ಆ ಜನನಾದ್ರೂ ತಿಳ್ಕೋಬಾರ್ದ!" ಶುರು ಮಾಡಿದರು.

ಬಟ್ಟೆ ಬದಲಾಯಿಸಿ ಕೈಕಾಲು ತೊಳೆಯುವವರೆಗೂ ಒಂದು ಮಾತು ಕೂಡ

ಆಡಲಿಲ್ಲ ಗೋಪಾಲರಾಯರು. ವಯಸ್ಸಿನ ದಣಿವು. ಆದರೂ ಇಂದು ಸ್ವಲ್ಪ ಉತ್ಸಾಹದಿಂದಲೇ ಇದ್ದರು.

ಮನೆ ಮುಂದೆ ಮೋಟಾರ್ ಬೈಕ್ ನಿಂತ ಸದ್ದು ಕೇಳಿಸಿತು. ಅಪಸ್ವರವೆನಿಸಿತು. ಈಚೆಗೆ ತಗೊಂಡಿದ್ದ ಶ್ರೀಧರ ಎಲ್ಲಾ ರೋಡಿಗೂ ತಾನೇ ಮಾಲೀಕನೆನ್ನುವಂತೆ ಓಡಿಸಿಯಾಡುತ್ತಿದ್ದ.

"ಚಿಕ್ಕಪ್ಪ..." ಖುಷಿಯಿಂದ ಕೂಗು ಹಾಕುತ್ತ ಒಳಗೆ ಬಂದ. "ಷೂ ಬಿಚ್ಚು" ತಾವೇ ಹೇಳಿದರು ಗೋಪಾಲರಾಯರು. ಅವರಿಗೆ ಅಂಥ ತಾಳ್ಮೆ ಇರಲಿಲ್ಲ. ಛೇರ್ ಎಳೆದುಕೊಂಡು ಕೂತರು. "ವಿಷ್ಯ ತಿಳೀತಾ?" ಉಭಶುಭ ಎನ್ನದೆ ಕೂತರು. ಬಂದ ಕೋಪ ನುಂಗಿದ ಶ್ರೀಧರ, "ಹನ್ನೆರಡನೇ ತಾರೀಖು ದಿನ ಚೆನ್ನಾಗಿದೆ. ಅಂದೇ ಅಖಿಲಾನ ಮನೆ ತುಂಬ್ಸಿಕೊಳ್ಳೋದೂಂತ... ನಿಶ್ಚಯವಾಯ್ತು" ಉತ್ಸಾಹದಿಂದ ಅವನ ಮುಖ ಅರಳಿತು.

"ಏನಾದ್ರೂ... ಮಾಡ್ಕೊಳ್ಳಿ. ನಂಗೆ ಸಂಬಂಧಪಟ್ಟ ವಿಷ್ಯವಲ್ಲ. ಮನೆ ಸಾಲ ತೀರ್ಲಿಲ್ಲ ನಿನ್ನದಾಗ್ಲಿಲ್ಲ. ಮತ್ತೆ ಅದ್ಕೇ ಪಂಚಾಯ್ತಿ ಬೇಡ" ಶ್ರೀಧರ್‌ನ ಕಿವಿಗಳು ಅವರ ಮಾತಿಂದ ಚುರುಕಾದವು. ವಿಷಯ ಪೂರ್ತಿಯಾಗಿ ತಿಳಿಸದಿದ್ದರೂ ಮನೆ ಬಿಡಿಸಿಕೊಡುವುದಾಗಿ ಹೇಳಿದ್ದರು. ಈಗ ನಡೆಯಲು ಹೊರಟ ಜಾಗದಲ್ಲಿ ಸಣ್ಣ ಬಿರುಕು.

"ಏನು ನಿಮ್ಮ ಮಾತಿಗೆ ಅರ್ಥ?" ಮುಖ ಗಂಟಿಕ್ಕಿದ.

ಮಾತು ಬೇಕಿಲ್ಲದವರಂತೆ ಮೇಲೆದ್ದರು ಗೋಪಾಲರಾಯರು. "ಅರ್ಥವೋ ಅನರ್ಥವೋ... ಎಲ್ಲಾ ಮುಗ್ದುಹೋದ ಕತೆ. ಅಖಿಲಾ ಬೇಡಾಂದ ಕೂಡ್ಲೇ ಚೆಕ್ ವಾಪಸ್ಸು ಕೊಟ್ಟೆ. ಹೇಗೆ ಸಾಲ ತೀರುತ್ತೆ? ಹಂತಹಂತವಾಗಿ ಅವ್ಳ ಸಂಬ್ಳದಲ್ಲಿ ತೀರ್ಸಿಕೊಳ್ಳೀಂದ್ರೆ... ಗಣಪತಿ ಕೆಲ್ಸಕ್ಕೆ ಬೇಡಾಂದನಂತೆ. ಅದ್ಕೇ, ಅಂದ್ರೆ ಮದ್ವೆಗಾಗಿ ಕೊಡ್ಸಿದ ಹಣಕ್ಕೆ ನಾನು ಷೂರಿಟಿ ಹಾಕಿದ್ದೀನಿ. ಇನ್ನ ಏನೇನು ರಾದ್ಧಾಂತವಾಗುತ್ತೋ" ಟವಲು ಹೆಗಲ ಮೇಲೆ ಹಾಕ್ಕೊಂಡು ಬಚ್ಚಲು ಮನೆಯತ್ತ ನಡೆದರು.

ಆದರೂ ಶ್ರೀಧರ ಹಿಂದೆಗೆಯಲು ಸಿದ್ಧನಾಗಲಿಲ್ಲ. ಅಖಿಲಾಳ ತುಂಬು ಚೆಲುವು ಅವನನ್ನು ಆಕರ್ಷಿಸಿತ್ತು. ಇಡೀ ರಾತ್ರಿಗಳು ಅವಳ ನೆನಪಿನಲ್ಲಿ ಬೆಳಗಾಗಿರಿಸಿದ್ದ. ಫಳಫಳ ಹೊಳೆಯುವ ಅವಳ ಯೌವನ ಅಂಗಾಂಗಗಳ ಸವಿಗಾಗಿ ಹಾತೊರೆಯುತ್ತಿದ್ದ.

"ನಂಗೆ ಮನೆಯೇನು ಬೇಡ!" ಅವನ ಸ್ವರದಲ್ಲಿ ದೃಢತೆ ಇತ್ತು. ವನಜಮ್ಮ ಒಂದು ಲೋಟ ಹಾಲು ತಂದು ಅವನ ಮುಂದಿಟ್ಟರು. "ಈ ಮಾತು ಅಂದೇ ಹೇಳಬಹುದಿತ್ತು. ಈಗ ಯಾತಕ್ಕೆ ಪ್ರಯೋಜನಕ್ಕೆ ಬಂದೀತು? ಅವ್ಳು ಯಾರ ಮೊಮ್ಮಗ್ಳು ಗೊತ್ತಾ? ನಿನ್ನ ಗುಡುಗು, ಸಿಡಿಲುಗಳಿಗೆ ಅಲ್ಲಾಡದಂಥ ಮನಸತ್ವ ಅವಳದು. ಇನ್ನ ಮದ್ವೆ ಯೋಚ್ನೆ ಬಿಟ್ಬಿಡು" ಹಿಂಜರಿಯದೆ ಹೇಳಿಬಿಟ್ಟರು.

ಕ್ಷಣ ತಬ್ಬಿಬ್ಬಾದ ಶ್ರೀಧರ. ಕಣ್ಮುಂದೆ ಅವಳ ರೂಪವನ್ನು ತಂದುಕೊಂಡ. ಅವಳ

ಪುಟ್ಟ ಬಾಯಿ ಯಾವಾಗಲೂ ಮುಚ್ಚಿಯೇ ಇರುತ್ತಿತ್ತು. ಜೇನುತುಟಿಗಳು ಸದಾ ಮಿಂಚುತ್ತಿದ್ದವು. ಗಂಭೀರವಾಗಿದ್ದರೂ ಹುಣ್ಣಿಮೆಯ ಚಂದ್ರನ ಹೊಳಪು ಕಣ್ಣುಗಳಲ್ಲಿ.

ಅವನ ಹಿಂದೆ ದೊಡ್ಡ ಪಟಾಲಂ ಇತ್ತು. ಕಾಸು ಚೆಲ್ಲದೆ ಸ್ನೇಹಕ್ಕೆ ಕೆಲಸ ಮಾಡುವಂಥವರಲ್ಲ. ಬರೀ ಪಡಪೋಶಿಗಳು. ಅವರುಗಳ ಜೊತೆ ಅವನದು ವಿಚಿತ್ರವಾದ ಗೆಳೆತನ.

"ನೀವು ಈ ರೀತಿ ಮಾತಾಡೋದು ಸರಿಯಲ್ಲ ಚಿಕ್ಕಮ್ಮ, ನನ್ನಂಥ ಗಂಡನ್ನ ಮದ್ವೆ ಮಾಡಿಕೊಳ್ಳೋಕೆ... ಅಖ್ಖಿಗೇನು ಧಾಡಿ! ನಾನು ಬೇಕಾದ್ರೆ ನಾಲ್ಕು ಮದ್ವೆ ಆಗ್ತೀನಿ. ಅವಳನ್ನು ಯಾರು ಮೂಸ್ತಾರೆ!" ಅವನ ಮಾತುಗಳಿಗೆ ವನಜಮ್ಮ ಮುಖ ತಿರುಗಿಸಿದರು.

"ಏನ್ಬೇಕಾದ್ರೂ... ಮಾಡ್ಕೋ. ಈ ವಿಷ್ಯದಲ್ಲಿ ನಮ್ಮನ್ನ ಕರೀಬೇಡ. ನಾನು ಕಂಡ ಹಾಗೆ ಬುದ್ಧಿ ಬಂದ ದಿನದಿಂದ ಮಹಾಲಕ್ಷ್ಮಿ ಗುಡಿಯಲ್ಲಿ ಕಾರ್ತೀಕದ ದೀಪ ಹಚ್ಚಿದ್ದಾಳೆ. ನಿನಗಿಂತ ಸಾವಿರ ಪಾಲು ಒಳ್ಳೆ ಗಂಡನೇ... ಅಖ್ಖಿಗೆ ಸಿಕ್ತಾನೆ!"

ಶ್ರೀಧರ ಕಾಲು ಅಪ್ಪಳಿಸುತ್ತ ಹೊರಗೆ ಹೋದ. ದೇವರ ಮನೆಯಿಂದ ಹೊರಬಂದರು ಗೋಪಾಲರಾಯರು.

"ತೀರಾ ಆಯೋಗ್ಯ! ಆ ದಿನ ಮದ್ವೆ ನಿಂತಿದ್ದೇ ಒಳ್ಳೆದಾಯ್ತು! ಇಲ್ದಿದ್ರೆ... ಈ ಅಪ್ಪ ಮಕ್ಳ ನಡುವೆ ಅಖಿಲಾ ಕಣ್ಣೀರಿನಲ್ಲಿ ಕೈ ತೊಳೆಯಬೇಕಾಗ್ತಾ... ಇತ್ತು!" ಗೊಣಗುಟ್ಟಿದರು.

ಆ ದಿನ ನಿಶ್ಚಿಂತೆಯಿಂದ ಮಲಗಿದರು ಗೋಪಾಲರಾಯರು. ಅಖಿಲಾ ಮದ್ವೆ ವಿಷಯ ಪ್ರಾರಂಭವಾದಂದಿನಿಂದ ಇಂದಿನವರೆಗೂ ತೊಳಲಾಟವೆ.

ಸಾಯುವುದಕ್ಕೆ ಎರಡು ದಿನ ಮುನ್ನ ಅಖಿಲಾ ತಾತ ಲೋಕಾಭಿರಾಮವಾಗಿ ಹೇಳಿದ್ದರು.

"ಅಖಿಲಾನ ಓದಿಸ್ದೆ. ಮುಂದೆ ಓದ್ಲೋ ಚೈತನ್ಯವಿಲ್ಲ. ಇನ್ನು ಮದ್ವೆ ಪ್ರಯತ್ನ ಮಾಡ್ಬೇಕು. ಹತ್ತು ಜನರ ಮಧ್ಯೆ ನಾನು ಓಡಾಡಿದೋನಲ್ಲ. ಅಂಥದ್ದರಲ್ಲಿ ನಾನೇನು ಗಂಡು ಹುಡ್ಕಬಲ್ಲೆ! ಇದ್ನ ಗಣಪತಿಗೆ ಒಪ್ಪಿಸ್ಬೇಕು. ಒಂಟಿಯಾಗಿ ತಾತನ ಮಡಿಲಲ್ಲಿ ಬೆಳ್ದುಬಿಟ್ಳು" ಆಳವಾದ ಚಿಂತೆಯ ಗೆರೆಗಳಿದ್ದವು ಅವರ ಮುಖದ ಮೇಲೆ.

ನೆನಪುಗಳು ಆಳವಾದಂತೆ ತಮ್ಮ ತಪ್ಪಿನ ಅರಿವು ಅವರಿಗಾಯಿತು. ಶ್ರೀಧರ ಮುದ್ದು, ಸೌಮ್ಯ ಮುಖ ನೋಡಿ ಮೋಸಹೋಗಿದ್ದರು.

* * * *

ಸುಧಾ ಹುಟ್ಟಿದ ಹಬ್ಬ ಹಿಂದಿನ ವರ್ಷಗಳಿಗಿಂತ ಹೆಚ್ಚು ಸಂಭ್ರಮ, ಸಡಗರಗಳಿಂದ ಆಚರಿಸಬೇಕೆಂದು ಆಜ್ಞೆ ಮಾಡಿದ್ದರು ಹೆಂಡತಿಗೆ ಶ್ರೀನಿವಾಸಮೂರ್ತಿಗಳು.

ಆ ಮನೆಯಲ್ಲಿ ನಡೆಯುತ್ತಿದ್ದುದೇ ಸುಧಾಳ ಮಾತು. ಬೇರೊಂದು ಕಾನ್ವೆಂಟ್‌ಗೆ ಅವಳ ಸೇರ್ಪಡೆಯಾಗಿತ್ತು. ಈಗಲೂ ಮಾಮೂಲಿನ ಎಲ್ಲಾ ಹಟಗಳು ಇದ್ದವು.

"ನಂಗೆ ಮಾಮ ಬೇಕೂಂತ" ರಾತ್ರಿ ಶುರು ಮಾಡಿದರೇ ಬೆಳಗುಮಾಡುತ್ತಿದ್ದಳು. ಲಕ್ಷ್ಮಿ ಸುಧಾರಿಸಿ ಸೋತುಹೋಗುತ್ತಿದ್ದಳು. "ಥೆ, ಈ ಹಾಳಾದವ್ಳು ಯಾಕೆ ಹುಟ್ಟಿದ್ಲೋ! ಅನಿಲ್ ಅಂಥ ಒಂದ್ಮಗುನೇ... ಸಾಕಾಗಿತ್ತು!" ಆಗಾಗ ಹಾಡುತ್ತಿದ್ದ ಪಲ್ಲವಿ.

ಸುಧಾ ಗಾರ್ಮೆಂಟ್ಸ್‌ನಿಂದ ಶ್ರೀನಿವಾಸಮೂರ್ತಿಗಳು ಫೋನ್ ಮಾಡಿದರು.

"ಇನ್ನರ್ಧ ಗಂಟೆಯಲ್ಲಿ ಮನೆಯಲ್ಲಿ ಇರ್ತೀನಿ, ರೆಡಿಯಾಗು. ಹಾಗೇ ಸುಭಾಷ್‌ಗೆ ಫೋನ್ ಮಾಡು" ಲಕ್ಷ್ಮಿಯ ಮನ ಸಂಭ್ರಮಗೊಂಡಿತು. ಈ ನೆಪದಲ್ಲಿಯಾದರೂ ಪೂರ್ತಿ ಎರಡು ದಿನಗಳು ಇಲ್ಲಿ ಉಳಿಸಿಕೊಳ್ಳಬೇಕು.

ಸುಧಾ, ಅನಿಲ್‌ಗೆ ಡ್ರೆಸ್ ಮಾಡಿ ಫೋನ್‌ನ ಬಳಿಗೆ ಬಂದಾಗ ಮ್ಯಾನೇಜರ್ ಪಿಳ್ಳೆಯಿಂದ ಇಂದು ಇಡೀ ದಿನ ಆಫೀಸ್‌ಗೆ ಬಂದಿಲ್ಲವೆನ್ನುವ ಸಂಗತಿ ತಿಳಿಯಿತು. ಸೋತವಳಂತೆ ಕೂತುಬಿಟ್ಟಳು. ಸುಭಾಷ್‌ಗೆ ಏನಾಗಿದೆ? ಅಳು ಒತ್ತಿಬಂತು.

ಇಡೀ ಕುಟುಂಬ ಸುಭಾಷ್ ಮನೆಯ ಮುಂದೆ ಕಾರಿನಿಂದ ಇಳಿದಾಗ ಕಾಂಪೌಂಡ್‌ನಲ್ಲಿದ್ದ ಗುಲಾಬಿಯ ಗಿಡಗಳು ನಗುತ್ತಿದ್ದವು.

"ವಂಡರ್‌ಫುಲ್... ಫ್ಲವರ್ಸ್" ಸುಧಾ ಗೇಟು ತೆರೆದುಕೊಂಡು ಒಳಕ್ಕೆ ಓಡಿದಳು. ಅಂಥ ಒಂದು ಗಿಡ ತಮ್ಮ ವಿಶಾಲವಾದ ಕಾಂಪೌಂಡ್‌ನಲ್ಲಿ ಇಲ್ಲವೆನಿಸಿತು ಲಕ್ಷ್ಮಿಗೆ. "ಎಂಥ ಟೇಸ್ಟ್... ಅವನದು!" ಮೆಚ್ಚಿಗೆ ಕಣ್ಣುಗಳಲ್ಲಿ ತುಳುಕಿತು.

ಬಾಗಿಲು ಅರೆ ತೆರೆದಿತ್ತು. ತಳ್ಳಿಕೊಂಡು ಒಳಗೆ ನಡೆದಾಗ ಕತ್ತಿಡಿದು ತಳ್ಳುವಂಥ ನೀರವತೆ.

ದಡಬಡಿಸಿಕೊಂಡು ಬಂದ. ಪಾರ್ವತಮ್ಮ ಮುಖ ಮೊರದಗಲ ಮಾಡಿದಳು "ಬನ್ನಿ... ಬನ್ನಿ.... ನಿಮ್ಮ ತಮ್ಮ ರೂಮಿನಲ್ಲಿದ್ದಾರೆ" ಎಂದವರ ಮುಖ ತಕ್ಷಣ ಬಣ್ಣಗೆಟ್ಟಿತು. ಮೌನವಾಗಿ ಒಳಗೆ ಹೋದರು.

ಅಷ್ಟರಲ್ಲಿ ಸುಭಾಷ್ ಎದ್ದು ಹೊರಗೆ ಬಂದ ಮುಖ ಬಳಲಿದ್ದರೂ ಬಲವಂತದಿಂದ ನಕ್ಕ.

ಸೆಲ್ವಾರ್ ಕಮೀಜ್ ತೊಟ್ಟಿದ್ದ ಸುಧಾ ಅವನಿಗೆ ಬಂದು ತೆಕ್ಕೆ ಬಿದ್ದವಳೇ ಅಳಲು ಶುರು ಮಾಡಿದಳು.

"ನಾನು ಇಲ್ಲೇ ಇರ್ತೀನಿ. ಆ ಮನೆಗೆ ಹೋಗೋಲ್ಲ!" ಬೆನ್ನು ತಡವಿ ಸಮಾಧಾನಿಸಿದ. "ನೀನು ಎಲ್ಲಿ ಬೇಕಾದರೂ ಇರು. ನೀನು ಎಷ್ಟು ಬೆಳೆದ್ರೂ... ನಂಗೆ ಮಗೂನೇ!" ಅವನ ಅರ್ಥಪೂರ್ಣ ಮಾತಿಗೆ ಇಬ್ಬರಿಗೂ ತಲೆ ತಗ್ಗಿಸುವಂತಾಯಿತು.

ಅನಿಲ್‌ನ ಹತ್ತಿರಕ್ಕೆ ಎಳೆದುಕೊಳ್ಳುತ್ತ ಕೂತ. "ಸುಧಾ ಹುಟ್ಟಿದ ಹಬ್ಬ ಇಲ್ಲೇ ಮಾಡೋಣ. ನಿಮ್ಮ ಅಭ್ಯಂತರವಿಲ್ದಿದ್ರೆ, ಹೇಗೂ ಅವಳಿಗೆ ತಾತನ ಮನೆ" ಅವನ ಮಾತಿಗೆ ಲಕ್ಷ್ಮಿಗೆ ಖುಷಿಯಾಯಿತು. ಆದರೆ ಶ್ರೀನಿವಾಸಮೂರ್ತಿಗಳಿಗೆ ಇಷ್ಟವಾಗಲಿಲ್ಲ.

"ಎಲ್ಲಾ ಗ್ರ್ಯಾಂಡಾಗಿ ಅರೇಂಜ್ ಮಾಡಿದ್ದೀನಿ. ಸುಧಾ ಗಾರ್ಮೆಂಟ್ಸ್ ಶುರು ಮಾಡಿದಮೇಲೆ ಹೊಸ ಹೊಸ ಕಸ್ಟಮರ್ ಪರಿಚಯವಾಗಿದೆ. ಇದೊಂದು ಸಂದರ್ಭ ಅವ್ರುಗಳನ್ನು ಆಹ್ವಾನಿಸೋಕೆ" ಎಂದ ಕೂಡಲೇ ಸುಭಾಷ್ ಸಂತೋಷದಿಂದಲೇ ತನ್ನ ಒಪ್ಪಿಗೆ ಸೂಚಿಸಿದ.

"ಓ.ಕೆ. ಆಲ್‌ರೈಟ್. ಹಾಗೆ ಮಾಡಿ" ಅನಿಲ್‌ನ ಅಸ್ತವ್ಯಸ್ತವಾದ ಕ್ರಾಪನ್ನು ಬೆರಳುಗಳಿಂದ ಸರಿಮಾಡತೊಡಗಿದ. "ಅನಿಲ್ ಯಾಕೋ ಸ್ವಲ್ಪ ಬಿಳಚಿಕೊಂಡಂಗೆ ಕಾಣ್ತಾನೆ. ನೀನು ಸುಧಾಗೆ ಕೊಟ್ಟಷ್ಟು ಗಮನ ಅವ್ನಿಗೆ ಕೊಡ್ತಾ ಇಲ್ಲಾಂತ ಕಾಣಿಸುತ್ತೆ!" ಲಕ್ಷ್ಮಿ ನಿಟ್ಟುಸಿರು ದಬ್ಬಿದರು. ಶ್ರೀನಿವಾಸಮೂರ್ತಿಗಳು ಪೆಚ್ಚುಪೆಚ್ಚಾಗಿ ನಕ್ಕರು. ಕೆಲವೊಮ್ಮೆ ಸುಭಾಷ್ ಮುಂದೆ ತೀರಾ ಡಲ್ಲಾಗಿಬಿಡುತ್ತಿದ್ದರು.

ಹಣ್ಣು, ಬಿಸ್ಕತ್ ಜೊತೆ ಕಾಫೀ ಆಯಿತು. ಪಾರ್ವತಮ್ಮ ಅಚ್ಚುಕಟ್ಟಾಗಿ ಎಲ್ಲಾ ನಿರ್ವಹಿಸಿದರು.

"ಇವತ್ತು ಯಾಕೆ ಆಫೀಸ್‌ಗೆ ಹೋಗ್ಲಿಲ್ಲ!" ಶ್ರೀನಿವಾಸಮೂರ್ತಿಗಳು ಅಧಿಕಾರದಿಂದ ಪ್ರಶ್ನಿಸಿದ್ದರು. "ಯಾಕೋ ಬೋರ್" ಮೆಲುನಗೆ ನಕ್ಕ. "ಮ್ಯಾನೇಜರ್ ಪಿಳ್ಳೆ ಇರೋವರ್ಗೂ ಆಫೀಸಿನ ಬಗ್ಗೆ ಯೋಚ್ನೇ ಮಾಡೋಹಾಗಿಲ್ಲ" ಅವನೇ ಹೇಳಿದ.

"ನೀನು ಇಲ್ಲೇ ತಪ್ಪು ಮಾಡ್ತಾ ಇರೋದು!" ಭುಸುಗುಟ್ಟಿದಂತೆ ಹೇಳಿದರು ಶ್ರೀನಿವಾಸಮೂರ್ತಿಗಳು. "ಆ ವ್ಯಕ್ತಿ ಅಷ್ಟೇ ಡೇಂಜರ್. ತಾನು ಇಡೀ ಕಂಪನಿಗೆ ಬಾಸ್ ತರಹ ಮೂವ್ ಮಾಡ್ತಾನೆ."

ಈ ಮಾತು ಹೇಳುತ್ತಿರುವುದು ಶ್ರೀನಿವಾಸಮೂರ್ತಿಯೇನಾ? ಎಂದು ಯೋಚಿಸಿದ. ಸುಭಾಷ್ ತನ್ನ ವಿದ್ಯಾಭ್ಯಾಸ ಮುಗಿಸಿ ಆಫೀಸ್‌ನಲ್ಲಿ ಬೇರೂರುವ ಮುನ್ನ ಎಲ್ಲಾ ನೋಡುತ್ತಿದ್ದುದು ಪಿಳ್ಳೆ, ಗೋಪಾಲರಾಯರು. ಗೊಡೌನ್, ಉಡುಪು ಸಿದ್ಧಪಡಿಸುವ ಫಾರ್ಮಾಲಿಟೀಸ್, ತನ್ನ ಕೆಲಸದ ಬಗ್ಗೆ ಸದಾ ನಿಷ್ಠನಾಗಿರುವ ವ್ಯಕ್ತಿ-ಅದಕ್ಕಾಗಿ ಇದೊಂದು ಆರೋಪ.

"ತಪ್ಪೇನಿಲ್ಲ! ಅದು ನೀವು ಕೊಟ್ಟ ಅಧಿಕಾರ, ಸಲಿಗೆ. ನಾನು ಈಗ ಮೊಟಕು ಮಾಡೋ ಪ್ರಯತ್ನ ಮಾಡಿದ್ರೆ ಪರಿಣಾಮ ಕೆಟ್ಟದಾಗುತ್ತೆ" ಉಸುರಿ ಅಂದಿನ ಪೇಪರ್ ಕೈಗೆತ್ತಿಕೊಂಡ. ಪಿಳ್ಳೆ ಮೇಲೆ ಅಸಮಾಧಾನಗೊಳ್ಳುವುದಕ್ಕೆ ಒಂದೆರಡು ಕಾರಣಗಳಲ್ಲ, ಹತ್ತಾರು.

"ಬರ್ತೀವಿ..." ಶ್ರೀನಿವಾಸಮೂರ್ತಿಗಳು ಮೇಲೆದ್ದರು. ಕೂಡಿ ಎನ್ನಲು ಅವನಿಗೆ ಇಷ್ಟವಾಗಲಿಲ್ಲ. "ಓ.ಕೆ...." ಬೀಳ್ಕೊಡಲು ಸಿದ್ಧನಾದ. ಲಕ್ಷ್ಮಿ ಕೆಳತುಟಿಯನ್ನು ಹಲ್ಲಿನಡಿಯಲ್ಲಿ ಕಚ್ಚಿಡಿದಳು. ಇದೊಂದು ವಿಪರ್ಯಾಸ!

ಎಂದೂ ಸುಭಾಷ್‌ನಿಂದ ಅಗಲಿದ್ದೇ ಅವಳಿಗೆ ನೆನಪಿರಲಿಲ್ಲ. ಶ್ರೀನಿವಾಸಮೂರ್ತಿಗಳನ್ನು ನವಿರಾಗಿ ಟೀಕಿಸುತ್ತ, ತಮಾಷೆ ಮಾಡುತ್ತ ಹುಡುಗನಂತೆ ಬೆಳೆದ ಸುಭಾಷ್ ಈಗ ಗಂಭೀರವಾಗಿ ವರ್ತಿಸುತ್ತಿದ್ದ.

ಬಾಗಿಲವರೆಗೂ ಹೋದ ಲಕ್ಷ್ಮಿ ಹಿಂದಕ್ಕೆ ಬಂದಳು. ಕಣ್ಣಂಚಿನಲ್ಲಿ ಕಂಬನಿಯ ತುಂತುರು. ಎದೆಯಲ್ಲಿ ವೇದನೆಯ ಮಡುವು.

"ಸುಭಾಷ್ ಈ ನೆಪದಲ್ಲಿಯಾದ್ರೂ ಬಂದು ಒಂದೆರಡು ದಿನ... ಇರು." ಕಣ್ಣಲ್ಲೇ ನಕ್ಕ ಸುಭಾಷ್, "ಈ ತರಹ ಯಾಕೆ ಹೇಳ್ತೀಯಾಂತ ನಂಗೆ ಅರ್ಥವಾಗ್ತಾಯಿಲ್ಲ. ಒಂದ್ಗಂಟೆ ಕೂತು ಯೋಚ್ಸು. ಬರೀ ನಿಮಗಾಗೇ ಎಷ್ಟು ದಿನ ಬದುಕಲಿ? ಒಂದ್ನಾಲ್ಕು ದಿನ ನಂಗಾಗಿ ಬದ್ಕಬೇಕು. ಅಲ್ಲಿ ಸತ್ತುಹೋದ ಇಷ್ಟಾಇಷ್ಟಗಳನ್ನು ಇಲ್ಲಿ ರೂಢಿಸ್ಕೋಬೇಕು, ಅಷ್ಟೆ" ಗೂಢವಾಗಿತ್ತು ಅವನ ಮಾತುಗಳು.

ಶ್ರೀನಿವಾಸಮೂರ್ತಿಗಳು ಹಾರನ್ ಮಾಡಿದರು. ಲಕ್ಷ್ಮಿ ಹೊರಟರೂ ಸುಧಾ, ಅನಿಲ್ ತಲೆಯಾಡಿಸಿದರು. ನೂರೆಂಟು ಆಸೆಗಳನ್ನು ಹುಟ್ಟಿಸಿಯೇ ಆಮೇಲೆ ಕರೆದೊಯ್ದಿದ್ದು.

ಕಾರು ತಿರುವಿನಲ್ಲಿ ಮರೆಯಾಗುವುದಕ್ಕೂ ಆಫೀಸ್ ಕಾರು ಬಂದು ನಿಲ್ಲುವುದಕ್ಕೂ ಸರಿಹೋಯಿತು. ಡ್ರೈವರ್ ಇಳಿದು ಹಿಂದಿನ ಡೋರ್ ತೆರೆದಾಗ ಅಖಿಲಾ ಇಳಿದಳು, ಫೈಲುಗಳನ್ನು ಹೊತ್ತು. ಕಪ್ಪು ಜಾರ್ಜೆಟ್ ಸೀರೆಯ ಮೇಲೆ ಹಳದಿಯ ಹೂಬಳ್ಳಿಗಳು ಅವಳ ಮಾಟವಾದ ದೇಹವನ್ನ ಅಪ್ಪಿ ಹಿಡಿದಿತ್ತು. ಮುಖದ ಮೇಲೆ ಮತ್ತಷ್ಟು ಆತ್ಮವಿಶ್ವಾಸ. ಈ ಸ್ವಲ್ಪಮಟ್ಟಿನ ಬದಲಾವಣೆಗೆ ಪಿಳ್ಳೆ ಕಾರಣವೆಂದು ಅವನಿಗೆ ಗೊತ್ತು.

"ಗುಡ್ ಈವ್ನಿಂಗ್ ಸರ್..." ಮಾಸದ ಕಿರುನಗು ಅವಳ ತುಟಿಗಳ ಮೇಲೆ. "ಗುಡ್ ಈವ್ನಿಂಗ್..." ಕಣ್ಣೆತ್ತಿಯದೆ ಹೇಳಿದ. ಅವನ ನೇರ ನೋಟಕ್ಕೆ ಸ್ವಲ್ಪ ವಿಚಲಿತಳಾದಳು.

ಒಳಗೆ ನಡೆದ ಸುಭಾಷ್ ಸೋಫಾಗೆ ಒರಗಿದ. "ನಮ್ಮ ಮ್ಯಾನೇಜರ್ ಪಿಳ್ಳೆ ತುಂಬ ಬುದ್ಧಿವಂತ್ರು!" ಮಾರ್ಮಿಕವಾಗಿ ಹೇಳಿದ.

ಅವನ ಮುಂದೆ ಫೈಲನ್ನ ಇಟ್ಟ ಅಖಿಲಾ ಒಂದೊಂದು ಪೇಪರ್ ಬಗ್ಗೆ ವಿವರಿಸಿದಳು. ಅದು ಪಿಳ್ಳೆಯವರ ಆರ್ಡರ್.

"ಬರೀ... ಸಹಿಗಾಗಿ..." ಫೈಲನ್ನ ಮುಂದಕ್ಕೆ ಎಳೆದುಕೊಂಡವ "ಆಡಿಟರ್ ಆಫೀಸ್‌ಗೆ ಯಾರು ಹೋಗಿದ್ರು?" ಪೆನ್ನನ್ನ ಅವನ ಕೈಗೆಕೊಟ್ಟಳು. "ನನ್ನ ಕರ್ಕೊಂಡ್ಹೋಗಿದ್ರು... ಮ್ಯಾನೇಜರ್" ಸದ್ದಾಗದಂತೆ ನಕ್ಕ ಸುಭಾಷ್ ನಾಲ್ಕಾರು ಪೇಪರುಗಳಿಗೆ ಸಹಿ ಹಾಕಿ ಫೈಲು ಮುಚ್ಚಿ ಅವಳ ಮುಂದಕ್ಕೆ ತಳ್ಳಿದ.

"ಏನೀ... ಮ್ಯಾಟರ್?" ಕೇಳಿದ.

"ನೋ ಮೋರ್..." ಮೇಲೆದ್ದವಳು ಏನೋ ಹೇಳಲು ಚಡಪಡಿಸಿದಳು. "ಯೆಸ್,ಕಮಾನ್ ಯಾಕೆ ಹಿಂಜರಿಕೆ? ಧೈರ್ಯವಾಗಿ ಮೂವ್ ಮಾಡೋದ್ನ ಕಲೀಬೇಕು" ಪ್ರೋತ್ಸಾಹಿಸಿದ. ಅವಳ ಬಗ್ಗೆ ಅವನಿಗೆ ಅಪಾರವಾದ ಪ್ರೇಮ

ಮಾತ್ರವಲ್ಲ, ಅವಳ ಭವಿಷ್ಯದ ಬಗ್ಗೆಯೂ ಚಿಂತೆ ಒಳ್ಳೆಯ ಮನಸ್ಸು ಅರಳದೇ ಒಣಗಿಹೋಗಬಾರದು.

"ಹೇಗಿದ್ದೀರಾ?" ಉಗುಳು ನುಂಗಿದಳು.

"ಇದು ಆಫೀಸ್ ವಿಷಯವಲ್ಲ, ಪರ್ಸನಲ್..." ಎದೆಯ ಮೇಲೆ ಕೈಕಟ್ಟಿದ. "ಕೂತ್ಕೊಳ್ಳಿ ಅಖಿಲಾ. ನೀವೀಗ ಬರೀ ಸ್ಟೆನೋ ಅಲ್ಲ, ನಿಮ್ಮ ಪ್ರಮೋಷನ್‌ಗೆ ಪಿಳ್ಳೆಯವ್ರು ರೆಕಮಂಡ್ ಮಾಡಿದ್ದಾರೆ. ನಿಮ್ದು ಪ್ರೊಫೆಷನರಿ ಪಿರಿಯಡ್."

ಅಷ್ಟರಲ್ಲಿ ಪಾರ್ವತಮ್ಮ ಬಂದರು. ಖಾರದ ಅವಲಕ್ಕಿ ಜೊತೆ, ಹಲಸಿನ ತೊಳೆಗಳನ್ನು ತಂದಿಟ್ಟರು. ಹುಬ್ಬೇರಿಸಿದ ಸುಭಾಷ್. ಅಖಿಲಾ ಬಂದರೆ ಅವರ ಉಪಚಾರದ ವೈಖರಿಯೇ ಬದಲಾಗಿಬಿಡುತ್ತಿತ್ತು. ತೀರಾ ಶ್ರೀನಿವಾಸಮೂರ್ತಿ, ಲಕ್ಷ್ಮಿಗೆ ತೋರಿಸಿದಷ್ಟು ಆತ್ಮೀಯತೆ ಆದರ.

"ತಗೋಮ್ಮ..." ಹಿಂದೆಗೆದಳು ಅಖಿಲಾ. "ಈಗ ನಂಗೆ ತಿನ್ನೋಕಾಗೋಲ್ಲ! ಸಂಜೆ ತಿಂಡಿ ನಾನು ತಿನ್ನೋದೇ ಇಲ್ಲ."

ತಾನು ಕೂತ ಛೇರ್ ಹಿಡಿದು ಹೊರಗೊಯ್ದು ಬೆಳೆಸಿದ ಲಾನ್ ಮೇಲೆ ಹಾಕಿದ. ಅವನ ಹಿಂದೆ ಟೀಪಾಯಿ ಹಿಡಿದು ಹೋದರು ಪಾರ್ವತಮ್ಮ.

"ಹೊರ್ಗೇ ತಣ್ಣಗಿದೆ. ಅಲ್ಲೇ ತಿನ್ನೋಣ" ಅಖಿಲಾ ಬೇಡವೆನ್ನುವುದಕ್ಕೆ ಯಾವುದೇ ಪ್ರತಿಕ್ರಿಯೆ ಸಿಕ್ಕಂತಿರಲಿಲ್ಲ. ತಿಂಡಿ ನೀರಿನ ಪ್ಲೇಟ್‌ಗಳನ್ನು ಎತ್ತಿ ಒಯ್ದರು. ತನ್ನ ಛೇರ್ ಎತ್ತಿ ಒಯ್ಯುವುದು ಅವಳಿಗೆ ಅನಿವಾರ್ಯವಾಗಿತ್ತು.

ಸಂಧ್ಯೆಯ ಮಡಿಲಿಗೆ ಹೊರಟಿದ್ದ ಸೂರ್ಯ, ತಂಪಾದ ಗಾಳಿ ಬಹಳ ಹಿತಕರವಾಗಿತ್ತು ವಾತಾವರಣ.

"ತಗೋ... ಅಖಿಲಾ" ತಾನೇ ಹೇಳಿದ ಸುಭಾಷ್.. ಸಂಕೋಚಿಸಿದಳು. "ನೀವು...." ಅರೆನಕ್ಕ. ಅವನಿಗೆ ಯಾವುದೇ ತಿಂಡಿಗಳ ಬಗ್ಗೆ ಆಸಕ್ತಿ ಇರಲಿಲ್ಲ. ಪ್ರತಿಯೊಂದು ಬೇಕೂ ಬೇಡವೆನ್ನುವಂತೆ. ಆಗಾಗ ಹಚ್ಚುವ ತ್ರಿಬಲ್ ಫೈವ್, ವಿಸ್ಕಿ ಅವನ ಪ್ರೀತಿಯ ಸಂಗಾತಿಗಳಾಗಿದ್ದವು.

"ಈಗ ನಮ್ಮಕ್ಕ, ಭಾವ ಬಂದಿದ್ರು. ಹುಡುಗರ ಜೊತೆ ಸಾಕಷ್ಟು ತಿಂದೆ. ಹೊಟ್ಟೆ ಭಾರ. ಇಡೀ ದಿನ ಮನೆಯಲ್ಲಿ ಕೂತಿದ್ದು ಮಧ್ಯಾಹ್ನದ ಊಟದ ಜೊತೆ ಈಗಿನ ತಿಂಡಿ ಕೂಡ ಗಡದ್ದಾಗಿ ಕೂತಿದೆ. ಸೋ ಸಾರಿ. ಇನ್ನ ಜಾಗ ಇಲ್ಲ."

ಆದರೂ ಎರಡು ಹಲಸಿನ ತೊಳೆ ತಿಂದ. ಅಖಿಲಾ ತಿಂಡಿ ಮುಗಿಸಿದ್ದು ನಿಧಾನವೇ.

"ಎಕ್ಸ್‌ಕ್ಯೂಜ್ ಮಿ... ಸಾರ್" ಶ್ರೀಧರ ಬಂದ. ಹಣೆಗೆ ಪ್ಲಾಸ್ಟರ್. ಕೈಗೆ ಬ್ಯಾಂಡೇಜ್. ಕಸಿವಿಸಿಗೊಂಡಳು ಅಖಿಲಾ. ಅವಳ ಕೈಯಲ್ಲಿನ ತಟ್ಟೆ ಕೆಳಗೆ ಬಿತ್ತು. "ನಾನು ನಿಮ್ಹತ್ರ ಪರ್ಸನಲ್ಲಾಗಿ ಮಾತಾಡ್ಬೇಕು" ಅವನೆದೆ ಉದ್ವೇಗದಿಂದ ಏರಿಳಿಯುತ್ತಿತ್ತು.

ಹುಬ್ಬುಗಂಟಿಕ್ಕಿದ ಸುಭಾಷ್, "ಅದೇನಿದ್ರೂ... ಎರಡರ ಮೇಲೆ ಬಂದು ಮೀಟ್ ಮಾಡಿ ಈಗ ಆಫೀಸ್ ವಿಷಯ ಡಿಸ್ಕಸ್ ಮಾಡ್ತಾ ಇದ್ದೀವಿ" ಎಂದ ಸೀರಿಯಸ್ಸಾಗಿ. ಶ್ರೀಧರ ಕಹಿ ನುಂಗಲಾರದೆ ಚಡಪಡಿಸಿದ.

"ಏನ್ರಿ... ಅದು ಬ್ಯಾಂಡೇಜ್? ಹೊಸ್ದಾಗಿ ಕೊಂಡ ಬೈಕ್.." ಅಡಿಯಿಂದ ನೆತ್ತಿಯವರೆಗೂ ನೋಟ ಹರಿಸಿದ. ಏನೇ ಕಾಮೆಂಟ್ಸ್ ಇರಲಿ, 'ಶ್ರೀಧರ್ ರಿಯಲೀ ಹ್ಯಾಂಡ್‌ಸಮ್' ಅದರ ಬಗ್ಗೆ ಯಾರೂ ಚಕಾರವೆತ್ತುವಂತಿರಲಿಲ್ಲ.

"ನೀವು ಕೃಷ್ಣನ ಪಾರ್ಟ್‌ಗೆ ತುಂಬ ಲಾಯಕ್ಕಾಗಿದ್ದೀರಿ. ಒಂದ್ಸಲ ನಿಮ್ಮನ್ನ ಆ ಡ್ರೆಸ್‌ನಲ್ಲಿ ಯಾರಾದ್ರೂ ನೋಡ್ಬಿಟ್ರೆ ಮುಂದೆ ತಯಾರಾಗೋ ಎಲ್ಲಾ ಪೌರಾಣಿಕ ಚಿತ್ರಗಳಲ್ಲು ನಿಮ್ಗೆ ಛಾನ್ಸ್ ಇದ್ದೇ ಇರುತ್ತೆ" ಒಮ್ಮೆ ಸುಭಾಷ್ ಅವನನ್ನೇ ಹಾಸ್ಯ ಮಾಡಿದ್ದ. ನೆನಪಾದಾಗ ಅವನ ತುಟಿಯಂಚಿನಲ್ಲಿ ನಗು ಅರಳಿತು.

ಶ್ರೀಧರ ಅಲ್ಲಾಡಲಿಲ್ಲ. "ಅಖಿಲಾ, ಸ್ವಲ್ಪ ನೀವು ಒಳಗಡೆ ಹೋಗಿ. ನಾನು ಇವರತ್ರ ಮಾತಾಡಿ ಕಳ್ಸಿಕೊಡ್ತೀನಿ" ಎಂದ. ಅಖಿಲಾ ಎದ್ದು ಒಳಗೆ ಹೋದಳು. ಆ ಛೇರ್‌ನ ಮೇಲೆ ಕೂಡುವಂತೆ ಸನ್ನೆ ಮಾಡಿದ.

"ಈಗ... ಹೇಳಿ... ಏನು ನಿಮ್ಮ ಪ್ರಾಬ್ಲಮ್? ಸುತ್ತು ಬಳಸಿ ಟೈಮ್ ವೇಸ್ಟ್ ಮಾಡೋದ್ಬೇಡ. ಏನಿದ್ರೂ ನೇರವಾಗಿ, ಐದು ನಿಮಿಷದಲ್ಲಿ ಹೇಳಿ ಮುಗ್ಸಿಬಿಡ್ಬೇಕು!" ಕಂಡೀಷನ್ ಹಾಕಿದ.

ಶ್ರೀಧರ್ ಹಿಂದೂ ಮುಂದೂ ನೋಡುತ್ತ ಕೂತ. ಎರಡು ದಿನದ ಹಿಂದಿನ ಘಟನೆ ನೆನಪಿಗೆ ಬಂತು. ಅವನಲ್ಲಿನ ಚೇತನವೇ ಸತ್ತಂತಾಯಿತು. ಚಚಿದ್ದು ಅವನ ಸಂಗಡಿಗರೇ.

"ಬೇಕಾದಷ್ಟು ದಾದಾಗಿರಿ ಮಾಡು. ಬೇಕಾದ್ರೆ ದೂರ ನಿಂತು ಹುಡ್ಗಿಯರನ್ನ ಛೇಡಿಸಿ ಖುಷಿಪಡು. ಹತ್ತಿರಕ್ಕೆ ಹೋಗೋದು ಮಾತ್ರ ನಿಷಿದ್ಧ" ಹೆಗಲ ಮೇಲೆ ಕೈಹಾಕಿ ಅನ್ವರ್ ಹೇಳಿದ್ದ.

ಅಂದು ಆಫೀಸ್‌ನಿಂದ ಹೊರಡೋ ವೇಳೆಗೆ ಅಖಿಲಾ ಹಿಂದೆ ಬಿದ್ದಿದ್ದ. ಸರೋಜ, ಮಿಕ್ಕವರು ಮೈನ್ ರೋಡಿನಲ್ಲಿ ಅತ್ತಿತ್ತ ಹೊರಟಾಗ ಉಳಿದವಳು ಅಖಿಲಾ ಮಾತ್ರ.

ಪಕ್ಕದಲ್ಲಿ ತಗೊಂಡು ಹೋಗಿ ಬೈಕ್ ನಿಲ್ಲಿಸಿದ. "ನಿನ್ಹತ್ರ ಮಾತಾಡ್ಬೇಕು. ನನ್ಜೊತೆ... ಬಾ" ಎಂದಾಗ ಅಖಿಲಾ ತಣ್ಣಗೆ ಹೇಳಿದಳು. "ಬಹುಶಃ ಹೇಳೋದು, ಕೇಳೋದು ಯಾವ್ದು ಇಲ್ಲ. ಅನಾವಶ್ಯಕವಾಗಿ ನಿಮ್ಮ ಟೈಮ್ ಯಾಕೆ ವೇಸ್ಟ ಮಾಡ್ಕೋತೀರಾ!" ಸರಿದು ಹೋದಾಗ ಹಿಂಬಾಲಿಸಿದ್ದ.

"ನನ್ಮಾತು... ಕೇಳು, ಅಖಿಲಾ. ಯಾಕಿಷ್ಟು ಹಟ ಮಾಡ್ತೀಯಾ!" ಶತಾಯ ಗತಾಯ ಅವಳನ್ನು ಬಗ್ಗಿಸಿಬಿಡಬೇಕೆಂಬ ನಿರ್ಧಾರವಿತ್ತು ಅವನ ಮನದಲ್ಲಿ, "ಸುಮ್ನೇ ತೊಂದರೆಗೆ ಒಳಗಾಗ್ಬೇಡ. ನನ್ಜೊತೆ... ಬಾ. ನಿನ್ಹತ್ರ ತುಂಬಾ ಮಾತಾಡ್ಬೇಕು."

ಎಂದೂ ಇಷ್ಟು ಮಾತಾಡದ ಅಖಿಲಾ ಬಹಳ ನಿಧಾನವಾಗಿ, ಅತ್ಯಂತ ಸ್ಪಷ್ಟವಾಗಿಯೇ ಅವನಿಗೆ ತನ್ನ ನಿರ್ಧಾರ ತಿಳಿಸಿದಳು.

"ನಂಗೆ ಈ ಮದ್ವೆ ಮನಸ್ಸಿಲ್ಲ. ಪ್ರೀತಿ, ಗೌರವ, ಅಭಿಮಾನಗಳು ಉಳಿದಾಗ್ಲೇ ವೈವಾಹಿಕ ಜೀವನಕ್ಕೆ ಒಂದರ್ಥ. ಅದ್ರ ಮೇಲಿನ ಸಾಲ ತೀರ್ದ ಮೇಲೆ... ಆ ಮನೇನ ಬೇಕಾದ್ರೆ ನೀವೇ ಇಟ್ಕೊಳ್ಳಿ" ಎಂದಾಗ ಹಿಂದೆ ಸರಿದವನು, ನಿಂತ.

ಅವಳು ಪಕ್ಕದ ರೋಡಿಗೆ ತಿರುಗಿದಾಗ ಹಿಂಬಾಲಿಸಿದ. ಅಷ್ಟೊತ್ತಿಗೆ ಕತ್ತಲು ಪೂರ್ತಿ ಆವರಿಸಿತು. ರೋಡು ಹೆಚ್ಚು ಕಡಿಮೆ ನಿರ್ಜನವಾಗಿತ್ತು.

"ಅಖಿಲಾ..." ಅವಳ ತೋಳಿಗೆ ಕೈಹಾಕಿದ. ರಪ್ಪೆಂದುಬಿತ್ತು ಕೆನ್ನೆಗೆ. ಕೋಮಲ ಕೈನ ಹೊಡೆತ ಜೋರಾಗಿತ್ತು. "ಇಷ್ಟಕ್ಕೆ ನೀವು ಅವಕಾಶ ಕೊಡ್ಬಾರದಿತ್ತು. ದಯವಿಟ್ಟು ಮನೆಗೆ ಹೋಗಿ ಶ್ರೀಧರ್" ಸರಸರನೆ ಮುಂದೆ ಹೋದಳು. ಅವನ ಮೈಯಲ್ಲಿ ಆವೇಶ ಹೊಕ್ಕಂತಾಯಿತು. ಕೈ ಕೈ ಹಿಸುಕಿಕೊಂಡ. ಆದರೆ ಹಿಂದಿನಿಂದ ನಾಲ್ಕಾರು ಪೆಟ್ಟುಗಳು ಬಲವಾಗಿಬಿದ್ದವು.

"ಬದ್ಮಾಷ್, ಹುಡ್ಗಿಯರ ಮೈಮೇಲೆ ಕೈ ಹಾಕೋಷ್ಟು... ತಾಕತ್ತು" ಮುಖದ ಮೇಲೆ ಉಗಿದ ವಿಲಿಯಂ "ತಾಳಿ ಕಟ್ಟೋ ಬೇವರ್ಸಿ ಅಂದಾಗ ಮನೆ ಬೇಕಿತ್ತು. ಈಗ ಹೆಣ್ಣು... ಬೇಕಾ!" ಕುತ್ತಿಗೆ ಪಟ್ಟ ಹಿಡಿದು ಎಳೆದೊಯ್ದರು. ಪೆಟ್ಟುಗಳು ಬಿದ್ದ ಮೇಲೆ ತಾವೇ ಶಾಪಿಗೆ ಒಯ್ದು ಬ್ಯಾಂಡೇಜ್ ಹಾಕಿಸಿ ಅದೇ ಮೋಟಾರ್ ಸೈಕಲ್‌ನಲ್ಲಿ ಮನೆಗೆ ಸೇರಿಸಿದ್ದರು.

"ಆ ಹುಡ್ಗೀ ತಂಟೆಗೆ ಹೋದ್ರೆ... ಈ ಸುಂದರ ರೂಪ ಕುರೂಪವಾಗುತ್ತೆ!" ಕೆನ್ನೆ ಸವರಿದ್ದ ಅನ್ವರ್. "ಹೇಗಿತ್ತಮ್ಮ, ಹೆಣ್ಣಿನ ಕೈನ ಪೆಟ್ಟು ಈ ಕೆನ್ನ ಇರೋವರ್ಗೂ ನೆನಪಿರುತ್ತೆ" ಮುಖದ ಮುಂದೆ ನೆಕ್ಕಿದ.

ನೆನಪಾದಾಗ ಸಣ್ಣ ಗುಂಡುಸೂಜಿಗಳಿಂದ ಅವನಿಗೆ ಚುಚ್ಚಿದಂತಾಯಿತು. ಸುಮ್ಮನೆ ಕೂತುಬಿಟ್ಟ.

ಒಳಕ್ಕೆ ಎದ್ದು ಹೋದ ಸುಭಾಷ್ ಒಂದು ಲೋಟ ಹಣ್ಣಿನ ರಸಹಿಡಿದು ಬಂದು ಅವನ ಮುಂದಿಟ್ಟ. ಅದರಲ್ಲಿ ಹೆಬ್ಬೆಟ್ಟು ಗಾತ್ರದ ಐಸ್‌ನ ತುಂಡು ತೇಲುತ್ತಿತ್ತು.

"ಕುಡ್ದು... ರಿಲ್ಯಾಕ್ಸ್ ಮಾಡ್ಕೊಳ್ಳಿ" ಎಂದವನು ಕಾಂಪೌಂಡಿನ ಗೋಡೆಯ ಬಳಿ ನಿಂತ. ಪಕ್ಕದಲ್ಲಿದ್ದ ಸೀಬೆಯ ಮರದ ಕಾಂಡವನ್ನು ಪ್ರೀತಿಯಿಂದ ಸವರಿದ.

ಮ್ಯಾನೇಜರ್ ಪಿಳ್ಳೆಯವರು ಆಟೋದಿಂದ ಇಳಿದು ಡ್ರೈವರ್‌ಗೆ ಹಣಕೊಟ್ಟರು.

"ಏನಪ್ಪ, ಇಂಥ ಸ್ಪೀಡ್! ನೀನು ಓಡ್ಸೋ ರೀತಿ ನೋಡಿ.... ನನ್ನ ಕೊನೆ ಕ್ಷಣಗಳನ್ನು ಲೆಕ್ಕ ಹಾಕುತ್ತ ಕೂತಿದ್ದೆ. ದೇವರು... ದೊಡ್ಡವನು" ಮೇಲಕ್ಕೆ ಎರಡು ಕೈಗಳನ್ನು ಎತ್ತಿ ಎದೆಯ ಮೇಲಿಟ್ಟುಕೊಂಡರು. ಆಟೋ ಮುಂದಕ್ಕೆ ಹೋಯಿತು. ತಲೆಯ ಮೇಲಿನ ಕರಿಯ ಟೋಪಿ ತೆಗೆದುಕೊಂಡು ಅದರಿಂದ ಗಾಳಿ ಹಾಕಿಕೊಳ್ಳುತ್ತ ಗೇಟು ತೆರೆದುಕೊಂಡು ಒಳಗೆ ಬಂದರು.

ಸುಭಾಷ್ ಒಳಗೊಳಗೇ ನಕ್ಕ. ಕಚ್ಚೆ, ಪಂಚೆ, ಮೇಲಿನ ತುಂಬು ತೋಳಿನ ಷರಟು, ಅದರ ಮೇಲಿನ ಕರಿಯ ಕೋಟು ತಲೆ ನುಣ್ಣಗಾಗಿ ಹೊಳೆಯುತ್ತಿತ್ತು. ಕಡೆಗೆ ಒಬ್ಬ ಪ್ಯೂನ್ ಎಷ್ಟೋ ಜರ್ಬಾಗಿ ಬರುತ್ತಿದ್ದ. ಮೇಲಿನ ನೋಟಕ್ಕೆ ಯಾರಿಗೂ ಗೌರವ ಬರಿಸುವಂಥ ವ್ಯಕ್ತಿಯಲ್ಲ. ಆದರೆ ವ್ಯವಹಾರಕ್ಕೆ ಕೂತು... ನೋಡಬೇಕು, ಅವರ ಮಾತಿನ ವೈಖರಿ, ಚಾಣಾಕ್ಷತನವನ್ನು.

ಮೊದಲು ಅವರು ನೋಡಿದ್ದು ಶ್ರೀಧರನನ್ನು. ಅವರ ಹುಬ್ಬುಗಳು ವಕ್ರವಾದವು. "ಏನು... ವಿಷ್ಯ?" ನೇರವಾಗಿ ಅವನ ಬಳಿಗೇನೇ ಬಂದರು. ಶ್ರೀಧರ್ ಎದ್ದು ಕೈ ಜೋಡಿಸಿದ, "ಏನಿಲ್ಲ, ಬರ್ತೀನಿ" ಹೊರಟೇಬಿಟ್ಟ. ಜ್ಯೂಸ್‌ನಲ್ಲಿನ ಐಸ್ ಕಡಲೇ ಗಾತ್ರವಾಗಿತ್ತು. ತಾವೇ ಕುಡಿದಿಟ್ಟರು. "ಆಸ್ ಯೂ ಸೋ-ಸೋ ಷಲ್ ಯೂ ರೀಪ್. ಬಿತ್ತಿದಂತೆ ಬೆಳೆ. ಅಪ್ಪ ಸರ್ಯಾಗಿದ್ದಿದ್ದರೆ ಮಗ ಸರಿಹೋಗ್ತಾ ಇದ್ದ. ಎರಡೂ... ಇಲ್ಲ" ಕೈ ತಿರುವಿ ಗೊಣಗಿದರು.

ಆ ರೀತಿ ಶ್ರೀಧರ ಎದ್ದು ಹೋಗಿದ್ದು ಸುಭಾಷ್ ಮನಸ್ಸಿಗೆ ನೋವಾಯಿತು. ಬಹಳ ಒಳ್ಳೆಯವನಾಗಿ ಕಾಣುವಂತೆ ಮಾಡುತ್ತಿದ್ದ. ಮುಖ ನೋಡಿದರೆ... ಯಾರೇ ಆಗಲಿ ಅವನ ಬಗ್ಗೆ ಕೆಟ್ಟ ಅಭಿಪ್ರಾಯಕ್ಕೆ ಬರುತ್ತಿರಲಿಲ್ಲ.

"ಹಲೋ..." ಎಂದ. ಅವನತ್ತ ನಡೆದುಬಂದರು. "ಕೆಲವು ಲೆಟರ್ಸ್ ನಾಳೆ ಬೆಳಿಗ್ಗೆ ಪೋಸ್ಟಿಗೆ ಹೋಗ್ಬೇಕು. ನ್ಯೂ ಅಪೇರಾ ಮಿಲ್‌ನಿಂದ ಬಂದ ಬಟ್ಟೆಗಳು ಕ್ವಾಲಿಟಿ ಕಮ್ಮೀಂತ ಟೈಲರ್ಸ್ ಸೂಪರ್‌ವೈಸರ್ ಗಲಾಟೆ. ಅದ್ರ ಬಗ್ಗೆ ಒಂದಿಷ್ಟು ಡಿಸ್ಕಸ್ ಮಾಡ್ಬೇಕಿತ್ತು" ಟೋಪಿಯನ್ನು ತಲೆಯ ಮೇಲೆ ಇಟ್ಟುಕೊಂಡರು.

"ಯಾಕೆ ಶ್ರೀಧರ ಹೋಗಿದ್ದು?" ಅವನ ವಿಷಯಕ್ಕೆ ಎಳೆದೊಯ್ದ. ಕೈಯಾಡಿಸಿಬಿಟ್ಟರು. "ನಂಗೇನು ಗೊತ್ತು! ನನ್ನ ಮುಖ ನೋಡ್ದ ಕೂಡ್ಲೇ... ಹೋಗೋ ಮನಸ್ಸಾಗಿರಬೇಕಷ್ಟೆ!" ನಕ್ಕರು.

ಆಫೀಸ್‌ನ ಒಳಗೆ ಎಷ್ಟು 'ಸ್ಟ್ರಿಕ್ಟ್' ವ್ಯಕ್ತಿಯೆಂದು ಹೆಸರು ಗಳಿಸಿದ್ದರೋ, ಹೊರಗೆ ಬಂದರೆ ಅಷ್ಟೇ ಜಾಲಿ ಮನುಷ್ಯ. ತಮ್ಮನ್ನು ತಾವು ತಮಾಷೆ ಮಾಡಿಕೊಂಡು ಬೇರೆಯವರ ಎದುರಿಗೆ ಹಾಸ್ಯದ ವ್ಯಕ್ತಿಯಾಗಿಬಿಡುತ್ತಿದ್ದರು.

ಒಳಗೆ ನಡೆದರು. ಅಖಿಲಾ ಆ ಫೈಲ್‌ನಲ್ಲಿನ ವಿಷಯದಲ್ಲಿ ಮಗ್ನಳಾಗಿದವಳೇ ವಿನಃ ಟೀಪಾಯಿ ಮೇಲೆ ಬಿದ್ದಿದ್ದ ಪತ್ರಿಕೆಗಳ ಕಡೆ ಕಣ್ಣಾಡಿಸಿರಲಿಲ್ಲ.

"ಬಾಸ್ ಸಹಿ ಇತ್ತು. ಒಂದೆರಡು ಕವರ್ ಲೆಟರ್ಸ್ ಟೈಪ್... ಆಗಬೇಕು." ಅದೇ ಸೋಫಾದಲ್ಲಿ ಕೂತು ಮುಖದ ಬೆವರನ್ನು ಕರ್ಚೀಫ್‌ನಿಂದ ಒತ್ತಿದರು. ಮುಖ ಮೇಲೆತ್ತಿದ ಅಖಿಲಾ ಅವರ ಮುಂದಿಟ್ಟಳು ಫೈಲ್. "ಒಂದಿಷ್ಟು ಡಿಕ್‌ಟೇಷನ್ ತಗೋ..." ಮುಲಾಜು, ಸಹಾನುಭೂತಿ ಇಲ್ಲದೆ ಹೇಳಿದರು.

ಅಖಿಲಾ ತನ್ನ ಬ್ಯಾಗ್‌ನಿಂದ ಬಾಲ್‌ಪೆನ್, ನೋಟ್‌ಬುಕ್ ತೆಗೆದಾಗ ಸುಭಾಷ್ ತಡೆದ.

"ಈಗೇನು... ಬೇಡ! ಈಗಾಗ್ಲೇ ಹೊತ್ತಾಯ್ತು. ವೇಳೆಯಲ್ಲದ ವೇಳೆಯಲ್ಲಿ ಕೆಲ್ಸ ಮಾಡ್ಲೋದು... ಒಂದು ರೀತಿಯ ಹಿಪಾಕ್ರಸಿ!"

ಪಿಳ್ಳೆಯವರು ತಮ್ಮ ಕರಿಯ ಟೋಪಿ ತೆಗೆದು ತೊಡೆಯ ಮೇಲೆ ಇಟ್ಟುಕೊಂಡರು.

"ಈಗಂಥ ಫಾರ್ಮಾಲಿಟೀಸ್... ಏನಿಲ್ಲ. ಹಾಗೇನಾದರೂ ಭಂಗವಾಗಿದ್ರೆ... ಮಾಲೀಕರಿಂದ್ಲೇ, ಸಹಿ ಹಾಕೋಕೆ... ಒಂದು ಗಂಟೆ, ಹತ್ತು ನಿಮಿಷ ತಗೊಂಡಿದ್ದಾರೆ."

ಅವರ ಮಾತಿಗೆ ಸುಭಾಷ್ ನಕ್ಕುಬಿಟ್ಟ. ಸದ್ದಿಲ್ಲದೆ ಅಖಿಲಾ ನಕ್ಕಳು. ಆ ಛಾಯೆ ಅವಳ ಮುಖದ ಮೇಲೆ ಉಳಿದುಹೋಯಿತು.

ಆ ಎರಡು ಲೆಟರ್‌ಗಳನ್ನು ಅಖಿಲಾ ಅವನ ಕೋಣೆಯಲ್ಲಿದ್ದ ಟೈಪ್‌ರೈಟರ್‌ನಲ್ಲಿ ಟೈಪ್ ಮಾಡಿದಳು. ಎಲ್ಲಾ ಮುಗಿಯುವ ವೇಳೆಗೆ ಎಂಟು ಗಂಟೆ. ಅಖಿಲಾ ಮುಖದಲ್ಲಿ ಕೂಡ ಧಾವಂತವಿರಲಿಲ್ಲ.

"ಛೆ, ಎಂಥ ಕೆಲ್ಸವಾಯ್ತು! ಅಖಿಲಾ ಅಪ್ರ ಮನೆಯಲ್ಲಿ ಭಯಪಟ್ಟುಕೊಂಡಿರ್ತಾರೆ!" ಬೇಸರ ವ್ಯಕ್ತಪಡಿಸಿದ ಸುಭಾಷ್, ಕೈಯಾಡಿಸಿದರು ಪಿಳ್ಳೆ. "ಗೋಪಾಲರಾಯರ ಹತ್ತಿರ ಹೇಳಿ ಕಳ್ಸಿದ್ದೀನಿ. ಊಟ ಮುಗ್ಸಿಕೊಂಡು ಹೋದ್ರೂ... ತೊಂದರೆ ಇಲ್ಲ"

ಊಟ ಮುಗಿಸಿಯೇ ಅಖಿಲಾ, ಪಿಳ್ಳೆಯವರು ಹೊರಟಿದ್ದು. ಸುಭಾಷ್‌ಗೆ ಅರ್ಥವಾಗಲಿಲ್ಲ. ತಮ್ಮ ಮಗಳಿಗೆ ಕೆಲಸವೇ ಬೇಡವೆಂದು ಹೇಳಿ ಹೋಗಿದ್ದರು ಗಣಪತಿಗಳು.

ಅಖಿಲಾ ಮನೆಗೆ ಬಂದಾಗ ಒಂಬತ್ತರ ಸುಮಾರು. ಸೀತಮ್ಮ ಕಾದುಕೂತೇ ಇದ್ದರು. ಅವರು ತಾವು ಹೆತ್ತಮಕ್ಕಳ ಬಗ್ಗೆಯಾದರೂ ಒಂದು ಮಾತು ಆಡಿಯಾರು, ಅಖಿಲಾ ಬಗ್ಗೆ ತುಟಿ ಎರಡು ಮಾಡರು. ಅಷ್ಟು ಪ್ರೀತಿ ಅಭಿಮಾನ ಅವರಿಗೆ.

"ಚಿಕ್ಕಮ್ಮ, ನೀವುಗಳು ಊಟಕ್ಕೆ ಕೂತ್ಕೊಳ್ಳಿ. ನಾನು ಬಡಿಸ್ತೀನಿ. ಇವತ್ತು ಬಾಸ್ ಆಫೀಸ್‌ಗೆ ಬಂದಿರಲಿಲ್ಲ. ಫೈಲು ತಗೊಂಡ್ ಮನೆಗೆ ಹೋಗಿದ್ದೆ. ಅದ್ಕೇ... ಲೇಟಾಯ್ತು" ಎಂದಳು ಅವರ ಸನ್ನಿಹದಲ್ಲಿ ಬಂದು ಕೂಡುತ್ತ. ಸೀತಮ್ಮ ಅವಳತ್ತ ನೋಡಿದರು.

"ಕಾಶಿ ಪ್ರವಾಸಕ್ಕೆ ಗೋಪಾಲರಾಯರು ಎರ್ಡು ಟಿಕೆಟ್ ತಗೊಂಡು ಇದ್ರಂತೆ. ವನಜಮ್ಮನಿಗೆ ಮಂಡಿ ಉಳುಕಿದೆಯಂತೆ ಅದ್ಕೇ ಡಾಕ್ಟು... ಬೇಡಾಂದ್ರಂತೆ. ಈಗ ನಮ್ಮನ್ನ ಹೋಗಿಂತ ಕೂತಿದ್ದಾರೆ" ಉತ್ಸಾಹ ತುಂಬಿಕೊಂಡು ಹೇಳಿದರು.

ಅವಳಿಗೆ ಈ ವಿಷಯ ಹೊಸದು. ಕ್ಷಣ ದಿಕ್ಕು ತೋಚದಂತಾಯಿತು. ಈಗ ಅವಳಿಗೆ ತಾತನ ನೆನಪಾಯಿತು.

"ಹೋಗ್ಬನ್ನಿ..." ಅಷ್ಟು ಬಿಟ್ಟು ಬೇರೇನು ಹೇಳಲಾರಳೆಂದು ಅವರಿಗೆ ಗೊತ್ತು.

"ನಿಮ್ಮಪ್ಪ ಊಟಕ್ಕೆ ನಿಂಗಾಗಿ ಕಾಯ್ತ ಇದ್ದಾರೆ" ಮುಂದಿನ ಕೋಣೆಯಲ್ಲಿ ಯಾರದೋ ಸಾಲದ ಪತ್ರ ಬರೆಯುತ್ತಿದ್ದ ಗಂಡನನ್ನು ಕರೆಯಲು ಸೀತಮ್ಮ ಎದ್ದು ಹೋದರು.

ಊಟದ ಮಧ್ಯೆ ಮರುದಿನವೇ ಹೊರಡಬೇಕಾಗಿರುವುದನ್ನು ಹೇಳಿದರು ಗಣಪತಿಗಳು.

"ಪುಗಸಟ್ಟೆ ಟಿಕೆಟ್ ಕೊಟ್ಟು ಯಾತ್ರೆ ಮಾಡಿಸೋಕೆ ಗೋಪಾಲರಾಯರು ರೆಡಿಯಾಗಿದ್ದಾರೆ. ದಾರಿಯ ಖರ್ಚಿಗೆ ಕಾಸು ಬೇಡವೇ? ನಮ್ಮ ಹತ್ರ ಏನಿದೆ? ಇದ್ದಿದ್ದು ಮದ್ವೆಗಾಗಿ ಕಳ್ದುಕೊಂಡಿದ್ದಾಗಿದೆ. ಈಗೇನು... ಮಾಡೋದು?"

ಇಡೀ ರಾತ್ರಿ ಅಖಿಲಾಗೆ ನಿದ್ದೆ ಬರಲಿಲ್ಲ. ಅವಳ ಮುಗ್ಧತನದ ಬೆಳವಣಿಗೆಯಲ್ಲಿ ಲೌಕಿಕ ಚಿಂತನೆಗೆ ಅವಕಾಶವೇ ಸಿಕ್ಕಿರಲಿಲ್ಲ.

ಲೋನ್‌ನ ಮುರಿದುಕೊಂಡೇ ಸಂಬಳ ಅವಳ ಕೈ ಸೇರುತ್ತಿದ್ದುದು. ತಂದು ಚಿಕ್ಕಮ್ಮನ ಕೈಯಲ್ಲಿಡುತ್ತಿದ್ದಳು. ಆಕೇನೇ ನೂರೋ, ಐವತ್ತೋ ಅವಳ ಪರ್ಸಿಗೆ ಹಾಕಿಡುತ್ತಿದ್ದರು. ಯಾರೋ ಕೇಳುವ ಸಾಲಕ್ಕೆ ಆ ಹಣ ತುತ್ತಾಗುತ್ತಿತ್ತು. ಅದರ ಬಗ್ಗೆ ಅಖಿಲಾ ಯೋಚಿಸುತ್ತಲೇ ಇರಲಿಲ್ಲ.

ಬೆಳಿಗ್ಗೆ ಆಫೀಸ್‌ಗೆ ಹೊರಡುವಾಗ ಒಂದು ನಿಶ್ಚಯಕ್ಕೆ ಬಂದಿದ್ದಳು. ಕೈಯಲ್ಲಿ ಇದ್ದಿದ್ದು ಎರಡೆರಡು ಬಂಗಾರದ ಬಳೆ. ಒಂದೊಂದು ಸಾಕೆನಿಸಿತು. ಉಂಗುರದತ್ತ ನೋಟ ಹರಿಯಿತು. ಅದರ ಬಗ್ಗೆ ಯಾರೂ ಪ್ರಶ್ನಿಸಿರಲಿಲ್ಲ. ಆಫೀಸ್ ಕೆಲಸದಲ್ಲಿ ಅವಳಿಗೆ ನೆನಪಾಗದಿದ್ದರೂ ಲಂಚ್‌ಬ್ರೇಕ್‌ನಲ್ಲಿ ಎರಡು ಬಳೆ ಸರೋಜ ಮುಂದಿಡಿದಳು.

"ಇದಕ್ಕೆ ಹಣ ಎಷ್ಟಾಗ್ಬಹುದ್ದು?" ಸರೋಜ ಉತ್ತರಿಸುವ ಮುನ್ನ ಒಳಗಿನಿಂದ ಬುಲಾವ್ ಬಂತು. ಇನ್ನ ಸುಭಾ, ಮನೆಗೆ ಹೋಗಿರಲಿಲ್ಲ. ಬಳೆ ಹಿಡಿದೇ ಒಳಗೆ ಹೋದಳು.

"ಏನದು...?" ಅವಳ ಕೈಯನ್ನ ನೋಡುತ್ತ ಪ್ರಶ್ನಿಸಿದ. "ಬಳೆ..." ಅಳುಕಿಲ್ಲದ ಸ್ವರ. "ಕೊಡಿಲ್ಲಿ..." ಕೈ ಚಾಚಿ ತಗೊಂಡ. ಒಂದೊಂದೇ ಬಳೆ ಇದ್ದ ಅವಳ ಕೈಗಳನ್ನ ನೋಡಿದ. "ನಿಂಗೆ ಬಳೆ ಬದ್ಲು ಹಣ... ಬೇಕು" ಡ್ರಾಯರ್‌ನಲ್ಲಿ ಹಾಕಿ ಗದ್ದಕ್ಕೆ ಕೈಯೂರಿ ಪ್ರಶ್ನಿಸಿದ. "ಎಷ್ಟು... ಬೇಕು?" ಎಷ್ಟೆಂದು ನಿರ್ಧರಿಸಲು ಅವಳ ಮಿದುಳು ಶಕ್ತವಾಗಲಿಲ್ಲ, ಚುಟುಕಾಗಿ ಇರೋ ವಿಷಯ ವಿವರಿಸಿದಳು.

ಪಕ್ಕದಲ್ಲಿದ್ದ ಲಾಕರ್ ತೆಗೆದು ಎರಡು ಸಾವಿರ ರೂಪಾಯಿಗಳ ಒಂದು ಕಟ್ಟನ್ನ ಅವಳ ಮುಂದೆ ತಳ್ಳಿದವನು ಡ್ರಾಯರ್‌ನಲ್ಲಿದ್ದ ಬಳೆಗಳನ್ನು ಅದರ ಪಕ್ಕದಲ್ಲಿಟ್ಟ.

"ಇದ್ನ ಲೋನ್‌ಗೆ ಜಮಾ ಮಾಡಲಾಗುತ್ತೆ. ಡೋಂಟ್ ವರೀ. ಬಳೆಗಳ್ನ ಹಾಕ್ಕೋ. ನೀನು ಸದಾ ನಾನು ಅಂದು ಸಂಜೆ ನೋಡಿದ ಅಖಿಲಾ ಅಂತೆ ಇರ್ಬೇಕು" ಕ್ಷಣ ಭಾವೋದ್ವೇಗಕ್ಕೆ ಒಳಗಾದ. ಕ್ಷಣ ಗೊಂಬೆಯಂತೆ ನಿಂತಳು.

ತಾನೇ ಎದ್ದ ಸುಭಾಷ್ ಬಳೆಗಳನ್ನು ಎತ್ತಿ ಅವಳ ಕೈಯಲ್ಲಿಟ್ಟ.

“ಅರ್ಥವಾಯಿತಲ್ಲ! ಇನ್ನೆರಡು ಸಾವಿರ ಸಾಲ ಅಷ್ಟೆ. ನಿಧಾನವಾಗಿ ತೀರುತ್ತೆ” ಸಹಜ ಸ್ಥಿತಿಗೆ ಮರಳಿದವನು ಹೊರ ನಡೆದ.

ನೇರವಾಗಿ ಮನೆಗ ಬಂದ ಸುಭಾಷ್ ಊಟ ಕೂಡ ಬೇಡವೆಂದು ಮಲಗಿಬಿಟ್ಟ. ಶ್ರೀನಿವಾಸಮೂರ್ತಿಗಳನ್ನ ಹೊರಗೆ ಕಳುಹಿಸಿದ ಮೇಲೆ ವಿಪರೀತ ಒತ್ತಡ. ನಾಲ್ಕು ಷೋ ರೂಮುಗಳ ಪೈಕಿ ಎರಡನ್ನ ಮತ್ತಷ್ಟು ವಿಸ್ತರಿಸಿ ಉಳಿದೆರಡನ್ನು ಮುಚ್ಚಿಬಿಟ್ಟ. ಇದರಿಂದ ನಷ್ಟವೇನೂ ಇಲ್ಲದಿದ್ದರೂ ಸ್ವಲ್ಪ ರಿಸ್ಕ್ ಕಮ್ಮಿ ಆಗಿತ್ತು. ಅಲ್ಲಿ ಕೆಲಸ ಮಾಡುತ್ತಿದ್ದ ಸೇಲ್ಸ್ ಸೆಕ್ಷನ್‌ನವರು ಈಗ ಸುಧಾ ಗಾರ್ಮೆಂಟ್ಸ್‌ನಲ್ಲಿದ್ದರು.

ಫೋನ್ ಒಂದೇ ಸಮ ಸದ್ದು ಮಾಡಲು ಶುರುಮಾಡಿದಾಗ ಬೇಸರದಿಂದಲೇ ಎತ್ತಿದ.

ಲಕ್ಷ್ಮಿ ಆಕ್ಷೇಪಣೆ ಎತ್ತಿದಳು. “ನಂಗೆ ಫೋನ್ ಮಾಡಿ ಮಾಡಿ ಸಾಕಾಯ್ತು! ಆಫೀಸ್, ಶೋ ರೂಂ, ಮನೆ...” ಇನ್ನರ್ಧ ಗಂಟೆಯಲ್ಲಿ ಇಲ್ಲಿರಬೇಕು” ಫೋನಿಟ್ಟ ಸದ್ದಾಯಿತು.

ಹೂಜಿಯಲ್ಲಿದ್ದ ತಣ್ಣನೆಯ ನೀರನ್ನ ಬಗ್ಗಿಸಿಕೊಂಡು ಕುಡಿದು ಹೊರಬಂದ.

“ಬೆಳಿಗ್ಗೆಯಿಂದ ಫೋನ್ ಬಂದಿತ್ತಾ?” ಪಾರ್ವತಮ್ಮನನ್ನು ಪ್ರಶ್ನಿಸಿದ. ಆಕೆ ತಲೆಯಾಡಿಸಿದರು. “ಇವತ್ತು ತರಕಾರಿಗೂ ಕೂಡ ಹೋಗಿರಲಿಲ್ಲ” ಎಂದರು. ಸುಳ್ಳು ಹೇಳುವ ಅಗತ್ಯವೇನಿತ್ತು?

ಮುಖ ತೊಳೆದು ಬಟ್ಟೆ ಧರಿಸಿ ಕಾರು ಹತ್ತಿದವನು ಪುನಃ ಇಳಿದ. “ನಾಳೆ ನಮ್ಮ ಸುಧಾ ಹುಟ್ಟಿದ ಹಬ್ಬ. ನಾನು ರಾತ್ರಿ ಬರ್ದಿದ್ರೆ ಬೆಳಿಗ್ಗೆ ಬೀಗ ಹಾಕ್ಕೊಂಡ್ ಆ ಮನೆಗೆ ಬನ್ನಿ” ಪಾರ್ವತಮ್ಮನಿಗೆ ಹೇಳಿದ.

ಮಾರ್ಕೆಟ್‌ನಲ್ಲಿ ಬುಟ್ಟಿಗಟ್ಟಲೆ ಹಣ್ಣು, ಹೂ, ತರಕಾರಿ ಕೊಂಡ. ಸ್ಯಾರಿ ಸೆಂಟರ್‌ಗೆ ಹೋಗಿ ದೊಡ್ಡ ಬಾರ್ಡರಿನ ರೇಶಿಮೆಯ ಬುಟ್ಟಾ ಸೀರೆಯನ್ನು ಕೊಂಡವನು, ಸುಧಾಗಾಗಿ ನೆಕ್ಲೆಸ್, ಅನಿಲ್‌ಗೆ ಉಂಗುರವನ್ನೂ ಖರೀದಿಸಿದ.

ಇಳಿದ ಕೂಡಲೇ ಅವನಿಗೆ ಗಾಬರಿಯಾಯಿತು. ಹೊಸದಾಗಿ ಮಾಡಿಸಿದ ಪೈಂಟಿಂಗ್ಸ್ ಜೊತೆ ಬಣ್ಣಬಣ್ಣದ ವಿದ್ಯುತ್ ದೀಪಗಳು ಇಡೀ ಕಟ್ಟಡವನ್ನು ಆವರಿಸಿತ್ತು. ಕಾಂಪೌಂಡ್‌ನಲ್ಲಿದ್ದ ಹಳೆಯ ಹೂವಿನ ಕುಂಡಗಳು ನಾಪತ್ತೆ. ಅದರ ಬದಲು ಹೊಸ ಬಗೆಯ ಹಲವು ಜಾತಿಯ ಕ್ರೋಟನ್ ಹೂಗಿಡಗಳ ಸಮೂಹಗಳೇ ಏರ್ಪಟ್ಟಿದ್ದವು. ಹೊರಗಡೆಯ ನಾಲ್ಕಾರು ಜನ ಕೆಲಸ ಮಾಡುತ್ತಿದ್ದರು. ಸುಧಾ ಹುಟ್ಟಿದಬ್ಬಕ್ಕೆ ಇಷ್ಟೊಂದು ಹಣ ಖರ್ಚು ಮಾಡುವ ಅಗತ್ಯವಿತ್ತೆ?

ತಟ್ಟನೇ ನೆನಪಾಯಿತು. ಅವನು ಹುಟ್ಟಿದ ದಿನದ ನೆನಪು ಯಾರಿಗೂ ಇರಲಿಲ್ಲ. ಅಪರೂಪಕ್ಕೊಮ್ಮೆ ಲಕ್ಷ್ಮಿಗೆ ಜ್ಞಾಪಕ ಬಂದರೆ ಮುಗಿದು ಹದಿನೈದು ದಿನವಾಗಿರುತ್ತಿತ್ತು. ಅಥವಾ ಇಪ್ಪತ್ತೈದೋ ದಿನಗಳು ಬಾಕಿ ಇರುತ್ತಿದ್ದವು.

“ಮೈ ಗಾಡ್, ಪ್ರತಿ ವರ್ಷನೂ ಹೀಗೇ ಆಗುತ್ತೆ! ಇವುಗಳ ಮಧ್ಯೆ ಹೆಣಗಾಟದಲ್ಲಿ

ಯಾವ್ದೂ ನೆನಪು ಇರೋಲ್ಲ" ಎಂದಾಗ ನಕ್ಕುಬಿಡುತ್ತಿದ್ದ. ಆಗಿನ ಮನಸ್ಥಿತಿಯಲ್ಲಿ ಇದೊಂದು ತಪ್ಪಾಗಿ ಕಾಣಿಸುತ್ತಿರಲಿಲ್ಲ. ಈಗ... ಬೆಂಕಿಯ ಕೊಳ್ಳಿಗಳು. ಆಗಾಗ ಅವನೆದೆಗೆ ಕಿಚ್ಚು ಹಚ್ಚುತ್ತಲೇ ಇತ್ತು.

ಹೊರಗೆ ಹೋದವನು ಮತ್ತಷ್ಟು ಬೆರಗಾದ. ಶ್ರೀನಿವಾಸಮೂರ್ತಿಗಳ ಹತ್ತಿರದ, ದೂರಾದ ನೆಂಟರೆಲ್ಲ ಬಿಜಯ ಮಾಡಿಸಿದ್ದರು. ಒಂದು ಮದುವೆಯ ಸಂಭ್ರಮವೇ ಇತ್ತು.

"ಅರೆ, ಸುಭಾಷ್..." ಲಕ್ಷ್ಮಿ ಅವನ ಕೈ ಹಿಡಿದಾಗ, "ಜಸ್ಟ್ ವೈಟ್, ನಾನು ಸುಧಾರಿಸ್ಕೋಬೇಕಾಗಿದೆ. ಯಾರ್ಗೇ... ಮದ್ವೆ?" ತೀಕ್ಷ್ಣವಾಗಿತ್ತು ಅವನ ಪ್ರಶ್ನೆ. "ಅಕಸ್ಮಾತ್ ಮದ್ವೆ ಮಾಡಿದ್ರೂ... ಇಷ್ಟೊಂದು ಖರ್ಚು ಮಾಡುವ ಅಗತ್ಯವಿರ್ಲಿಲ್ಲ ಪ್ರೀತಿಗೂ ಒಂದು ಮಿತಿ ಇರುತ್ತೆ" ಖಾರವಾಗಿತ್ತು ಅವನ ಸ್ವರ. ಲಕ್ಷ್ಮಿಯ ಮುಖ ಚಿಕ್ಕದಾಯಿತು. ಇದು ಅವಳ ಅರಿವಿಗೂ ಬಂದಿತ್ತು.

"ನಾನೇನು... ಹೇಳ್ಲಾರೆ!" ಒಳಗೆ ಹೋದಳು.

ಶ್ರೀನಿವಾಸಮೂರ್ತಿಗಳು ಒಂದು ಹಿಂಡು ಬಳಗವನ್ನು ಹಿಂದಿಟ್ಟುಕೊಂಡು ಬಂದರು. ಕೂತವನು ನೋಡಿದರೂ ನೋಡದಂತೆ ಉದಾಸೀನ ಮಾಡಿದ.

ಶ್ರೀನಿವಾಸಮೂರ್ತಿಯ ಉತ್ಸಾಹ ಜರ್ರನೇ ಇಳಿಯಿತು ಅಂತರಂಗದಲ್ಲಿ ಸುಭಾಷ್‌ನ ಬುದ್ಧಿಮತ್ತೆ, ಧೈರ್ಯಕ್ಕೆ ಹೆದರುತ್ತಿದ್ದರು. ಒಣಗಿದ ಸ್ವರದಲ್ಲಿಯೇ ಎಲ್ಲರನ್ನು ಪರಿಚಯಿಸಿದರು.

"ನಳಿನೀ ಅಂತ" ಒತ್ತಿ ಹೇಳಿದಾಗ ಮುಗುಳ್ನಕ್ಕ. ಕೊಡಗಿನ ಸುಂದರಿಯ ಹಲ್ಲುಗಳು 'ಫಳಕ್' ಎಂದು ಕೆನ್ನೆಯಲ್ಲಿ ಗುಳಿಗಳು ಮೂಡಿದವು "ಗ್ಲಾಡ್ ಟು ಮೀಟ್ ಯು" ಪಿಟೀಲು ಮೇಲೆ ತಂತಿಯಾಡಿಸಿದಂತೆ ಹೇಳಿದ್ದಳು "ಸೇಂ ಟು ಯು" ಎಂದು ನಕ್ಕ. ಮತ್ತೆ ಹಲ್ಲುಗಳು ಮುತ್ತುಗಳು ಹೊಳೆದಂತೆ ಹೊಳೆದವು. ಅದೇ ಗುಳಿಗಳು. ಕರ್ಚೀಫನ್ನು ಮುಖದ ಮೇಲಾಡಿಸಿದ.

"ಸುಧಾ... ಎಲ್ಲಿ?" ಅವಳನ್ನ ಅರಸಿಕೊಂಡು ಕೋಣೆಯತ್ತ ನಡೆದ. ರಾತ್ರಿ ಇಲ್ಲಿ ಕಳೆಯುವುದಂತೂ ಅವನಿಗೆ ಸಾಧ್ಯವೆನಿಸಲಿಲ್ಲ. ಹಿಂದೆಯೇ ಬಂದ ಲಕ್ಷ್ಮಿ ಆಕ್ಷೇಪಿಸಿದರು. "ಛೆ, ನೀನು ಹೊರಟುಬಿಡೋದೇ! ನಳಿನಿ ಏನಂದ್ಕೊಂಡ್ರೋ" ಅಚ್ಚರಿಯಿಂದ ಕಣ್ಣುಗಳನ್ನ ಅಗಲಿಸಿದ. "ಯಾರೋ ಏನೋ ಅಂದ್ಕೊತಾರೇಂತ. ನಾನು ಅವ್ರ ಮುಂದೆ ಹಲ್ಲು ಕಿರಿತಾ... ಕೂಡಲೇ!" ಉದಾಸೀನವಿತ್ತು ಅವನ ಮುಖದಲ್ಲಿ.

ಬಹಳ ಎತ್ತರ ಬೆಳೆದಂತೆ ಕಾಣಿಸಿದ. ಬಗ್ಗಿಸುವುದಂತೂ ತನ್ನಿಂದ ಸಾಧ್ಯವಿಲ್ಲ. ನೇರವಾಗಿ ಹೇಳೋದು ಒಳ್ಳೆಯದೆನಿಸಿತು.

"ನೀನೊಂದು ತೀರ್ಮಾನ ತಗೊಳ್ಳೇ... ಬೇಕು!" ಯಾವ ವಿಷಯ ಏನೂಂತ ತಿಳಿಯದಿದ್ದರೂ ಮಾತು ಬೆಳೆಸುವುದು ಅವನಿಗೆ ಇಷ್ಟವಿರಲಿಲ್ಲ. "ಕಾರಿನಲ್ಲಿ ತರಕಾರಿ,

ಹೂ, ಇನ್ನೇನೋ ಇದೆ. ಒಳ್ಗಡೆ ತರ್ಸಿಡು. ತಣ್ಣಗೆ ನಂಗೆ ಒಂದ್ಲೋಟ ನೀರು ಕಳ್ಸು. ಸದ್ಯಕ್ಕೆ ಅಷ್ಟು ಮಾಡು" ಕೈ ಮುಗಿದು ಹೊರಗೆ ಕಳಿಸಿದ.

ನಳಿನಿ ಜೊತೆ ಮಿಕ್ಕ ನಾಲ್ಕು ಮಂದಿ ಯುವತಿಯರು ಬಂದರು. ಒಂದೇ ವಯಸ್ಸು, ರೂಪ, ಬಣ್ಣದಲ್ಲಿ ಅಲ್ಪ ಸ್ವಲ್ಪ ವ್ಯತ್ಯಾಸ. ಅಪ್ ಟು ಡೇಟಾಗಿ ಇದ್ರು.

"ಹಲೋ..." ಒಟ್ಟಿಗೆ ಅಂದಾಗ ಅವನೆದೆಯ ಬಡಿತವೇನು ಏರಲಿಲ್ಲ. ಆಫೀಸ್‌ನಲ್ಲಿ ತುಂಬಿದ್ದುದ್ದು ಹೆಂಗಸರೇ. ಷೋರೂಂಗಳಲ್ಲಿ ಕೆಲಸ ಮಾಡುತ್ತಿದ್ದುದು ಯುವತಿಯರೇ. ಆದರಿಂದ ಅವನಿಗೇನು ಅಳುಕುಂಟಾಗಲಿಲ್ಲ.

ನಳಿನಿ ಎಲ್ಲರನ್ನು ಪರಿಚಯಿಸಿದರು. ನಕ್ಕಾಗ ಹಲ್ಲು ಪಂಕ್ತಿಗಳು ಮಿನುಗುತ್ತಿದ್ದವು. ಇದನ್ನು ಸಾಮೂಹಿಕವಾಗಿ ಅಭ್ಯಾಸ ಮಾಡಿರಬೇಕೆಂದುಕೊಂಡ.

"ನೀವು ಯಾವಾಗ ಫ್ರೀಯಾಗಿ ಸಿಕ್ತೀರಾ?" ನಳಿನಿ ಪ್ರಶ್ನಿಸಿದಳು. ಮೊದಲು ಇಂಥ ಪ್ರಶ್ನೆಗೆ ಏನು ಉತ್ತರಿಸುತ್ತಿದ್ದನೋ "ಸಾರಿ, ನಾನು ಯಾವಾಗ್ಲೂ ಬಿಜಿನೇ. ಟೆಲ್ ಟುಮಾರೋ" ಹೊರಟೇಬಿಟ್ಟ.

ಆ ಜನಜಂಗುಳಿಯಿಂದ ಹೊರ ಬಂದರೆ ಅವನಿಗೆ ಸಾಕೆನಿಸಿತು. ಈಗ ಬಂದಿರುವ ಎಷ್ಟೋ ಜನರನ್ನು ಅವನು ನೋಡಿರಲಿಲ್ಲ. ಇಷ್ಟೊಂದು ಜನರನ್ನು ಒಟ್ಟುಗೂಡಿಸುವ ಅಗತ್ಯವೇನು?

ಹಿಂಬದಿಯಿಂದ ಬಂದವನೇ ಹತ್ತಿ ಕೂತ. ನಿಂತಿದ್ದ ಶ್ರೀನಿವಾಸಮೂರ್ತಿಗಳು ಕೈಯೆತ್ತಿದಾಗ, ಕೈಯಾಡಿಸಿದ. ಕಾರಿನ ಚಕ್ರಗಳು ಮುಂದಕ್ಕೆ ಉರುಳಿದವು. ಹಳೇ ಅಂಬಾಸಿಡರ್ ಜಾಗದಲ್ಲಿ ಹೊಸ ಕಾಂಟೆಸ್ಸಾ ಲಕಲಕ ಎಂದು ಹೊಳೆಯುತ್ತಿತ್ತು.

ಸುತ್ತಾಡಿ ಮನೆಗೆ ಬಂದಾಗ ಒಂಬತ್ತರ ಸುಮಾರು. ದೇವರ ಮನೆಯಲ್ಲಿ ಕೂತಿದ್ದ ಪಾರ್ವತಮ್ಮ ಬಾಯಿಗೆ ಬಂದ ಸ್ತೋತ್ರಗಳನ್ನು ಹೇಳಿಕೊಳ್ಳುತ್ತಿದ್ದರು.

"ಬಿಸಿಯಾಗಿ ಒಂದಿಷ್ಟು ತಿಳೀಸಾರು, ಅನ್ನ ಮಾಡಿ" ಎಂದವನೇ ಹೋಗಿ ಬಟ್ಟೆ ಬದಲಾಯಿಸಿ ಹಾಲ್‌ನಲ್ಲಿ ಬಂದು ಕೂತ. ಸ್ಟೀರಿಯೋ ಹಚ್ಚಿದ. ಬಾಲಮುರಳಿಯವರ ಗಾನಸುಧೆ, ಕಣ್ಮುಚ್ಚಿ ಆಲಿಸತೊಡಗಿದ.

ಫೋನ್ ಸದ್ದಾಗತೊಡಗಿತು. ಎತ್ತಿದವನು ಮೌತ್ ಪೀಸ್‌ಗೆ ಕೈ ಅಡ್ಡಹಿಡಿದು ಪಾರ್ವತಮ್ಮನಿಗೆ ಹೇಳಿದ. "ಯಾರು ಕೇಳಿದ್ರೂ. ಇನ್ನೂ ಮನೆಗೆ ಬಂದಿಲ್ಲ, ಅಂದ್ಬಿಡಿ" ಆಕೆಯ ಕೈಗೆ ಕೊಟ್ಟ. ನಿರೀಕ್ಷೆಯಂತೆ ಲಕ್ಷ್ಮಿಯೇ. "ಬಂದ ಕೂಡಲೇ... ಫೋನ್ ಮಾಡೋಕೆ ಹೇಳು" ಆಜ್ಞಾಪಿಸಿದಳು.

ಇಡೀ ಪ್ರಾಪರ್ಟಿ ಲೆಕ್ಕ ಹಾಕಿ ಅರ್ಧವನ್ನು ಪೂರ್ತಿಯಾಗಿ ಅಕ್ಕನ ಕುಟುಂಬಕ್ಕೆ ಬಿಟ್ಟುಕೊಟ್ಟಿದ್ದ. ಹೆಚ್ಚಾಗಿ ಬ್ಯಾಂಕ್ ಬ್ಯಾಲೆನ್ಸ್, ಶೇರುಗಳು ಮತ್ತು ಮಿಕ್ಕದ್ದು ನಗದಾಗಿಯೇ ಸೇರಿತ್ತು. ದಿಢೀರೆಂದು ಖರ್ಚಿನ ಪರ್ವತಗಳ ಮೇಲೆಯೇ ಏರಿ ಕೂತಿದ್ದ ಶ್ರೀನಿವಾಸಮೂರ್ತಿ.

ಪಿಳ್ಳೆ ಗೋಪಾಲರಾಯರೊಂದಿಗೆ ಹೇಳುತ್ತಿದ್ದುದು ಅವನ ಕಿವಿಗೆ ಬಿದ್ದಿತ್ತು.

"ಯಾಕೋ... ರಿಸ ಹೋಗ್ಲಿಲ್ಲ! ಬರೀ ಡೆಕೋರೇಷನ್, ಅಡ್ವರ್‌ಟೈಸ್‌ಮೆಂಟ್‌ಗೆ ಅಂತ್ಲೇ ಹಣ ಖರ್ಚು ಮಾಡ್ತಾ ಇದ್ದಾರೆ. ಚೆನ್ನಾಗಿದ್ದ ಕಾರು ಬದಲಾಯಿಸಿದ್ದಾರೆ."

ಈ ವಿಷಯಗಳನ್ನು ಪಕ್ಕಕ್ಕೆ ತಳ್ಳಿ ಹೊರಗೆ ಬಂದು ನಿಂತ. ಆಗಾಗ ಎದೆಯಲ್ಲಿ ಉಂಟಾಗುವ ವಿಚಿತ್ರವಾದ ನೋವು, ಉಸಿರು ಹಿಡಿದಿರುವಿಕೆ-ಪ್ರತಿಬಾರಿಯೂ ಇದು ತನ್ನ ಅಂತಿಮ ಕ್ಷಣವೆಂದುಕೊಳ್ಳುವಂತೆ ಮಾಡುತ್ತಿತ್ತು. ಆಗ ಅವನಿಗೆ ನೆನಪಾಗುತ್ತಿದ್ದುದು ಅಖಿಲಾ ಮಾತ್ರ. ಒದ್ದಾಡಿ ಹೋಗುತ್ತಿದ್ದ.

"ನನ್ನ ಪೋಸ್ಟ್ ಅಖಿಲಾಗೆ ಮೀಸಲು. ಅದ್ಕೇ ಟ್ರೈನಿಂಗ್ ಕೊಡ್ತಾ ಇದ್ದೀನಿ" ಪಿಳ್ಳೆ ಹೇಳಿದ್ದರು. ಪ್ರತಿಯೊಬ್ಬರನ್ನ ಅನುಮಾನ ಕಣ್ಣುಗಳಲ್ಲಿ ನೋಡುವ ಪಿಳ್ಳೆಗೆ ಅಖಿಲಾ ಮೆಚ್ಚಿಗೆಯಾಗಿದ್ದಳು. ಸದಾ ಅಖಿಲಾ ತನ್ನ ಬಳಿಯಲ್ಲೇ ಇರುವಂತಿದ್ದರೇ... ಕ್ಷಣ ಕಣ್ಮುಚ್ಚಿ ತೆಗೆದ. ಹಾಯೆನಿಸಿತು. ಮರುಗಳಿಗೆಯೇ ತಾನು ಅಂಥ ಸ್ವಾರ್ಥಿಯಾಗಬಾರದು.

"ಅಡ್ಗೇ... ಆಗಿದೆ" ಪಾರ್ವತಮ್ಮ ಹೇಳಿದಾಗ ಅವನಿಗೆ ಊಟ ಬೇಡವೆನಿಸಿತು. "ನೀವು ಮಾಡು. ನಂಗೊಂದು ಲೋಟ ಹಾಲು ಸಾಕು" ಆಕೆ ಮರು ಮಾತಾಡದಿದ್ದರೂ ತುಂಬ ನೊಂದುಕೊಂಡರು.

ತಂದಿಟ್ಟ ಹಾಲು ಕೂಡ ಕುಡಿಯದೆ ಕೋಣೆಯೊಳಕ್ಕೆ ಹೋಗಿ ಬಾಗಿಲು ಹಾಕಿಕೊಂಡ. ದೀಪ ಹಾಕಿಕೊಂಡ. ದೀಪ ಕೂಡ ಹಾಕದೇ ಸಿಗರೇಟು ಹಚ್ಚಿ ಕಿಟಕಿಯಿಂದ ಹೊರಗೆ ನೋಡತೊಡಗಿದ ಎಷ್ಟೋ ಹೊತ್ತು ಅದೇ ಸ್ಥಿತಿಯಲ್ಲಿ ಕೂತವನು, ಎರಡು ಪೆಗ್ ವಿಸ್ಕಿ ಹೀರಿಯೇ ಮಲಗಿದ್ದು.

* * * *

ಪ್ರತಿಯೊಬ್ಬರಿಗೂ ಬಲವಂತದ ಆಹ್ವಾನವಿದ್ದುದ್ದರಿಂದ ಹೋಗಲೇಬೇಕಿತ್ತು. ಸುಧಾ ಗಾರ್ಮೆಂಟ್ಸ್‌ಗೆ ಅಂದು ಪೂರ್ತಿ ರಜೆ. ಅರ್ಧ ಗಂಟೆ ಮೊದಲು ಷೋರೂಂ ಮುಚ್ಚಲು ಮಾತ್ರ ಪರ್ಮಿಷನ್ ಕೊಟ್ಟಿದ್ದ ಸುಭಾಷ್.

ಆ ಸಡಗರ, ಸಂಭ್ರಮದಲ್ಲಿ ಬರುವ ಜನರನ್ನು ನೋಡಿ ಸುಭಾಷ್‌ಗೆ ಆಶ್ಚರ್ಯವಾಯಿತು. ಮಗಳ ಮದುವೆಗೆ ಮಾಡುವ ಖರ್ಚನ್ನು ಈಗಲೇ ಮಾಡಿಬಿಟ್ಟಿದ್ದರು.

"ಮಿಸ್ಟರ್ ಸುಭಾಷ್... ಇಲ್ಬನ್ನಿ" ಸಂಕೋಚವಿಲ್ಲದೆ ನಳಿನಿ ಅವನ ತೋಳನ್ನ ಹಿಡಿದಾಗ, ಬಲಗೈಯಿಂದ ಕ್ರಾಪನ್ನ ಹಿಂದಕ್ಕೆ ತಳ್ಳಿದ. "ಏನು... ವಿಷ್ಯ?" ಒಂದಿಂಚು ಅಲುಗಾಡಲಿಲ್ಲ. ಕೆನೆ ಬಣ್ಣದ ಫುಲ್‌ಸೂಟ್‌ನಲ್ಲಿದ್ದ ಅವನು ತುಂಬ ಆಕರ್ಷಕವಾಗಿದ್ದ. ಓಡಾಡುವ, ಮದುವೆಯಾಗದ ಹುಡುಗಿಯರ ಕಣ್ಣೆಲ್ಲ ಅವನ ಮೇಲೆಯೇ. ಅವನ ಮನಸ್ಥಿತಿಯೇ ಬೇರೆ ಇದ್ದುದ್ದರಿಂದ ಅವರ ನೋಟಗಳಿಗೆ ರೋಮಾಂಚಿತನಾಗುವ ಬದಲು ಮುಖ ತಿರುಗಿಸುತ್ತಿದ್ದ.

ಗೋಪಾಲರಾಯರ ಜೊತೆ ಬಂದ ಅಖಿಲಾನ ನೋಡಿ ಅವನ ಕಣ್ಣುಗಳಲ್ಲಿ ಮೆಚ್ಚಿಗೆಯ ಮಹಾಪೂರವೇ ಹರಿದುಬಂತು.

ಗುಲಾಬಿ ಬಣ್ಣದ ಸಣ್ಣ ಅಂಚಿನ ರೇಶಿಮೆಯ ಸೀರೆ ಅವಳ ಮೈ ಬಣ್ಣಕ್ಕೆ ಚೆನ್ನಾಗಿ ಒಪ್ಪುತ್ತಿತ್ತು. ತೆಳುವಾಗಿ ಪೌಡರ್ ಹಚ್ಚಿದ ಮುಖದಲ್ಲಿ ಎಂದಿನ ಗಾಂಭೀರ್ಯವಿದ್ದರೂ, ಮಾರ್ದವತೆಯ ಸಿಂಚನವಿತ್ತು. ಹುಬ್ಬುಗಳ ನಡುವೆ ದುಂಡು ಕುಂಕುಮದ ಬೊಟ್ಟಿತ್ತು. ಅವನ ನೋಟ ಅಲ್ಲಿಂದ ಕೀಳಲಾಗಲಿಲ್ಲ.

"ಸುಭಾಷ್..." ನಳಿನಿ ಅವನ ತೋಳಿಡಿದು ಅಲ್ಲಾಡಿಸಿದಳು. "ಇಲ್ಲಿ ಬನ್ನಿ..." ಎಳೆದುಕೊಂಡು ಹೋದವಳು ಅವನ ಕೋಟಿಗೊಂದು ಅರೆಬಿರಿದ ಗುಲಾಬಿಯನ್ನು ಸಿಕ್ಕಿಸಿದಳು. "ವಂಡರ್‌ಫುಲ್... ಹೇಗೆ ಕಾಣುತ್ತೆ ಗೊತ್ತಾ!" ಸಂತೋಷ ವ್ಯಕ್ತಪಡಿಸಿದಳು. ಆದರೆ ಅವನ ನೋಟ ಹಿಂದೆ ಹಿಂದಕ್ಕೆ, "ಬಂದೆ..." ಹಿಂದಕ್ಕೆ ಬಂದ.

ಗೋಪಾಲರಾಯರು ತಾವು ತಂದ ಪ್ರಸೆಂಟೇಷನ್‌ನ ಸುಧಾ ಕೈಯಲ್ಲಿ ಇಟ್ಟು ಆಶೀರ್ವದಿಸುತ್ತಿದ್ದರು. ಪಕ್ಕದಲ್ಲಿ ನಿಂತಿದ್ದ ಅಖಿಲಾ ಕಣ್ಣುಗಳು ಯಾರನ್ನೋ ಹುಡುಕುತ್ತಿದ್ದವು.

"ನಮ್ಮ ಬಾಸ್... ಎಲ್ಲಿ?" ಗೋಪಾಲರಾಯರು ಸುತ್ತಲೂ ನೋಡಿದಾಗ ಶ್ರೀನಿವಾಸಮೂರ್ತಿಗಳು ಚಪ್ಪಾಳೆ ತಟ್ಟಿ ನಿಂತಿದ್ದ ಸುಭಾಷ್‌ಗೆ ಸನ್ನೆ ಮಾಡಿದರು. "ಗೋಪಾಲರಾಯರು ನಿನ್ನ ಹುಡುಕ್ತಾ ಇದ್ದಾರೆ" ಬರೀ ನಕ್ಕ ಸುಭಾಷ್. ಅಲ್ಲಿ ಹೋದ ಅಖಿಲಾ ನೋಟ ನಿಂತುಬಿಟ್ಟಿತು.ಚೆಲುವ ಸುಭಾಷ್‌ಗಿಂತ ಅವನು ನೋವು ಅನುಭವಿಸುವ ಸಂದರ್ಭಗಳನ್ನು ನೆನಪು ಮಾಡಿಕೊಂಡಳು.

ತಾನು ತಂದಿದ್ದ ಗಂಧದ ಸರಸ್ವತಿಯ ವಿಗ್ರಹವನ್ನು ಸುಧಾಗೆ ಕೊಟ್ಟು ಪಕ್ಕಕ್ಕೆ ಬಂದಳು. ಇಂಥ ಶ್ರೀಮಂತ ಸಂತೋಷ ಕೂಟಗಳಲ್ಲಿ ಅವಳು ಭಾಗವಹಿಸೇ ಇರಲಿಲ್ಲ. ಸೀರೆಗಳ ಸದ್ದಿನ ಜೊತೆ ಆಗಾಗ ಹರಿದು ಬರುವ ನಗು. ವಿವಿಧ ಪರ್‌ಫ್ಯೂಮ್‌ಗಳ ಸುವಾಸನೆ.

ಗೋಪಾಲರಾಯರು ಸುಭಾಷ್‌ನ ಬಳಿ ಹೋಗಿ ನಿಂತರು.

"ಅಖಿಲಾ ಬರೋದೇ ಇಲ್ಲಾಂದ್ಲು, ನಾನೇ ಬಲವಂತ ಮಾಡಿ ಕರ್ಕೊಂಡ್ಬಂದೆ. ಬರೀ ಮೋಡ, ನಕ್ಷತ್ರ, ಹೂಗಳಿಗಿಂತ ವಿಭಿನ್ನವಾದ ಸದಾ ಸ್ಫೋಟಗೊಳ್ಳಲು ಸಿದ್ಧವಾಗಿರುವ ಜಗತ್ತೊಂದು ಇದೆ. ಅಲ್ಲಿ ಬದ್ಕಲು ತುಂಬ ಪರಿಣತೆ ಬೇಕೂಂತ..." ಸರೋಜ ಪಕ್ಕ ನಿಂತ ಅಖಿಲಾಳತ್ತ ಮೆಚ್ಚಿಗೆಯ ನೋಟ ಹರಿಸಿದರು.

ಈಗ ಶ್ರೀಧರನ ಪ್ರಕರಣ ಮುಚ್ಚಿಹೋಗಿದ್ದರೂ ಸತ್ಯ ತಿಳಿಯದ ಜನರ ದೃಷ್ಟಿಯಲ್ಲಿ ಅವಳು ಮದುವೆಯಾದವಳೇ.

ಲಕ್ಷ್ಮಿಯ ಓಡಾಟವೆಷ್ಟಿದ್ದರೂ ಅವಳ ಕಣ್ಣುಗಳು ಆಗಾಗ ಸುಭಾಷ್‌ನ ಹುಡುಕಾಡುತ್ತಲೇ ಇತ್ತು. ಈಗ ಅವಳಿಗೆ ತನ್ನ ತಪ್ಪು ಭಯಂಕರವಾಗಿ ಕಾಣುತ್ತಿತ್ತು.

"ನಮ್ಮ ಸುಭಾಷ್ ಎಷ್ಟು ಹ್ಯಾಂಡ್‌ಸಮ್ ಆಗಿ ಕಾಣ್ತಾ... ಇದ್ದಾನೆ" ಗಂಡನನ್ನ ಮೊಣಕೈನಿಂದ ತಿವಿದು ಪಿಸುಗುಟ್ಟಿದಳು. ಶ್ರೀನಿವಾಸಮೂರ್ತಿ ಹೆಂಡತಿಯ ಕೆನ್ನೆಯ ಬಳಿ ಬಗ್ಗಿ "ಮಾಡ್ದ ತಪ್ಪಿಗೆ ಪ್ರಾಯಶ್ಚಿತ್ತ! ಅವನ್ನ ನಳಿನಿನ ಮದ್ವೆ ಆಗೋಕೆ ಒಪ್ಪು" ಎಂದಾಗ ಲಕ್ಷ್ಮಿ ಉಗುಳು ನುಂಗಿದಳು. ಗಂಟಲಲ್ಲಿ ಸಿಕ್ಕಿಹಾಕಿಕೊಂಡಂತಾಯ್ತು.

ಹಿಂದೆಯಾಗಿದ್ದರೆ ಲಕ್ಷ್ಮಿ ಹೇಳಿದ ಮಾತಿಗೆ ಪ್ರತಿ ಮಾತಿರಲಿಲ್ಲ. ನೋಡಿದ ಹೆಣ್ಣಿಗೆ ಹಾರ ಹಾಕಿಬಿಡುತ್ತಿದ್ದ. ಆದರೆ ಅಖಿಲಾನ ನೋಡ್ದ ಮೇಲೆ ಇಷ್ಟಪಟ್ಟ ವಿಷಯ ತಾನಾಗಿ ತಿಳಿಸಿದ್ದ. ಈಗ ಯಾವುದೇ ಒತ್ತಡ ಹೇರುವ ಅಧಿಕಾರ ತನಗಿಲ್ಲವೆನಿಸಿತು.

ನಿಂತಲ್ಲಿ ಕಣ್ಣಲ್ಲಿಯೇ ಸುಭಾಷ್ ಅಖಿಲಾಗೆ ಬರುವಂತೆ ಕಣ್ಣು ಸನ್ನೆ ಮಾಡಿದ. ಯಾರನ್ನೋ ಎಂದು ಸುತ್ತಮುತ್ತಲು ನೋಡಿದವಳು ಅವನತ್ತ ಬಂದಳು.

"ನೀನು ಮನೆಗೆ ಹೋಗುವಾಗ ಹೇಳಿ ಹೋಗು!" ಗಂಭೀರವಾಗಿ ಉಸುರಿದಾಗ ಅವಳಿಗೆ ಗಾಬರಿಯಾಯಿತು. "ಯಾರ್ಗೇ!?" ಅವಳ ಸ್ವರ ಕಂಪಿಸಿತು. ಹುಬ್ಬು ಬಿಗಿದು ರೇಗಿದಂತೆ ಹೇಳಿದ: "ನಂಗೆ..."

ಏನೋ ಎಡವಟ್ಟಾಗಿದೆ ಎನಿಸಿತು ಅವಳಿಗೆ. ಸರೋಜ ಕೈಯಲ್ಲಿ ಒಂದೆರಡು ಪೇಪರನ್ನ ಪುನಃ ಟೈಪ್ ಮಾಡಿಸಿದ್ದ.

ಹಿಂದಕ್ಕೆ ಬಂದವಳು ಸರೋಜ ಬಳಿ ನಿಂತಳು. "ನಾನು ಟೈಪ್ ಮಾಡಿದ ಪೇಪರ್‌ಗಳಲ್ಲಿ ಏನು ತಪ್ಪಾಗಿತ್ತು?" ಭಯದ ಛಾಯೆ ಅವಳ ಮುಖದ ಮೇಲೆ ಹರಡಿತು. ಸರೋಜ ಅವಳ ರೆಟ್ಟೆ ಹಿಡಿದು ಒಂದು ಪಕ್ಕಕ್ಕೆ ಕರೆದುಕೊಂಡು ಹೋದಳು. ಅಲ್ಲಲ್ಲಿ ಬರೀ ಗುಂಪುಗೂಡಿ ಮಾತಾಡುತ್ತಿದ್ದರು ಬಂದ ಜನ ತಮ್ಮ ಸ್ನೇಹಿತರು, ಪರಿಚಯಸ್ಥರು, ಬೇಕಾದವರ ಬಳಿ.

ಭಾರವಾದ ಉಸಿರೆಳೆದು ದಬ್ಬಿದಳು ಸರೋಜ, "ಇದೆಂಥ ಸಿವಿಲೈಜೇಷನ್ ಒಂದು ಸಂತೆ ಇದ್ದ ಹಾಗಿದೆ" ಎಂದವಳು ಎರಡು ಪ್ಲೇಟ್‌ಗಳಿಗೆ ತಿಂಡಿ ಹಾಕಿಕೊಂಡು ಬಂದು ಅವಳ ಕೈಯಲ್ಲೊಂದು ಕೊಟ್ಟಳು.

ಬರೀ ದೊಡ್ಡ ದೊಡ್ಡ ಜನ ಬರುತ್ತಿದ್ದ ಸಮಾರಂಭದಲ್ಲಿ ತಮ್ಮ ಬರುವೇನು ಅಗತ್ಯವಿಲ್ಲವೆನಿಸಿತ್ತು ಗೋಪಾಲರಾಯರಿಗೆ. ತೀರಾ ಬಿಗುಮಾನದಿಂದ ಮಾತನಾಡಿಸಿದ್ದರು. ಲಕ್ಷ್ಮಿಗೆ ಈ ಗೊಂದಲದಲ್ಲಿ ಮಾತನಾಡಿಸಲಾಗಲಿಲ್ಲ.

ಬೇಗನೆ ಹೊರಟುಬಿಟ್ಟರು. "ಅಖಿಲಾ, ಇನ್ನು ಹೋಗೋಣಮ್ಮ. ಆಮೇಲೆ ಬಸ್ಸು, ಆಟೋ ಒಂದೂ ಸಿಗೋಲ್ಲ" ಭಾರವಾದ ನಿಟ್ಟುಸಿರು ದಬ್ಬಿದರು. ಅವರ ಮನಸ್ಸಿಗೆ ನಿಜವಾಗಿ ನೋವಾಗಿತ್ತು. ಬಾಯಿ ತುಂಬ ನಾಲ್ಕು ಮಾತಾಡಿದ್ದರೆ ಸಾಕಾಗಿತ್ತು. ಅದಕ್ಕಾಗಿ ಅವರನ್ನು ಕೂಡ ಆಕ್ಷೇಪಿಸುವಂತಿರಲಿಲ್ಲ. ಹೇಗೆ ಆಹ್ವಾನ ಕೊಟ್ಟರೋ, ಈ ಜನವೆಲ್ಲ ಹೇಗೆ ಪರಿಚಯವಾದರೋ, ಬರುವ ಜನಕ್ಕೆ ಮಿತಿಯೇ ಇರಲಿಲ್ಲ.

ಸರೋಜ, ಅಖಿಲಾ, ಗೋಪಾಲರಾಯರು ಬಾಗಿಲಿಗೆ ಬರುವ ವೇಳೆಗೆ

ಸುಭಾಷ್ ಎದುರಾದ. ಯಾರನ್ನೋ ಬೀಳ್ಕೊಟ್ಟು ಬರುತ್ತಿದ್ದ. ಅವನ ಅಗಲ ಹಣೆಯ ಮೇಲೆ ಮುತ್ತಿನ ಮಣಿಗಳಂತೆ ಬೆವರೊಡೆದಿತ್ತು.

"ಬರ್ತೀವಿ, ದೊಡ್ಡ ಯಜಮಾನ್ರಿಗೆ ಹೇಳೋಕಾಗ್ಲಿಲ್ಲ" ಸೋತಂತೆ ಇತ್ತು ಅವರ ಸ್ವರ. ಸುಭಾಷ್ ಹುಬ್ಬುಗಳು ಅರಿವಾಗದಂತೆ ಬೆಸೆದುಕೊಂಡವು. "ಬನ್ನಿ..." ಅವರ ಕೈ ಹಿಡಿದೇ ಕರೆದೊಯ್ದ. ತಾನೇ ಪ್ಲೇಟ್‌ಗಳನ್ನು ಹಿಡಿದೊಯ್ದು ತಿಂಡಿಗಳನ್ನು ಹಾಕಿಸಿಕೊಂಡು ಬಂದ.

"ನಮ್ದು ಆಯ್ತು, ಸಾರ್" ಸರೋಜ ಹಿಂದೆಗೆದಳು. "ಪರ್ವಾಗಿಲ್ಲ, ನೀವು ತಗೊಂಡಿದ್ದು ನಾನು ನೋಡ್ಲಿಲ್ಲ" ಕೊಟ್ಟು ಇನ್ನೆರಡು ಪ್ಲೇಟಿಗೆ ತಾನೇ ಹಾಕಿಸಿಕೊಂಡು ಬಂದು ಅಖಿಲಾ ಕೈಗೊಂಡು ಕೊಟ್ಟು ತಾನು ತಿನ್ನತೊಡಗಿದ.

ನಳಿನಿ ನನ್ನ ಬಿಚ್ಚುಗೂದಲನ್ನು ಹಿಂದಕ್ಕೆ ತಳ್ಳಿಕೊಳ್ಳುತ್ತಾ ಬಂದವಳು ಕಣ್ಣಗಲಿಸಿ ನಿಂತಳು.

"ಇವ್ರೆಲ್ಲ.... ನನ್ನ ಕುಟುಂಬ!" ಎಂದು ನಕ್ಕ. ಅದನ್ನು ಅರ್ಥವಾಗುವಂತೆ ಸರೋಜ ಹೇಳಿದಳು: "ನಾವೆಲ್ಲ ಸುಭಾಷ್ ಗಾರ್ಮೆಂಟ್ಸ್‌ನಲ್ಲಿ ಕೆಲ್ಸ ಮಾಡ್ತೀವಿ" ನೆರಿಗೆಗಳನ್ನ ಚಿಮ್ಮುತ್ತ ನಕ್ಕು ನಡೆದಳು. ಸದಾ ನಗುವ ಅವಳನ್ನ ನೋಡಿದ ಸುಭಾಷ್. ಬಹುಶಃ ಈ ಹೆಣ್ಣು ನಗುವುದಕ್ಕಾಗಿಯೇ ಹುಟ್ಟಿದ್ದಾಳೆನಿಸಿತು.

ಕ್ಷಣ ಅಕ್ಕಪಕ್ಕ ನಿಂತು ತಿನ್ನುತ್ತಿದ್ದ ಜೋಡಿಯನ್ನು ನೋಡಿ ಸಂತೋಷವೆನಿಸಿದರೂ ಲಕ್ಷ್ಮಿಗೆ ಸಹನೆಯಾಗಲಿಲ್ಲ. ಈಗಾಗಲೇ ಶ್ರೀಧರನ ಮದುವೆಯ ರಾದ್ಧಾಂತದಿಂದ ಅವಳಿಗೆ ಒಳ್ಳೆ ಹೆಸರಿಲ್ಲ. ಬಿಂಕ, ವೈಯಾರವಿಲ್ಲದ ಸಾಧಾರಣ ಹುಡುಗಿ. ಹೈ ಸೊಸೈಟಿಯಲ್ಲಿ ಮೂವ್ ಆಗಲಾರದಂಥ ಸಂಬಂಧ ಈಚೆಗೆ ಶ್ರೀಮಂತಿಕೆಯ ಹುಚ್ಚು ತಲೆಗೇರಿತ್ತು. ಹೇಗೂ ಸುಧಾನ ಆ ದೃಷ್ಟಿಯಲ್ಲಿ ಅವನು ನೋಡಲಾರನೆಂದು ಗ್ಯಾರಂಟಿಯಾದ ಮೇಲೆ ಬೇರೇನೋ ನಿರ್ಧಾರ.

ಅವರುಗಳು ಹೊರಟಾಗ ಸುಭಾಷ್ ಗೇಟಿನವರೆಗೂ ಬಂದವನು ಡ್ರೈವರ್‌ನ ಕರೆದು ಹೇಳಿದ, "ಇವ್ರನ್ನ ಡ್ರಾಪ್ ಮಾಡಿ... ಬಾ" ಅವನು ತಲೆ ಕೆರೆದುಕೊಂಡ. ಈಗ ಯಜಮಾನಿಕೆ ಬದಲಾಗಿತ್ತು. ಹೊಸ ಕಾರು ಸಾಧಾರಣವಾಗಿ ಅಲ್ಲಿ ಕೆಲಸ ಮಾಡುವ ಜನರನ್ನು ಡ್ರಾಪ್ ಮಾಡಲು ಉಪಯೋಗಿಸಿದರೆ ಶ್ರೀನಿವಾಸಮೂರ್ತಿಗಳು ಏನನ್ನುವರೋ!

"ಹೋಗು..." ಕಣ್ಣು ಕೆಂಪಗೆ ಮಾಡಿದಾಗ ತಲೆತಗ್ಗಿಸಿ, "ಅಚ್ಛಾ ಸಾಬ್" ಎಂದ.

ಕಾರು ಹೊರಡುವ ವೇಳೆಗೆ ಶ್ರೀನಿವಾಸಮೂರ್ತಿಗಳು ಯಾರನ್ನೋ ಬೀಳ್ಕೊಡಲು ಬಂದವರು ತಕ್ಷಣ ಪೆಚ್ಚಾದರು. ಕಾರು ಹೋಗಿದ್ದನ್ನು ಅವರು ನೋಡಿದ್ದರು. ಆದರೆ ಬಾಯ್ತೆರೆಯಲಾರರು.

ಡ್ರೈವರ್‌ಗೆ ಮೊದಲೇ ತಾಕೀತು ಮಾಡಿದ್ದರು.

"ಕಾರು ಇಲ್ಲಿ ನಿಂತಿರಬೇಕೇ ವಿನಃ, ಎಲ್ಲೂ ತಗೊಂಡು ಹೋಗ್ಬಾರ್ದು!"

"ಸ್ವಲ್ಪ ಡ್ರೈವರ್ ಬೇಕಿತ್ತು!" ಎಂದರು. "ಅವ್ನು ಗೋಪಾಲರಾಯರನ್ನು ಡ್ರಾಪ್ ಮಾಡೋಕೆ ಹೋಗಿದ್ದಾರೆ" ಒಳಗೆ ನಡೆದ. ಖಂಡಿತ ಅವನ ಮುಂದೆ ಹಾರಾಡಲಾರರು. ಒಂದು ರೀತಿಯ ಇನ್‌ಫಿಯಾರಿಟಿ ಕಾಂಪ್ಲೆಕ್ಸ್.

ಎಲ್ಲರೂ ಹೊರಟು ಹೊರಗಿನಿಂದ ಬಂದವರು ಮಾತ್ರ ಉಳಿದಾಗಲೂ ಒಂದು ಮದುವೆಗೆ ಬಂದ ಎರಡು ಕಡೆಯ ಜನರಷ್ಟು ಇದ್ದರು. ಸುಭಾಷ್‌ಗೆ ಸೋಜಿಗದ ಸಂಗತಿಯೆ.

ಬರೀ ಲುಂಗಿ ಉಟ್ಟು ತೆರೆದ ಎದೆಯಲ್ಲಿಯೇ ಸುಭಾಳ ಮಂಚದ ಮೇಲೆ ಉರುಳಿಕೊಂಡ. ತನಗೆ ಬಂದ ಒಂದೊಂದು ಪ್ರಸೆಂಟೇಷನ್‌ನ ಅವನ ಮುಂದೆ ಬಿಚ್ಚಿ ತೋರಿಸುತ್ತಿದ್ದಳು. ಮೌನವಾಗಿ 'ಹ್ಞೂ'ಗುಟ್ಟುತ್ತಿದ್ದ. ತಟಕ್ಕನೇ ಎದ್ದವನೆ ಅವಳ ತಲೆಯ ಮೇಲೊಂದು ಮೊಟಕಿದ.

"ವಾಟ್ ಎ ಶೇಮ್! ನಿಂಗೆ ನಾಚ್ಕೇ ಆಗೋಲ್ವಾ! ಸ್ಕೂಲ್ ಇಲ್ಲ. ಪಾಠ ಇಲ್ಲ. ಕ್ಲಾಸ್ ಇಲ್ಲ. ರ್‍ಯಾಂಕ್ ಇಲ್ಲ. ನಿನ್ನ ಫ್ರೆಂಡ್ಸ್ ಎಲ್ಲಾ ಆಡಿಕೊಂಡು ನಗ್ತಾರೆ" ಗದರಿದ. ಇಷ್ಟಕ್ಕೂ ರಾಣಿಯಂತೆ ಸಂಕೋಚಪಟ್ಟ ಅವಳ ಖುಷಿ ಹಾರಿಹೋಯಿತು, ಪೆಚ್ಚು ಮುಖ ಹಾಕಿದಳು. ಅವನ ಮನಸ್ಸಿಗೆ ನೆಡಲಿ ಅಂತಲೇ ಪದೇ ಪದೇ ಇದೇ ಮಾತುಗಳನ್ನು ಆಡುತ್ತಿದ್ದ. 'ಚೂಯಿಂಗ್ ಗಂ ಚಾಕಲೇಟ್ ತಿನ್ನೋದು ಬಿಟ್ಟು ಓದೋ ಕಡೆ ಗಮನಕೊಡು. ಇಷ್ಟೊಂದು ಪ್ರಸೆಂಟೇಷನ್ ಸಿಕ್ಕರೆ ನಿನ್ನ ಫೋಟೋ ಪೇಪರಿನಲ್ಲಿ ಹಾಕೋಲ್ಲ. ಅದೇ ನಿನ್ನ ಫ್ರೆಂಡ್ ಉಬ್ಬು ಹಲ್ಲಿನ... ಶಾಲಿನಿ... ನೋಡು" ಅವಳ ಕಣ್ಣಿಲ್ಲಿ ನೀರಿಳಿಯತೊಡಗಿತು. ಸಮಾಧಾನಿಸುವ ಜೊತೆ ಅವಳಿಗೆ ಬುದ್ಧಿ ಹೇಳಿದ.

ಅಷ್ಟರಲ್ಲಿ ಲಕ್ಷ್ಮಿ, ಶ್ರೀನಿವಾಸಮೂರ್ತಿಗಳ ಜೊತೆ ಇನ್ನೊಬ್ಬರು ಬಂದರು. ಅವರ ಕೈಯಲ್ಲಿನ ವಜ್ರದ ಉಂಗುರ 'ಫಳಕ್' ಎಂದಿತು. ಆಗಲೇ ಪರಿಚಯಿಸಿದ್ದರು. ಮತ್ತೆ ಕರೆತಂದ ಕಾರಣ? ಬೇಸರದಿಂದಲೇ ಎದ್ದು ಕೂತ.

"ನನ್ಮಗ್ಳು ನಳಿನಿನ ನೋಡಿದ್ರಾ?" ಅವರೇ ಪ್ರಶ್ನಿಸಿದರು. ಸಣ್ಣಗೆ ನಕ್ಕ. "ಅವರದ್ದೇ... ಓಡಾಟ! ನಾನು ನೋಡಿಲ್ಲಾಂದ್ರೆ ಕಣ್ಮುಚ್ಚಿಕೊಂಡು ಕೂತಿರಬೇಕು!"

ಅವರಿಗೆ ತಮಾಷೆಯೆನಿಸಿರಬೇಕು, ಜೋರಾಗಿ ನಕ್ಕರು. ಲಕ್ಷ್ಮಿ ಶ್ರೀನಿವಾಸಮೂರ್ತಿಗಳ ಮುಖಗಳು ಅರಳಿದವು.

"ಷಿ ಈಸ್ ನಾಟ್ ಮ್ಯಾರೀಡ್" ಅವನನ್ನು ಒಂದು ತರಹ ನೋಡಿದರು. ಸುಭಾಷ್‌ಗೆ ಕಸಿವಿಸಿಯಾಯಿತು. ಅವಳಿಗೆ ಮದುವೆಯಾಗಿಲ್ಲ ಎಂದು ತನಗೆ ತಿಳಿಸುವ ಅಗತ್ಯವೇನು?

ಆಮೇಲೆ ಏನೇನೋ ಮಾತಾಡಿದರು.

"ಇನ್ನು ನಿಶ್ಚಯ ಮಾಡೋದು ತಾನೇ! ಇಷ್ಟು ಜನರ ಆಶೀರ್ವಾದ ಒಟ್ಟಿಗೆ ಸಿಗೋದು ಸಾಮಾನ್ಯದ ವಿಷಯವಲ್ಲ" ಅರ್ಥಗರ್ಭಿತರಾಗಿ ನುಡಿದವರು ಹೊರಗೆ ಹೊರಟರು.

ಹೊರಟಿದ್ದ ಲಕ್ಷ್ಮಿ ಕೈ ಹಿಡಿದು ನಿಲ್ಲಿಸಿದ. "ಏನು... ವಿಷ್ಯ?" ಅವನ ಮುಖದಲ್ಲಿ ಕಠಿಣತೆ ಮಿನುಗಿತು.

ಲಕ್ಷ್ಮಿ ಉಗುಳು ನುಂಗಿದಳು. "ಹೊಸದೇನು... ಇಲ್ಲ. ನಮ್ಮನ್ನ ಕ್ಷಮ್ಸಿಬಿಡು. ನಿಂಗೆ ಇದುವರೆಗೆ ಮದ್ವೆ ಮಾಡ್ಬೇಕಾಗಿತ್ತು. ಈಗ ಅದೇ ಪ್ರಯತ್ನ. ನಳಿನಿ ನಿನ್ನ ಒಪ್ಕೊಂಡಿದ್ದಾಳೆ. ಬೇಡ ಅನ್ನೋಕೆ ಕಾರಣವಿಲ್ಲ" ಅವನ ಕೈ ಹಿಂದಕ್ಕೆ ಬಂತು. ನಿಟ್ಟುಸಿರು ದಬ್ಬಿದ.

"ನಾನು ಮದ್ವೆ ಮಾಡ್ಕೋತೀನೀಂತ ಯಾವಾಗ ಹೇಳ್ದೆ? ಮಗಳ ಹುಟ್ಟಿದ ಹಬ್ಬದ ಸಂತೋಷದ ಮೂಡಿನಲ್ಲಿದ್ದೀಯಾ! ಕೆಡ್ಸೋದ್ಬೇಡ. ಐ ಡೋಂಟ್ ಸೆ ಎನಿಥಿಂಗ್" ಷರಟು ತೊಟ್ಟು ಹೊರಟೇಬಿಟ್ಟ.

ಕಾರು ಮುಂದಕ್ಕೆ ಹೋದಾಗ ಲಕ್ಷ್ಮಿ ಒಳಗೆಬಂದಳು. ಇಡೀ ಕಟ್ಟಡವೆ ಝಗಝಗಿಸುವ ವಿದ್ಯುತ್ ದೀಪಗಳಿಂದ ಬೆಳಗುತ್ತಿತ್ತು. ಆದರೆ ಮನದ ತುಂಬ ಕತ್ತಲು.

* * * *

ಕಾಶಿಯಾತ್ರೆಗೆ ಹೋಗಿ ಎಂಟುಹತ್ತು ದಿನಗಳಾಗಿ ಹೋಗಿತ್ತು. ಒಬ್ಬಳಿಗಾಗಿ ಅಡಿಗೆ ಮಾಡುವುದೇ ಅವಳಿಗೆ ಬೇಸರ, ವನಜಮ್ಮ ಪದೇ ಪದೇ ಹೇಳುತ್ತಿದ್ದರು.

"ನೀನೇನು ಅಡ್ಗೆ ಮಾಡೋದ್ಬೇಡ. ಇಲ್ಲೇ ಒಂದು ತುತ್ತು ಊಟ ಮಾಡಿಕೊಂಡು ಹೋಗು" ಆದರೂ ಪ್ರತಿದಿನ ಅಲ್ಲಿಗೆ ಹೋಗಲು ಅವಳಿಗೆ ಮನಸ್ಸಿಲ್ಲ. ಬೇಸರದಿಂದಲೇ ಅವಳಕ್ಕಿಯನ್ನು ತಿಂದು ಅದನ್ನೇ ಡಬ್ಬಿಗೆ ತುಂಬಿದಳು.

ಹೊರಗೆ ಕಾರಿನ ಹಾರನ್ ಸದ್ದು, ಹೊರಗೆ ಬಂದಳು. ಪಿಳ್ಳೆ ಟ್ಯಾಕ್ಸಿಯಿಂದ ಕತ್ತು ಹೊರಗೆ ಹಾಕಿದರು. "ನೀನು ಆಫೀಸ್‌ಗೆ ಬರೋದ್ಬೇಡ, ಬೇಗ ಸುಭಾಷ್ ಅವ್ರ ಮನೆಗೆ ಹೋಗು" ಟ್ಯಾಕ್ಸಿ ಮುಂದಕ್ಕೆ ಹೋಯಿತು. ಅವಳೆದೆ ಢವಗುಟ್ಟಿತು. ಕೆಟ್ಟ ಯೋಚನೆಗಳು, ಯಾವ ಕ್ಷಣದಲ್ಲಿಯಾದರೂ ಕುಸಿಯಬಹುದೆನಿಸಿತು.

ಅಖಿಲಾ ಮಾಮೂಲಿ ಸ್ಥಿತಿಗೆ ಬರಲು ಇಪ್ಪತ್ತು ನಿಮಿಷಗಳೇ ಬೇಕಾಯಿತು. ಇದು ಪಿಳ್ಳೆಯವರ ಅಂದಾಜು ಕೂಡ.

ಆಟೋ ಇಳಿದಾಗ ಪರ್ಸನ್ನೆ ಮರೆತದ್ದು ನೆನಪಿಸಿಕೊಂಡಳು. "ಒಂದು ನಿಮಿಷ..." ಗೇಟು ತಳ್ಳಿಕೊಂಡು ಒಳಗೆ ನಡೆದಳು. ನಾಲ್ಕು ಬಾರಿ ಬೆಲ್ ಸದ್ದು ಮಾಡಿದ ಮೇಲೆಯೇ ಬಾಗಿಲು ತೆರೆದಿದ್ದು. ನಿತ್ಯಕ್ಕಿಂತ ತೀರಾ ಭಿನ್ನವಾಗಿ ಕಂಡ ಸುಭಾಷ್. ಅಸ್ತವ್ಯಸ್ತವಾದ ತಲೆಗೂದಲು, ಕೆಂಪೇರಿದ ಕಣ್ಣುಗಳು, ಮುಖದಲ್ಲಿ ನಿರ್ಲಕ್ಷ್ಯಭಾವ.

"ಓ... ಅಖಿಲಾ..." ಹಿಂದಕ್ಕೆ ಸರಿದ. ನಿಂತಲ್ಲಿಯೇ ಉಗುಳು ನುಂಗಿದಳು. "ಪರ್ಸ್ ಮರ್ತು ಬಂದೆ..." ಅವಳ ಹಿಂದೆ ನೋಟ ಹರಿಸಿದವನು ಡ್ರೈವರ್‌ನ ಸನ್ನೆ ಮಾಡಿ ಬರುವಂತೆ, "ಒಳ್ಗಡೆ... ಬಾ"

ಹಾಲ್‌ಗೆ ಬಂದ ಅಖಿಲಾ ಗೋಡೆಗೊರಗಿ ನಿಂತಳು. ತುಂಬು ನೀರವತೆ ಹರಡಿಕೊಂಡಿತ್ತು. ಆಟೋದವನಿಗೆ ಹಣ ಕೊಟ್ಟ ಸುಭಾಷ್ ಹಿಂದಕ್ಕೆ ಬಂದ.

"ಕೂತ್ಕೋ..." ಎಂದವನು ಬಾತ್‌ರೂಂನತ್ತ ನಡೆದ. ಮುಖಕ್ಕೆ ತಣ್ಣೀರು ಸಿಂಪಡಿಸಿಕೊಂಡರೂ ಇನ್ನು ಮತ್ತಿನಿಂದ ಅವನ ಕಣ್ಣುಗಳು ತೂಗುತ್ತಿದ್ದವು. "ಸಾರಿ..." ಟವಲಿನಿಂದ ಮುಖವನ್ನೊತ್ತುತ್ತ ಹೊರಗೆ ಬಂದ.

ತೀರಾ ಪೆಚ್ಚಾಗಿ, ಕಂಗಾಲಾಗಿ ಕಾಣುತ್ತಿದ್ದ ಅವಳ ಮುಖವನ್ನು ನೋಡಿಯೇ ಬಂದ ಕಾರಣ ಕೇಳಲು ಹಿಂದೆಳೆದ. ಯಾಕಿರಬಹುದು? ತಾನೇ ಯೋಚಿಸತೊಡಗಿದ. ಈಗ ನೆನಪಿಗೆ ಬಂದಿದ್ದು ಶ್ರೀಧರ್ ಏನಾದರೂ ಹೆದರಿಸಿಯಾನೇ?

"ಎಲ್ಲಿ ಮತ್ತೆ... ಪರ್ಸ್?" ಅವಳ ಎದುರಿನಲ್ಲಿಯೇ ಕೂತ. ಅಖಿಲಾ ಇನ್ನು ನಿಂತೇ ಇದ್ದಳು. ಅವಳೆದೆ ಒಂದೇ ಸಮ ಏರಿಳಿಯುತ್ತಿತ್ತು. ತುಂಬಿದ ಎದೆಗಳು ಅವನ ನೋಟವನ್ನು ಹಿಡಿದಿಟ್ಟವು. ಅವನ ಕಣ್ಣುಗಳಲ್ಲಿನ ಬಣ್ಣವೇ ಬದಲಾಯಿತು. ಅದಕ್ಕೆ ಕಾರಣವೂ ಇತ್ತು.

"ಮನೆಯಲ್ಲೇ..." ಎಂದಾಗ ಅವನಿಗೆ ನಗು ಬಂತು. "ಯಾಕೆ... ಗಾಬ್ರಿ? ಕೂತ್ಕೋ...." ಅವಳು ಇನ್ನಷ್ಟು ಕಂಗಾಲಾಗುವುದು ಅವನಿಗೆ ಬೇಕಿರಲಿಲ್ಲ.

"ಮ್ಯಾನೇಜರ್..." ಮುಂದಿನ ಮಾತುಗಳನ್ನು ನುಂಗಿದಳು. ಕೈಯಿಂದ ಕಣ್ಣುಗಳನ್ನು ಮುಚ್ಚಿ ತೆಗೆದ. "ಮ್ಯಾನೇಜರ್..." ಅಖಿಲಾ ವಿಷಯ ತಿಳಿಸಿದಾಗ ನಗೆ ಬೀರಿದ. "ಅವ್ರಿಗೆ ವಯಸ್ಸು ಜಾಸ್ತಿಯಾಯ್ತು. ಬಹುಶಃ ನಂಗೆ ಅವ್ರನ್ನ ಅರ್ಥಮಾಡಿಕೊಳ್ಳೋಕೆ ಆಗೋಲ್ಲ. ಸಂಬಳಕ್ಕೆ, ಹುದ್ದೆಗೆ ನಾಲ್ಕು ಪಟ್ಟು ದುಡಿಯೋ ಅಪರೂಪದ ವ್ಯಕ್ತಿ" ಬೇಸರದ ಜೊತೆ ಅವನ ಮಾತುಗಳಲ್ಲಿ ಮೆಚ್ಚಿಗೆ ಕೂಡ ಇಣಕಿತು.

"ಅಖಿಲಾ, ಇಫ್ ಯು ಡೋಂಟ್ ಮೈಂಡ್. ನಂಗೆ ಒಂದಿಷ್ಟು ಕಾಫೀ ಬೇಕು. ನಂಗೆ ಮಾಡೋಷ್ಟು ಪೇಷನ್ಸ್ ಇಲ್ಲ" ಹಣೆಯೊತ್ತಿಕೊಂಡ.

ಅಖಿಲಾ, ಅಡಿಗೆಯ ಮನೆಗೆ ಬಂದಳು. ಪಾರ್ವತಮ್ಮ ಎಲ್ಲಿ ಹೋದರು? ಕಾಫೀಗಿಟ್ಟು ಅತ್ತಿತ್ತ ನೋಟಹರಿಸಿದಳು. ಎಲ್ಲಾ ಅಚ್ಚುಕಟ್ಟಾಗಿತ್ತು. ಹಿಂದಿನ ದಿನ ಕೂಡ ಅಡಿಗೆ ಮಾಡಿದ ಸುಳಿವಿರಲಿಲ್ಲ.

ಕಾಫೀ ಬಟ್ಟಲುಗಳನ್ನು ಅಖಿಲಾ ಹಿಡಿದು ಬಂದಾಗ ಎದೆಯ ಮೇಲೆ ಕೈಕಟ್ಟಿ, ಕಣ್ಣು ಮುಚ್ಚಿದ್ದ. ಆ ಸುಂದರ ಮುಖದಲ್ಲಿ ಅರಗಿಸಿಕೊಳ್ಳಲಾರದಷ್ಟು ಜಿಜ್ಞಾಸೆಗಳು.

"ಕಾಫಿ..." ಎದುರಿಗಿಟ್ಟಳು. ನಿಧಾನವಾಗಿ ಕಣ್ತೆರೆದ. ಕಣ್ಣುಗಳು ಭಗಭಗನೆ ಉರಿಯುತ್ತಿದ್ದವು. ಒಂದು ಗುಟುಕು ಕುಡಿದವನು ಕಪ್ ಕೆಳಗಿಟ್ಟ. "ಈಗ್ಬಂದೆ..." ಬಾತ್‌ರೂಂನತ್ತ ನಡೆದ. ನಿಂತಲ್ಲಿಯೇ ಪ್ರತಿಮೆಯಾದಳು.

ಸುಧಾ ಹುಟ್ಟಿದ ಹಬ್ಬದ ನಂತರ ನಾನಾ ಸುದ್ದಿಗಳು ಹರಡಿ ರೆಕ್ಕೆಪುಕ್ಕಗಳು ಹುಟ್ಟಿಕೊಂಡವು. ತಮಗೆ ತೋಚಿದ ರೀತಿಯಲ್ಲಿ ಮಾತನಾಡಿಕೊಳ್ಳುತ್ತಿದ್ದರು.

"ಅವ್ನಿಗೆ ಹೆಣ್ಣಿನ ಬಗ್ಗೆ ಆಸಕ್ತೀನೇ ಇಲ್ಲ! ನಳಿನಿ ಎಂಥ ಹೆಣ್ಣು! ಮುದ್ಕ ಕೂಡ

ಬಾಯ್ಬಿಡಬೇಕು" ಮಾತಿನ ಸಂದರ್ಭದಲ್ಲಿ ಶ್ರೀನಿವಾಸಮೂರ್ತಿಗಳು ಯಾರ ಮುಂದೆಯೋ ಅಂದುಬಿಟ್ಟಿದ್ದರು. ಸುಭಾಷ್ ಬಗ್ಗೆ ಬೇಸರವಿತ್ತೇ ವಿನಃ ಅವರಿಗೆ ಕೆಟ್ಟ ಉದ್ದೇಶವಿರಲಿಲ್ಲ.

ಇದು ಬಾಯಿಂದ ಬಾಯಿಗೆ ಹರಡಿ ಸುಭಾಷ್‌ಗೆ ಒಂದು ಪಟ್ಟ ಕೊಟ್ಟುಬಿಟ್ಟರು. ಅವನ ಬಗ್ಗೆ ಪ್ರೀತಿ, ಅಭಿಮಾನ ಇರಿಸಿಕೊಂಡವರು 'ಅಯ್ಯೋ' ಎಂದರೆ, ಮ್ಯಾನೇಜರ್ ಪಿಳ್ಳೈ, ಗೋಪಾಲರಾಯರು ಭೂಮಿಗಿಳಿದುಹೋದರು. ಇದು ಅವರ ಕಲ್ಪನೆಗೂ ಬಾರದ್ದು.

"ಐ ಡೋಂಟ್ ಬಿಲೀವ್" ಪಿಳ್ಳೆ ಖಡಾಖಂಡಿತವಾಗಿ, ಘಂಟಾಘೋಷವಾಗಿ ಹೇಳಿದರು. "ನಾನು ಇದನ್ನ ಛಾಲೆಂಜ್ ಆಗಿ ತಗೋತೀನಿ ಸೋತರೇ ಸನ್ಯಾಸ ತಗೊಂಡ್ ಹಿಮಾಲಯಕ್ಕೆ ಹೊರಟುಹೋಗ್ತೀನಿ" ತೀರಾ ಬೇಕಾಬಿಟ್ಟಿ ಆಡುವಂಥ ಜನರಲ್ಲ ಅವರು ಎಂದು ಎಲ್ಲರಿಗೂ ಗೊತ್ತು.

ಕೋಣೆಯ ಟೀಪಾಯಿ ಮೇಲೆ ಹರಡಿಕೊಂಡಿದ್ದ ಬಾಟಲು, ಗ್ಲಾಸ್‌ಗಳನ್ನು ನೋಡಿದ ಕೂಡಲೇ ಅಖಿಲಾ ಜಂಘಾಬಲ ಉಡುಗಿಹೋಯಿತು. ಇಡೀ ರಾತ್ರಿ ಸುಭಾಷ್ ಹೇಗೆ ಕಳೆದಿರಬಹುದೆಂದು ಊಹಿಸಿಕೊಳ್ಳಲು ಸಮರ್ಥಳಾದಳು.

ಎಲ್ಲಾ ತೆಗೆದಿಟ್ಟು ಕ್ಲೀನ್ ಮಾಡಿದಳು.

ಸ್ನಾನ ಮಾಡಿ ಬಂದ ಸುಭಾಷ್ ಸ್ವಲ್ಪ ಮತ್ತಿನಿಂದ ಹೊರಬಂದಿದ್ದ. ಈರುಳ್ಳಿ ಹಚ್ಚಿ ಅಖಿಲಾ ಹದವಾಗಿ ಉಪ್ಪಿಟ್ಟು ಮಾಡಿಟ್ಟಳು. ಸುಭಾಷ್ ಯೋಚಿಸಿದ. ತಾನು ಒಂಟಿಯಾಗಿರುವ ಗಂಡು, ಅಖಿಲಾ ಹೀಗೆ ಬರುವುದು ಅವನಿಗೆ ಅಷ್ಟೂ ಸರಿ ಕಾಣಲಿಲ್ಲ. ಬೇರೆಯವರಿಗಾದರೇ ನೇರವಾಗಿ ಹೇಳಬಲ್ಲ. ಆದರೆ... ಮನ ಒಪ್ಪಲಿಲ್ಲ.

"ತಿಂಡಿ ತಂದುಕೊಡ್ಲಾ?" ಷರಟಿನ ತೋಳುಗಳನ್ನ ಹಿಂದಕ್ಕೆ ಮಡಚುತ್ತಿದ್ದವನು ತಲೆಯೆತ್ತಿ ನೋಡಿದ. ಸದಾ ಹೊದೆಯುತ್ತಿದ್ದ ಸೆರಗನ್ನು ಎಳೆದು ಸೊಂಟಕ್ಕೆ ಸಿಕ್ಕಿಸಿದ್ದಳು. "ಯಾಕೆ ತೊಂದರೆ ತಗೊಂಡೆ? ಪಿಳ್ಳೆ ರಾಜಕೀಯ ನಂಗೇನು ಅರ್ಥವಾಗೋಲ್ಲ!" ತಲೆ ಕೆಳಗೆ ಹಾಕಿದಳು.

ಅಷ್ಟರಲ್ಲಿ ಡಾ॥ ಶ್ಯಾಮಸುಂದರ್ ಫೋನ್ ಮಾಡಿದರು. "ಏನಿಲ್ಲ, ಯಾವ್ದೋ ವಿಷ್ಯ ಡಿಸ್ಕಸ್ ಮಾಡ್ಬೇಕು. ಇದು ನನ್ನ ಸ್ವಂತದ್ದು. ಮುದ್ಕನ್ನ ಸತಾಯಿಸದೇ ಸ್ವಲ್ಪ ಹೆಲ್ಪ್ ಮಾಡು" ಫೋನ್ ಹಿಡಿದ ಅವನ ಕೈ ಬೆವತುಹೋಯಿತು.

"ನೋ... ನೋ... ನೀವು ಈ ತರಹ ಮಾತಾಡ್ಬಾರ್ದು. ಈಗ್ಲೇ... ಬರ್ತೀನಿ" ಫೋನಿಟ್ಟ. ನಾನೇನಾದರೂ ಎಲ್ಲರ ಬಳಿಯಲ್ಲಿ ಕಟುವಾಗಿ ನಡೆದುಕೊಳ್ಳುತ್ತೇನೆಯಾ?

ಅಖಿಲಾ ಉಪ್ಪಿಟ್ಟು ತಂದುಕೊಟ್ಟಳು. ಇಂತಹ ಒಂದು ರಸಮಯ ಬದುಕನ್ನ ಬಯಸಿದ್ದ. ಸುಧಾಳ ವಿಷಯ ಬಂದಾಗಲೇ ಛಿದ್ರಛಿದ್ರವಾಗಿತ್ತು. ಆದರೆ ಅಖಿಲಾ ಮೇಲಿನ ಪ್ರೀತಿ ಸಾಯದು.

"ಅಖಿಲಾ, ನಿಂಗೊಂದು ಸಜೆಷನ್ ಕೊಡ್ಲಾ?" ಸ್ಪೂನ್‌ನಿಂದ ತಟ್ಟೆಯ ಅಂಚಿಗೆ

ಸಣ್ಣಗೆ ಬಡಿಯುತ್ತ ಕೇಳಿದ. "ಕೊಡಿ..." ಅವಳ ಸ್ವರದಲ್ಲಿ ಏರುಪೇರು ಇರಲಿಲ್ಲ. ಉಪ್ಪಿಟ್ಟು ತಟ್ಟೆ ಕೆಳಗಿಟ್ಟ. "ನಾಳೆಯಿಂದ ನೀನು ಕೆಲ್ಸಕ್ಕೆ ಬರೋದ್ಬೇಡ. ನಿನ್ನ ಪ್ಲೇಸ್‌ಗೆ ಬೇರೆಯವರನ್ನ ಅಪಾಯಿಂಟ್ ಮಾಡ್ಕೊಂಡಿದ್ದೀನಿ" ಅವನ ಬಾಯಿಂದ ಪದಗಳು ಉರುಳಿ ಉರುಳಿ ಬಂದವು.

"ಇದು ಸಜೆಷನ್ ಅಲ್ಲ, ಪನೀಷ್‌ಮೆಂಟ್. ಕೆಲ್ಸದಿಂದ ವಜಾ ಮಾಡೋದು ಅದನ್ನೇ ತೋರಿಸುತ್ತೆ" ಕೈಯಲ್ಲಿದ್ದ ನೀರಿನ ಲೋಟ ಕೆಳಗಿಟ್ಟಳು. ಎರಡು ಕೈಯಲ್ಲಿದ್ದ ಬಳೆ, ಕತ್ತಿನಲ್ಲಿದ್ದ ಒಂದೆಳೆ ಸರವನ್ನು ತೆಗೆದು ಅವನ ಮುಂದಿಟ್ಟಳು. "ನನ್ನ ಲೋನ್‌ನ ಹಣ ತೀರಿಲ್ಲ. ನಗದಾಗಿ ಕೊಡೋಕೆ ಸಾಧ್ಯವಿಲ್ಲ. ದಯವಿಟ್ಟು ತಪ್ಪು ತಿಳ್ಕೋಬಾರ್ದು!" ಅವನೆದೆಗೆ ಶೂಲಗಳು ನೆಟ್ಟಂತಾಯಿತು.

ಮುಗ್ಧ ಹೆಣ್ಣು ತೀರಾ ಪ್ರೌಢಳಾಗಿ, ವಿಚಾರವಂತಳಾಗಿ, ಸ್ವಾಭಿಮಾನಿಯಾಗಿ ವರ್ತಿಸಿದ್ದಳು. ಅವನೆದೆಯ ದ್ವಂದ್ವವನ್ನು ಅರ್ಥಮಾಡಿಕೊಳ್ಳುವಷ್ಟರ ಮಟಟ್ಟಿಗೆ ಸಮರ್ಥಳಾಗಿದ್ದಳು.

ಅಖಿಲಾ ಹೋದ ಎಷ್ಟೋ ಹೊತ್ತಿನವರೆಗೂ ಕೂತಿದ್ದ. ಅವನೆದೆಯ ಪ್ರೀತಿಯ ಬಟ್ಟಲು ಪೂರ್ತಿ ಬರಿದಾಗಿತ್ತು. ಅಲ್ಲಿ ಬರೀ ಶೂನ್ಯ.

ಡಾ॥ ಶ್ಯಾಮಸುಂದರ್ ಮನೆಗೆ ಹೋದಾಗ ಅವರು ಒಂಟಿಯಾಗಿಯೇ ಅವನನ್ನು ಎದುರುಗೊಂಡರು.

"ಐ ಆಮ್ ವೈಟಿಂಗ್ ಫಾರ್ ಯು. ಯಾರಿಲ್ಲ, ನಾನೊಬ್ಬ ನಿಂಗೋಸ್ಕರ ಕಾಯ್ತ ಇದ್ದೀನಿ" ಎಂದವರೇ ಅವನ ಕಣ್ಣುಗಳನ್ನ ನೇರವಾಗಿ ನೋಡಿದರು. "ರಾತ್ರಿ ಡ್ರಿಂಕ್ಸ್ ಜಾಸ್ತಿನೇ ತಗೊಂಡಿರಬೇಕು!" ಎಂದರು. ನಸುನಕ್ಕು ಕೂತು ಅವರ ತೀಕ್ಷ್ಣ ನೋಟದಿಂದ ತಪ್ಪಿಸಿಕೊಳ್ಳಲು ಇಡೀ ಹಾಲ್‌ನ ನಿರುಕಿಸಿದ. ಎಂದೂ ಗಲಿಬಿಲಿಯಿಂದಿರುತ್ತಿದ್ದ ಪರಿಸರ ಇಂದು 'ಬಿಕೋ' ಎನ್ನುತ್ತಿತ್ತು.

"ಬ್ರೇಕ್‌ಫಾಸ್ಟ್...ತಗೊಳ್ಳೋಣ ತಾನೇ!" ಅವರ ನೋಟ ಅವನ ಮುಖದಿಂದ ಅಲ್ಲಾಡಲಿಲ್ಲ. ಬೇಕಿಲ್ಲದಿದ್ದರೂ "ಬೈ ಆಲ್ ಮೀನ್ಸ್, ನಾನು ರೆಡಿ" ಪ್ಯಾಂಟ್‌ನ ಮೇಲಿದ್ದ ಧೂಳನ್ನ ಬೆರಳುಗಳಿಂದ ಕೊಡವಿದ.

ಇಡ್ಲಿ, ವಡೆ, ಸಾಂಬಾರ್ ಆಯಿತು. ಅದರ ಮೇಲೆ ಮಜಬೂತಾದ ಲೋಟದಲ್ಲಿ ಕಾಫೀ. ಸುಭಾಷ್ ಸುಸ್ತಾದ. ಇಬ್ಬರು ಡ್ರಾಯಿಂಗ್ ರೂಮಿಗೆ ಬಂದರು.

"ಈಗ್ಹೇಳಿ..." ವಾಚ್‌ನತ್ತ ನೋಡಿದ. ಡಾ॥ ಶ್ಯಾಮಸುಂದರ್ ಅವನ ದೃಢವಾದ ಮೈಕಟ್ಟನ್ನ ಮೆಚ್ಚಿಗೆಯಿಂದ ನೋಡಿದರು. "ಸಡನ್ನಾಗಿ ಒಂದ್ಹತ್ತು ಪೌಂಡ್ ಅದ್ರೂ ತೂಕ ಕಳ್ದುಕೊಂಡಿರಬೇಕು" ಕಣ್ಣುಗಳಲ್ಲಿಯೇ ಅಳತೆ ಮಾಡಿದಂತಿತ್ತು.

"ಮೈ ಗಾಡ್, ನಾನೇನು ಡಯಟ್ ಮಾಡ್ತಾ ಇಲ್ಲ. ಈಗ ಕರ್ದ ವಿಷ್ಯವೇನು?" ಅವನ ಚಡಪಡಿಕೆಗೆ ಮೆಲುನಗೆ ಬೀರಿದರು. "ನಿನ್ನ ವಯಸ್ಸೆಷ್ಟು?" ತೀರಾ ತಲೆ ಕೆಡುವ ಪ್ರಶ್ನೆಯಲ್ಲದಿದ್ದರೂ ಅದರ ಹಿನ್ನೆಲೆಯ ಬಗ್ಗೆ ಭಯಪಟ್ಟ.

“ಸರ್ಯಾಗಿ ಇಪ್ಪತ್ತಾರು!” ಚುಟುಕಾಗಿ ಉತ್ತರಿಸಿದ.

“ಇದು ಫೀಲ್ ಮಾಡೋ ವಯಸ್ಸಾ?” ಬೆಚ್ಚಿಬಿದ್ದ. ಲಾಯರ್ ರಾಧಾಕೃಷ್ಣ ಯಾರ ಮುಂದು ಈ ಸಂಗತಿ ತಿಳಿಸುವುದಿಲ್ಲವೆಂದಿದ್ದರು. “ಗಿವ್ ಮಿ ಆನ್ಸರ್!” ಮುಷ್ಟಿ ಬಿಗಿ ಹಿಡಿದು ಟೇಬಲಿನ ಮೇಲೆ ಗುದ್ದಿದ್ದರು. “ನನ್ನಿಷ್ಟ ಅಂತ ಅನ್ನಬಹ್ದು. ಹಾಗೇ ಹೇಳೋಲ್ಲಾಂತ ನನ್ನ ನಂಬ್ಕೆ” ಹಣೆಯುಜ್ಜಿದ ಸುಭಾಷ್.

“ವಯಸ್ಸು ಎಷ್ಟಾದರೇನು? ಬದ್ಕು ಯಾವಾಗ್ಲೂ ಸಾವಿನ ನೆರಳಲ್ಲೇ ಇರುತ್ತೆ. ನಾನು ಮಾಡಿದ್ದು ನಂಗೆ ಸರಿ ಅನಿಸುತ್ತೆ” ಮೆಲ್ಲಗೆ ಹೇಳಿದ.

“ಅಫ್‌ಕೋರ್ಸ್ ನನ್ನ ತಗೋ ಇದ್ವರ್ಗೂ ಫೀಲ್ ಮಾಡಿಲ್ಲ. ನನ್ನ ವಯಸ್ಸೆಷ್ಟು ಗೊತ್ತಾ? ಹೆಚ್ಚುಕಡಮ್ಮೆ ನಿನ್ನ ಮೂರರಷ್ಟು. ನಾನು ಇದ್ವರ್ಗೂ ಸಾವಿನ ಬಗ್ಗೆ ಯೋಚ್ನೆ ಮಾಡೇ ಇಲ್ಲ” ಅವನ ಇಡೀ ಅಂತಸ್ಸತ್ವವನ್ನೇ ಹಿಡಿದು ಅಲುಗಾಡಿಸಿದಂತಾಯಿತು.

“ಐ ವಾಂಟ್ ಟ್ರೂತ್. ನಂಗೆ ಸತ್ಯ ಬೇಕು. ಏನು ನಿನ್ನ ಡಿಫಿಕಲ್ಟೀಸ್? ಸೇ ಮಿ...” ಪಟ್ಟಾಗಿ ಕೂತರು.

ತೀರಾ ಬಜರ್‌ದಸ್ತಿನಿಂದಲೇ ಅವನನ್ನ ಮೆಡಿಕಲ್ ಚೆಕ್ ಅಪ್‌ಗೆ ಒಳಪಡಿಸಿದ್ದರು. ಎಲ್ಲಾ ನಿಲ್ ರಿಪೋರ್ಟ್. ಅವನ ಹೆಲ್ತ್ ಫರ್‌ಫೆಕ್ಟಾಗಿತ್ತು. ಮತ್ತೆಲ್ಲಿದೇ... ಟ್ರಬಲ್?

“ನೀನು ಫಿಜಿಕಲಿ ಅಲ್ಲ. ಮೆಂಟಲೀ ಅಪ್‌ಸೆಟ್ ಆಗಿದ್ದೀಯೋ!” ಖಡಾಖಂಡಿತವಾಗಿ ಹೇಳಿದಾಗ ನಸುನಕ್ಕ “ಅಫ್‌ಕೋರ್ಸ್ ಹಾಗೆಂತ್ಲೇ... ಇಟ್ಕೊಳ್ಳಿ, ಇದ್ರಿಂದ ಬೇರೆಯವ್ರಿಗೇನು ಟ್ರಬಲ್ ಇಲ್ವಲ್ಲ!” ತೀರಾ ಮಗುವಿನಂತೆ ಹೇಳಿದಂತಿತ್ತು.

“ನೋ... ನೋ... ನೀನು ಇಷ್ಟು ಚೈಲ್ಡಿಶ್ ಆಗಿ ಮಾತಾಡ್ಬಾರ್ದು” ಅವನ ಕೈ ಹಿಡಿದುಕೊಂಡರು. “ಬಿ ಬ್ರೇವ್ ಫರ್‌ಫೆಕ್ಟ್ಲಿ ಯು ಆರ್ ಆಲ್ ರೈಟ್. ನೀನು ಮದ್ವೆ ಮಾಡ್ಕೊ” ಕೂತಿದ್ದವನು ಮೇಲೆದ್ದ. ಈ ಸಲಹೆ ಅವನು ಒಪ್ಪಲು ಸಿದ್ಧವಿಲ್ಲ. ಉಸಿರು ಹಿಡಿದು ಎದೆಯಲ್ಲಿ ನೋವು ಅನುಭವಿಸುವಾಗ ಪ್ರತಿ ಬಾರಿಯು ಅವನು ಅಂತಿಮ ಕ್ಷಣವನ್ನು ನಿರೀಕ್ಷಿಸುತ್ತಿದ್ದ. “ಸಾರಿ, ಡಾಕ್ಟರ್.... ನಿಮ್ಮ ಸಲಹೆಗೆ ನಾನು ಒಪ್ಪಲಾರೆ. ಡಾಕ್ಟರಾಗಿ ನಿಮ್ಗೇ ನನ್ನ ಆರೋಗ್ಯದ ಬಗ್ಗೆ ಭರವಸೆ ಇರ್ಬಹ್ದು. ಆದ್ರೆ ನಂಗೆ ಆ ಭರವಸೆ ಇಲ್ಲ.” ಡಾಕ್ಟರ್ ಸೋತುಹೋದರು. ಇದೇ ಮಾತುಗಳು. ಇದೇ ಹಠ. ಅವನ್ನ ಈ ಮನಸ್ಥಿತಿಯಿಂದ ಹೊರತರಲು ಬಹಳ ಪ್ರಯತ್ನಪಟ್ಟು ನಿರಾಶರಾಗಿ ಹೋಗಿದ್ದರು.

“ಓ.ಕೆ. ಮೈ ಬಾಯ್. ನಿಂಗೆ ಡೆಡ್ ವಿಷ್. ಸಾವಿನ ಆಕರ್ಷಣೆ. ಅದು ನಿನ್ನನ್ನು ಈಗ ಹುಡ್ಕಿಕೊಂಡು ಬರುತ್ತಿಲ್ಲ. ಅದನ್ನ ನೀನು ಹುಡ್ಕಿಕೊಂಡು ಹೋಗ್ತಾ ಇದ್ದೀಯಾ” ಅವರ ಮಾತುಗಳಿಗೆ ಬೆವೆತುಬಿಟ್ಟ. ಅವನಿಗೆ ಈಗ ತನ್ನ ಆರೋಗ್ಯವನ್ನು ಕಾಯ್ದಿಡಬೇಕೆಂಬ ಅಕ್ಕರೆ ಇಲ್ಲ. ಸಿಗರೇಟು, ಡ್ರಿಂಕ್ಸ್ ಈಚೆಗೆ ಷುರುವಾದ ಚಟಗಳೆ.

“ಎಕ್ಸ್‌ಕ್ಯೂಜ್ ಮಿ ಡಾಕ್ಟರ್” ಹೊರಟುಬಿಟ್ಟ. ಬಾಗಿಲವರೆಗೂ ಹೊರಟವನನ್ನು ಅವರ ಕಂಚಿನ ಕಂಠ ಹಿಡಿದು ನಿಲ್ಲಿಸಲು ಶಕ್ತವಾಯಿತು.

"ಕಮ್‌ಇನ್, ಇನ್ನು ಎರಡೇ ಮಾತು ನಾನು ಹೇಳೋದು" ಅವನ ತೋಳು ಹಿಡಿದು ಕಣ್ಣಲ್ಲಿ ಕಣ್ಣಿಟ್ಟು ಹೇಳಿದರು: "ಸತ್ಯ ಎಲ್ಲಾ ಪ್ರಕರಣಗಳಲ್ಲೂ ಸಾಯೋ ಹಾಗೆ ಇಲ್ಲೂ ಸತ್ತಿದೆ. ನಿನ್ನ ಬಗ್ಗೆ ಎಂಥ ಪುಕಾರ್ ಎದ್ದಿದೆ! ಐಶ್ವರ್ಯ, ಅಂತಸ್ತು, ವಯಸ್ಸು ಇದ್ದ ಹಾಗೆ ಹೆಣ್ಣಿನ ಸಹವಾಸ ಬೇಡ ಅನ್ನೋನ 'ಪುರುಷತ್ವ'ದ ಬಗ್ಗೆ ಜನಕ್ಕೆ ಅನುಮಾನ. ನಿನ್ನ ಭಾವ ಕೂಡ ಇದೇ ಅನುಮಾನ ವ್ಯಕ್ತಪಡಿಸಿದ್ರು. ಯಾವ ಗಂಡೂ ಸಹಿಸಲಾರದಂಥ ಅವಮಾನ." ಅವನಲ್ಲಿ ದೊಡ್ಡ ಘಟಾಸ್ಫೋಟವೇ ಆಯಿತು. ಬೆಂಕಿಯಂತೆ ಕ್ಷಣ ಕುದಿದು ತಣ್ಣಗಾದ. "ನಿನ್ನನ್ನು ನೀನು ಪರೀಕ್ಷಿಸಿಕೋ" ಈಗ ತಾವು ಡಾಕ್ಟರ್ ಎನ್ನುವುದನ್ನ ಮರೆತು ಸಾಮಾನ್ಯ ಹಿರಿಯನಂತೆ ಬುದ್ಧಿ ಹೇಳಿದರು.

ಮನೆಗೆ ಬರುವ ವೇಳೆಗೆ ಜ್ವಾಲಾಮುಖಿಯಾಗಿದ್ದ ಸುಭಾಷ್. ಬಿದ್ದಪೆಟ್ಟು ಪ್ರಬಲವಾಗಿತ್ತು. ಸಹಿಸಲಾರದೆ ತಳಮಳಿಸಿದ. ಭಯಂಕರ ಅವಮಾನ! ಚಡಪಡಿಸಿದ.

ಸುಧಾ ಹಠಪೂರ್ತಿ ಪ್ರಬಲವಾಗುವುದಕ್ಕೆ ಮುನ್ನ ಅವನ ಪೂರ್ತಿ ಬದುಕನ್ನ ಅನಿಲ್, ಸುಧಾ ಆವರಿಸಿಬಿಟ್ಟಿದ್ದರು. ಅವರನ್ನು ಬಿಟ್ಟು ಅವನು ಯೋಚಿಸಿದ್ದೇ ಇಲ್ಲ. ಹೊರಬರುವ ವೇಳೆಗೆ ಸಾವಿನ ಆಕರ್ಷಣೆ ಯಾವ ಗಳಿಗೆಯಲ್ಲಾದರೂ ಕೊನೆಯುಸಿರು ಎಳೆಯಬಹುದೆಂಬ ಭಯ. ಈಗ ಅಖಿಲಾ ಕೈಗೆ ಎಟುಕುವಂತಿದ್ದರೂ ಹಿಂದಕ್ಕೆ ಸರಿದಿದ್ದ. ಅವಳ ಬಾಳು ಹಾಳಾಗುವುದು ಅವನಿಗೆ ಬೇಕಿರಲಿಲ್ಲ.

"ಸಾರ್..." ಸರೋಜ ಅವನ ಮುಂದೆ ಫೈಲೊಂದನ್ನು ತಂದಿಟ್ಟಳು. ಕಣ್ಣಾಡಿಸಿದವನು "ಸ್ವಲ್ಪ ಮ್ಯಾನೇಜರ್‌ನ ಕಳಿಸಿ" ಬೇಸರದಿಂದ ಪಕ್ಕಕ್ಕೆ ಸರಿಸಿದ. ಮೂರು ದಿನದಿಂದ ಬಿಸಿಯಾದ ತಲೆ ಇನ್ನೂ ಶಾಂತಸ್ಥಿತಿಗೆ ಬಂದಿರಲಿಲ್ಲ.

ಪಿಳ್ಳೆ ಕೆನ್ನೆಯುಜ್ಜುತ್ತಲೇ ಬಂದರು "ಯೆಸ್ ಸರ್" ಒಂದು ತರಹ ನೋಡಿ ಫೈಲನ್ನ ಅವರ ಮುಂದಕ್ಕೆ ತಳ್ಳಿದರು. "ಮೊದ್ಲು ಚಿದಂಬರಂನ ಆಫೀಸ್‌ಗೆ ವಾಪಸ್ಸು ಕರ್ಸಿ. ಇಲ್ದಿದ್ರೆ ಆಫೀಸ್ ಮಾನ ಹರಾಜ್ ಆಗಿಬಿಡುತ್ತೆ" ಕಣ್ಣು ಕೆಂಪಗೆ ಮಾಡಿದ. ಈಗ ಅವರಿಗೆ ಬಾಯಿಬಂತು.

"ನನ್ನ ನೋಟೀಸ್‌ಗೆ ಬರ್ದಂಗೇನೇ ಅಖಿಲಾನ ಕೆಲ್ಸದಿಂದ ವಜಾ ಮಾಡ್ಬಿಟ್ರಿ! ತೀರಾ ಮಂಕಾಗಿ ಕಂಡರೂ ಸಿನ್ಸಿಯರ್. ಅಕಸ್ಮಾತ್ ತಪ್ಪು ಮಾಡಿದ್ರೂ ಬೇಗ ತಿದ್ದುಕೋತಾ ಇದ್ಳು" ಮೂರು ದಿನದಿಂದ ಅಡಗಿಸಿದ್ದನ್ನ ಅವನ ಮುಂದೆ ಕಕ್ಕಿದರು. ಸುಭಾಷ್‌ಗೆ ಅವನ ತಪ್ಪಿನ ಅರಿವಾಗಿತ್ತು.

"ಅಖಿಲಾ ಒಳ್ಳೆತನಾನ ನೀವು ಮಿಸ್‌ಯೂಸ್ ಮಾಡ್ಕೋತೀರಿ. ಅದ್ಕೇ ಈ ನಿರ್ಧಾರ ತಗೊಂಡೆ." ಪಿಳ್ಳೆ ನಕ್ಕುಬಿಟ್ಟರು. ತಟ್ಟನೆ ಗಂಭೀರವಾದರು. "ನಾನು ಇನ್ನೆಷ್ಟು ವರ್ಷ ಕೆಲ್ಸ ಮಾಡ್ಬಲ್ಲೆ! ವಯಸ್ಸು ಉಡುಗಿದಂತೆ ಮೊದಲಷ್ಟು ಶಕ್ತವಾಗಿ ಜವಾಬ್ದಾರಿಗಳನ್ನ ನಿರ್ವಹಿಸಬಲ್ಲೆನೇ? ವಿಶ್ರಾಂತಿ ಪಡೆಯುವ ಮುನ್ನ ಅಖಿಲಾಗೆ ಸ್ವಲ್ಪ ತಯಾರಿ ಇದು ಯಾವುದನ್ನೂ ಕೇಳುವ ಸ್ಥಿತಿಯಲ್ಲಿರಲಿಲ್ಲ ಸುಭಾಷ್. ಹಣೆ ಕಿವುಚಿ ಫೈಲನ್ನ ಅವರ ಮುಂದೆ ತಳ್ಳಿ ಎದ್ದು ಹೊರಗೆ ಹೋದ.

ಅವನಿಗೆ ಎಲ್ಲಿ ನೋಡಿದರೂ ಶ್ರೀನಿವಾಸಮೂರ್ತಿಯ ನಗುವೇ ಕಾಣುತ್ತಿತ್ತು. ದಢದಢ ಕೆಳಗಿಳಿದು ಬಂದ. ಸುಧಾ ಓಡಿಬಂದಳು.

"ಮಾಮ...." ಸಡಗರ, ಸಂಭ್ರಮಗಳಿಂದ ಕೂಡಿದ ಸುಧಾಳ ಧ್ವನಿ. "ಮನೆಗೆ ಹೋಗಿದ್ದೆ. ನೆನ್ನೆ ಸಂಜೆ ಕೂಡ ನಾನು, ಮಮ್ಮಿ, ಅನಿಲ್ ಬಂದಿದ್ವಿ. ಎರ್ಡು ಸಲ ಫೋನ್ ಬೇರೆ ಮಾಡಿದ್ದೆ" ರಾಗ ಎಳೆದಳು. ತೋಳಿಗೆ ತೆಕ್ಕೆ ಬಿದ್ದ ಅವಳನ್ನು ಬಳಸಿ ಕಾರಿನ ಕಡೆ ಹೊರಟವನು ನಿಂತ. "ಈಗ ಬಂದಿದ್ದೇನು?" ಸುಧಾ ನಕ್ಕುಬಿಟ್ಟಳು. ಅವಳ ದುಂಡು ಕೆನ್ನೆಗಳು ಹೊಳೆದವು. ಬಹುಶಃ ಬೆಳೆದಿರಬಹುದು. ಅವನ ಕಣ್ಣಿಗೆ ಮಾತ್ರ ಹಾಲ್ಗೆನ್ನೆಯ ಸುದಾನೇ.

"ಮನೆಗೆ... ಹೋಗೋಣ" ಅವನ ತೋಳಿಡಿದು ಜಗ್ಗಿದಳು. "ಹತ್ತು..." ಅವಳನ್ನ ಹತ್ತಿಸಿ ಸ್ಟಿಯರಿಂಗ್ ವ್ಹೀಲ್ ಮುಂದೆ ಕೂತ. "ನಿಂಗೆ ಐಸ್ ಕ್ರೀಮ್... ಬೇಡ್ವಾ!" ಎನ್ನುತ್ತಲೇ ಕಾರು ಸ್ಟಾರ್ಟ್ ಮಾಡಿದವನು "ಯಾರ ಜೊತೆ ಬಂದೆ?" ಪ್ರಶ್ನಿಸಿದ.

"ಪಪ್ಪ. ತಂದುಬಿಟ್ಟು ಹೋದ್ರು" ಅವನ ಅವುಡುಗಳು ಬಿಗಿದುಕೊಂಡವು. "ಬಡ್ಡೀ... ಬಾಸ್ಟರ್ಡ್..." ತುಟಿ ಮೀರಿ ಬಂತು. "ಯಾರನ್ನ ಬೈದಿದ್ದು?" ಸುಧಾ ಅವನ ಕ್ರಾಪ್ ಹಿಡಿದು ಜಗ್ಗಿದಾಗ ಬ್ರೇಕ್ ಮೇಲೆ ಕಾಲಿಟ್ಟ. "ಮೈ ಗಾಡ್" ನೀನು ಏನೇನು ಬೆಳ್ದಿಲ್ಲ. ಈ ಸಲ ಆಕ್ಸಿಡೆಂಟ್ ಆದ್ರೆ... ನಾನು, ನೀನೂ ಇಬ್ರೂ ಫಿನಿಷ್!" ಮೇಲಕ್ಕೆ ಎರಡು ಕೈಗಳನ್ನ ಎತ್ತಿದ.

"ಸುಮ್ನೇ ಕೂತ್ಕೋಬೇಕು" ಮತ್ತೆ ಕಾರು ಸ್ಟಾರ್ಟ್ ಮಾಡಿದ. "ಅನಿಲ್ ಎಲ್ಲಿ? ನೀನೊಬ್ಬೇ ಯಾಕ್ಬಂದೇ?" ಅವನ ಪ್ರಶ್ನೆಗಳಿಗೆ ಉತ್ತರಿಸಲೇ ಹೋಗಲಿಲ್ಲ ಸುಧಾ. ಬೇರೆ ಏನೇನೋ ಹೇಳತೊಡಗಿದಳು. "ಪಪ್ಪ, ಅಂಟೀನ ಕರ್ಕೊಂಡ್ಬಂದಿದ್ದಾರೆ" ಅವಳ ಮಾತಿನತ್ತ ಲಕ್ಷ್ಯವಹಿಸಲೇ ಇಲ್ಲ. ಆ ದಿನ ರಾತ್ರಿ ಬೇಸತ್ತು ಬಂದವನು ಪುನಃ ಹೋಗಿರಲಿಲ್ಲ. ಹತ್ತಾರು ಬಾರಿ ಫೋನ್ ಜೊತೆ ಶ್ರೀನಿವಾಸಮೂರ್ತಿಗಳು ಕೂಡ ಬಂದಿದ್ದರು.

"ಯಾಕೆ ಮನೆ ಕಡೆ ಬರ್ಲಿಲ್ಲ? ನಾವು ತಪ್ಪು ಮಾಡಿರ್ಬಹ್ದು. ಆದರೆ ಇಂಥ ಶಿಕ್ಷೆ ಬೇಡ. ಅವ್ವು ಸದಾ ಕಣ್ಣೀರು ಸುರಿಸೋದು ನನ್ನಿಂದ ನೋಡೋಕ್ಕಾಗೋಲ್ಲ!" ಅವರ ಮಾತುಗಳಿಗೆ ಯಾವುದೇ ಪ್ರತಿಕ್ರಿಯೆ ವ್ಯಕ್ತಪಡಿಸದಿದ್ದರೂ "ಸಂಜೆ... ಬರ್ತೀನಿ" ಎಂದಿದ್ದ ಅಷ್ಟೆ. ಹೋಗಬೇಕೆನ್ನುವ ಮನಸ್ಸು ಕೂಡ ಮಾಡಲಿಲ್ಲ.

ಮತ್ತೆ ಅವರೇ ಪುನಃ ಬಂದಿದ್ದರು.

"ನೀನು ಈಗ ಅಖಿಲಾನ ಮದ್ವೆ ಆಗ್ತೀನಿಂದ್ರೆ... ನಾವೇನು ಬೇಡ ಅನ್ನೋಲ್ಲ" ಅಂದಾಗ ವಿಷಾದದ ನಗೆ ಚೆಲ್ಲಿದ. "ಅಕಸ್ಮಾತ್ ನಂಗೆ ಈಗ ಮದ್ವೆ ಆಗೋ ಮನಸ್ಸಿದ್ರೆ... ನನ್ನ ಯಾರೂ ತಡ್ಯೋಕ್ಕಾಗೋಲ್ಲ. ಸದ್ಯಕ್ಕೆ ಆ ಚಿಂತೆನೇ ಇಲ್ಲ" ಎಂದಿದ್ದ.

ಐಸ್‌ಕ್ರೀಮ್ ತನ್ನಿಸಿಕೊಂಡೇ ಅವಳನ್ನ ಮನೆಗೆ ಕರೆತಂದಿದ್ದು. ಲಕ್ಷ್ಮಿ ಸಂಭ್ರಮಗೊಂಡಳು. ಆಕ್ಷೇಪಿಸುವುದನ್ನ ಮರೆಯಲಿಲ್ಲ.

"ಒಂದೇ ಊರಿನಲ್ಲಿದ್ದೂ.... ಕನಿಷ್ಠ ವಾರಕ್ಕೊಮ್ಮೆ ಬಂದು ಹೋಗೋದ್ಬೇಡ್ವಾ!" ಕಣ್ಣಲ್ಲಿ ನೀರು ಇಣಕಿಯೇಬಿಟ್ಟಿತು. "ಮಹರಾಯಿತಿ, ನಗುನಗುತ್ತಾ ನಾಲ್ಕು ಮಾತಾಡಿದ್ರೆ... ಇರ್ತೀನಿ. ಇಲ್ದಿದ್ರೆ ಈಗ್ಲೇ ಜಾಗ ಖಾಲಿ ಮಾಡ್ತೀನಿ" ಸೋಫಾ ಮೇಲೆ ಕೂತು ನಿಟ್ಟುಸಿರುದಬ್ಬಿದ. "ಒಂದ್ಲೋಟ ನೀರು..."

ತಂದ ಗಾಜಿನ ಲೋಟದಲ್ಲಿದ್ದ ನೀರಿನ ಮೇಲೆ ಐಸ್ ತೇಲುತ್ತಿತ್ತು. ಪಕ್ಕಕ್ಕಿಟ್ಟ ಸುಭಾಷ್ ಬೇರೆ ನೀರು ತರಿಸಿ ಕುಡಿದ.

"ಈಗ ನೀರು ತಂದು ಕೊಟ್ಟಿದ್ದು ಯಾರು?" ಖಾರವಾಗಿತ್ತು ಅವನ ಪ್ರಶ್ನೆ. ಲಕ್ಷ್ಮಿಯ ಮುಖ ಸಪ್ಪಗಾಯಿತು. "ಅವ್ರ ದೂರದ ಸೋದರತ್ತೆ ಮಗಳಂತೆ. ಸರ್ಯಾದ ವಯಸ್ಸಿಗೆ ಮದ್ವೆ ಆಗ್ಲಿಲ್ಲ. ಬಂದ ಕೆಲ್ಸದೋರು ಎರಡು ತಿಂಗ್ಳಿಗೆ ಗಂಟು ಮೂಟೆ ಕಟ್ತಾರೆ. ಇವ್ರು ಇದ್ಕೊಳ್ಳೀಂತ ಕರ್ಕೊಂಡ್ಬಂದಿದ್ದಾರೆ" ಎಂದ ಲಕ್ಷ್ಮಿ ತಟ್ಟೆ ಹಾಕಿಸಲು ಒಳಗೆ ಹೋದರು.

ಅಷ್ಟರಲ್ಲಿ ಶ್ರೀನಿವಾಸಮೂರ್ತಿಗಳು ಬಂದರು. ನೋಡಿದ ಕೂಡಲೇ ಅವನ ಮೈಯೆಲ್ಲ ಬೆಂಕಿಯಾಯಿತು. ಹಲ್ಮುಡಿ ಕಚ್ಚಿ ಕೋಪ ನುಂಗಿದ.

"ಬಟ್ಟೆ ಬದಲಾಯಿಸು ಸುಭಾಷ್. ಒಟ್ಟಿಗೆ ಕೂತು ಊಟ ಮಾಡಿ ಎಷ್ಟು ದಿನವಾಯ್ತು" ಉಪಚಾರ ಹೇಳಿದರು ಬಂದಿದ್ದು ಆಗಿತ್ತು. ಊಟ ಮಾಡುವುದು ಅನಿವಾರ್ಯ. ಎದ್ದು ಬಟ್ಟೆ ಬದಲಾಯಿಸಿದ.

ಈಗ ಲಕ್ಷ್ಮಿಯ ಓಡಾಟವಿರಲಿಲ್ಲ. ತುಂಗಮ್ಮನೇ ಪ್ರತಿಯೊಂದೂ ಮಾಡುತ್ತಿದ್ದಳು. ಅಡಿಗೆ ರುಚಿಯಾಗೂ ಇತ್ತು. ಸಹಾನುಭೂತಿಯಿಂದ ಅವನೆದೆ ತುಂಬಿ ಬಂತು.

"ಅಡ್ಗೇ... ಚೆನ್ನಾಗಿದೆ" ಎಂದವನು ನೋಟವೆತ್ತಿದ. ತುಂಗಮ್ಮನ ಕಣ್ಣುಗಳಲ್ಲಿ ಬಯಕೆಯ ಬೆಂಕಿ. ಅವನಿಗೆ ನೆತ್ತಿ ಹತ್ತಿತು. ನೀರುಕುಡಿದವನು ಮತ್ತೊಂದು ತುತ್ತು ಎತ್ತದೇ ಎದ್ದುಬಿಟ್ಟ. "ಇನ್ನು ಆಗೋಲ್ಲ. ಒಂದ್ಲೋಟ ಮಜ್ಜಿಗೆ ಸಾಕು" ಕೈ ತೊಳೆದುಕೊಂಡು ಬಂದು ಅಲ್ಲೇ ಕೂತ. ತುಂಗಮ್ಮ ಹದವಾಗಿ ಬೆರೆಸಿಕೊಂಡು ಬಂದ ಮಜ್ಜಿಗೆಯನ್ನು ಅವನ ಮುಂದಿಟ್ಟಳು. ಇಂಗು, ಕರಿಬೇವು, ಕೊತ್ತಂಬರಿ ಜೊತೆ ಒಗ್ಗರಣೆ ಕಂಡ ಮಜ್ಜಿಗೆ ಹೆಚ್ಚು ರುಚಿಯೆನಿಸಿತು.

ಮಾತುಕತೆಯ ನಡುವೆ ಪಾರ್ವತಮ್ಮನ ಸುದ್ದಿ ಬಂತು.

"ದೇವರು, ದಿಂಡರೂಂತ ಮೂರು ಮೂರು ದಿನಕ್ಕೂ ಊರು ಸುತ್ತೋ ಚಟ. ಅಲ್ಲಿಗೆ ಬಂದ್ಮೇಲೆ ಅವ್ಳಿಗೆ ಇನ್ನು ಆರಾಮಾಗಿಹೋಯ್ತು. ತರಕಾರಿ, ಅದರಿದರಲ್ಲಿ ಕಾಸು ಉಳ್ಸಿಕೋತಾಳೆ. ಅದು ಮುಗ್ದ ಮೇಲೆ ಪುನಃ ಬರ್ತಾಳೆ. ಈ ಸಲ ಬಂದ್ರೆ ಮನೆಗೆ ಸೇರಿಸ್ಬೇಡ" ಲಕ್ಷ್ಮಿ ಅಸಹನೆಯಿಂದ ಹೇಳಿದಳು. ಹಗುರವಾಗಿ ತಗೊಂಡ ಸುಭಾಷ್.

"ಎಲ್ಲೋ ಸುತ್ತಿಕೊಂಡು ಬರ್ಲಿಬಿಡು. ಪಾರ್ವತಮ್ಮ ಹಣ ಬೇಕಾದ್ರೆ ಬಾಯ್ಬಿಟ್ಟು ಕೇಳ್ತಾಳೇ ವಿನಹ ಹಾಗೆಲ್ಲ ಸಾಮಾನಿನಲ್ಲಿ ಹಣ ಮಿಗಿಸಿಕೊಳ್ಳೋಲ್ಲ" ಎಂದ.

ಕಡೆಗೆ ಶ್ರೀನಿವಾಸಮೂರ್ತಿಗಳು ಅವನ ಮುಂದೆ ಒಂದು ಸಲಹೆ ಇಟ್ಟರು.

"ನಮ್ಮ ತುಂಗನ ಕರ್ಕೊಂಡ್ಹೋಗಿ ಇಟ್ಕೋ. ಒಳ್ಳೆ ನಾಜೋಕು, ಎಲ್ಲೂ ಹೋಗೋಲ್ಲ. ಹೇಳ್ದಾಗೆ ಕೇಳ್ಕೊಂಡು ಇರ್ತಾಳೆ."

ಸುಭಾಷ್ ನೇರವಾಗಿ ಅವರತ್ತ ನೋಡಿದ. ಕಣ್ಣುಗಳಲ್ಲಿ ಕಿಡಿಗಳಿತ್ತು. ಆದರೂ ಸಂಯಮದಿಂದ "ಈಗ ಅಂಥ ಅಗತ್ಯವಿಲ್ಲ. ಮುಂದೆ... ನೋಡೋಣ" ಎಂದ.

ಅವನಿಗೆ ತಲೆ ಕೆಟ್ಟಂತಾಗಿತ್ತು. ಆಗಾಗ ಬರುವ ನೋವಿನ ಜೊತೆ ಡಾಕ್ಟರ್ ಮಾತುಗಳು, ದೋಷದ ಪಟ್ಟ-ದಿಕ್ಕು ತೋಚದಂತಾಗಿತ್ತು.

"ಬರ್ತೀನಿ..." ಬೀಳ್ಕೊಟ್ಟು ಕಾರು ಹತ್ತಿದ. ಅವನ ನೋಟ ಹಿಂದಕ್ಕೆ ಜಾರಿ ತುಂಗಳ ಮೇಲೆ ನೆಟ್ಟಿತು. ಸಂಕೋಚ, ಲಜ್ಜೆ ಅಳಿಸಿಹೋದ ಮುಖದಲ್ಲಿ ತೀವ್ರವಾದ ಬಯಕೆಯ ಒತ್ತಡ. ಅವನ ಮೈ 'ಝುಂ' ಎಂದಿತು. ಜಾರಿದ ಸೆರಗಿನ ಬಗ್ಗೆ ಅವಳಿಗೆ ಉದಾಸೀನ. ಕೀಳಲಾರದೆ ನೋಟ ಕಿತ್ತ.

ರೋಷ, ಆವೇಶದ ಜೊತೆ ಒಂದು ಬಲವಾದ ನಿರ್ಧಾರ ಮಾಡಿದ. ಮದುವೆಯಾಗಿ ಅಖಿಲಾ ಬಾಳು ಹಾಳು ಮಾಡುವ ಬದಲು ತುಂಗಳನ್ನು ತಂದಿಟ್ಟುಕೊಂಡರೇ... ತಪ್ಪೇನು? ಈ ದಿಸೆಯಲ್ಲಿ ಅವನ ಮಿದುಳು ಕೆಲಸ ಮಾಡತೊಡಗಿತು.

ಮನೆಗೆ ಬರುವ ವೇಳೆಗೆ ಅವಳ ಅತೃಪ್ತ ಕಣ್ಣುಗಳನ್ನು ಬಿಟ್ಟು ಅವನಿಗೇನು ನೆನಪಿರಲಿಲ್ಲ. ಫೋನ್ ಎತ್ತಿದವನು ಇಟ್ಟ. ಡ್ರಾಯರ್ ತೆಗೆದಾಗ ಸರ, ಬಳೆಗಳು ಕಾಣಿಸಿದವು. ಬೊಗಸೆಯೆಲ್ಲಿಡಿದು ಕೆನ್ನೆಗೊತ್ತಿಕೊಂಡ.

"ಅಖಿಲಾ, ನಾನು ಮಾತ್ರ ನಿನ್ನ ಬಾಳು ಹಾಳು ಮಾಡೋಲ್ಲ. ನೀನು ನಗುನಗುತ್ತಾ ಬಾಳ್ಬೇಕು" ಎಂದ ಅಕ್ಕರೆಯಿಂದ ಅವುಗಳನ್ನು ನೋಡುತ್ತ.

ಬಾಗಿಲು ಬಡಿದ ಸದ್ದು. ಡ್ರಾಯರ್‌ನಲ್ಲಿ ಹಾಕಿ ಹಿಂದಕ್ಕೆ ತಳ್ಳಿದ.

ತೆರೆದಾಗ ಅಖಿಲಾ ನಿಂತಿದ್ದಳು. ಮುಖ ಬೆವರಿನಿಂದ ತೊಯ್ದು ಹೋಗಿದ್ದರೂ ಅದರ ಮಾರ್ದವತೆಯೇನು ಕಮ್ಮಿಯಾಗಿರಲಿಲ್ಲ.

"ಎಕ್ಸ್‌ಕ್ಯೂಜ್ ಮಿ, ಸರ್" ಎಂದಳು. ತೀವ್ರವಾದ ಸಂಕೋಚ ಅವಳ ಮುಖದ ಮೇಲೆ ಇಣುಕಿತು. "ನೋ... ನೋ... ಬಾ ಒಳ್ಗೇ" ಆಹ್ವಾನಿಸಿದ. ಅಂದು ಹೇಳಿ ಕಳಿಸಿದ ಬಗ್ಗೆ ಅವನಿಗೆ ನೋವಿತ್ತು.

ಪರ್ಸ್‌ನಲ್ಲಿದ್ದ ಕವರ್ ತೆಗೆದು ಅವನ ಕೈಗೆ ಕೊಟ್ಟಳು. ಇಷ್ಟು ದಿನದ ಗೈರು ಹಾಜರಿಗೆ ಸುಭಾಷ್ ಗಾರ್ಮೆಂಟ್ಸ್‌ನಿಂದ ಕೊಟ್ಟ ನೋಟೀಸ್. ಅದರಲ್ಲಿ ಲೋನ್ ಬಗ್ಗೆ ಕೂಡ ಪ್ರಸ್ತಾಪವಿತ್ತು. ಇಪ್ಪತ್ತುನಾಲ್ಕು ಗಂಟೆಯೊಳಗೆ ಹಾಜರಾಗದಿದ್ದರೇ ಲೀಗಲ್ ಆಗಿ ಅವಳ ಮೇಲೆ ಆಕ್ಷನ್ ತೆಗೆದುಕೊಳ್ಳುವುದಾಗಿ ಹೇಳಿದ ನೋಟೀಸ್‌ಗೆ ಮ್ಯಾನೇಜಿಂಗ್ ಡೈರೆಕ್ಟರ್ ಆದ ಸುಭಾಷ್ ಸಹಿ ಕೂಡ ಇತ್ತು ಕೆಳಗೆ.

ತಲೆಯ ಮೇಲೆ ಕೈಹೊತ್ತು ಕೂತ. ಇದೆಲ್ಲ ಪಿಳ್ಳೆಯವರ

ಚಿತಾವಣೆಯೆಂದುಕೊಂಡರೂ ಅವರು ಆಫೀಸ್ ಫಾರ್ಮಾಲಿಟೀಸ್ ಮೀರಿರುವುದಿಲ್ಲವೆಂದು ಅವನಿಗೆ ಗೊತ್ತು.

"ಸಾರಿ, ಅಖಿಲಾ... ಈ ವಿಷ್ಯ ನನ್ನ ನೋಟೀಸ್‌ಗೆ ಬಂದೇ ಇಲ್ಲ" ಕೆಳಗಿದ್ದ ಸಹಿ ಅವನನ್ನು ಅಣಕಿಸಿತು. "ಇದು ನಂಬೋಕೆ ಆಗೋಲ್ಲ. ಕೆಳಗಡೆ ಇರೋದು ನಿಮ್ಮ ಸಹಿನೇ" ದಿಟವಾಗಿ ಅಖಿಲಾ ಹೇಳಿದಾಗ ಅವನಿಗ ಕೆನ್ನೆಗೆ ಬಾರಿಸಿದಂತಾಯಿತು.

"ನಿಮ್ಮ ಲೋನ್ ತೀರಿಸಬಾರದೆಂದಾಗ್ಲಿ, ಅಥ್ವಾ ಕೆಲ್ಸ ಬಿಟ್ಟು ಹೋಗ್ಬೇಕೆಂದಾಗ್ಲಿ... ನಂಗೆ ಇರ್ಲಿಲ್ಲ. ನೀವೇ ಕೆಲ್ಸದಿಂದ ವಜಾ ಮಾಡಿ ನೋಟೀಸ್ ಕೊಟ್ರೆ... ಹೇಗೆ?" ಅವಳ ಮಾತುಗಳನ್ನು ಕೇಳಿ ಅಚ್ಚರಿಯಿಂದ ಕಣ್ಣರಳಿಸಿದ.

"ವೆರಿ ಗುಡ್... ನಿನ್ನಲ್ಲು ಪ್ರತಿಭಟನೆ ಇದೆ" ಮೆಚ್ಚಿಗೆ ವ್ಯಕ್ತಪಡಿಸಿದ. ಶ್ರೀಧರ್‌ನನ್ನು ಮದುವೆಯಾಗಲು ನಿರಾಕರಿಸಿದಾಗಲೇ ಅವಳ ಆತ್ಮಶಕ್ತಿಯ ಅರಿವು ಅವನಿಗುಂಟಾಗಿತ್ತು.

"ಬೇಕಿದ್ರೆ, ಅಪಾಲಜಿ ಕೇಳ್ತೀನಿ. ಪ್ಲೀಸ್... ಕೂತ್ಕೋ" ಎಂದವನು ಒಳಗೆ ಹೋದ. ಮ್ಯಾನೇಜರ್ ಪಿಳ್ಳೆಯವರಿಗೆ ಅಖಿಲಾನ ಕೆಲಸದಿಂದ ವಜಾ ಮಾಡಿದ ವಿಷಯ ತಿಳಿಸಿದಾಗ ತೀವ್ರವಾಗಿ ಅಸಮಾಧಾನಗೊಂಡಿದ್ದರು. "ಎಂಥ ಕೆಲ್ಸವಾಯ್ತು. ಮದ್ವೆಯಾದ್ರೂ ಕೆಲ್ಸ ಬಿಡ್ಬಾರ್ದೂಂತ ಅಖಿಲಾಗೆ ಹೇಳಿದ್ದೆ. ಈಗ ನಾವಾಗಿ ವಜಾ ಮಾಡುವುದೆಂದರೆ..."

ಆ ಟೆನ್ಷನ್‌ನಿಂದ ಹೊರಬರಲು ಅವನಿಗೆ ನಿಮಿಷಗಳೇ ಬೇಕಾಯಿತು. ಈಗ ಆ ದಿನಗಳೇ ಹೆಚ್ಚು ಮಧುರವೆನಿಸಿತು. ಈಗ ಕೆಟ್ಟ ಮನಸ್ಥಿತಿ, ಸಮಸ್ಯೆಗಳ ಸುರುಳಿ.

"ಮೊದ್ಲು ಕುಡೀ... ಆಮೇಲೆ ಕೂಲಾಗಿ ಮಾತಾಡ್ಬಹ್ದು" ಒಂದು ಗ್ಲಾಸ್ ಅವಳ ಮುಂದಿಟ್ಟ. "ಈಗೇನು ಮಾಡ್ತಾ ಇದ್ದೀಯಾ?" ಅವಳ ಮುಖವನ್ನು ನೋಡಿದ. ಈ ನೆಪದಲ್ಲಿಯಾದರೂ ಅವಳು ಇಲ್ಲಿಯವರೆಗೂ ಬರುವಂತೆ ಮಾಡಿದ ಪಿಳ್ಳೆಗೆ ನೂರು ನಮಸ್ಕಾರಗಳನ್ನು ಹಾಕಿದ. ಧಗಧಗ ಉರಿಯುವ ಬೆಂಕಿಗೆ ಮಂಜಿನ ದರ್ಶನ.

"ಮೋಡ, ಆಕಾಶ, ನಕ್ಷತ್ರಗಳ ಜೊತೆ ಒಂದಿಷ್ಟು ಪುಸ್ತಕಗಳನ್ನು ನೋಡ್ತಾ ಕಾಲ ಕಳೀತಾ ಇದ್ದೀನಿ" ಜೇನಿನಲ್ಲಿ ಅದ್ದಿದಂಥ ಸ್ವರ. ಅವನ ಮುಖದ ಮೇಲೆ ಹಸನ್ಮುಖತೆ ಮಿನುಗಿತು.

ಎರಡು ಸಂದರ್ಭಗಳಲ್ಲಿ ಅವಳೆದೆಗೆ ಒರಗಿದ್ದ. ಆಗ ಅವಳ ಮುಖದ ಮೇಲೆ ಗುರ್ತಿಸಿದ್ದು ಆತಂಕ ಮಾತ್ರ. ಈಗ ಅವನ ಮೈಯೆಲ್ಲ ಬಿಸಿಯಾಯಿತು.

"ಈಗ ಏನ್ಮಾಡೋಣ? ಕಾಂಪ್ರಮೈಸ್ ಆಗೋದ್ಬಿಟ್ಟು ಬೇರೆ ದಾರಿಯಿಲ್ಲ" ಗ್ಲಾಸ್ ಟೀಪಾಯಿ ಮೇಲಿಟ್ಟು, ಎರಡು ಕೈಗಳನ್ನು ಬೆಸೆದು ಗಲ್ಲಕ್ಕೆ ಒತ್ತಿಕೊಂಡ.

ಮ್ಲಾನವದನಳಾದಳು ಅಖಿಲಾ. "ನಂಗೆ ಗೊತ್ತಾಗ್ತಾಯಿಲ್ಲ. ಆ ಚಿನ್ನದ ಬೆಲೆ ಲೋನ್‌ಗೆ ಅಡ್ಜೆಸ್ಟ್ ಆಗಿದ್ರೆ... ಹೇಳಿ. ಮಿಕ್ಕ ಹಣ ತಂದ್ಕೊಡ್ತೀನಿ. ಒಂದು ತಿಂಗಳು

ಅವಧಿ ಕೊಡಿ, ಸಾಕು" ಈಗ ತೀರಾ ಮುಗ್ಧಳಾಗಿ ಕಂಡಳು ಅಖಿಲಾ. ಆಪ್ಯಾಯಮಾನವಾಗಿ ನೋಡಿದ.

ಹಣವನ್ನೆಲ್ಲ ನುಂಗಿದವರು ಶ್ರೀಧರನ ಮನೆಯವರು. ಅಪ್ಪಿತಪ್ಪಿಯೂ ಆ ವಿಷಯ ಎತ್ತುತ್ತಿರಲಿಲ್ಲ. ಕೋಪ, ಆಕ್ರೋಶ, ಸೇಡು ಇಲ್ಲದ ತಣ್ಣನೆಯ ಪ್ರತಿಭಟನೆ ಅವಳದು.

ಒಳಗೆ ಹೋಗಿ ಡ್ರಾಯರ್‌ನಲ್ಲಿದ್ದ ಸರ, ಬಳೆಗಳನ್ನು ತಂದು ಅವಳ ಮುಂದಿಟ್ಟ. ಅವನ ಕಣ್ಮುಂದೆ ಬಹು ದೂರದವರೆಗೂ ಕರಗಲಾರದಷ್ಟು ಮಂಜು.

"ಅಖಿಲಾ, ತಗೊಂಡ್ ಹಾಕ್ಕೋ" ಅವನ ಕಂಠ ಭಾರವಾಯಿತು. "ಕೆಲವು ಸಲ ಕಂಡ ಕನಸುಗಳು ಕನಸುಗಳಾಗೇ ಉಳಿದುಹೋಗಿತ್ತೇ. ನಿನ್ನ ಸ್ವಾಭಿಮಾನಕ್ಕೆ ಧಕ್ಕೆ ಆಗಿದೆ. ನಿಂಗೆ ಕೆಲ್ಸ ಕೊಡೋಕೆ ನಮ್ಮ ಭಾವ ಸಿದ್ಧವಾಗಿದ್ದಾರೆ. ಲೋನ್ ವಿಷ್ಯ ಬರ್ದಂಗೇ ನಾನು ನೋಡ್ಕೋತೀನಿ" ಭರವಸೆ ಕೊಟ್ಟ.

ಅಖಿಲಾ ಬಳೆ, ಸರವನ್ನು ಮುಟ್ಟಲಿಲ್ಲ. "ಬೇಡ..." ಅವಳ ಸ್ವರದಲ್ಲಿ ಕಠಿಣವಾದ ನಿರ್ಧಾರವಿತ್ತು. ಅವನನ್ನ ರೇಗಿಸುವಂತೆ ಕಂಡಿತು. "ಪ್ಲೀಸ್, ತಗೋ..." ಮತ್ತೊಮ್ಮೆ ಹೇಳಿದ. "ನಂಗೆ ತುಂಬ ಕಷ್ಟವಾಗಿದೆ. ಸರಿಯಿಲ್ಲದೆ ಮನಸ್ಥಿತಿ ನನ್ನ ಯಾವ ಗತಿಗೆ ಕೊಂಡ್ಯೊಯ್ಯುತ್ತೋ!" ಆವೇಗದಿಂದ ಅವನೆದೆ ಏರಿಳಿಯುತ್ತಿತ್ತು.

ಮೇಲಕ್ಕೆದ್ದ ಅಖಿಲಾ ನೇರವಾಗಿ ಅವನತ್ತ ನೋಡಿದಳು. ಎಂದೂ ನೋಡಿರದ ವಿಚಿತ್ರ ಹೊಳಪಿತ್ತು ಅವನ ಕಣ್ಣುಗಳಲ್ಲಿ. ಕಣ್ಣು ಮುಚ್ಚುವುದರಲ್ಲಿ ಅವನ ಬಾಹುಗಳಲ್ಲಿದ್ದಳು. ಅವನ ಬಿಗಿಯಪ್ಪುಗೆಯಲ್ಲಿ ಸೋಲುವಂತಾಯಿತು ಅವಳಿಗೆ. ಮತ್ತಷ್ಟು ಬಿಗಿಯಾಗಿ ಅವಳನ್ನ ಬಂಧಿಸಿ ಅಧರಗಳನ್ನ ತನ್ನ ತುಟಿಗಳಿಂದ ಮುಚ್ಚಿದ. ಆ ಕ್ಷಣ ಆ ಸುಖವನ್ನು ಬಿಟ್ಟು ಜಗತ್ತೆಲ್ಲ ಬರಡೆನಿಸಿತು.

ಕಿಟಕಿಯ ಗಾಳಿಗೆ ಹಾರಿದ ಟೀಪಾಯಿ ಮೇಲಿನ ಪೇಪರ್‌ಗಳು ಟಪಟಪ ಹಾರುತ್ತ ಚೆಲ್ಲಾಡಿದವು. ಅವನ ಅಪ್ಪುಗೆ ಸಡಿಲವಾಯಿತು. ಮುಖಮುಚ್ಚಿ ಓಡಿದಳು ಬಾಗಿಲೆಡೆಗೆ. ಅವಳನ್ನ ತಡೆಯಬೇಕೆನ್ನುವುದೂ ಕೂಡ ಅವನಿಗೆ ತಿಳಿಯಲಿಲ್ಲ. ಸುಖದ ಅಮಲು ಪೂರ್ತಿ ತನ್ನದಾಗುವುದರೊಳಗೆ ಏನೇನೋ ಆಯಿತು. ಆದರೂ ಇನ್ನೂ ಆ ಮತ್ತಿನಲ್ಲೇ ಇದ್ದ. ವಾಸ್ತವ ಸಂಗತಿಯನ್ನೇ ಮರೆತು ಜೋರಾಗಿ ಶಿಳ್ಳೆ ಹಾಕಿದ.

ಇಷ್ಟು ದಿನ ತಾನು ಕಳೆದುಕೊಂಡಿದ್ದರ ಅರಿವಾದರೂ ತಾನು ಮಾಡಿದ್ದು ದೊಡ್ಡ ತಪ್ಪೆನಿಸಿತು ನಿಧಾನವಾಗಿ ಯೋಚಿಸಿದಾಗ. ಟೀಪಾಯಿ ಮೇಲೆ ಬಿದ್ದಿದ್ದ ಸರ, ಬಳೆಗಳನ್ನು ಎತ್ತಿಕೊಂಡ. ನವಿರಾದ ಸುಖದ ಅನುಭವ.

ಅಷ್ಟರಲ್ಲಿ ಬಂದ ಫೋನ್ ಅವನ ಉಳಿದ ಮತ್ತನ್ನು ಪೂರ್ತಿಯಾಗಿ ಕೊಡವಿ ಹಾಕಿತು. "ಷೋರೂಂಗೆ ಬೆಂಕಿ ಬಿದ್ದಿದೆ" ಚಿದಂಬರಂ ಸ್ವರದಲ್ಲಿ ಗಾಬರಿಯಿತ್ತು. ತೊಟ್ಟ ಬಟ್ಟೆಯಲ್ಲಿಯೇ ಹೊರಟ.

ಇವನು ತಲುಪುವ ವೇಳೆಗೆ ಅಗ್ನಿಶಾಮಕ ದಳದವರು ಬಂದಿದ್ದರು. ಆ

ಸಂದರ್ಭದಲ್ಲಿ ಮ್ಯಾನೇಜರ್ ಪಿಳ್ಳೆ ಅಲ್ಲೇ ಇದ್ದುದರಿಂದ ಮುಕ್ಕಾಲು ಮಾಲನ್ನು ಬೆಂಕಿ ಕಂಡಕೂಡಲೇ ಸ್ಥಳಾಂತರಿಸಿದ್ದರು. ಇನ್‌ಷ್ಯೂರ್ ಇದ್ದುದರಿಂದ ಯೋಚಿಸಬೇಕಿರಲಿಲ್ಲ. ಆದರೆ ಅವನ ತಂದೆ ವರದಪ್ಪನವರು ಚಿಕ್ಕದಾಗಿ ಪ್ರಾರಂಭ ಮಾಡಿದ ಅಂಗಡಿ ಈಗ ವಿಸ್ತಾರಗೊಂಡು ದೊಡ್ಡದಾಗಿತ್ತು. ಕ್ಷಣ ಅವನ ಕಣ್ಣುಗಳು ಹನಿಗೂಡಿದವು.

ಹೆಗಲ ಮೇಲೆ ಕೈಬಿತ್ತು. ನೋಟ ತಿರುವಿದ. ಶ್ರೀನಿವಾಸಮೂರ್ತಿಗಳ ಕಣ್ಣುಗಳಲ್ಲಿ ಸಹಾನುಭೂತಿ ಇತ್ತು. "ಏನೇನು ನಡೀಬೇಕೋ, ಅದು ನಡೆಯುತ್ತೆ. ಈ ಬೆಂಕಿ ಅಪಘಾತದ ಹಿಂದೆ ದೊಡ್ಡ ಕಾರಣವೇ ಇದೆ!" ಪಿಳ್ಳೆ ಆ ಮಾತನ್ನು ತಳ್ಳಿ ಹಾಕಿದರು. "ಕಾರಣ ಇರ್ಬಹುದು ದೊಡ್ಡದು. ಪೂರ್ವನಿಯೋಜಿತ ಎಂದು ಯೋಚ್ಸೋದು ತಪ್ಪು. ಹೇಗೂ ಹಳೆಯದಾಗಿತ್ತು. ನಷ್ಟವೇನೂ ಆಗೋಲ್ಲ!"

ಯಾರು ಏನೇ ಹೇಳಲಿ ಸುಭಾಷ್ ಮನಸ್ಸಿಗೆ ತುಂಬ ನೋವಾಗಿತ್ತು. ಅದನ್ನ ಕಟ್ಟಿ ಇಷ್ಟು ದೊಡ್ಡದು ಮಾಡಲು ಹಲವಾರು ವರ್ಷಗಳೇ ಬೇಕಾಗಿತ್ತು. ಆದರೆ ಅರ್ಧ ಗಂಟೆಯಲ್ಲಿ, ಅಗ್ನಿಶಾಮಕ ದಳದವರು ಬರುವ ಮುನ್ನ ಅರ್ಧ ಮಳಿಗೆ ಬೆಂಕಿಗೆ ಆಹುತಿಯಾಗಿತ್ತು.

"ಅದೇನೋ... ನೋಡಿ" ಎಂದವನೆ ಕಾರಿನತ್ತ ನಡೆದ. ವಿಚಿತ್ರವೆನಿಸಿತು ಅವನಿಗೆ. ಯಾವ ಕ್ಷಣದಲ್ಲಿಯಾದರೂ ತಾನು ಸಾಯಬಹುದೆಂಬ ನಿರೀಕ್ಷೆ ಇದ್ದರೂ.... ಇದೆಂಥ ನೋವು!

ಕಾರು ಅಖಿಲಾ ಮನೆ ಹಾದಿ ಹಿಡಿಯಿತು. ಅವನೆದೆಯಲ್ಲಿ ಭಯಂಕರ ಕೋಲಾಹಲ. ಬೇರೆ ಹೆಣ್ಣು ಅದನ್ನು ಹೇಗೆ ತೆಗೆದುಕೊಳ್ಳುತ್ತಿದ್ದಳೋ? ಅಖಿಲಾ... ಭಯದಿಂದ ಅವನೆದೆ ಚೀರಿಡತೊಡಗಿತು.

ಬಾಗಿಲಿಗೆ ಬಿದ್ದ ಬೀಗ ನೋಡಿದ ಕೂಡಲೇ ಅವನೆದೆ ಧಸಕ್ಕೆಂದಿತು. ಪಕ್ಕದ ಮನೆಯಾಕೆ ಬಂದು ಹೇಳಿದಳು.

"ಗಣಪತಿಯವ್ರ ಇನ್ನೊಬ್ಬ ಮಗ್ಳು ಬಂದಿದ್ಳು. ಇಬ್ರೂ ಊರಿಗೆ ಹೋದ್ರು" ಕಾರನ್ನು ಹಿಂದಕ್ಕೆ ತಿರುಗಿಸಿದ.

ವಿಸ್ಕಿ, ಸಿಗರೇಟುಗಳ ಮಧ್ಯೆ ಮೂರು ದಿನ ಕಳೆದ. ನಾಲ್ಕನೇ ದಿನ ದಿನ ಲಕ್ಷ್ಮಿಗೆ ಫೋನ್ ಮಾಡಿದ.

"ನನ್ನ ಊಟ, ತಿಂಡಿಗೆ ತೊಂದರೆಯಾಗಿದೆ. ತುಂಗನ ಕಳ್ಸು" ಆಷ್ ಟ್ರೇನೊಳಗೆ ಅರೆಸುಟ್ಟ ಸಿಗರೇಟು ಅದುಮಿದ.

ಮತ್ತೊಂದು ಪೆಗ್ ಹಾಕಿ ನಕ್ಕ. ಇರೋಷ್ಟು ಕಾಲ ತನಗೆ ಪ್ರೀತಿ, ಪ್ರೇಮ ಬೇಕು. ಅದು ನಿಜವಾದುದಾದರೇನು, ಕಪಟವಾದುದಾದರೇನು? ತುಂಗನ ನಾನೇನು ಪ್ರೀತಿಸಿಲ್ಲ, ಪ್ರೀತಿಸೋಲ್ಲ. ಮುಂದಿನ ಅವಳ ಬದುಕಿನ ಬಗ್ಗೆ ತನಗೇಕೆ... ಬೇಸರ?

ಅವಳಿಗೂ ಒಂದು ಗಂಡು ಬೇಕು. ಅವಳ ಮೈಯಲ್ಲಿ ಕುಣಿಯುವ ಯೌವನಕ್ಕೆ ಬೇಕು... ಗಂಡು...

ಬೇಕಾಬಿಟ್ಟಿ ಯೋಚಿಸತೊಡಗಿದ. ಅಷ್ಟರಲ್ಲಿ ಫೋನ್ ಸದ್ದಾಯಿತು. "ಬ್ಲಡೀ... ಬಾಸ್ಟರ್..." ಶಪಿಸುತ್ತಲೇ ಕೈಗೆತ್ತಿಕೊಂಡ. ಲಕ್ಷ್ಮಿ ಕೂಗಿ ಹೇಳಿದಳು.

"ತುಂಗನ ಕಳ್ಸಿಕೊಡ್ತಾ ಇದ್ದೀನಿ. ನೀನು ಬಾಗಿಲಲ್ಲೇ ಇರು, ಅಡ್ರೆಸ್ ತಪ್ಪಿ ಅವ್ಳು ಹುಡುಕುವಂತಾಗ್ಬಾರ್ದು. ಆಟೋನಲ್ಲಿ ಬರ್ತಾ ಇದ್ದಾಳೆ."

ಅವನ ಕಲ್ಪನೆಯಲ್ಲಿ ಹೆಣ್ಣು ಗರಿಗೆದರತೊಡಗಿದಳು.

* * * *

ಬಸ್ಸಿಳಿದು ಅಖಿಲಾ ಮನೆಗೆ ಬಂದಾಗ ಸಂಜೆಯ ಐದು. ಬೀಗ ತೆಗೆದಾಗ ನೀರವತೆ ರಾಚಿದಂತಾಯಿತು.

"ಏನೂ ತೊಂದರೆ ಇಲ್ಲ. ನಾನು ಗೋಪಾಲರಾಯರ ಮನೆಯಲ್ಲಿ ಇರ್ತೀನಿ ಚಿಕ್ಕಮ್ಮ, ಅಪ್ಪ ಬರುವವರೆಗೆ" ಎಂದು ಹೇಳಿ ಬಂದಿದ್ದಳು. ಆದರೆ ಈಗ ತಾನು ಬಂದಿದ್ದು ಎಷ್ಟು ಸರಿ? ಎಂದು ಯೋಚಿಸತೊಡಗಿದಳು.

ದೇವರ ಮುಂದೆ ದೀಪ ಹಚ್ಚಿ ಸ್ಟೌವ್ ಮೇಲೆ ಅನ್ನಕ್ಕೆ ಇಡುವ ಹೊತ್ತಿಗೆ ವನಜಮ್ಮ ಬಂದರು.

"ಸದ್ಯ... ಬಂದ್ಯಲ್ಲ! ದಿನ ಒಂದ್ಸಲ ಬಂದು ಹೋಗ್ತಾ ಇದ್ದೆ" ಆಕೆ ಒಳಗೆ ಬಂದರು. "ನಾಳೆ ಶ್ರೀಧರನ ಮದ್ವೆ. ನಾಲ್ಕಾರು ಸಲ ತಾನೇ ಇನ್ವಿಟೇಷನ್ ಕೊಡ್ಬೇಕೂಂತ ಸುತ್ತಾಡ್ತಾ ಇದ್ದ" ಎಂದರು.

ಅವಳಿಗೆ ಶ್ರೀಧರನ ಮೇಲೇನೂ ಕೋಪವಿರಲಿಲ್ಲ. ಕೆಲವರ ಆಸೆ ಪುಟ್ಟದಿರಬಹುದು, ದೊಡ್ಡದಿರಬಹುದು.

ಅದರ ಹಿಂದೇನೇ ಬೈಕ್ ನಿಂತ ಸದ್ದು ಕೇಳಿಸಿತು. ಜೀನ್ಸ್ ತೊಟ್ಟ ಶ್ರೀಧರ ಬಹಳ ಕಳೆಕಳೆಯಾಗಿದ್ದ.

"ಸದ್ಯ... ಬಂದಿದ್ದೀರಾ!" ಎಂದವನೇ ಹಿಂದಕ್ಕೆ ಓಡಿ ಇನ್ವಿಟೇಷನ್ ಹಿಡಿದು ಬಂದ "ನಾಳೆ ನನ್ನ ಮದ್ವೆ. ಈ ದಿನದ ವರಪೂಜೆ ಗಂಡೇ ನಿಮ್ಮನ್ನ ಆಹ್ವಾನಿಸೋಕೆ ಬಂದಿದ್ದಾನೆ. ಖಂಡಿತ... ಬರ್ತೀರಲ್ಲ!" ಅವನ ಸ್ವರ ಭಾರವಾಯಿತು.

"ಯಾಕೆ, ಬರೋಲ್ಲ! ಖಂಡಿತ ಬರ್ತೀನಿ" ಕವರ್‌ನಲ್ಲಿದ್ದ ಲಗ್ನಪತ್ರಿಕೆ ಬಿಡಿಸಿ ನೋಡಿದಳು. "ಸುಮ, ಹೆಸರು ಚೆನ್ನಾಗಿದೆ" ಎಂದಳು. ಅವನ ಮನದ ಭಾರ, ಮುಜುಗರ ಕಳೆಯಲು ಒಂದೆರಡು ಮಾತುಗಳು ಆಡುವ ಅಗತ್ಯವಿತ್ತು.

ಶ್ರೀಧರ ತುಟಿ ಕಚ್ಚಿದ. ಅಖಿಲಾ ಸ್ಥಾನದಲ್ಲಿ ಬೇರೆಯವರು ಇದ್ದಿದ್ದರೇ... ಸಂಪೂರ್ಣವಾಗಿ ಪರಿಸ್ಥಿತಿಯೇ ಬೇರೆಯಾಗಿಬಿಡುತ್ತಿತ್ತು. ಇಡೀ ಪರಿಸ್ಥಿತಿಯನ್ನ ಅವಳು ಎದುರಿಸಿದ ರೀತಿಗೆ ಬೆರಗಾಗಿದ್ದ.

"ನೀವು ಕೆಲ್ಸ ಬಿಟ್ಟರಂತೆ...." ಕೇಳಲಾರದೆ ಕೇಳಿದ. ಅವನ ತುಟಿಯಂಚಿನಲ್ಲಿ ಕಿರುನಗು ಮಿನುಗಿತು "ಇಲ್ಲ, ಅವ್ರೇ ತೆಗ್ದು ಹಾಕಿದ್ರು. ಕೆಲವು ವಿಷ್ಯದಲ್ಲಿ ನಾನು ತೀರಾ ಡಲ್" ಸಮರ್ಥಿಸಿಕೊಂಡಳು.

ಮುಖ ಮೇಲೆತ್ತಿ ಶ್ರೀಧರ ಭಾರವಾದ ಉಸಿರನ್ನು ದಬ್ಬಿದ. ಅವಳ ಮದುವೆಗೆ ಮಾಡಿಸಿದ ಕಾಶೀಯಾತ್ರೆಯ ಬೆಳ್ಳಿ ತಟ್ಟೆ, ಚೊಂಬೂ ಕೂಡ ಇವರ ಮನೆ ಸೇರಿತ್ತು. ಆದರೆ ಅದರ ಪ್ರಸ್ತಾಪವೇ ಬಂದಿರಲಿಲ್ಲ.

ವನಜಮ್ಮ ಗದರಿಕೊಂಡರು "ಶ್ರೀಧರ ಹೋಗೋ. ಅರಿಶಿನ ಹಚ್ಕೊಂಡ್ ಹೀಗೆ ಸುತ್ತಾಡೋದಾ? ನೀನಿಲ್ದೇ ಅವ್ರು ವರಪೂಜೆ ಮಾಡ್ಬೇಕಾ!"

ಬಾಗಿಲವರೆಗೂ ಹೋದವನು ಹಿಂದಕ್ಕೆ ಬಂದ. ವನಜಮ್ಮ ನಿಟ್ಟುಸಿರು ದಬ್ಬಿದರು.

"ನಂಗೇನು ಬರಬಾರ್ದೂ ಅಂತೇನೂ ಇಲ್ಲಪ್ಪ. ಎಂದೂ ಇಲ್ಲದ ಹಠ ನಿಮ್ಮ ಚಿಕ್ಕಪ್ಪನಿಗೆ ಈ ವಿಷ್ಯದಲ್ಲಿ. ಮುಹೂರ್ತದ ಹೊತ್ಗೇ ನಾನು, ಅಖಿಲಾ ಬರ್ತೀವಿ" ಅರಿತವರಂತೆ ಸಮಾಧಾನಿಸಿ ಕಳುಸಿದರು.

ಆಮೇಲೆ ವನಜಮ್ಮ ಷೋರೂಂಗೆ ಬೆಂಕಿ ಬಿದ್ದ ಸುದ್ದಿ, ಮಿಕ್ಕ ಹಲವಾರನ್ನು ಹೇಳಿಕೊಂಡರು.

"ಒಂದೂ ಅರ್ಥವಾಗೋಲ್ಲ, ಆ ಹುಡ್ಗನ ವಿಷ್ಯದಲ್ಲಿ! ಮದ್ವೆ ಅಂದ್ರೆ ಉರಿದುಬೀಳ್ತಾನೆ. ಏನೋ ಕಾಯಿಲೆ ಅಂತಾರೆ. ಡಾಕ್ಟ್ರು ಇಲ್ಲಾಂತಾರೆ. ಇನ್ನು.... ಏನೇನೋ..." ಅವರು ಹೇಳಿದ್ದನ್ನು ಅಖಿಲಾ ಏನೂ ಮನಸ್ಸಿಟ್ಟು ಕೇಳಲಿಲ್ಲ. ಮೌನವಾಗಿದ್ದಳು.

ಆದರೆ ಮರುದಿನ ಬೆಳಿಗ್ಗೆ ಆಕೆಗಿಂತ ಉತ್ಸಾಹದಿಂದ ಶ್ರೀಧರನ ಮದುವೆಗೆ ಹೊರಟಳು. ವನಜಮ್ಮನೇ ಸ್ವಲ್ಪ ಸಂಕೋಚಿಸಿದರು. ಆ ದಿನ ಮದುವೆ ನಡೆಯಲಿಲ್ಲವೆನ್ನುವ ಸಂಗತಿ ಕೆಲವರಿಗೆ ಮಾತ್ರ ಗೊತ್ತಿತ್ತು. ಈಗ ನಿಜಸಂಗತಿ ಹರಡಿರಬಹುದು. ಆದರೂ ಕೆಲವು ಕೊಳಕು ನಾಲಿಗೆಯ ಜನ ವ್ಯಂಗ್ಯೋಕ್ತಿಗಳಿಂದ ಅಖಿಲಾನ ಇರಿದರೆ...?

"ಹೋಗೋಣ... ಅತ್ತೆ" ಅವನ ಮುಂದೆ ನಿಂತಾಗ ಅವಳ ಬರಿದಾದ ಕೊರಳು, ಕೈಗಳಲ್ಲಿನ ಗಾಜಿನ ಬಳೆಗಳು ಆಕೆಯ ಗಮನಕ್ಕೆ ಬಂದವು. "ಇದೇನಿದು? ಒಡವೆ ಏನಾಯ್ತು?" ನಿಜ ಹೇಳಲು ಹಿಂದುಮುಂದು ನೋಡಲಿಲ್ಲ. "ಇನ್ನ ಹಣ ನಾನೇ ಕೊಡ್ಬೇಕಾಗುತ್ತೋ, ಏನೋ" ಕೈಯಾಡಿಸಿದಳು. ಆಕೆ ನೊಂದುಕೊಂಡರು. ಇದಿಷ್ಟಕ್ಕೆ ಕಾರಣರು ತಾವೆಂದು ಆಕೆಗೆ ಗೊತ್ತು. ಬಟ್ಟೆ, ಬರೆ, ಅದೂ ಇದೂ ಅಂತ ಶ್ರೀಧರನ ಅಪ್ಪ ಆಗ ಸುಲಿದುಬಿಟ್ಟಿದ್ದರು.

ಶ್ರೀಧರನ ಅದೃಷ್ಟ ಚೆನ್ನಾಗಿತ್ತು. ಶ್ರೀಮಂತ ಮಾವ ಸಿಕ್ಕಿದ್ದ. ಗ್ರಾಂಡಾದ ಮದುವೆ. ಇವರು ಆಟೋದಿಂದ ಇಳಿಯೋ ವೇಳೆಗೆ ಕಾರು ನಿಂತಿತು. ಸುಭಾಷ್ ಕೆಳಗಿಳಿದ.

ವನಜಮ್ಮನವರು ನಿಂತರು.

"ಚೆನ್ನಾಗಿದ್ದೀರಾ?" ಸುಭಾಷ್ ನೇರವಾಗಿ ಅವರತ್ತ ನಡೆದುಬಂದ. "ನಮಸ್ಕಾರ..." ಎರಡು ಕೈ ಜೋಡಿಸಿದ. ಅವನೆದೆಯಲ್ಲಿ ಅಖಿಲಾನ ನೋಡಿದ ಕೂಡಲೇ ಕೋಟಿ ದೀಪಗಳು ಹತ್ತಿಕೊಂಡು ಉರಿದವು.

"ಹಲೋ... ಅಖಿಲಾ ಹೇಗಿದ್ದೀರಾ?" ಅವನ ಸ್ವರ ನವಿರಾಯಿತು. "ಓ.ಕೆ. ಸರ್" ನೋಟವೆತ್ತಲಿಲ್ಲ. ಮೂವರು ಒಳನಡೆದರು. ಶ್ರೀಧರನ ಮದುವೆಗೆ ಅಖಿಲಾ ಬರಬಹುದೆಂಬ ಕಲ್ಪನೆ ಕೂಡ ಯಾರೂ ಮಾಡಲಿಕ್ಕೆ ಸಾಧ್ಯವಿರಲಿಲ್ಲ. ಅವಳಲ್ಲಿ ಅಂತಹ ಹಿಂಜರಿಕೆಯಾಗಲಿ, ಕಹಿಯಾಗಲಿ ಇದ್ದಂತೆ ಕಾಣಲಿಲ್ಲ.

'ಸುಭಾಷ್ ಬರ್ತೀನಿ' ಅಂತ ಭರವಸೆ ಕೊಡುವವರೆಗೂ ಶ್ರೀಧರ ತಲೆ ತಿಂದುಬಿಟ್ಟಿದ್ದ. ಕಡೆಗೆ ಅವನು ಸಮ್ಮತಿಸಿದ ಮೇಲೂ ಹಿಂದಿನ ದಿನ ಹೋಗಿ ಹೇಳಿ ಬಂದಿದ್ದ. "ನೀವು ಖಂಡಿತ ಬರಲೇಬೇಕು ಸರ್. ಇಲ್ದಿದ್ರೆ ನನ್ನ ಮನಸ್ಸಿಗೆ ತುಂಬ ನೋವಾಗುತ್ತೆ."

ವನಜಮ್ಮನನ್ನ ಯಾರೋ ಹಿರಿಯರು ಬಂದು ಎಳೆದೊಯ್ದಾಗ ಉಳಿದಿದ್ದು ಅಖಿಲಾ, ಸುಭಾಷ್ ಮಾತ್ರ. ಕರೆದೊಯ್ದು ಮುಂದೆ ಛೇರ್‌ಗಳು ಹಾಕಿದ್ದ ಕಡೆ ಕೂಡಿಸಿದನು. ಅತ್ತಿತ್ತ ಅವಳ ನೋಟ ಹರಿದಾಡುತ್ತಿತ್ತು. ಸದ್ಯಕ್ಕೆ ಅಲ್ಲಿಂದ ಏಳುವುದು ಅವಳಿಗೆ ಬೇಕಿತ್ತು.

ಮೆಲ್ಲಗೆ ಮೇಲೆದ್ದಾಗ ಸುಭಾಷ್ ಮೃದುವಾಗಿ ಕೈ ಹಿಡಿದು ಕೂಡುವಂತೆ ಸನ್ನೆ ಮಾಡಿದ. "ಇಲ್ಲಿ ನಿನ್ನ ಪರಿಚಿತರಾರೂ ಇರಲಿಕ್ಕೆ ಸಾಧ್ಯವಿಲ್ಲ. ಒಂಟಿಯಾಗಿ ಕೂಡೋ ಮುಜುಗರ ನನಗೂ ತಪ್ಪುತ್ತೆ" ತಣ್ಣಗೆ ಕೂಡ ಬೇಕಾಯಿತು. ಆದರೆ ಅಂದಿನ ಘಟನೆ-ಸುಭಾಷ್‌ನ ಒರಟು ತುಟಿಗಳು ಅವಳ ಮೃದು ಆದರಗಳನ್ನ ಸ್ಪರ್ಶಿಸಿದಾಗ... ಅವಳ ಮೈ ಕಂಪಿಸತೊಡಗಿತು. ಕರ್ಚಿಫ್‌ನಿಂದ ಬೆವರೊತ್ತಿ ಬೆವರೊತ್ತಿ ಸೋತುಹೋದಳು.

"ವನಜಮ್ಮ... ಕರೀತಾರೆ" ಒಂದು ಸಣ್ಣ ಹುಡುಗಿ ಬಂದು ಅವಳನ್ನ ಕರೆದಳು. "ಬರ್ತೀನಿ ಸರ್" ಅವನತ್ತ ನೋಡದೇ ಆ ಹುಡುಗಿಯೊಂದಿಗೆ ಹೊರಟುಬಿಟ್ಟಳು.

ಶ್ರೀಧರ ಮಣೆಯ ಮೇಲಿಂದಲೇ ಸುಭಾಷ್‌ನ ನೋಡಿದ. ಕೂಡಲೇ ಕೂತಿದ್ದ ತಂದೆಗೆ ಬಗ್ಗಿ ಹೇಳಿದ. ಶಾಲು ಸರಿಯಾಗಿ ಹೊದೆಯುತ್ತ ಬಂದರು.

"ಸ್ವಲ್ಪ ತಿಂಡಿ ತಗೊಳ್ಳಿ. ನೀವು ಬಂದಿದ್ದು ನಮ್ಮ ಭಾಗ್ಯ" ಅವರ ಅಂಥ ಮಾತುಗಳು ಅವನಿಗೆ ಬೇಕಿರಲಿಲ್ಲ. "ಪರ್ವಾಗಿಲ್ಲ, ನಂಗೇನು ಬೇಡ. ಊಟ ಮುಗ್ಸಿಕೊಂಡು ಹೋಗ್ತೀನಿ" ಕಳುಹಿಸಿಕೊಟ್ಟ.

ಎದುರು ಹೆಂಗಳೆಯರ ಸಾಲಿನಲ್ಲಿದ್ದ ವನಜಮ್ಮನ ಪಕ್ಕ ಅಖಿಲಾ ಕಂಡು ಬಂದಳು. ಸಾಲದ ಜೊತೆ ಹಣವನ್ನ ಕೊಂಡು ಹೋದ ಶ್ರೀಧರ ಹಸೆಯ ಮೇಲೆ ಕೂತಾಗ ಶುಭಹಾರೈಸಲು ಬಂದಿದ್ದಳು. ಅವಳ ಕಣ್ಣುಗಳಲ್ಲಿ ಅದೇ ಪ್ರಶಾಂತವಾದ

ಬೆಳಕು. ಪುಟ್ಟ ಬಾಯಿಯನ್ನ ಮುಚ್ಚಿದ ತುಟಿಗಳ ಮೇಲೆ ಅವನ ನೋಟ ನೆಟ್ಟಿತು. ಅವನನ್ನ ಸ್ವಪ್ನಾವಸ್ಥೆಗೆ ಕೊಂಡೊಯ್ಯಲು ಶಕ್ತವಾದವು.

ಲಗ್ನ ಮುಗಿಯಲು ಕಾದವರಂತೆ ವನಜಮ್ಮ ತಾವು ತಂದ ಉಡುಗೊರೆಯನ್ನ ಓದಿಸಿ ಹೊರಟುನಿಂತರು. ಅಖಿಲಾ ತಾನು ತಂದಿದ್ದ ಪುಟ್ಟ ಉಡುಗೊರೆಯನ್ನು ಶ್ರೀಧರನ ಕೈಯಲ್ಲಿಟ್ಟಳು.

"ವಿಶ್ ಯೂ ಹ್ಯಾಪಿ ಮ್ಯಾರೀಡ್ ಲೈಫ್" ಶುಭ ಹಾರೈಸಿದಳು ಶ್ರೀಧರನ ಕಣ್ಣುಗಳ ಮಂಜಾದವು. "ಥ್ಯಾಂಕ್ಯೂ ಅಖಿಲಾ. ನೀನು ಬಂದಿದ್ದು ನನಗೆ ತುಂಬ ಸಂತೋಷ. ನಂಗೆ ಶಬ್ದಗಳಲ್ಲಿ ವರ್ಣಿಸೋಕೆ ಆಗ್ತಾ ಇಲ್ಲ" ಮನದುಂಬಿ ಆಡಿದ ಮಾತುಗಳು. ಅವಳ ತುಟಿಯಂಚಿನಲ್ಲಿ ಮೆಲುನಗೆ ತೇಲಿತು. ಪಕ್ಕದಲ್ಲಿದ್ದ ತಾಳಿ ಕಟ್ಟಿದ ಹೆಂಡತಿಯನ್ನು ಮರೆತು ಶ್ರೀಧರ ನಗುವಿನಲ್ಲಿ ಹಾರಿಹೋದ.

ಪುರೋಹಿತರು ಅವನ ಗಮನ ಸೆಳೆದಾಗ ಅಖಿಲಾ ವನಜಮ್ಮನ ಬಳಿ ಬಂದಳು. "ಹೋಗೋಣ ಅತ್ತೆ" ಆಕೆ ಕಣ್ಣೀರೊರೆಸಿಕೊಂಡರು. "ಇದನ್ನೇ ವಿಧಿ ಅನ್ನೋದು. ಯಾವುದಕ್ಕೂ ಋಣಾನುಬಂಧವಿರ್ಬೇಕೂ!" ಅವರ ಮಾತು ಅವಳ ಮೇಲೇನೂ ಪರಿಣಾಮ ಬೀರಲಿಲ್ಲ.

ಶ್ರೀಮಂತ ಸುಭಾಷ್‌ಗೆ ವಿಚಾರಿಸುವವರು ಹಲವರು. ಹಣ್ಣಿನ ರಸ ಹೀರುತ್ತಾ ಕೂತಿದ್ದ ಅವನ ಬಳಿಗೆ ಹೋದ ವನಜಮ್ಮ, "ನಾವು ಹೋಗಿ ಬರ್ತೀವಪ್ಪ. ಅವರದ್ದು ಈ ವಿಷ್ಯದಲ್ಲಿ ತುಂಬ ಹಟ" ಗೋಪಾಲರಾಯರ ಹಟವನ್ನು ಹೇಳಿಕೊಂಡರು. "ಇನ್ನ ಅವ್ರನ್ನ ವಿರೋಧಿಸಿ ಬಂದಿದ್ದು ಆಗಿದೆ. ಊಟಕ್ಕೆ ನಿಂತರೇ... ಇನ್ನಷ್ಟು ಬೇಜಾರಾಗುತ್ತಾರೆ" ನೋವಿತ್ತು ಆಕೆಯ ಸ್ವರದಲ್ಲಿ. ಸುಭಾಷ್ ತಾನೂ ಎದ್ದವನು ನೇರವಾಗಿ ಹಸೆಯ ಮಣೆಯ ಬಳಿಗೆ ಹೋಗಿ, ತಾನು ತಂದಿದ್ದ ಹೆಚ್‌ಎಮ್‌ಟಿ ವಾಚನ್ನ ಅವನಿಗೆ ಕೊಟ್ಟು, "ಬೆಸ್ಟ್ ವಿಷಸ್ ಫಾರ್ ಎ ಲಾಂಗ್ ಅಂಡ್ ಹ್ಯಾಪಿ ಮ್ಯಾರೀಡ್ ಲೈಫ್. ನಂಗೆ ಊಟಕ್ಕೆ ಇರೋಕೆ ಆಗೋಲ್ಲ. ಮೀಟ್ ಷಾರ್ಟ್ಲೀ...." ಶ್ರೀಧರ ಅವನ ಕೈಹಿಡಿದು ಕಣ್ಣಲ್ಲಿ ಕಣ್ಣಿಟ್ಟು "ಎಕ್ಸ್‌ಕ್ಯೂಜ್ ಮಿ. ಸರ್. ನೀವು ಊಟ ಮುಗ್ಸಿಕೊಂಡೆ... ಹೋಗ್ಬೇಕು" ಎಂದ ಕೂಡಲೇ ನಾಲ್ಕು ಜನರು ಅವನನ್ನ ಬಂದು ಸುತ್ತುವರಿದು ಕರೆದೊಯ್ದರು. ವನಜಮ್ಮ, ಅಖಿಲಾ ಕೂಡ ಅವನ ಜೊತೆಗೆ ಊಟಕ್ಕೆ ಕೂಡಬೇಕಾಯಿತು.

"ನಾನು ಡ್ರಾಪ್ ಮಾಡ್ತೀನಿ" ಆಟೋ ಸ್ಟಾಂಡ್ ಕಡೆ ಹೊರಟವನನ್ನ ಹತ್ತಿಸಿಕೊಂಡ. ಗೋಪಾಲರಾಯರು ಇಂದಿಗೂ ಅವನ ಬಳಿ ಅಖಿಲಾನ ಕೆಲಸದಿಂದ ತೆಗೆದ ಬಗ್ಗೆ ಪ್ರಸ್ತಾಪವೆತ್ತಿರಲಿಲ್ಲ. ಮ್ಯಾನೇಜರ್ ಪಿಳ್ಳೆಯವರ ಮುಂದೆ ಮಾತ್ರ "ನಾನು ಷೂರಿಟಿ ಹಾಕಿದ್ದೀನಿ. ಆ ಹಣನ ನನ್ನ ಸಂಬ್ಳದಲ್ಲಿ ಕಟ್ ಮಾಡ್ಕೊಳ್ಳಿ" ಎಂದಿದ್ದರು.

ಗೋಪಾಲರಾಯರ ಮನೆಯ ಮುಂದೆ ಕಾರು ನಿಂತಾಗ ವನಜಮ್ಮ ಇಳಿದರು. ಅಖಿಲಾ ಇಳಿಯಲು ಹೋದಾಗ, "ನಾನು ನಿಮ್ಮ ಮನೆ ಹತ್ರಾನೇ ಡ್ರಾಪ್ ಮಾಡ್ತೀನಿ" ತಡೆದ. ಮನಸ್ಸಿಲ್ಲದ ಮನಸ್ಸಿನಲ್ಲಿ ಕೂತಳು. "ಇನ್ನೊಂದು ದಿನ ಬರ್ತೀನಿ" ವನಜಮ್ಮ

ಏನಾದರೂ ಹೇಳುವ ಮುನ್ನ ಕೈಯಾಡಿಸಿದ. ಕಾರು ಮುಂದಕ್ಕೆ ಉರುಳಿತು. ಹೊರಗೆ ನೋಡುತ್ತ ಕೂತಳು ಅಖಿಲಾ. ಅವನ ಆಫೀಸ್‌ನಲ್ಲಿ ಅವಳನ್ನ ಸೇರಿ ಐದು ಮಂದಿ ಯುವತಿಯರು ಕೆಲಸ ಮಾಡುತ್ತಿದ್ದರು. ಆದರೆ ಅವರುಗಳು ಅವನೊಂದಿಗೆ ಕಾರಿನಲ್ಲಿ ಕೂಡುವ ಭಾಗ್ಯ ಪಡೆದುಕೊಂಡು ಬಂದಿರಲಿಲ್ಲ.

ಮನೆಯ ಮುಂದೆ ಕಾರು ನಿಂತಾಗ ಇಳಿದವಳು, "ಥ್ಯಾಂಕ್ಯೂ... ಸರ್" ಎಂದಳು. ಅವಳ ಸ್ವರದಲ್ಲಿ ಯಾವುದೇ ಏರುಪೇರಿಲ್ಲ. ಮುಖದಲ್ಲಿನ ಗೌರವಾಭಿಮಾನಗಳು ಕೂಡ ತಗ್ಗಿರಲಿಲ್ಲ. ಉಸಿರೆಳೆದು ದಬ್ಬಿದ. "ಮನೆಯೊಳಕ್ಕೆ ಕರೆಯೋಲ್ವಾ?" ನಿಸ್ತೇಜಳಾದಳು. ಮದುವೆ ಗಲಾಟೆ ನಡೆದ ಮೇಲೆಯೇ ಮನುಷ್ಯ ಸಮಾಜಕ್ಕೆ ಎಷ್ಟು ಹೆದರುತ್ತಾನೆಂದು ಸರಿಯಾಗಿ ತಿಳಿದಿದ್ದು. "ಬನ್ನಿ..." ಅವಳ ತಲೆ ತಗ್ಗಿತು.

ಸುಭಾಷ್‌ಗೆ ಮತ್ತಷ್ಟು ಹೇಳಿಸಿಕೊಳ್ಳುವ ಅಗತ್ಯವಿಲ್ಲ. ಕೆಳಗಿಳಿದು ಡೋರ್ ಹಾಕಿದ. ಅಕ್ಕಪಕ್ಕದವರು ಇಣುಕಿ ನೋಡಿದರು. ಎಷ್ಟೇ ಹಿಂದೆಗೆದರೂ ತಾನು ಎಲ್ಲಿ ಅಖಿಲಾಳ ಭವಿಷ್ಯಕ್ಕೆ ಮುಳ್ಳಾಗಿಬಿಡುವನೋ ಎಂದು ಹೆದರಿದ.

ಒಳಗಡಿ ಇಟ್ಟವನ ನೋಟ ಎಲ್ಲೆಡೆ ಹರಿದಾಡಿತು. ತೀರಾ ಸಾಧಾರಣವಾದ ಮನೆ, ಅಲ್ಲಿದ್ದ ವಸ್ತುಗಳು ಕೂಡ ಸಾಮಾನ್ಯವಾದದ್ದು ಗೋಡೆಗೊರಗಿಸಿಟ್ಟಿದ್ದ ಮರದ ಛೇರ್ ಮೇಲೆ ಕೂತ.

ಒಂದು ಲೋಟ ಪಾನಕ ತಂದುಕೊಟ್ಟಳು. ತಾಜಾ ನಿಂಬೆ ಹಣ್ಣಿಗೆ ಸಕ್ಕರೆ ಬೆರೆತ ಶುದ್ಧ ತಾಮ್ರದ ಬಿಂದಿಗೆಯ ನೀರು. ಏಲಕ್ಕಿಯ ಸುವಾಸನೆ. ಕುಡಿದ ಮೇಲೆ ತೀರಾ ಅಪರೂಪವೆನಿಸಿತು.

ಟೇಬಲಿನ ಮೇಲಿದ್ದ ಪೇಪರ್, ಅದರ ಮೇಲಿನ ಬರೆದಿಟ್ಟ ನಾಲ್ಕಾರು ಅರ್ಜಿಗಳನ್ನ ಎಳೆದುಕೊಂಡ. ಸ್ಟೆನೋ, ಟೈಪಿಸ್ಟ್ ಕ್ಲರ್ಕ್ ಹುದ್ದೆಗಳಿಗೆ ಬರೆದುಕೊಂಡ ವಿವಿಧ ಆಫೀಸ್‌ಗಳ, ಅರ್ಜಿ ಫಾರಂಗಳು.

"ಕೆಲ್ಸದ ಪ್ರಯತ್ನದಲ್ಲಿದ್ದೀಯಾ? ನಮ್ಮ ಭಾವನ ಪ್ರಪೋಸಲ್... ಇತ್ತಲ್ಲ" ಎಂದ ಮೆಲ್ಲಗೆ. "ಇಲ್ಲ. ಅಲ್ಲಿಗೆ ಹೋಗೋಲ್ಲ. ಬೇರೆ ಕಡೆ ಸಿಗ್ಬಹುದು" ಅವಳಲ್ಲಿ ವಿಶ್ವಾಸವಿತ್ತು. ಬೆರಗಾದ ಸುಭಾಷ್ "ಯಾಕೆ?" ಅವನ ಪ್ರಶ್ನೆಗೆ ಅವಳ ಕಣ್ಣುಗಳೇ ಉತ್ತರಿಸಿದವು. ಅವನೇ ಹಿಂದೊಮ್ಮೆ ಹೇಳಿದ್ದ: "ನೀನು ಮಾತ್ರ ಅಲ್ಲಿಗೆ ಕೆಲ್ಸಕ್ಕೆ ಹೋಗ್ಬೇಡ. ಬಾನು, ನಕ್ಷತ್ರ, ಆಕಾಶ ನೋಡ್ಕೊಂಡಿರು" ಉತ್ತರದ ಜೊತೆ ಅವಳ ಸುಂದರ ನಯನಗಳು ಅದನ್ನ ನೆನಪಿಸಿದವು. ಕ್ಷಣ ಯೋಚಿಸಿದ "ನಾನು... ಕರೆದ್ರೆ?" ಮುಲಾಜಿಲ್ಲದೆ ತಲೆಯಾಡಿಸಿದಳು. ಅಹಂಭಾವವಿಲ್ಲದಿದ್ದರೂ ಸ್ವಾಭಿಮಾನವಿತ್ತು. ತೀರಾ ಮುಗ್ಧವಾಗಿ ಕಾಣುವ ಹೆಣ್ಣಿನಲ್ಲಿ ಆತ್ಮವಿಶ್ವಾಸ, ಆತ್ಮಸ್ಥೈರ್ಯ ಜೊತೆ ಅವಳ ಅಂತರಂಗದಲ್ಲಿನ ಪ್ರೀತಿಯ ಜಲಕ್ಕಾಗಿ ಹುಡುಕಾಡಬೇಕೆನಿಸಿತು.

ಪೇಪರ್, ಅರ್ಜಿ ಫಾರಂಗಳನ್ನು ಅದರ ಸ್ಥಳದಲ್ಲೇ ಇಟ್ಟು ಮೇಲೆದ್ದ. ಅವನ ಹೃದಯ ಭಾರವಾಗಿತ್ತು.

"ಅಖಿಲಾ..." ಹೃದಯದಿಂದ ಬಂದ ಕರೆ. ಅವಳು ತಲೆ ಮೇಲೆತ್ತಲಿಲ್ಲ. ಬೊಗಸೆಯಲ್ಲಿಡಿದು ಆ ಮೊಗವನ್ನ ಕಂಗಳು ಹೇಳುವ ಮಾತುಗಳನ್ನು ಕೇಳಬೇಕೆನಿಸಿತು. ಮೆಟ್ಟಿ ನಿಂತ, "ಬರ್ತೀನಿ..." ಮತ್ತೇನೋ ಹೇಳಲು ಬಯಸಿದ. ಹಾಗೆ ಮಾಡಿದ್ದು ಅವಳ ಪಾಲಿಗೆ ಹೇಗೋ, ಅವನಿಗಂತೂ ಅಮೃತಪಾನ ಮಾಡಿದಷ್ಟು ಸಂತೋಷವಾಗಿತ್ತು. ಖಂಡಿತ ಪಶ್ಚಾತ್ತಾಪ ಪಡಲಾರೆ.

"ನಿನಗೆ ಬೇಕಾದಾಗ... ಅಧಿಕಾರದಿಂದ ನನ್ನ ಸಹಾಯ ಪಡೆದುಕೊಳ್ಳಬಹ್ದು!" ಹೊರಗೆ ನಡೆದ. ಮನಸ್ಸು ಅಸ್ತವ್ಯಸ್ತಗೊಂಡಿತು. ಅಖಿಲಾನ ಮದುವೆಯಾಗಿಬಿಡಲೇ? ಕ್ಷಣ ಯೋಚಿಸಿ ಪುಳಕಿತನಾದ. ತನಗೇನಾದರೂ... ಆದರೆ... ಅವನ ಮೈಮನಗಳು ಮರಗಟ್ಟಿದಂತಾಯಿತು. ಅಭ್ಯಾಸಬಲದಿಂದ ಕಾರನ್ನು ನಡೆಸುತ್ತಿದ್ದ.

ಹಿಂದಿನ ರಾತ್ರಿ ಉಸಿರು ಕಟ್ಟಿದಂತೆ ಬಂದ ನೋವಿನಲ್ಲಿ ಮಿಲಿಮಿಲಿ ಒದ್ದಾಡಿ ಹೋಗಿದ್ದ. ಆಗ ಮರುದಿನದ ಸೂರ್ಯೋದಯ ನನ್ನ ಪಾಲಿಗಿಲ್ಲ ಎದ್ದುಕೊಂಡಿದ್ದ. ಅದಕ್ಕಾಗಿಯೇ ಮನೆಗೆ ಬಂದ ಕೂಡಲೇ ಬಾಟಲು, ಗ್ಲಾಸ್‌ಗಳ ಮುಂದೆ ಕೂಡುತ್ತಿದ್ದ.

ಕಾರು ಪಕ್ಕದ ರೋಡಿಗೆ ತಿರುಗಿದಾಗ ಸ್ಟೇಷನರಿ ಅಂಗಡಿಯ ಮುಂದೆ ನಿಂತಿದ್ದ ಚಿದಂಬರಂ ಓಡಿ ಬಂದಾಗ ವೇಗ ತಗ್ಗಿಸಿದ. "ಇನ್‌ಷೂರೆನ್ಸ್ ಆಫೀಸಿಗೆ ಮ್ಯಾನೇಜರ್ ಜೊತೆ ಹೋಗಿದ್ದೆ ಎಲ್ಲಾ ಸರಿಹೋಯ್ತು. ಇನ್ನೆರಡು ದಿನದಲ್ಲಿ ಫೈನಲ್ ರಿಪೋರ್ಟ್ ಸಿಕ್ಕುತ್ತೆ" ಬಗ್ಗಿ ಹೇಳಿದ. "ಬರ್ತೀರಾ..." ಕೇಳಿದ. "ಒಂದಿಷ್ಟು ಕೆಲ್ಸ ಇದೆ" ಎಂದಾಗ ಕಾರಿನ ವೇಗ ಹೆಚ್ಚಿತು.

ಲಕ್ಷ್ಮಿ ಹುಡುಗರ ಸಮೇತ ಮನೆ ಬಾಗಿಲಲ್ಲಿ ಕಾದಿದ್ದಳು. "ಸರ್‌ಪ್ರೈಜ್..." ಹಿಂದಕ್ಕೆ ನೋಡಿ, "ಕಾರು ಇಲ್ವಲ್ಲ..." ಎಂದ ಬೀಗದ ಕೈ ತಿರುಗಿಸುತ್ತ. ಲಕ್ಷ್ಮಿ ಹಣೆ ಹಣೆ ಒತ್ತಿಕೊಂಡಳು. "ಡೋರ್ ಲಾಕ್ ನೋಡ್ಲೇ ಇಲ್ಲ. ಬೆಲ್ ಒತ್ತಿ ಒತ್ತಿ ಸಾಕಾಯ್ತು. ಆ ತುಂಗ ಎಲ್ಲಿ ಹಾಳಾಗಿ ಹೋದ್ಲು?" ಬಾಗಿಲು ತೆರೆದು ಒಳಕ್ಕೆ ನಡೆದ ಸುಭಾಷ್. "ಯಾವ ತುಂಗ?" ಎಂದ. ಅವಳ ವಿಷಯವನ್ನೇ ಮರೆತಿದ್ದ. ಗಾಬರಿಯಾದಳು ಲಕ್ಷ್ಮಿ. "ಇದೇನು ಹೀಗೆ ಹೇಳ್ತೀಯೋ! ಅವಳನ್ನು ಕಳ್ಸೋಕ್ಕೆ ಮೊದ್ಲು ನಿಂಗೆ ನಾನು ಫೋನ್ ಮಾಡಿರಲಿಲ್ವಾ?" ಟೈ ಗಂಟು ಸಡಲಿಸುತ್ತ ಕೋಣೆಯೊಳಕ್ಕೆ ಹೋದ. ಮಕ್ಕಳ ಬಗ್ಗೆ ಏನು ಆಸಕ್ತಿ ತೋರದಿದ್ದದ್ದು ಅವಳ ಗಮನಕ್ಕೆ ಬಂತು. ಉಗುಳು ಗಂಟಲಲ್ಲಿ ಸಿಕ್ಕಿಕೊಂಡಂತಾಯಿತು.

ಲಕ್ಷ್ಮೀ ಸೋತವಳಂತೆ ಕೂತುಬಿಟ್ಟಳು. ತುಂಗ ಎಲ್ಲಿ? ಏನೇನೋ ಕೆಟ್ಟ ಯೋಚನೆಗಳು. ಅವಳ ಮೇಲೆ ಶ್ರೀನಿವಾಸಮೂರ್ತಿ ಬಹಳ ಅಕ್ಕರೆ ತೋರಿಸಿದ್ದರು. ಏನಾದರೂ ಹೆಚ್ಚು ಕಡಿಮೆಯಾಗಿದ್ದರೇ? ಬಹುಶಃ... ಸುಭಾಷ್... ಅಷ್ಟರಲ್ಲಿ ಬಟ್ಟೆ ಬದಲಾಯಿಸಿ ಕೋಣೆಯಿಂದ ಹೊರಬಂದಿದ್ದ. ವೀಕ್ಲಿಗಳನ್ನ ತಿರುವುತ್ತಿದ್ದ ಸುಧಾ, ಅನಿಲ್ ತಮ್ಮತಮ್ಮೊಳಗೆ ಪೈಪೋಟಿ ನಡೆಸಿದ್ದರು.

"ತುಂಗ... ಎಲ್ಲಿ?" ಮತ್ತದೇ ಪ್ರಶ್ನೆ ಲಕ್ಷ್ಮಿಯದು. ಅವನಿಗೆ ತಮಾಷೆಯೆನಿಸಿತು. "ಯಾರ್ಗೇ... ಗೊತ್ತು? ಫೋನ್‌ನಿಂದೇನು ಜಿಗಿಯಲಿಲ್ಲ." ಅಳು ಬರುವುದೊಂದು

ಬಾಕಿ ಇತ್ತು ಲಕ್ಷ್ಮಿಗೆ. ಸುಧಾಳ ಹುಟ್ಟುಹಬ್ಬಕ್ಕೆ ಬಂದಿದ್ದ ತುಂಗ ಅಪ್ಪ, ಅಮ್ಮ ತುಂಬ ಜೋರಿನ ಜನವೆಂದು ಗೊತ್ತಾಗಿತ್ತು. ಕರೆಸಿದಾಗಲೇ "ನಮಗ್ಯಾಕೆ? ಆ ಜನ ಮಾತಾಡಿದ್ರೆ ಮೇಲೆ ಬೀಳ್ತೋ ಹಾಗೆ ಇದ್ದಾರೆ" ಎಂದಾಗ ಶ್ರೀನಿವಾಸಮೂರ್ತಿ ಸಮಾಧಾನಿಸಿದ್ದರು. "ನಿಂಗೆ ಈಗ ಅರ್ಥವಾಗೋಲ್ಲ. ಅವ್ರಿಗೇನು ಸಂಬ್ಳ, ಸಾರಿಗೆ ಕೊಡ್ಬೇಕಿಲ್ಲ. ನೀನಿರೋ ಸ್ಥಿತಿಯಲ್ಲಿ ಎಲ್ಲಾ ನಿಭಾಯಿಸ್ತಾರೆ. ಹಾಗಂತ ಹೊಟ್ಟೆ ಹಸಿದುಕೊಂಡು ಯಾರೂ ಉಪವಾಸವಿರೋಲ್ಲ!" ಅವಳ ಕಣ್ಣಲ್ಲಿ ಕಣ್ಣಿಟ್ಟು ಹೇಳಿದ್ದರು. ಗರ್ಭಕೋಶದ ತೊಂದರೆಯಿಂದ ನರಳುತ್ತಿದ್ದ ಲಕ್ಷ್ಮಿಗೆ ಇದು ಅರ್ಥವಾಗುವುದು ಕಷ್ಟವಾಗಲಿಲ್ಲ. ದುಃಖ ಉಕ್ಕಿದ್ದರೂ ಮೇಲುನೋಟಕ್ಕೆ ಸಮಾಧಾನ ಪ್ರದರ್ಶಿಸಿದ್ದಳು.

"ಸುಭಾಷ್ ಜೋಕ್ ಮಾಡ್ತಾ ಇಲ್ಲ ತಾನೇ!" ಅವನಿಗೆ ರೇಗಿಹೋಯಿತು. "ಅವ್ಳ ವಿಷ್ಯವಾಗಿ ನಾನ್ಯಾಕೆ ಜೋಕ್ ಮಾಡ್ಲಿ? ನೀನು ಫೋನ್ ಮಾಡಿದ್ದೆ. ಕಳುಹಿಸಿಯೂ ಇರ್ಬಹುದು. ಆದ್ರೆ... ಆ ತುಂಗ ಅನ್ನೋ ಹೆಣ್ಣು ಮಾತ್ರ ಈ ಮನೆಗೆ ಬರ್ಲಿಲ್ಲ. ನನ್ನ ಒಂದು ದೊಡ್ಡ ಗಂಡಾಂತರದಿಂದ ಪಾರು ಮಾಡಿದ್ಲು" ಮಾರ್ಮಿಕವಾಗಿ ಹೇಳಿದ. "ಅವ್ಳೇನು... ಮಗುನಾ? ಎಲ್ಲೋ ಹೋಗಿರ್ತಾಳೆ. ಬರ್ತಾಳೆ... ಬಿಡು ತಲೆ ಕೆಡ್ಸಿಕೊಳ್ಳಬೇಕಾದ ವಿಷ್ಯಕ್ಕೆತಲೆ ಕೆಡ್ಸಿಕೊಳ್ಳೊಲ್ಲ! ಇಲ್ಲದ ವಿಷ್ಯಕ್ಕೆ ತಲೆಕೆಡಿಸ್ಕೋತೀಯಾ!" ರೇಗಿಯೇಬಿಟ್ಟ. ಅನಿಲ್, ಸುಧಾ ಹೊರಗೆದ್ದು ಹೋದರು.

ಲಕ್ಷ್ಮಿ ಎಷ್ಟೋ ಹೊತ್ತು ಹಾಗೆಯೇ ಕೂತಿದ್ದಳು. ಸಹಾನುಭೂತಿಯಿಂದ ನೋಡಿದ. ಒಡಹುಟ್ಟಿದ ಸೋದರಿ. ಅವಳೊಂದು ಸುಳಿಯ ಮಧ್ಯೆ ಖಂಡಿತ ಆದರದಿಂದ ಹೊರಬರಲಾರಳು.

ಹೋಗಿ ಫ್ರಿಜ್‌ನಲ್ಲಿದ್ದ ನಾಲ್ಕು ಸೇಬನ್ನು ಚಾಕಿನ ಸಮೇತ ಹೊತ್ತು ತಂದ. ತಾನೇ ಹೆಚ್ಚಿ ಪ್ಲೇಟ್‌ಗೆ ತುಂಬಿದ.

"ತಗೋ... ತಲೆ ಕೆಡ್ಸಿಕೊಳ್ಳುವಂಥ ವಿಷ್ಯವೇನಲ್ಲ! ಭಾವನಿಗೆ ಹೇಳಿ ಊರಿಗೆ ಹೋಗಿರ್ಬಹುದು" ಒಂದು ಹೋಳು ಕೈಗೆತ್ತಿಕೊಂಡ ಲಕ್ಷ್ಮಿ ಕೆನ್ನೆಯ ಮೇಲೆ ಕಂಬನಿಯ ಧಾರೆ. ಅವನ ಹೃದಯ ಕಿತ್ತು ಬಾಯಿಗೆ ಬಂದಂತಾಯಿತು. "ಛೆ, ಅಳೋಕೇನಾಯ್ತು!" ಅವನ ಕೈಯಲ್ಲಿದ್ದ ಸೇಬಿನ ತುಂಡು ಕೆಳಜಾರಿತು. ಎದ್ದು ಹೋಗಿ ಫೋನೆತ್ತಿಕೊಂಡ. ಅವನಾಗಿ ಸುಧಾ ಗಾರ್ಮೆಂಟ್ಸ್‌ಗೆ ಫೋನ್ ಮಾಡುತ್ತಿದ್ದುದೇ ಅಪರೂಪ. ಅರೆಮನಸ್ಸಿನಿಂದಲೇ ಡಯಲ್ ತಿರುಗಿಸಿದ. "ಹಲೋ..." ಶ್ರೀನಿವಾಸಮೂರ್ತಿಯ ಸ್ವರ. ವಿಷಯವನ್ನು ತೀರಾ ಚುಟುಕಾಗಿ ತಿಳಿಸಿದ. "ತುಂಗ ವಿಷ್ಯ ನಿಮ್ಗೇನಾದ್ರೂ... ಗೊತ್ತಾ?" ಆ ಕಡೆ ಫೋನ್ ಹಿಡಿದ ಶ್ರೀನಿವಾಸಮೂರ್ತಿ ಪೂರ್ತಿ ಬೆವತುಹೋದರು. "ಗೊತ್ತಿಲ್ವಲ್ಲ. ಮೊದ್ಲೇ ಒರಟು ಜನರ ಸಹವಾಸ ಅವ್ರಿಗೇನಾದ್ರೂ... ಆಗಿದ್ರೆ ನಂಗೊಂದು ಗತಿ ಕಾಣ್ಸಬಿಡ್ತಾರೆ. ಈಗ... ಬರ್ತೀನಿ" ಫೋನಿಟ್ಟ ಸುಭಾಷ್ ನಕ್ಕುಬಿಟ್ಟ. "ಈ ಪುಕ್ಕಲು ನೇಚರ್ ಇನ್ನು ಕಡಮ್ಮೇ ಆಗಿಲ್ಲ. ಅಂಥ ಜನಾಂತ ತಿಳ್ದು ಕೂಡ ಯಾಕೆ

ಕರ್ಕೊಂಡ್ಬರ್ಬೇಕಿತ್ತು! ಇರೋ ಜನಾನ ಉದ್ಧಾರ ಮಾಡ್ಲಿಲ್ಲ. ಈಗ ಯಾರ ಯಾರ ಉದ್ಧಾರಕ್ಕೊ ಕೈ ಹಾಕಿದ್ದಾರೆ!" ಕೆಟ್ಟದಾಗಿ ಹೇಳಿದ. ಶ್ರೀನಿವಾಸಮೂರ್ತಿಯ ತೀರಾ ಅಗ್ಗದ ಯೋಚನೆಗಳು, ಕಲ್ಪನೆಗಳು ಅವನಿಗೆ ಹಿಡಿಸುತ್ತಿರಲಿಲ್ಲ. ಒಮ್ಮೆ ತಾನು ಎಡುವುವ ಹಂತ ತಲುಪಿದ್ದು, ತುಂಗ ಹೆಣ್ಣೆಂಬ ಒಂದೇ ಕಾರಣಕ್ಕೆ ಅವಳ ಸಖ್ಯ ಬೆಳೆಸಲು ಹಾತೊರೆದಿದ್ದು, ಹೊಟ್ಟೆಯಲ್ಲಿದ್ದಿದ್ದು ಬಾಯಿಗೆ ಬಂದಂತಾಯಿತು.

ಬಂದ ಶ್ರೀನಿವಾಸಮೂರ್ತಿಗಳು ತೀರಾ ಉದ್ವಿಗ್ನರಾದ್ದರು. ಇನ್ನಷ್ಟು ಕಲ್ಲಾದ ಸುಭಾಷ್.

"ಈಗೇನು... ಮಾಡೋದು?" ತುಟಿಗುಟ್ಟಿದರು.

"ಐ ಆಮ್ ನಾಟ ಇಂಟರೆಸ್ಟೆಡ್. ನಿಮ್ಗೆ ಹೇಗೆ ತೋರುತ್ತೋ... ಹಾಗೆ ಮಾಡಿ" ಎಂದ. ಇಷ್ಟು ನೇರವಾಗಿ, ಸ್ಪಷ್ಟವಾಗಿ ಹೇಳಿದ್ದು ಶ್ರೀನಿವಾಸಮೂರ್ತಿಗೆ ಚಪ್ಪಲಿಯಿಂದ ಹೊಡೆಸಿಕೊಂಡಂತಾಯಿತು.

ಅವರಿಬ್ಬರ ಬಾಂಧವ್ಯ ತೀರಾ ಹಳೆಯದು. ಭಾವನಿಗೆ ಎದುರಾಡೇ ಗೊತ್ತಿರಲಿಲ್ಲ ಸುಭಾಷ್‌ಗೆ. ಛೇಡಿಸುತ್ತಿದ್ದರೂ ಎಂದೂ ಕಟುವಾಗಿ ಎದುರಾಡುತ್ತಿರಲಿಲ್ಲ.

"ಲಕ್ಷ್ಮಿ, ನೀವು ಮನೆಗೆ ಹೋಗಿ. ನಾನು ಹೋಗ್ಬರ್ತೀನಿ" ಎಂದರೂ ಅದು ಬಿಟ್ಟು ಅವರಿಗೆ ಬೇರೆ ದಾರಿ ಇರಲಿಲ್ಲ. ಒಂದೆರಡು ಸಲವಾದರೂ ಅವರ ದೇಹದ ಹಸಿವನ್ನು ತಣಿಸಿದ್ದಳು. ಅಂಥ ತೀವ್ರತೆ ಎಂದೂ ಲಕ್ಷ್ಮಿಯಲ್ಲಿ ಕಂಡಿರಲಿಲ್ಲ. ಒಂದು ಸವಾಲಾಗಿ ಸುಭಾಷ್‌ಗೆ ಒಡ್ಡಲು ತೀರ್ಮಾನಿಸಿದ್ದರು.

ಹೊರಗೆ ಹೋದವರು ಪುನಃ ಒಳಗೆ ಬಂದರು. 'ಡ್ರೈವರ್ ಮಗುಗೆ ತುಂಬ ಸೀರಿಯಸ್ ಅಂತೆ. ಅವ್ನು ಬರೋಲ್ಲ ಅಂತಾನೆ" ಮತ್ತೆ ಕೂತರು. ಗೋಡೆಗೊರಗಿ ನಿಂತ ಸುಭಾಷ್ ಎದೆಯ ಮೇಲೆ ಕೈ ಕಟ್ಟಿದ. "ಅವ್ನು ಇಲ್ದಿದ್ರೆ ಕುಟ್ಟಿನ ಕರ್ಕೊಂಡ್ಹೋಗಿ" ಎಂದ. ಅವರು ಅಲ್ಲಾಡಲಿಲ್ಲ. ಶ್ರೀನಿವಾಸಮೂರ್ತಿಗಳ ಭಯದ ಸ್ವಭಾವ ಅವನಿಗೆ ಗೊತ್ತು. ತಾವು ಡ್ರೈವ್ ಮಾಡೋದಾಗಲಿ ವೀಲು ಬಿಟ್ಟು ಬೇರೆ ಡ್ರೈವರ್ ಜೊತೆಗೆ ಹೋಗಲಾಗಲಿ ಅವರು ಸಿದ್ಧರಿಲ್ಲ. ಸುಭಾಷ್ ಸ್ಟೀರಿಂಗ್ ವ್ಹೀಲ್ ಮುಂದೆ ಕೂತರೆ ಮಾತ್ರ ಅವರಿಗೆ ಭಯವಿಲ್ಲ.

"ವಿಳಾಸ... ಕೊಡಿ" ಫೋನ್ ಬಳಿ ಹೋದ "ಅದ್ರಲ್ಲಿ ಫೋನಿಲ್ಲ" ಎಂದರೂ ಶ್ರೀನಿವಾಸಮೂರ್ತಿಗಳು "ಪರ್ವಾಗಿಲ್ಲ, ನೀವು ಗುರ್ತು ಹಾಕಿ ಕೊಡಿ" ಫೋನೆತ್ತಿಕೊಂಡು ಎಕ್ಸ್‌ಛೇಂಜ್‌ಗೆ ಮಾಡಿದ. ಸೊಲಾಪುರದಲ್ಲಿದ್ದುದು ಫೋನ್ ಎರಡೇ ಕಡೆ ಪ್ರಾವಿಷನ್ ಸ್ಟೋರ್‌ನ ರಂಗಯ್ಯ ಶೆಟ್ಟರಿಗೆ ಮಾಡಿದಾಗ ಅವರು ಅಷ್ಟು ಆಸಕ್ತಿ ವ್ಯಕ್ತಪಡಿಸಲಿಲ್ಲ ಮೊದಲು, ಆಮೇಲೆ "ನಮ್ಗೇ ಏನು ಗೊತ್ತಿಲ್ಲ ಸಾರ್. ಈಗ ಅವ್ರನ್ನ ಕರಿಸ್ತೀನಿ. ಫೋನ್ ಇಡ್ಬೇಡಿ. ನಮ್ಮ ಹಿಂದಿನ ಮನೆನೇ ಅವರದು."

ಹತ್ತೇ ಸೆಕೆಂಡ್‌ನಲ್ಲಿ ಅವರು ಲೈನಿಗೆ ಬಂದರು. ಅವರು ಹೇಳಿದ್ದನ್ನೆಲ್ಲ ನಿಧಾನವಾಗಿ ಕೇಳಿ, "ಸ್ವಲ್ಪ ಇರೀ, ಬೈಸಿಕೊಳ್ಳಬೇಕಾದವನು ನಾನಲ್ಲ. ಈಗ ಹೇಳಿದ್ದನ್ನ

ಮತ್ತೊಮ್ಮೆ ಅವ್ರಿಗೆ ಹೇಳಿ." ಫೋನನ್ನ ಶ್ರೀನಿವಾಸಮೂರ್ತಿಗಳ ಕೈಗೆ ಕೊಟ್ಟು ಸುಮ್ಮನೇ ಕೂತ. ನಗು ಕಾಣಬಾರದೆಂದು ಕೈಯನ್ನು ಬಾಯಿಗೆ ಅಡ್ಡವಾಗಿಟ್ಟ.

ಫೋನ್ ಇಡುವ ವೇಳೆಗೆ ಶ್ರೀನಿವಾಸಮೂರ್ತಿಗಳ ಮುಖದ ಬೆವರು ಸುರಿದುಹೋಯಿತು. ಅಸಹ್ಯಿಸಿಕೊಳ್ಳುವಂತೆ ಫೋನ್‌ನಲ್ಲಿಯೇ ಬೈದಿದ್ದರು.

"ಏನಾಯ್ತು?" ಲಕ್ಷ್ಮಿಯ ಪ್ರಶ್ನೆಗೆ ಸುಭಾಷ್ ಉತ್ತರಿಸಿದ: "ಏನಿಲ್ಲ, ನಿನ್ನ ತುಂಗ ಊರಿನಲ್ಲಿ ಆರಾಮಾಗಿದ್ದಾಳೆ. ಬೇಕಾದ್ರೆ ಒಂದು ಟ್ಯಾಕ್ಸಿ ಮಾಡ್ಕೊಂಡ್ ಹೋಗಿ ನೋಡ್ಬನ್ನಿ" ಅವನಿಗಿನ್ನು ನಗು ತಡೆಯಲಾಗಲಿಲ್ಲ.

ಆಟೋ ಹತ್ತಿರ ಕೂಡಲೇ ಅಡ್ರೆಸ್‌ನ ಸ್ಲಿಪ್ಪನ್ನು ತುಂಗ ಆಟೋದವನ ಕೈಯಲ್ಲಿಟ್ಟಿದ್ದಳು. ಅಷ್ಟರಲ್ಲಿ ಹಿಂದಿನಿಂದ ಬಂದವರು ಆಟೋನ ನಿಲ್ಲಿಸಿ ಅವನನ್ನು ಪಕ್ಕಕ್ಕೆ ಕರೆದೊಯ್ದಿದ್ದರು. ಬರುವಾಗ ಸಿಳ್ಳೆ ಹಾಕುತ್ತ ಬಂದವನು ರಾತ್ರಿ ಒಂಬತ್ತುವರೆಗೆ ಇಡೀ ಊರು ಸುತ್ತಿಸಿ ಬಸ್‌ಸ್ಟಾಂಡ್‌ಗೆ ಕರೆತಂದಿದ್ದ.

"ಆ ಅಡ್ರೆಸ್ ಮನೆನೇ ಇಲ್ಲ. ನಿಮ್ಮೂರಿನ ಬಸ್ ಇದೆ, ಹೋಗ್ಬಿಡಿ" ಎಂದು ಬಸ್ ಟಿಕೆಟ್‌ಗೆ ಆಗುವ ಹಣವನ್ನ ಮಾತ್ರ ಕೊಟ್ಟಿದ್ದ. ದಿಕ್ಕು ತೋರದ ಸ್ಥಿತಿ. ಮತ್ತೆ ಮನೆಗೆ ಹೋಗುವಂಥ ಪರಿಜ್ಞಾನವು ಇಲ್ಲ. ಅಳುತ್ತಲೇ ಬಸ್ಸು ಹತ್ತಿ ಊರಿಗೆ ಹೋಗಿದ್ದಳು. ಆಟೋ ಛಾರ್ಜ್‌ಗಾಗಿ ಲಕ್ಷ್ಮಿ ಕೊಟ್ಟಿದ್ದ ಹತ್ತು ರೂ. ಎಲ್ಲೋ ಹೋಗಿತ್ತು. ಕಡೆಗೂ ಸಿಕ್ಕಿರಲಿಲ್ಲ.

"ಎಂಥ ಕೆಲ್ಸ ಆಗೋಯ್ತು!" ಧುಮುಗುಟ್ಟಿದರು ಶ್ರೀನಿವಾಸಮೂರ್ತಿಗಳು. "ಅವ್ನು ಬಸ್ ಸ್ಟಾಂಡ್ ಆದ್ರೂ ತಲುಪಿಸ್ದ. ಎಲ್ಲಾದ್ರೂ ಬೀದಿಯಲ್ಲಿ ಬಿಟ್ಟು ಹೋಗಿದ್ರೆ..." ತಣ್ಣಗೆ ನಕ್ಕ ಸುಭಾಷ್. "ಮತ್ತೆ ಮನೆಗೆ ಬರ್ತಾ ಇದ್ಲು. ಹಾಗೆ ಆಗ಼್ಾರ್ದೂಂತ ಪ್ಲಾನ್ ಮಾಡೇ... ಬಸ್ಸು ಹತ್ತಿಸಿರೋದು" ಅಂದ ಕೂಡಲೇ ಅವರ ತಲೆಗೂ ಹೊಳೆಯಿತು. ಇದರ ಹಿಂದೆ ಯಾರೋ ಇದ್ದಾರೆ. ಯಾರಿರಬಹುದು? ಸುಭಾಷ್ ಮೇಲೆ ಅನುಮಾನಪಡಲು ಸಾಧ್ಯವಿರಲಿಲ್ಲ. ಯೋಚಿಸುತ್ತ ಕೂತರು. ಹೆಚ್ಚಿಟ್ಟ ಸೇಬಿನ ತುಂಡುಗಳು ತಮ್ಮ ಹೊಳಪನ್ನು ಕಳೆದುಕೊಂಡಿದ್ದವು.

"ಹೇಗಿದೆ, ನಿನ್ನ ಆರೋಗ್ಯ? ಡಾ|| ಶ್ಯಾಮಸುಂದರ್‌ನ ಭೇಟಿಯಾಗಿದ್ದ?" ಶ್ರೀನಿವಾಸಮೂರ್ತಿಗಳು ಬೇರೆ ವಿಷಯ ಎತ್ತಿಕೊಂಡರು. ಸುಭಾಷ್ ಆಸಕ್ತಿವಹಿಸಲಿಲ್ಲ. ಆದರೂ ಸಿಡಿಮಿಡಿ ಹೊರಬಿತ್ತು. "ನಿಮ್ಮ ಪ್ರಶ್ನೆಗೆ ಅವ್ರಿಂದ ಸರ್ಯಾದ ಉತ್ತರ ಸಿಕ್ಕಿರಲಾರ್ದು! ಅಂತೂ... ಒಳ್ಳೆ ಕಲ್ಪನೆ!" ಚುರುಕು ಮುಟ್ಟಿಸಿದ.

ಇನ್ನೊಂದು ಮಾತಾಡದೇ ಶ್ರೀನಿವಾಸಮೂರ್ತಿಗಳು ಹೊರಟುಬಿಟ್ಟರು. ಹಂಗಿಸಿದಂತಾಯಿತು ಸುಭಾಷ್. ತಾವು ಬಾಯಿ ತಪ್ಪಿಯಾದರೂ ಆಡಿದ್ದು ತಪ್ಪೆನಿಸಿತು.

ಆವೇಶದಿಂದ ಮುಷ್ಟಿ ಬಿಗಿ ಹಿಡಿದು ಗೋಡೆಗೆ ಗುದ್ದಿದ ಸುಭಾಷ್. ಅವನ ಒಳ್ಳೆಯತನಕ್ಕೆ ಸಿಕ್ಕ ಬಳುವಳಿ. ಪ್ರೇಮದಂತೆ ಪ್ರಣಯವು ಕೂಡ ಸುಂದರ ಕಾವ್ಯ. ಎಲ್ಲಿಯೋ, ಹೋಗು, ಯಾರೊಡನೆಯೋ ಬಿದ್ದು ಒದ್ದಾಡುವುದಲ್ಲ.

* * * *

ಅರೆ ಸುಟ್ಟ ಷೋರೂಂ ಇದ್ದ ಜಾಗ ಈಗ ನೆಲಸಮವಾಗಿ ಹೊಸ ಕಟ್ಟಡ ತಲೆಯೆತ್ತುತ್ತಿತ್ತು. ಅದರ ಮ್ಯಾನೇಜ್‌ಮೆಂಟೆಲ್ಲ ಪಿಳ್ಳೆಯದೇ. ದಿನಕ್ಕೆರಡು ಬಾರಿ ಎಸ್ಟಿಮೇಟ್ ಹಿಡಿದು ಬಂದು ನಿಲ್ಲುತ್ತಿದ್ದರು.

ಅಂದು ಆಫೀಸ್‌ಗೆ ಬಂದ ಕೂಡಲೇ ಸುಭಾಷ್ ಮೇಲೆ ಒತ್ತಾಯ ತಂದರು.

"ನಾಳಿದ್ದು ಭಾನುವಾರ ಸತ್ಯನಾರಾಯಣ ಪೂಜೆ, ಬಂದೇ ಬರ್ಬೇಕು. ಇಲ್ಲ ಎನ್ನುವ ಪ್ರಶ್ನೆಯೇ ಇಲ್ಲ." ಫೈಲ್ ನೋಡುತ್ತಿದ್ದವನು ತಲೆಯೆತ್ತಿದ ಕಣ್ಣುಗಳು ಮೃದುವಾದವು.

ಆ ಮನುಷ್ಯ ಮಾಡುತ್ತಿರುವ ಸಹಾಯ ಮತ್ತು ಕೆಲಸಕ್ಕೆ ತಾನು ಎಂದಾದರೂ ಸಂಬಳ ಕೊಡಲು ಸಾಧ್ಯವೇ? ಇಡೀ ಕಂಪನಿಯನ್ನೆ ತಮ್ಮ ಹೆಗಲ ಮೇಲೆ ಹೊತ್ತು ಓಡಾಡುತ್ತಿದ್ದರು.

"ಸಾಧ್ಯವಾದ್ರೆ... ಬರ್ತೀನಿ" ನಿಂತಿದ್ದ ಪಿಳ್ಳೆ ಕೂತರು. ಅವರ ಬಿಗಿದ ಹುಬ್ಬುಗಳಲ್ಲಿ ಹಟವಿತ್ತು. "ನಾಲ್ಕನೇ ಸಲ ಪೂಜೆಯ ದಿನ ಫಿಕ್ಸ್ ಮಾಡಿ ಮುಂದಕ್ಕೆ ಹಾಕುತ್ತಿರುವುದು. ನೀವು ಬರೋಲ್ಲಾಂದ್ರೆ ಪೂಜೆನೇ ಕೈಬಿಟ್ಟುಬಿಡ್ತೀನಿ. ಆ ಸತ್ಯನಾರಾಯಣ ನನ್ಮೇಲೆ ಬೇಕಾದ್ರೆ... ಕೋಪ ಮಾಡ್ಕೊಳ್ಳಿ!" ನಕ್ಕುಬಿಟ್ಟ ಸುಭಾಷ್ ಫೈಲನ್ನು ಪಕ್ಕಕ್ಕೆ ಸರಿಸಿದ.

"ಓ.ಕೆ., ನನ್ನ ತುಂಬ ಹೊತ್ತು ನಿಲ್ಲಿಸ್ಕೋಬಾರ್ದು!" ಷರತ್ತು ಒಡ್ಡಿದ. ಗೆಲುವಿನಿಂದ 'ಹ್ಞೂ' ಗುಟ್ಟಿದರು. ತಮ್ಮ ಪಥದತ್ತ ಮೊದಲ ಹೆಜ್ಜೆ ಇಟ್ಟ ಹೆಮ್ಮೆ ಅವರ ಮುಖದಲ್ಲಿ ಮಿನುಗಿತು. "ಪೂಜೆ... ಇಲ್ಲಲ್ಲ, ತೋಟದಲ್ಲಿ" ಹಣೆಗೆ ಕೈಯೊತ್ತಿದ ಸುಭಾಷ್. "ಬರೀ ಎಂ ಕಿಲೋಮೀಟರ್ ಅಷ್ಟೆ. ಕಾರಿನಲ್ಲಿ ಬರೀ ಹತ್ತು ನಿಮಿಷಗಳ ಜರ್ನಿ" ಸಮ್ಮತಿ ಸೂಚಿಸಿದ.

ತಮ್ಮ ಕೋಣೆಯಲ್ಲಿ ಗೋಪಾಲರಾಯರೊಂದಿಗೆ ಅರ್ಧ ಗಂಟೆ ಸಂಭಾಷಣೆ ನಡೆಸಿದರು. ಖುಷಿಯಿಂದ ಇದ್ದರು.

ಮತ್ತೆ ಶನಿವಾರ ರಾತ್ರಿ ಬಂದ ಪಿಳ್ಳೆ ಜ್ಞಾಪಿಸಿದರು.

"ಹೇಗೂ ಬರೋ ತೀರ್ಮಾನ ಮಾಡಿದ್ದೀರಿ. ಸುತ್ತಲು ತೋಟ. ಕಣ್ಣಿಗೆ ಹಬ್ಬವಾಗುವಂಥ ಹಸಿರು. ಎದ್ದ ಕೂಡಲೇ ಬನ್ನಿ" ತೂಗುತ್ತಿದ್ದ ಕಣ್ಣುಗಳಿಂದಲೇ ಒಪ್ಪಿಗೆ ಸೂಚಿಸಿದ.

ಈಗ ಕುಡಿತನ ಹೆಚ್ಚು ಮಾಡಿದ್ದ. ಬಾರ್, ಸಾಮೂಹಿಕ ಕುಡಿತ ಅದೆಲ್ಲ ಅವನಿಗಿಷ್ಟವಿಲ್ಲ. ಅವನಿಗೆ ಸ್ನೇಹಿತರೇ ಇಲ್ಲ. ಪರಿಚಯವೆಂದು ಹೇಳಿಕೊಳ್ಳುವಂಥ ಸ್ನೇಹ. "ಹಾಯ್, ಹಾಯ್, ಹಲೋ, ಹಲೋ" ಎಂದರೆ ಮುಗಿದುಹೋಗುತ್ತಿತ್ತು. ನೋವು, ಸಾವನ್ನ ಮರೆಯಬೇಕೆಂದರೆ ವಿಸ್ಕಿಯೊಂದೇ ಅವನಿಗೆ ದಿವ್ಯೌಷಧದಂತೆ ಕಾಣುತ್ತಿತ್ತು.

ಈಗ ಮನೆಯ ಅಡಿಗೆ, ತಿಂಡಿ ಒಂದೂ ಇರಲಿಲ್ಲ. ರಂಗಪ್ಪ ದಿನಕ್ಕೆ ಎರಡು ಬಾರಿ ಬಂದು ಮನೆ ಕ್ಲೀನ್ ಮಾಡಿ ಹೋಗುತ್ತಿದ್ದ. ಅಪರೂಪಕ್ಕೆ ಕಾಫಿನೋ, ಹಾರ್ಲಿಕ್ಸೋ ಬೆರೆಸಿಕೊಳ್ಳುತ್ತಿದ್ದ ಸುಭಾಷ್. ಅವನ ಕುಡಿತ ಬರೀ ರಾತ್ರಿಗೆ ಸೀಮಿತ. ಹಗಲು ಮಾತ್ರ ಆ ತಂಟೆಗೆ ಹೋಗುತ್ತಿರಲಿಲ್ಲ.

ಏಳಕ್ಕೆಲ್ಲ ಮನೆ ಬಿಟ್ಟ ಸುಭಾ, ಒಮ್ಮೆ ಯೋಚಿಸಿದ. ಇವನು ಬೇರೆ ಬರುವುದಕ್ಕೆ ಮುನ್ನ ಶ್ರೀನಿವಾಸಮೂರ್ತಿಯ ಬಾಸ್‌ಗಿರಿಯಲ್ಲೇ ಬಹಳ ವರ್ಷ ಕೆಲಸ ಮಾಡಿದವರು. ಅವರಿಗೂ ಆಹ್ವಾನವಿರಬಹುದೆಂದುಕೊಂಡಿದ್ದ. ಕಾರನ್ನು ಆ ಕಡೆ ತಿರುಗಿಸಿದ.

ಇನ್ನು ಅನಿಲ್, ಸುಧಾಗೆ ಸುಪ್ರಭಾತವಾಗಿರಲಿಲ್ಲ. ಶ್ರೀನಿವಾಸಮೂರ್ತಿಗಳು ಆರಾಮಾಗಿ ವರಾಂಡದಲ್ಲಿ ಕೂತು ಪೇಪರ್ ನೋಡುತ್ತಿದ್ದರು.

"ಬಾ.... ಸುಭಾಷ್" ಅಕ್ಕರೆಯಿಂದ ಸ್ವಾಗತಿಸಿದವರು ಕೂಗು ಹಾಕಿದರು. "ಲಕ್ಷ್ಮಿ ಯಾರು ಬಂದಿದ್ದಾರೆ ನೋಡು" ಐದು ನಿಮಿಷದ ನಂತರವೆ ಬಂದಿದ್ದು. ಮುಖದ ಮುಂದೆ ಪೇಪರ್ ಹಿಡಿದಿದ್ದವನು ಇಳಿಸಿದ. "ಎಲ್ಲಾದ್ರೂ... ಹೊರಟಿದ್ದೀರಾ?" ನೇರವಾಗಿ ಕೇಳಲಿಲ್ಲ. "ಇಲ್ವಲ್ಲ, ಮಧ್ಯಾಹ್ನದ ಮೇಲೆ ಮಾಮೂಲಿ ಫಿಲಮೋ, ಹೋಟೆಲ್ಲೋ..." ಅರನ ಪಕ್ಕದಲ್ಲಿಯೇ ಕೂತಳು. ಅಪರೂಪಕ್ಕೆ ಬಂದಿದ್ದು ಅವಳಿಗೆ ಆಶ್ಚರ್ಯವನ್ನುಂಟುಮಾಡಿತ್ತು.

"ಫಸ್ಟ್‌ಕ್ಲಾಸ್... ಕಾಫೀ ತರ್ತೀನಿ" ಲಕ್ಷ್ಮಿ ಮೇಲೆದ್ದಾಗ ಶ್ರೀನಿವಾಸಮೂರ್ತಿ ಕೈ ಹಿಡಿದು ಕೂಡಿಸಿದ. "ತುಂಗ ತರ್ತಾಳೆ ಬಿಡು" ಕ್ರಾಪನ್ನ ಸರಿಮಾಡಿಕೊಂಡ ಸುಭಾಷ್. ಪುನಃ ವಕ್ಕರಿಸಿದೆ ಆ ಹೆಣ್ಣು ಹುಲಿಯೆಂದುಕೊಂಡ. ಕೊಬ್ಬಿದ ಮೈನ ಹಸಿವಿನಿಂದಲೇ ಅವನ ಬಯಕೆಯ ಬೆಂಕಿಗೆ ತುಪ್ಪ ಸುರಿದ ಹೆಣ್ಣು. ಮತ್ತೆ ಅಂಥ ಯೋಚನೆಗಳು, ಬಯಕೆಗಳು ನಿಜವಾಗಿಯೂ ಹೆದರಿದ.

"ಪಿಳ್ಳೆ ಕೆಲ್ಸ ನೋಡಿದ್ಯಾ?" ಕೈಯಲ್ಲಿದ್ದ ಪೇಪರ್ ಮಡಚಿ ಟೀಪಾಯಿ ಮೇಲೊಗೆದರು. ಅವರ ಮೂಗಿನ ಹೊಳ್ಳೆಗಳು ಅರಳಿದವು. ಮ್ಯಾನೇಜರ್ ಎನ್ನುವ ಪದಕ್ಕೆ ಬಂದ ಸಂಚಕಾರವನ್ನು ಗುರ್ತಿಸಿದ ಸುಭಾಷ್. "ಇಲ್ಲಿಗೆ... ಬಂದಿದ್ರಾ?" ಮತ್ತಷ್ಟು ಭುಸುಗುಟ್ಟಿದರು. "ಆವೊತ್ತು ತಂಗಗೆ ಅಷ್ಟು ಪಾಡು ಬರೋಕೆ ಕಾರಣ ಅವರೇ!" ಅವರ ಆರೋಪಣೆಗೆ ಅವನು ನಕ್ಕುಬಿಟ್ಟ. "ನಾನು ನಂಬೋಲ್ಲ! ಅವ್ರ ಮಿತಿಯಲ್ಲೇ ಅವ್ರು ಕೆಲ್ಸ ಮಾಡೋದು. ಅವ್ರ ಮ್ಯಾನೇಜರ್ ಹುದ್ದೆ ಬರೀ "ಸುಭಾಷ್ ಗಾರ್ಮೆಂಟ್ಸ್‌"ಗೆ ಮಾತ್ರ. ಫ್ಯಾಮಿಲಿ ವಿಷ್ಯದಲ್ಲಿ ಕೈ ಹಾಕೋಲ್ಲ. ಎಂದೂ ನೋಡಿರದ ತುಂಗ ಮೇಲೇಕೆ ಅವ್ರಿಗೆ... ದ್ವೇಷ!" ಖಡಾಖಂಡಿತವಾಗಿ ತಳ್ಳಿ ಹಾಕಿದ್ದ.

ಕಾಫಿ ತಂದ ತುಂಗ ಹೇಳಿಕೊಂಡು ಕಣ್ಣೀರಿಟ್ಟಳು. ಅಕಸ್ಮಾತ್ ನೋಡಿದಾಗ ಅವರನ್ನು ಗುರ್ತಿಸಿದ್ದಳು.

"ಇವ್ರೆ, ಆಟೋದವನನ್ನ ಕರ್ದು ಹೇಳಿದವ್ರು" ಬೆಟ್ಟು ಮಾಡಿದಾಗ ಲಕ್ಷ್ಮಿ ಕಣ್ಣು ಕೆಂಪಗೆ ಮಾಡಿ ಬಾಯಿ ಮುಚ್ಚಿಸಿದ್ದರು. "ಸಾಕು ಸುಮ್ಮನಿರು. ನಿನ್ನ ತಿಕ್ಕಲುತನಕ್ಕೆ

ನಕ್ಕಾರು." ಆಗ ಬಾಯಿ ಮುಚ್ಚಿದರೂ ಮತ್ತೆ ಮತ್ತೆ ಹೇಳುವುದನ್ನು, ನಂಬುವಂತೆ ಮಾಡುವುದನ್ನು ಬಿಟ್ಟಿರಲಿಲ್ಲ.

"ಯಾರೂ ನಂಬದ ವಿಷ್ಯ!" ಕಾಫಿ ಕುಡಿದು ಎದ್ದ. ತುಂಗಳ ನೋಟ ಅವನ ಮೇಲೆಯೇ. "ನೀವು ಕರ್ಕೊಂಡ್ಹೋದ್ರೇ... ಬಂದು ಇರ್ತೀನಿ" ಒಂದು ತರಹ ಹೇಳಿದಳು. ಕೇಳಿಸಿಕೊಳ್ಳದವನಂತೆ ಹೋದ. ಸುಧಾ, ಅನಿಲ್‌ರನ್ನಾದರೂ ಕರೆದೊಯ್ಯುವ ಮನಸ್ಸಿತ್ತು. ಬಲವಂತವಾಗಿ ತಳ್ಳಿ ನಡೆದ.

ಬೆಳಗಿನ ಹೊಂಬಿಸಿಲು ಉಲ್ಲಾಸವಾಗಿತ್ತು. ಏಳು ಮುಕ್ಕಾಲು ನಿಮಿಷದಲ್ಲಿ ತೋಟವನ್ನು ತಲುಪಿದ. ಅವನಿಗೆ ಎಂಟು ಕಿಲೋ ಮೀಟರ್ ಕ್ರಮಿಸಿದ್ದೇ ಗೊತ್ತಾಗಲಿಲ್ಲ.

ಮೊದಲು ಎದುರುಗೊಂಡದ್ದು ವನಜಮ್ಮನೇ "ಸದ್ಯ ಬಂದೆಯಲ್ಲಪ್ಪ! ಪಿಳ್ಳೆಯವ್ರಿಗೆ... ಸಮಾಧಾನವೇ ಇಲ್ಲ" ಸಲಿಗೆಯಿಂದ ಮಾತಾಡಿಸಿದರು. ಅವರ ಯೋಜನೆಗಳೆಲ್ಲ ವ್ಯವಸ್ಥಿತವೆಂದು ಆಕೆಗೂ ಗೊತ್ತು.

ಆದರೆ ಅಲ್ಲಿದ್ದ ಜನ ನೋಡಿ ಅವನಿಗೆ ಆಶ್ಚರ್ಯವಾಯಿತು. ಸದ್ಯಕ್ಕೆ ಗೋಪಾಲರಾಯರು, ವನಜಮ್ಮ ಮತ್ತು ಅವನೇ ವಿಶೇಷವಾಗಿ ಬಂದ ಜನ.

ರೇಶಿಮೆ ಪಂಚೆ, ಶಲ್ಯ ಹೊದ್ದಿದ್ದ ಪಿಳ್ಳೆಯವರು ಬಂದು ನಮಸ್ಕಾರ ಮಾಡಿದರು. "ನಮಸ್ಕಾರ ಅಂತೂ ಬಂದ್ರಿ. ಇಷ್ಟು ವರ್ಷ ಅನ್ನ ಹಾಕಿ ಸಾಕಿದ ಧಣಿಗೆ ಒಪ್ಪತ್ತಾದ್ರೂ ಅನ್ನ ಹಾಕಿ ಋಣ ಹರಿಸಿಕೊಳ್ಳುವ ಸಂದರ್ಭ" ಅವರ ಕಂಠ ಬಿಗಿಯಿತು. ಸುಭಾಷ್ ಮುಖ ಸಣ್ಣದು ಮಾಡಿಕೊಂಡ. "ನಾನು ಈಗ್ಲೇ ವಾಪಸ್ಸು ಹೊರಟೆ. ನೀವು ಈ ತರಹ ಮಾತಾಡಿದ್ರೆ... ನಂಗೆ ಕಷ್ಟವಾಗುತ್ತೆ" ಎಂದ. ಪಿಳ್ಳೆ ಆ ವಿಷಯ ಅಲ್ಲಿಗೇ ಬಿಟ್ಟುಬಿಟ್ಟರು.

"ಮೊದ್ಲು ನಿಮ್ದು ಉಪಹಾರವಾಗ್ಲಿ. ಆಮೇಲೆ ಪೂಜೆ" ಎಂದಾಗ ಅಂಥ ಸೆಂಟಿಮೆಂಟಲ್ ಅಲ್ಲದಿದ್ದರೂ "ಇವತ್ತು ತಡವಾದ್ರೂ ತೊಂದರೆ ಇಲ್ಲ. ಮೊದ್ಲು ಪೂಜೆಯಾಗ್ಲಿ" ಎಂದ. ಅವರ ಮುಖ ಮೊರದಗಲವಾಯಿತು. "ಹಾಲು ತಗೊಂಡ್ರೆ ತೊಂದರೆ ಇಲ್ಲ..." ಮಗನ ಜೊತೆ ಪಕ್ಕದ ಸಣ್ಣ ಕೋಣೆಗೆ ಕಳಿಸಿದರು.

ಷೂ ಬಿಚ್ಚಿದ್ದ ಸುಭಾಷ್ ತಲೆ ಮೇಲೆತ್ತಿದ. ಮಂಗಳೂರು ಹೆಂಚು ಹೊದಿಸಿದ ಮನೆ. ಸಾಮಾನ್ಯವೆನಿಸಿದರೂ ಅಚ್ಚುಕಟ್ಟಾಗಿತ್ತು.

ಹಾಲಿನ ಲೋಟಹಿಡಿದು ಬಂದಿದ್ದು ಅಖಿಲಾ. ಅವನಿಗೆ ಮಾತ್ರ ಅಚ್ಚರಿಯಲ್ಲ, ಅವಳು ಕೂಡ ಅದೇ ಸ್ಥಿತಿಯಲ್ಲಿದ್ದಳು. ಸುಭಾಷ್ ಬಂದಿರುವ ಅಥವಾ ಬರುವ ಸಂಗತಿ ಅವಳಿಗೆ ತಿಳಿದಿರಲಿಲ್ಲ.

ಇಂದಿನ ಅಲಂಕಾರದಲ್ಲಿ ಅವಳು ಅತ್ಯಂತ ಚೆಲುವಾಗಿ ಕಂಡಳು. ರೇಶಿಮೆ ಸೀರೆಯ ಜೊತೆ ಕುತ್ತಿಗೆಯಲ್ಲಿ ಎರಡೆಳೆಯ ಅವಲಕ್ಕಿ ಸರ. ಕಣ್ಣಿಗೆ ಕಾಡಿಗೆ, ಕಿವಿಯಲ್ಲಿ ಮುತ್ತಿನೋಲೆಯ ಜೊತೆ ಜುಮುಕಿ. ಹುಬ್ಬಗಳ ನಡುವೆಯಿದ್ದ ಕುಂಕುಮದ ಬೊಟ್ಟು. 'ವಾಟ್ ಎ ಬ್ಯೂಟಿ' ಎಂದುಕೊಂಡರೂ ಬಾಯಿಬಿಟ್ಟು ಹೇಳಲಿಲ್ಲ.

"ಗುಡ್ ಮಾರ್ನಿಂಗ್ ಸರ್" ಮೊದಲಿನದೇ ಸಂಬೋಧನೆ. ನವಿರಾಗಿ ನಕ್ಕ, "ನನ್ನ ಬಾಸ್‌ಗಿರಿ ಹೋಗಿ ಬಹಳ ದಿನಗಳಾಯಿತಲ್ಲ. 'ಸರ್' ಸಂಬೋಧನೆ ಯಾಕೆ?"ಹಾಲಿನ ಲೋಟ ತೆಗೆದುಕೊಂಡ. ಮಾತಾಡದೆ ಹೊರಹೋದಳು. ತೀರಾ ಮಾತನಾಡಬೇಕಾದ ಸಂದರ್ಭದಲ್ಲಿ ಮಾತ್ರವೇ ಅವಳ ತುಟಿಗಳು ತೆರೆದುಕೊಳ್ಳುತ್ತಿದ್ದುದ್ದು.

ಪಿಳ್ಳೆಯವರ ಮಗ ಒಂದು ರೇಶಿಮೆಯ ಪಂಚೆ, ಶಲ್ಯ ಹಿಡಿದು ಬಂದಾಗ ಹುಬ್ಬೇರಿಸಿದ. "ನನ್ನ ಪಾಲಿಗಂತೂ ಇದನ್ನ ಉಡೋದು ಮಾತ್ರವಲ್ಲ, ಇದರಲ್ಲಿ ಇರೋದು ಕೂಡ ತುಂಬ ಕಷ್ಟ. ಪ್ಯಾಂಟ್ ನಿಷಿದ್ಧವಾದ್ರೆ.. ಒಂದು ಕಾಟನ್ ಲುಂಗಿ ಕೊಟ್ಬಿಡಿ" ಅವನ ಬೇಡಿಕೆ ಪ್ರಯೋಜನಕ್ಕೆ ಬಂದ ಹಾಗೇ ಕಾಣಲಿಲ್ಲ. ಆ ಮಹಾಶಯ ನಿಂತೇ ಇದ್ದ.

"ಒಂದರ್ಧ ಗಂಟೆ ಸಾಕು" ಸುಭಾಷ್‌ಗೆ ಹೇಳಿ ಪ್ರಯೋಜನವಿಲ್ಲವೆನಿಸಿತು. "ಸರಿ, ನೀವ್ಹೋಗಿ" ಅವನನ್ನ ಕಳಿಸಿ ಲುಂಗಿಯಂತೆ ಪಂಚೆಯನ್ನೇನೋ ಉಟ್ಟ. ಶಲ್ಯವನ್ನು ಛೇರ್ ಮೇಲೆ ಹಾಕಿ ಹೊರಬಂದ.

ಸ್ವಲ್ಪ ದೂರದಲ್ಲಿ ಜೋಡಿ ಹುಣಿಸೇ ಮರಗಳು. ಬೃಹತ್ ಗಾತ್ರದ ಮರಗಳು.

"ಬನ್ನಿ... ಸಾರ್" ನಿಂತವನನ್ನ ಒಳಗೆ ಕರೆದೊಯ್ದ. ಗೋಪಾಲರಾಯರು ಎದ್ದು ತಮ್ಮ ಪಕ್ಕ ಜಾಗ ತೋರಿಸಿದರು. "ಬಹಳ ಪ್ರಶಸ್ತವಾದ ಜಾಗ. ಸುತ್ತಲಿನ ಪರಿಸರ ನಿರ್ಮಲವಾಗಿದೆ" ಎಂದರು. ಕ್ಷಣ ಅವನ ತಲೆ 'ಧೀಂ' ಎಂದಿತು. ರಾತ್ರಿ ಬಹಳ ಕಡಿಮೆ ಕುಡಿದಿದ್ದ. ತುಟಿ ಕಚ್ಚಿ ಸಾವರಿಸಿಕೊಂಡ.

ಪೂಜೆ, ಮಂತ್ರಗಳು ಕನಸಿನಲ್ಲಿ ನಡೆದುಹೋದಂತಿತ್ತು. ಹೊಟ್ಟೆಯಲ್ಲಿ ಸಂಕಟ ಶುರುವಾಯಿತು.

"ಹೀಗೇ... ಬರ್ಬೇಕು" ಅವನನ್ನ ಕರೆದು ಹತ್ತಿರ ನಿಲ್ಲಿಸಿಕೊಂಡ ಅವರು ಅವನ ಕೈಯಲ್ಲಿ ಪೂಜೆ ಮಾಡಿಸಿದರು. ಮಂಗಳಾರತಿ, ಪ್ರಸಾದವಾಗುವ ವೇಳೆಗೆ ಅವನು ಸುಸ್ತಾಗಿದ್ದ.

"ಊಟ ಲೇಟು" ಎಂದ ಪಿಳ್ಳೆಯ ಮಗ ಅಕ್ಕಿ ತರಿಯ ಉಪ್ಪಿಟ್ಟು ಮತ್ತು ಸಜ್ಜಿಗೆಯ ತಟ್ಟೆಯನ್ನು ತಂದಿಟ್ಟ. "ತಗೋಬೇಕು, ಸಂಕೋಚಬೇಡ." ಈಗ ಸುಭಾಷ್ ಹಣೆಯ ಮೇಲೆ ಹುಬ್ಬುಗಳ ನಡುವೆ ಪುರೋಹಿತರು ಇಟ್ಟ ಕುಂಕುಮವಿತ್ತು. ಒಂದು ಅಪೂರ್ವ ಕಳೆ ಅವನ ಮುಖಕ್ಕೆ.

ಈ ಪರಿಸರದ ಪ್ರಭಾವಕ್ಕೆ ಒಳಗಾದವನಂತೆ ಗೆಲುವಾದ. ನಾಲ್ಕಾರು ಮಾತುಗಳನ್ನು ಸುತ್ತಿ ಬಂದ. ಊಟ ಮುಗಿಯುವ ವೇಳೆಗೆ ನಾಲ್ಕು ಗಂಟೆಯೇ ಆಯಿತು. ಅವನ ನೋಟ ಆಗಾಗ ಅಖಿಲಾನ ಮುತ್ತಿಡುತ್ತಿದ್ದರೂ ತಪ್ಪಿಸಲು ಶತಪ್ರಯತ್ನ ಮಾಡುತ್ತಿದ್ದ.

"ಇನ್ನು ಹೊರಡಬಹುದಲ್ಲ!" ಮೇಲಕ್ಕೆದ್ದ. ಪಿಳ್ಳೆಯ ಮಗ ಅವನ ಮುಂದೆ ಕೈಕಟ್ಟಿ

ನಿಂತ. "ಇಲ್ಲೊಂದು ವಿಶೇಷವಿದೆ. ಹತ್ತು ನಿಮಿಷದಲ್ಲಿ ನೋಡ್ಬರ್ಬಹುದ್ದು" ವಿನಂತಿಸಿದ. ಸುಭಾಷ್ ಮೇಲಕ್ಕೆ ನೋಡಿದ. ಆಕಾಶದಲ್ಲಿ ಕಪ್ಪು ಮೋಡಗಳು ದಟ್ಟವಾಗಿತ್ತು. ಯಾವ ಕ್ಷಣದಲ್ಲಿಯಾದರೂ ಮಳೆ ಬರಬಹುದಿತ್ತು.

"ಸಾರ್, ನೋಡೋಣ ಸಾರ್" ಪಿಳ್ಳೆಯ ಮೊಮ್ಮಕ್ಕಳು ಬಂದು ಸುತ್ತಿಕೊಂಡರು. ಅವರ ಮುಖ ಮುರಿಯಲು ಸರಿಕಾಣಲಿಲ್ಲ. "ಹೋಗೋಣ" ಎಂದ.

ಬಹುಶಃ ಹೋಗಿ ಬರುವುದಕ್ಕೆ ಹತ್ತು ನಿಮಿಷ ಸಾಲದಿದ್ದರೂ ಅರ್ಧ ಗಂಟೆ ಸಾಕಾಗಿತ್ತು. ಆದರೆ ಅಲ್ಲಿನ ಘಟನೆಯಿಂದ ಅವನ ಶಾಂತವಾದ ಮನ ಹುಚ್ಚೆದ್ದು ಹೋಯಿತು. ಮೈನ ರಕ್ತವೆಲ್ಲ ಬಿಸಿಯಾಯಿತು.

"ಇವ್ರು... ಶ್ರೀನಿವಾಸಮೂರ್ತಿಗಳ ಭಾವಮೈದುನರಲ್ವಾ! ಪಾಪ... ಪಾಪ... ವಿಷ್ಯ ತಿಳೀತು. ಇದೊಂದು ದುರಂತ. ತಾನು ಗಂಡಲ್ಲ ಎಂದು ತಿಳಿದ ಯಾವೋನು ಮದ್ವೆ ಆಗಿಯಾನು! ನಾವು ಆ ಮಗುವಿನ ಹುಟ್ಟಿದ ಹಬ್ಬಕ್ಕೆ ಬಂದಾಗ ವಿಷ್ಯತಿಳೀತು? ಆ ವ್ಯಕ್ತಿ ಹೇಳಿ ತಣ್ಣಗೆ ಹೋದ. ಸುಭಾಷ್‌ಗೆ ತನ್ನ ಕಾಲಡಿಯ ಭೂಮಿ ಬಿರಿದು ತನ್ನನ್ನು ಏಕೆ ನುಂಗಿಬಿಡಬಾರದ? ಆ ಗುಂಪಿನಲ್ಲಿ ಅಖಿಲಾ ಕೂಡ ಇದ್ದಳು.

ಅಷ್ಟು ಧೈರ್ಯವಾಗಿ, ಮುಗ್ಧವಾಗಿ ಕಾಣುತ್ತಿದ್ದ ಈ ಹೆಣ್ಣು ಸರಳವಾಗಿ ವ್ಯವಹರಿಸುವುದಕ್ಕೆ ತನ್ನಲ್ಲಿ ಇದೆಯೆಂದು ತಿಳಿದುಕೊಂಡಿರುವ ದೋಷವೇ ಕಾರಣವಿರಬೇಕು.

ಪಿಳ್ಳೆಯ ಮಗ ಮುಖ ಚಿಕ್ಕದು ಮಾಡಿಕೊಂಡ. "ಏನು ತಿಳ್ಕೋಬೇಡಿ, ಸಾರ್. ತಲೆಹರಟೆ ಜನ. ಏನೇನೋ ಅಂದ್ಕೋತಾರೆ" ಸಮಾಧಾನಿಸುವಂತೆ ಹೇಳಿದ. ಆದರೆ ಸುಭಾಷ್ ಇದು ಯಾವುದೂ ಕೇಳುವ ಸ್ಥಿತಿಯಲ್ಲಿರಲಿಲ್ಲ. ಅವನ ಪುರುಷತ್ವದ ಬಗ್ಗೆ ಸಂದೇಹ ಅವನ ಮೈ ಬೆಂಕಿಯಾಗಿ ಹೋಯಿತು.

ತಾನು ಇಂದೇ ಸಾಯಲಿ, ಯಾರು ಎಲ್ಲಾದರೂ ಹಾಳಾಗಿಹೋಗಲಿ. ತನ್ನಲ್ಲಿ ಪುರುಷತ್ವವಿದೆಯೆಂದು ತೋರಿಸಲೇಬೇಕು! ಹೇಗೆ?

ಬಂದ ಕೂಡಲೇ ಹೊರಟ. ಮೋಡಗಳು ಹೆಚ್ಚು ದಟ್ಟವಾದುದ್ದರಿಂದ ವೇಳೆಗಿಂತ ಅಧಿಕವಾಗಿ ಕತ್ತಲು ಆವರಿಸಿಕೊಂಡಿತ್ತು.

ಯಾರ ಕಣ್ಣನ್ನೂ ದಿಟ್ಟಿಸಲಾರದೆ ಹೋದ. ಇವರುಗಳು ತೋರುತ್ತಿರುವ ಪ್ರೀತಿ, ವಿಶ್ವಾಸ, ಅಭಿಮಾನದ ಹಿಂದೆ ಇರುವುದು ಬರೀ ಸಹಾನುಭೂತಿಯೇ? ಅಕಸ್ಮಾತ್ ಸತ್ತರೂ ತನ್ನ ಹೆಸರಿಗೆ ಹತ್ತಿದ 'ಷಂಡ'ನೆಂಬ ಕಳಂಕ ತೊಡೆದುಹೋಗದು.

ಕಾರಿನೊಳಕ್ಕೆ ತೂರಿದ ಪಿಳ್ಳೆಯವರು ವಿಂಡ್ ಬಳಿ ಬಗ್ಗಿದರು. "ಗೋಪಾಲರಾಯರು, ವನಜಮ್ಮ ಇಲ್ಲೇ ಇರ್ತಾರೆ. ಆದರೆ... ಈ ಹುಡ್ಗೀನ ಮನೆ ಮುಟ್ಟಿಸಲೇಬೇಕು" ಅವರತ್ತ ನೋಡದೇ ಮುಖದ ಬೆವರನ್ನೊತ್ತಿದ. ಸ್ವಲ್ಪ ವಾಲಿ

ಮುಂದಿನ ಡೋರನ್ನೇ ತೆರೆದ. ಅಖಿಲಾ ಬಂದು ಕೂತಾಗ ಅವಳ ಮೇಲೆ ಬಗ್ಗಿಯೇ ಡೋರ್ ಎಳೆದುಕೊಂಡ.

ನಿಶ್ಚಿಂತೆಯಾಗಿ ಕೂತಿದ್ದ ಅವಳನ್ನು ವಾರೆಗಣ್ಣಿಂದ ನೋಡಿದ. ಅವಳಿಗೆ ಭಯವಿಲ್ಲ. ವಿಕಟಾಟ್ಟಹಾಸದ ನಗು ಕೇಳಿಬಂತು. ತನ್ನ ಬಗ್ಗೆ ಇಂಥ ದೋಷ ಅವಳೆದೆಯಲ್ಲಿ ಉಳಿದುಹೋಗಬಾರದು. ಮುಡಿದ ಮಲ್ಲಿಗೆಯ ಕಂಪನ್ನು ಆಘ್ರಾಣಿಸಬೇಕೆನಿಸಿತು.

ಊರು ಸಮೀಪಿಸಿದಾಗ ಅಖಿಲಾ ಎಚ್ಚೆತ್ತವಳಂತೆ "ನನ್ನ ಇಲ್ಲೇ ಇಳ್ಸಿಬಿಡಿ. ನಡ್ದುಹೋಗೋದು ಸುಲಭ" ಛಟಲ್ ಎಂದ ಮಿಂಚಿನ ಹಿಂದೆ ಗುಡುಗು ಕೇಳಿಸಿತು. ಬೀದಿಯ ದೀಪಗಳು ಆರಿಹೋದವು. "ಬೇಡ..." ಅವನ ಧ್ವನಿ ಬದಲಾಗಿದ್ದು ಅವಳ ಗಮನಕ್ಕೆ ಬಂತು.

ಕಾರು ಹೋಗಿ ನಿಂತಿದ್ದು ಸುಭಾಷ್ ಮನೆಯ ಮುಂದೆಯೇ. ಆಗಲೇ ಮಳೆ ಶುರುವಾಗಿತ್ತು. ಬೀದಿ ನಿರ್ಜನವಾಗಿತ್ತು. "ಇಳೀ... ಅಖಿಲಾ" ಎಂದ ಒರಟಾಗಿ. ಉಗುಳು ನುಂಗಿದಳು. ಅವಳ ಮೈ ಕಂಪಿಸಿತು. ಸುಭಾಷ್‌ನ ಮೃದು, ಒಳ್ಳೆಯತನದ ಪರಿಚಯವಿತ್ತು.

'ಛಟ್ ಛಟಲ್' ಎಂದಿತು ಸಿಡಿಲು. ಮಿಂಚಿನ ಬೆಳಕಲ್ಲಿ ಕ್ಷಣ ಅವನ ಮುಖ ಕಂಡಿತು. ಕಣ್ಣುಗಳಲ್ಲಿ ಉಜ್ವಲವಾದ ಪ್ರಖರತೆ.

ಅವಳ ಮೃದು ಕೈಯನ್ನ ಒರಟಾದ ಹಿಡಿಯಲ್ಲಿ ಅದುಮಿದ. ಅವನಲ್ಲಿನ ತೀವ್ರ ಸಂಚಾರವನ್ನ ನೋಡಿ ಗಾಬರಿಗೊಂಡಳು. ಸಂಜೆ ಅಪರಿಚಿತ ವ್ಯಕ್ತಿಯಾಡಿದ ಮಾತುಗಳು ಕಿವಿಯಲ್ಲಿ ಗುಯ್‌ಗುಟ್ಟಿದ್ದವು.

ಡೋರ್ ತೆರೆದು ಕೈ ಹಿಡಿದೇ ಎಳೆದೊಯ್ದ ಸುಭಾಷ್. ಎದುರಾದ ಸವಾಲ್‌ನ ಸ್ವೀಕರಿಸಲು ವಿವೇಕವನ್ನೇ ತೂರಿಬಿಟ್ಟಿದ್ದ.

ಎಳೆದೊಯ್ದ ಅಖಿಲಾ ಹುಲಿಯ ಕೈಗೆ ಸಿಕ್ಕ ಹರಿಣಿಯಾಗಿದ್ದಳು. ಅವಳ ಹಣೆಯ ಮೇಲೆ ಬೆವರಿನ ಬಿಂದುಗಳು ಸಾಲುಗಟ್ಟಿದ್ದವು.

ಕಂಪಿಸುವ ತುಟಿಗಳು, ನಡುಗುವ ಮೈ ಅವನಲ್ಲಿನ ತೀವ್ರತೆಯನ್ನು ಮತ್ತಷ್ಟು ಹೆಚ್ಚಿಸಿತು. "ಪ್ಲೀಸ್... ಸುಭಾಷ್" ಅವಳ ಮೃದು ಸ್ವರ ಎಲ್ಲಿಯೋ ಅಡಗಿಹೋಯಿತು. ಸಿಡಿಲಿನಂತೆ ಮೇಲೆರಗಿದ. ಅವನ ಒರಟು ತುಟಿಗಳು ಅವಳ ಮೃದುವಾದ ಮೈಮೇಲೆಲ್ಲ ತೀರದ ದಾಹದಿಂದ ಹುಡುಕಾಡಿದವು. "ಅಖಿಲಾ..." ಬಯಕೆಯ ಕೂಗಿನ ಜೊತೆ ಹೃದಯ ಬಾಯಿಬಿಟ್ಟಿತು. ಅವಳ ಕೊಸರಾಟ ಸೋತುಹೋಯಿತು. ಅವಳ ನೀಳವಾದ ಬೆರಳುಗಳು ಅವನ ಸುತ್ತ ಹೆಣೆದುಕೊಂಡಿತು. ಸ್ವರ್ಗ ಸೂರೆಗೆಯ್ದ ವಿಜಯದ ಗೆಲುವಿನಿಂದ ಮದೋನ್ಮತ್ತನಂತೆ ಅವಳ ದೇಹದ ಪೂರ್ತಿ ಉಸುರಾಡಿದ. ದೇಹದ ಬಯಕೆ ತೀರಿದಾಗ ಭಾವೋದ್ವೇಗದಿಂದ ತನ್ನ ರೋಮಭರಿತ ಎದೆಯಲ್ಲಿ ಹುದುಗಿಸಿಕೊಂಡ. "ಅಖಿಲಾ... ಅಖಿಲಾ..." ಉಸುರಿದ. ಸೋತು ಅವನವಳಾದ ಹೆಣ್ಣು ತುಟಿಗಳನ್ನು

ತೆರೆಯಲಾರದ ಸ್ಥಿತಿಯಲ್ಲಿದ್ದಳು. ಸಂಯಮದ ಕಟ್ಟೆ ಸಡಿಲವಾಗಿದ್ದರೂ ಪ್ರೀತಿಸಿದ ಹೆಣ್ಣಿಗೆ ಅರ್ಥವಾಗಿತ್ತು. ಸಂಜೆಯ ಸೊಬಗಿನಲ್ಲಿ ತುಂಬು ಹಣತೆಗಳ ನಡುವೆ ಇದ್ದ ಚೆಲುವೆ ಅವನ ಮೈಮನಗಳನ್ನು ತುಂಬಿದ್ದಳು.

"ಐ ಲವ್ ಯೂ ಅಖಿಲಾ" ಹಣೆಗೆ ಚುಂಬಿದ. ಮೈಯೆಲ್ಲ ಹಗುರವಾದಂತೆ ಸ್ವಪ್ನಾವಸ್ಥೆಯಲ್ಲಿ ತೇಲಿದ. ಆಕಾಶ, ತಾರೆ, ನಕ್ಷತ್ರಗಳ ನಡುವೆ ಇದ್ದವಳು ಅಖಿಲಾ ಮಾತ್ರ. "ಐ ಲವ್ ಯೂ ಮೋರ್ ದೇನ್ ಮೈ ಲೈಫ್, ಅಖಿಲಾ" ತೆಳ್ಳನೆಯ ಉಸಿರಿನೊಂದಿಗೆ ಹೇಳಿದ. ಅವನೆದೆಯ ನೋವನ್ನೆಲ್ಲ ಅಕ್ಷರ ರೂಪದಲ್ಲಿ ಅವಳ ಹೃದಯದಲ್ಲಿ ಬರೆದಿಟ್ಟ.

ನೀಲಿಯ ಮಬ್ಬು ಬೆಳಕಿನಲ್ಲಿ ಅಪೂರ್ವ ಸುಂದರಿಯಾಗಿ ಕಂಡಳು. ಅಪ್ಪಿ ಕಣ್ಮುಚ್ಚಿದ.

ಅವನಿಗೆ ಎಚ್ಚರವಾದಾಗ ಕಿಟಕಿಯೊಳಗಿಂದ ಸೂರ್ಯನ ಬೆಳಕು ಪ್ರವಹಿಸಿದ ಕೋಣೆ ಹೊಸಬೆಳಕು ಸಂಚಾರವಾದಂತಿತ್ತು. ಎಂದಿನ ಮೈ ಭಾರವಿರಲಿಲ್ಲ. ಮೈ ಮನದಲ್ಲಿ ಉಲ್ಲಾಸವಿತ್ತು. ಶಿಳ್ಳೆ ಹಾಕಬೇಕೆನಿಸಿತು.

ಆದರೆ ರಾತ್ರಿಯ ಚಿತ್ರಗಳು ಅವನ ಕಣ್ಮುಂದೆ ತೆರೆದುಕೊಂಡಾಗ ದಿಙ್ಮೂಢನಾದ. ಅದಕ್ಕೆ ಸಾಕ್ಷಿಯೆನ್ನುವಂತೆ ಮಂಚದ ಮೇಲೆ ನಲುಗಿಹೋದ ಮಲ್ಲಿಗ ಹೂಗಳು. ಸುಕ್ಕಾದ ಮೇಲು ಹೊದ್ದಿಕೆ.

ಕನ್ನಡಿಯ ಮುಂದೆ ಹೋಗಿ ನಿಂತ. ಮುಖದಲ್ಲಿ ಏನೋ ಹೊಸತನ. ಕೆನ್ನೆ, ಎದೆಯ ಮೇಲೆ ಕುಂಕುಮದ ಗುರುತು. ಗಾಬರಿಯಿಂದ ಇಡೀ ಮನೆಯನ್ನ ಅರಸಿದ. ಅಖಿಲಾ ಸುಳಿವಿಲ್ಲ. ನಿಂತ ನೆಲದಲ್ಲಿ ಬಿರುಕು ಮೂಡಿ ಹಂತಹಂತವಾಗಿ ಅವನನ್ನು ನುಂಗುವಂತೆ ಕಂಡಿತು. ಅದರ ಬಗ್ಗೆ ಅವನಿಗೆ ಯೋಚನೆ ಇಲ್ಲ. ಅಖಿಲಾ....

ಬಾಗಿಲ ಮೇಲೆ ಬಡಿತದ ಸದ್ದು. ಒಂದೇ ಹಾರಿಗೆ ಹೋಗಿ ತೆರೆದ. ಪಿಳ್ಳೆ ನಿಂತಿದ್ದರು. ತುಟಿಯ ಮೇಲೆ ನಾಲಿಗೆಯಾಡಿಸಿ, ಕೆನ್ನೆಯ ಮೇಲೆ ಕೈಯಾಡಿಸಿದ.

"ಬನ್ನಿ..." ಒಳಗೆ ನಡೆದ. ಪಿಳ್ಳೆ ಮುಖ ಕೆಳಗೆ ಹಾಕಿ ಒಳಬಂದರು. ವಿಜಯದ ಮಾರನೆಯ ಮೆಟ್ಟಿಲಿನಲ್ಲಿದ್ದರು. ಅಳುಕಿನಿಂದ ಮುಕ್ತವಾಗಿರಲಿಲ್ಲ ಮಾತ್ರವಲ್ಲ, ಮುಂದಿನದು ಹೇಗೆ ಎದುರಿಸಬೇಕೆಂದು ಯೋಚಿಸುತ್ತಿದ್ದರು. ಪೂರ್ತಿ ಯೋಜನೆ ಮೊದಲೇ ರೂಪಿಸಿದ್ದರೂ ಸಣ್ಣ ಪುಟ್ಟ ಬದಲಾವಣೆಗಳು.

ಬಾತ್‌ರೂಂ ಹೊಕ್ಕು ಬಾಗಿಲು ಹಾಕಿಕೊಂಡ ಸುಭಾಷ್ ಷವರ್ ತಿರುಗಿಸಿದ. ಅವನ ದಟ್ಟವಾದ ರೋಮಗಳಲ್ಲಿ ಮೃದುವಾಗಿ ಬೆರಳಿಗೆ ಸಿಕ್ಕಿದ್ದು ಮಲ್ಲಿಗೆ ಹೂ. ಅಂಗೈಯಲ್ಲಿ ಹಿಡಿದು ಕೆನ್ನೆಗೊತ್ತಿಕೊಂಡ. ಅಖಿಲಾ ನುಣುಪುಗೆನ್ನೆಗಳ ಮೇಲೆ ಕೈಯಾಡಿಸಿದಂತಾಯಿತು.

ಅಖಿಲಾ ಬಗ್ಗೆ ಕೆಟ್ಟ ಯೋಚನೆ, ಗಾಬರಿಗಳು ಅವರಿಗಿರಲಿಲ್ಲ. ಸಾವಿರದಲ್ಲಿ ಸಿಗಬಹುದಾದ ಒಬ್ಬ ಹೆಣ್ಣು. ತೀರಾ ಮೃದುವಾಗಿ, ಮುಗ್ಧವಾಗಿ ಒಳ್ಳೆಯವಳಾಗಿ

ಕಾಣುವ ಅವಳು ಎಂತಹ ಪರಿಸ್ಥಿತಿಯನ್ನೂ ತನ್ನ ಆತ್ಮಸ್ಥೈರ್ಯದಿಂದ ಎದುರಿಸಬಲ್ಲಳೆಂಬ ಅರಿವಾಗಿತ್ತು. ಅವಳ ಹೃದಯ ಅವನಿಗೆ ಒಲಿಯದಿದ್ದರೇ ಇವನ ಬಲ, ಆವೇಗ, ತೀವ್ರತೆ ಯಾವುದೂ ಪ್ರಯೋಜನಕ್ಕೆ ಬರುತ್ತಿರಲಿಲ್ಲ. "ರಿಯಲ್ ಲವ್ ಈಸ್ ಆಲ್‌ವೇಸ್ ವಿನ್' ಎನ್ನುವಂತೆ ಅಲ್ಲಿ ಸಿಕ್ಕಿದ್ದು ಕೂಡ ಪ್ರೇಮಕ್ಕೆ ಗೆಲುವೇ.

ಸುಭಾಷ್ ಹೊರಬಂದಾಗ ತೀರಾ ಗಂಭೀರವಾಗಿದ್ದ. ರಾತ್ರಿ ನಡೆದು ಹೋದ, ಸರಿಮಾಡಲಾಗದ ಘಟನೆಯಲ್ಲಿ ಯಾರ ಯಾರ ಪಾಲು ಎಷ್ಟೆಷ್ಟು ಇದೆಯೆಂದು ಲೆಕ್ಕಹಾಕುತ್ತಿದ್ದ.

ಪಿಳ್ಳೆಯ ಲೆಕ್ಕಾಚಾರವೇ ಬೇರೆಯಾಗಿತ್ತು. ಆಟದಲ್ಲಿ ಕಾಯಾಗಿ ಅಖಿಲಾನ ಒಡ್ಡಿಬಿಟ್ಟಿದ್ದರು. ಇನ್ನು ಸೋಲು ಗೆಲುವುಗಳ ಅನಿಶ್ಚಯದ ಕತ್ತಿ ತಲೆಯ ಮೇಲಿನ್ನು ತೂಗುತ್ತಿತ್ತು.

ಲುಂಗಿಯುಟ್ಟು ಬರೀ ಎದೆಯಲ್ಲಿಯೇ ಹೊರಗೆ ಬಂದ. ಹಾಲಿನ ಪ್ಯಾಕೆಟ್ ಬಾಗಿಲ ಪಕ್ಕದಲ್ಲಿ ನಿದ್ರಿಸುತ್ತಿತ್ತು. ಎತ್ತಿ ಕೊಂಡೊಯ್ದು ಬಿಸಿ ಮಾಡಿ ಎರಡು ಕಪ್ ಬ್ರೂ ಬೆರೆಸಿಕೊಂಡು ಬಂದು ಅವರ ಮುಂದೊಂದು ಇಟ್ಟು ತಾನೊಂದು ಕಪ್ ತಗೊಂಡ.

"ತಗೊಳ್ಳಿ..." ಪೇಪರ್ ಮೇಲೆ ಕಣ್ಣಾಡಿಸುತ್ತ ಕಪ್‌ನ ತುಟಿಯ ಬಳಿಗೆ ಒಯ್ದು ವಾರೆಗಣ್ಣಿಂದ ಪಿಳ್ಳೆಯವರ ಮುಖ ನೋಡಿದ. ಚತುರತೆಗೆ ಇನ್ನೊಂದು ಹೆಸರು ಪಿಳ್ಳೆ. "ನಿಮ್ಮ ಪಿಳ್ಳೆನ ನಮ್ಗೇ ಮಾರ್ಬಿಡಿ. ಅಮಾತ್ಯ ರಾಕ್ಷಸನಷ್ಟೆ ನಿಷ್ಠೆ ಅವರದು" ಕೆಲವರು ತಮಾಷೆಗೆ ಅವನ ಮುಂದೆ ಆಡುತ್ತಿದ್ದರು. ಈಗ ಹಿಂದಿನ ದಿನ ಶ್ರೀನಿವಾಸಮೂರ್ತಿಯ ದೋಷಾರೋಪಣೆ ನೆನಪಾಯಿತು. "ತುಂಗ ಇಷ್ಟೆಲ್ಲ ಅಲೆಸಿ ಕಳಿಸೋದ್ರಲ್ಲಿ ಪಿಳ್ಳೆ ಕೈವಾಡವಿದೆ" ಈಗ ಸ್ವಲ್ಪಮಟ್ಟಿಗೆ ನಂಬಬೇಕೆನಿಸಿತು.

"ಏನು... ವಿಷ್ಯ?" ಕಪ್ ಕೆಳಗಿಟ್ಟ.

ಪಿಳ್ಳೆ ಕೂಡ ಅಸಾಧ್ಯದ ಆಸಾಮಿ. ಪಟ್ಟಿಗೆ ಪಟ್ಟು. "ಏನಿಲ್ಲ, ಇವತ್ತೆ ಟೆಂಡರ್ಸ್ ಎಲ್ಲಾ ಕಳ್ಸಿಕೊಡ್ಬೇಕಿತ್ತು. ನೀವು ಅರ್ಧ ಗಂಟೆ ಮುಂಚೆ ಆಫೀಸ್‌ಗೆ ಬಂದರೇ ಎಲ್ಲಾ ರೆಡಿಯಾಗಿರುತ್ತೆ. ಸಹಿ ಹಾಕಿದ್ರೆ... ಮುಗೀತು" ಸರಿಯಾಗಿ ಕೂತರು. ಸುಭಾಷ್ ಕಪ್ಪನ್ನೇ ದಿಟ್ಟಿಸುತ್ತಿದ್ದ.

ರಂಗಪ್ಪ ಬಂದು ಇಣುಕಿದ. ನೆನಪಿಸಿಕೊಂಡವನಂತೆ ಹೇಳಿದ: "ರಂಗಪ್ಪ, ನೀನು ನಮ್ಮ ಹಳೇ ಮನೆಗೆ ಹೋಗಿ ತುಂಗಮ್ಮನ್ನ ಕರ್ಕೊಂಡ್ಬಾ. ಅವತ್ತು ಯಾರೋ ಆಟೋದವ್ನು ಇಡೀ ಊರನ್ನು ಅಲೆಸಿ ರಾತ್ರಿ ಒಂಬತ್ತಕ್ಕೆ ಬಸ್ ಸ್ಟಾಂಡ್ ಸೇರಿಸಿದ್ನಂತೆ."

ರಂಗಪ್ಪ ತಲೆ ಕೆರೆಯುತ್ತಾ ನಿಂತ.

"ಈಗ್ಲೇ ಕರ್ಕೊಂಡ್ಬರ್ಲಾ? ಕೆಲ್ಸ ಮುಗ್ಸಿಕೊಂಡ್ಹೋಗ್ಲಾ?" ಕೇಳಿದ. "ಕೆಲ್ಸ ಮುಗ್ಸಿಕೊಂಡೇ ಹೋಗು" ಪೇಪರ್ ಕೈಗೆತ್ತಿಕೊಂಡು ಅದರಡಿಯಲ್ಲಿ ಪಿಳ್ಳೆಯವರ ಮುಖಭಾವಗಳನ್ನು ಪರೀಕ್ಷಿಸತೊಡಗಿದ. ನಿಶ್ಚಿಂತರಾಗಿದ್ದರು.

"ಊಟ, ತಿಂಡಿಗೆ ತೊಂದರೆ. ರಾತ್ರಿ ಪ್ರಾಣ ಹೋದ್ರೂ ಒಂದ್ಲೋಟ ನೀರು

ಕೊಡೋಕೆ... ಯಾರಿಲ್ಲ" ಅವರನ್ನು ಆ ಮಾತುಗಳೊಳಗೆ ಎಳೆಯುವ ಪ್ರಯತ್ನ ಮಾಡಿದ. ಜಪ್ಪಯ್ಯ ಅಂದರೂ ಅಲ್ಲಾಡಲಿಲ್ಲ ಪಿಳ್ಳೆ "ಹೌದೌದು" ಗಡ್ಡ ಕೆರೆದುಕೊಳ್ಳುತ್ತ ಮೇಲೆದ್ದರು. "ಬರ್ತೀನಿ, ಅರ್ಧ ಗಂಟೆ ಮೊದ್ಲು ಆಫೀಸ್‌ಗೆ ಬಂದ್ರೆ ಸಾಕು. ಅಥ್ವಾ ಇಲ್ಲಿಗೇ ಪೇಪರ್ಸ್‌ನ ಕಳ್ಸಿಕೊಡ್ತೀನಿ" ತಣ್ಣಗೆ ಅವರೆಡೆ ನೋಡಿದ ಸುಭಾಷ್. ಕೆಟ್ಟ ವ್ಯಕ್ತಿಯಲ್ಲ; ಅಖಿಲಾ ಅಂಥ ಹೆಣ್ಣನ್ನು ಈ ಜಾಲದಲ್ಲಿ ಸಿಕ್ಕಿಸಲು ಹೇಗೆ ಮನಸ್ಸು ಮಾಡಿದರು?

"ನೀವು ತಪ್ಪು ಮಾಡಿದ್ರಿ!" ಹೇಳಿದ. ಸುಭಾಷ್ ಬಹಳ ಗಂಭೀರವಾಗಿದ್ದ. "ಅಖಿಲಾನ ಅಷ್ಟು ರಾತ್ರಿಯಲ್ಲಿ ಮೋಡ, ಗುಡುಗು, ಮಳೆ ಸಂದರ್ಭದಲ್ಲಿ ನನ್ನ ಜೊತೆ ಕಳ್ಸೋ ಧೈರ್ಯ ಮಾಡಿದ್ರಿ!" ಅವನ ನವಿರಾದ ಆಕ್ಷೇಪಣೆ ಅವರು ಲೆಕ್ಕಕ್ಕಿಡುವಂತಿರಲಿಲ್ಲ. "ಇದ್ರಿಂದ..." ಮುಂದೆ ಹೇಳಲು ಇಷ್ಟಪಡಲಿಲ್ಲ. ಹೆಮ್ಮೆ ಅವರ ಕಣ್ಣುಗಳಲ್ಲಿ ಮಿನುಗಿತು. "ನಾನು ಗೆದ್ದೆ..." ಹಮ್ಮಿನಿಂದ ಹೇಳಿದರು. ಅವನಿಗೆ ಅರ್ಥವಾಗುವುದು ಕಷ್ಟವಾಗಲಿಲ್ಲ. "ನಿಮ್ಮ ಗೆಲುವಿಗೆ ಅಖಿಲಾ ಅಂಥ ಹುಡ್ಗೀ ಬೇಕಿರಲಿಲ್ಲ, ತುಂಗಮ್ಮನಂಥ ಹೆಣ್ಣೇ ಸಾಕಿತ್ತು!"

"ಕ್ಷಮ್ಸಿ... ಬಿಡಿ" ಹೊರಗೆ ನಡೆದವರು ನಿಂತು ಹಿಂದಿರುಗಿದರು.

"ಅಖಿಲಾ ಬಗ್ಗೆ ಯೋಚ್ನೇ ಬೇಡ. ನೀವು ಹೇಗೂ ಮದ್ವೆ ಆಗೋಲ್ಲ. ಬೇರೆಯವ್ರ ಜೊತೆ ಅವ್ಳ ಮದ್ವೆ ನಿಶ್ಚಯವಾಗಿದೆ" ಆ ಕ್ಷಣ ಅವನ ವಿವೇಕ ಸತ್ತಿತ್ತು. ಅವರ ಕೊರಳ ಪಟ್ಟಿಗೆ ಕೈ ಹಾಕಿದ. "ಅವ್ಳ ಬದ್ಕಿನಲ್ಲಿ ನೀವು ಡಬ್ಬಲ್ ಗೇಮ್ ಆಡ್ತೀರಾ! ನಿಮ್ಮನ್ನು ಜೀವಂತ ಬಿಡೋಲ್ಲ" ತಟ್ಟನೆ ಅವನ ಕೈ ಸಡಿಲವಾಯಿತು. ಹಿಂದಕ್ಕೆ ಬಂದ. ಪಿಳ್ಳೆ ಷರಟಿನ ಕಾಲರ್ ಸರಿಪಡಿಸಿಕೊಳ್ಳುತ್ತ ಹೊರಟುಬಿಟ್ಟರು.

ಏನಿದು? ಏನಿದು? ಯೋಚಿಸಿದಷ್ಟೂ ದಿಕ್ಕೆಟ್ಟಂತಾಯಿತು. ಅಖಿಲಾ ಬೇರೆಯವರ ಸ್ವತ್ತು ಆಗಿಹೋಗುವುದೆ? ಕೆಲವೇ ಕ್ಷಣಗಳಲ್ಲಿ ಪ್ರಳಯವಾಗಿ ಬಿಡುವಂತೆ ಯೋಚಿಸಿದ.

ತಕ್ಷಣ ರಂಗಪ್ಪನ ಕೈಯಲ್ಲಿ ಗೋಪಾಲರಾಯರಿಗೆ ಹೇಳಿ ಕಳಿಸಿದ.

"ಅವ್ರು ಊರಿನಲ್ಲಿಲ್ಲ, ಬರೋದು ನಾಲ್ಕು ದಿನವಾಗುತ್ತಂತೆ. ನಮ್ಮ ಆಫೀಸ್‌ನಲ್ಲಿ ಸ್ಟೆನೋ ಆಗಿದ್ರಲ್ಲ... ಅವ್ರ ಮದ್ವೆ ನಿಶ್ಚಯ ಮಾಡೋಕೆ ಹೋಗಿದ್ದಾರಂತೆ" ಎಂದು ಉಸುರಿದ ರಂಗಪ್ಪ.

ಆಫೀಸ್‌ಗೆ ಬಂದಾಗ ಚಿದಂಬರಂ ಫೈಲ್ ಹಿಡಿದು ಬಂದ. "ಏಕಾಏಕಿ ಮ್ಯಾನೇಜರ್ ಹದಿನೈದು ದಿನ ರಜ ಹಾಕ್ಬಿಟ್ಟಿದ್ದಾರೆ. ನಂಗೆ ಯಾವ್ದೇ ಗೈಡೆನ್ಸ್ ಇಲ್ಲ. ಹೇಗೆ ಮ್ಯಾನೇಜ್ ಮಾಡ್ಲಿ? ಸ್ವಲ್ಪ ಹೆಚ್ಚು ಕಡಿಮೆಯಾದ್ರೂ... ಸಹಿಸೋಲ್ಲ" ತೋಡಿಕೊಂಡ. ದಂಗುಬಡಿದು ಹೋದ ಸುಭಾಷ್. ಮನೆಗೆ ಬಂದು ಅರ್ಧಗಂಟೆ ಬೇಗ ಬರಬೇಕೆಂದು ವಿನಂತಿಸಿಕೊಂಡಿದ್ದರು ಪಿಳ್ಳೆ. ಕೈಮೀರಿದ ಅಚಾತುರ್ಯಕ್ಕೆ ನೊಂದುಕೊಂಡ.

"ಯಾರ್ನ ಕೇಳಿ ಅವ್ರು ಲೀವ್ ಹೋದ್ರು" ತನ್ನ ಗತ್ತುಬಿಟ್ಟುಕೊಡದೆ ರೇಗಿದ.

ಚಿದಂಬರಂ ಲೀವ್ ಲೇಟರನ್ನು ತಂದು ಸುಭಾಷ್ ಮುಂದಿಟ್ಟ. "ನೀವೇ ಸಾಂಕ್ಷನ್ ಮಾಡಿದ್ದೀರಿ. ಬೇಕಾಬಿಟ್ಟಿ ರಜಾ ಹೋಗುವಂಥ ಮ್ಯಾನೇಜರ್ ಅಲ್ಲ" ಕಣ್ಣಾಡಿಸಿದ. ಅವನಿಗೆ ಉಸಿರು ಸಿಕ್ಕಿಕೊಂಡಂತೆ ಆಯಿತು. ಹೇಗೆ ಸಹಿ ಮಾಡಿದೆ?

"ಓ.ಕೆ. ಮರೆತಿದ್ದೆ" ತನ್ನ ದುರ್ಬಲತೆಯನ್ನು ಮುಚ್ಚಿಟ್ಟ. "ಗೋಪಾಲರಾಯರು... ಇರ್ತಾರೆ. ಅವ್ರು ನೋಡ್ಕೊತಾರೆ ಬಿಡಿ" ಚಿದಂಬರಂ ಅಲ್ಲಾಡಲಿಲ್ಲ. ಷೋರೂಂನಲ್ಲಿನ ಆಕರ್ಷಣೆ ಇರಲಿಲ್ಲ. ಅವನಿಗೆ ಅಲ್ಲಿ ಕೆಲಸ ಮಾಡಲೇ ಇಷ್ಟ. "ಲೇಟ್ ಅಸ್ ಗೋ" ಸಿಡುಕಿದ.

ಈಗ ಸುಭಾಷ್‌ನ ಮಿದುಳಿನಲ್ಲಿ ಹೊಸ ಸಂಚಾರ. ಲವಲವಿಕೆ, ತಲೆಯೆತ್ತಿ ಓಡಾಡುವ ಆತ್ಮವಿಶ್ವಾಸ. ಅದರ ಹಿಂದೆನೇ ಯೋಚನೆಗಳು ಕವಿದುಕೊಳ್ಳುತ್ತಿದ್ದವು. ಆದರೂ ಅಖಿಲಾ ಕ್ಷೇಮ ತಿಳಿಯುವವರೆಗೂ ಅವನ ಮನ ಒಡಂಬಡದು.

ಸರೋಜನ ಕರೆಸಿ ಹೇಳಿದ.

"ಸ್ವಲ್ಪ ಹೋಗಿ ಅಖಿಲಾನ ಕರ್ಕೊಂಡ್ಬನ್ನಿ. ಒಂದೆರಡು ಪೇಪರ್ ಕಳ್ದುಹೋಗಿದೆ. ಟ್ಯಾಕ್ಸಿ ಮಾಡ್ಕೊಂಡ್ಹೋಗಿ. ತುಂಬ ಅರ್ಜೆಂಟ್" ಅವಸರಿಸಿದ. ಮಾತಾಡುವುದಕ್ಕೆ ಅವಕಾಶವನ್ನ ಕೊಡಲಿಲ್ಲ. ಈಗ ಆ ನೋವು, ತೊಂದರೆಯನ್ನ ಮನಸ್ಸಿನಿಂದ ಅಳಿಸಿ ಹಾಕಲು ಪ್ರಯತ್ನಿಸುತ್ತಿದ್ದ. ಹೆಚ್ಚೆಚ್ಚು ಪ್ರಿಯವೆನಿಸಿತು ಈಗ ಬದುಕು. ಸಾವಿನ ಯೋಚನೆಯನ್ನ ತಲೆಯಿಂದ ತೊಡೆಯಲು ಪ್ರಯತ್ನಪಟ್ಟಿದ್ದ.

ಫೋನೆತ್ತಿ ಡಾ।। ಶ್ಯಾಮಸುಂದರ್ ನಂಬರ್‌ಗೆ ಡಯಲ್ ತಿರುಗಿಸಿದ. "ಏನಪ್ಪ, ಸುಭಾಷ್? ಹೇಗಿದ್ದಿ? ಏನೀ... ಟ್ರಬಲ್?" ಒಟ್ಟಾಗಿ ಕೇಳಿದರು. ಉಗುಳುನುಂಗಿದ ಸುಭಾಷ್. "ಸೈಕ್ರಿಯಾಟಿಸ್ಟ್‌ನ ನೋಡೋಣಾಂತ" ನಕ್ಕುಬಿಟ್ಟರು ಡಾಕ್ಟರ್. "ಅಗತ್ಯವಿಲ್ಲಾಂತ ಕಾಣಿಸುತ್ತೆ. ಬದ್ಕಿನ ಆಕರ್ಷಣೆ ಪ್ರಬಲವಾದಾಗ ಸಾವಿನ ಆಕರ್ಷಣೆ ತಾನಾಗಿ ಕಮ್ಮಿ ಆಗುತ್ತೆ. ಈಗ ನೀನು ಅಖಿಲಾಗೆ ಆದ ಅನ್ಯಾಯ ಸರಿಪಡ್ಸಬೇಕು. ಈ ಹಟ, ಛಲ ನಿನ್ನ ಆರೋಗ್ಯಕ್ಕೆ ಬೇರೆ ರೂಪ ಕೊಡುತ್ತೆ. ವಿಷ್ ಯು ಆಲ್ ದಿ ಬೆಸ್ಟ್" ಫೋನಿಟ್ಟರು. ಕ್ಷಣ ಕಸಿವಿಸಿಯಾಯಿತು ಸುಭಾಷ್‌ಗೆ. ತನ್ನ ನೋವು, ತೊಂದರೆ ಎಲ್ಲಾ ಸುಳ್ಳು? ಅಷ್ಟು ಸುಲಭವಾಗಿ ಒಪ್ಪಲು ತಯಾರಿಲ್ಲ.

ಡಾಕ್ಟರ ಅಂದಾಜಿಗೂ ರಾತ್ರಿ ನಡೆದ ಘಟನೆ ಬಂದಿರಬಹುದಾದರೆ ಈ ಯೋಜನೆಯಲ್ಲಿ ಅವರು ಕೂಡ ಶಾಮೀಲು ಎಂದುಕೊಂಡ.

"ಸುಧಾಗೆ ರಾತ್ರಿಯಿಂದ ಜ್ವರ" ಲಕ್ಷ್ಮಿ ಫೋನ್ ಮಾಡಿ ತಿಳಿಸಿದಾಗ ಒಲ್ಲದ ಮನಸ್ಸಿನಿಂದಲೇ ಹೊರಟ. ಬಾಗಿಲಿನಿಂದ ಬಂದವನು ಚಿದಂಬರಂ ಕರೆದು, "ಅಖಿಲಾ ಬಂದರೆ ಇರೋದಿಕ್ಕೆ ಹೇಳಿ. ಅರ್ಧ ಗಂಟೆಯಲ್ಲಿ ಬರ್ತೀನಿ" ನಡೆದ.

ಸುಧಾಗೆ ನಾರ್ಮಲ್‌ಗಿಂತ ಎರಡು ಡಿಗ್ರಿ ಜಾಸ್ತಿ ಇತ್ತು. ಹಿಂದೆಯೆಲ್ಲಾ ಯಾವುದೇ ಸಂದರ್ಭದಲ್ಲಿ ನೋಡಿಕೊಳ್ಳುತ್ತಿದ್ದುದು ಸುಭಾಷ್. ಈಗ ಎಲ್ಲರನ್ನೂ ಕೈ ಬಾಯಿ ಸೋಲುವಂತೆ ಮಾಡಿಬಿಟ್ಟಿದ್ದಳು.

"ಮಾಮ..." ಅವನ ಕತ್ತಿಗೆ ಜೋತುಬಿದ್ದು ಅಳತೊಡಗಿದಳು. "ನೀನು ಎಲ್ಲೂ... ಹೋಗ್ಬೇಡ" ಅವಳ ಬೆನ್ನು ಸವರಿ ಮಲಗಿಸಿದ. ತಲೆಯ ಮೇಲೆ ಕೈಯೊತ್ತಿ ಕೂತಿದ್ದ ಶ್ರೀನಿವಾಸಮೂರ್ತಿಗಳ ಕಡೆ ನೋಡಿದ. ಹೀಗೆ ಕೂಡುವ ಅಗತ್ಯವಿತ್ತೆ? ಹಿಂದೆ ಸ್ವಲ್ಪ ಕೂಡ ತಲೆಕೆಡಿಸಿಕೊಳ್ಳುತ್ತಿರಲಿಲ್ಲ.

"ಅಂಗಡಿಗೆ ಹೋಗಲಿಲ್ವಾ?" ಚುರುಕಾಗಿ ಪ್ರಶ್ನಿಸಿದ. ತಲೆಯಾಡಿಸಿದರು. ನಮ್ ಕೈಯಲ್ಲಿ ಇವಳನ್ನ ಸುಧಾರಿಸೋಕೆ ಸಾಧ್ಯವಿಲ್ಲ! ನೀನಾದ್ರೂ ಬಂದಿರು. ಅಥ್ವಾ ಇವಳನ್ನಾದ್ರೂ ಕರ್ಕೊಂಡ್ಹೋಗು" ತೀರಾ ಸೋತು ಹೋದವರಂತೆ ನುಡಿದರು. ಅವಳ ಮಾತಿನತ್ತ ಸುಭಾಷ್ ಗಮನವನ್ನೇ ಕೊಡಲಿಲ್ಲ.

ತಲೆ, ಕತ್ತನ್ನು ಮುಟ್ಟಿ ನೋಡುತ್ತ, "ಡಾಕ್ಟರ್ ಬಂದಿದ್ರಾ?" ಪ್ರಶ್ನಿಸಿದ. ಸ್ವಲ್ಪ ಹಿಂದೆ ನಿಂತಿದ್ದ ತುಂಗ ಮುಂದಕ್ಕೆ ಬಂದಳು. "ಬಂದು ಹೋದ್ರು" ಕಿಡಿ ನೋಟ ಬೀರಿದ ಅವಳತ್ತ. ನಿನ್ನ ಯಾರು ಪ್ರಶ್ನಿಸಿದೋರು? ಎಂದು ಪ್ರಶ್ನಿಸುವಂತಿತ್ತು ಅವನ ಕಣ್ಣೋಟ.

ಎಷ್ಟೋ ಪ್ರಯತ್ನಪಟ್ಟರೂ ಸುಧಾ ಅವನನ್ನ ಬಿಡಲಿಲ್ಲ. ಶ್ರೀನಿವಾಸಮೂರ್ತಿಗಳು ಎದ್ದುಹೋದರು.

"ನಂಗೆ ತುಂಬ ಕೆಲ್ಸ... ಇದೆ; ನೀನು ಮಲಕ್ಕೊ... ಸಾಯಂಕಾಲ ಬರ್ತೀನಿ" ರಮಿಸಿ ರಮಿಸಿ ಸೋತವನು ಹೊರಬಂದ. "ನಾನು ಆಫೀಸ್‌ಗೆ ಹೋಗ್ಬೇಕು. ಇವತ್ತು ಮ್ಯಾನೇಜರ್ ಪಿಳ್ಳೆ, ಗೋಪಾಲರಾಯರು ಇಬ್ರೂ ಇಲ್ಲ" ಲಕ್ಷ್ಮಿ ಕಣ್ಣುಗಳಲ್ಲಿ ನಿಸ್ಸಹಾಯಕತೆ ಇಣಕಿತು.

"ನಂಗೆ ಈ ತಂದೆ ಮಕ್ಳು ಜೊತೆ ಸಾಕಾಗಿ ಹೋಗಿದೆ. ನಾನೇನಾದ್ರೂ ಅವಳನ್ನ ಹದ್ದುಬಸ್ತಿನಲ್ಲಿಡೋಕೆ ನೋಡಿದ್ರೆ... ಇವ್ರು ಮುದ್ದು ಮಾಡಿ ಹಾಳು ಮಾಡ್ತಾರೆ. ಹಾಳು ಬಾವಿಯಲ್ಲಿ ಬೀಳ್ಬೇಕೂ... ಅಷ್ಟೆ" ಸಿಟ್ಟಿಗೆದ್ದಳು.

ಸುಧಾ ಅಳು, ಚೀರಾಟ ಒಂದೇ ಸಮ ಕೇಳಿಸತೊಡಗಿತು. ಅವನೀಗ ಮೊದಲಿನ ಮನಸ್ಥಿತಿಯಲ್ಲಿರಲಿಲ್ಲ.

"ಅತ್ತು ಸಾಕಾದ್ರೆ... ಸುಮ್ಮನಾಗ್ತಾಳೆ ಬಿಡು" ಹೊರಟೇಬಿಟ್ಟ. ಶ್ರೀನಿವಾಸಮೂರ್ತಿ ಹೆಂಡತಿಯ ಮೇಲೆ ಕಣ್ಣು ಕೆಂಪಗೆ ಮಾಡಿದರು. "ಸ್ವಲ್ಪ ಅವ್ನ ರಿಕ್ವೆಸ್ಟ್ ಮಾಡಿಕೊಳ್ಳೋ ಬದ್ಲು ನನ್ಮೇಲೆ ಚಾಡಿ ಹೇಳ್ತೀಯಲ್ಲ" ಕಲ್ಲಾಗಿದ್ದ ಲಕ್ಷ್ಮಿ ಮತ್ತಷ್ಟು ಗಡುಸಾದಳು. ಮುಖ ತಿರುಗಿಸಿ ಹೊರಟ ಅವಳನ್ನು ನೋಡಿದರು.

ಸುಭಾಷ್‌ನ ಕಾರು ವೇಗವಾಗಿ ಓಡಿತು. ಸರೋಜ ಹೇಳಿದ ವಿಷಯವೇ ಬೇರೆ, "ಅವ್ರ ಮನೆಗೆ ಬೀಗ ಹಾಕಿತ್ತು. ಎಲ್ಲೋ ಒಟ್ಟಾಗಿ ಹೋದ್ರಂತೆ" ತುಟಿ ಕಚ್ಚಿದವನು ಆಫೀಸ್‌ನಿಂದ ಹೊರಬಂದ.

ಮನೆಗೆ ಬಂದಾಗ ಹೊರ ದಬ್ಬುವಂತಾಯಿತು. ಲೈಟರ್‌ನಿಂದ ಸಿಗರೇಟು ತುದಿಗೆ ಬೆಂಕಿ ಹಚ್ಚಿದವನು ಆಷ್‌ಟ್ರೇನೊಳಕ್ಕೆ ಅದುಮಿದ.

ಏನೋ ಒಂದಿಷ್ಟು ತಿಂದು, ಕುಡಿದು ಮಲಗುತ್ತಿದ್ದವನು ಫೋನ್ ಮಾಡಿ ಹೋಟೆಲ್‌ನಿಂದ ಊಟ ತರಿಸಿ, ಸೇರಿದಷ್ಟು ಸ್ವಲ್ಪ ಬಲವಂತವಾಗಿಯಾದರೂ ಊಟ ಮಾಡಿದ.

ಅವನ ಕಣ್ಮುಂದೆ ದೃಶ್ಯಗಳು ಬಿಚ್ಚಿಕೊಳ್ಳತೊಡಗಿತು. ಅವನ ಮೊದಲಿನ ಬದುಕಿನಲ್ಲಿ ಸ್ವಂತಿಕೆ ಸ್ವಾರಸ್ಯವೇನು ಕಾಣಲಿಲ್ಲ. ಕಾಲೇಜು ಯುವಕರ ಜೊತೆ ನೆಗೆಯುವ ವಯಸ್ಸಿನಲ್ಲಿ ಸದಾ, ಸುಧಾ, ಅನಿಲ್‌ರ ಬೇಕುಬೇಡಗಳನ್ನು ತೀರಿಸುವಲ್ಲಿ ಮೈಮರೆತಿದ್ದ.

"ಸುಧಾ ಗಲಾಟೆ ಮಾಡ್ತಾಳೆ. ಬೇಗ ಕಾಲೇಜಿನಿಂದ ಬಾ" ಲಕ್ಷ್ಮಿ ದಿನವು ಇದನ್ನೇ ಹೇಳುತ್ತಿದ್ದುದು. ಅವಳು ತೀವ್ರವಾಗಿ ಇವನನ್ನು ಹಚ್ಚಿಕೊಳ್ಳುವುದಕ್ಕೂ ಇದೇ ಕಾರಣ.

ಜ್ವರ ಬಂದರೆ ಡಾಕ್ಟರಿಂದ ಹಿಡಿದು ಇಡೀ ರಾತ್ರಿ ನಿದ್ರೆ ಕೆಡುತ್ತಿದ್ದುದು ಇವನೇ. ಅವನಿಗೆ ಏನು ಇಷ್ಟ? ಯಾವುದು ಇಷ್ಟವಿಲ್ಲ, ಎನ್ನುವುದು ಅವಳಮ್ಮ ಅಪ್ಪನಿಗೆ ಇಂದಿಗೂ ಗೊತ್ತಿಲ್ಲ ಪ್ರತಿಯೊಂದಕ್ಕೂ, "ಮಾಮ, ಮಾಮ" ಒಂದು ಹಂತದ ದಿನಗಳು ಪೂರ್ತಿ ಹೀಗೆಯೇ ಕಳೆದುಹೋಗಿದ್ದವು.

ಅವಳ ಹಟ, ಸ್ನೇಹಿತರ ಹಾಸ್ಯ, ಕಾನ್ವೆಂಟ್‌ನ ಟೀಚರ್‌ಗಳ ಎಚ್ಚರಿಕೆಯ ಗಂಟೆ ಮೊಳಗಿದಾಗಲೇ ಒಂದಿಷ್ಟು ಹೊರನಿಂತು ಯೋಚಿಸಿದ್ದು.

ಬಂದ ಫೋನನ್ನು ಡಿಸ್‌ಕನೆಕ್ಟ್ ಮಾಡಿ ಸುಮ್ಮನಿರಿಸಿದ. ಮತ್ತದೇ ಹಳೇ ರಾಗ, ಅದೇ ಯೋಚನೆಗಳು ಮತ್ತವರ ಮನಸ್ಸಿನಲ್ಲಿ ಚಿಗುರುವುದು ಬೇಡವೆನಿಸಿತು.

"ಆ ಶ್ರೀನಿವಾಸಮೂರ್ತಿ ಸಾಮಾನ್ಯದವನಲ್ಲ. ಸುಭಾಷ್ ಧೈರ್ಯ ಮಾಡಿ ಮನೆಯಿಂದ ಹೊರಬಂದು ಒಳ್ಳೆ ಕೆಲ್ಸ ಮಾಡ್ದ. ಬರೀ ಅವ್ರ ಮಕ್ಳು ಮರಿ... ಇದೇನಾ ಅವ್ನ ಪ್ರಪಂಚ!" ಹಿರಿಯರೊಬ್ಬರು ಅವನ ಮುಂದೇನೇ ಕೊಂಕು ನುಡಿದರು. ವರದಪ್ಪನ ಗೆಳೆಯರಾಗಿದ್ದವರು ಅಷ್ಟೊಂದು ಸಲಿಗೆ ತೋರಿದ್ದರು.

ಈಗ ಅವನನ್ನ ಸುತ್ತುವರಿದಿದ್ದು ಅಖಿಲಾ ಮಾತ್ರ. ರೋಮಾಂಚನಗೊಂಡ. ಕ್ಷಣ ಅವಳನ್ನು ನೋಡದೇ ಇರುವುದು ಸಾಧ್ಯವಿಲ್ಲವೆನಿಸಿತು.

ಕಾಲಿಂಗ್ ಬೆಲ್ ಸದ್ದು. ಬೇಸರದಿಂದಲೇ ಎದ್ದು ಹೋಗಿ ಬಾಗಿಲು ತೆರೆದ. ಡ್ರೈವರ್ ಕತ್ತು ತುರಿಸಿಕೊಂಡ.

"ವಿಪರೀತ ಹಟ. ಅದ್ಕೇ ಕಳ್ಸಿಕೊಟ್ರು" ಅವನು ಮುಖ ತಗ್ಗಿಸಿದ. ಪುಟ್ಟ ಸುಧಾಳ ಬಗ್ಗೆ ಅವನಿಗೆ ಅಪಾರವಾದ ಪ್ರೀತಿಯೇ ಆದರೂ ಮುಖ ಬಿಗಿದುಕೊಂಡಿತು. "ಡಾಕ್ಟ್ರು..... ಬಂದಿರಲಿಲ್ವಾ?" ಹುಬ್ಬುಗಂಟಿಕ್ಕಿದ್ದ. "ನಾನೇ ಕರ್ಕೊಂಡ್ಬಂದಿದ್ದೆ" ಹಿಂದೆಯೇ ಸುಧಾ ಬಂದಳು. ಜ್ವರದ ತಾಪದಿಂದ ಕಂಗೆಟ್ಟ ಮುಖ, ಕೆಂಪತ್ತಿದ ಕಣ್ಣುಗಳು, ಅಸ್ತವ್ಯಸ್ತವಾದ ಕೂದಲು. "ಮಾಮ..." ಅವನ ಸೊಂಟವನ್ನ ಬಂದು ಅಪ್ಪಿದಳು. ತುಂಗ ಒಂದು ಬ್ಯಾಗ್ ಹಿಡಿದು ಬಂದುನಿಂತಳು. "ಇಲ್ಲಿ ಯಾರೂ

ಇಲ್ಲಾಂತ, ನನ್ನ ಕಳ್ಸಿಕೊಟ್ರು" ರೇಗಿಹೋಯಿತು. ಕೋಪದಿಂದ ಹಲ್ಲುಮ್ಡಿಯನ್ನ ಕಚ್ಚಿಡಿದ. "ಇಲ್ಲಿ ಯಾರ ಅಗತ್ಯನೂ ಇಲ್ಲ. ಸುಮ್ನೇ... ಹೋಗು" ಒರಟಾದ.

ತುಂಗ ಇದಕ್ಕಿಂತ ಸಾವಿರಪಾಲು ಒರಟು ಮಾತುಗಳನ್ನ ಕೇಳಿ ಬೆಳೆದವಳು. ತಲೆತಗ್ಗಿಸಿಕೊಂಡು ಒಳಗೆ ಹೋದಳು. ಒದ್ದು ಹೊರಗೆ ಹಾಕಬೇಕೆನಿಸಿತು.

"ನೀನು... ಹೋಗು..." ಬಾಗಿಲನ್ನ ಹಾಕಿ ಸುಧಾನ ಒಳಗೆ ಕರೆತಂದ. ಅವಳ ಬಗ್ಗೆ ಅವನಿಗೆ ಬೇಸರವಿಲ್ಲ. ಕಳಿಸಿದವರನ್ನು ಸುಟ್ಟುಬಿಡುವಂಥ ಆಕ್ರೋಶ, "ಯಾಕ್ಬಂದೆ. ಈ ಜ್ವರದಲ್ಲಿ?" ಖಾರವಾಗಿಯೇ ಗದರಿಸಿದ.

ಮನೆಯಲ್ಲೇ ಇದ್ದ ಒಂದು ಜ್ವರದ ಮಾತ್ರೆ ನುಂಗಿಸಿ ಮಲಗಿಸಿದ. ಅವಳ ಅಮ್ಮ ಅಪ್ಪ ಸಹಜವಾದ ಪ್ರೀತಿ ತೋರಿದ್ದರೆ ತನಗೇಕೆ ಅಂಟಿಕೊಳ್ಳುತ್ತಿದ್ದಳು? ಹಾಲ್‌ನಲ್ಲಿ ಬಂದು ಕೂತು ಸಿಗರೇಟ್ ಹಚ್ಚಿದ. ಒಂದೆರಡು ಬಾರಿ ಎಳೆದು ನಂದಿಸಿದ. ನೆನ್ನೆ ರಾತ್ರಿಯ ಮಬ್ಬು ಅಮಲು ಇಂದಿಗೂ ಅವನ ಮೈಯನ್ನು ಬೆಚ್ಚಗಾಗಿರಿಸಿತ್ತು.

ನೀರವತೆಯ ಮಧ್ಯೆ ಒಂಟಿಯಾಗಿ ಸೋಫಾಗೆ ಒರಗಿ ಕೂತ. ಅವನೆದುರೆ ನೆಲದಲ್ಲಿ ಬಂದು ಕೂತಳು ತುಂಗ.

"ವರಾಂಡ ಕೋಣೆಯಲ್ಲಿ ಹಾಸ್ಗೆ ಇದೆ; ಹೋಗಿ ಮಲಕ್ಕೋ" ಕಣ್ಣು ಮುಚ್ಚಿಯೇ ಹೇಳಿದ. ಅವನು ಎಷ್ಟೋ ಹೊತ್ತಿನ ಮೇಲೆ ಕಣ್ತೆರೆದಾಗಲೂ ಹಾಗೆಯೇ ಕೂತಿದ್ದಳು. ಅರೆತೆರೆದ ಕಣ್ಣುಗಳಿಂದ ನೋಡಿದ: "ಹೋಗು.... ಮಲಕ್ಕೊ" ಮನೆಯ ಛಾವಣಿ ಎದ್ದುಹೋಗುವಂತೆ ಗದರಿದ.

ಸುಧಾ ಎಚ್ಚರವಿಲ್ಲದೆ ನಿದ್ರಿಸಿದಳು. ಬೆಳಗಿನ ಹೊತ್ತಿಗೆ ಜ್ವರ ಕಮ್ಮಿ ಆಗಿತ್ತು. ಮುಖ ತೊಳೆಸಿ, ಹಾಲು ಕುಡಿಸಿ ಕಾರಿನಲ್ಲಿ ತಂದು ಕೂಡಿಸಿ ತುಂಗನ ಹತ್ತುವಂತೆ ಸನ್ನೆ ಮಾಡಿದ.

ಮನೆಯ ಮುಂದೆ ಸುಧಾನ ಬಲವಂತದಿಂದಲೇ ಇಳಿಸಿದ. "ಒಳ್ಗೆ... ಹೋಗು. ನಾನೇ ಬಂದು ನೋಡ್ತೀನಿ, ನೀನು ಬರ್ಬೇಡ" ಎಂದ. ಅವಳ ಮುಖ ಚಿಕ್ಕದಾಗಿ ಕಣ್ಣುಗಳಲ್ಲಿ ನೀರು ತುಂಬಿಕೊಂಡಿತು. ಅವನ ಮನ ಬೆಣ್ಣೆಯಷ್ಟು ಮೃದುವಾಗಿಹೋಯಿತು. ಆದರೆ ಮುಖ ಪಕ್ಕಕ್ಕೆ ತಿರುಗಿಸಿಕೊಂಡು ಕಾರು ಸ್ಟಾರ್ಟ್ ಮಾಡಿದ. ಕಲ್ಲಾಗಬೇಕಾದ ಅಗತ್ಯವಿತ್ತು.

ನೇರವಾಗಿ ಅವನು ಬಂದಿದ್ದು ಗೋಪಾಲರಾಯರ ಮನೆಗೆ. ವನಜಮ್ಮ ಕಾಂಪೌಂಡಿನಲ್ಲಿ ಸಂಡಿಗೆ ಹರವುತ್ತಿದ್ದರು. ಹಿಂದಿನ ದಿನದ ವಿದ್ಯಮಾನಗಳು ಎಲ್ಲಾ ಸುಳ್ಳೆನಿಸಿತು.

"ಓ..." ಎಂದ ವನಜಮ್ಮ ನಗುಮುಖ ಮಾಡಿದರು. "ಅವ್ರು ಊರಿನಲ್ಲಿಲ್ಲ...." ಕಿರುನಗೆ ಬೀರಿದ ಸುಭಾಷ್, "ಪರ್ವಾಗಿಲ್ಲ, ನಂಗೆ ಈಗ ಬೇಕಾಗಿ ಇರೋದು ಅಖಿಲಾ" ಆಕೆ ಸ್ತಬ್ದಳಾದಳು. ಸಂಕೋಚ ಹಿಂಜರಿಕೆ ಯಾವುದೂ ಇರಲಿಲ್ಲ ಅವನ ಸ್ವರದಲ್ಲಿ. ಇಡೀ ರಾತ್ರಿ ಯೋಚಿಸಿ ಒಂದು ನಿರ್ಧಾರಕ್ಕೆ ಬಂದಿದ್ದ.

ಯಾವುದೇ ಒಂದು ಘಟನೆ, ನಿರ್ಧಾರ ಒಬ್ಬ ವ್ಯಕ್ತಿಯ ಜೀವನಕ್ಕೆ ಪ್ರಬಲವಾದ ತಿರುವು ಕೊಡಲು ಅನುವಾಗುತ್ತದೆ. ಈಗ ಅವನ ಚಿಂತೆ ನೋವು, ಸಾವಿನ ಬಗೆಯಲ್ಲ; ಅಖಿಲಾಳ ಜೊತೆ ಕಳೆಯಬಹುದಾದ ರಸಗಳಿಗೆಗಳನ್ನು ಮಾತ್ರ ಮೆಲುಕು ಹಾಕುವತ್ತ.

ಚಾಪೆಯ ಮೇಲೆ ಹೂ ಕಟ್ಟುತ್ತಿದ್ದ ಅಖಿಲಾ ತಟ್ಟನೆ ಎದ್ದು ನಿಂತಳು. ಅವಳ ಹಣೆಯ ಮೇಲೆ ಬೆವರಿನ ಸೆಲೆಯೊಡೆಯಿತು. ಕಣ್ಣಲ್ಲೇ ಅವಳ ಚೆಲುವನ್ನು ಹೀರಿಬಿಡುವಂತೆ ನೋಡಿದ.

"ಹೋಗೋಣ..." ಅವಳನ್ನು ಬಳಸಿದ. "ಇನ್ನು ಯಾರ ಪರ್ಮಿಷನ್ ಅಗತ್ಯವಿಲ್ಲ"! ಕರೆದುಕೊಂಡು ಬಂದು ಕಾರಿನ ಬಾಗಿಲು ತೆರೆದು ಹತ್ತಿಸಿದ. "ಬರ್ತೀನಿ...." ವನಜಮ್ಮನಿಗೆ ಹೇಳಿದ. ಈಗ ಯಾವ ಭಯವೂ ಅವನಲ್ಲಿ ಇಣಕದು. ಪ್ರತಿ ವ್ಯಕ್ತಿಯು ಸಾವಿನ ಪಕ್ಕದಲ್ಲಿಯೇ ನಡೆಯುತ್ತಾನೆ. ಆ ಕ್ಷಣದವರೆಗೂ ಅವನು ನಡೆಯುವುದು ಬದುಕಲು ಹೋರಾಡುತ್ತಲೇ.

ಉತ್ಸಾಹದಿಂದ, ಉಲ್ಲಾಸದಿಂದ ಕಾರು ಓಡಿಸುತ್ತಿದ್ದ. ಅಖಿಲಾ ಅತ್ತ ತಿರುಗಿ ಕೂಡ ನೋಡಲಿಲ್ಲ. ಒಂದು ರೀತಿಯ ತನ್ಮಯತೆಯಲ್ಲಿ ಮುಳುಗಿ ಹೋಗಿದ್ದ.

ಮನೆಯ ಮುಂದೆ ಕಾರು ನಿಂತಾಗ ಸ್ಟೀರಿಂಗ್ ವ್ಹೀಲ್ ಮೇಲೆ ಕೈ ಇಟ್ಟೇ ಅವಳತ್ತ ನೋಡಿದ. ಮುಗ್ಧ ಮುಖಕ್ಕೆ ಮಾಧುರ್ಯದ ಸೊಬಗು. ಅವಳ ಕೈಹಿಡಿದು ಮೃದುವಾಗಿ ಒತ್ತಿದ.

"ಕಮಾನ್..." ಕೆಳಗಿಳಿದ. ಅಖಿಲಾ ಅವನನ್ನು ಅನುಸರಿಸಿದಳು. ಮುಚ್ಚಿದ ಬಾಗಿಲನ್ನು ತಳ್ಳಿದ. ಅವರನ್ನು ಸ್ವಾಗತಿಸುವರಾರೂ ಇರಲಿಲ್ಲ. ಅಂಥ ಸ್ವರದಲ್ಲಿ. ಇಡೀ ರಾತ್ರಿ ಯೋಚಿಸಿ ಒಂದು ನಿರ್ಧಾರಕ್ಕೆ ಬಂದಿದ್ದ.

ಯಾವುದೇ ಒಂದು ಘಟನೆ, ನಿರ್ಧಾರ ಒಬ್ಬ ವ್ಯಕ್ತಿಯ ಜೀವನಕ್ಕೆ ಪ್ರಬಲವಾದ ತಿರುವು ಕೊಡಲು ಅನುವಾಗುತ್ತದೆ. ಈಗ ಅವನ ಚಿಂತೆ ನೋವು, ಸಾವಿನ ಬಗೆಯಲ್ಲ; ಅಖಿಲಾಳ ಜೊತೆ ಕಳೆಯಬಹುದಾದ ರಸಗಳಿಗೆಗಳನ್ನು ಮಾತ್ರ ಮೆಲುಕು ಹಾಕುವತ್ತ.

ಚಾಪೆಯ ಮೇಲೆ ಹೂ ಕಟ್ಟುತ್ತಿದ್ದ ಅಖಿಲಾ ತಟ್ಟನೆ ಎದ್ದು ನಿಂತಳು. ಅವಳ ಹಣೆಯ ಮೇಲೆ ಬೆವರಿನ ಸೆಲೆಯೊಡೆಯಿತು. ಕಣ್ಣಲ್ಲೇ ಅವಳ ಚೆಲುವನ್ನು ಹೀರಿಬಿಡುವಂತೆ ನೋಡಿದ.

"ಹೋಗೋಣ..." ಅವಳನ್ನು ಬಳಸಿದ. "ಇನ್ನು ಯಾರ ಪರ್ಮಿಷನ್ ಅಗತ್ಯವಿಲ್ಲ"! ಕರೆದುಕೊಂಡು ಬಂದು ಕಾರಿನ ಬಾಗಿಲು ತೆರೆದು ಹತ್ತಿಸಿದ. "ಬರ್ತೀನಿ..." ವನಜಮ್ಮನಿಗೆ ಹೇಳಿದ. ಈಗ ಯಾವ ಭಯವೂ ಅವನಲ್ಲಿ ಇಣಕದು. ಪ್ರತಿ ವ್ಯಕ್ತಿಯು ಸಾವಿನ ಪಕ್ಕದಲ್ಲಿಯೇ ನಡೆಯುತ್ತಾನೆ. ಆ ಕ್ಷಣದವರೆಗೂ ಅವನು ನಡೆಯುವುದು ಬದುಕಲು ಹೋರಾಡುತ್ತಲೇ.

ಉತ್ಸಾಹದಿಂದ, ಉಲ್ಲಾಸದಿಂದ ಕಾರು ಓಡಿಸುತ್ತಿದ್ದ. ಅಖಿಲಾ ಅತ್ತ ತಿರುಗಿ ಕೂಡ ನೋಡಲಿಲ್ಲ. ಒಂದು ರೀತಿಯ ತನ್ಮಯತೆಯಲ್ಲಿ ಮುಳುಗಿ ಹೋಗಿದ್ದ.

ಮನೆಯ ಮುಂದೆ ಕಾರು ನಿಂತಾಗ ಸ್ಟೀರಿಂಗ್ ವ್ಹೀಲ್ ಮೇಲೆ ಕೈ ಇಟ್ಟೇ ಅವಳತ್ತ ನೋಡಿದ. ಮುಗ್ಧ ಮುಖಕ್ಕೆ ಮಾಧುರ್ಯದ ಸೊಬಗು. ಅವಳ ಕೈ ಹಿಡಿದು ಮೃದುವಾಗಿ ಒತ್ತಿದ.

"ಕಮಾನ್..." ಕೆಳಗಿಳಿದ. ಅಖಿಲಾ ಅವನನ್ನು ಅನುಸರಿಸಿದಳು. ಮುಚ್ಚಿದ ಬಾಗಿಲನ್ನು ತಳ್ಳಿದ. ಅವರನ್ನು ಸ್ವಾಗತಿಸುವರಾರೂ ಇರಲಿಲ್ಲ. ಅಂಥ ಅಗತ್ಯವೂ ಕಾಣಲಿಲ್ಲ ಅವನಿಗೆ.

ಒಳಗೆ ಬಂದ ಅಖಿಲಾಳ ಎರಡು ಕೈಗಳನ್ನು ಹಿಡಿದುಕೊಂಡ. ತಗ್ಗಿದ ಮುಖವನ್ನು ಬೊಗಸೆಯಲ್ಲಿಡಿದ. ಕ್ಷಣ ಅವನೆದೆ ಭಾರವಾಯಿತು.

"ನಿನ್ನನ್ನ ಮದ್ವೆಯಾಗೋಕೆ, ಸ್ಪಷ್ಟವಾಗಿ ನನ್ನ ಬಳಿ ಇರ್ಸಿಕೊಳ್ಳೋಕೆ ಒಂದು ದಾರಿ ಮಾಡಿಕೊಟ್ರು. ನಾನು ಬದುಕಿರೋವರ್ಗೂ ನಿನ್ನ ಕಳೆದುಕೊಳ್ಳಲಾರೆ" ಅದುರುವ ತುಟಿಗಳನ್ನ ಮೃದುವಾಗಿ ಚುಂಬಿಸಿದ. ತನ್ಮಯತೆಯಲ್ಲಿ ತೇಲಿದ ಅವಳ ಮುಖದ ತುಂಬ ಮುತ್ತಿನ ಮಳೆಗರೆದ.

ಬರೆಸಿದ ವಿಲ್‌ನಲ್ಲಿ ಸಮಸ್ತ ಆಸ್ತಿಯನ್ನು ಸುಭಾಷ್ ಅಖಿಲಾ ಹೆಸರಿಗೆ ಬರೆಸಿದ್ದ. ಅವಳ ಬದುಕಿಗೆ ಇದು ಮುಳ್ಳಾಗಬಾರದೆಂದು ಆಕ್ಸಿಡೆಂಟಿನ ಘಟನೆಯನ್ನ ಉಲ್ಲೇಖಿಸಿದ್ದನ್ನು ಸ್ವತಃ ಪಿಳ್ಳೆಯೇ ಅವಳ ಮುಂದೆ ಹೇಳಿದ್ದರು. ಆಸ್ತಿ ಹಣದ ಬಗ್ಗೆ ಅಂಥ ಒಲವು ಇಲ್ಲದಿದ್ದರೂ, ಅವನೆದೆಯಾಳದ ಪ್ರೀತಿಯನ್ನ ಅರಿಯಲು ಸಹಾಯ ಮಾಡಿತು.

ಹಿಂದೆಯೇ ಪಿಳ್ಳೆ, ಗೋಪಾಲರಾಯರು ಬಂದರು. ಗೆಲುವಿನ ಸಾಮ್ರಾಜ್ಯವೇರಿದ ತೃಪ್ತಿ ಅವರ ಮುಖಗಳ ಮೇಲಿತ್ತು.

"ಏನಾಯ್ತು ಮದ್ವೆ ವಿಷ್ಯ? ವಿಷಯ ತಿಳಿಸ್ದೇನೇ ನನ್ನ ಕೈಯಲ್ಲಿ ಸಹಿ ಹಾಕ್ಸಿದ್ದೀರಾ!" ನವಿರಾಗಿ ಆಕ್ಷೇಪಣೆಯೊರಸಿದ. ಗೋಪಾಲರಾಯರು, ಪಿಳ್ಳೆಯವರು ಮುಖ ಮುಖ ನೋಡಿಕೊಂಡರು. ಎದ್ದು ಒಳಬಂದು, "ಅಖಿಲಾ, ನೀನು ಹೊರ್ಗಡೆ... ಬರ್ಬೇಡ" ಎಂದವನು ಪುನಃ ಹೋಗಿ ಅವರೆದುರಿನಲ್ಲಿ ಕೂತ.

"ಒಂದು ವಿಷ್ಯ ಮಾತಾಡ್ಬೇಕಿತ್ತು" ಗೋಪಾಲರಾಯರು ಧ್ವನಿಯೆತ್ತಿದರು. ಸೋಫಾ ಹ್ಯಾಂಡಲ್ ಮೇಲೆ ತಾಳ ಹಾಕುತ್ತ, "ಟೆಂಡಲ್ ವಿಷ್ಯತಾನೇ? ನಾನೆಲ್ಲ ನೋಡ್ಕೋತೀನಿ. ಹೇಗೂ ಹದಿನೈದು ದಿನ ಲೀವ್‌ಗೆ ಅಪ್ಲೈ ಮಾಡಿದ್ದೀರಿ. ನಿಶ್ಚಿತಾರ್ಥದ ಜೊತೆ ಮದ್ವೆನು ಮುಗಿಸ್ಕೊಂಡ್ಬನ್ನಿ" ಪಿಳ್ಳೆಯವರು ಕೂಡ ಈ ಸಂದರ್ಭದಲ್ಲಿ ಸುಸ್ತಾದರು. ಆದರೂ ಅವರ ಮಿದುಳಿಗಿನ್ನ ಕಿಲುಬು ಹಿಡಿದಿರಲಿಲ್ಲ.

ನಿಶ್ಚಿತಾರ್ಥದ ಜೊತೆ ಮದ್ವೆನೂ ಮುಗಿದೋಯ್ತು ಎಂದಾಗ, "ಕಂಗ್ರಾಜುಲೇಷನ್, ಪಿಳ್ಳೆಯವ್ರ ಕೆಲ್ಸವೆಂದರೆ ಯಾವಾಗ್ಲೂ ಅಚ್ಚುಕಟ್ಟು" ಮೆಚ್ಚಿಗೆಯಾಡಿದವನು ಗೋಪಾಲರಾಯರ ಕಡೆ ತಿರುಗಿದ. "ಆ ಲೋನ್ ಹಣ ನಿಮ್ಮ ಸ್ಯಾಲರಿಯಲ್ಲಿ ಡಿಡಕ್ಟ್ ಮಾಡ್ಕೋಬೇಕಾಗುತ್ತೆ" ಎಂದ.

ಒಂದು ಕ್ಷಣ ತಣ್ಣಗಾಗಿಬಿಟ್ಟರು. ಪಿಳ್ಳೆ ಈ ಬಳಸು ಮಾತುಗಳನ್ನ ನಿಲ್ಲಿಸಿ ನೇರವಾಗಿ ವಿಷ್ಯಕ್ಕೆ ಬರಲು ನಿರ್ಧರಿಸಿದರು.

"ಅಖಿಲಾ ತಂದೆ ಹಾರಾಡ್ತಾ ಇದ್ದಾರೆ. ಪೊಲೀಸ್‌ಗೆ ಕಂಪ್ಲೇಂಟ್ ಕೊಡ್ತಾರಂತೆ" ಅವರ ಮಾತಿಗೆ ಸುಭಾಷ್ ನಕ್ಕುಬಿಟ್ಟ. "ಏನಂತ ಕೊಡ್ತಾರಂತೆ? ನಿಶ್ಚಿತಾರ್ಥ, ಮದ್ವೆ ಮುಗಿದ್ಮೇಲೆ ಹೆಣ್ಣು ಇವ್ರ ಮನೆಯಲ್ಲಿ ಇರ್ತಾಳಂತ! ಪೂರ್... ಪೀಪಲ್ಸ್..." ಎಸೆದ ಬಾಣ ಪಿಳ್ಳೆಯವರಿಗೆ ವಾಪಸ್ಸು ಬಂದಿತ್ತು. ಅದರಿಂದ ಅವರೇನು ಧೃತಿಗೆಡಬೇಕಿಲ್ಲ. ಅತ್ಯಂತ ಸಂತೋಷಗೊಂಡರು.

ಅತ್ಯಂತ ನಿಧಾನವಾಗಿ, ಸ್ಪಷ್ಟವಾಗಿ ಅವನಿಗೆ ವಿಷಯ ವಿವರಿಸಿದರು. "ಯಾವಾಗ್ಲೋ ನಿಮ್ಗೇ ಅಖಿಲಾನ ಒಪ್ಪಿ ಆಯ್ತು. ಆದರೆ ಸಮಾಜವೊಂದಿದೆ. ಅದ್ರಲ್ಲಿ ನಾವು ಬದುಕುತ್ತಾ ಇರೋದು. ಅದಕ್ಕೋಸ್ಕರವಾದ್ರೂ... ಕೆಲವು ಫಾರ್ಮಾಲಿಟೀಸ್..." ಅವರ ಮಾತನ್ನ ಸುಭಾಷ್ ಮುಲಾಜಿಲ್ಲದೆ ತಳ್ಳಿಹಾಕಿಬಿಟ್ಟ.

"ನಾನು ಅಖಿಲಾನ ಕಳ್ಳಿಕೊಡೋಲ್ಲ. ಸತ್ಯನಾರಾಯಣ ಪೂಜೆ ಒಂದು ನೆವ ಅನ್ನೋದು ನಂಗೆ ಈಗ ಅರ್ಥವಾಗ್ತ ಇದೆ. ನಿಮ್ಮ ಸಮಾಜ, ಪೊಲೀಸ್ ಯಾವುದಕ್ಕೂ ನಾನು ಹೆದರೋಲ್ಲ."

ಪಿಳ್ಳೆಯವರು ಖುಷಿಯಿಂದ ಷರಟಿನ ಕಾಲರ್ ಸರಿಮಾಡಿಕೊಂಡರು.

"ಇದು ಒಮ್ಮುಖದ ಅಭಿಪ್ರಾಯವಾಯ್ತು" ಆಕ್ಷೇಪವೆತ್ತಿದರು. ಕೋಣೆಗೆ ಬಂದ ಸುಭಾಷ್ ಅಖಿಲಾನ ಕೈಹಿಡಿಧು ಹೊರಗೆ ಎಳೆದೊಯ್ದ. "ನಿಮ್ಮ ಪ್ರಶ್ನೆಗೆ ಅಖಿಲಾ ತುಟಿ ತೆರೆದು ಅಭಿಪ್ರಾಯ ಹೇಳೋದು ಕಷ್ಟಬೇಕಾದ್ರೆ ಕಣ್ಣುಗಳನ್ನು ಓದ್ಕೊಳ್ಳಿ" ಷರತ್ತು ಒಡ್ಡುವಂತೆ ಹೇಳಿದಾಗ ಅಖಿಲಾ ಕೂಡ ನಕ್ಕುಬಿಟ್ಟಳು.

"ಆಯ್ತು, ಇನ್ನ ಡಿಸ್ಟರ್ಬ್ ಮಾಡೋದ್ಬೇಡ" ಪಿಳ್ಳೆ, ಗೋಪಾಲರಾಯರು ಹೊರಟಾಗ ಬಾಗಿಲು ಹಾಕಿ ಹಿಂದಕ್ಕ ಬಂದ. ಅಖಿಲಾ ತುಟಿ ತೆರೆದಳು. "ಬಟ್ಟೆಗಳು ತರ್ಬೇಕಿತ್ತು."

ಅವಳ ಕಣ್ಣಲ್ಲಿ ಕಣ್ಣಿಟ್ಟು ನೋಡಿದ. ಪ್ರಣಯ ಅಶ್ಲೀಲವಾಗಿ ಕಾಣಲಿಲ್ಲ. ಸುಂದರ ಶೃಂಗಾರ ಕಾವ್ಯದಂತೆ ಕಂಡಿತು. "ಅಗತ್ಯವಿಲ್ಲ..." ಬಳಸಿದ. ಅವನ ಮೈಯಲ್ಲಿ ಏರಿದ ಬಿಸಿ ಬಹಳ ಹೊತ್ತಿನ ಮೇಲೆ ಇಳಿದಿದ್ದು. ಅಂದಿನ 'ಕಾರ್ತೀಕದ ಸಂಜೆ' ಅವನ ನೆನಪಿನಲ್ಲಿ ಅಚ್ಚ ಹಸಿರು.

* * * *

ಆದರ್ಶ ಹೋಟೆಲ್‌ನ ಸ್ಪೆಷಲ್ ರೂಮಿನಲ್ಲಿ ಪಿಳ್ಳೆ, ಗೋಪಾಲರಾಯರು, ಡಾ॥ ಶ್ಯಾಮಸುಂದರ್, ಲಾಯರ್ ರಾಧಾಕೃಷ್ಣ ಸೇರಿಬಿಟ್ಟಿದ್ದರು.

ತಾನು ಗೆದ್ದಿದ್ದಕ್ಕೆ ಪಿಳ್ಳೆಯ ಪಾರ್ಟಿಯ ಜೊತೆ ಸುಭಾಷ್ ಬದುಕಲು ಒಂದು ಅರ್ಥ, ಆಕರ್ಷಣೆ ಒದಗಿಸಿಕೊಟ್ಟ ಮ್ಯಾನೇಜರ್ ಪಿಳ್ಳೆಯವರಿಗೆ ಇತರ ಮೂವರು ಸುಭಾಷ್‌ನ ಹಿತೈಷಿಗಳಾಗಿ ಅಭಿನಂದನೆ ಸಲ್ಲಿಸುವ ಸಣ್ಣ ಸಮಾರಂಭ.

ಡಾ|| ಶ್ಯಾಮಸುಂದರ್ ತಮ್ಮ ವಿಶ್ಲೇಷಣೆ ಮುಂದುವರೆಸಿದರು. "ಮನುಷ್ಯನಿಗೆ ಬದುಕೋ ಹಂಬಲವಿರುವಂತೆ, ಸಾವಿನ ಆಕರ್ಷಣೆ ಇರುತ್ತೆ. ಅದಕ್ಕೆ ಬೇಕಾದಷ್ಟು ಕಾರಣಗಳು ಇರ್ಬಹುದು. "ಡೆತ್ ವಿಶ್' ಅಂದರೆ ಸಾವಿನ ಆಕರ್ಷಣೆ ಪ್ರಬಲವಾದಾಗ ಅವನ ಆತ್ಮ ಅವನತಿಯ ಹಾದಿ ಹಿಡಿಯುತ್ತೆ. ಆ ವ್ಯಕ್ತಿಯಲ್ಲಿ ವಿಪರೀತ ಬದಲಾವಣೆಗಳನ್ನ ಕಾಣುತ್ತೇವೆ. ಸಂಪೂರ್ಣವಾಗಿ ಆರೋಗ್ಯವಾಗಿದ್ದ ಸುಭಾಷ್‌ನ ಎದೆನೋವು ಉಸಿರಾಟದ ತೊಡಕು–ಇದೆಲ್ಲ ಅವ್ನ ಮನಸ್ಥಿತಿಗೆ ಸಂಬಂಧಿಸಿದ್ದು. ಎನೀ... ಹೌ... ಡೆತ್ ವಿಷ್‌ನಿಂದ ಹೊರಬಂದು ಬದುಕುವ ಉತ್ಸಾಹ ತೋರಿಸ್ತಾ ಇದ್ದಾನೆ. ಅದ್ಕೆ ಕಾರಣ ಪಿಳ್ಳೆ..." ಅಭಿನಂದಿಸಿದರು.

ಪಿಳ್ಳೆ ಗೆದ್ದು ಸನ್ಯಾಸ ಹಿಡಿದು ಹಿಮಾಲಯದ ತಪ್ಪಲಿಗೆ ಹೋಗುವುದನ್ನು ತಪ್ಪಿಸಿಕೊಂಡಿದ್ದರು.

ಅಂದು ಬೆಳಿಗ್ಗೆ ರಿಜಿಸ್ಟ್ರಾರ್ ಕಛೇರಿಯಲ್ಲಿ ಮದುವೆ ಮುಗಿಸಿಕೊಂಡು ಸಿಮ್ಲಾಕ್ಕೆ ಹಾರಿದ್ದ ಅಖಿಲಾ ಜೊತೆಯಲ್ಲಿ ಸುಭಾಷ್. ಇವರುಗಳೆಲ್ಲ ಬೀಳ್ಕೊಟ್ಟು ಹಿಂದಿರುಗಿದ್ದರು.

ಎರಡೆರಡು ಬೆಣ್ಣೆ ಮಸಾಲೆ ಜೊತೆ ಒಂದೊಂದು ಟೊಮಾಟೋ ಆಮ್ಲೆಟ್ ಕೂಡ ತಿಂದರು. ಆ ಜೋಡಿಯನ್ನು ಮನಃಪೂರ್ವಕ ಆಶೀರ್ವದಿಸಲು ಆ ಹಿರಿಯ ಜೀವಗಳು ಸಿದ್ಧವಾಗಿದ್ದವು.